விநாயக்

உள் அட்டையில் காணும் சிற்பக் காட்சியில் பகவான் புத்தரின் அன்னை மாயாதேவி கண்ட கனவின் பலனை மன்னர் சுத்தோதனருக்கு நிமித்திகர் மூவர் விளக்குகின்றனர். அவர்களுக்குக் கீழே அமர்ந்து அந்த விளக்கத்தை எழுதுகிறார் ஓர் எழுத்தர். எழுதும் கலையைச் சித்திரிக்கும் முதல் இந்தியச் சிற்பம் இதுவாகவே இருக்கலாம்.

(நாகார்ஜுன மலைச்சிற்பம் பொ.யு. இரண்டாம் நூற்றாண்டு, படஉதவி : நேஷனல் மியூசியம், புது தில்லி)

விநாயக்
(சாகித்திய அகாதெமி விருது பெற்ற இந்தி நாவல்)

இந்தி மூலம்: ரமேஷ் சந்திர ஷாஹ்

தமிழாக்கம்: என்.காமாட்சி தரணிசங்கர்

சாகித்திய அகாதெமி

Vinayak : Tamil translation by N. Kamatchi Dharanisankar of Ramesh Chandra Shah's Award winning Hindi novel of the same name, Sahitya Akademi, New Delhi, (2022), Rs. 395/-

உரிமை © சாகித்திய அகாதெமி

ஆசிரியர்	:	ரமேஷ் சந்திர ஷாஹ்
தமிழாக்கம்	:	என்.காமாட்சி தரணிசங்கர்
வெளியீடு	:	சாகித்திய அகாதெமி
முதல் பதிப்பு	:	2022
ISBN	:	978-93-5548-258-7
விலை	:	ரூ.395/–

All rights reserved. No part of this book may be reproduced or utilized in any form or by any means, electronic or mechanical including photocopying, recording or by any information storage and retrival system, without permission in writing from Sahitya Akademi.

சாகித்திய அகாதெமி

தலைமை அலுவலகம் : இரவீந்திர பவன், 35, பெரோஸ்ஷா சாலை, புது தில்லி 110 001.
secretary@sahitya-akademi.gov.in | 011-23386626/27/28.

விற்பனை அலுவலகம் : 'ஸ்வாதி' மந்திர் சாலை, புது தில்லி 110 001
sales@sahitya-akademi.gov.in | 011-23745297, 23364204.

கொல்கத்தா : 4, டி.எல். கான் சாலை, கொல்கத்தா 700 025
rs.rok@sahitya-akademi.gov.in | 033-24191683/24191706.

சென்னை : குணா வளாகம், 443, இரண்டாம் தளம், அண்ணா சாலை, தேனாம்பேட்டை, சென்னை 600 018.
chennaioffice@sahitya-akademi.gov.in 044-24311741 | 24354815

மும்பை : 172, மும்பை மராத்தி கிரந்த சங்கிரகாலய சாலை, தாதர், மும்பை 400 014
rs.rom@sahitya-akademi.gov.in 022-24135744 | 24131948.

பெங்களூரு : மத்தியக் கல்லூரி வளாகம், பல்கலைக்கழக நூலக கட்டிடம், டாக்டர் அம்பேத்கர் வீதி, பெங்களூரு 560 001
rs.rob@sahitya-akademi.gov.in. 080-22245152, 22130870.

ஒளி அச்சு : R. Udhayabaskar, NN Seven, Chennai - 32
அட்டை வடிவமைப்பு : Spectrum Graphic Studio, Chennai - 17
அச்சகம்: Mani Offset, Chennai - 77
Visit our website at http://www.sahitya-akademi.gov.in

உள்ளடக்கம்

1. நறுமணம் 9
2. மை டியர் பீனு 16
3. வருத்தும் காயம் 29
4. துன்பம் என்ற நதியில் தோன்றிய 43
5. அவசரப்படாதே சந்து 55
6. மண்டலத்தில் 60
7. உண்மையை பேசுகிறீர்களா விநாயக்? 79
8. என்ன விஷயம் மாலதி 91
9. அன்பானவர் புறப்பட்டு சென்றார் (டியர் டிபார்டெட்)
   (Dear Departed) 97
10. உரையாடல்களும் தன்மன எண்ண ஓட்டங்களும் 108
11. உலகம் மாறிக் கொண்டிருக்கிறது 126
12. என்னைப் பேசவிடு மாலதி 131
13. மிஸ்டர் அண்டு மிஸஸ் ரைனா (Mr. & Mrs. Raina) 141
14. இது அந்த இடம்... எங்கே.... 151
15. தட் இஸ் நாட் த பாயிண்ட் அட் ஆல்
    (That is not the point at all) 161
16. சகுந்தலா 169
17. ஒரு பொதுஜனச் சந்தடியின் தனிமை 179
18. என்ன! உனக்குத் தெரியுமா? 186
19. "உண்மையில்" உடைய கனவு 195
20. மாற்றத்தின் (Change) அவசியம் 205
21. இடைவேளை 213
22. விரும்பிய விருப்பம் 223
23. நரகத்திற்குப் போடா போ 226

24. கருடனின் சிறகுகள் 234
25. சாரி மை டியரஸ்ட் (Sorry my dearest) 238
26. அதிகாலை நடை 243
27. இன்சைடர் – அவுட்சைடர் (Insider - Outsider) 259
28. ஒரு ஆகர்ஷணப் புள்ளி 272
29. ஏன் அவ்வாறு நடக்காது 286
30. 'நரைன் சொல்லுவது மிகவும் சரியானதே 294
31. திரிபுவனின் விருந்தில் 302
32. கடைசி நாள் 318
33. செக்ஸ் ஆன் த மயிண்ட் (Sex on the mind) 330
34. ஒரு பொதுக் கூட்டத்தில் ஆற்றிய உரை 344
35. விநாயக் தனக்குத் தானே 356
36. தீர்மானத்திற்குப் பிறகு 367
37. நாவலின் இறுதியுரை – மறு நினைவு 373

'முட்டாள் (சாணிப் பிள்ளையார்)'-ல் இருந்து
'துரதிர்ஷ்ட முள்ளவனின் இந்தத் திருப்பத்தில்'
வரை
என்னுடைய எல்லா நாவல்களையும் அறிந்த மற்றும்
அறியப்படாத வாசகர்கள் – விமர்சகர்கள்
அனைவருக்கும்...!

1. நறுமணம்

விநாயக் தன்னுடைய அறைக்கு அடுத்துள்ள பால்கனியில் நடந்து சென்று கொண்டிருக்கையில் திடீரென தடுமாறினான். இது என்ன... நறுமணம்? எங்கிருந்து வருகிறது...? ஓ...! அவன் தனக்குள்ளேயே தொலைந்து போனது போல... தனக்குள் தான் மறைந்திருக்கிறது என்பதை மறந்துவிட்டான்.

விநாயக்கின் கண்கள் மூடியுள்ளன. நகராமல் அவன் அதே இடத்தில் அமைதியாக நிற்கிறான்.

என்னவாகி விட்டது அவனுக்கு? தனக்கு என்னவாகிவிட்டது என்பதை அறியவும் அவன் விரும்பவில்லை. அவன் எதையும், எதைப் பற்றியும் யோசிக்கவில்லை.

இந்த தடுமாற்றம்... கொஞ்சம் தாமதம். கண்டிப்பாக இது நீடிக்காது. இந்த எண்ணம் திடீரென்று வெளிவந்தவுடன், திடீரென்று அவனது நனவான மயக்கத்தை சீர்குலைக்கிறது. இப்பொழுது மேல்நோக்கி வருகிறான். தன்னை மீறி, தன்னுடைய அன்றாட வாழ்க்கையில் மேல்நோக்கி வருகிறான். இப்பொழுது வரை காணாமல் போன குரல்கள் கேட்கத் தொடங்கியுள்ளன. மூடியகண்களும்... ஆம்... திறக்க விரும்பாத மூடிய கண்கள், தானாகவே திறக்கப்படுகின்றன. அவன் ஆழ்ந்த மூச்சை சுவாசிக்கிறான். கையைவிட்டு நழுவிச் சென்ற அந்த வாசனையை எப்படியாகினும் பிடிக்க முயற்சிக்கிறான். ஆனால் அது கைநழுவி சென்றுவிட்டது. என்ன நடக்கிறது? அந்த வாசனை எங்கே மறைந்தது? இது சாமந்திப் பூவின் நறுமணம் அல்ல மல்லிகையின் நறுமணமும் அல்ல பிசைந்த எலுமிச்சை இலைகளின் நறுமணமும் அல்ல! மண் வாசனையாக இருக்குமோ? ஆமாம்... ஆமாம்... அது அது மண்ணின் நறுமணம் தான். இல்லை இல்லை அதுவும் இல்லை. அப்படி அதுவுமில்லையென்றால்... என்னவாக இருக்கும்...? உணர்வு இல்லை...! இதை... இந்த உணர்வை என்னவென்று சொல்வது?

காலைவேலை சிற்றுண்டியை உண்ண சாப்பாட்டு மேசையில் அமர்ந்தவாறு விநாயக் மாலதியுடன் பேசிக் கொண்டிருக்கிறான், என்றாலும்... அவனுடைய மற்றொரு மனம் தன்னுடைய கல்லூரியில் உள்ள தனது அறையை சென்றடைந்திருந்தது. அங்கே அவனுடைய எதிரில் இருப்பது அது மாலதி இல்லை. அது சகுந்தலா என்கிற திருமதி துபே இல்லை. இந்த அனுபவம்... இந்த உணர்வு... அதை என்னவென்று சொல்ல முடியவில்லை. இது வெள்ளப்பாகில் இருந்து

வரும் அழுக்கு - என்றாலும், சில சமயங்களில் ஆங்கிலம் எப்படி திரையின் வேலையை செய்து மூடி மறைக்கிறது. இப்படிப்பட்ட மிகவும் தனிப்பட்ட மற்றும் சொந்தமான விஷயங்களை ஆங்கிலத்தில் சொல்வதன் மூலம் நிவாரணம் பெற முடியும் - எப்படி ஏதாவது லிடரேசர் பற்றிய பிரச்சனைகளை விவாதிக்கிறோமே!... அதே போல், இலைமறை காய்போல், புரிந்தும் புரியாமலும் எவ்வளவு வித்தியாசமானது இது. விநாயக் இப்பொழுது அவனுக்கு நடந்ததை - தனக்கு விருப்பம் இருப்பினும், மாலதியுடன் - தன் மனைவியுடன் - தனது உணர்வை பகிர்ந்து கொள்ள முடியவில்லை. ஆனாலும் திருமதி துபே - இவர் ஜூனியராக தன்னறையில் உள்ளவர் - இவனுடைய ஆங்கிலத் துறையில் பணிபுரியும் ஒருவருடன் தனக்கு ஏற்பட்ட உணர்வின் அனுபவத்தை பகிர்ந்துகொள்ள யோசித்துக் கொண்டிருக்கிறான். யோசித்துக் கொண்டிருப்பதென்ன, அவனது விருப்பமும் அதுவேதான்.

என்னவென்று தெரியவில்லை, இன்று அற்புதங்கள் நிறைந்த நாளாக உள்ளது. தன்னுடைய முதல் லெக்சரை (விரிவுரையை) முடித்துவிட்ட தன்னுடைய துறைத்தலைவர் அறையில் விநாயக் உட்கார்ந்துக் கொண்டிருக்கிறார். அப்பொழுது திருமதி துபே தனது கையில் ஒரு கவரை எடுத்துக்கொண்டு அவருக்கு முன் வந்து நின்று... அந்தக் கவரை விநாயக்கின் முன் நீட்டி சார், வாங்கிக்கங்க. உங்களுடைய கடிதம் ஸ்டாப் ரூம்ல இருக்கும் லெட்டர்பாக்ஸ்ல எத்தனை நாளாக இருக்குன்னு தெரியல.

என்ன இது! விநாயக் அந்த கையெழுத்தைப் பார்த்ததுமே - தான் உட்கார்ந்திருக்கும் நாற்காலியை பின்னுக்குத் தள்ளி - சந்தோஷ மகிழ்ச்சியில் துள்ளி குதித்தான்.

ஒஹ்...! இது அருமையானது, திருமதி துபே. தேங்க்யு... தேங்க்யு... சோ மச், இதைவிடப் பெரிய பரிசு எதுவாக இருக்க முடியும் எனக்கு. இதற்காகவே... இதன் வருகைக்காகவே எப்பொழுதிலிருந்து நான் காத்துக் கொண்டிருக்கிறேன்.

சார்... இது யாருடைய கடிதம். எப்பொழுதெல்லாம் திருமதி துபே இப்படி புன்முருவல் பூக்கிறாளோ, அப்பொழுதெல்லாம் திருமதி துபேவாக இருப்பதில்லை. ஏதோ ஒன்றாக ஆகிவிடுகிறாள். விநாயக் இன்றும் கூட - பத்து வருடங்களுக்கு அப்பால் கூட - திருமதி துபேயின் இந்தப் புன்னகையைப் புரிந்துகொள்ள முடியவில்லை. அத்தகைய ஒரு தீவிரத்திலும் உள்ளே இருந்து வெடிக்கும் ஒரு தனித்துவமான அத்தகைய இனிப்பு... இப்படிப்பட்ட பிரகாசமான மென்மை, அது உங்கள்

முகத்தை, சில நொடிகளிலேயே உங்களுடைய முழு இருப்பையும் மாற்றக் கூடிய சக்தி படைத்திருக்கிறது - இப்படிப்பட்ட ஒரு புரிதல் வேறு எங்காவது காணக்கிடைக்குமா...? அப்படியென்றால் இதை என்னவென்று சொல்லுவது. 'சென்சேஷன்'? - என்றுதானே சொல்லியாக வேண்டும்?

லட்சு...! என்னுடைய பால்யஸ்நேகிதன் - எனக்கு மிகவும் பிரியமானவன், என்னுடைய பழைய சொந்தம் - திருமதி துபே உங்கக்கிட்ட நான் எப்படி சொல்றதுன்னு தெரியில... சொல்லிக் கொண்டிருக்கும் பொழுதே - விநாயக் திடீரென்று மௌனமாகிவிட்டான்.

இது என்ன ஒரு குழந்தைத்தனமான மற்றும் வித்தியாசமான உணர்வு என்று திருமதி துபேவுக்கு ஆச்சரியமாக இருந்திருக்கும்.

'உட்காருங்கள் திருமதி துபே. உங்களிடம் ஒரு முக்கியமான விஷயத்தைப் பற்றி பேச வேண்டும்'- பதற்றத்துடன் படபடத்தவாறு விநாயக் பேசினான்... தனக்கு வந்த அந்தக் கடிதத்தை அவனது இலாக்காவிடம் ஒப்படைப்பதைப் போல.

'ஹரே... என்ன இது. கடிதத்தை படிக்கறதுக்கு முன்பே ஆர்பரிக்கிறிங்க. முதலில் அந்தக் கடிதத்தைப் பிரித்து படியுங்கள்: - திருமதி துபே அவனிடம் கூறுகிறாள். 'இல்லை... இல்லை... இப்பொழுது படிக்க மாட்டேன். பிறகு படிக்கிறேன்! உணர்வுபூர்வமாக, உள்வாங்கி... அனுபவித்து அதைப் படித்தால் மிகவும் சுவாரஸ்யமாக இருக்கும்'.

'உணர்வு'- திருமதி துபேவிற்கு ஏமாற்றம். 'என்ன சார்... என்ன இது... இன்று உங்களுக்கு என்னவாயிற்று'.

விநாயக் ஒரு நொடி திருமதி துபேவின் அதிர்ச்சியடைந்த முகத்தை பார்த்து சந்தோஷப்பட்டவாரு, பிறகு 'உட்காரவும்... உட்கார்ந்தால் பேசுகிறேன். முதலில் இதைப்பற்றி சொல்லுங்கள். கொஞ்ச நேரத்திற்கு முன்பாக நீங்கள் ஏதோ முணுமுணுத்துக்கொண்டே மலர்ந்த முகத்துடன் வந்து கொண்டிருந்தீர்கள்...? என்ன அது...?'

'கீட்ஸ்!'- புன்முறுவல் பூத்தவாறு திருமதி துபே அவனுக்கு பதில் அளிக்கிறாள். அதைக் கேட்டவுடன் விநாயக் முகத்திற்கு எப்படிப்பட்ட பொலிவு வந்துவிட்டது. உண்மை என்ன சார்...! முகம் பூரிப்பில் புதிய பொளிவு பெற்றுள்ளது.

'போதும், கடைசியாக தாங்குவதற்கு ஒன்று மட்டுமே மீதமுள்ளது'!

'உண்மையில் நேற்றும் மற்றும் இன்றும் நான் 'கீட்சின்' கடிதங்களை 'டிஸ்கஸ்' பண்ணிக்கிட்டே இருந்தேன்' - திருமதி துபே கூறியதைக் கேட்டதும் விநாயக்கின் வாயிலிருந்து ஆச்சரியக் குரல்... அதிர்வாக... 'உண்மையாகவா...!' 'எப்படி விசித்திரமாக இருக்கிறது பாருங்கள் திருமதி துபே. நான்கூட இன்று காலையிலிருந்தே உங்களுடன் 'கீட்ஸ்' பற்றித்தான் விவாதிக்க இருந்தேன். தாங்கள்... அனுமதி அளித்தால்...!'

மறுபடியும் திருமதி துபேவின் முகத்தில் அதே மர்மமான புன்முறுவல் தவழ்கிறது. புன்முறுவல் எதற்கு, மௌனமான அழைப்பு அது என்று கூட கூறலாம். 'இதற்கெதற்கு என்னுடைய அனுமதியை எதிர்பார்க்க வேண்டும்'.

விநாயக்கின் கண்கள் திருமதி துபேவின் முகத்தினை உற்று நோக்கின. இந்தப் பெண்ணிடம் ஏதோ ஒன்று இருக்கிறது. அதுதான் அவரை மற்ற ஏனைய சக ஊழியர்களிடமிருந்து தனித்துவமாகவும் வித்தியாசமாகவும் காட்டுகிறது. தனக்கு வகுப்பு இல்லாத நேரங்களில் ஊழியர்களின் அறைக்குச் செல்லாமல் என் அறைக்கு வருகிறாள். அவருக்குத் தெரியும். இப்படிப்பட்ட விஷேஷமான சலுகை மிகவும் அமைதியான மற்றும் கம்பீரமான பேராசிரியரிடமே உள்ளது என்பது. மிக... மிக... அரிதான நிகழ்வுகளின் உதாரணங்கள் உள்ளன. மனிதனுக்கு வயதாகும்பொழுது அதனுடன் கூடவே அதிக கவர்ச்சியைப் பெறத் தொடங்குகின்றான் - அவர்களுடைய இளமை காலத்தை விட மிக அதிகமான ஆகர்ஷணமாகத் திகழ்கிறார்கள். இதன் ரகசியம் என்னவாக இருக்கும் - இந்த புதுப்பிக்கத்தக்க புத்துணர்ச்சியின் ரகசியம் என்ன - இதைப்பற்றி பலமுறை விநாயக் தனக்குத் தானே கேட்டுக்கொண்டே இருக்கிறான். திருமதி துபேவின் மனதில் அவன் எப்படிப்பட்ட உயர் இடத்தில் இருக்கிறான் - என்று அவன் பலமுறை உணர்ந்ததோடு - இதைப்பற்றி நன்றாக அறிந்திருந்தான். அவனுடைய சுய உருவத்தை விட மிகவும் சிறந்ததாக...! இதை ஆதரிப்பதும் மற்றும் உறுதிப்படுத்துவது மான அவனுடைய 'ஈகோ'- சில காலங்களில் மாலதியுடன் கலந்திருந்தது. இப்பொழுது இந்த சகுந்தலா என்றழைக்கும் திருமதி துபே என்ற இந்தப் பெண்ணிடம் கலந்திருக்கிறது. ஆமாம் அதைவிட அதிகமாக திருப்தி அளிக்கக் கூடியவள். ஏனெனில், இதனுடைய தொடர்பு உணர்ச்சியுடன் மட்டுமல்ல, புத்திசாலித் தனத்துடனும் - அறிவுசார்

உயரத்துடனும் தொடர்புடையது. மனிதனுக்குத் தன்னுடைய 'ஈகோ'-வை மறைக்க மற்றும் மெருகூட்ட மிகவும் பாதுகாப்பான இடம் உள்ளது. அத்தகையதொரு உதவி, அப்படிப்பட்ட 'ஈகோ-சென்டர்' கொஞ்சம் கூட இங்கும் அங்கும் நகராமல், அது முழுவதுமாக இருக்க வேண்டுமா? அல்லது இருக்க வேண்டியதில்லையா? இதனால் தானோ, விநாயக் சகுந்தலாவுடனான தனது உறவு குறித்து ஆரம்பத்திலிருந்தே கூடுதல் விழிப்புணர்வுடனும் கூடுதல் எச்சரிக்கையுடனும் இருக்கவில்லை என்பதற்கான காரணம் இதுதானா?

'எங்கே காணாமல் போய்விட்டீர்கள்? என்னிடம் ஏதோ சொல்ல முற்பட்டீர்கள்'- திருமதி துபேவின் குரல் தன் காதுகளில் ஒலித்ததும் விநாயக் திடுக்கிட்டபடி தன்னை சுதாரித்துக் கொண்டான். 'ஹரே, ஆமாம்! நீங்கள் கீட்சின் கடிதங்களை பற்றி 'டிஸ்கஸ்' பண்ணீர்கள், அதில் அந்த ஜீமலாவும் இருந்திருக்க வேண்டும். அதே... 'ஓ பார் எ லாயிப் ஆப் சென்சேஷன்ஸ் ராதர் தன் தாட்' (oh for a life of sensation rather than thought) அதுதானே...'

'நேச்சுரலி'- திருமதி துபேவிற்கு சிரிப்பு வந்துவிட்டது. 'அது இல்லாமல் எப்படி இருக்கமுடியும்? கவிஞர் கீட்சின்... கவிதத்துவமான வாழ்க்கையின் மூல நாட்களில்... அதுவே ஆதாரம்...'

இதைக்கேட்டதும் விநாயக் தன்னுடைய முகத்தில் ஆச்சரியத்தை காட்டி... இத்தகையப் பெண்ணிடம் இப்படிப்பட்ட சாதுர்யமான அற்புதமான மற்றும் இளமையானப் பெண்ணிடமிருந்து ஒரு தெளிவான பதில் கிடைக்கும் என்று அவனுக்கு நம்பிக்கை இல்லை.

'அப்படி என்றால் தாங்கள் என்ன சொல்ல விரும்புகிறீர்கள்? 'சென்சேஷன்' என்பது ஒரு மூல மற்றும் குழந்தைத்தனமான பொருள் என்றுதானே. என்ன மனிதர் அவர்! எப்படிப்பட்டக் கவிதைகள் அவருடையது! 'சென்சேஷன்' இடத்தில் 'தாட்' வரும்பொழுது மட்டுமே இரண்டும் வளர்ந்த நன்கு பக்குவமடைந்ததாகும்... அப்படித்தானே...?'

திருமதி துபேவின் நெற்றியில் அதிர்வுக் கோடுகள் படர்ந்தன. 'இங்கப் பாருங்க சார், என்னை நீங்க முட்டாளாக்கப் பார்க்கிறீர்கள் அல்லது வேண்டுமென்று தெரிந்தே என்னை தூண்டுகிறீர்கள்.

தங்களுக்கு 'சென்சேஷன்' அதாவது உணர்வுகளுடன் வாழ்வது மிகவும் அடித்தளத்தில் ஆழமாக வாழ்வதாகும் - இது மனிதன் மற்றும் மிருகத்திற்கும் கூட சமமாகவே உள்ளது. சரி... சரி... இதுவும்

விவாதிக்கப்பட வேண்டிய விஷயம் தான் - ஒய் லேபர் த ஆப்வியஸ்? (why labour the obvious)

‘வூ சேஸ் இட் இஸ் ஆப்வியஸ்?’ (Who says it is obvious) - கிட்டத்தட்ட விநாயக் மிரட்டும் விதத்தில் கோபமாகச் கூறினான். ‘சென்சேஷன்’ என்று எதை சொல்லுவோம் என்று உங்களுக்கும் கூட தெரிந்திருக்கும்...? சமாதி நிலையை அடையும் பொழுது ஆழ்ந்த தியான நிலையில் யோகிகளுக்கும், ஞானிகளுக்கும் ஏற்படும் அனுபவம்... அதுவும் ‘சென்சேஷன்’ - ஆகத்தான் இருக்கவேண்டும். நிச்சயமாக மிகவும் அசாதாரணமானதும் மற்றும் சிறந்ததுமானது. இருந்தபோதிலும், நூறு சதவிகிதம் ‘சென்சேஷன்’ ஆகும். வேண்டுமென்றால், தாங்கள் எதை ‘தாட்’ என்று சொல்கிறீர்களோ, அது ‘சென்சேஷன்’-யை விட உயர்ந்த பொருள் என்று என்னக் காரணத்தினால் சொல்கிறீர்கள் என்று நீங்கள் எனக்குக் கூறுங்கள்?

‘சரி... சரி... விடுங்கள் - இந்த விஷயத்தைப்பற்றி இத்துடன் விடுங்கள்! - தன்னுடைய கரத்தில் கட்டியுள்ள கடிகாரத்தைப் பார்த்தவாறு திருமதி துபே எழுந்து நின்று கொண்டாள். ‘நான் செல்கிறேன், வகுப்புக்கு நேரமாகி விட்டது’.

இப்படி திருமதி துபேவின் - அவருடைய கருத்தை ஆமோதித்துப் பேசியது விநாயக்கிற்கு நல்லதாகப் படவில்லை. இருந்த போதிலும் அவன் உடனே சிரித்தவாறு தானும் எழுந்து நின்றான்! ‘பொறுங்கள்’ நானும் வருகிறேன். எனக்கும் கூடத்தான் வகுப்பிற்கு நேரமாகிவிட்டது.

அறையிலிருந்து வெளியில் வரும்போழுதே திருமதி துபே, விநாயக்கின் முகத்திற்கு நேராக ‘இட்ஸ் அன் இன்டரஸ்டிங் ஐடியா’ (It is an interesting idea - ‘இது மிகவும் சுவாரஸ்யமான யோசனைதான்’) என்று கூறிவிட்டாள். ‘இன்டரஸ்டிங் பட் இம்பாஸிபல்’ (Interesting but impossible), ‘சுவாரஸ்யமானது தான், ஆனால் சாத்தியமற்றது’. நீங்கள் ஒட்டுமொத்தமாக முற்றிலும் பொருந்தாத இரண்டு விஷயங்களை கட்டாயப்படுத்தி ஒன்றோடு ஒன்றைப் பொருத்திப் பார்க்க முயற்சி மேற் கொள்கிறீர்கள்’. அவள் பேசிக்கொண்டிருந்த பொழுதே... சுதாரித்தவாறு, திடீரென்று ஏதோ நினைவில் தோன்றியது போல், இப்படி திடீரென்று மலர்ச்சியடைந்த நிலையில் தென்பட்டாள். ‘ஆச்சரியமாக இருக்கிறது, உங்களுடைய பால்ய ஸ்நேகிதனிடமிருந்து வந்த கடிதத்தைப் பார்த்தவுடன் நீங்கள் உணர்வுபூர்வமான உற்சாகத்துடன் துள்ளிக் குதித்தீர்கள் - ஆனால் என்னவோ தெரியவில்லை அந்தக் கடிதத்தைப்

பிரித்து பார்க்க வேண்டும் என்று கவலைப்படவில்லை. இதிலிருந்து என்ன நிரூபணமாகிறது... கூறுங்கள்... உங்களைத்தான் கேட்கிறேன் கூறுங்கள். இதுதான் நிரூபணமாகிறது, ஆம் நீங்கள் உங்கள் எண்ணங்களினால் ஈர்க்கப்பட்டதைப் போல, உங்களது நண்பரிடமிருந்து வந்தக் கடிதத்தைப் பெற்ற நீங்கள் 'அந்தக் கடிதத்தின் பால் சிறிதும் ஈர்க்கப்படவில்லை'...! அதன் காரணம் 'சென்சேஷன்' - இல்லை என்பதுதான்.

'இல்லவே இல்லை, திருமதி துபே...! உண்மையான விஷயங்களை தவறாகப் புரிந்துகொண்டு தவறான முடிவுக்கு எப்படி வருவதென்று உங்களிடம் தான் கற்றுக்கொள்ள வேண்டும். என்னுடைய பால்ய ஸ்நேகிதனிடமிருந்து எனக்கு கடிதம் கிடைத்ததே எனக்கு மிகப்பெரிய உணர்வுபூர்வமான ஆத்மார்த்தமான விஷயம், அதனுடைய புத்துணர்ச்சியை அப்படியே எவ்வளவு நேரம் முடியுமோ, அவ்வளவு நேரம் இனிமையாக அப்படியே மனதார அனுபவிக்க விரும்புகிறேன். அந்த 'தாட்' (thought)-யை என் சிந்தனையிலிருந்து நான் ஏன் குறைத்துக்கொள்ள வேண்டும்...

'அந்த உணர்ச்சிவயப்பட்ட சிந்தனையை... அனுபவிக்கலாம்... நீங்களே கூறுங்கள் திருமதி துபே!'

அதைக் கேட்டவுடன் திருமதி துபே படபடவென்று உணர்ச்சி வசப்பட்டவளாக... 'சரி...சரி...! 'யு ஆர் வெரி வெல்கம் டு யுவர் சென்சேஷன்' (you are very welcome to your sensation). எனக்கென்னவோ இன்றையதினம் இப்படிப்பட்ட 'சென்சேஷன்' தினம் என்றே தோன்றுகிறது. ஏனென்றால் நீங்கள் முழுவதுமாக 'சென்சேஷன்'-க்கு கைதாகி விட்டீர்கள். அப்படியென்றால்... சரி... சரி..., நாளை நீங்கள் உங்களுடைய சிந்தனையின் தளத்திலிருந்து கீழே இறங்கி வாருங்கள். அப்பொழுது உங்களிடம் பேசுகிறேன். சரி தானே...?'

இதைக்கேட்ட விநாயக்... அதை ஆமோதித்து தன் கருத்தை கூற சிந்தித்திருந்த வேலையில்... அவர் வாய் திறந்து பேசுவதற்கு முன்பே அவசர அவசரமாகத் தன் வகுப்பிற்குள் நுழைந்துவிட்டாள் திருமதி துபே.

2. மை டியர் பீனு!

என்னுடைய அன்பு பீனு என்றழைக்கும் விநாயக் என்றழைக்கும் சாணிப்பிள்ளையாருக்கு!

பதினைந்து வருடங்களுக்குப் பிறகு உனக்கு என்னுடைய நினைவு வந்திருக்கும். பரவாயில்லை, என்னவோ சொல்வார்களே... 'காலம் தாழ்ந்து வருவது'... நல்லா வருவாயே...! காலம் தாழ்ந்து என்பது என்னவோ உண்மைதான், என்னுடைய கவனத்தை உன்பால் சேர்த்துக் கொண்டாய். வேல்ஸ்-ன் மலைகளில் உனக்கு உன்னுடைய மலையின் தரிசனம் தென்பட்டது - வீட்டின் உணர்வுபூர்வமான என் நினைவுகள் இதற்கு முன்பு இப்படி உன்னை வருத்தவில்லை - துடிக்கச் செய்யவில்லை. 'வருந்துதல்' என்று இதை கூறுவார்கள் - நீ மிகச் சரியாகத்தான் எழுதி இருக்கிறாய். நீ உன்னுடைய மலையில் பேசும் மொழியை (பஹாடி போலி) இன்னும் மறக்கவில்லை. இதைப் பார்ப்பதற்கு எனக்கு எவ்வளவு மகிழ்ச்சியாகவும் நன்றாகவும் இருக்கிறது என்பதை உன்னிடம் எப்படி சொல்வேன். நண்பனே, இந்த வேல்ஸ் என்ற இடம் எங்கே இருக்கிறது? நான் ஒருபொழுதும் இந்தப் பெயரைக் கேட்டதில்லை. என்ன இது இங்கிலாந்தில் இருக்கிறதா...? நீ அங்கு ஆங்கிலம் கற்பிப்பதற்கு சென்றிருக்க வேண்டும்! உன்னுடைய விஷயம் குறித்து எதுவும் புரியவில்லை. ஆங்கிலேயர்களுக்கு ஆங்கில மொழி கற்பிக்க வேண்டும் என்று எது உன்னைத் தூண்டியது? இந்தி மொழி கற்பிக்க வேண்டும் என்று சென்றிருந்தால் கூட பரவாயில்லை. சரி அதைவிடு, உண்மையிலேயே அது பெரிய இடமாகத்தான் இருக்க வேண்டும். அந்த இடம் உன்மனதில் உன்னுடைய பிறந்த மண்ணின் நினைவுகளை எழுப்பி இருக்கிறது மற்றும் எங்கள் எல்லோரைப் பற்றிய நினைவுகளையும் உன் ஆழ் மனதில் இருந்து தட்டி எழுப்பி இருக்கிறது. தாய் நாட்டிற்கு திரும்பி வந்ததும் நீ முதலில் நேராக இங்கே - உன்னுடைய வீட்டிற்கு வருவதற்குத்தான் விரும்பினாய், இது மிகவும் மகிழ்ச்சிக்குரிய விஷயம். நான் திரிபுவனிடம் இதைப்பற்றிக் கூறியதும் அவன் குதூகலத்தில் துள்ளிக் குதித்தான். உனக்கு திரிபுவனின் நினைவு இருக்கிறதா? ஏய்... அவன்தான் நம்முடைய ஜி.ஐ.சி. ஆள் தத்துவா! இப்போ அவன் இங்கே ராணிகேத்தில் தான் இருக்கிறான். அவன் கர்னலாக இருக்கிறான், புரிகிறதா கர்னலாக இருக்கிறான்...! அங்கே பாம்பேயில் எப்பொழுதாவது சந்திப்பான். இப்பொழுது தான் அவன் மகனுக்கு அங்கே மருத்துவக் கல்லூரியில் சேர இடம் கிடைத்திருக்கிறது. அவனும், அவனுடைய மனைவி விபாவும் உன்னைச் சந்திப்பார்கள். ஏய்..., உனக்குத் தெரியுமா... அவன் கூறியதற்காகத்தான் நான், என்

உணவகத்திற்கு (ஹோட்டல்) 'ஸ்வதேஷ்;' (தாய்நாடு) என்று பெயர் வைத்துள்ளேன். இங்கே உணவகம் திறப்பதற்கு அவன் தான் யோசனை கூறினான்... புரிஞ்சுதா...? இருந்த போதிலும், உனக்குத் தெரியுமா, அவன் என்னவோ உனக்குத்தான் நண்பன். என்னுடைய நண்பனில்லை என நினைக்கிறான். நான் அவனை எப்படி துஷ்ப்ரயோகம் செய்திருக்கிறேன் என்பது உனக்கு நினைவிருக்கிறதா? நான் ஹோலி திருவிழாவிற்கு வசூல் செய்வதற்காக அவனுடைய பங்களாவிற்கு சென்றிருந்தேன். அவனோ, அந்தப் பழைய விஷயத்தைப்பற்றி முற்றிலும் மறந்துவிட்டான் என்று எனக்குத் தோன்றுகிறது. நினைவு இருக்கலாம் ஆனால் ஒருபொழுதும் அவன் என்னிடம் அதை வெளிப்படுத்தவில்லை. அவன் என்னை அடையாளம் கண்டு கொள்வான் என்று எனக்கு கடுகளவிற்கும் கூட நம்பிக்கையில்லை! ஆனால், அவனோ என்ன செய்தான் தெரியுமா? நான் உன் பெயரை கூறிய உடனே என்னை கட்டித் தழுவிக் கொண்டான். இப்படிப்பட்ட நம் வகுப்பு மாணவர்களை எங்கே பார்க்க முடியும்!'

உனக்கு 'சந்தேஷ்;'(செய்தி) பத்திரிக்கையைப் பற்றி நினைவிருக்கிறதா? ஆனால் கர்னலுக்கு மிகவும் நன்றாக ஞாபகமிருக்கிறது. ஆமாம்! நான் அவனை கர்னல் என்றுதான் அழைப்பேன். அப்படி கூப்பிடும் பொழுது அவன் முதலில் மிகவும் எரிச்சலைடைந்தான். 'எதுக்கு எப்பொழுதும் கர்னல் - கர்னல்னு கூப்பிடுகிறாய்'? என்ன எனக்கு பெயர் எதுவுமில்லையா? என்று...! ஆனால் இப்பொழுது அவனுக்கும் கூட இது பழகிவிட்டது. இப்பொழுதெல்லாம் அப்படி அழைத்தால் கோபப்படுவதில்லை. நீ விபாவைப் பார்த்தால் மிகவும் வருத்தப்படுவாய். அவர்கள் உன்னை சீக்கிரம் சந்திப்பார்கள். அதற்குத்தான் முன்கூட்டியே உன்னிடம் இதை தெரிவிக்கிறேன். அவர்கள் என்னை சந்தித்த நாள் முதலிருந்தே, நான் அவர்களுடைய லட்சூ - சகோதரனாக ஆகி விட்டேன். சொல்லப்போனால் மோகினி மாயை அவள். உண்மையில் சொல்லப்போனால் அந்தப் பையனுக்கு உன்னைவிட மேலான உள்ளூர் பாதுகாவலன் யார் இருக்கப் போகிறார்கள்? உன்னுடைய பாம்பேவில் தான் டாக்டருக்குப் படிக்கிறான்.

இப்பொழுது நீ மீதியிருக்கும் அனைவரின் நலம் பற்றி அறிய ஆவலாய் இருப்பாய். இல்லை... இல்லை... நீ...! உன் தரப்பில் இருந்து எதுவும் கேட்கவில்லை. இருந்தாலும் அவற்றைப் பற்றி தெரிந்து கொண்டாய். உனக்கு மகிழ்ச்சி ஏற்படுமா... இல்லையா? இப்பொழுது, உன்னை இங்கே சந்திப்பதற்கு இன்னும் எவ்வளவு நேரம்... நாள்... ஆகும் என்று தெரியவில்லை! ஆமாம்... அல்மோராவின் 'ஸ்நோபால்'யை

பார்க்க விருப்பப்படுவதாக நீதானே எழுதியிருந்தாய். நீ ஒரு பெரிய முட்டாள், உனக்கு என்ன வேண்டும்? நீ என்ன தினசரி செய்தித்தாளை படிப்பதில்லையா? பீனு...! மலை அந்த மலை இப்பொழுது மாயமாகி விட்டது... ஆம் அந்த மலை இப்பொழுது இல்லை, நீ எதை உன் இளைய பருவத்தில் பார்த்தாயோ... அந்த மலை இப்பொழுது இல்லை. உண்மையைக் கூற வேண்டுமென்றால் எனக்கும் கூட அல்மோராவின் 'ஸ்நோபால்'-யைப் பார்த்த ஞாபகமில்லை. ஆறு அல்லது ஏழு ஆண்டுகள் உருண்டோடி இருக்கும். ஒருவேளை பழைய மாதிரியே அந்த ஸ்நோபாலை, இங்கே என்னால் உனக்குக் காட்ட முடியுமா! ஆனால் 'ஸ்நோபால்'-யை உனக்குக் காட்டுவேன் என்ற பொறுப்பை நான் ஏற்க மாட்டேன். ஏய், இப்பொழுது இமயமலை கூட பனியால் மூடப்பட்டுள்ளது. திரட்டப்பட்ட பனிகளின் சேமிப்பு அனைத்தும் தானாகவே திரும்பிச் செல்கிறது. அதுமட்டுமல்லாமல் புதிய பனியின் தோற்றம் என்பது நாளுக்குநாள் குறைந்து கொண்டே வருகிறது. உண்மையில் இப்படிப்பட்ட 'கசப்பான-செய்தி' இதுவரை உன்னை வந்து அடையவில்லையா? நீ நம்முடைய தேசத்தில் இருந்துகொண்டு வெளிநாட்டில் வாழ்கிறாய் என்று நினைக்கிறேன். ஏய், ஒன்றுக்குப்பின் ஒன்றாக பனிப்பாறைகள் வெற்றிடமாகவும் கருப்பாகவும் மாறிவருகின்றன. இதுதான் இங்குள்ள நிலவரம் நண்பனே, குறித்து வைத்துக்கொள், ஒரு லோட்டா (டம்ளர்) கங்கா நீரிற்காக இந்த மக்கள் ஏங்கப் போகும் நாள் வெகு தொலைவில் இல்லை. இங்கே பார். நான் சொல்வதைக் கேள், பேசாமல் நான் சொல்வதுபோல் செய் பீனு, இந்த தாக்கும் வெயில் காலத்தில் நீ என்னுடன் கங்கோத்திரிக்கு வந்துவிடு. நான் மூன்று-நான்கு முறை அங்கே சென்று வந்துள்ளேன். என்னுடைய குருநாதர் அங்கே வசிக்கிறார் - சுவாமி அபயாநந் மஹாராஜ், ஆம் அவர்தான் என் குரு. நீ அவருடைய பெயரைப் பற்றியாவது தெரிந்திருப்பாய் என் நினைக்கிறேன்! என்ன நீ கேள்விப்பட்டதில்லையா? ஆம் அதே அபய மஹராஜ் தான், தனியாக அன்றிலிருந்து இன்றளவும் விழித்துக் கொண்டிருக்கிறாரே, அதே அபய மஹாராஜ்! இமயமலையை காப்பாற்றுவதற்காகப் போராடிக் கொண்டிருக்கிறாரே... நாங்கள் அனைவரும் அவருடைய இந்தப் பிரச்சாரத்தில் உறுதியானவர்களாக அவருடன் இணைந்திருக்கிறோம். த்ரிபுவன், விபா, ஹரீஷ்;, வினோத், சோஹன் கன்டி, சந்து ஆம் அனைவரும் இதில் இணைந்துள்ளோம். நீயும் கூட எங்களுடன் இதில் சேர்ந்து கொள்ளலாம். நாராயன் என்னவோ தன்னை முழுமூச்சாக இந்தப் போராட்டத்தில் ஈடுபடுத்திக் கொண்டிருக்கிறான். நீ சுவாமிஜீயை தரிசித்தால் உன்னுடைய உடல் புத்துணர்ச்சி பெற்று மகிழ்ச்சியடையும். அவர் ஆந்திரப் பிரதேசத்தைச் சேர்ந்தவர். தனக்கு பதினைந்து வயது

இருக்கும் பொழுது வீட்டைவிட்டு வந்துவிட்டார். அப்பொழுதிலிருந்து கங்கோத்திரியில் தான் இருக்கிறார். அவர் என்ன கூறுகிறார் தெரியுமா? - 'இந்திய திருநாட்டை (பாரதத்தை) பாரதமாக மாற்றுவதற்கு காரணம், ஆம் இது தான் முழு முதற்தோற்றம், ஆதாரம் எல்லாம். இதனால் தான் நாம் அனைவரும் உயிருடன் இருக்கிறோம். அதை பாதுகாப்பதே எங்களுடைய தவம். இமயகிரி முழுவதும் சுரண்டப்பட்டு கொஞ்சம் கொஞ்சமாக வடிகட்டப்பட்டுவிட்டது. இமயகிரியின் அணுகமுடியாத இடங்களில் ஒரு சில புகைப்படங்களை எடுத்து வைத்துள்ளேன். இப்படிப்பட்டவை வேறு யாரிடமும் இருக்க முடியாது. இப்படிப்பட்ட பெரிய கருவூலம் - புரிகிறதா... என்னிடம் பொக்கிஷம் இருக்கிறது. நம்முடைய கர்னல் சாரிடம் யாருடைய மந்திரமும் பலிக்காது. ஆனால் ஆமாம், கடந்த வருடம் தான் நான் அவரை ராணிகேத்தில் சந்தித்தேன், நால்வரும் ஒன்றாகக் கூடிவிட்டோம். இரண்டுடன் இரண்டு, நாங்கள் இருவரும் இப்பொழுதுதான் சுவாமிஜியுடன் ஜமுனோத்திரிக்கு சென்று வந்துள்ளோம். இங்கே நீ ஒரே ஒரு முறை வருகை புரிந்தால் போதும். உனக்காக என்னென்ன செய்கிறேன் என்று பார். நீ இங்கு வந்துப் பார்த்தால் தான் உனக்குத் தெரியும்.

இன்னும், நம்முடைய மற்ற நண்பர்களைப்பற்றிக் கூறவில்லையே. சொல்கிறேன் நண்பா, அவர்களைப் பற்றியும் உனக்கு சொல்கிறேன். கடவுளுடைய கிருபையால் தான் அனைவரும், ஒருவரை ஒருவர் உடனடியாக சென்று பார்க்கும் தூரத்தில் இங்கேயே இருக்கிறோம். ஆம் இது கடவுளின் கிருபைதானே, நண்பனே! இல்லையென்றால் இதுபோல் எங்கேயாவது குடுப்பினை கிடைக்குமா? பெரும்பாலான சிறுவயது நண்பர்கள் அனைவரும் இங்கேயே இருப்பது ஒரு தற்செயலான விஷயம் தான் - ஆம் அனைத்து நண்பர்களும் ஒருவரை ஒருவர் சந்திப்பது மட்டுமின்றி ஒவ்வொருவருடனும் இணைந்து தொடர்பிலே உள்ளோம். நீ ஒருவன் மட்டும் தான் பாக்கி, ஆம் இப்பொழுது நீயும் பிடிப்பட்டுவிட்டாய். புரிகிறதா... எங்களுடன் சேர்ந்துவிட்டாய்.

வினோத்தைப் பற்றித்தான் உனக்குத் தெரியுமே. ஆமாம், ஒரே ஒருவன் அவனைப்பற்றி மட்டும்தான் நீ குறிப்பிட்டிருந்தாய். ஏன் அவனைப்பற்றி நீ கூறமாட்டாய் - அவனும் உன்னைப் போன்றுதானே... ஆங்கிலவாதி. எப்பொழுதாவது இங்கே லெக்சர் கொடுப்பதற்கு வருவான். திரிபுவனுக்கும் அவனுக்கும் மோதல் ஏற்பட்டுவிட்டது - விபாதான் அவர்கள் இருவருக்கும் இடையில் சமாதானத்தை ஏற்படுத்தினாள். அவன் இப்பொழுது முதலில் அவன் வீட்டிற்கு

சென்றுவிட்டுப் பிறகு அங்கிருந்து தொலைபேசியில் அழைத்து என்னை அங்கே வருமாறு அழைப்பான். அவன் ஒரு குடிகாரன். நீ கூட குடிப்பாய் போல... என்ன... அப்படித்தானே...?

நமது நண்பன் ஹரீஷ் முச்சி பற்றி கூறுவதற்கு மறந்துவிட்டேன் அவனும், இங்கேதான் குமாவூ பல்கலைக்கழகத்தில் சோசியாலஜி (சமூகவியல்) பேராசிரியராக இருக்கிறான். எனக்கு கொஞ்ச நாட்களுக்கு முன்புதான் தெரியவந்தது, அவன் ஒரு பெரிய செயற்கறிய செயலைச் செய்துள்ளான் என்று! என்ன - ஆம் அதைப்பற்றி என்னவென்று எனக்குத் தெரியப்போகிறது? எனக்கு சமூகவியல் அறிவியலைப்பற்றி 'அ, ஆ, இ'-கூடத் தெரியாது - ஆனால்... அவனுடைய துறையில் அவன் வேலை வாங்குவதற்குள் பட்டப்பாடு... அப்பப்பா...! ஏதோ ஒரு விஷயம் கண்டிப்பாக இருக்க வேண்டும். வினோத்துக்கு கூட அவனைக் கண்டால் பொறாமையால் எரிகிறது. ஆமாம்... ஆமாம்... எப்பொழுதும் ஆங்கிலத்திலேயே பேசுவான், ஆனால் அந்த இடத்தில் மகேஷ்; இருந்தாலோ, அவனுடைய அலட்டல் - புலட்டல் காணாமல் போய்விடும். ஹரீஷ்; முச்சி லெக்சர் மட்டும் கொடுப்பதில்லை. அவன்... ஆமாம்... என்னவோ சொல்வார்களே... ம்... என்ன சொல்வார்கள் ஆமாம் - பீல்ட் வர்க், அப்படியென்றால் சோசியல் வர்க் - ஆமாம் - அவன் அந்தப் பொதுச்சேவையில் (சோசியல் வர்க்) பெரிய திறமைசாலி. இங்கே உப்பு இலாக்காவில் அவன் தூள் கிளப்பிவிட்டான். என்ன உனக்கு நரைன் பற்றி ஞாபகம் இருக்கிறதா? ஹரே... அவன்தான் அதே... நாராயன் ராம். அவனைப்பற்றி உனக்கு பின்னர் கூறுகிறேன். ஹரீஷ் உடன் அவனுக்கு நிறைய தொடர்பிருக்கிறது. ஆமாம்... ஹரீஷை தலைவணாக்கி விட்டுத்தான் அவனை விட்டு விலகுவான் என்று நினைக்கிறேன். எதுவாக இருந்தாலும், நான்கு-ஐந்து வருடங்களாகவே இந்த இலாக்காவை உருமாற்றமடைய வைத்திருக்கிறான். பெண்களை சுயசார்புள்ளவர்களாக முன்னேற்றியும், ஆண்களையும்-பெண்களையும் சமமாக முன்னேற்றி! குளிர்காலத்தில் - மலைமுழுவதும் தூங்கிக் கொண்டிருக்கும் மக்கள் பலர் ஹரீஷ் மூலம் படிப்பறிவு பெற்றவர்கள் இங்கே வயதுவந்தோர் கல்வி இயக்கம் மற்றும் ஆமாம்.. ஆமாம்... இன்னும் என்னென்ன செய்து கொண்டிருக்கிறார்கள். இப்படி கிராம மக்கள் ஹரீஷ்க்கு சீடர்களாக மாறியதைப்போல பாபா போன்ற பேர்வழிகளுக்குக் கூட இத்தகைய சீடர்கள் இருக்கமாட்டார்களா என்ன.

ராணிகேத் அருகில்தான் இருக்கிறது. அதனால் தான் எங்களுடன் அவன் தொடர்பு கொண்டுள்ளான், சந்திக்கிறான். எத்தனை... எத்தனை... என்.ஜி.ஓ. - பை.ஜி.ஓ. இங்கே தங்களுடைய செயல்பாட்டினை

வெளிக்காட்டிக் கொண்டிருக்கின்றனரோ - வெளிநாட்டிலிருந்து வரும் பணத்தை ஏமாற்றி சாப்பிட்டுக் கொண்டிருக்கின்றனரோ - அவர்கள் அனைவருக்கும், நல்ல பாடம் கற்பித்து மண்ணை கவ்வ வைத்துவிட்டான். இதை நான் கூறவில்லை. எனக்கு இதைப்பற்றி ஒன்றும் தெரியாது. திரிபுவனும் விபாவும் தான் இப்படி கூறினார்கள். மிகவும் ஆச்சரியமாக இருக்கிறது. முதலில் திரிபுவன் அவனைப்பற்றி எவ்வளவு கிண்டலடித்துக் கொண்டிருந்தான். ஆனால்... இப்பொழுது இரண்டே- இரண்டு வருடங்களுக்குள்ளாக அவன் எவ்வளவு ஆணித்தரமானவன், செயல்வீரன் என்பதை புரிந்துகொண்டு விட்டான். ஒருபொழுதும் நான் உப்பு இலாக்காவிற்கு சென்றதில்லை. எனக்கு எங்கிருந்து எனது ஓட்டலிலிருந்து செல்ல நேரம் கிடைக்கிறது! நேரம் கிடைப்பதில்லை. அப்படியே நேரம் கிடைத்தாலும் அங்கே அல்மோராவில் இருக்கும் வீட்டைபோய் பார்க்க வேண்டியிருக்கிறதில்லையா! ஆமாம், ஹரீஷ் முச்சி போல் தொழிற்சாலை வைத்திருப்பவர்கள் அல்ல. ஆனால் அவர்கள் அவனை குளிர்ச்சியாக வைத்திருக்கிறார்கள். இப்பொழுதும் கூட நிகர்கண்ட் அப்படியே, அப்பொழுதிருந்த மாதிரியே இருக்கிறது என்றாலும் என்ன ஒரு வழியைத் தேர்ந்தெடுத்திருக்கிறான் அவன். நீ...! அவன் ஒருநாள் சமூகசேவகனாக மாறுவான் என்றும் சமூக சேவையில் இப்படிப்பட்ட ஒரு நல்லபெயர் சம்பாதிப்பான் என்று யோசித்திருப்பியா? நான் என்னவோ அவனைப் பற்றி அப்படி நினைக்கவில்லை. ஆம் அப்படி... அவனை நினைத்துப் பார்க்கவில்லை. நண்பனே... இதனுடையப் பெயர்தான் - வாழ்க்கை! அவன் உண்ணைப்பற்றிக் கூட என்னிடம் கேட்டுக்கொண்டிருப்பான். நானும் அரசல் புரசலாக உன்னைப்பற்றி ஏதோ... கூறிக் கொண்டிருப்பேன். ஆம்... எப்படி...எந்த முகத்தை வைத்துக் கொண்டு நான் அவனிடம், உன்னுடன் எனக்கு எந்தத் தொடர்பும் இல்லை என்று கூறுவேன்? நண்பனே... அவனைவிட நீதான் எனக்கு நெருக்கமானவன். எனது அருமை நண்பன்.

கேள்விப்பட்டேன் - உன்னுடைய சந்து இப்பொழுது சந்துபகத் ஆகிவிட்டான் என்று. அவன் இந்த மலையின் காயத்ரி குடும்பத்தின் மிகவும் பெரிய பராக்கிரமன். நீ, அவனுக்கும் கூட கடிதம் எழுதி இருப்பாய் என்று நினைக்கிறேன். எழுதவில்லையா? உன்னைப்பற்றி அவன் இன்றும் அடிக்கடி நினைத்துக் கொண்டிருக்கிறான். நண்பனே...! இதைப்போன்ற நண்பர்கள் ஆம்... உன்னுடைய பெயரை அடிக்கடி... உச்சரிக்கும்... உன்னை நினைவுகூறும் நண்பர்கள் உனக்கு எங்கே கிடைப்பார்கள். ஆனால்... உனக்கென்னவோ அவர்களைப் பற்றி கனவில் கூட நினைவு வந்திருக்காது. ஆமாம்... நண்பனே! அவன் எனக்கு

அவனுடைய குருவைப்பற்றி அதாவது ஸ்ரீராம் சர்மாவின் வாழ்க்கை வரலாற்றைப் பற்றி இரண்டு பிரதிகளை கொடுத்திருக்கிறான் - ஆம் எனக்கொன்று - மற்றொண்றை உனக்குத்தான் கொடுத்திருக்கிறான். ஆம்... அப்புத்தகம் ஆங்கிலத்தில் எழுதப்பட்டுள்ளது. இருந்தபோதிலும் இவ்வளவு ஆங்கில அறிவு, ப்யாரேலால் கர்னல் உடைய தொடர்பினால் எனக்கும் பரிச்சயமாக மாறிவிட்டது. நான் என்னவோ... இவ்வளவு பெரிய ஓட்டலை நடத்திக்கொண்டிருக்கிறேன். ஆம் நண்பனே, ஓட்டலில் பலதரப்பட்ட சுற்றுலாப் பயணிகளைக் கவனிக்க வேண்டியிருக்கிறது. ஆங்கிலம் இல்லாமல் இந்துஸ்தானியில் எப்படி வேலை மேற்கொண்டு செய்யமுடியும். ஆங்கிலம் இல்லாமல் இங்கே எதுவும் செய்யமுடியாது. ஆமாம்... நான் அந்தக் கதையைப் படித்திருக்கிறேன். அதைப்படித்த பொழுது எனக்கு படிப்பதில் மிகவும் ஆர்வம் ஏற்பட்டு மிகவும் மகிழ்ச்சி அடைந்தேன். உனக்கும் கூட இந்த அனுபவம் உண்டாகும். நீ இங்கே வருவதாக இருந்தால் என்னிடம் இருந்து வாங்கிக் கொண்டு செல். இல்லையென்றால் பிறகு அனுப்பிவைக்கிறேன். உன்னைப்பற்றி எதுவும் தெரியவில்லை. ஆம்... நீ எப்பொழுது இங்கு வருவாய் என்று தெரியவில்லை.

மேலும்... மேலும்... உன்னுடைய மனம் கவர்ந்த அகாஸதக்கு பற்றி என்ன கேள்விப்பட்டேன் என்றால், 'அவன் பெரிய சினிமாப் படங்களை தயாரிக்கிறான்' என்று அவனுடைய இரண்டு மசாலாப் படங்கள் வெற்றி (ஹிட்) அடைந்துவிட்டன. நான் என்னவோ அந்த சினிமாப் படங்களை பார்க்கவில்லை, ஆனால் திரிபுவனும் மற்றும் ஹரீஷ்-ம் பார்த்துவிட்டனர். திரிபுவன் என்னவோ அந்த சினிமாப் படங்களைப்பற்றி ஒன்றும் கூறவில்லை. ஆனால் பெருமையாக தோள்பட்டையை என்னவோ உயர்த்திக் கொள்கிறான். ஆனால் ஹரீஷ் எப்பொழுதும் அவனை திட்டிக் கொண்டிருப்பான். அவன் அப்படி செய்வது அவனுக்குப் பிடிக்கவில்லை, அகாஸதக்கு தன்னுடைய ஒரு படத்தில் மாடர்ன் மதர் இந்தியா (நவீன இந்தியத் தாய்) பற்றி தெளிவாக்கினான் மற்றும் அடுத்தப் படத்தில் பழைய 'இந்தியத் தாய்' பற்றி! இரண்டு படங்களையும் பற்றி ஹரீஷ் என்ன சொல்கிறான் என்றால் - 'அவன் நம்முடைய தாய் நாட்டை கடுமையாக காசுக்காக விற்றுவிட்டான்'! அவன் ஒரு அடியை இந்த டெஹராடுனில் வைத்தால் அடுத்த அடியை அமெரிக்காவில் வைக்கிறான் என்று கேள்விப்பட்டேன். அவன் அமெரிக்காவிலும் கூட தில்லி மற்றும் பம்பாயின் என்.ஜி.ஓ.- குழுக்களுடன் சேர்ந்துகொண்டு 'பிரேக் இந்தியா' (இந்தியாவை முறியடிக்கும்) பிரச்சாரத்தில் தன்னை ஈடுபடுத்திக் கொண்டுள்ளான் என்று

அவனைப்பற்றி கேள்விப்பட்டேன். நிறைய வெளிநாட்டு ஏஜன்சியிடமிருந்து கண்மூடித்தனமாக பைசாவை கறந்து ஏமாற்றிக் கொண்டிருக்கிறான். இப்பொழுது, அந்தத் தம்பியின் கதை முடிந்துவிட்டது. வெற்றிபெறுவதற்கு, ஹிட் ஆவதற்கு எப்பொழுதிலிருந்து இது இவ்வளவு பெரிய குற்றமாகிவிட்டது என நினைக்கிறேன்? இது ஹரீஷ் உடைய சராசரியைவிட அதிகமானதாகும். மன்மோகனுடனான அவனுடைய சிறுவயது நாட்களின் பிணைப்பு இன்றும் அவனுடைய மனதைவிட்டு அகலவில்லை என்று நினைக்கிறேன். ஆனால்... யாருக்குத் தெரியும், அது உண்மையாகக் கூட இருக்கலாம். திரிபுவன் என்னவோ இது குறித்து ஒன்றும் பேசமாட்டான். இருந்தாலும் மன்மோகனுக்காக அவன் பிரதிவாதியாக மாறுவதுமில்லை. விபாவும் கூட கண்டிப்பாக ஹரீஷ் சொல்வதற்கெல்லாம் ஆமாம்... ஆமாம்... என்று ஒப்புக் கொள்கிறார்கள். ஆமாம்... இதுபோன்று தவறான விஷயங்களை பரப்புவதற்கோ அல்லது அடுத்தவரைக் புரம் பேசி மட்டம் தட்டும் பழக்கம் என்னவோ ஹரீஷிடம் இல்லவே இல்லை. என்னிடம் மட்டுமே அவன் எல்லா விஷயங்களையும் தெரிவிப்பானா என்ன? எனக்கு எங்கிருந்து அனைத்து விஷயங்களும் தெரியப்போகிறது. நான் என்னவோ... அதிகம் படிக்காதவன். இப்பொழுது நீ இங்கே வருகிறாய் என்றால் நம்முடைய பழையநட்பு முழுவீச்சில் மறுபடியும் ஒளிரும். தபோலாஜி-யையும் கூப்பிட்டுவிடுகிறேன். ஹரே! அதே தபோலா, அவன்தானே உன்னுடைய ராமலீலா நாடகத்தில் விசுவாமித்திரர் வேடமேற்று நடித்தான். அவனுடைய 'வரலாறு துறை' கூட தூள் கிளப்பிக் கொண்டிருக்கிறது என்று கேள்விப் பட்டேன். அவனுடைய நாட்கள் அனைத்தும் தோண்டுவதற்கென்றே செலவிடப்படுகின்றன... எப்பொழுதாவது 'சப்பாவன்', எப்பொழுதாவது 'சோர்', எப்பொழுதாவது 'லகன்பூர்' இப்படி... அகழ்வாராய்ச்சியில் ஈடுபட்டுக்கொண்டிருக்கிறான். இதுவரை எத்தனை கல்வெட்டுக்கள், நாணயங்கள் மற்றும் நன்கொடைகள் அளித்த பதிவுகளை கண்டுபிடித்துள்ளான் என்று தெரியவில்லை. அருங்காட்சியகத்தை நிமிர்ந்து நிற்க செய்திருக்கிறான். அவனை, போன மாதம்தான் ஹல்த்வானியில் சந்தித்தேன். உன்னைப்பற்றி மிகவும் புகழ்ந்து பேசினான். ஏதோ செய்தித்தாளில் உன்னுடைய கட்டுரை ஒன்று பிரசுரமாகி இருந்ததைப் பார்த்தானாம் - அதைப்பற்றியே புகழ்பாடிக் கொண்டிருந்தான். அதைக் கேள்விப்பட்டு எனக்கே தலை சுற்றிவிட்டது நண்பனே! எனக்குத் தெரிந்தவரை நீ என்னவோ ஆங்கிலப் பேராசிரியர். உனக்குள் இப்படிப்பட்ட ஹிஸ்டீரியா எப்பொழுதிலிருந்து ஏற்பட்டது? இன்னும் என்னென்ன பொழுதுபோக்கு விருப்பங்கள் இருக்கிறது உனக்கு? நீ வீட்டைவிட்டு வெளியில் உன் பாதங்களை நீட்டி வைத்தது

- இத்தனை காலம் வெளியில் வந்துவிட்டது எப்படியென்றால் உன்னைப் பற்றி எல்லா இடங்களிலும் அந்த குரல்கள் பதிக்கப்பட்டுவிட்டன. ஆமாம் - ஆமாம்... நான் கூட இதை மறந்தே போனேன். பார்த்தாயா, ஹரீஷ் முச்சி கூட இதுபற்றி என்னிடம் ஒருநாள் கூறினான். ஆம், உன்னுடைய ஏதோ ஒரு கட்டுரையை எந்தச் செய்தித்தாளில் படித்துவிட்டு வந்தான் என்று தெரியவில்லை. வந்ததிலிருந்து உன்னுடைய புகழ்ச்சிக் கீர்த்தனையைத் துவங்கிவிட்டான். அங்கே என்னவோ கர்னலும் அவனுடைய மனைவியும் தனியாக உன்னுடைய ஆங்கிலத்தில் வெளியான புத்தகத்தைப் பற்றி புகழாரம் சூட்டிக் கொண்டிருக்கின்றனர். எனக்கே ஒன்றும் புரியவில்லை... எங்கிருந்து எந்தப் குப்பையிலிருந்து நீ புத்தகத்தைக் கொண்டுவந்தாய் என்றுத் தெரியவில்லை! எனக்கு பல ஆண்டுகளுக்கு முன்பாக அதைப்பற்றிய புரிதல் இல்லை, நான் அதை மதிப்பிற்குரியதாகக் கூட நினைத்திருக்க மாட்டேன். நேபாள் - நேபாள் என்று அதைப்பற்றி கூறிக்கொண்டிருந்தார்கள். அதனால்தான் நான் கூறினேன் - இப்பொழுது நீ என்னவோ வரலாறுடன் சேர்ந்து இப்பொழுது புவியியலையும் எடுத்துக் கொண்டு கைகளை சத்தம் செய்யத் தயாராகிவிட்டாயா... இதைக் கேட்டு இருவரும் சிரித்து சிரித்து மகிழ்ந்து சோர்வடைந்துவிட்டார்கள். நேபாள் என்பது அந்த நேபாளம் இல்லை என்பது அப்பொழுதுதான் தெரியவந்தது. அது ஏதோ ஒரு ஆங்கிலத்தில் எழுதக்கூடிய பெயர்பெற்ற ஒரு ஆசிரியரின் பெயர் என்று.

நண்பனே! வரம்பு மீறிவிட்டது. நீ என்ன செய்கிறாய், உன் திறமை என்ன என்று இப்பொழுது எல்லோருக்கும் தெரிந்துவிட்டது. ஆனால் இதுபற்றி எனக்கு எதுவும் தெரியவில்லை. நீ இன்னும் என்னென்ன செய்துகொண்டிருக்கிறாய்? ஒருநாள், மன்னி மாநிடர் கூட அல்மோராவின் கடைவீதியில் என்னை சந்தித்தான். அவன்கூட எப்பொழுதோ, ஏதோ ஒரு ரயில்பயணத்தின் பொழுது உன்னை சந்தித்ததாக என்னிடம் கூறினான். இது எப்பொழுதைய செய்தி என்று தெரியவில்லை. ஒருவேளை இரண்டு-மூன்று வருடங்களுக்கு முன்பு இருக்கலாம்! அப்பொழுது முதல் அவனை நான் இதுவரை சந்திக்கவில்லை. அவன் இப்பொழுது இமயமலை பிரதேசத்தில் ஏதோ வேலை பார்க்கிறான். மற்றபடி நம்முடைய வட்டத்தின் மற்ற அனைத்து நண்பர்களும், எங்கிருந்து எங்கு போய் சேர்ந்தார்கள் என்று தெரியவில்லை. ஆனால், என்னவோ மன்னி மாநிடர் அப்பொழுது எப்படி இருந்தானோ இப்பொழுதும் அப்படியே, அதேமாதிரியே இருக்கிறான். இன்றும் கூட அவன் மாநிடர்தான். நிச்சயமாக ஒரு மிகப்பெரிய வகுப்பறையின் மாநிடர்தான் அவன். ஆமாம்... நண்பனே... இதை நாம்

ஏற்றுக் கொள்ளத்தான் வேண்டும். மனிதனிடம் ஆர்வமிருக்க வேண்டுமென்றால் அவனிடம் உள்ளதைப் போல் இருக்க வேண்டும். இதுபோன்று தன்னுடைய ஒரு செயலினை செயல்படுத்த தன்னை முழுவதுமாக அர்பணித்து அச்செயலை முழுமுனைப்புடன் செய்வதென்பது ஏதோ விளையாட்டான விஷயமல்ல அல்லவா? வீட்டின் பொறுப்புகளையும் ஓதுக்கிவைக்காமல், தன் வாழ்நாள் முழுவதும் இந்த ஒரு வேலையின் பின்னால் தன்னை முழுமூச்சாக இணைத்துக் கொண்டான். எதற்காக... யாருக்காக? நம்முடைய தாய்நாட்டிற்காகத் தானே... வேறு எதற்கு தன்னை அர்பணித்துக் கொண்டார்கள்? என்ன... இவர்கள் இன்னும் கொஞ்சம் கூட படிப்பறிவிலும் ஜொலித்திருக்கலாம். ஒருமுறை திரிபுவன் கூட அவனைப் பார்த்தான் என்று என்னிடம் கூறினான். இந்த மக்கள் புத்திக் கூர்மையில் கொஞ்சம் பின்தங்கியே இருப்பதாக, திரிபுவனும் கூட என்னிடம் கூறினான். மாடர்னா இருக்க வேண்டும் என்பது கட்டாயம்தான். ஒத்துக் கொள்கிறேன். ஆனால் இந்த மக்கள் என்னவோ அதையே விடாப்பிடியாக பிடித்துக் கொண்டிருக்கின்றனர். இவர்கள் பலவீனமானவர்கள் மற்றும் பின்தங்கியவர்கள் என்று நிரூபிக்கப்பட்டுள்ளனர் - இது என்னுடையக் கூற்று அல்ல. திரிபுவனின் கூற்று. இதைப்பற்றி உன்னுடைய எண்ணம் என்ன? இதைப்பற்றி நீ என்ன நினைக்கிறாய்?

ஆமாம்... சரி... நான் எழுதியது என்னவொ கொஞ்சம் தான், என்றாலும் விரிவாக புரியும்படி எழுதியுள்ளேன் என நினைக்கிறேன். இன்னும் நிறைய இருக்கிறது. இல்லையென்றால் அதிகமாக, எழுதி கொஞ்சமாக புரியவைக்க வேண்டியிருக்கும் என்ன... நான் கூறுவது சரிதானே? ஆமாம்... சீக்கிரமாகவே நீ இங்கே வருவதற்கு பக்காவாக புரோகாம் (மன்னி மாநிடர் ப்ரோக்ராம்-யை புரோகாம் என்றுதானே கூறுவான் - உனக்கு நினைவிருக்கிறதா?) உன்னை தயார்படுத்திக் கொண்டு, அதுகுறித்து முன்கூட்டியே எனக்கு தெரியப்படுத்து. இங்கேப் பார்! நேராக முதலில் இங்கேதான் வரவேண்டும். அமைதியாக மனதளவில் அல்மோராவின் பெயரை ஜபித்துக் கொண்டிருக்கிறாய். அங்கே உன்னை யார் வந்து சந்திப்பார்கள் - அந்த ஒரு சந்துவைத் தவிர? அதுமட்டுமல்ல... உன்னுடைய சந்து எப்படிப்பட்டவன் என்றால்... அவன் ஒரு சலிப்பு கோபுரம்...! உன்னை காயத்ரி குடும்பத்தில் சேர்ப்பதற்காக அவன் தயாராக இருக்கிறான். அவனிடமிருந்து விலகி எச்சரிக்கையுடன் இருக்கவும். நாராயணனைப் பற்றி நான் கூறி இருக்கிறேன் இல்லையா. உனக்கு ஆச்சரியமாக இருக்கும் இல்லையா? நண்பனே, இதுதான் ஜனநாயகத்தின் அதிசயம். கூப்பிடுவோம் நண்பனே,

அவனையும் இங்கு கூப்பிடுவோம். இங்கிருந்து, ஆம் சல்டில் இருந்து தேர்தலை எதிர்த்துப் போராடட்டும். அப்பொழுது - ஆம்... அப்பொழுது அவன் நரைன்-ஆக இருக்க மாட்டான். நண்பனே, ஒரு கைதேர்ந்த தலைவனாக மாறிவிட்டான். அவனைப் பார்த்தால், உனக்கு அவன்தானா அது என்று கண்டுபிடிக்க முடியாது! புரிந்ததா...? ஹரீஷிடமிருந்து அவன் நிறைய அந்நியச் செலவாணியைப் பெறுகிறான், மேலும் ஹரீஷிம் கூட வேறு யாருக்கும் அடங்கி நடப்பதல்ல. அவன்மேல் ஆதிக்கம் செலுத்துகிறான் - இதைப்பற்றி எப்படி சொல்வதென்று எனக்குத் தெரியவில்லை - அவனே அனைவரையும் விட ஆதிக்கம் செலுத்துபவனாகத் திகழ்கிறான். ஆனால் அவர்கள் இருவரும் தங்களுக்குள் பேசிக் கொண்டிருக்கும் பொழுது அவர்கள் பேசுவதைக் கேட்பாய் என்றால், அந்த நாராயண் என்னவோ ராமருடைய வழியில் ராமரின் கருத்துகளில் அளவுக்கு அதிகமாகவே தன்னை ஈடுபடுத்திக் கொண்டவன் போலத் தோன்றும். ஹரீஷ் அவனுக்கு எவ்வளவு சமூகவியல் கற்பித்தானோ அதைவிட அதிகமாகவே அவன் இப்பொழுது ஹரீஷிக்கு சமூகவியலைக் கற்பித்துக் கொண்டிருக்கிறான்.

ஆமாம்... உனக்குத் தெரியும்... உன்னுடைய சுதந்திரமான சங்கத்தின் டீம் இப்பொழுது உயிருடன்தான் இருக்கின்றது. மேலும் செழித்துக் கொண்டிருக்கின்றது. நான் ஒருவன் மட்டும்தான் பயனற்றவனாக நிரூபிக்கப்பட்டுள்ளேன். மற்ற அனைவரும் இங்கிருந்து இடம் பெயர்ந்துவிட்டனர். பிரியமானவனே... இருந்தாலும் நான் அந்த அளவுக்கு மோசமாக இல்லை! ஹனுமனுடைய பாத்திரத்தை நான் எப்படி ஏற்று நடித்து சண்டையிட்டு தேற்றினேன் என்று எனக்கு நினைவில்லை என்றாலும்,அதை இலவசமாக அடையவில்லை. பாடத்தெரியவில்லை என்றால் என்னவாகிவிடப்பொகிறது. ஹனுமன் என்ன பாட்டு பாடுவதற்காகவா வந்தார்? அவரோ... எதையோ சாதிப்பதற்காக அல்லவா அவதாரம் எடுத்து வந்தார். இது வேறு எவருக்கும் சொந்தமானதல்ல. எனவே என்னுடைய பாத்திரம் என்ன என்பதை நான் நன்றாகவே அறிவேன். ஆமாம்... ஆமாம்... அந்தப்பாத்திரத்தை இன்றும் கூட ஏற்று நடித்துக் கொண்டிருக்கிறேன்.

நீ நேராக இங்கே வந்துவிடு. இங்கிருந்து நாம் அல்மோராவுக்கு செல்லலாம். சரிதானே. இங்கே என்னுடைய இடத்தில் இடவசதிக்கு ஒன்றும் குறைவில்லை. குளிர்காலத்தில் இங்கு அப்படி யார் வரப்போகிறார்கள்? இந்த ஓட்டல் முழுவதுமே உன்னுடைய வருகைக்காகக் காத்திருக்கிறது. உனக்காக இரண்டு படுக்கைகள் கொண்ட முழுவதும் பர்னிஸ்டு செய்யப்பட்ட அற்புதமான அறை

கவனத்துடன் ரிசர்வ் செய்யப்பட்டுள்ளது. அதுமட்டுமல்லாமல், உனக்கு இதைத்தவிர வேறு என்ன வேண்டும். நீ சீசனில் இங்கு வருவதாக இருந்தால் உனக்கு நான் காட்டேஜ்-யை புக் செய்துவிடுகிறேன். என்ன சரிதானே! உன்னுடைய குடும்பத்தையும் தவறாமல் உன்னுடன் அழைத்து வரவேண்டும். நீ கண்டிப்பாக தனியாக இங்கே வரக்கூடாது. என்னுடையக் குடும்பம் என்னவோ இங்கே வசிக்கவில்லை. உன்னுடைய சகோதரிக்கு என்னவோ ராணிகேத் பிடிக்கவில்லை, எனவே நான் என்ன செய்ய முடியும்? ஆனால்... நீ என்னவோ... உன்னுடைய சகோதரியின் முகத்தைக் கூட இதுவரைப் பார்க்கவில்லை. பெரிய வியக்கத்தக்க விஷயம் என்ன? குழந்தைகளைப்பற்றி எதுவுமே கேட்கவில்லை. அதிலென்ன சந்தேகம் உனக்கும் கூட குழந்தைகள் இருப்பார்கள். அவர்களுடைய சுட்டித்தனங்களைப் பற்றி மனம் கவர்ந்த செயல்களைப் பற்றி ஏதாவது சொல். உனக்கு யார் சாணிப்பிள்ளையார் என்று பெயர் வைத்தார்கள் என்று உனக்கு ஞாபகமிருக்கிறதா? உனக்கு அப்படி பெயர் வைத்தவர் முற்றிலும் தவறாக உனக்கு அந்தப் பெயரை வைத்துவிட்டார். ஏய், நீ என்னவோ முதலிலிருந்தே உன்னுடைய நிலைபாட்டில் உயர்த்திக் கொள்ளும் முயற்சியில் வல்லவனாகத் திறமைசாலியாகத் திகழ்கிறாய். உன்னை யாராவது சாணிப்பிள்ளையார் என்று கூறுவார்களா? யார் கூறுவார்கள். உன்னைப் புரிந்து கொண்டவர்கள் ஒருபொழுதும் உன்னை சாணிப்பிள்ளையார் என்று கூறமாட்டார்கள். நீ சாக்சாத் நாரதரே, அப்படி இல்லையென்றால் காக்புஷீண்டி - புரிந்ததா! நண்பனே, உன்னுடைய லீலைகளைப்பற்றி என்னைவிட அதிகம் அறிந்தவர் யாராக இருக்க முடியும்? நீ என்னவோ உன்னுடைய திருமணத்திற்குக் கூட எங்களை அழைக்கவில்லை. யாரோ ஒரு மார்வாடி அஜ்மீரில் இருந்து வந்தவர் காற்றுவாக்கில் இந்த செய்தியை தெரிவித்தார். விடு... பரவாயில்லை. நல்லது தான் நண்பனே! நீ மகிழ்ச்சியாக இருக்கவேண்டும். ‘உன்னுடைய புதுப்பாணியானது என்ன?’ - இது யாருடைய வசனம் என்று தெரியுமா? உன்னால் சொல்ல முடியுமா என்று பார், நினைவுபடுத்திப் பார். நானும் நீயும் ஒன்றாக இங்கே ரீகல் தியேட்டரில் தான் இந்தப் படத்தைப் பார்த்தோம். என்ன உனக்கு நினைவிருக்கிறதா? ஆமாம் கடையிலிருந்து பைசாவைத் திருடி படம் பார்த்தோம். அந்தப்படத்தின் பெயர் என்ன என்று சொல் பார்க்கலாம். நான் புதிரை அவிழ்க்க விரும்பவில்லை. ஆமாம்... ‘வினாடி வினா’ நடத்துகிறேன்! சரி... சரி... அதைவிடு, பரவாயில்லை, இதில் நீ தோற்றுவிட்டாய். சரி... இன்னொரு ‘வினாடிவினா’ நடத்துகிறேன் உனக்கு. இந்தக் கேள்வி மிகவும் சுலபமானது. இந்தக் கேள்வியை கேட்ட உடனேயே உனக்கு நினைவு வந்துவிடும். இந்த சினிமாப்படத்தின் பெயர்

என்ன, அந்தப் படத்தைப் பார்த்தபிறகு, நீ அந்தப் படத்தில் நடித்த கதாநாயகியின் மேல் பைத்தியமாகிவிட்டாய். பைத்தியம்பிடித்து நீ... கொட்டும் மழையில் ரீகல் தியேட்டரின் பின்புறம் இருக்கும் மல்லா மைதானமிருக்கிதே - நாம் எல்லாரும் கூட அங்கே கிரிக்கெட் விளையாடுவோமே - அந்த மைதானத்தில் நீ கொட்டும் மழையில் இரண்டு மணி நேரம் நனைந்து கொண்டே கதாநாயகி எப்பொழுதாவது மேலே இருக்கும் ஜன்னலில் இருந்து எட்டிப்பார்ப்பாள், அவளை நீ பார்க்கலாம் அவள் தரிசனம் கிடைக்கும் என்று எதிர்பார்ப்பில் நீ நின்று கொண்டிருந்தாய். ஏய்... நீ அப்பொழுது ஏழாவது வகுப்புத்தான் படித்துக் கொண்டிருந்தாய். அதுமட்டுமல்ல சினிமா என்பது என்ன, நாடகம் என்பது என்ன இரண்டுக்கும் உள்ள வித்தியாசம் என்ன என்றுகூட உனக்குத் தெரியாது. ஆமாம்... அந்த கதாநாயகியின் பெயர் என்ன - சொல் பார்க்கலாம். அவள் பெயர் என்ன? ஆமாம் ஒரு பதின்மூன்று வயது பையனை மஜ்னுவாக மாற்றிவிட்டாளே. 'அடக்கிவைக்கபட்ட உணர்வுகள் மிகவும் அழகானவைகள் மீது இறங்கத் தொடங்கின. எங்களுக்கு இளமையாக இருப்பதற்கு பதிலாக மரணம்தான் சம்பவித்தது?...' உன்னை நினைத்துதான் இந்த பாடல் வரிகள் எழுதப்பட்டிருக்க வேண்டும் என்ன? நான் கூறுவது சரிதானே? இப்பொழுதும் கூட உன் நிலைமை அப்படியே இருக்கிறதா? பழைய பழக்கவழக்கங்கள் நம்மை விட்டு அரிதாகவே வெளியேறும். ஆண்டு முழுதும் அங்கே வேல்ஸில் நீ தனியாகத் தானே போரடித்துக்கொண்டிருந்தாய் - நீ ஒன்றும் அப்படியே இருந்தேன் என்று பொய் சொல்ல வேண்டாம். அங்கே நீ... ஏதாவதொரு அழகுஜொலிக்கும் நபரை சந்தித்திருக்கலாம்! அச்சச்சோ... போதும். சொல்லிக்கொண்டே போகலாம். சரிவிடு. இது ஒன்றும் பெரிய விஷயமல்ல. இந்தக் கடிதத்தை கண்டவுடன் அடுத்த தபாலில் இதற்கு பதில் போடவும். நினைவிருக்கிறதா, அந்தப் படத்தில் லட்சுமணன் வேடம் ஏற்று நடித்திருந்தானே அவன் நம்முடைய சுனார் பகுதியைச் சேர்ந்த பையன்தான் - அவனுடைய பெயர் உனக்கு ஞாபகமிருக்கிறதா, இல்லை மறந்து விட்டாயா? ஏய் அவன்தான், அவனுடைய தந்தை கூட அவர் தோட்டத்திலிருந்து நீ சோளத்தை திருடியபொழுது உன்னை கையும் களவுமாகப் பிடித்தாரே, சமயமரிந்து நான் அந்த இடத்திற்கு வராமலிருந்தால் உனக்கு அன்று நன்றாக பூசை நடந்து இருக்கும். சரி...சரி...அவ்வளவுதான்... விரைவில் கடிதம் எழுது.

- உன்னுடைய லச்சூ

3. 'வருத்தும் காயம்'

லச்சுவிடம் இருந்து கடிதம் வந்து ஒரு மாதத்திற்கு மேலாகிவிட்டது. விநாயக் இப்பொழுதும் கூட போகலாமா வேண்டாமா என்ற குழப்பத்தில் இருக்கிறான். அது என்னவோ உளவியல் சார்ந்த விஷயம்? அப்படி... எப்படி சொல்ல முடியும்? தத்துவம் அல்லது மதம் சார்ந்த விஷயமாகக் கூட இருக்கலாம் இல்லையா? ஆனால் இதுமாதிரி இதற்கு முன்பு எங்கும் கேள்விப்பட்டதேயில்லை! பைத்தியக்கார மருத்துவமனை (மென்டல் மருத்துவமனை) அன்று மனநல நிறுவனம் பற்றி கேள்விப் பட்டிருக்கிறோம், ஆனால் மதமருத்துவமனை உளவியல் மருத்துவமனை பற்றி கேள்விப்பட்டதே இல்லை. 'அறிவொளி இந்தியா'-வில் எப்பொழுதோ ப்ராய்டின் ஏன்டிடோட் கார்ல் குஸ்தாவ் யுன்ங் குறித்து ஒரு கட்டுரையை விநாயக் எழுதியிருந்தான். கொஞ்சம் நாட்களுக்கு முன்பாக, ஒரு பழைய கோப்பிலிருந்து (file) அது அவனுக்குக் கிடைத்தது. என்ன நினைத்துக் கொண்டு அந்தக் கட்டுரையை தன்னுடன் வேலைசெய்யும் ரைனாவுக்கு படிக்கக் கொடுத்தான் என்பது தெரியவில்லை. ரைனாவுடன் பெரும்பாலும் அவன் விவாதத்தில் ஈடுபடுவான். அதேபோல் ஒரு விவாதத்தின் பொழுது கவலையாக இருந்த சமயம் இந்தக் கட்டுரையைப் பற்றியும் விவாதம் எழுந்தது. அதனால் ரைனாவின் வலியுறுத்தலினாலே அந்தக் கட்டுரை அவனுக்குப் படிக்கக் கொடுக்கப்பட்டது. எதற்காக கொடுத்தோம்? விநாயக் அதற்காக இன்று வருத்தப்படுகிறான். இந்த ரைனா ஒரு விசித்திரமானப் பிறவி. ஒருபுறம் பாராட்டு மழையில் நனைய வைப்பான் மறுபுறம் மணிக்கணக்கில் அவன் சொன்னதைக் கேட்டு புலம்பிக் கொண்டிருக்க வேண்டும். ரைனா... ஆம் அந்த ரைனா என்ன சொன்னான். நீங்கள் ஒருபுறம் முப்பத்தி மூன்று கோடி மக்களையும் முழு ஜனநாயகத்தின் குடிமகன் என்று கூறுகிறீர்கள். மறுபுறம் அவர்கள் குடியுரிமை மறுக்கப்பட்டு அழுகிறார்கள், அவதியுறுகிறார்கள் என்று கூறுகிறீர்கள் அல்லவா? ஆமாம்... அப்படித்தானே கூறினான்.

இதுபோன்ற விஷயங்களில் இவ்வளவு தலையீடு செய்வதற்கு அவனுக்கு என்ன அவசியம் வேண்டியிருக்கிறது. மன்னிக்க வேண்டும், இப்படிப்பட்ட கடுமையான ஆத்மாக்களில் இருந்து உங்களுடைய தெய்வங்கள் திரும்பவருவது என்பது கடினமே.

இதைத்தான் தன் தலையில் தானே மண்ணை வாறிப் போட்டுக் கொள்வது என்று கூறுவார்கள். இல்லை... இல்லை... ரைனா என்னவோ ஆர்ய சமாஜத்திலிருந்து வரவில்லை, ஆனால் என்னவோ அவன் ஆர்ய சமாஜத்தைச் சார்ந்தவன் போல் பேசிக் கொண்டிருக்கிறான். பலதெய்வ இந்து வழிபாட்டுடைய இந்து மதத்தை புரிய வைப்பது என்பது கஷ்டமான

விஷயம்தான். அவனிடம் பேசாமல் வாய்மூடி இருக்க எப்பொழுது விநாயக் இதைப்பற்றி பேசிஇருக்கலாம். ஆமாம்... அவனும் அந்த சமயம் வாய்மூடி பேசாமல் இருந்தான். ஆனால், சமயம் கிடைத்தால் மறுபடியும் அதிலிருந்து பின்வாங்கி விடுவான். எதுவாக இருந்தாலும், ரைனாவுடன் உரையாடுவது என்பது விநாயக்கிற்கு சந்தோஷம் ஏற்படுத்தும். வருத்தம் என்னவென்றால், ரைனாவை சந்திப்பது என்பது எப்பொழுதாவதுதான் கிடைக்கிறது. அவன் பகுதிநேர விரிவுரையாளன், எனவே வாரத்திற்கு இரண்டு வகுப்புக்களை மட்டுமே அவனுக்கு எடுக்க முடிகிறது. ஆனால் கண்டிப்பாக திருமதி ரைனா என்னவோ விநாயக்கின் துறையில்தான் இருக்கிறாள். ஆனால் அவருடன் மோதுவது என்பது எப்பொழுதாவதுதான் அவரை நேரில்-எதிரில் பார்க்க முடிகிறது. சரி நல்லது, அவர் என்னவோ தவறாமல் வகுப்புக்களை எடுக்கிறார் என்றாலும் 'இன்ட்ரெஸ்டிங் பாயின்ட்' என்று சொல்லுமளவிற்கு அவர் ஒன்றும் அப்படிப்பட்டவர் அல்ல. அதுவுமில்லாமல் அவர் அமைதியாக இருக்கும் குணாதிசயம் உடையவர். அவர் என்னவோ திணிக்கப்பட்ட பணியை மேற்கொள்வதே தனக்கும், கல்லூரிக்கும் இடையேயான உறவு என்று நினைத்துக் கொண்டிருப்பவர் - வீணான விஷயங்களைப் பற்றி விவாதிக்க அவருக்கு நேரமில்லை.

ஒட்டுமொத்தமாக பார்க்கப்போனால் விநாயக்கின் ஆங்கிலத் துறை நன்றாகவே இருக்கிறது. ஆனால்... இதைத்தாண்டி அவனுக்கு வெளியே என்ன இருக்கிறது. விநாயக் என்னவோ தன்னுடைய நண்பர்களின் குழுவில், தேசிய மற்றும் அறிவுசார் சகோதரத்துவத்தில் உறுப்பினராக தன்னை குறைந்தபட்சம் ஆக்கபூர்வமான நுண்ணறிவு உள்ளவனாக மனதளவில் எண்ணிக்கொண்டிருக்கிறான், உண்மையிலேயே தன் மனதில் உள்ளதை... உள்ளபடி இதை உருவாக்க, உண்மையிலேயே கவலைப்படும் படைப்பு நுண்ணறிவு உள்ளவர்களுக்கு தங்கள் நாடு மற்றும் சமுதாயத்தைப் பற்றி உண்மையிலேயே கவலைப்படும் மனிதர்கள் நடுவில் தன்நாட்டை உயர்த்துவதற்கான அவருடைய கனவு என்பது இன்றளவும் நிறைவேறாதக் கனவாகவே இருக்கிறது. ஆனால் அதற்கான வாய்ப்பு அந்த நோக்கம் நிறைவேறும் வாய்ப்பு இந்தப் பெருநகரமான மும்பையில் எங்கே இருக்கிறது?

எனவே எது இங்கே செய்ய முடியாததாக இருக்கிறதோ அது அங்கே செய்யக் கூடியதாக இருக்கும். ஆமாம் அந்த தொலைதூர மலைப்பகுதியில் என்ன... முடியுமல்லவா...? ஆமாம் அதன் காரணம் என்னவென்றால் அது அவனுடைய பிறந்த பூமி என்பதால் மட்டுமே... இல்லையா? அதனால் மட்டுமே இது சாத்தியம், குழந்தைப்பருவத்தில் தன்னுடைய அக்கம் பக்கத்தில் உள்ள மற்றும் தன் பள்ளியில்

சிறுவர்களை ஒன்று சேர்த்து ஒரு கிளப்பை அமைத்தானே, அந்த கிளப்பின் உறுப்பினர்கள் அனைவரும்... ஆம்.. அனைவரும், நண்பன் லட்சு, இன்னும் உயிருடன்தான் இருக்கிறான், ஆமாம்... அவனும்... ‘அவன் வருவான் ஆமாம்... அவன் திரும்ப வருவான் மறுபடியும் ‘சுதந்திரக் கிளப்பை’ உயிரோட்டமுள்ளதாக மாற்றுவதற்கு மட்டுமல்லாமல் அதன்மூலம் நாடு முழுவதும் மற்றும் உலகம் முழுவதுக்குமான கனவை ஒட்டுமொத்தமாக மெய்ப்பிப்பதற்காக அவன் வரவேண்டும். திரும்ப வரவேண்டும். ஒரு கடிதம், பால்ய ஸ்நேகிதனிடமிருந்து ஒரே ஒரு கடிதம், அந்த பால்ய ஸ்நேகிதனோ இந்த விநாயக் என்ற பெயருடைய ‘டான் க்விக்ஸோட்’-டன் எந்த தொடர்பும் இல்லாத பால்ய ஸ்நேகிதனிடமிருந்து ஒரு கடிதம், ஒரு நன்கு படித்த, ஆரோக்கியமான வளர்ந்த மனிதன் ஆமாம் அவனுக்கே தெரியாது - மூன்றாம் தரப்பினருக்கு எப்படித் தெரியும். ஆம் இப்படி அவனை பைத்தியமாக்க முடியும் என்று அவனே அறிந்திருக்க மாட்டான். இந்த தலைகீழ் செயலை யார் நம்புவார்கள்? ஆமாம் சிவன் ஒருவன் தான் அவனை விட்டு வைத்திருக்கிறான்? ஆமாம் அவனைப்பற்றி எழுதவில்லை. அவனுடைய நிலைமை என்ன? போதும், ‘போகலாமா அல்லது வேண்டாமா’ என்ற இரண்டில் எதைத் தேர்ந்தெடுப்பது என்ற குழப்பத்தில் ஆழ்ந்துவிட்டான் விநாயக். இப்பொழுது இது என்ன ஒரு பிரச்சனை? எப்படி உதவியற்ற விஷயங்களில் சிக்கல்களை உருவாக்குவது என்பதை ஒருவர் விநாயக்கிடம் தான் கற்றுக்கொள்ள வேண்டும். ‘டான் க்விக்ஸோட்’க்கு அப்படி என்ன ஒரு தடுமாற்றம். மதில்மேல் பூனைப்போல்... தடுமாற்றம். ஆனால் கஷ்டமான விஷயம் என்னவென்றால் அவர் என்னவோ சமகால மத்தியயுகத்தின் ஆடம்பரமான டான் க்விக்ஸோட் மட்டுமின்றி அதனுடன் சேர்ந்து இருபதாம் நூற்றாண்டு மற்றும் இருபத்தியோராம் நூற்றாண்டுக் குடிமகன். அதுமட்டுமின்றி மிகவும் அறிவார்ந்த புத்தி ஜீவியான குடிமகனாகத் தன்னை நினைத்துக் கொண்டிருக்கின்றவர்.

என்ன அவர் சரியாக தெரிந்து கொள்கிறாரா - புரிந்து கொள்கிறாரா, உண்மையில் அவனுக்கு என்ன வேண்டும்? உண்மையில் விருப்பமிருந்தால் அதை ஒன்றாக இணைப்பதில் என்ன பிரச்சனை இருக்கிறது. பணியிலிருந்து ஓய்வுபெற இன்னும் மூன்று ஆண்டுகள் பாக்கி இருக்கிறது. மேலிருந்து இந்தப் பணியை இன்னும் இரண்டு ஆண்டுகள் நீட்டிப்பது ஒன்றும் பெரிய கடினமான விஷயம் அல்ல. இந்த நாட்டில் பெரும் இருள் சூழ்ந்துள்ளது என்பதை நாங்கள் ஒப்புக்கொள்கிறோம். அப்படியிருந்தும் பேராசிரியர் விநாயக்கை தோல்வியுற்ற அல்லது விரக்தியடைந்த மனிதர் என்று கூறிவிட முடியாது. ஆம், மும்பை போன்ற ஒரு பெரிய நகரத்தில் நான்கு அறைகள் கொண்ட அடுக்குமாடி குடியிருப்பை தனக்காகச் சொந்தமாக வாங்கியது

என்ன சாதாரண விஷயமா...? வங்கியில் கொஞ்சம் பணமும் இருக்கிறது. கொஞ்சம் என்றால் பத்து-பதினைந்து லட்சம் இருக்கக்கூடும். குழந்தைகள் இருவரும் தங்களுடைய படிப்பின் உச்சத்தை எட்டி எல்லாப் படிக்கட்டுகளையும் வெற்றியுடன் ஏறி தற்பொழுது வெளிநாடு செல்வதற்குத் தயாராக இருக்கின்றனர். ஆகவே இப்பொழுது ஒரு சிரிய காட்டேஜ்-யை கைப்பற்றுவது என்பது விநாயக்கிற்கு அப்படி ஒன்றும் பெரிய விஷயமா என்ன? அங்கே... அவனுடைய மலைப் பிரதேசத்தில்?

வருடம் முழுவதும் இங்கிலாந்தில் இருந்தது. வேல்ஸ் மலைகளில் தன்னுடைய கடந்தகால வாழ்க்கையின் நினைவு,அதில் தன் உள்நாட்டு மலைகளின் உருவங்களை பிரதிபிம்பமாகப் பார்த்து ரசித்தது. அதனால் தான் அவன் அங்கே மிகவும் சந்தோஷமாக இருக்கமுடிந்தது.

'நீங்கள் இவ்வளவு இனிமையாகவும் ஸ்மார்டாகவும் இருப்பதால் உங்களைப் பார்த்தால் எங்களுக்கு அப்பாவைப் போன்று தோன்றவில்லை' என்று மூத்தவன் கூட கூறுவான். 'ஆனால் அங்கிருந்து இங்கு வந்த பதினைந்து நாட்களுக்குள்ளேயே நீ மறுபடியும் அதே மாதிரி, முன்பு எப்படி சிடுசிடு என இருந்தாயோ அதேமாதிரியும் வயதான தோற்றத்துடனும் தோற்றமளிக்கிறீர்கள் அப்பா. நீங்கள் திரும்பவும் இங்கிலாந்திற்கே சென்றுவிடுங்கள், மறுபடியும் இங்கிலாந்திற்கே!' இதைக்கேட்டதும் பதற்றமுற்றான் விநாயக். மூத்தவனின் இந்த வார்த்தைகளால் மிகவும் மோசமாகவும் அதிர்ச்சியுற்றான். எதற்கு அதிர்ச்சி? இதனால்தானே அதிர்ச்சி அடைந்தான், அவன் கூறியது உண்மை, மறுக்க முடியாத அளவிற்கு முற்றிலும் உண்மை. விநாயக்கிற்கு புனர்ஜென்மத்தைப்பற்றிய விஷயங்களில் முற்றிலும் நம்பிக்கை இல்லை, ஆனால்... ஆனால்... அது மறுப்பிறப்பாக இல்லாமல் வேறு என்னவாக இருக்கமுடியும்? இதே உடலில்... ஆம்... இதே மனதின் ஆழத்தில் ஒரு புத்தம்புதிய தேகம் அதுமட்டுமல்லாமல் ஒரு புத்தம்புதிய மனம் முற்றிலும் புதிதான தன் உணர்வை அதன்போக்கிலேயே வாழ்க்கையின் ஓட்டத்தில் உணரமுடிந்தது அவனால். மறுஜன்மம் என்று அப்படி ஒன்று இருக்கிறதா, அப்படியென்றால், இது அதைத்தவிர வெறு என்னவாக இருக்க முடியும்! ஆமாம்... குழந்தைகள் மிகச் சரியாகத்தான் கூறியுள்ளார்கள். குழந்தைகள்?... பத்தொன்பது மற்றும் இருபத்தியொன்று வயதுடைய நன்கு வளர்ந்த இளைஞர்களை இந்தக் குழந்தைத்தனமான தேசத்தில் குழந்தைகள் என்றுதானே சொல்ல வேண்டும்? ஒருபொழுதும் இவர்கள் பெரியவர்களாக ஆகமாட்டார்கள். ஆம்... அவர்களுடைய தாயின் முந்தானையில் பிணைக்கப்பட்டிருப்பார்கள்! அதே சமயம்... மாலதி என்னவோ கடுமையான சம்பிரதாயங்களையும் மற்றும்

ஒழுக்கத்தையும் முற்றிலும் பின்பற்றும் ஒரு தாய் - ஒரு தாய் என்பதைவிட அவள் ஒரு தந்தையின் பாத்திரத்தையும் ஏற்று அதற்குத் தகுந்தபடி நடந்திருக்கிறாள். ஆமாம் உண்மையும் அதுதான். எனவே குழந்தைகள்தான் அவளுடைய வேலைகளின் கேந்திரமாக இல்லாமல் வேறு எதுவாக இருக்கமுடியும்! குழந்தைகள் மற்றும் அவளுடைய சமூகப்பணி - ஆம் எதை அவள் ஆசிரமம் என்று அழைக்கிறாளே அந்த ஆசிரமத்தில் அவளுக்கான பணி. ஆமாம் இதில் விநாயக்கிற்கு எந்த ஒரு கொடுக்கல்-வாங்கலும் இல்லை. ஒருமுறை மூத்தவன் கூடப் பேசிக்கொண்டிருக்கும் பொழுது குறுக்கிட்டு ‘அப்பா, அம்மாவுடைய மனதின் விருப்பம் சரியானதே, எப்பொழுதாவது அவருடைய ஆசிரமத்திற்கு சென்று வாருங்கள்!’ எப்படி நன்கு வளர்ந்த புத்திசாலியானவனாக மூத்தவன் இருக்கிறான்! ஆம் அப்பொழுது மூத்தவன் கூறிய இந்த யோசனைக்கு அவர் என்ன கூறினார் என்பது நினைவிருக்கிறதா? ஆம் அவருக்கு நினைவிருக்கிறது. ‘சரி மகனே, நீ இது குறித்து ஒன்றும் கவலைப்படாதே. இனிவரும் காலங்களில் நான் இதில் கவனம் செலுத்துகிறேன்’. ஆனால்... விநாயக் என்ன கவனம் செலுத்தினான்? - மண்ணாங்கட்டி... ‘விருப்பம் இல்லை’... அதற்கு என்ன அர்த்தம் இருக்கப்போகிறது? ஆகவே மூத்தவன் இவ்வாறு கூறினான். ‘உங்களுடைய நண்பர்களாக இருப்பவர்களை, அவர்களிடம் நடந்து கொள்ளும் விஷயத்தில் அம்மா என்னவோ தன்னுடைய விருப்பு-வெறுப்புக்களை ஒரு பொருட்டாகவே நினைக்கவில்லை. அப்படியென்றால் அவளிடமே வெளிப்படையாக சொல்ல வேண்டியதுதானே, உங்களுடைய மனைவிக்கு உங்களிடமிருந்து முற்றிலும் வேறுபட்ட தனக்கென ஒரு விருப்பமும் தேவையும் இருக்கலாம். அது நீங்கள் ஏற்றுக்கொள்ள முடியாத ஒன்றாகவும் இருக்கலாம். ஆனால் என்னவோ நீங்கள் இதைப்பற்றி சிந்திக்கக் கூட முடியாத நிலைமையில் இருக்கிறீர்கள். ஆமாம்... விஷயம் என்னவோ இதுதானே...? அப்படியென்றால் நீங்கள் எங்கே மாடர்னாக இருக்கிறீர்கள்? இண்டலக்சுவலாக இருக்கிறீர்கள். ஆம்... புதுமைவிரும்பியாக மற்றும் அறிவுசார்ந்த புத்திஜீவியாக இருக்க வாய்ப்பெங்கே இருக்கப்போகிறது? வெறும் வாய் வார்த்தைகள்’.

விநாயக்... என்னவோ இதைப்பற்றியெல்லாம் இவ்வளவு காலம் யோசித்ததே இல்லை. பார்க்கப் போனால் இவையெல்லாம் அவனுடைய சிந்தனையின் ஒரு பகுதியாகக்கூட என்றும் இருத்ததில்லை. மேலும்... இப்படி இருக்கையில்... மாலதி ஏன் ஆரம்பத்தில் இருந்தே விநாயக்கின் மனதில் இந்த உணர்வை - தன்னை தனிமைப்படுத்தப்பட்டதான உணர்வை ஏன் ஏற்படுத்த வேண்டும். வாழ்வில் ஏற்படும் எந்த ஒரு மாற்றத்தையும் சஹஜ நிலையில் அதை அப்படியே ஏற்றுக்கொள்வதற்கு

பத்து-பதினைந்து வருடங்களாக கூடவே ஒன்றாக வாழ்ந்திருந்த போதிலும் மனத்தளவிலும் கொஞ்சம்தயாராக இருக்க வேண்டுமல்லவா?

விநாயக்கிற்கு ஏதோவொரு வித்தியாசமான ஆளுமை இருக்கிறது. 'மாலதிக்கென்று வெவ்வேறு கோரிக்கைகள் உள்ளன, தனிப்பட்ட தேவைகள் இருக்கின்றன' என்று ஒருவேளை தெரிந்து கொள்ள முடியவில்லை என்றால் அதில் விநாயக்கின் தவறு ஒன்றுமில்லை. அதற்கு விநாயக் மட்டுமே குற்றவாளியா, அப்படி... எப்படி கூறிவிட முடியும்? மேலும் ப்ரொபஸர் விநாயக்கின் வாசித்தல் மற்றும் எழுதுதல் என்ற பணிகள் ஏதோ ஒரு விளையாட்டு விஷயமா? ஜீவனின் முழு சக்தியையும் இதற்காக இரவு-பகல் என்று எந்நேரமும் செலவழிக்க வேண்டியிருக்கிறது, இந்த வாழ்க்கை இப்படி சென்று கொண்டிருக்க மற்ற விஷயங்களில் கவனம் செலுத்த வேண்டும் என்ற நோக்கம் எங்கே மனதில் தோன்றும்? இதை சுயநலம் என்று கூறி அப்படி எப்படி சமாளிக்க முடியும்? மனைவி என்பவள் உங்களுடைய ஜீவனத்தின்-முயற்சிகளில் வாழ்க்கையில் முன்னேறும் பாதைக்குரிய மதிப்புமிக்கவள் எனக் கருதுவதும் மற்றும் அதில் முழு ஈடுபாடுடன் நடந்துக் கொள்வது ஆகும். தன்னுடைய ஸஹதர்மினி என்பதன் கருப்பொருளின் விசுவாசம் வளர்க்கப்பட்டு அந்த நம்பிக்கையை நிலைநிறுத்துகிறது என்றால் மனிதன் திருப்தி அடைந்தவனாகும் மற்றும் கவலையில்லாமலும் இருப்பதைத் தவிர வேறு என்ன செய்ய முடியும்?

கவனம் செலுத்துவதிலும் ஏதாவது எல்லையிருக்குமல்லவா? ஆம்... எந்த ஒரு பொருள் நமது அருகாமையில் இருக்கிறதோ அந்தப்பொருளின் மீது மிகக்குறைந்த கவனமே இருக்கும். ஆமாம், இதன் காரணமாகத்தான் எரியும் விளக்கின் கீழ் இருள் சூழ்ந்திருக்கும் என்ற பழமொழி உண்டானது போலிருக்கிறது. எங்கே அன்பு இருக்கிறதோ, ஒருவருக்கொருவர் பரஸ்பர அனுதாபம் இருக்கிறதோ, அந்த ஒன்றுதிரட்டப்பட்ட அன்பில் மற்றும் ஒருவருக்கொருவர் புரிதலில் காரணமாக நீண்ட காலமாக உள்ள உறவில் இயல்புநிலை கசிந்து கொண்டிருக்கிறது. அத்தருணம் கசிந்து கொண்டிருக்கும் அந்தப் புரிதல் என்ற இயல்பு நிலையிலிருந்து விலகி முன்னிருப்பவரை பார்க்க வேண்டுமென்ற மனோபாவம் எப்படி வரும்! அதுவும் இதுபோன்ற சமயங்களில், உங்களை இரவுப் பகலின் ஒவ்வொரு மணித்துளிகளிலும் உங்களுடைய உங்களால் தேர்ந்தெடுக்கப்பட்ட வேலைகளில் ப்ரத்யேகமாக உங்களை நீங்களே மூழ்கடித்துக்கொண்டிருக்கும் பொழுது - அந்த வாழ்க்கை என்பது குறைபாடுடைய முழுமையடையாதாக மரணத்தின் பிடியில் தன்னைத்தானே ஒப்படைப்பதாகும்.

மாலதி இப்படி சோஷல் - ஆம்... இப்படியொரு தீவிரமான 'சோஷல் ஆக்டிவிஸ்ட்' ஆக மாறுவாள் என்று யாருக்குத் தெரியும்? ஒருவேளை விநாயக்கின் உணர்ச்சியற்ற மற்றும் பொறுப்பற்ற தன்மை இதற்குக் காரணமாக இருந்திருக்கலாமா? ஆம் அதனால் தான் என்னவோ தெரிந்தோ தெரியாமலோ மாலதியின் மனதிற்குள் ஆரவாரமற்ற அமைதியான முறையில் இருந்த விதைக்கு காற்று-உரம்-நீர் கிடைத்துக் கொண்டிருக்கிறது போலும்? ஆமாம்...அப்படியும் இருக்கலாம், ஏன் அப்படி இருக்க முடியாது? பல ஆண்டுகளாக சிறிய நகரங்களில் இருந்துவிட்டு இங்கு வந்திருக்கிறாள், அவளுக்கென்ற ஒரு நண்பர்வட்டம் என்கிற எந்தஒரு கம்பெனியும் கிடையாது, அவளுக்கென்ற தனித்துவமான எந்த ஒரு எண்ணமோ, கோரிக்கையோ பலதரப்பட்ட மக்களை சந்திக்க வேண்டுமென்ற விருப்பமோ கிடையாது. தன்னுடைய திறமைகளை தெரிந்துகொள்ளவோ அல்லது தன் திறமையைச் சோதிக்கவோ விருப்பமற்ற நிலை. ஆனால் இப்பொழுது மும்பய்க்கு வந்த பிறகுதான் மாலதிக்கு உலகம் எவ்வளவு விரிவடைந்துவிட்டது என்ற அனுபவம் ஏற்பட்டிருக்கிறது. அவளுக்கு தன்னுடைய சமூக ஆளுமையின் உண்மையான சரியான உணர்வு எதனால் ஏற்பட்டதென்றால் அவளை எழுப்பிய மக்களும் மற்றும் சூழ்நிலையும் தான். அவளுக்கு இந்த மாற்றம் அதிர்ஷ்டமாக இருந்திருக்க வேண்டும். இதற்கிடையில் விநாயக்கின் வழக்கமான தினசரி செயல்கள் கூட முற்றும் மாறிவிட்டன. முன்பெல்லாம் சிரமத்துடன் இரண்டு-மூன்று மணிநேரம் வீட்டிலிருந்து வெளியே செல்லவேண்டி இருந்தது. ஆனால் இப்பொழுது புதிய பொறுப்புக்கள், புதுப்புது லட்சியங்கள் மற்றும் அவற்றை உணர்ந்து வாழவும் மேலும் திருப்திபடுத்துவதற்கான ஏற்ற ஒரு சூழல்நிலை. ஏனோ வீட்டைவிட்டு வெளியே இருந்தபோதிலும் வீட்டின் ஏகபோகத்தை கரைக்கும் மற்றொரு வீடு கிடைத்திருக்கிறது. மேலும் அந்த வீட்டில், வீட்டில் இருப்பதைப் போன்ற அரவணைப்பும், பாதுகாப்பும் ஏற்படுகிறது. அதனால்தானே பத்து மணியிலிருந்து மாலை ஐந்துமணி வரை கல்லூரியிலோ அல்லது கல்லூரியின் நூலகத்திலே நேரத்தைச் செலவழிக்கும் அன்றாட வாழ்க்கைக்கு அடிமையாக ஆகிவிட்டார்... ஏன்... இதுபோன்று மாலதிக்கும் கூட அவளுடைய இந்த சொசைட்டி ஒரு புதிய புத்துணர்ச்சி ஊட்டக்கூடியதாகவும் பல ஆண்டுகளின் தேக்கத்தைத் துடைக்கும் சுத்தமான காற்றின் வருடல்களாகவும் இருந்து அவளுள் ஒரு பிரவாகமான உணர்வை ஏற்படுத்தி இருக்கக் கூடாது? எந்தஒரு விஷயமும் விநாயக்கிற்கு பொருந்துகிறதோ, அதேபோல் அந்த விஷயம் மாலதிக்கும்கூட பொருந்த வேண்டும் அல்லவா, ஆனால்... ஏனோ இந்த உண்மையை, சத்தியத்தை விநாயக் புரிந்துகொள்ள மறுக்கிறான்? ஒருவேளை விநாயக் மாலதியின் மாற்றத்தைப்பற்றி அவ்வளவு குழப்பமடையவில்லை போலிருக்கிறது.

இருந்தபோதிலும்... அப்படிப்பட்ட மயக்கம், எந்த விஷயத்தைப் பற்றிய மயக்கம்? இதைவிட ஒரு நல்ல விஷயம் என்ன இருந்துவிடப் போகிறது... ஆமாம் மாலதிக்கு மட்டும் அது ஒரு நல்ல விஷயமல்ல, விநாயக்கிற்கும் தான். சில மனிதர்களுக்குத் தன்னைப் பற்றிய உண்மையான போக்கு மற்றும் திறமைப்பற்றி பின்னர்தான் தெரியவருகிறது. அப்படி அவர்களுடைய திறமைப்பற்றி தெரியவரும் பொழுதுதான் அவர்களுடைய வாழ்க்கையின் நோக்கம், வாழ்வதற்கான நோக்கம் புரிகிறது. அந்த வாழ்க்கையின் அர்த்தம் என்னவென்று புலப்படுகிறது... இது அதுவரை அவருக்கு கிடைக்கவில்லை. திருமதி ரைனாவும் இந்த விஷயத்தைப்பற்றி புரிந்துகொண்டிருக்கிறாள். அவள் விநாயக்கை சமாதானப்படுத்த வேண்டும் என்ற செயலில் ஈடுபடுவதில்லை. அது இவனுடைய தனிப்பட்ட விஷயம், ஆனால் எதற்காக காரணமேதுமின்றி மௌனம் சாதிக்கவேண்டும். எந்த அளவு முடியுமோ, அந்த அளவிற்கு மாலதிக்கு உறுதுணையாக இருக்கிறார் - இதென்ன குறைவானதா? ரைனா தம்பதிகளின் காரணமாகவே ஒரு வருடமாக குடும்பத்துடன் இல்லாத நிலையில் கூட விநாயக் தன் குடும்பத்தைப் பற்றிய எந்த ஒரு கவலையுமில்லாமல் இருக்க முடிந்தது. இந்த பொறுப்பை அவர் என்ன திருமதி துபே-யின் மேல் திணிக்க முடியுமா...? அப்படி திணிக்க முடியாது. திருமதி துபேயிடம் என்னதான நண்பர் என்ற முறையில் ஆதர்சமான நெருங்கிய அந்தரங்கம் இருந்தாலும்... அவரிடம் எப்படி திணிக்க முடியும். இந்த உலகில் எல்லோரும் ஒருமாதிரி இருப்பதில்லை. ஒருவரிடம் அவருக்கே உரித்தான தனித் தன்மை இருக்கிறது. மற்றவரிடம் மற்றொரு வேறுபட்ட தனித்தன்மை இருக்கிறது. அதுமட்டுமில்லாமல் ஒவ்வொரு தனித் தன்மைகளுடன் சில வரையறுக்கப்பட்ட எல்லைகள் பிரிக்க முடியாத வகையில் இணைக்கப்பட்டுள்ளன. ஆம் திருமதி துபே என்னவோ திருமதி துபேதான், ஆதேபோல் திருமதி ரைனா என்னவோ திருமதி ரைனாதான். திருமதி துபேவால் செய்யக்கூடியவற்றை, திருமதி ரைனாவால் செய்ய முடியாது, அதேபோலத்தான் திருமதி ரைனாவால் செய்யக் கூடியவற்றை செய்வது திருமதி துபேவிற்கு முடியாத ஒன்றாகும். அவரவருக்கே உரித்தான தனித் தன்மைகள் குணங்கள் தனிப்பட்டவை தான்.

என்றாலும்... விநாயக்கிற்கு என்னவோ ஒரு விஷயத்தைப் பற்றி மட்டும் ஏனோ ஆச்சரியமாகவே இருக்கிறது. அது இதுதான், திருமதி துபேவுடன், திருமதி ரைனாவை ஒப்பிடுவதென்றால், திருமதி ரைனா குடும்பப்பாங்கான அதாவது தனது வீடு மற்றும் தன்னுடைய குடும்பத்தைப்பற்றி திருப்தி அடைந்தவராக, தன் குடும்பத்திற்காக தன்னை அர்ப்பணித்த ஒரு ஆதர்ஷமானப் பெண் என்று அழைக்கலாம் - இதனால் தான் அவர் ஒரு கல்லூரியில் பயிற்றுவிக்கிறார். அதுமட்டுமின்றி அவரை

ஒரு வெற்றிபெற்ற ஆதர்ஷமான ஆசிரியை என்று கூறமுடியும் என்றாலும், அவருடைய இந்த வேலை அவருக்கு ஒரு அடிமைத்தனமானது போன்றது, அவருக்கு ஆதர்ஷமான தீவிர ஆர்வம் கொண்ட வேலை அல்ல அது. எப்படி திருமதி துபேவிற்கு இருக்கிறதோ அதுபோன்ற வேலை இவருக்கு இல்லை. இருந்தபோதிலும்,'என்னவோ மாலதியின் இந்த 'சோஷல் வர்க்'- என்ற சமூகப் பணியை விநாயக்கைவிட அனுதாபத்துடன் புரிந்து கொண்டுள்ளார். அதை மாலதி தன்னுடைய முக்கிய அத்தியாவசியமான ஆன்ம வெளிப்பாடாக நினைக்கிறார். கடுமையான கட்டாயத்தின் பொருட்டே அதற்கு அவர் சாதகமாக இருக்கிறார். ஒருமுறை, ஆம் ஒரே ஒருமுறை விநாயக் இதுகுறித்து மாலதியுடன் வாதிட்டான். ஆம் திருமதி ரைணாவும் கூட,'சமூகப்பணி குறித்த உங்களுடைய எண்ணம் எதுவாக இருந்தாலும், அது குறித்து உங்களுக்கு எந்த சார்பு இருந்தாலும், அதுபற்றி அந்த எண்ணத்தைப் பற்றி நீங்கள் மாலதியின் மீது திணிக்கமுடியாது. ஏனென்றால் 'சோஷல் வர்க்' என்பது மாலதியின் தேவையாகும், உங்களுடைய தேவையல்ல அது'- என்று கூறினார் அல்லவா. எப்படி உங்களுக்கு லிடரேச்சர் தேவைப்படுகிறதோ, முக்கியமோ, அது மாலதியைப் பொருத்தவரை முக்கியமானதல்ல. ஒருவேளை இந்த சமூகம் சார்ந்த பணியில் அவருக்கு கிடைக்கும் இந்தத் திருப்தி, வெறுமனே தன்னை வீடு மற்றும் குடும்பத்துடன் இணைத்து செயல்படுவதால் கிடைக்காத திருப்தி அல்லது கிடைக்கப்பெறாத திருப்தி. ஆம் அது அவருக்கு மட்டுமல்ல, அவருடைய குடும்பத்திற்கும் கூட நண்மை பயக்கும் ஒரு விஷயமாக இருக்க வேண்டும். மாலதி மேடம் என்னவோ தன்னுடைய இந்த செயல்பாட்டின் காரணமாக தன்னுடைய தனக்கான வீட்டின் பணிகளை கண்டு கொள்வதில்லை, கவனம் செலுத்துவதில்லை என்று அவர் நடந்துகொள்ள வில்லையே. நீங்கள் இதுபோன்ற குற்றச்சாட்டை அவர் மீது சுமத்த முடியாது. பிறகு உங்களுக்கு வேறு என்ன பிரச்சனை? நீங்கள் மாலதி குறித்து சந்தோஷப்பட வேண்டும் ஏனென்றால் மாலதி செய்யும் இப்படிப்பட்ட அறும்பணியைத் தங்களால் செய்ய முடியாது. அப்படியே அவர் செய்யும் அந்த சமூகப் பணியை நீங்கள் விரும்பினாலும் செய்யமுடியாது ஏனென்றால் அது... அந்தப்பணி என்பது உங்களுடைய விருப்பம் அல்லது சாமார்த்தியத்திற்கு அப்பாற்பட்ட பணியாகும்.

ஒரே ஒருமுறை, ஆமாம் ஒரே ஒருமுறை இந்த விஷயம் குறித்து திருமதி ரைணா மற்றும் பேராசிரியர் விநாயக் மத்தியில் விவாதம் ஏற்பட்டது. எப்பொழுது? ஆம்... ஒருநாள் மாலை ரைணா தம்பதியர் விநாயக்கின் வீட்டிற்கு வந்தபொழுது... ஆம் அவர்கள் வந்தபொழுதுதான். மாலதி வீட்டில் இல்லை,அவர்கள் வெகுநேரம் காத்திருந்தும் கூட மாலதி தன்னுடைய ஆசிரமத்திலிருந்து வீட்டிற்கு வரவில்லை. அப்பொழுது,

கோபமாக விநாயக்கின் வாயிலிருந்து இந்த விஷயம் வெளிவந்திருக்க வேண்டும், அவன் கூறிய அந்த விஷயம் குறித்த வார்த்தைதான் திருமதி ரைணா-வை உலுக்கி இருக்க வேண்டும். அவர் மாலதியின் பக்கமிருந்து இப்படிப்பட்ட வார்த்தைகளை விநாயக்கின் முகத்திற்கு நேராகவே கேட்கவேண்டி இருந்தது. விநாயக்கிற்கு என்னவோ இது முற்றிலும் புதுமையான மிகவும் எதிர்பாராத திருமதி ரைணாவின் ரூபமாகும். இதிலிருந்து, திருமதி ரைணா கூறிய வார்த்தைகள் மட்டுமின்றி கூறாத வார்த்தைகள் மற்றும் அவரது பேசும் தோனி மூலமாகவே அவருடைய மனதின் எண்ணம் வெளிப்பட்டு - உணர்த்தப்பட்டுவிட்டது, இந்த விவாதத்தின் மூலம், விநாயக்கிற்கு முதன்முறையாக தெளிவான புரிதல் ஏற்பட்டது... ஆம் திருமதி ரைணா மற்றும் மாலதியின் இடையில் உள்ள சம்பந்தம் ஒருவரை ஒருவர் தெரிந்தவர்கள் என்பதோடு மட்டுமில்லாமல் பழக்க வழக்கங்களை விட அவர்களது மத்தியில் உள்ள பிணைப்பு ஆழமானது. அதனால் தான் திருமதி ரைணாவிற்கு மாலதி பற்றி விநாயக் புரிந்துகொண்டதைவிட அதிகமான புரிதல் இருக்கிறது. மாலதி பற்றி சிலவற்றை அவர் தனக்குத் தானே தெரிந்து கொண்டிருப்பார். மேலும் மாலதியேகூட திருமதி ரைணாவிடம் கூறி இருக்கலாம். என்ன அப்படித்தானே? ஆமாம் அப்படித்தான், பேராசிரியர் அவர்களுக்கு சோஷல் ஆக்டிவிஸ்ட்க்களின் மேல் அலர்ஜி, 'டூ குடர்ஸ்' என்று கூறி அவர்களைப் பற்றி சமூகப் பணியாளர்களைப் பற்றி எப்பொழுதும் கேலி செய்வார். இதுவும் கூட, கூறுவார்... என்.ஜி.ஓ. என்ற பெயரில் செயல்படும் அனைத்து தன்னார்வ நிறுவனங்களும் நற்பண்புடைய பரோபகாரிகள் - வெளிநாட்டு பிச்சையில் பிழைப்பு நடத்துபவர்கள். நாட்டிற்கும், நாட்டு மக்களுக்கும் நல்லது செய்வதாக நினைத்து செயல்படும் இந்த என்.ஜி.ஓ.கள் உண்மையில் அறிந்தோ-அறியாமலோ நம்முடைய எதிரிகளுக்கு அவர்கள் நினைக்கும் வெற்றியை அடைவதற்கு உறுதுணையாக இருக்கின்றனர். உண்மை என்னவென்றால், இவர்கள் நம்மை மட்டுமல்லாமல், நம்முடைய நாடு வலுவாகவும் தன்னம்பிக்கையுடனும் இருப்பதைக் காணமுடியாத அந்நியர்கள், அதனை அழிக்கும் பொருட்டு நமது பாரம்பரிய நிறுவனங்களை மட்டுமல்லாமல் நம்முடைய கலாச்சார நம்பிக்கைகளையும் அழிக்க முனைகிறார்கள். இதுபோன்ற இவர்களது அனைத்து செயல்பாடுகளும் மேலோட்டமாகப் பார்த்தால் துரிதமாக வேலையுற்றிருப்போரின் வேலையை நீக்குவது போன்றும், மிகவும் மக்கள் நலனில் பங்குகொண்டு செயல்படுவதாகவும் தெரியும், ஆனால்; அவர்களுடைய செயல்களுக்குப் பின்னால் மனித துன்பங்களைப் பற்றிய உண்மையான புரிதல் என்ற மனிதத்துவம் இல்லை. அவர்கள் - தங்களால் முயன்ற அளவில், தங்கள் சொந்த ஏகாதிபத்திய அணுகுமுறையின் படி, ஐரோப்பிய அல்லாத நாகரீகங்கள்,

சடங்கு முறைகள், கலாச்சாரங்களின் வேர்களைக் கூண்டோடு அழிப்பதிலும், வேர்களை துளிர்க்காமல் வெட்டும் வேலைப்பாடுகளிலும் ஈடுபட்டுள்ளனர், இதனால் இந்த உலகம் வேறுவழியில்லாமல் எல்லாமே, எல்லோருமே அவர்களின் வழியில் செல்லும்படி உள்ளது. நம்முடைய துரதிர்ஷ்டம் என்னவென்றால், நம்முடைய மேலிருந்து நம்மை ஆட்சி செய்பவர்களும்... ஆளுபவர்களும்... சுதந்திரத்திற்குப் பிறகு எல்லாவிதமான சக்திகளையும் கையில் பெற்றுக் கொண்டு நம்மை ஆள்பவர்களும் அவர்களுடைய பாட்டுக்கு பின்பாட்டு பாடிக் கொண்டிருக்கின்றனர். ஒரு தரிசு மற்றும் முற்றிலும் காலனித்துவ கல்வி முறையின் விளைபொருளாக தற்பொழுதைய கல்வி முறைமை இருப்பதால், முற்போக்குவாதம் மனித நேயம் மற்றும் மதச்சார்பின்னை ஆகியவை அனைத்தும் ஒரே வகுப்புவாத போக்கின் புதிய முகமூடிகள்தான் அவர்கள்... என்பதை ஆம்... நம் மக்களால் உணரமுடியவில்லை.

'சார், நீங்கள்... மாலதி அவர்களுக்கு இதைப்பற்றி ஒன்றும் தெரியாது என்று நினைத்துக் கொண்டு பேசுகிறீர்கள். ஆனால் மாலதி அவர்களுக்கு தான் தொண்டாற்றும் தொண்டு நிறுவனம் பற்றி தெரியாமல் ஏதோ ஒரு ஊர் பெயர் தெரியாத ஒரு என்.ஜி.ஓ.க்கு தன்னுடைய நேரத்தை வீணாகச் செலவிடுவதாக நீங்கள் நினைக்கிறீர்கள். இந்த தொண்டு நிறுவனத்தின் பிறப்பிற்குப் பின்னால் யாருடைய முன்முயற்சி இருக்கிறது என்பது உங்களுக்குத் தெரியுமா? உண்மையில் மாலதி அதில் சேர ஏன் விருப்பப்பட்டார்... உற்சாகமடைந்தார்? ஒருமுறையேனும் நீங்கள் இதுபற்றி அவரிடம் கேட்டிருக்கிறீர்களா? நீங்கள் எப்போதாவது அவர் சமூகப்பணியாற்றும் தொண்டு நிறுவனத்திற்கு சென்று மாலதி அங்கே என்ன செய்கிறார். ஏன் இந்தப் பணியைச் செய்கிறார் என்று பார்த்திருக்கிறீர்களா? யாருடன் சேர்ந்து அந்தப் பணியை செய்கிறார்? இவையெல்லாம் தெரியுமா உங்களுக்கு? இவையெல்லாம் உங்களுடைய அதிகப்படியான எண்ணங்கள், ஆம் நீங்களாகவே சமூகசேவை என்றப் பெயரில் இங்கு என்ன நடக்கிறதோ அவை அனைத்தும் போலியானவை, பொய்யானவை தவறானவை மற்றும் இவை அனைத்தும் வெளிநாட்டின் கூட்டு சதி என்பதை நம்பி நீங்களாகவே ஒரு முடிவுக்கு வந்து இப்படிப் பேசுகிறீர்கள். 'ஆக்டிவிஸம்' என்றப் பெயரில் நீங்கள் என்னை தவறாகப் புரிந்து கொண்டீர்கள் என்றால் நம்மிடத்தில் கர்மயோகம் பற்றிய எந்த நோக்கமும் துளிகூட இல்லை என்பது தான்... அப்படித்தானே, சரிதானே...! 'இடைநிலை சமூக உணர்திறன்' திசையில் உறுதியான செயல்களின் செயல்பாடுகள் இங்கே குறைவாகவே உள்ளன. ஆனால் 'அது இல்லவே இல்லை அல்லது அது நடக்கவே முடியாதது' என்று எப்படி நீங்களாவே அதை

முடிவு செய்தீர்கள்? எல்லாவற்றிலும் எல்லா செயல்பாட்டிற்கும் பின்னால் வெளிநாட்டின் தாக்கங்களைப் பார்ப்பது ஏன் என்றுதான் எனக்குப் புரியவில்லை. சரி... சரி... விடுங்கள். ஆமாம் இவற்றிற்குப் பின்னால் நீங்கள் நினைப்பது போல்தான் இருக்கிறது. அதனால் என்ன? உங்கள் இலக்கியம் என்ன வெளிநாட்டு தாக்கங்கலால் முற்றிலும் தீண்டப்படாததா? பின் எதற்கு நீங்கள் விளைவுகள் குறித்து ஆராய்ச்சி செய்கிறீர்கள்... இதுகுறித்து ஆராய்ச்சியை மேற்கொள்ள ஊக்குவிக்கிறீர்கள்? அது ஒரு மோசமான விஷயம் என்றால்... எதற்கு ஆராய்ச்சி? இப்பொழுது 'உலகமயமாக்கல்' பற்றிய பேச்சு நடக்கிறது. ஆனால் உலக வரலாற்றின் வேகம் அதை நோக்கி நகர வேண்டிய அவசியமில்லை? எந்த ஒரு நாகரீகமோ அல்லது கலாச்சாரமோ மற்ற நாகரீகங்களிடத்தில் அல்லது கலாச்சாரங்களில் ஒருபோதும் தன் செல்வாக்கைச் செலுத்தாது அல்லது அவைகள் தானாகவே ஈர்க்கப்படமாட்டாது என்று சொல்லுங்கள்... பார்க்கலாம்!'

அன்றைய தினத்தில் விநாயக்கிற்கு தன் தோல்வியை ஒப்புக்கொள்ள வேண்டியதாயிற்று. முதலில் என்னவோ ரைணாவின் கணவர் அவர் பக்கம்தான் இருந்தார். ஆம்... பெரிய முழக்கமிட்டவாறு ஆமோதித்தார், ஆனால் முடிவில் அவரும்கூட அமைதியுடன் திருமதி ரைணாவின் பக்கம் சாய்ந்துவிட்டார், ஏன் என்றே தெரியவில்லை. ஆனால்... ஆம்... அந்த நாள்... ஆமாம்... அந்த நாள், அதற்குப் பிறகு விநாயக்கிற்கும் திருமதி ரைணாவிற்கும் இடையே அந்த விஷயத்தை பற்றி மீண்டும் விவாதத்தில் ஈடுபட்டு மனசஞ்சலம் அடையும் வாய்ப்பே ஏற்படவில்லை. அப்படியே விவாதிக்க சந்தர்ப்பம் ஏற்பட்டாலும் அது விநாயக்கின் திடீரென்ற வெளிநாட்டு பயணம் குறித்ததாக இருந்ததே தவிர மறுபடியும் பழைய எண்ணம் குறித்து விவாதிப்பதற்கான சந்தர்ப்பம் ஏற்படவே இல்லை. வெளிநாட்டிலிருந்து திரும்பி வந்துவிட்டார். விநாயக்கிற்கு அப்பொழுதிலிருந்தே திருமதி ரைணாவைப் பார்ப்பதற்கு எந்த ஒரு சந்தர்ப்பமும் கிடைக்கவில்லை. திருமதி ரைணா காஷ்மீருக்குத் தனியாகச் சென்றிருப்பதாகவும் கொஞ்ச நாட்களுக்கு முன்புதான் அங்கிருந்து திரும்பியதாகவும் அப்பொழுதிலிருந்தே அவருடைய மனநிலையும் கூட சரியாக இல்லை என்றும் கேள்விப்பட்டான். இதற்கிடையில் விநாயக்கின் வீட்டிற்கும் அவர் வரவில்லை. ஒருவேளை அவர் மாலதியைச் சந்தித்திருக்கலாம். ஆனால் மாலதி என்னவோ தானாகவே முன்வந்து எதையும் கூறமாட்டாள். மேலும் விநாயக்கும் கூட மாலதியிடம் எதுவும் கேட்கமாட்டான். எதற்குக் கேட்க வேண்டும்? மனிதனுடைய 'ஈகோ' என்பது மிகவும் விசித்திரமான நுட்பமான விஷயமாகும். விசேஷமாக, நீங்கள் ஒருவரை கண்ணியமாகவும், பணிவுடன் இருப்பவராகவும் ஒருபொழுதும் தன் பேச்சிற்கு எதிர் பேச்சுப்

பேசி பதிலடி கொடுக்காதவராகவும் நினைத்துக் கொண்டு மனத்தளவில் தனக்குத் தானாகவே நீங்களே திருப்தி அடைந்து கொள்கிறீர்கள், ஒருவேளை அவர் ஒருநாள் திடீரென்று இப்படி உங்களை 'அஸ்ஸர்ட்' செய்யும் பொழுது, உங்கள் முகத்தை அடித்தமாதிரி நேருக்கு நேராகவே பேசும்பொழுது, நீங்கள் அத்தகைய இடத்தில் காயப்படுகிறீர்கள், அதைப்பற்றி எல்லாம் நீங்கள் ஒருபொழுதும் கற்பனைகூட செய்து பார்த்திருக்க மாட்டீர்கள். அதுபோன்ற சமயங்களில் காயம்கூட கொஞ்சம் பெரியதாக ஏற்பட்டதாக உணர்கிறீர்கள். என்னவென்றால் காயம் எந்த அளவிற்கு ஏற்பட்டதோ அதனுடன் ஒப்பிடும்பொழுது அக்காயத்தைவிட அதிகமான வலியை உணர்கிறீர்கள். ஏன் என்றால் உங்கள் எண்ணம் பொய்த்துவிட்டது. உங்களுக்கும் இதைப்பற்றியும் தெரியும்... நன்றாகவே தெரிந்திருக்கும். மேலும் எதிரில் இருப்பவர் எதை சொன்னாரோ... எதைப்பற்றி பேசினாரோ அது அப்படியொன்றும் தவறானதோ அல்லது அநியாயமானதோ அல்ல என்பதும் உங்களுக்கும் நன்றாகவே தெரிந்திருக்கும். அதை நீங்களும் புரிந்து கொண்டு இருப்பீர்கள். ஆகவே நீங்கள், தாங்களாகவே அப்படிப்பட்ட பதிலை பிரதிஉபகாரமாக அழைத்தீர்கள். இதற்காக நீங்கள் தயாராக இருந்திருக்க வேண்டும் என்றாலும் இதுதான் சிக்கலான மனித ஸ்வபாவத்தின் தடையாக நிற்கிறது. நன்றாக வளர்ந்த இளைஞர்கள் நல்ல நண்பர்கள் மற்றும் புத்திசாலியான மனிதர்கள் கூட மூக்குடைபட வேண்டியிருக்கிறது. மூக்குடையாவிட்டாலும் கூட, ஒருவேளை தன்னுடைய 'ஈகோ'வை இடையில் கொண்டுவராமல் இருந்திருந்தால், மூக்குடைபட தேவையிருந்திருக்காது. ஆனால் இதை சொல்வது என்பது அவ்வளவு எளிமையானதாகத் தெரியும். ஆனால் வாஸ்தவமாகப் பார்த்தால் அது அவ்வளவு எளிமையானதல்ல. அதனால் தான் என்னவோ புத்திஜீவிகள் என்று அழைக்கப்படுபவர்கள் மட்டுமே ஒருவருக்கொருவர் பொறாமை கொண்டும் மற்றும் எரிந்து விழுபவராகவும், வெறுப்பவர்களாகவும் கூட தீர்மானிக்கப்படுகிறார்கள். இதுபோன்று என்னவோ திருமதி ரைணாவிற்கும் விநாயக்கிற்கும் இடையில் டென்ஷன் கிடையாது. இந்த விவாதத்தினால் விநாயக் மீதான மரியாதையில் சிறிதளவு கூட மாற்றம் ஏற்படவில்லை. ஒரு சிறிய விஷயத்திற்காக மூளையை கசக்கிக் கொள்வதற்கோ அல்லது மனத்தளவில் விரோத மனப்பான்மையை வேர்விட செய்வதற்கோ விநாயக்கிற்கு எங்கே நேரமிருக்கிறது?

விநாயக் உள்நாட்டில் இல்லாத பொழுது அவர்கள்தான் முழுவதுமாக விநாயக்கின் குடும்பத்திற்கு துணையாக இருந்தார்கள். மாலதி மற்றும் குழந்தைகளிடம் அதிகளவு கவனிப்புக் காட்டினார்கள். அதனால் தான் அவர் ரைணா தம்பதியினருக்கு பலமுறை நன்றி தெரிவித்திருக்கிறார். ஆனால் என்னவோ... ஏதோ ஒன்று இருக்கிறது,

அது அவருடைய மனதில் இப்பொழுதும் கூட தொடர்ந்து கொண்டிருக்கிறது. ஒரு நெருடல்... அது என்னவாக இருக்கும்? என்ன விநாயக்கிற்கு அதுபற்றித் தெரியுமா? அதைப் பற்றி புரிதல் இருக்கிறதா? இல்லையென்றால் அதைப்பற்றி புரிந்து கொள்ள, தெரிந்துகொள்ள விரும்பவில்லையா?

மனதில் வேதனை என்ற வலியை ஏற்படுத்தும் அந்தக் காயத்தின் வடு என்னவாக இருக்கும்? ஆம்... அன்றைய தினம் திருமதி ரைணா அறியாமல் தன்னைத் சொற்களால் மோசமாகக் காயப்படுத்தியது... குத்தியது? வெறும் அவருடைய ஈகோதான் காரணமாக இருக்குமா? தன்னைப்பற்றிய இந்த ஆறுதலான மற்றும் உறுதியான நம்பிக்கை அவர் யாருக்கும் நியாயமற்ற முறையில் அநீதி இழைக்கமாட்டார் என்பதே. ஆமாம் மாலதியின் மீது ஒருபொழுதும் இழைக்கமுடியாது. திடீரென்று திருமதி ரைணாவின் இந்த செயலால் அவருடைய மகிழ்ச்சியில் தூசி எறியப்பட்டது. ஆம் தன்னை அவர் எப்படி மாடர்ன் என்றும், மற்றும் அவர் விருப்பப்படி தாராளமாகவும் மற்றும் உணர்ச்சிகரமாகவும் செயல்படுவார் என்றும் ஒரு கணவனாக அவர் தனது மனைவியின் சுதந்திரமான சுயாதீன ஆளுமைக்கான வாய்ப்பை மறுப்பதோடு மட்டுமல்லாமல், வீட்டின் எல்லையைத் தாண்டி அவர் மனைவி எந்த வேலையைத் தேர்ந்தெடுத்தாரோ, அந்த வேலையை மிகவும் தாழ்ந்தது என்றும் அர்த்தமற்றது என்றும் கருதினாரே ஒழிய உண்மையில் அது என்ன, தன் மனைவி வெளியே என்ன வேலை செய்கிறாள் என்பதை தெரிந்து கொள்ள அவர் ஆர்வம் காட்டவில்லையே! உண்மையில் அவளை வெளிப்படையாக நிராகரிக்க அவரது அறியாமை மற்றும் தப்பெண்ணமே போதுமானதாக இருந்தது.

ஒருவரின் 'நான்' என்ற மனப்பாங்கை காயப்படுத்த இது போதுமானதல்லவா? அதுவும் யார் மூலமாக, ஆம் யார் வாயிலிருந்து 'சார்-சார்' என்று கூப்பிடப் பழகிப்போனதோ அவர் வாயிலிருந்து. இது எந்த தந்திரமான அல்லது வெறும் பரோபகாரமானதோ அல்ல, உண்மையாகவும்,தன்னிச்சையாகவும் நீங்கள் எப்பொழுதும் தனது 'நான்' என்ற ஈகோவை வெளிக்காட்டிக் கொண்டிருக்கிறீர்கள், பொதுவானதாக இருந்தால் என்ன, தனியானதாக இருந்தால் என்ன... இரண்டு மட்டங்களிலும் வெளிப்படையாக 'தான்' என்ற மனோபாவமே உணர்த்தப்படுகிறது.

4. ‘துன்பம் என்ற நதியில் தோன்றிய’

தூங்கிக் கொண்டிருந்த வேளையின் இடையில் எப்போதிலிருந்து தொலைபேசி ஒலிக்கிறது என்று கூடத் தெரியவில்லை. என்ன நடந்தால் என்ன எழுந்திருக்கவே மாட்டாள். இந்தக் காலை வேலையில் யாரும் போன் செய்ய மாட்டார்கள். ஏதாவது ராங் நம்பராக இருக்கும். போனை எடுத்துவிட்டு உடனே வைத்துவிட வேண்டியதுதான்.

‘ஹலோ பீனு! நீ... என்ன செய்து கொண்டிருக்கிறாய்? இன்னும் எழுந்திருக்க வில்லையா?’... ஹரே... ஏய்... இது லச்சூ... லச்சூ...! என்னவாயிற்று உனக்கு?

‘என்ன...? என்னவாயிற்று லச்சூ...? ஏதோ... நீ... பாதாள உலகத்தில் இருக்கிற மாதிரி... மாயையில் இருக்கிறாயா...?

‘ஸ்நோபால் பீனு... ஸ்நோபால்! நீ பார்க்க வேண்டும் என்று கூறினாய் அல்லவா? ஏன் வரவில்லை? எல்லா இடத்திலும் பத்து நாட்களுக்கு வின்டர் வெகேஷன் இருக்கிறது என்று கேள்விப்பட்டேன். உனக்கும் கூட இருக்கிறது அல்லவா. திரிபுவனுடன் நீ பேசினாய் அல்லவா... அவன் உன்னிடம் சொல்லவில்லையா? நீ என்னவோ, பௌஜியுடன் (படையுடன்) வருவதற்கு தயார் செய்து கொண்டிருக்கிறாய் என்று அவன் கூறிக் கொண்டிருந்தான். நீ எதற்கு அவனிடம் பொய் சொன்னாய்?

‘இனிய நண்பனே, வரவேண்டுமென்று மனமிருக்கிறது... ஆனால் மனதால் என்ன நடக்கப்போகிறது! இங்கே... யாருக்கும்... எவருக்கும் நேரமில்லை... இந்தக் குளிர்காலத்தில் மலை என்ற பெயரைக் கேட்ட மாத்திரத்திலேயே இங்கிருப்பவர்கள் நடுங்குகின்றனர். வெயிற் காலத்தில் கண்டிப்பாக வருகிறோம்... ஆம்... கண்டிப்பாக வருகிறோம்...!’

‘நீ கொஞ்சம் போனை என் அண்ணியிடம் கொடு. என்னுடைய அண்ணியிடம் நான் பேசவேண்டும்...!’

விநாயக்கிற்கு பலமாக சிரிப்பு வந்துவிட்டது... ஏய்... நீ என்ன நினைத்துக் கொண்டிருக்கிறாய்? அவள் தன்னை மறந்து தூங்கிக் கொண்டிருக்கிறாள். முட்டாளே...! இப்பொழுது நேரம் என்ன என்பது உனக்குத் தெரியுமா? இன்னும் காலை நான்குமணி கூட ஆகவில்லை. அவள் என்னவோ ஏழுமணிக்கு முன்பு எழுந்திருக்கவே மாட்டாள். டிரம்மை அடித்தால் கூட அவள் எழுந்திருக்க மாட்டாள். ஆமாம்... உண்மையிலேயே அங்கே ஸ்நோபால் இருக்கிறதா...? நீ உண்மைதான் பேசுகிறாயா அல்லது வெறும் வதந்தியை பரப்பிக் கொண்டிருக்கிறாயா?

‘அப்படி இல்லை என்றால் என்ன, என்னை ஒரு பைத்தியக்கார வெறிப்பிடித்த நாய் கடித்துவிட்டதா, யார் எனக்கு போன் செய்தார்களோ!’ லச்சூவினுடைய எரிச்சல் நிறைந்த குரல்... கோபமுடன்! ‘நண்பனே தயவுசெய்து கொஞ்சம் கவனத்துடன் கேள். இந்த பனிப்பொழிவின் ஓசை என்பது எவ்வளவு நிசப்தமானது. பீனு உனக்கு நினைவிருக்கிறதா, நமக்கு இன்று இரவு பனிப்பொழிவு இருக்கிறது என்பது எப்படி தெரியவரும்! நாம் காலை எழுந்ததும் நேராக பணியைப்பார்க்க ஓடுகிறோம் - ஆம் பனியை உண்மையில் கூரையின் மீது பார்த்தோம்... கடைவீதியில் அரை அடிக்கு அடர்த்தியான பனிபொழிவு... நினைவிருக்கிறதா... அம்மா வெல்லத்தை தட்டில் வைத்து பரப்பி கூரையின் மீது வைப்பார். எவ்வளவு சந்தோஷமாக இருக்கும்... அந்தப் புத்தம் புதிய ஐஸ்க்ரீமை சாப்பிடும் பொழுது...’

‘இது மிக அதிகம், உனக்கு நினைவில் இருக்குமென்றால்... என்ன நினைவில் இருக்கிறது என்று தெரியவில்லை. எங்கிருந்து வந்தாய் என்று தெரியவில்லை. லச்சுவின் மகனே... நீ இன்னும் முற்றிலும் மாறவில்லை. அப்படியேத்தான் இருக்கிறாய். உனக்கு தான் சிங்கினுடைய மலாய் போன்ற பனிப்பொழிவு வேண்டும் போலிருக்கிறது. ஏய்... நண்பனே... உங்களைப் போன்றவர்களுடைய சிந்தனை என்ன என்று தெரியவில்லை. என்னுடைய நினைவகத்தில் எல்லாவற்றையும்விட மிகவும் பழமையான படம் என்ன என்பது தெரியுமா... அது ‘எது’ என்பதும் தெரியுமா? இந்த ஸ்நோபால் தான், லச்சு, நான் தான் இரண்டு வருடங்களுக்கு மேலாக இங்கு இல்லை. ஜன்னலின் முன் நின்று கொண்டிருக்கும் முக்தேஷ்வர் மலை என்னைப் பார்த்துக் கொண்டிருக்கிறது. நான் அதைப் பார்த்துக் கொண்டிருக்கிறேன். அதன்மேல் பனி படர்ந்திருக்கிறது... எல்லா இடங்களிலும் எங்குப் பார்த்தாலும் வெள்ளை... வெளேர் என்று இருக்கிறது. ஸ்நோபால் உடனான என்னுடைய புரிதல் அப்பொழுதிலிருந்தே இருந்திருக்கிறது லச்சூ - பூர்வஜென்மத்தின் புரிதல் போன்ற நினைவு. இப்பொழுது நமக்கு பனிப்பொழிவு ஏற்பட்டிருக்கிறது தெரியுமா... திடீரென்று ஒருநாள் வேல்ஸில் ஸ்நோபால்-யைப் பார்த்ததும் எனக்கு அந்தப் பூர்வஜென்மத்தில் பார்த்த அந்தக் காட்சி நினைவிற்கு வந்துவிட்டது. ஆமாம்... நான் உண்மையைத்தான் சொல்கிறேன் லச்சூ... நான் சமாதியடைந்து விட்டதைப் போல் உணர்ந்தேன். எனக்கே தெரியவில்லை. இவ்வளவு வருடங்கள் - யுகங்கள் கடந்த அந்த நினைவுகள்... எவ்வளவு ஆழமாக பதிந்திருந்த அந்த நினைவுகள் அந்த தினத்தில் திடீரென்று என்னுள் இருந்து பீரிட்டு வெளிவந்தன. அதுமட்டுமின்றி என்னையும் எங்கோ தூக்கிக் கொண்டு அந்த நினைவலைகள் சிறகடித்துப் பறந்து சென்றன. சரி... சரி... நீ

சொல்... உனக்கும் கூட இதுபோன்ற அனுபவம் எப்பொழுதாவது ஏற்பட்டிருக்கிறதா...'

'எனக்குத் தெரியவில்லை... நண்பனே, எனக்கு எதுவும் ஞாபகமிருப்பதில்லை. சரி... விடு... பிறகு பேசலாம். உன்னுடைய சகோதரி கோபப்படுகிறாள். சரி... போனை வைக்கிறேன். பாய்!'

'ஏய் சகோதரா லச்சூ! எனக்கு ஸ்நோபாலின் போட்டோக்களை கொஞ்சம் எடுத்து அனுப்பு. குறைந்தபட்சம் போட்டோவிலாவது ஸ்நோபாலை பார்த்து இரசித்துக் கொள்கிறேன்.'

'ஹரே, போட்டே - வோடோ எனக்கு எதுவும் தெரியாது. போட்டோ எடுப்பது என்பது திரிபுவனுக்குக் கை வந்த கலை, அவனிடம் சொல். ஆமாம் அவனும் விபாவும் அடுத்த மாதம் மும்பாய் வர இருக்கிறார்கள். நல்லது... பாய், பார்க்கலாம்.'

போனை வைத்தபிறகு விநாயக் பல நொடிகள் அசைவற்ற நிலையில் அங்கேயே நின்றுக்கொண்டிருந்தான் - மறுபடியும் படுக்கையில் விழுந்து புரள்வதற்கு அவன் மனது விரும்பவில்லை. தன்னுடைய படிப்பில் கவனம் செலுத்துவதற்காக, டேபிளின் விளக்கைப்போட்டு மேஜையில் உட்கார்ந்துவிட்டான்.

விநாயக்கின் மூடிய கண்களுக்கு முன்னால் ஒரு முழு லைண்ட்ஸ்கேப் படர்ந்து விரிந்தது. அவனுடைய இளைய பருவத்தின் லைண்ட்ஸ்கேப். தன்னுடையக் குழந்தைப் பருவத்தில்தான் அந்தப் பெயரை யாரோ தன் வாயால் சொல்லக் கேட்டிருக்கிறான். நிச்சயமாக சந்தேகமில்லாமல் கற்பனையானதுதான். ஆம் எவ்வளவு அழகாக இருந்தது அந்த பெயர். 'அல்மோரா'வில் அந்த விஷயம் எங்கே நடந்தது! அலகாபுரி, ஆமாம், ஆமாம், அலகாபுரி தான். விநாயக்கிற்கு தன்னுடைய சரீரம் லேசானதாக பாரமற்றதாக மாறி தான் காற்றில் மிதப்பதைப் போல் இருந்தது. அந்த லைண்ட்ஸ்கேப்பின் (இயற்கை நிலக்காட்சி) மேல் வட்டமிடுவதைப் போல் உணர்ந்தார். வானத்தின் மேகங்கள் சூழ்ந்து அரவணைத்ததைப் போன்று (மேகமாஷ்லிஷ்ட சானு) எப்படி இருக்கிறது இந்த அலகாபுரி! எப்படி வேரூன்றி உள்ளது.

வடக்கு - தெற்கு, கிழக்கு - மேற்கு... என்று நான்கு திசைகளிலும்... இதுதான் காசாரதேவியின் உச்சம்... இந்தத் தலை அவனுடையது. முழுமையான இந்த இயற்கை நிலக்காட்சியில் (லைண்ட்ஸ்கேப்) மேல் ஆம்... இந்த எழிலை போற்றுவதாக நீங்களே உங்களுக்குள் கருதிக் கொள்ளுங்கள். மேலும் இந்த... கிழக்கு - மேற்கில் உயர்ந்தோங்கிய சிகரங்கள்...!

மார்கரேட்!... மார்கரேட்!... என்று விநாயக் முணுமுணுத்துக் கொண்டிருந்தான். இதுதான் மார்கரேட். ஆம் அவனுடைய மிகப்பெரிய சாதனை, அவனுடைய ஸ்வப்னசுந்தரி. இல்லை, இல்லை... உண்மை அதுவல்ல. உண்மையிலேயே எலும்பும் - சதையும் கொண்ட ஒரு பெண். அவளை, அவனுடைய ஒவ்வொரு மயிர்கால்களும் அறிந்திருக்கிறது, அங்கீகரித்தும் அதை ஏற்றுக்கொண்டும் இருக்கிறது, தன்னுடைய முற்றிலும் தன்னுடைய ஒரு பெண்ணைப் போன்று...! சத்தியம் என்பது கற்பனையைவிட மிகவும் விசித்திரமானது என்று யார் கூறினார்கள்? இது எந்த அளவிற்கு உண்மை? அந்த சுகமான மகிழ்ச்சி மற்றும் தோழமையை விநாயக்கால் நினைத்துக்கூட பார்க்க முடியவில்லை, இல்லையெனில் படைப்பாளியின் ஆசிர்வாதத்தைப் போல தனக்கேயான ஒரு தனித்துவமான வரத்தைப்போல... தன்னிச்சையாக தனது கைகளில் எப்படி அடைக்கலமாகியிருக்க முடியும்? அதுவும் வெளிநாட்டில்.

ஸ்நோபால் அங்கும் கூட பொழிந்து கொண்டிருக்கும். இந்நேரம் மார்கரேட் அங்கே என்ன செய்து கொண்டிருப்பாள்! இப்பொழுது அங்கே மணி என்னவாக இருக்கும்? அந்த இடத்திற்கும் இந்த இடத்திற்கும் இடையில் ஐந்து மணிநேரம் வித்தியாசம் என்று பார்த்திருக்கிறேன். அங்கிருந்து திரும்பி வந்ததிலிருந்து ஒரு போன் கூட பண்ணவில்லை - ஆனால் ஒரே ஒருமுறை மட்டும் போன் பண்ணினேன். தொலைபேசியில் மார்கரேட்டுடன் எப்படி பேசுவது? தொலைபேசியில் பேச முடியாது. ஆம், நான் மார்கரேட்டுடன் தொலைபேசியில் பேசியபொழுது என்னுடைய குரலே என்னுடைய குரலாக இல்லாமல் இருப்பதை உணர்ந்தபொழுதுதான்... நான் அவளுடன் தொலைபேசியில் பேச இயலாது என்பதைப் புரிந்துகொண்டேன்... இல்லை! இந்த தொலைபேசி என்பது வெறும் ஒரு பெயருடைய பொருள்... இது எவ்வளவு வேலைகளுக்குப் பயனுள்ளதாக இருந்தாலும் - இது மார்கரேட்டுடன் பேசுவதற்காக தயாரிக்கப்படவில்லை - முற்றிலும் அர்த்தமற்ற விஷயங்களைப் பற்றி பரிமாற்றம் நிகழ்கிறதே தவிர - மனதின் வார்த்தைகள் - மனதிலேயே நிலைத்திருக்கிறது. மனதிலிருந்து... தொண்டைக் குழியிலிருந்து வெளியே வர மறுக்கிறது. அது மட்டுமில்லாமல் வீட்டில் உட்கார்ந்து கொண்டு நிதானமாக அமைதியுடன் மார்கரேட்டுக்கு போன் செய்ய முடியாது. மேலும் அலுவலகம் என்பது அலுவலகம் மட்டும் தான். அலுவலகத்தில் அலுவலக வேலை தவிர வேறு என்ன செய்யமுடியும்...?

ஆம்... கடிதத்தின் உதவியைத் தான் நாட வேண்டும் என்றாலும் கடிதம் எழுதுவதற்கும் எத்தனை நாட்கள் எடுத்துக்கொண்டன. அந்த

கடிதம் அவளை சென்றடைய குறைந்தது பத்து தினங்களாவது ஆகும். அப்பொழுது முதல் எதிர்பார்ப்பின் கடிகார மணித்துளிகளின் எண்ணிக்கைகள் ஆரம்பித்துவிடும் என்றாலும்... எப்படி விநாயக்கிற்கு கடிதம் எழுத விருப்பம் வந்ததோ, அதைப்போன்று கடிதம் எழுத வேண்டும் என்று மார்கரேட்டுக்கும் விருப்பம் ஏற்பட வேண்டும் என்று என்ன நிபந்தனை இருக்கிறது! விநாயக்கைப் போன்றவர்கள் எழுதுவதன் மூலமாக மட்டுமே அவர்கள் என்ன எழுத வேண்டும் என்ன எழுதக் கூடாது என்பதை அறிய முடியும். என்றாலும் எல்லோரும் அப்படித்தான் செய்வார்கள் என்று எப்படி சொல்ல இயலும்? விநாயக்கிற்கு மார்கரேட்டைப் பற்றி அறிந்தவிதம், அவன் உணர்ந்த விதம்... அதைப்பற்றி அவனால் கடிதத்தில் பேச முடியும், தன் உணர்வுகளை கொட்ட முடியும். ஆனால் மார்கரேட்? அவனுக்கு என்ன எழுதுவாள்? அவள் எழுத விரும்பினால் தான் கடிதத்தை எழுதலாம்? ஆம்... என்ன அந்தக் கடிதத்தில் அவளுடைய மொழி இருக்குமா... அவனுடைய அவளுக்கே உரித்தான முற்றிலும் அவனுக்கே உரியதான அந்த மொழி, அதில் அவள் விநாயக்கை நேசித்த அந்த மொழி இருக்குமா? அன்பு செலுத்திய மார்கரேட் முற்றிலும் வேறுபட்ட மார்கரேட்டாக இருந்தால் அந்த மார்கரேட்டுக்கும், பாண்டித்தியம் பெற்ற மார்கரேட்டுக்கும் எதுவும் சம்பந்தம் இல்லாததைப் போன்று 'ஓ பார் எ லாயிப் ஆப் சென்சேஷன் ராதர் தன் தாட்!... என்ன எல்லாவற்றையும் விட அதிகமாக முற்றிலும் மார்கரேட்க்கும் மட்டும் பொருந்தாது தானே பொருந்தாது? திருமதி துபேவிற்கு இந்த விஷயத்தைப் பற்றி புரியவைக்க முடியாது. இது புரியவைக்கக் கூடியதல்ல, இது புரிந்துகொள்ள வேண்டிய விஷயமும் இல்லை... புரிதல் என்பது திருமதி துபே அவர்களாக உருவாக்கப் படவில்லை. பிறகு யாருக்காக இந்தப் புரிதல் உருவாக்கப்பட்டது?

இந்நேரத்திற்குள் விநாயக்கின் கடிதம் மார்கரேட்டிற்க்கு கிடைத்திருக்கும். அவள் என்ன நினைத்துக் கொண்டிருப்பாள்? என்ன அவள்... அக்கடிதத்திற்கு பதில் எழுதுவாளா? வீட்டினுடைய தொலைபேசி எண்ணை அவள் கேட்டிருந்தாள். ஆனால் விநாயக் என்னவோ அவளுக்கு தன் வீட்டினுடைய தொலைபேசி எண்ணை கொடுக்கவில்லை. என்னாலும் முடியாது என்று மறுக்கவும் இல்லை. ஏன் அப்படி செய்யவில்லை? தன்னுடைய வீட்டைப்பற்றியும், மாலதியைப் பற்றியும் மார்கரேட்டிடம் அவன் என்னக் கூறினானோ, அதில் அவன் கூறியதில் எந்த அளவிற்கு பொய் மற்றும் உண்மையின் சதவிகிதம் என்னவாக இருக்கும்?

'என்ன நீங்கள் எப்பொழுது தூக்கத்திலிருந்து எழுந்தீர்கள்? என்ன ஆயிற்று?'

ஆழ்ந்த தூக்கத்தில் இருப்பவரை யாரோ திடீரென்று தட்டி எழுப்பியதைப் போல், விநாயக் தூக்கத்திலிருந்து எழுந்து மாலதியை பார்த்துக் கொண்டிருந்தான். எப்பொழுது விடிந்ததென்று தெரியவில்லை தினமும் காலைவேலையில் பெட்-டீ தயார் செய்யும் வேலை என்னவோ விநாயக்கின் உடையது. இந்தவிதி இன்று எவ்வாறு இயல்புநிலையில் இருந்து மாறியது?

'நான்கு மணிக்கு லச்சூ போன் பண்ணினான். அவன் என்ன சொன்னான் என்றால்! மாலதியின் கையிலிருந்து டீ கோப்பையை எடுத்தவாறு.'

'ஏன்... என்ன ஆயிற்று அவருக்கு! இவ்வளவு விடியற்காலை வேளையில் போன் செய்வதற்கு என்ன அவசியம் வந்துவிட்டது?'

'ஹரே ஒன்றுமில்லை. அங்கே பனிப்பொழிவு (ஸ்நோபால்) இருந்து கொண்டிருக்கிறது. அதைக் கூறுவதற்காகத் தான் எனக்கு போன் செய்தான்.'

'இதில் சொல்வதற்கு என்ன இருக்கிறது?'- என்று மாலதி கூறுகிறாள். 'மலை இருக்கிறது மற்றும் விண்டர் சீசன் என்று இருந்தால் பனிப்பொழிவு இருக்கத்தான் செய்யும். என்ன உங்கள் ஊரில் பனிவிழுவதைக் கூட திருநாளாக கொண்டாடுவீர்களா?'

விநாயக் பதில் எதுவும் கூறாமல் அமைதியாக தேனீர் பருகுகிறான். அவனுக்கு மாலதியின் இந்த பழக்கம் பற்றி தெரியும் அல்லவா. ஒவ்வொரு விஷயத்தில் ஏதாவது ஒரு குற்றம் கண்டுபிடிப்பது. மாலதிக்கு என்னத் தெரியும்,'ஸ்நோபால்' எவ்வளவு அதிசயமான அற்புதமான விஷயமென்று. எப்பொழுதாவது பார்த்திருந்தால் தானே அதைப்பற்றி தெரியும். மாலதியைப் பொருத்தவரை தினமும் என்ன வேலை செய்கிறாளோ, அதுவே அவளுடைய 'லாயிப்' என்று நினைக்கிறாள். தினமும் நாம் செய்யும் செயல்களிலிருந்து விலகி செயல்பட்டால் தான் லாயிப் ஜாலியாக இருக்கும். இதை மாலதிக்கு எப்படி புரியவைப்பது? ஆம் யார் புரிந்துகொள்ள விரும்புகிறார்களோ அவர்களுக்குத் தான் ஒரு விஷயத்தைப் புரிய வைக்க முடியும். இந்த மாலதியிடம் அந்தக் குதூகலம் என்ற வார்த்தைக்கே இடமில்லையே. வருடக்கணக்கில் வெளிநாட்டில் இருந்தேன். ஆம்...! என்னென்ன, அங்கே நடந்தது, எப்படி அங்கிருந்த மக்களுடன் வாழ்ந்தார், அங்கே என்னென்ன செய்தார் - எப்பொழுதாவது இதைப்பற்றியெல்லாம் தானாகவே முன்வந்து தெரிந்து கொள்ளும் ஆவலில் மாலதி அவனிடம் கேட்டிருப்பாளா? ஒருபொழுதும் இல்லை. எப்பொழுதாவது விநாயக் தானாக முன்வந்து ஏதாவது கூற

விழைந்தாலும் மாலதி அதைக் கேட்கும் மனமில்லாத செயலால் அவனுடைய அனைத்து உற்சாகம் என்ற தணலில் குளிர்ந்த நீரை ஊற்றி அணைக்கச் செயல்படுகிறாள். மாலதி எப்பொழுதுமே இப்படித்தானா அல்லது அவள் பாம்பேவிற்கு வந்தபிறகு, அவள் தனக்கென்று ஒரு தனி உலகத்தை அமைத்துக் கொண்டாளோ, அதன் விளைவுதான் இந்த வெளிப்பாடா? இந்த கேள்வி எப்பொழுதாவது விநாயக்கின் மனதில் எழும். ஆனால் என்னவோ இப்பொழுது அந்தக் கேள்வி எழுவது இல்லை. இருவர்க்கிடையிலும் ஒரு அமைதியான ஒப்பந்தம் போடப்பட்டதைப் போல் இருவரும் நடந்து கொள்கின்றனர். அது என்னவென்றால் - என்னுடைய உலகம் தனி, உன்னுடைய உலகம் தனி, என்னுடைய உலகத்தைப் பற்றி உனக்கோ, உன்னுடைய உலகத்தைப் பற்றி எனக்கோ எந்த சம்பந்தமும் இல்லை.

எல்லாவற்றையும் விட தவறான விஷயமென்னவென்றால் முன்பெல்லாம், விநாயக்கின் உலகம் மிகவும் சிறியதாக இருந்தது மேலும் வீடுதான் அவனுக்கு முக்கிய கேந்திரமாக இருந்தது. அப்பொழுது விநாயக் தன் மனதிலிருந்து உள்ளேயும் அல்லது வெளியேயும் எழும் அனைத்துவிதமான எண்ணக் கிலேசங்களையும் அனாவசியமாக மாலதியுடன் பகிர்ந்துகொள்வான். ஆனால் இப்பொழுது பல வருடங்களாக இதற்கு எதிர்மறையாக எல்லாம் நடக்கிறது. மேலும் அவன் விருப்பப்பட்டாலும் கூட அவனுடைய திடீரென்று விரிவடைந்துள்ள உலகில் மாலதியின் எந்த ஒரு வேடத்தையும் அவனால் பார்க்க முடியவில்லை. அவன் இந்த சூழ்நிலைக்கேற்றவாறு தானாகவே முன்வந்து தன்னை ஒருபொழுதும் பொறுப்பாளியாக ஏற்றுக் கொள்ள முன்வரவில்லை. விருப்பமில்லாமல் இருவருக்கும் இடையில் ஒரு மறைவு-தேடல் செழித்து வளர்கிறது. அதன் காரணமாகவே விஷயங்கள் யாவும் அவற்றின் உரிமையிலேயே விட்டுவிடப்படுகின்றன. எது நடந்துக் கொண்டிருக்கிறதோ, அது அப்படியே நடக்கட்டும். ஏனென்றால் அவனால் ஏதுவும் செய்ய இயலாது - எதுவுமே செய்ய இயலாது.

'ஆமாம், மேலும் உங்கள் நண்பர் என்ன கூறினார்? ஒருவர் நடுநிசியில் போன் செய்கிறார் என்றால் வெறுமனே பனிப்பொழிவு இருக்கிறது என்று இதை மட்டுமே சொல்வதற்காக போன் செய்து இருக்கமாட்டார். நான் இதை ஏற்றுக் கொள்ளவே மாட்டேன்!'

மாலதியின் இந்தக் கேள்விக்கு விநாயக்கால் என்ன பதில் கூற முடியும்? இருப்பினும் பதிலின் அர்த்தமற்ற தன்மையை அறிந்து, அதற்கு அவன் ஏதாவது பதில் சொல்லத்தான் வேண்டும்.

'மாலதி, உனக்கே நன்றாகத் தெரியும், லச்சூ என்னுடைய பால்யஸ்நேகிதன் - மிகவும் நெருக்கமானவன். நாங்கள் ஸ்நோபாலை மிகவும் மகிழ்ச்சியாக (என்ஜாய்) அனுபவித்து கொண்டிருந்தோம். உனக்கு அந்த அனுபவம் இல்லை. இல்லையா, அது எப்படிப்பட்ட ஒரு சுகம் - தெரியுமா... முதன்முதலில் கொட்டும் அந்தப் பனியைப் பார்ப்பதற்கு நாங்கள் எல்லோரும் ஸ்நோபாலை கண்டு அனுபவிக்க மகிழ்ச்சியுற சிமதோலா என்ற பெயருடைய ஒரு மலைக்குச் செல்வோம். பலதரப்பட்ட விளையாட்டுக்கள் விளையாடுவோம். லச்சூ அவை எல்லாவற்றையும் பற்றி நினைவூட்டிக் கொண்டிருந்தான். இதைக்கேள், ரொம்ப வருடங்களுக்கு முன்பு நான் ஒரு கவிதை எழுதினேன் - முதன்முதலில் நான் பனிப்பொழிவதைப்பார்த்து 'தன்' உணர்வு அடைந்த நிலையில் அப்பொழுது எனக்கு குறைந்தது இரண்டு அல்லது இரண்டரை வயது இருக்கும். அதைப்பற்றி திடீரென்று எனக்கு நினைவு வந்தவுடன் அது குறித்து நான் அந்தக் கவிதையை எழுதினேன். அந்த நிகழ்வு நடந்து யுகங்கள் கடந்துவிட்டன. இன்று லச்சுவிடம் இருந்து போன் வந்தவுடன், எனக்கு அந்தக் கவிதையைப் பற்றிய ஞாபகம் வந்துவிட்டது எனவே உடனே பழைய பேப்பர்களின் குவியலில் இருந்து அந்தக் கவிதையைத் தேடிக் கண்டுபிடித்துவிட்டேன்.

'ஹரே... அப்படித்தானே... உங்கள் நண்பனுக்கு போன் வாயிலாகவே அக்கவிதையை வாசித்துக் காட்டினீர்கள்...' மாலதி உடனடியாக அவனைப் பார்த்துக் கூறினாள். ஆனால் மாலதி இந்தக் கூற்றால் தன்னை கேலி செய்கிறாள் என்று விநாயக் நினைத்தான். அவன் மனதிற்குள்ளாகவே விரக்தி அடைந்தான்.

'நான் கவிதை வாசிப்பதைப்பற்றி பேசவில்லை!'- அவன் பதில் கூறினான். - 'நீ கூட, எனக்கு உங்கள் அந்தக் கவிதையை கூறவேண்டும்' என்று கேட்டால் கூட நான் கவிதையை கூறமாட்டேன். அப்படியிருக்க நான் ஏன் லச்சூவிற்கு கவிதையை வாசித்து காட்டவேண்டும்! லச்சூவிற்கு அப்படியொன்றும் கவிதையைக் குறித்து வாதிட, சொல்ல எதுவும் இல்லை!'

அவன் கூறியதைக் கேட்டு மாலதி ஏதாவது சொல்ல விழைவதற்குள், சொல்லாமல் இருப்பதற்குள், மறுபடியும் தொலைபேசியின் மணி அடிக்கிறது. மாலதியே சென்று போனை எடுக்கிறாள், எடுத்த உடனேயே 'உங்களுக்குத்தான் போன், யாரோ திரிபுவனாம்... உங்களிடம் பேச வேண்டுமாம்,' - கூறிக்கொண்டே சமயலறையை நோக்கி சென்றுவிட்டாள்.

'ஹலோ...! திரிபுவன், அங்கு பனிபொழிவு இருப்பதாக கேள்விப்பட்டேன். லச்சூதான் கூறினான்'.

'அப்படியா, நல்லது. உனக்குத் தெரியுமா''. அங்கிருந்து... போனில் மறுமுனையிலிருந்து குரல் ஒலித்தது...! 'லச்சூ எனக்கும் கூட போன் செய்து இருந்தான். அல்மோராவிலிருந்து, இப்போ அவன் அங்கேதான் இருக்கிறானாம். சீசன் ரொம்ப குளிரா இருக்கிறது இல்ல, அதனால தான். இங்கே, ராணிகேத்-ல் ஸ்நோபால் முடிந்துவிட்டது. நீ கூட ஸ்நோபாலைப் பார்ப்பதற்கு வருவாதாக இருந்தது அல்லவா. என்ன ஆயிற்று? ஏன் நீ உன்னுடைய பயணத்தை ரத்து செய்துவிட்டாய். நாங்கள் எல்லோரும் மிகவும் ஆவலுடன் உன்னை எதிர்பார்த்திருந்தோம்'.

விநாயக் எதுவும் பேசாமல் அமைதியாக இருந்தான்.

'ஏய்... கேக்கிறியா... நான் ஹோலிக்குப் பிறகு மும்பய்க்கு வர இருக்கிறேன். எங்களுடையப் பையன் அங்கே மருத்துவக் கல்லூரியில் படிக்கிறான் என்று லச்சூ உன்னிடம் கூறி இருப்பான் என்று நினைக்கிறேன். விபாவினுடைய அப்பாவின் குரு... ஆம் அவர் அங்கே பம்பாயில்தான் வசிக்கிறார் - அவருடைய புண்ய திதியும் அதற்கு இடையில் தான் வருகிறது. அவருடைய உள்நாட்டு - வெளிநாட்டு பக்தர்கள் - அவரைப் பின்பற்றுபவர்கள் அங்கே கூடுவார்கள். இந்த தினங்களில் நாங்கள் ஒவ்வொரு வருடமும் பம்பாய்க்கு வருவோம். நீ கூட அவருடைய பெயரை கேள்விப்பட்டிருப்பாய் என நினைக்கிறேன். கேள்விப்படவில்லையா? அவர்... மிகவும் பெரிய யோகி ஆவார். ஆம் அவர் ஞானயோகி ஆவார். ஆனால் அவர் மற்ற சாதுக்களைப் போல் அல்ல, அவர் எல்லா பொதுவான சாதுக்களிடமிருந்தும் வேறுபட்டவர், ஆம்... கண்டிப்பாக அவர் ஒன்று இரண்டு ஆண்டுகள் இமயமலையின் குகைகளில் வசிப்பார், என்றாலும் பிறகு மீண்டும் வீட்டிற்கு திரும்பி வந்து தன்னுடைய குடும்பத்துடன் அங்கே பம்பாயில் வசிப்பார். இரண்டு அறைகள் கொண்ட தன்னுடைய சிறிய வீட்டில், அவர் எந்த மடத்தையும் நிறுவவில்லை. அவருக்கென்று யாரும் சீடர்கள் இல்லை, தீட்சையும் இல்லை. அதுமட்டுமின்றி அப்படியொன்றும் அவர் எந்த ஒரு புனித நூலையும் கூட எழுதவில்லை. இருந்த பொழுதிலும் வெளிநாடு மற்றும் உள்நாட்டிலிருந்து பல பிரபலமான அறிஞர்கள் காந்தம் தன் வசம் ஈர்ப்பதைப்போல அவரின்பால் ஈர்க்கப்படுகின்றனர். அவர், அவர்களுடைய கேள்விகளுக்கு விடை அளிக்கிறார். அப்படிப்பட்ட அவருடைய எல்லா சத்சங்கங்களும் மராத்திய மொழியில் ரிகார்ட் செய்யப்பட்டுள்ளன. அதனுடைய ஆங்கில மொழிப்பெயர்ப்பும் கூட கிடைக்கிறது. ஆமாம் அந்தப் புத்தகம் இந்த உலகம் முழுவதிலும் நவீன ஸ்பிரிச்சுவல் க்ளாசிக்

என்ற ரூபத்தில் பிரபலமடைந்துவிட்டது. உனக்கேத் தெரியும், இப்படிப்பட்ட பாபாகிரியின்பால் எனக்கு அப்படி ஒன்றும் எந்த ஒரு ஈடுபாடும் இல்லை என்று. என்றாலும் இந்தப் புத்தகம் என்னுடைய நாத்திகத்தை வேரோடு ஆட்டம் காணச் செய்துவிட்டது. இதன் உண்மையான அதாரட்டி யார் என்றால், விபாதான். இந்த விஷயத்தில் அவனுடைய பாதுகாவலராக மாறுவதன் மூலம் நான் திருப்தி அடைகிறேன். அதுமட்டுமல்ல பீனு, இதனால் என்னுடைய அனைத்துவிதமான சங்கடங்களும் நிவர்த்தி செய்யப்பட்டுள்ளன. ஆமாம்... கண்டிப்பாக இந்த மனிதரிடம் ஏதோ ஒன்று இருக்கிறது, அது அவரைத் தவிர வேறு யாரிடமும் கிடைக்காது. சரி அதைவிடு... நீ... உன்னைப்பற்றி சொல்...! அங்கு நீ எப்படி இருக்கிறாய்? என்ன செய்து கொண்டிருக்கிறாய்? கோடை காலத்தில் நீ இங்கு வருவதற்கு முடிவு செய்திருக்கிறாயா? சரி... சரி... நல்லது. மனதிற்குள் அனைத்து விஷயங்களும் புதைந்துள்ளன. உன் மனதிலும் கூட நிறைய இருக்கும். ஆமாம் நாம் இப்பொழுது இந்த மாதமே சந்திக்கப் போகிறோம். என்றாலும் நாங்கள் நிறைய இடங்களுக்கு போக வேண்டி உள்ளது. எங்களிடம் அதிக நேரம் இருக்காது’.

‘நீ எங்களுடன் தான் தங்கவேண்டும்’. - விநாயக் கூறுகிறான், ‘எங்கள் வீட்டில் இடம் விஸ்தாரமாக இருக்கிறது. இரண்டு குழந்தைகளும் அடுத்த மாதம் வெளிநாடு செல்கிறார்கள். அவர்கள் உன்னை சந்தித்திருந்தால் மிகவும் நன்றாக இருந்திருக்கும். ஆனால் அவர்களுடைய ப்ரோகிராம் முடிவாகி விட்டது. அடுத்த மாதம் கிளம்புகிறார்கள்.

‘நாங்கள் தங்குவதைப்பற்றி கவலைப்படாதே பீனு!’ திரிபுவனின் குரல் ஒலிக்கிறது. ‘விபாவின் மாமா கூட அங்கேதான் இருக்கிறார். நாங்கள் அவருடன்தான் தங்கப் போகிறோம். அவருடன் தங்கவில்லை என்றால், அவர் தவறாக நினைப்பார்’.

‘ஏய்... நண்பனே... நீ என்ன என்னுடைய முழு உற்சாகத்திலும், சந்தோஷத்திலும் ‘தீ’ வைத்து விட்டாய். சரி... சரி... ஒன்று - இரண்டு நாட்களாவது எங்களுக்காக ஒதுக்குவாயா. பிறகு, உனக்கு எங்கே போகணுமோ அங்கே போகலாம்’!

‘சரி... சரி... இங்கப் பாருடா..., நீ எதற்கு இப்பொழுதிலிருந்தே இந்த விஷயத்தைப் பற்றி கவலைப்படுகிறாய்!’- திரிபுவன் கேட்கிறான். ‘என்னுடைய பையனும் உன்னை சந்திப்பான். சரி... எல்லாம் சரிதானே...? ஓ.கே. பாய்!’

திடீரென்று விநாயக்கிற்கு ஏதோ ஞாபகம் வந்த உடன் அவசர அவசரமாக மேசையின் கீழ் உள்ள டிராயரில் ஒரு பிரதியை எடுத்துக் கொண்டு வந்து அதன் பக்கங்களைத் திருப்பத் தொடங்கினான். ஓ...! இதுதான்... இதுதான் அந்தக் கவிதை! இப்பொழுது மாலதி அவரிடம் என்ன கூறினாள்?... 'என்ன தொலைபேசியில் நீங்கள் கவிதை வாசித்துக் காட்டுகிறீர்களா...? என்று... ஓ.கே. மேடம். நான் அதைத்தான் இப்பொழுது செய்யப்போகிறேன். நீ... என்ன சொல்லவேண்டியுள்ளது?'

அவன் மறுபடியும் திரிபுவனின் நம்பருக்கு போன் செய்கிறான். ஆனால் போனை திரிபுவன் எடுக்கவில்லை, விபா - தான் போனை எடுத்தாள். 'ஹலோ... நான் மும்பையிலிருந்து விநாயக் பேசுகிறேன். தாங்கள் எப்படி இருக்கிறீர்கள்?... இப்பொழுது தான் திரிபுவனுடன் போனில் பேசிக் கொண்டிருந்தேன். போனை வைத்த உடன்தான் அவனுக்கு ஒரு கவிதையைக் கூற வேண்டும் என்று நினைவுக்கு வந்தது'.

இதைக் கேட்டவுடன் விபாவின் சிரிப்பொலி... கேட்கிறது... 'அவர் இப்பொழுது தான் குளியளறைக்குள் நுழைந்திருக்கிறார். அதிலிருந்து வெளியே வர அவருக்கு குறைந்தது இருபது நிமிடங்கள் ஆகும். கூறுங்கள் விநாயக் சகோதரரே. நீங்கள் கவிதை கூறும் மூடில் இருக்கிறீர்கள்... நான்கூட மிக மோசமான கேட்கும் திறனற்றவர் இல்லை. ஆம்... கூறுங்கள்... அந்தக் கவிதையை எனக்கு வாசித்துக் காட்டுங்கள். உங்கள் நண்பனுக்காக மறுபடியும் வாசித்துக் காட்டுங்கள். மன்னிக்கவும்! ப்ரபஸர் சார், நீங்கள் என்ன நினைக்கிறீர்கள்... என்று தெரியவில்லை. நான்... ஏதோ...!'

'இல்லை... இல்லை... சொல்வதற்கு ஒன்றுமில்லை விபாஜி. நான் கவிதையை தங்களுக்கே வாசித்துக் காட்டுகிறேன்!'

பிறகு மீண்டும் சிரிப்பு...! எவ்வளவு மோகனமானது... எவ்வளவு இனிமையானது...! 'விபாஜி...' இல்லை... இல்லை... என்னை தாங்கள் விபா என்றே அழைக்கலாம் சகோதரரே...! 'ஓ!' விநாயக் கொஞ்சம் சங்கோஜப்பட்டான். பிறகு தன்னைத் தானே அவன் சுதாரித்துக் கொண்டான். ஓ.கே. விபா..., நான் கவிதையை உங்களுக்கு வாசித்துக் காட்டுகிறேன். கேளுங்கள்...!'

'ப்ளீஸ்... வாசித்துக் காட்டுங்கள் - நான் அதைக் கேட்டுக் கொண்டிருக்கிறேன். ஆயிரம் செவிகளைக் கொண்டு!' விபா அதே இனிமையான குரலின் ஒலி. விநாயக் மிகவும் தர்மசங்கடமாக உணர்கிறான். இது போன்ற ஒரு நிலைமையை அவன் கற்பனைகூட செய்ததில்லை.

‘சரி விபா... கேளுங்கள்... கவிதையினுடையத் தலைப்பு ‘ஞாபகம்’. என் வாழ்க்கையில் நான் பார்த்த முதல்பனி, அந்த மனோநிலையைப் புரிந்து கொள்ளுங்கள். அப்பொழுது நான் இரண்டு வயதைக் கூடத் தாண்டி இருக்க மாட்டேன்!’

‘இரண்டு வயதா!’- விபாவினுடைய ஆச்சரியமான குரல் ஒலி... ‘உங்களுடைய நினைவலைகள் இவ்வளவு பின்நோக்கிச் செல்கின்றதா?’

‘உறக்கமெனும் நதியில் தோன்றியது கருமேகதாய் என்ற
தங்க நீர்விழ்ச்சி ஒன்று
அமுங்கியது... தனக்குள்ளே... தனக்குள்ளே...- அங்கேயே
ஜன்னல் மீது விழுந்து படர்ந்தது பனியின் குழந்தை
மேலும்... அதைவிட அதிகமாக
பேச்சற்று மௌனமாக
ஒரு மலை!’

‘வாஹ்... சபாஷ்...! மிகவும் நல்லக் கவிதை சகோதரரே. ‘முதல் - முதல் பெய்த பனியால் சூழப்பட்ட மலைகள்...! மேலும் அதைவிட அதிகமாக வாய்பேச முடியாமல் ஊமையான மலை!... இப்பொழுது, எனக்கு நம்பிக்கை வந்துவிட்டது சகோதரரே, இந்த நினைவு இரண்டு வயது குழந்தைக்கே உரித்தான ஒன்றுதான். நீங்கள் கவிதைகூட எழுதுவீர்களா... நீங்கள் ஒரு கவிஞர் என்பது எனக்குத் தெரியாது. திரிபுவன் கூட என்னிடம் இதுபற்றி கூறவில்லை...!’

இப்பொழுது மௌனம் நீக்க வேண்டிய பொறுப்பு விநாயக்கின் உடையது. விபா, அவனை எப்படி யதார்த்தமாக ஆக்கியுள்ளாள்.

‘திரிபுவன் சரியாகத்தான் செய்திருக்கிறான் விபா, அவன் இதுபற்றி உன்னிடம் கூறவில்லை’, - விநாயக் கூறுகிறான். ‘சொல்வதற்கு தகுந்த விஷயம் ஏதாவது இருந்தால் தானே? சொல்வதற்கு - நான் கவிதையை விட்டு குறைந்தது இருபத்தைந்து வருடங்கள் ஆகியிருக்க வேண்டும்... கவிஞர் கவிதையை விட்டு விலகினால் கூட, கவிதை என்னவோ கவிஞரை ஒருபொழுதும் விடாது என்று கூறுவார்கள் அல்லவா. அதனுடைய நிழல் கவிஞருடையப் பின்னால் தொடர்ந்து வந்து கொண்டிருக்கிறது. என்றாலும்... நான் எனது வேலையை திறம்பட சிறப்பாகச் செய்கிறேன். மேலும் நான் கவிதையும் எழுதுவேன், எனக்கு எதுவும் நினைவில் இல்லை’.

5. 'அவசரப்படாதே சந்து!'

அன்புள்ள சந்து,

எனக்கு கடிதம் எழுதும் பழக்கமில்லை, இருந்தபோதிலும் நண்பனே, நீ கடிதம் எழுதினாய். நீ எனக்கு ப்ரியமான அன்புக் கடிதத்தை எழுதியிருக்கிறாய், அதைப் படித்தபின் என் வயது முப்பது - நாற்பது ஆண்டுகள் குறைந்துவிட்டது போல ஓர் உணர்வு இங்கு - குறைந்து விட்டது என்றால் அதிகரித்துவிட்டது. உனக்குப் புரிகிறதா? உன்னைத் தவிர இப்படிப்பட்ட மாய வலையை என்மீது யார் விரிப்பார்கள்... நீயே சொல். நீ மட்டும் தான் என்னுடைய உண்மையான சந்து. எல்லாவற்றிற்கும் முதன்மையானதாகவும் எல்லாவற்றிற்கும் இறுதியானதாகவும். நீ அவசரப்பட வேண்டாம் சந்து. நாம், நம்முடைய மேல் உலகப் பயணத்தையும் கூட ஒன்றாக இணைந்து மேற்கொள்வோம். முற்றிலும் அதே மாதிரி, எப்படி நாம் அனைவரும் குழந்தைப் பருவத்தில் ஸ்யாஹிதேவி பாணரி தேவி, தேவதல் காஸாரதேவி... மேலும்... வேறு எங்கெங்கெல்லாம் சுற்றி அலைந்து திரிந்தோமோ, அதைப்போலவே... சந்து, நாம் சொர்கத்திலும் சுற்றித் திரிவோம். என்ன நீ இல்லாமல்... என்னுடைய மனது வைகுந்தத்திலும் லயிக்குமா? லச்சுவையும் கூட அழைத்துச் செல்வோம். திரிபுவனுக்கு விருப்பமிருந்தால் அவனையும் உடன் அழைத்துச் செல்லலாம். சரிதானே...?'

நண்பனே! நான் சொல்வதைக் கேள், நான் ஸ்நோபாலைப் பார்ப்பதற்கு வர முடியாது. ஆனால் இந்த வருட சிவராத்திரி மற்றும் ஹோலி விழாவை நான் குழந்தைகளுடன் சேர்ந்து கொண்டாட இங்கேயே இருக்க விரும்புகிறேன். உன்னிடம், ராணிகேத்திற்கு திரும்பி வந்த பிறகு வருகிறேன். நான் இப்பொழுது தான் குழந்தைகளிடமும் உன்னுடைய அண்ணியாரிடமும், சரியாக வருடத்தில் ஒருமுறை பார்த்தால், உங்கள் கண்களாலேயே பார்த்தால் தான் தெரியும் கல்வர் எந்தப் பறவையினுடையப் பெயர்... என்று கூறிக்கொண்டிருந்தேன். சந்து, என்னுடையக் குழந்தைகள் மிகவும் புத்திசாலிகள். முற்றிலும் டாப். நீங்கள் எல்லோரும் என்னை புத்திசாலி என்றுதானே கூறுவீர்கள்? இவர்கள் என்னுடைய தகப்பனார். ஆம் மிகவும் புத்திசாலிகள். ஆனால் அவர்கள் என்ன பார்த்தார்கள் சந்து? அவர்களுக்கு என்ன தெரியும்... அவர்களுக்கு என்னத் தெரியும், வானிலை என்றால் என்ன, பருவகால சுழற்சி என்றால் என்ன. ஹோலி என்றால் என்ன? சிவராத்திரி என்றால் என்ன? நாம் இவர்களையும் தேவதல்-க்கு அழைத்துப் போகலாம். நாம் கோசியில் (நதியில்) குளிக்கலாம், நீச்சலடிக்கலாம், நிறைய கரும்பை ருசிக்கலாம், காலார நடக்கலாம், அதே மாதிரி காலார இயற்கை சூழலில்

திரும்பி நடந்து வரலாம். அன்றைய நாள் முழுவதும் உபவாசம் இருக்கலாம். அதன்பிறகு மாலை ஓகல் ரொட்டி மற்றும் சுவையான லட்டுவையும், பூசணிக்காய் தயிர் பச்சடியையும் சாப்பிடலாம். அதுமட்டுமின்றி இரவு முழுவதும் தீமூட்டிப் பாடலாம், இசைக்கருவியை வாசிக்கலாம். உருளைக்கிழங்கு ஈக்களை பிடிக்கலாம். ஐந்து நாள் முழுவதுமாக ஹோலி விழாவைக் கொண்டாடி மகிழலாம். ஒவ்வொரு நாளும் புதுப்புது இடத்தில் கூடி சந்தித்துப் பேசலாம். என்ன... உனக்கு நினைவிருக்கிறதா சந்து, நம்முடைய பாட்டு வாத்தியார் லேலே சார் என்ன சொல்லுவார் என்று? என்ன சொல்லுவார், இதைத் தானே சொல்லுவார். ஹோலியினுடைய அத்தகைய வலுவான ராக-ஆலாபனங்களை நான் எங்கும் கேட்டதில்லை...!' ஆனால் அவர் நம்முடைய பத்து தினங்களின் ராமலீலைகள் பற்றியும் கூட இப்படித்தானே கூறினார். சந்து, நாம் குறைந்தது இன்னும் பத்து ஆண்டுகள்தான் வாழப் போகிறோம் அல்லவா? பத்து வருடங்கள் என்பது அதிகமானது தான் நண்பனே! நான் ஒவ்வொரு வருடமும் இவர்களை அழைத்துக்கொண்டு அங்கு வர விரும்புகிறேன். இந்த வருடம் சிவராத்திரி மற்றும் ஹோலி விழாவிற்கு, அடுத்த வருடம் மழைக் காலத்தில் ஆம் அப்பொழுது தானே ஜன்மாஷ்டமி மற்றும் கத்துவா அதுமட்டுமின்றி நந்தாதேவியின் திருவிழாவும் நடைபெறும். அடுத்தபடியாக அடுத்த வருடம் இவர்களை அங்குள்ளபடி சிவராத்திரி பூஜையைச் செய்யச் சொல்வேன், ராமலீலாவையும் காண்பிப்பேன். ஆம் கிராமத்தையும், அல்மோரா நகரத்தையும் மேலும் ராணிகேத்தையும் காண்பிப்பேன். பிறகு, சந்து அடுத்த வருடம் நாங்கள் தீபாவளியை அங்கே கொண்டாடுவோம். நண்பனே, என்னவென்றால் நம்மிடம் நேரம் நிறையவே இருக்கிறது. ஆனால் இவர்களிடம் எங்கே நேரமிருக்கிறது? உன்னுடைய அண்ணியும் இப்படி எதிலும் ஈடுபாடில்லாமல் இவர்களை இப்படி வளர்த்து வைத்திருக்கிறாள். உன்னிடம் எதைக் கூறுவேன்... குழந்தைகள்... குழந்தைகள் தானே. அவர்களுக்கு அவர்களுடைய வருங்காலத்தை செதுக்க வேண்டுமல்லவா. மேலும் உனக்கு கூடத் தெரியும். இன்றைய தினங்களில் எப்படிப்பட்ட சண்டைகள் நடக்கின்றன என்று. இந்த துரதிர்ஷ்டமான மக்கள் நம்முடைய வாழ்க்கையை இரட்டிப்பாக்கி போராட வைப்பார்கள். அப்பொழுதுதான்... அவர்கள் தம் வாழ்க்கையில் ஏதாவது செய்யஇயலும். ஆனால் இந்த குழந்தைகளுக்கு என்னவாயிற்று என்று உன் அண்ணியாருக்குத் தான் தெரியும்! வாழ்நாள் முழுவதையும் வீட்டு வேலைகளை செய்வதிலும், குழந்தைகளை வளர்ப்பதிலும் செலவுசெய்து விட்டாள். இப்பொழுதுதான் ஓய்வெடுத்து அமர்வதற்கும் விருப்பப்பட்ட வெளியிடங்களுக்கு யாத்திரை செய்வதற்கும் எங்களுடைய வாழ்க்கை என்ற கடிகாரத்தில் நேரம்

வந்திருக்கிறது. ஆனால் இவர்கள் என்னவோ, இவர்களுக்காகவே இந்த உலகம் என்னவாகவோ மாறப்போகிறது என்று இவ்உலகின் சுமையைச் சுமந்து கொண்டு உலகம் முழுவதும் சுற்றி வருகிறார்கள். இவர்களுக்கு என்னவோ உலகை மேம்படுத்துவதற்காக மட்டுமே வெளிப்படையான ஒப்பந்தம் கிடைத்துள்ளது போல நினைத்துக் கொண்டிருக்கிறார்கள்.

என்றாலும்... சந்து, நானும் கூட ஒண்ணாநம்பர் பிடிவாதக்காரன் தான். என்ன செய்யவேண்டுமென்று முடிவு எடுக்கிறேனோ, அதைச் செய்து முடிப்பதில் உறுதியாக இருக்கிறேன். நண்பனே, இவர்கள் என்ன பார்த்திருக்கிறார்கள்? குழந்தைப் பருவத்தில் அதை அனுபவித்து, குழந்தையைப் போல வாழ இயலவில்லை என்றால் இளைய பருவத்தில் இளைஞர்களைப் போல் இவர்கள் எப்படி வாழ்வார்கள்? நீங்கள் உங்கள் கண்களாலேயே பாருங்கள், உங்கள் காதுகளாலேயே கேளுங்கள் என்ன 'கல்சர்' வளர்கிறது என்று? எனக்கு இந்த கல்சர் - வல்சர் பற்றி எல்லாம் ஒன்றும் தெரியாது சந்து. இது அவர்களின் நாக்கு, என்னுடையது அல்ல. ஆனால் எல்லாவற்றிற்கும் மேலாக அவர்களுக்குப் புரியவைக்க வேண்டுமென்றால் அவர்கள் தம் அனுபவத்தினாலேயே புரிந்து கொள்ள வேண்டும். எப்படி நாம் ஒவ்வொரு வருடமும் பனிரெண்டு மாதங்களின் வற்றாத வாழ்க்கையை அனுபவித்து வாழ்ந்தோம் என்று இவர்களுக்கு கண்கூடாக காட்ட விரும்புகிறேன்... எப்படி ஒவ்வொரு தினமும், ஒவ்வொரு மாதமும், ஒவ்வொரு பருவங்களிலும் தொடர்ந்து கொண்டாடப்படும் விழாக்கள், பாரம்பரியச் சடங்குகள், உறவுகளின் பொருள் என்ன, மரம்-செடிகளின் பொருள் என்ன, நதி-வடிகால்களின் மற்றும் காடுகள்-மலைகளின் பொருள் என்ன என்று! சூரியன் என்றால் என்ன, நட்சத்திரங்கள் என்றால் என்ன...? சந்து, நான் என்னுடைய குழந்தைகளைத் தினமும் ஒரு கோவிலுக்கு அழைத்துச் சென்று அதன் அழகையும் நம் முந்தைய சிற்பிகளின் கைவண்ணத்தையும் காட்ட விரும்புகிறேன். உன்னையும் கூட அழைத்துச் செல்ல விரும்புகிறேன். ஒவ்வொரு சிகரத்திலும் கொலு கொண்டுள்ள பெண் தெய்வங்கள், ஒவ்வொரு பள்ளத்தாக்கிலும் குடியேறியுள்ள சங்கர் மஹாதேவரையும்... நான் இவர்களுக்குக் காண்பிக்க விரும்புகிறேன். ஹே... சந்து! உன்னுடையதும் என்னுடையதுமான நாட்கள் எங்கிருந்து ஆரம்பமாகின? வீட்டின் பூஜை அறையில் இருந்து வரும் மணியின் நாதத்தில்தானே? சந்து... என்னுடைய வீட்டில் கடவுளுக்கென்று தனியாக பூஜையறை இல்லை... எப்படி இருக்கும்?... அதுமட்டுமல்ல சந்து, ஒவ்வொருவரின் இளம்பிராயத்தினுடைய பூஜையறையின் இடம் காலியாக வெற்றிடமாக இருந்ததோ, அவர்களுடைய மனதில் எப்பொழுதும்... ஆம்... எப்பொழுதுமே அந்த வெற்றிடத்தின் சூன்யம் குடிகொள்ளத் தொடங்கி

விடுகிறது. அதை... அந்த வெற்றிடத்தை நிறப்புவது என்பது மிகவும் கடுமையானது. ஆனால் அது மிகவும் முக்கியமானது. இதன் பொருள் என்ன என்றால், அந்த வெற்றிடத்தில் எதையாவது கொண்டு கண்டிப்பாக நிரப்ப வேண்டும். இல்லையா...? இப்பொழுது உன்னுடைய அண்ணி என்னைப்போன்று இந்த வெறுமையைப் பார்க்கவில்லை, புரிந்துகொள்ள வில்லை, அப்படியென்றால் என்ன? நான் இந்தக் குழந்தைகளினுடைய தந்தை என்ற முறையில் என்னுடைய பொறுப்பை நிறைவேற்ற வேண்டாமா?

என்னுடைய குழந்தைகள் புத்திசாலிகள்... சந்து. என்னுடைய வலியை அவர்கள் தன் சொந்த வழியில்... தன் படிப்பறிவின் மூலம் புரிந்து கொள்வார்கள் என்பதில் சந்தேகமில்லை. காலம் என்பது மிகவும் மோசமானது சந்து...! என்றாலும் காலம் என்பது எப்பொழுது தான் மோசமானதாக இருக்காது? நம்முடைய காலகட்டத்தில்... என்ன... நம்முடைய மோசமான காலங்கள் இருந்தன... இல்லையா? இருந்த பொழுதிலும் நானும்-நீயும் வருத்தப்படவில்லை, மாறவில்லை. ஏன் நாம் வருத்தப்படவில்லை? நாமும் கூட இந்த இரக்கமற்ற உலகத்திலிருந்து நிறைய சந்தர்ப்பங்களில் வாழ்க்கையை சமாளிக்க எதிர்நீச்சல் அடித்திருக்கிறோம். நம்முடைய சொந்த வழியில் நமக்கே உரித்தான வழியில் தொடர்ந்து எழுந்து மறுபடியும் வாழ்க்கையில் நடைபோட்டோம். மோசமான காலகட்டத்திலும் நல்லவைகளை எடுத்துக் கொண்டோம். என்ன என்ன எடுத்துக் கொண்டோம்... எப்படி எடுத்துக் கொண்டோம்! எங்கோ நமக்குள் எதையாவது ஆதரிக்க வேண்டியிருந்தது... அப்பொழுதுதானே எடுத்துக் கொண்டோம். தேவையானதை எடுத்துக் கொண்டோம். எடுத்துக்கொண்டோமா இல்லையா? அது என்ன? அந்த ஆதரவு என்பது என்ன, இதுபற்றி பல சமயங்கள் என்னையே நான் கேட்டுக்கொண்டேன், அதனால், நண்பா சந்து, இந்தக் கேள்வியை அறிந்துக் கொள்ளும் ஆவலில் என்னுடைய எதிரில் எது கண்கூடாகத் தெரிகிறதோ, அது... ஆம்... அது அந்தத் திருவிழாக்கள் தான் - அவைகளைத்தான் நான் என் குழந்தைகளுக்குக் காட்ட விரும்புகிறேன்.

நான் கூறும் விஷயம் உனக்குப் புரிகிறதல்லவா? எல்லாவிதமான சலசலப்புகளும், எல்லாவிதமான தொல்லைகளும், எல்லாவிதமான தவறுகளும் இருந்தபோதிலும், நமக்கென்று நமக்காக ஒரு முழுமை பெற்ற ஆதர்சமான குழந்தைப் பருவம் இருந்தது. அந்தப் பருவத்தில் தோழர்களும் இருந்தார்கள், அத்தகைய தெய்வம் இருந்தது. இப்படிப்பட்ட பூமி, இப்படிப்பட்ட ஆகாயம், இப்படிப்பட்ட உயிரோட்டமுள்ள வைரம்-முத்து போன்ற மக்கள், இத்தகைய நியாயமான அதிசயங்கள், இத்தகைய பசுமையான லீலைகள்... இவைகள், இன்னும்...

இன்றுவரை, ஆம்... ஆம்... நாற்பது ஆண்டுகள் நாடுகடத்தப்பட்டு வனவாசத்தில் இருந்த போதிலும், இவைகள் அனைத்தும் என் இதயத்துள் அப்படியே - அதே மாதிரியே எந்த மாற்றமுமில்லாமல்... என்னுள் உயிருடன் ஜீவித்திருக்கின்றன. அதனால் தான், சந்து நம் குழந்தைகள் தம் பரம்பரை என்ன என்பதையும் அறிந்துகொள்ள வேண்டும் என்று நான் விருப்பப்படுகிறேன். இதில் அவர்களுடைய பங்கை சொல்ல யாராலும் முடியாது, இவற்றை உயிருடன் காப்பாற்றுவதோடு மட்டுமில்லாது, அதைத் தொடர்ந்து... நியதிகளை... மேற்கொள்வது தான் அவர்களுடைய தர்மமாகும். சந்து, உனக்கே தெரியும், என்ன... தர்மத்தை நாம் காப்பாற்றினால் அந்த தர்மம் நம்மை காப்பாற்றும் என்று. நம்முடைய முன்னோர்கள் தேவையற்ற வாய் வார்த்தையாகக் கூறினார்களா? இப்படிப்பட்ட... இந்த திரட்டப்பட்ட மூலதனங்கள் எல்லாம் உங்களுக்கான... உங்கள் வாழ்க்கையில் உங்களுக்கு... உதவி... தேவைப்படும் பொழுது உதவுவதற்காகவே உள்ளது. என்றாலும்... நீங்கள் இதை உருவாக்கும் பொழுதுதான்... அதன் மதிப்பை நீங்கள் உணர்ந்து புரிந்து கொள்ளும் பொழுதுதான் இதுவும் உங்களுக்கு உதவி புரியும், உங்களுடைய பணியில்... நீங்கள் செயல்பட உதவிபுரியும்... அப்பொழுதுதான் இதனுடைய மதிப்பு என்ன என்பதை நீங்கள் புரிந்து கொள்வீர்கள். நான் கூறுவது சரிதானே... சந்து? நான்... எழுதியது கொஞ்சம் தான் ஆனால் நிறைய புரிந்து கொள்ள வேண்டும். அப்படி இல்லையென்றால் நிறைய எழுதியுள்ளேன் என்றால் கொஞ்சம் அதிகமாக புரிந்து கொள்ளவேண்டும். நான் என்னுடைய குழந்தைக்-குட்டிகளை கூட்டிக்கொண்டு உன்னிடம் வருகிறேன். நான் உன்னையே நம்புகிறேன் என்று நான் சொல்லத் தேவையில்லை. ஆம்... நீ தான், இந்தமுறை இவர்களுக்கு ஹோலி என்ற ஹோலியையும், சிவராத்திரி என்பது என்ன சிவராத்திரி விரதம் என்பது என்ன என்பதையும் காட்டவேண்டும்...! சந்து, மாமா... என்றால் யார், எப்படிப்பட்டவர் என்றும் இவர்கள் புரிந்து கொள்ள வேண்டும்!

ஒருவேளை, என்னுடைய துரதிர்ஷ்டம் காரணமாக... இவர்கள் என்னுடன் வரவில்லை என்றால், நான் தனியாக வருவேன், கண்டிப்பாக வருவேன். நம்முடையப் பழைய நண்பர்கள், யார் யாரை எல்லாம் சந்திக்கிறாயோ, அவர்கள் எல்லோரிடமும் கூறவேண்டம். லச்சூவிடமும் சொல். நான் அவனுக்குத் தனியாக கடிதம் எழுதவில்லை. உனக்கு எழுதினாலும் லச்சூவுக்கு எழுதினாலும் - ஒன்றுதான். என்ன... அப்படித்தானே? சரிதானே...? சரி... அவ்வளவு தான்...

-உன்னுடைய பீனு

6. மண்டலத்தில்

‘இட்ஸ் இம்பாஸிபில் அப்பா!’ நீங்கள் என்ன பேசுகிறீர்கள். எங்களுக்கு எங்கே நேரம் இருக்கிறது. நீங்களே பார்த்துக் கொண்டுதானே இருக்கிறீர்கள், இன்னும் எவ்வளவு வேலை பாக்கியிருக்கிறது என்று’.

‘சரி... சரி... சிவராத்திரிக்கு வர வேண்டாம். ஒருவாரத்திற்கு மட்டும் ஹோலியை கொண்டாடுவதற்கு அங்கே போகலாம் அல்லவா!’

‘எப்படி செல்வது. மார்ச் இருபத்தியோராம் தேதி ப்ளைட்டைப் பிடிக்க வேண்டும். இது எப்படி நடக்கும்? அதுமட்டுமல்லாமல் இதனால் என்ன நன்மை நமக்கு ஏற்படப்போகிறது? இப்படிப்பட்ட குழப்பமான சூழலில் நம்மால் எப்படி அந்தச் சூழலை அனுபவித்து ரசிக்க முடியும். கொஞ்சமாவது காமன் சென்சோட யோசிங்க அப்பா...’

‘ஆமாம்... ஆமாம்... நீங்கள் மட்டுமே காமன் சென்ஸின் முழு குத்தகையையும் எடுத்துள்ளீர்கள் போலிருக்கிறது. சரி... உங்கள் விருப்பம். நான் தனியாகவே சென்று வருகிறேன். நான் என் நண்பன் சந்துவுக்கு வருகிறேன் என்று உறுதி அளித்திருக்கிறேன்’.

‘ஐயோ அப்பா... யு ஆர் இம்பாஸிபல். ஹீ இஸ் திஸ் ப்ளடி சந்து? நீங்கள் அவருக்கு வருகிறேன் என்று உறுதி அளித்துள்ளேன்...! என்று கூற வருகிறீர்கள்? என்ன எங்கள் மீது உங்களுக்கு எந்த கமிட்மெண்டும் இல்லையா?’

‘டோன்ட் பி ஸிலி. நான் உங்களுக்காகவே இந்த திட்டத்தை உருவாக்கினேன். உங்களுக்கு வர விருப்பமில்லை என்றால்... விட்டுவிடுங்கள்... இந்த விஷயம் இதோடு முடிவடைந்துவிட்டது.’

‘அப்பா... இப்பொழுது இங்கிருக்கும் பிரச்சனை எங்களுடைய விருப்பமோ... எங்களுக்கு விருப்பமில்லையோ என்பதில்லை. இப்பொழுது வரை நீங்கள் எங்கே இருந்தீர்கள்? நாங்கள் இதுவரை உங்களுக்கு மலையைக் காண்பிக்க நினைத்ததில்லை. உங்களுக்கு மட்டும் திடீரென்று இப்பொழுது எங்களுக்கு மலையைக் காண்பிக்க வேண்டும் என்று ஏன் தோன்றியது. நாம் அந்த நிலையில், சூழலில் முற்றிலும் இப்பொழுது இல்லாதபொழுது... அதைப்பற்றிய புரிதல் இல்லாதபொழுது... ஏன் அதைப்பற்றி... நினைவு கொள்ள வேண்டும். நீங்களே நினைத்துப் பாருங்கள். நீங்கள் வெளிநாடு சென்றபொழுது எப்படி வீடு முழுவதையும் ஊசலாடும்படி தொங்கவிட்டீர்கள். இப்பொழுது நாங்கள் வெளிநாடு செல்லவிருக்கிறோம். ஆனால்

உங்களுக்கு என்னவோ இது குழந்தையின் விளையாட்டாக தெரிகிறது. என்ன மம்மி அப்படித்தானே?'

'மகனே, அவர் செல்ல விரும்பினால் செல்லட்டும் - எப்படி இருந்தாலும் அவர் என்னவோ நீங்கள் ஊருக்குக் கிளம்ப எல்லாவற்றையும் பார்த்து பார்த்து செய்யப்போவதில்லை. நாமே எல்லாவற்றையும் பார்த்துக் கொள்ளலாம். உங்களுக்கு என்றைக்கு ப்ளைட்டோ அன்றைக்கு அவர் இங்கு வந்தால் போதும் இல்லையா... அவருக்கு விருப்பமென்றால் அங்கேயோ அவருடைய அல்மோராவிலும், ராணிகேத்திலும் இருந்துவிட்டு வரட்டும். நீ இங்கேயே இவருக்கு 'டா-டா' சொல்லிவிடு'.

விநாயக் கோபமுற்று நேராக தன்னுடைய அறைக்குள் சென்றுவிட்டான். உள்ளிருந்து கதவை தாளிடும் சத்தம் கேட்கிறது - படாக். மகனும் அம்மாவும் ஒருவரை ஒருவர் முறைத்துப் பார்க்கிறார்கள்.

'பாதர் ஹேஸ் கான் செனாயில்!' சுட்கு அல்லது பாஸ்கருடன் வாழ முடியவில்லை... போலிருக்கிறது...!

'ரியலி...! ஐ ஜஸ்ட் பெயில் டு அண்டர்ஸ்டேண்ட் வாட் இஸ் கான் ராங் வித் ஹிம். பர்டிகுளர்லி ஆப்டர் ஹிஸ் ரிடர்ன் ப்ரம் இங்கிளாண்ட்!'

'சரிடா... கவலைப்படாதே... விடு. உன்னுடைய அப்பா 'மூடி' டைப். அவர் எந்த ஒரு மனநிலையில் இருக்கிறாரோ... அதைவிடுத்து அந்த மனநிலையைத் தவிர அவருக்கு வேறு எதுவும் தென்படாது. எப்பொழுது அவருக்கு ராணிகேத்தில் இருக்கும் அவருடைய நண்பனிடமிருந்து கடிதம் வந்ததோ, அதிலிருந்து... அன்றிலிருந்து மலையினுடைய பேய் அவர் மீது சவாரி செய்து கொண்டிருக்கிறது. பேய் என்பது பேய் தான்... மகனே. அந்த பேய் அவர் மேலிருந்து தானாகவே இறங்கிவிடும். அதனால்தான் நான் இதற்கு இடையில் வருவதில்லை. ஏதாவது சொல்லிவிட்டால் பேய் என்மீது வெடிக்கும் என்பதை நான் நன்கு அறிவேன். முன்பெல்லாம், என் வார்த்தைக்கு இவர் கட்டுப்பட்டு நடப்பார். ஆனால் இப்பொழுது என்னவோ தலைகீழாக மாறிவிட்டது.

'அப்படி என்றால்... என்ன கூற வருகிறீர்கள் அம்மா... நீங்கள் பேயை ஓட்டும் வித்தையை மறந்துவிட்டீர்கள் என்று நினைக்கிறேன். ஒரு காலத்தில் இது உங்களுக்கு கை வந்தக் கலை'. இருவரும் பலமாக சிரிக்கிறார்கள்.

'அந்தக் கலை எனக்குத் தெரியும். இன்றும் தெரியும். ஆனால் இந்தப் பேய் என்னவோ தனித்துவமானது. இதற்கு முன்பு இப்படிப்பட்ட பிராண்ட் பேயை நான் எதிர்கொள்ளவில்லை. உங்கள் தந்தை முற்றிலும் அந்தப் பேயை நேருக்கு நேர் எதிர்கொள்ளும் பொழுதுதான் அந்தப் பேயானது அவரை விட்டு இறங்கிவரும் என்று நான் நினைக்கிறேன்.

'வாட் டு யு மீன் மாம்!'

'ஒருமுறை அவரை அங்கு செல்ல அனுமதிக்க வேண்டும். பேயே... பேயை விரட்டி கீழே இறக்கிவிடும். அவர் ஆசை அனைத்தும் அதுவாகவே மறைந்துவிடும். உன்னுடைய தந்தையைப் பற்றி எனக்குத் தெரியாதா என்ன?'

விநாயக் தன்னுடைய கோபபவனில் உச்சத்தில் உட்காந்திருக்கிறான் - மேஜையின் மீது இரண்டு முழங்கைகளை மடித்து மற்றும் உள்ளங்கைகளின் மேல் தன்னுடைய நெற்றியைப் புதைத்துக் கொண்டான். என்ன... அவன் இப்பொழுது மாலதி சொன்னதை கேட்டு விட்டானா? எப்படிக் கேட்டிருப்பான்? யாருக்குத் தெரியும். என்னவாக வேண்டுமானாலும் இருக்கட்டும்? மாலதியின் சர்வ வல்லமையுள்ள நம்பிக்கையை போற்ற வேண்டியிருக்கும். விநாயக் பல லட்ச தினங்களாக தன்னுடைய மனதில் நினைத்து கொண்டிருப்பதோடு மட்டுமல்லாமல் தன்னுடைய வாய் வார்த்தைகளின் மூலமாகவே, அவனுடைய மலை எப்பொழுதும் அவனுடைய மனதில் இருப்பதோடு மட்டுமல்லாமல் அவனுடன் சேர்ந்து எப்பொழுதும் பயணித்துக் கொண்டிருக்கிறது என்று பதிவு செய்து கொண்டிருக்கிறான். இப்படிப்பட்ட இந்த விசித்திரமான உண்மையை நாமோ அல்லது அவனுடைய குடும்பத்தினரோ என்ன செய்ய முடியும். விநாயக் என்னவோ மலையைவிட்டு வந்து முப்பது ஆண்டுகள் உருண்டோடி விட்டன. அதுமட்டுமின்றி இந்த முப்பது ஆண்டுகளில் அவன் ஒரு போதும்... மறந்தும் கூட மலைக்கு திரும்பவில்லை. ஆரம்ப ஆண்டுகளில் நிச்சயமாக மலைகளுக்கும் சமவெளிக்கும் இடையில் ஏதோ வந்து போகும் இயக்கம் இருந்தது. அங்கிருந்து விநாயக்கின் வீட்டிலிருந்து சிலர் விநாயக் எங்கேயெல்லாம் வசித்தானோ அங்கேயெல்லாம் இருந்து அவனை பார்க்க வந்துக் கொண்டிருந்தனர். என்றாலும் அதுவும் கொஞ்சம் கொஞ்சமாக முடிவுக்கு வந்துவிட்டது. உண்மையைச் சொல்வதானால், நம்முடைய சரித்திரத்தின் நாயகன் இரண்டு - இரண்டு, ஆனால் மாறாக மும்மூன்று உலகங்களில் ஒன்றாக வாழ்ந்துள்ளார். ஆனால் என்னவோ அந்த உலகங்களும் எப்படிப்பட்டவை என்றால் தங்களுக்குள் எந்த இணக்கமும் இல்லாதவை...

பற்றற்றவை. இப்போது இந்த மூன்று உலகங்களுக்கும்... மூவருக்கும் ஒரே மாதிரியான உரிமை உண்டு என்பது வேறு. பிரச்சனை என்னவென்றால் இந்த மூன்றும் முற்றிலும் ஒன்றிணைந்து... ஒன்றாக ஆக வேண்டும் என்பதில் விநாயக் பிடிவாதமாக இருக்கிறான்.

விநாயக்கின் சார்பாக முன்முயற்சி எடுத்தல் மூலம் ஏறக்குறைய பதினைந்து வருடங்களுக்கு முன்பு விநாயக்கிற்கு அவனுடைய இருப்பிடத்தில் இருக்கும் பல்கலைக் கழகத்திலிருந்து ‘ரீடர்’ பதவிக்காக நேர்காணல் அழைப்புக் கடிதம் அனுப்பப்பட்டது. இந்த வாய்ப்பிற்காக விநாயக் கனவு கண்டுகொண்டிருந்தான், ஆனால் அவன் கண்ட கனவு நினைவாகி அவனது கைகளில் அனாயசமாக கிடைத்துவிட்டது. விநாயக்கின் பழைய வகுப்புத் தோழன் வினோத் திவாரி, அங்கேயே ரீடராகப் பணிபுரிந்து வந்தவர் - உண்மையில் விநாயக்கை தனது துறைக்கு அழைப்பதன் மூலம் லாபத்திற்கு பதிலாக நஷ்டத்தை சந்திக்க நேரிடும் என்ற போதிலும், நேர்காணல் என்பது ஒரு முறைக்கானதாக மட்டுமே இருக்கும் என்றும், விநாயக்கின் நியமனம் உறுதி என்று அவர் சார்பாக விநாயக்கிற்கு உறுதியான உத்திரவாதத்தை வழங்கினார். இவரைவிட அதிக தகுதிகள் கொண்ட ஒரு வேட்பாளரைக் கண்டுபிடிப்பது சாத்தியமில்லை... துறைத் தலைவர், அவருடைய பணித்திறனை நன்கு அறிந்தவர். அவரை துறைக்கு தேர்ந்தெடுப்பது என்பது முன்பே ‘பிக்ஸ்’ ஆகிவிட்டது, போன்றவை முதலிலேயே உறுதி செய்யப்பட்டவை. இந்த உலகத்திலும், இது போன்று நடக்குமா என்று யாராவது நம்புவார்களா? ஆமாம்... நன்கு தெரிந்து கொண்டே ஒருவர்... உங்களை தன் தலையில் பாரமாக சுமக்க ஆர்வமாக இருப்பார்களா? இதைத்தான் நட்பு என்று அழைக்கிறார்கள். இது தன்நினைவற்ற மயக்க நிலை, தன்னலமற்ற அன்பு என்று அழைக்கப்படுகிறது. உண்மையைச் சொல்வதென்றால், விநாயக்கை விட, வினோத் தான் அவனை நைனிடாலுக்கு அழைக்க உற்சாகமாக இருந்தான்.

அடுத்து... அதற்குப் பிறகு என்ன நடந்தது? என்ன... விநாயக் இண்டர்வ்யூவிற்கு செல்லவில்லையா? இப்படிப்பட்ட ஒரு அரிய வாய்ப்பினை அவன் ஏன் தன் கையில் இருந்து நழுவ விட்டுவிட்டான்? இண்டர்வ்யூவிற்கான தேதி நெருங்கி வருகையில், பலவிதமான சந்தேகங்களும் எதிர்மறையான துயரங்களும் அவனை தொந்தரவு செய்யத் தொடங்கிவிட்டன. ஏன் என்று தெரியவில்லை. அவனுக்கு எங்கோ சிக்கிக் கொள்வதைப் போன்று தோன்றத் தொடங்கிவிட்டது. அவன் விழுங்க ஆர்வமாக உள்ளான். அவனுக்கு அங்கே... இப்பொழுது அப்படி என்ன இருக்கிறது? கடந்த காலத்தின் நிலைகளிலிருந்து தனது

உயிரை காப்பாற்றிக் கொள்வதற்காக அவன் கைகளையும் கால்களையும் கஷ்டப்படுத்திக் கொண்டிருந்தான்... என்ன... இப்பொழுது திரும்பிச் சென்று அதே சிறையில் கைதியாக அடைக்கப்பட வேண்டுமா? உறவுகள் என்ற அந்த வனாந்தரத்தில் சிக்கி இருப்பதன் பொருள்... இத்தனை வருடங்களாக அவர் சம்பாதித்த இந்த உண்மையான உறவு, அழிக்கப்பட வேண்டுமா என்ன... விநாயக் இந்த அபாயத்தை தன் கையில் எடுக்க தயாராக இருக்கிறானா? ஒருபொழுதும் இல்லை. இல்லவே இல்லை. அவன் தயாராக இல்லை. உண்மையான காதல், உண்மையான அன்பு இவற்றை பெறுவதற்கு மற்றும் இவற்றை கொடுப்பதற்கு வேண்டிய தூரம் அவசியம், உண்மையான அன்பைக் கண்டிபிடிப்பது மற்றும் கொடுப்பதற்கு தூரமும் அவசியம் என்று இவ்வளவு சிரமத்துடன் பாடம் கற்றுக் கொண்ட பிறகு அதை மறப்பதற்காகவா இவ்வளவு சிரமத்துடன் கற்றுக் கொள்ளப்பட்டது. வீட்டை விட்டு எங்கோ தூரத்தில் பிரித்து வைக்கப்படுவதால் வீடு ஒரு வீடு போல் அழைக்கிறது மற்றும் பேசுகிறது. வீடு மட்டும் வீட்டின்... பிடியில் உள்ள இறுக்கத்தில் வீடு தன்னை மூச்சுத் திணறடிக்கும் ஆபத்தில் உள்ளது.

விநாயக் செல்லவில்லை. விநாயக்கிற்கு இந்த செயலால் ‘எல்லோருக்கும் முன்னால் அவமானப்படுத்திய துரோகச் செயலால்’ வினோத் அதிர்ச்சி அடைந்ததோடல்லாமல் இந்தச் சம்பவத்திற்குப் பிறகு விநாயக்கின் உடனான தனது உறவை என்றென்றும்... முற்றிலும் துண்டித்துவிட்டான். ‘ஆப்டர் சச் நாலேஜ் வாட் பர்கிவ்னெஸ்!’ இந்த இரண்டு வரிகளை தனது கடிதத்தின் கடைசி வரிகளாக எழுதி விநாயக்கிற்கு தான் எழுதிய கடிதத்தை முடித்தான். இதைப் பார்த்து விநாயக்கிற்கு சிரிப்பு வந்தது, பட்டாவும் என்னை விவாகரத்து செய்கிறது என்றால் டி.எஸ். எலியட்-டின் இரட்டை வேண்டுகோளின் படி விவாகரத்து கொடுக்கப்படுகிறது. இப்படிப்பட்ட லேசான மனதுடன் தொடங்கி, அவன் ஒரு நீண்ட அழுகையை அழுதான். உங்கள் பக்கம் இருக்கும் நியாயத்தைப் உங்களுடைய பால்யஸ்நேகிதனிடம் விளக்குங்கள். ஆனால் அந்தக் கடிதம் மிகவும் சிக்கலானது என்று அவன் நினைத்துக் கொண்டிருந்த நேரத்தில்... புரிந்து கொள்ளப்பட்டது, அக்கடிதத்தை திறந்து சமரசம் மற்றும் புரிந்து கொள்ளும் முயற்சி என்பது வேடிக்கையானது மற்றும முட்டாள்தனமானது. இப்பொழுது அவனுக்கே அவன்மேல் நம்பிக்கையில்லை... ‘பறவை பண்ணைக்கு உணவளிக்கும் பொழுது’... இப்படி இருக்கையில் வினோத்திற்கு எப்படி உறுதியளிப்பான்? எனவே அவன் அந்தக் கடிதத்தை கிழித்து எறிந்துவிட்டு அமைதியாகி விட்டான். ஆனால் மறுபுறம், வினோத்தும் கூட சமமாக

அசைக்க முடியாத மௌனத்தில் அமைதியான நிலைப்பாட்டை எடுத்தான். இப்படி, அவன்... யாரை தனது ஒரே குடும்பமாக நினைத்தானோ, அவனே... மிகவும் நெருங்கிய இன்டலைக்சுவல் சகோதரன் என்று அழைத்தானோ... ஏற்றுக்கொண்டானோ... அவனும் அவனது கைகளை விட்டு சென்று கொண்டே இருந்தான்.

தான் முடிவு எடுத்தப்பிறகுதான் விநாயக்கிற்கு நிம்மதி ஏற்பட்டது என்பதல்ல. பலமுறை அவன் மனதிற்குள் ஒரு வருத்தம் போன்ற உணர்வு மணந்திரும்புதலின் உணர்வு அவனிடம் எழுந்தது என்பதை அறிவான். பின்னர் அவன் தனது குடும்பத்தை குற்றம் சாட்டத் தொடங்குகிறான். தன் குடும்பத்தின் பொருட்டே தனது தயக்கத்தினாலும் வெளிப்படையான எதிர்ப்பினாலும் அந்தப் பொன்னான 'ஆபர்'-யை நிராகரிக்க வேண்டியிருந்தது என்று குடும்பத்தினரை குற்றம் சாட்டத் தொடங்குகிறான். அந்த பின்தங்கிய மற்றும் மிகவும் குளிர்ந்த பிராந்தியத்தில், அவனுக்கு ஏற்ற சூழல் இல்லாதப் பகுதியில் எந்த ஒரு 'ஸ்கோப்'பும் இல்லாத இடத்தில் அவனுக்கு ஏன் அங்கிருக்க விருப்பம் ஏற்படுகிறது. ஆயினும் கூட இந்த சாக்குப்போக்கு மேலோட்டமாகப் பார்த்தால் சரியானதாகவேத் தோன்றும் ஆனால் உள்ளிருந்துப் பார்த்தால் அது வெறும் வெற்றிடம், சூன்யம். ஆம் இது விநாயக்கிற்கும் கூட நன்குத் தெரியும். இருந்தபோதிலும் ஏன் அவன் அதை ஒருபோதும் முன்னோக்கி எடுத்துச்செல்ல தவறிவிட்டான்?

ஆனால்... மனஉளைச்சல் எதற்காக...? இதற்காகத்தான் வருத்தம், விநாயக்கின் மனதில் எங்கேயோ ஒரு இனம் புரியாத சோகம் இருக்கிறது. எப்பொழுதும் அதை அவன் தன்னுடைய அந்தராத்மாவின் மனசாட்சியின் வீடாக ஏற்றுக் கொண்டிருக்கிறான் - கூறிக்கொண்டிருக்கிறான். ஆனால் உண்மையிலேயே அங்கே... அவன் கூறிக்கொண்டிருக்கும் அந்த வீடு எப்பொழுதாவது இருந்திருக்கிறதா? ஒருபொழுதும் அப்படி இருந்ததில்லை. உங்களுக்கு முன்னால், நீங்கள் ஒருபோதும் ஏற்றுக் கொள்ள முடியாதது, பழிவாங்கும் எதிர்மறையான உணர்வு போன்ற ஒரு விஷயம் உள்ளுக்குள்ளோயே குடைந்து கொண்டு இருக்கவில்லையா? என்ன மாதிரியான உணர்வு? எப்படிப்பட்ட உணர்வு? இதுதானே... அது... இதுதானே... ஒருபொழுதும் அவனிடம் தன்னுடைய வீடு என்று சொல்லக்கூடிய ஒரு பொருள்... அப்படிப்பட்ட ஒரு பொருள் ஒருபொழுதும் இருந்ததில்லை, அங்கே அந்த வீட்டில் அவனது உணர்வுகள் மற்றும் உதவியற்ற எதற்காகவோ ஏங்கிக் கொண்டிருக்கும் குழந்தை மனம் தொடர்ந்து கீறப்பட்டு வந்தது. அங்கே அவன்... சிந்தனை மற்றும் அவமானத்தை விட அதிகமாக அவன் கருணைக்கு

தகுதியானதாக கருதப்படுகிறான். அங்கே, ஆம் அங்கே... ஒரு முற்றிலும் உண்மையான திடமான ஒரு விசேஷமாக கட்டப்பட்டிருக்கும் வீடு, அத்தகைய வீடு இரக்கமுள்ள அனைவரின் வீட்டையும் விட அந்த வீடு பலமடங்கு பிரமாண்டமான விசேஷமாக இருக்கும். கலை மற்றும் வாழ்வதற்கு தேவையான நவீன வசதிகள் நிறைந்த ஒரு வீடு, ஆம் இந்த வீடு மலையின் பாரம்பரிய கட்டிடக்கலைக்கு ஒரு தனித்துவமான எடுத்துக்காட்டு. ஆம்... அப்படிப்பட்ட வீடு... அந்த வீடு... ஆதர்சனமான அந்த வீடு... இந்தக் கனவை நனவாக்காமல் விநாயக்கால் கண்மூடி ஓய்வெடுக்க முடியாது. இந்த உலகின் மற்ற எல்லா ஆசிர்வாதங்களையும் அவன் பெற்றாலும் கூட... தான் கண்ட கனவை நனவாக்காமல் அவன் மனம் அமைதி அடைய முடியாது. இந்தப் பிரித்தறிய முடியாத, ஆத்திரமூட்டும், ஆனால் அதிருப்தி அடைந்த மோசமான சூழலில், தனது அம்மாவையும் - அப்பாவையும் மற்றும் உடன்பிறப்புகளையும் வாழ்க்கையின் மிகச் சிறிய விஷயங்களுக்காகக் கூட வாழ்நாள் முழுவதும் ஏங்க வைத்தது. ஆம் அதிருப்தி அடைந்த வாழ்க்கை சூழலில் எதிர்கொண்ட ஏமாற்றங்களை பழிவாங்காமல் உண்மையில் விநாயக்கிற்கு விடுதலை... அதிலிருந்து விடுதலை எப்படி கிடைக்கும். அது விடுதலையாக எப்படி இருக்கமுடியும்.

ஆழமாகச் சென்று உள்நோக்கினால், என்ன ஒரு அசிங்கமான கீழ்த்தரமான ஏக்கம் என்று தோன்றும் - அல்லவா... என்ன விநாயக்கிற்கு இது தெரியாதா? அவனுடைய அழுகை அவனுக்குத் தெரியும். இதையும் மீறி, அவன் ஏக்கத்தைப் பற்றி என்ன சொல்வது. அவனுடைய விரக்தி விநாயக்கின் வளர்ந்த மனசாட்சி எப்பொழுதும் மறுப்பு என்ற எதிர்மறையான, நிராகரிக்கப்பட்ட குப்பையில் வீசப்பட்டான். இன்னும் சில பலவீனமான உணர்வுகள் மேம்பட்ட தருணங்களில் அவனுக்கே அவனைப் பிடிக்கவில்லையா? என்ன, விநாயக் தன நண்பன் லட்சூவின் கடிதத்திற்கு பதில் கடிதம் எழுதியபொழுது, விநாயக்கிற்குள் எங்கோ ஆழ்மனதில் ஆழமாகப் பதிந்திருக்கும் ஏக்கம் பொங்கி எழுந்து வெளிப்படவில்லையா?.. அது 'நண்பனே, நீ ராணிகேத் போன்ற ரம்மியமான இயற்கை எழில் பொழியும் கன்டோன்மென்டில் கூட ஒரு ஓட்டலை திறக்கும்போது, அதனுடைய கவர்ச்சியை கொண்டிருக்கும் திறனை என்னிடம் காண்பிக்க வேண்டாம். நீங்கள் அந்த ஓட்டலின் கவர்ச்சியை ஆகர்ஷனத்தை வேறு யாரிடமோ அல்லது உங்கள் வாடிக்கையாளர்களிடமோ காண்பிக்கலாம். என்னிடம் வேண்டாம். எனக்காக, நீங்கள் அங்கே... எங்காவது ஏதாவதொரு காடேஜை ஏற்பாடு செய்ய மாட்டீர்களா? கொஞ்சம் அந்த சிறுவயது நாட்களை நினைத்துப்

பாருங்கள், லட்சூ நீயும் நானும், இரண்டு பேரும் மிகவும் சோர்வானவர்கள். நம்முடைய பணக்கார நண்பர்கள், ஆம் யாரை குறிப்பிடுகிறேன் என்றுத் தெரிகிறதா ஆம் திரிபுவன், ஹரீஷ் மற்றும் வினோத் திவாரி, ஆம் இவர்களின் பங்களாக்களைப் பார்த்து... அதைப்போன்று பங்களாவை நாமும் - நமக்காக வாங்க வேண்டும் என்று கனவு கண்டோமே... நமக்காக ஒரு ஆதர்சமான வீடு... உனக்கு ஞாபகமிருக்கிறதா? சந்து என்னவோ சௌகர்யமாக பஜாரிலேயே பார்த்து வாங்கிவிட்டான், நீ கூட என்னிடம் கூறிக் கொண்டிருந்தாயே, நீ கூட... உன்னுடைய உன் வீடு அதைவிட இருமடங்கு மும்மடங்கு பெரியதாக உள்ள பங்களாவை வாங்கி இருப்பதாகக் கூறினாயே. அவனிடம் கூட சொல்லி வைக்க வேண்டும் - எனக்காகவும் அங்கே கொஞ்சம் பூமி - கீமி பார்த்து வைக்கட்டும். நானும் வாங்கி கனவுவீட்டை கட்டலாமே. ஆனால் இப்பொழுது வேண்டாம். பிறகு பார்க்கலாம். இப்பொழுது நீ... எனக்கு, அங்கே... ராணிகேத்தில் ஏதாவது ஒரு சிறிய காட்டேஜ் புக் செய்தால் மட்டும் போதும்... ஏய் லட்சூ! உன்னுடைய பால்ய ஸ்நேகிதனுக்கு உன்னால் இது கூடவா செய்ய முடியாது...?

விநாயக் என்னவோ... லட்சூவை மட்டுமே அழைத்திருந்தான். மேலும்... சந்துவைக்கூட அழைத்திருந்தான். அதற்குமேல் அவன் யாரிடமும் எதுவும் கூறி எதுவும் செய்யவுமில்லை. வேறு யாரையும் குறிப்பிடவில்லை. யாரைப்பற்றியெல்லாம் லட்சூவும், சந்துவும் இவ்வளவு உற்சாகமாக அவனிடம் கூறினார்களோ, அவர்களைப் பற்றியெல்லாம் அவனுக்கு எங்கே நினைவிருக்கிறது. அவர்களைப் பற்றியெல்லாம் நினைத்ததே இல்லை. ஆச்சரியமாக இருக்கிறது இல்லையா? ஏதோ விளையாட்டாக ஆரம்பிக்கப்பட்ட இந்த 'ஸ்வாதீன் கிளப்'- ஆச்சரியப்படும் வகையில் அதனுடைய மற்றும் அனைத்து உறுப்பினர்களையும் போலவே அதுவும் புவியிலிருந்து முற்றிலும் வெளிவந்து அதன் வேரை பூமியில் ஊன்றி வளர்ந்து விருட்சமாகி வருகிறது. ஆம்... அவன்... லட்சூ... என்ன பெயர்... சொல்லி அழைத்தான்... ஏன்சியன்ட் இண்டியன் ஹிஸ்டரியின் பேராசிரியர் என்றானே...! அவன் கூட நம்முடைய இந்தக் கிளப்பில் உறுப்பினராக இருந்தவன்தானே, அவன்தானே நம்முடைய ராமலீலாவில் விசுவாமித்திரர் வேடமும் மற்றும் அங்கதனின் வேடமும் ஏற்று நடித்தானே. ஆமாம்... அவன் ஒரு கோமாளி. அவன் இப்பொழுது பேராசிரியர்... உயிருள்ள மக்களின் அத்தகையப் புதையலை தோண்டிய அவனைவிட நம்முடைய லட்சூ ஒன்றும் குறைந்துவிட வில்லை. லட்சூவிடம் உள்ள சாவியை திருப்புவது மிகவும் தாமதமானது தான்... ஆனால் அவனது இதயத்தின்

இருண்ட மூடிய அறைகள் எப்பொழுது திறக்கப்பட்டன... மூடியிருந்தால் தானே திறப்பதற்கு... எப்பொழுதும் திறந்தே இருந்தன. பலதரப்பட்ட முகங்களும் - பல சம்பவங்களும் - ஆம் லட்சூவிற்குக் கூட இதெல்லாம் ஞாபகமிருக்காது. இந்தப் படத்தின் ரீல் முழுவதும், இதுவரை எங்கு புதைக்கப்பட்டது என்று யாருக்குத் தெரியும்! ஆச்சரியமானது தான், இந்த மனிதனின் மாயாவி மனம், ஒருபுறம் எல்லாவற்றையும் வெளியனுப்பி மறந்துவிடுகிறது, மறுபுறம் மனதில் எல்லாவற்றையும் சேமித்து பாதுகாக்கிறது. தெரியவில்லை... எப்பொழுதிலிருந்து விநாயக்கின் மனதளவில் எல்லா வகையான சிறப்பம்சங்களும் நிறைந்த மக்களையும் அடக்கிய ஒரு தேசிய ஆனால் சர்வதேச சபையின் கனவை மனதில் வளர்த்துக் கொண்டான்... என்று... அதில் அனைத்து வேடிக்கைகளும் இருக்கவேண்டும் மற்றும் படித்த அறிவில் சிறந்த அறிஞர்கள் இடம்பெற வேண்டும் என்றாலும் தங்களது விசேஷத் திறமையால் அடிமையாக்கப் படாதவர்களாக இருக்க வேண்டும், மாறாக வாழ்க்கை முழுவதிலும் வஞ்சக மனித குலத்தின் பணக்காரர்களாக வாழாமல் மனிதநேயமிக்கவர்களாக இருக்க வேண்டும். அத்தகையவர்கள், இந்த வாழ்க்கை என்ற கடலை அதன் காலத்திலேயே வாழவும், அதன் போக்கிலே போகவும், புரிந்து கொள்ளவும்... புதுயுகத்தை உருவாக்க புதிய படைப்புகளை உருவாக்கவும் திறன் கொண்டவர்கள். இதைப்போன்று ஆம்... ஒரு சுயாதீனமான - கிளப்... அதை... அப்படிப்பட்ட ஒன்றை உருவாக்க வேண்டும் என்றக் கனவு... அவன் மனதில்... நீண்ட காலமாக வளர்ந்துவருகிறது. முற்றிலுமாக... பிரளையத்திற்கு சற்று முன்பு ஒவ்வொரு உயிரினத்தின் விதையையும் சேகரித்த ஹஸ்ரத் நோவாவைப் போல என்ன, இப்பொழுது லட்சூ (ஆப் ஆல் பீபுல்) விநாயக்கின் இந்தக் கனவை நினைவாக்க... தன்னையும் அறியாமலேயே... லட்சூ கருவியாக இருக்கப் போகிறானோ...?

எல்லா மாதிரிகளும்... அனைத்தும் ஒரே மாதிரியான இடத்தில் வந்தால்... சந்தித்தால் மிகவும் வேடிக்கையாகவும்... சந்தோஷமாகவும் இருக்குமே. என்றாலும் நண்பன் லட்சூ! உன்னுடைய அந்தப் பழைய பழக்கம் - என்னை மிகவும் மிரட்டும் அந்தப் பழக்கம் - இன்னும் உன்னைவிட்டு நீங்கவில்லை. 'சந்துவிடம் இருந்து விலகியே இரு'... ஆமாம்... ஏய்... நீ ஏன் விலகி இருக்க வேண்டும்? இந்த விநாயக்கை இந்த சந்துவும் மற்றும் அவனுடைய காயத்ரி - குடும்பத்தினரும் என்ன செய்து விடுவார்கள், இப்பொழுதே நான்... உன்னுடைய பழைய மக்குப் பிள்ளையார் இல்லை, முற்றிலும் புத்தி ஜீவியான சித்தி விநாயகனாக மாறுவதற்கான வெற்றிப் பாதையை நோக்கி செல்லும் வெற்றி விநாயகர்.

சரி... சரி..., இந்த விநாயக் இன்றுவரை எந்த ஒரு சபாவிலும், சொசைட்டியிலும் உறுப்பினராகவில்லை. 'ஸ்வாதீன - கிளப்'பின் அதே பழைய எடுத்துக்காட்டு மற்றும் அதே பழைய விவேகமான நற்சிந்தனைகள் நிறைந்த தாக்கம் இன்னும் இவனுள் அப்படியே இருக்கிறது. அதுதான் இவனை அனைத்து வகையான வகுப்புவாத சோசலிசத்திலிருந்து விலக்கி வைத்திருக்கிறது, என்றாலும்... உண்மையான சமூக மேம்பாட்டிற்கு பொது வழியில் சமூகத்தில் சில வேலைகள் நடைபெறுகின்றன - சித்தி விநாயக்கினால் அதில் அக்கறைக் காட்டாமல் எப்படி இருக்க முடியும்? நண்பனே... மதத்தின் பெயரில் ஏராளமான மோசடிகள், கொள்ளைகள் மற்றும் தவறான செயல்கள் ஒன்றை விட்டால் ஒன்று... வேறொன்று என்று தவறான செயல்கள் இந்த உலகில் நடந்துள்ளன... நடந்து வருகின்றன... என்பது யாருக்குத்தான் தெரியாது. ஆனால்... மறுபுறம், இந்த மதத்தைப் பற்றியெல்லாம் கவனத்தில் கொள்ளாமல்... மதத்திற்கு எந்த அர்த்தமும் இல்லை என்ற மதசார்பற்ற... மாறாக திறந்த மனதுடைய, மதமாற்றம் மற்றும் மதச்சார்பற்ற சித்தாந்தங்கள், வார்த்தைகள் மற்றும் சுயமாக விவரிக்கப்பட்ட புத்திஜீவிகளின் மற்றும் உயர்ந்த நற்பண்புகள் கொண்ட மேலும் உணரப்பட்ட சித்தாந்தங்கள் - என்ன... இவை அனைத்தும் என்ன பாலால் கழுவப்பட்டுள்ளனவா? மதத்தின் பெயரில் இனி... இப்படிப்பட்ட தீமைகள் மேலும் நிகழாது... தூண்டுதல்கள் எழாது... இனிமேலும் எழாது - இதை யார் சொன்னது? தன்னைத்தானே ஒருவர்... மதமாற்றம் விரும்பத்தகாதது மற்றும் மதசார்பற்றவர் என்று கூறுவது, அவரது மத ஆர்வத்தின் மோசமான உணர்வுகளால் அவருக்கு ஏற்படும் ஒரு இன்பம் அல்லவா... அது? உண்மையைச் சொல்வதென்றால், அவர்களின் உண்மையான முறையீடு. ஆம்... இந்த மத உணர்வுதான்... அதுதான் உண்மையான இந்தப் பேய் பிசாசு செல்வம் ஒன்றே - இந்த மத உணர்வு, இப்பொழுது முற்றிலும் புதிய மாறுவேடத்தில் தன்னை வெளிப்படுத்தியுள்ளது. ஏய்... நயவஞ்சகர்களே...! நீங்கள் எல்லோருடைய கண்களிலும் தூசியை வீசலாம், வசியப்படுத்தலாம்... ஆனால் எங்கள் விநாயக்கை நீங்கள் கவர்ந்திழுக்க முடியாது.

மதமும் - ஆன்மீகமும் நமது அடையாளம். ஆம்... மிகவும் ஆழமான மற்றும் தனித்துவமான அடையாளம்... அதிலிருந்து நம்மைத் துண்டித்துக் கொள்வதன் மூலம் நம்முடைய புத்திஜீவிகள் என்று அழைக்கப்படுகின்ற இவர்கள் - நமது ஊமை மற்றும் காதுகேளாத நாட்டு மக்களின் செலவில் கல்வியறிவு பெற்றவர்கள், இவர்கள் கடைசியில் எங்கே போவார்கள்? தவறான ஆளுமையின் கைகளிலா? மதம் மற்றும் ஆன்மீகத்துடன் புத்தியின் உள்ளார்ந்த விரோதப் பகை

ஏதேனும் இருக்கிறதா? இந்த விநாயக்கைப் பாருங்கள், அப்படி ஒன்றும் என்னுடைய உடல்தோற்றம் சரியாக இல்லை, அதைபோன்றே மக்களை கவர்ந்திழுக்கவும் தெரியவில்லை, என்றாலும் கூட பார்த்ததே இல்லை, அவருடைய அந்த பக்குவப்படாத முழுமையடையாத சொற்பொழிவுகளை கேட்க வஜ்ரம் நிறைந்த வெளிநாட்டில் கூட கூட்டம் கூடியது, ஏனோ தெரியவில்லை, அங்கேக் கூடிய கூட்டம் அவருடைய 'சொந்த நாட்டில்'- எப்பொழுதிலிருந்து... எங்கே அவரது ரத்தம் சூடேற்றப் பட்டு கொதித்துக் கொண்டிருக்கிறதோ அங்கே அந்த அளவிற்கு ஒருபோதும் கூட்டம் கூடியதில்லை. அப்படியென்றால்... இது என்ன மாயாஜாலம் காட்டும் மோடிமஸ்தானின் வேடிக்கையா அல்லது பாம்பு மந்திரவாதியின் நடனமா? எல்லாவற்றிற்கும் மேலாக அவர்கள் எதையாவது பார்த்திருக்க வேண்டும், அவர்கள் விநாயக்கிடத்தில் எதையாவது கண்டுபிடித்திருக்க வேண்டும், ஆம் விநாயக்கிடமிருந்து அவர்கள் ஏதையாவது பெற்றிருக்க வேண்டும், அப்பொழுது தானே... அதனால் தானே அவர்கள் அதில் அவ்வளவு கவனம் செலுத்தினார்கள், அதனால் தானே அவனுடைய அன்பில் மூழ்கினார்கள். ஏனெனில் அவர்கள் இந்த விநாயக்கை பற்றி... முழு அனுதாபத்துடனும் புரிதலுடனும் - இந்த மனிதன் நம்முடைய சொந்த நாட்டில் நம்மை சமமாக பாரபட்சமின்றி பழகுவதாக அவர்கள் ஏன் உணரக்கூடாது. மனிதஜாதி அவ்வளவுதான். அதற்கு எந்த விதமான ஏற்றமுமில்லை... இறக்கமுமில்லை... சரிநிகர் சமானம். மேலும்... அவன் பேசும் வார்த்தைகள்... பேச்சுக்கள்... உள்ளிருந்து, அவனின் உள்ளார்ந்த உள்ளத்தின் நரம்பு மையத்தில் ஆழ்மனதில் இருந்து வெளிப்படுபவை. இதைப்பற்றி நிச்சயமாக சொல்ல வேண்டும்... கண்டிப்பாக இவனிடம் ஏதோ ஒன்று இருக்கிறது. இவன் வார்த்தைகள்... அதை எங்களிடம் காண்பித்த... வெளிப்படுத்திய விதம், இதுபோல்... ஒரு காலத்தில் நமக்கு சொந்தமான, நம்முடையது, ஆனால் நம்முடைய சொந்த சுயநலமான செயல்களில் மற்றும் வெறுமையான நிரப்புதல்களால் நாம் அவற்றை இழந்து நிற்கிறோம். ஆனால் உண்மையில் அது மனிதனுக்கு மட்டுமே சொந்தமான மனிதன் மட்டுமே சொந்தம் கொண்டாடக் கூடிய சொத்து. மனிதன் மட்டுமே அதில் ஒரு சமபங்காளியாக இருக்க முடியும். அதே சமயம், இது எந்த ஒரு சாதி அல்லது குலத்தின் அல்லது ஏதோ ஒரு கும்பலின் மேண்மையின் பெருமை மிகுந்த அடையாளம் அல்ல, அனைத்து மத ஏகாதிபத்தியவாதிகளிலும், மிஷனரிகளிலும் மற்றும் அவர்களது சகோதர - சொந்தங்கள் என அழைக்கப்படும் இந்த பரோபகாரர்கள்... இந்த ஒட்டுண்ணி தீண்டாத மதச்சார்பற்றவாதிகள், கம்யூனிசவாதிகள் என்று அழைக்கப்படுபவர்கள் மற்றும் இன்னும் எந்தெந்த வாதிகளில் படரப்பட்டிருக்கிறது. இந்த வாணி - விநாயக்கின்

வாணியில் நம்பிக்கையில் பிறந்த உள்ளார்ந்த அடிப்படை பணிவில் மலர்ந்த தன்னம்பிக்கை... அவனிடம் இருப்பதாக... எங்கோ... ஆழமாக அதை அவன் உணர்ந்திருக்க வேண்டும்... அது இந்த முழு உலகத்தையும் புலனுணர்வு வசியம் செய்து வளைத்து தன்பக்கம் ஈர்த்த இந்த சைத்தானிய நாகரீகத்தை அதன் சரியான பெயரால் அழைப்பது என்பது அவனுக்கு ஒரு தீர்க்கமான சவாலை கொடுக்க முடியும். ஏய்... இந்த விநாயக்... தன்னுடைய வாழ்நாள் முழுவதும் கனவு கண்டிருந்த நண்பர்கள் வட்டம். ஆம்... அதனுடைய ஒரு சிலை வடிவம் அவனுக்கு முன்னால் அம்பலப்படுத்தப்பட்டதாக இல்லையா? அங்கே... அந்த வேல்ஸ் நாட்டில்?

ஆனாலும்... பிறகு என்ன விநாயக்... நீங்கள் உங்கள் சொந்த கருத்துக்களை மோசமாக கண்டிக்க வேண்டாம். இதுபோன்ற நண்பர்கள் வட்டத்தை நீங்கள் பீடர் ப்ருக்கின் 'மகாபாரதத்தின்' கதாப்பாத்திரங்களைப் போல அதை உலகம் முழுவதிலிருந்தும் சேகரித்து கொண்டு வரவேண்டும் இல்லையா? உங்களுடைய அந்த சிறிய மலை பிரதேசத்தில் இது எப்படி சாத்தியமாகும்? விநாயக்... நீங்கள் இதை நம்புவீர்களோ... நம்ப மாட்டீர்களோ தெரியவில்லை... உங்களுக்குள் அதே பையன்... இன்றும் குதித்துக் கொண்டிருக்கிறான்... அந்தப் பையன் ஒவ்வொரு நபரையும் தன் தாய் என்று கருதி, உலகின் அனுதாபத்திற்காகவும் உலகின் புரிதலுக்காகவும் பிச்சை எடுக்க விரும்பினான் - இல்லை இல்லை... மீண்டும் - மீண்டும் தள்ளப்பட்ட பின்னரும் பிச்சை எடுக்க விரும்பினான். அது என்ன... என்ன வகையான காதல், என்ன மாதிரியான உணர்வு... விநாயக்...? எப்பொழுது காதல்... அன்பின் உண்மையின் காதல் - உங்கள் உடலை தட்டி உணர்வை வெளி கொணர்ந்த பொழுது... நீங்கள் ஒன்றாக அதனுடன் இணையாமல் பின்வாங்கத் தொடங்குகிறீர்கள். மேலும்... இறுதியாக, நீங்கள் ஆடிப்போகிறீர்கள். விநாயக்... ஒவ்வொரு முறையும் நீங்கள் இதையே செய்துள்ளீர்கள்! நீங்கள் உங்களுக்குள் இருக்கும் அராஜகத் தன்மை நிறைந்த குழப்பமான இருளை எதிர்கொள்வதில் இருந்து எதுவரை நீங்கள் தயக்கம் காட்டுவீர்கள்? மேலும்... விநாயக்...! இப்பொழுது நீங்கள் ஒரு குழந்தையோ, இளைஞரோ அல்லது வயதில் முதிர்ந்தப் பெரியவரோ அல்ல, இப்பொழுது... இன்றையத் தேதியில் உங்கள் வாழ்க்கையின் கடைசி திருப்பத்தில் நிற்கிறீர்கள். உண்மையை சொல்லுங்கள், உங்களுடைய உள் மனதின் மனசாட்சிப்படி உண்மையைச் சொல்லுங்கள். இத்தனை ஆண்டுகளில்... நீங்கள் கடந்த வந்த ஆண்டுகளில் நீங்கள் இந்த உலகத்திற்கு என்ன செய்தீர்கள்...? இந்த உலகம் உங்களுக்கு என்ன செய்தது? அதுமட்டுமின்றி நீங்கள்

இதுவரை கற்றுக்கொண்ட பாடம்... அல்லது அறிவார்ந்த படிப்பினை எதுவாக இருந்தாலும், அது உண்மையில் அத்தகைய அறிவு பூர்வமானப் பாடமா... அல்லது அனைவருடனும் பகிர்ந்து கொள்வதற்கான மதிப்பிற்குறியதாக அது இருந்ததா...?

இல்லை...! இல்லை... விநாயக்! நான் உங்களுகு அநீதி செய்யவில்லை. நான் உங்களைப் புரிந்து கொள்ள விரும்புகிறேன். ஆம் உங்களுடைய நெருக்கமான அந்தரங்கம் மற்றும் வெளிப்புறம் இரண்டையும் புரிந்துகொள்ள விரும்புகிறேன். உங்களுடைய ரூம்மெட் சக்சேனாவைப் போல... ஆம் இப்பொழுது அவருடைய நினைவு உங்களுக்கு எங்கே இருக்கப் போகிறது. நானும் கூட என்னுடைய ஒரு கண்ணில் ஒரு நுண்ணோக்கியையும், மற்றொரு கண்ணில் ஒரு தொலைநோக்கியையும் வைத்திருக்கிறேன். எல்லாவற்றிற்கும் மேலாக... நான்... உங்கள் படைப்பாளி - நீங்கள் என்னுடைய ஒரு அங்கமாக இருக்கிறீர்கள் - என்னுடைய கொடை என்ற பங்களிப்பால் தான் நீங்கள் உயிருடன் இருக்கிறீர்கள் மற்றும் செயல்பாட்டில் இருக்கிறீர்கள் என்றாலும்... இன்னும் கூட என் பிடியிலிருந்து வெளியேற உங்களுக்கு முழு சுதந்திரம் இருக்கிறது. நீங்கள் எதுவாக ஆக வேண்டும் என்று அல்லது இருக்க வேண்டும் என்று விரும்புகிறீர்களோ அல்லது நினைக்கிறீர்களோ... அதுவாகவே விரும்பியவாறே அதுவாக ஆக்கப்படுகிறீர்கள்... சொல்லுங்கள் - கடைசியாக, உங்களுக்கு தீங்கிழைக்க நான் எப்படி நினைப்பேன்? உங்களுக்கு என்னால் எப்படி அநீதி இழைக்க முடியும் அல்லது உங்களுக்கு இழைக்கப்படும் அநீதியை எப்படி பார்த்துக் கொண்டு சும்மாயிருக்க முடியும்? அதில் எப்படி என்னுடைய சுயநலம் என்ற சித்தம் இருக்கக் கூடும்? கருத்தை நான் சொல்வதற்கு... நீ... அனுமதி அளிக்க வேண்டும். விநாயக்! உன்னை என் சாட்டையின் கயிற்றில் கட்டி என் வசப்படுத்தி வைக்கவோ... அல்லது ஒரு கைப்பாவை போல உன்னை கயிற்றில் கட்டி இழுத்து நடனமாடச் செய்யவோ நான்... இங்கு உன்னுடன் சேர்ந்திருக்கவில்லை. நான் உன்னுடைய உணர்வில்... உடைமையில் - உங்களுடைய பிரகாசமான செயல்பாடுகளில் - மேலும் நீ சுதந்திரம் என்று கூறும்... அந்த சுதந்திரம் - உன்னுடைய வாழ்க்கையைவிட... நீ... உன்னைவிட அன்பானவன் என்று சொல்லும் சுதந்திரம்... ஆம் அந்த சுதந்திரத்திலிருந்து விடுதலை பெற்று சுதந்திரமாக சிறகடித்துப் பறப்பதை நான் பார்க்க வேண்டும். ஆனால்... விநாயக்! இங்கிருக்கும் கேள்விகளின் கேள்வி என்னவென்றால்... உண்மையில் நீங்கள் சுதந்திரமாக விடுதலை பெற விரும்புகிறீகளா...? அந்த சுதந்திரம் என்ற வார்த்தையின்... அர்த்தத்தினை

உணர்ந்த நிலையில் நீங்கள் உறுதியாக இருக்கிறீர்களா... முற்றிலும் உறுதியாக இருக்கிறீர்களா... ஆம்... ஏன் என்றால் நீங்கள் பிறந்த தினத்திலிருந்து இன்றுவரை எனக்கு முன் வைக்கிறீர்களே, கூறிக்கொண்டிருக்கிறீர்களே அந்த சுதந்திரத்தின் அர்த்தம் பற்றி நீங்கள் முழுமையாக நம்புகிறீர்களா? சுதந்திரம் பெற உண்மையில் விரும்புகிறீர்களா?

இப்பொழுது, நீங்களே பாருங்கள்... இந்த சிறு விஷயத்திற்காக நீங்கள் என்ன செய்தீர்கள் என்று பாருங்கள். உங்களின் நிலையை பாருங்கள். இப்பொழுது நடக்கும் எல்லாவற்றையும் இன்னும் கூட உங்களால் ஏன் புரிந்து கொள்ள முடியவில்லை? அதனால் என்ன பயன்? தவறாக சொல்கிறேனா! இப்படி... கோப மண்டலத்தில் சென்று உட்கார்ந்துகொள்வது... என்ன இது உங்களுக்குத் தகுதியான நடத்தையா! நீங்கள் ஏன் ராணிகேத்-அல்மோராவிற்கு ஏற்கனவே வரவில்லை? லட்சூவின் கடிதம் கிடைக்கப்பெற்று இரண்டு மாதங்கள் ஓடிவிட்டன. ஏய், இந்த இளைஞர்கள் எங்கே ஓடிக் கொண்டிருக்கிறார்கள்! என்ன நடக்க வேண்டும் என்று நினைக்கப்பட்டதோ... அது இன்னும் நடக்கவில்லை. உண்மையில் இன்னும் சில நாட்களே உள்ளன. கடைசியில் திரும்பி... அவர்கள் இங்குதான் வரவேண்டும். அவர்களும் இங்கு விடுமுறை நாட்களில் வருவார்கள், வரவேண்டும். அப்பொழுது மீண்டும்... உங்களுடன் மிகுந்த ஓய்வுடன் நிதானமாக... எந்த பதற்றமுமின்றி... அமைதியாக... மலையை சுற்றிவரலாம். பின் எதற்காக... அத்தகைய அந்த நல்ல தருணம் ஒத்திவைக்கப்படுகிறது? ஏன் தள்ளிப் போடப்படுகிறது என்றால், நீங்கள் ஒரு விஷயத்தை மனதில் வைத்திருந்தால், அவர்களுடைய எல்லா வேலைகளையும் விட்டுவிட்டு, அவர்கள் உங்கள் எல்லா ஆர்வத்தையும் நினைவாக்க சாஸ்வதமாக்க வேண்டும் என்று நீங்கள் பிடிவாதமாக இருக்குறீர்களா? ஏன்...? எதற்காக...? உங்களுடைய ஆசை... விருப்பம் மிக முக்கியமானது, மற்றவர்களுடைய சௌகர்யம் - அசௌகர்யம் பற்றியெல்லாம் உங்களுக்கு கவலையில்லை... பொருட்டில்லை... நீயே சொல் விநாயக்! இதைவிட குழந்தைத் தனமான செயல் எதுவாக இருக்கும்... இருக்க முடியும். கொஞ்சம் குளிர்ந்த மனதுடன் நீயே சிந்தித்துப் பார்.

இக்காரணங்கள் எல்லாம் என்னவென்றால் ஆம்... இவை அனைத்தும் உங்கள் சொந்த பலவீனங்களை மறைக்கவும், தவிர்க்கவும் தான் - புரிகிறா? குழந்தைகள் அனைவரும் ஒரு போர்வையில் தான் போர்த்தப்பட்டிருக்கிறார்கள். எந்தப் பிரச்சனையும் இல்லாத பொழுது,

நீங்கள் இவ்வளவு நாட்கள் கடத்திக் கொண்டிருக்கிறீர்கள் இல்லையா? உங்களை யார் தடுத்தார்கள்... தடுத்தி நிறுத்தினார்கள்? அங்கு சென்று பனிப்பொழிவை பார்த்து வந்திருக்கலாம். யாரை சந்திக்க வேண்டும் என்று இவ்வளவு நாட்கள் ஆவலாக இருந்ததோ அவர்களையெல்லாம் சந்தித்திருக்கலாம். ஒருபுறம்... நீங்கள் மிகவும் ஆர்வமாக இருக்குறீர்கள், மறுபுறம் சந்தேகமாக இருக்கிறீர்கள். நினைவிருக்கிறதா... உங்களுக்கு, ஒருமுறை ஒரு பிரசங்கத்தின் பொழுது சக்சேனா உங்களை ஒரு கோழை என்று அழைத்தார், அப்பொழுது நீங்கள் எவ்வளவு கஷ்டப்பட்டீர்கள். கேளுங்கள்... விநாயக்! இன்று நான் அதை சொல்லியே ஆக வேண்டும், நீங்களே முன்வந்து ஒருபோதும் சொல்லாததை இன்று நான் அதை சொல்லியே ஆக வேண்டும். நீங்கள் கேட்பீர்களா? இதை நான் உங்களிடம் கூறாமல் என்னால் கடந்து செல்ல முடியாது... உங்களுக்கும் கடந்து செல்ல முடியாது. நீங்கள் சஞ்சலத்தினால் வேட்டையாடப்படுகிறீர்கள். சந்தேகத்திற்கு இடமின்றி சரியான நேரத்தில் சரியான முடிவை எடுக்க முடியாமல் தடுமாறுகிறீர்கள். தொடர்ந்து நீங்கள் தவிர்க்கிறீர்கள்... ஆம் பிரச்சனைகளை தைரியமாக எதிர்கொண்டு சந்திக்காமல்... மேலும்... பிரச்சனைகளை சந்தித்து... எதிர்கொண்டு ஜெயிப்பதைத் தவிர்க்கிறீர்கள். ஏனோ... உங்களுடைய இந்த அவல நிலைக்கு... நீங்கள் தான் பொறுப்பு என்ற உண்மையை ஒப்புக் கொள்ளாமல் யார்... யார்... மீதோ குற்றம் சுமத்தி பாசாங்கு செய்கிறீர்கள். உண்மை அதுவல்ல... உண்மையில், நீங்கள் அங்கு சென்றால், அங்கு சென்று... அவர்களை சந்திப்பதன் மூலம் அவர்களிடம் நீங்கள் ஏமாற்றம் அடைவீர்கள் என்ற பயம் திடீரென்று தொடங்கி இருக்கிறது. ஏன்? இதுதானே உண்மை... இதுதானே விஷயம்... இதற்காகத்தானே போகாமல் இருக்கிறீர்கள். எது உண்மையோ... எது நிதர்சனமோ... அதனிடமிருந்து ஏன் தயங்குகிறீர்கள்? அதை எதிர்கொள்ள ஏன் தயக்கம் காட்டுகிறீர்கள். உண்மைத் தன்மை என்னவோ... அதை ஏன் எதிர்கொள்ளக் கூடாது?

உண்மையில்... நீங்கள் பயப்படும் கோழை இல்லை, நீங்கள் சுய நீதிமான்களைப் போல பயப்படவில்லை என நான் நினைக்கிறேன். நீங்கள் தொடர்ந்து இரவும்-பகலும் உங்களைப்பற்றியே சிந்தித்துக் கொண்டிருக்கிறீர்கள். இது ஏன்... எதற்காக? மற்றவர்களை உண்மையிலேயே ஊடுருவிச் செல்ல உங்களுக்கு ஆசை அல்லது ஆவல் இல்லை... தைரியமும் இல்லை... இதைப்பற்றி நீங்கள் எப்பொழுதாவது யோசித்திருக்கிறீர்களா? சிந்தித்து இருக்கிறீர்களா... என்று எனக்குத் தோன்றுகிறது. விநாயக்...! உங்களைப் பற்றி எனக்கு

என்னத் தோன்றுகிறது என்றால், எல்லா மணித்துளிகளிலும் நீங்கள்... உங்களையேச் சூழ்ந்திருக்கிறீர்கள், அதனால் தான்... அதுதான் உங்களை சரியான சுய அறிவைக் கொண்டு, சரியான நடவடிக்கைகளை எடுப்பதிலிருந்து, சிக்கல்களை சமாளிப்பதற்கான புரிதலிலிருந்தும் உங்களை... நீங்கள் இழந்து விடுகிறீர்கள். ஹரே! உனக்கு என்னவாயிற்று நீங்களே இப்படி உங்களை ஒளித்துக் கொண்டால், உங்களை நீங்கள் எப்படி உலகிற்கு வெளிக்காட்டுவீர்கள்? உங்களை... நீங்களே எப்படி சமாளிப்பீர்கள்? அவர்கள் அனைவரும் உங்களைப் போலவே வளர்ந்தவர்கள், பெரியவர்களாகிவிட்டனர்... விநாயக்! நிச்சயமாக. தங்கள் சொந்த செயல்களின் மூலம்... தங்களுக்கு ஏற்ற முறைப்படி அவர்களும் வளர்ந்துள்ளனர். விநாயக்... நீ எந்த சுதந்திரத்தைப் பற்றி பேசுகிறாய்? நீங்கள் மிகவும் சுதந்திரமாக இருக்கிறீர்கள் ஆனால் அதே அளவிற்கு நீங்கள் மற்றவர்களுக்கும் சுதந்திரத்தை கொடுக்கிறீர்களா... நீங்கள் உங்கள் சுதந்திரத்தைப் பற்றி நினைக்கிறீர்கள், யோசிக்கிறீர்கள் பின்னர் அவர்கள் உங்களுடைய இன்றைய அல்லது நேற்றைய நண்பர்களாக இருந்தாலும் சரி அல்லது உங்களுடைய குடும்பத்தின் மக்களாக சொந்தங்களாக இருந்தாலும் சரி.

பனிப்பொழிவை நீ ஏற்கனவே பார்த்துவிட்டாய். பிறகு அடுத்த வருடம் சென்று பனிப்பொழிவை பார்க்கலாம். இதுவரை செல்ல முடியவில்லை என்றாலும் வெயில் காலத்தின் விடுமுறையில் செல்லலாம். குழந்தைகள் இந்த மாதத்தில் வெளிநாட்டிற்கு பறந்து செல்லப் போகிறார்கள். மாலதியையும் கூட அழைத்துச் செல்ல வேண்டும். கூடவே சகுந்தலாவையும் கூட்டிச் செல்ல வேண்டும். மாலதியை சமாதானப்படுத்துவது அவ்வளவு கடினம் அல்ல. விநாயக் - எவ்வளவு நீ யோசித்து... அதை செயலாக்க வேண்டும் என்று நினைத்திருந்தீர்கள். உங்களை வற்புறுத்துவதற்கும், உங்கள் மனக்கசப்பை எல்லாம் தாங்கிக் கொள்வதற்கான பொறுப்பு ஏன் உங்கள் வீட்டின் மக்களுக்கு மட்டும் அல்ல. முழு உலகத்திற்கும் இருக்கிறது. ஆனால் யாரிடமும் எந்தப் புகாரும் செய்ய உங்களுக்கு உரிமை இல்லை. ஏன்? நீங்கள் மகிழ்ச்சியாக இருந்தால் உலகம் மகிழ்ச்சியாக இருக்கிறது. நீங்கள் துன்புற்றிருந்தால் இந்த உலகமும் துன்பத்தில் இருக்கிறது. அப்படித்தானே? அப்படித்தானே கற்பனை செய்வாய் எப்படி வித்தியாசமாகும்... விநாயக்? நீ... முன்பு பார்த்த அதே உலகம் இன்று அப்படியே இல்லை. ஆம்... நீ உன் பார்வையை மாற்றிக் கொள்ள வேண்டும் விநாயக், இந்த உலகம் என்பது உன் இச்சையில் இயங்கவில்லை... அதன் போக்கில் அது காலமாற்றங்களை உள்வாங்கிக் கொண்டு மாறிவருகிறது... உன்னுடைய

குழந்தைகளுக்கு இப்பொழுது இந்த உலகில் அவர்களுக்கென்று ஒரு இடம்... ஆதர்சமான இடத்தை உருவாக்க வேண்டும், அவர்களுக்கான அவர்கள் தேடும் அந்த உலகம், நீங்கள் பார்த்த உலகம் அல்ல. அவர்களின் உலகத்தைப் புரிந்து கொள்ளுங்கள். மேலும் அவர்களையும் புரிந்து கொள்ள முயற்சி செய்யுங்கள். இப்படி கோபம் தலைக்கேற அதன் உச்சாணிக் கொம்பில் சென்று அமர்ந்து கொள்வதால் எந்த ஒரு வேலையும் நடைபெறப் போவதில்லை. உங்களைவிட பல மடங்கு, மாலதி... தன்னை குழந்தைகளுக்காகவே அர்ப்பணித்து... அதிகமாகவே செலவு செய்திருக்கிறாள். குழந்தைகள் இங்கிருந்து வெளிநாடு சென்றுவிட்டால் அவர்ளுடைய பிரிவு உங்களை ஒன்றும் செய்யப் போவதில்லை, ஆனால் மாலதி அவர்கள் பிரிவில் மிகவும் கஷ்டப்படுவார். உங்களுக்கு என்ன, நீங்கள் உங்களுக்காக... உங்களுக்கென்று... நீங்கலாகவே ஒரு தனி உலகத்தை படைத்து வைத்திருக்கிறீர்கள்... ஆம் அந்த உலகத்தை உங்கள் பாதுகாப்பு கவசம் போன்று உங்களை நீங்களே போர்த்தி வைத்திருக்கிறீர்கள். ஆமாம் - ஆமாம், சரி - சரி, எனக்குத் தெரியும். மாலதிக்கும் கூட அவருக்கென்று ஒரு தனி உலகம் இருக்கிறது என்று, ஆனால் அது உங்கள் உலகத்தைப் போன்று முற்றிலும் சுயநலமானதோ அல்லது அவருக்கே உகத்தான தனிப்பட்ட உலகமோ அல்ல என்பது உங்களைவிட எனக்கு நன்றாகவேத் தெரியும். மாலதியின் அந்த உலகம் என்பது வேறொன்றுமில்லை, அவருடையக் குடும்பம் தான் அவரது உலகம்... ஆதர்சமான உலகம். ஆனால் அந்த குடும்பம் என்ற உலகத்தில்... ஆம் அதில் அவர் தனது குடும்பத்தின் கஷ்டங்களிலிருந்து எந்த சுதந்திரத்தையோ அல்லது விடுதலையையோப் பெறப் போவதில்லை. அப்படி இருக்க... போங்கள், குழந்தைகள் வெளிநாடு பயணம் செய்வதற்கான ஏற்பாடுகளில் அவர்களுக்கு உதவி செய்யுங்கள், அவர்களை ஊக்குவிக்கவும், அவர்களுக்கு மகிழ்ச்சியான மனதுடன் விடை கொடுக்கவும் மேலும் வெறும் வார்த்தைகளால் மாலதிக்கு நம்பிக்கை ஊட்ட வேண்டாம், உங்கள் செயல்பாடுகளிலிருந்து நீங்கள் மாலதியிடம் நடந்துகொள்ளும் விதத்திலிருந்து - அவர் தான் தனியாக இல்லை, நீங்கள் அவருடன் இருக்கிறீர்கள் என்பதை அவர் நிதர்சனமாக உணர வேண்டும். மாலதியின் உணர்வை புரிந்து கொள்ளுங்கள்.

அல்மோரா, ராணிகேத், நைனிடால் எங்கே நீங்கள் போக வேண்டும் என்று விரும்புகிறீர்களோ, அவசியம் போங்கள் ஆனால் இப்பொழுது வேண்டாம். இப்பொழுது மாலதி தனிமைப்படுத்தப்பட்டு விடுவாள். அதுமட்டுமின்றி உங்களுக்கும் மாலதிக்கும் இடையே ஒரு இடைவெளி

ஏற்பட்டுள்ளது. இது முற்றிலும்... இதிலிருந்து மீளமுடியாததாக மாறுவதற்கு முன்பு, அதைக் கட்டுப்படுத்துவது உங்கள் முதல் கடமையாக இருக்க வேண்டும். அப்பொழுது... கண்டிப்பாக அது மீண்டும் நிகழலாம், அவரும் உங்களுடன் சேர்ந்து மலைகளை பார்க்கச் செல்லும் யாத்திரைக்கு சம்மதித்து கூட வருவாள். முயற்சி செய்து தான் பாருங்களேன். பொறுமையாய் இருந்து செயலாற்றுங்கள், எப்படி மாலதியும் கூட பல வருடங்களாக உங்களுடன் பொறுமையாக... பொறுமையாகவே செயல்பட்டாள் அல்லவா - நீங்கள் இதை ஏற்றுக் கொள்ளுகிறீர்களோ, அல்லது மறுக்கிறீர்களோ... இதற்கு பிறகும் அவர் உடன்படவில்லை என்றால் பரவாயில்லை... அது ஒன்றும் பெரிய விஷயமில்லை. அப்பொழுது... நீங்கள் ஊர்பிரயாணம் செல்வதற்கு தனியாக சுதந்திரமாக செல்லலாம். சரிதானே!

ஆம்... விநாயக்... நீயே சென்று உன்னுடைய கண்களால் பார்த்து வாருங்கள், உங்களுடைய அந்த நித்திய புராணம் போன்ற உலகில் எவ்வளவு... அந்த அளவிற்கு... அழிவு நிகழ்ந்துள்ளது என்று பார்த்து வாருங்கள். மேலும் எவ்வளவு நவீனமாக புதுப்பிக்கப்பட்டிருக்கிறது. மொத்தம் இரண்டாயிரம் வீடுகளில் மட்டுப்படுத்தப்பட்ட இந்த நகரம் இன்று அது நினைத்துப் பார்க்கவே முடியாத அளவிற்கு கண்மூடித்தனமாக பரவிபெருகியுள்ளது. செல்லுங்கள்... உங்கள் உலகத்தை விட்டு வெளியே சென்று எல்லோரையும் சந்தித்து வாருங்கள். அந்த திரிபுவனையும் சென்று பாருங்கள், யார் இரண்டு சண்டைகளிலும் கடுமையாகப் பங்கேற்றாரோ. அவர்... ஆக்ஷன் மனிதராவார் அவர். ஆம்... அவருடைய அனுபவங்கள் உங்களுக்கு மிகவும் பயனுள்ளதாக இருக்கும். நீங்கள் கூற விரும்புவதையே கூறிக் கொண்டிருக்காமல், அவர் கூறுவதையும் செவிகொடுத்துக் கேளுங்கள். அங்கே ஹரீஷ் கூட இருக்கிறார், வினோத்தும் இருக்கிறார், தோப்லாவும் இருக்கிறார், ஏன் நாராயணனும் கூட இருக்கிறார், அனைவரின் செய்திகளையும் அவர்களைப் பற்றியும் தெரிந்துகொள்ளுங்கள். அவர்கள் எல்லோருடைய அனைத்து நடவடிக்கைகளிலும் ஈடுபடுங்கள். செல்லுங்கள்... அங்கே செல்லுங்கள், எப்பொழுது உங்கள் மனம் பூர்ண திருப்தி அடைகிறதோ, பிறகு திரும்பவும் உங்கள் உலகத்திற்கு திரும்பி வாருங்கள், எந்த உலகத்தை நீங்களே உங்களுக்காகப் படைத்துக் கொண்டீர்களோ மேலும் நீங்கள் உங்களுக்காகவே ப்ரத்யேகமாக படைத்துக் கொண்ட உலகத்தை இப்பொழுது நீங்களே அதை உங்களின் சொந்த உலகமாக கருதுவதிலிருந்து... அதை ஏற்றுக் கொள்வதிலிருந்து நீங்கள் வெட்கப்படுகிறீர்கள். ஹரே... நண்பனே... விநாயக்...! நீ... என்னிடமிருந்து

எவ்வளவு மற்றும் என்னென்னவற்றையெல்லாம் மறைப்பீர்கள்? கடைசியில் நான் தானே உன்னை ஸ்திரமாக நிற்க வைத்தேன் - என்ன... உன்னை... எனக்குத் தெரியாதா? கேளுங்கள், எந்தப் பொருந்தாத தன்மையைப் பற்றி நீங்கள் தொடர்ந்து அழுதுக் கொண்டிருக்கிறீர்களோ, இப்பொழுது அதிலிருந்து மீளுங்கள். உங்களை அதிலிருந்து விடுவித்துக் கொள்ளுங்கள். பொருந்தாதத் தன்மைகள் சில வேலைகளில் உங்கள் மூல அல்லது உங்களின் உறுதியான 'ஈகோ'வின் விளைவால் உற்பத்தியானவை. இப்பொழுது நீங்கள் இந்த விவகாரத்தைப் புரிந்துகொண்டு நிர்வகித்திருக்க வேண்டும். விநாயக்... என்னை நீங்கள் மன்னிக்கவும், இதுவரை நீங்கள் செய்த செயல்கள் அத்தகைய ஞானத்திற்கு ஆதாரம் தருவதாகத் தெரியவில்லை. ஐம்பத்தேழு வயதை எட்டிய பிறகும், ஒரு மனிதன் பொருந்தாத தன்மைக்காக அழுது கொண்டே இருந்தால், அது அவனது அறியாமைக்கும் முட்டாள் தனத்திற்கும் சான்றாகக் கருதப்படும். சரி... சரி... இதைப்பற்றி பிறகு மீண்டும் பேசலாம். எனக்குத் தெரியும், ஆம்... இது உங்களுடைய உங்களை மிகவும் பாதிக்கும் மோசமான வலி என்று. நீங்கள் இப்போதைக்கு உங்களுடைய கோப மண்டலத்திலிருந்து வெளியே வந்து, உங்கள் பேமிலியின் பெமிலியாரிட்டி-யின் மறுவாழ்விற்காக முயற்சிகளை மேற்கொள்ளுங்கள். அப்பொழுதுதான் நீங்கள், உங்கள் ஜன்ம பூமியின் பரிக்ராமாவை மிக்க மகிழ்ச்சியாக முடிக்க முடியும். வெற்றியடைய முடியும்.

7. உண்மையைத்தான் சொல்லுகிறாயா விநாயக்?

மும்பையில் உள்ள ஒரு பெரிய கல்லூரியில் விநாயக் கடந்த பத்து-பன்னிரெண்டு ஆண்டுகளாகப் படிப்பித்துக் கொண்டு இருக்கிறான். இதன் காரணமாக அவனுக்கு ஒரு பெரிய வசதி கிட்டியுள்ளது. அவனுக்கு துறைத்தலைவர் என்ற முறையில் ஒரு அறை ஒதுக்கப்பட்டுள்ளது. அதில் உள்ள ஜன்னல் வழியாக எதிர் திசையில் உள்ள அலைகள் எழுப்பும் கடலை அவன் தினம் தினம் கண்டு களிக்கிறான். அவன் விரும்பினால் மணிக்கணக்காக மலை அளவு உயர்ந்து எழும் அலைகளையும் அதே வேகத்தில் கரையில் வேகமாக வந்து ஓசையுடன் மோதுவதையும் பார்த்துக் கொண்டு இருக்கலாம். இது அவனுக்கு எப்பொழுதும் ஆனந்தம், மகிழ்ச்சி கொடுக்கும் 'ஸென்ஸேஷன்' நிகழ்வாகும். இந்த மகிழ்ச்சியை இந்த ஆனந்தத்தை ஏனைய மற்ற செயல்கள் மூலமாகவும் அவன் அடைய விரும்புவதில்லை. தன் மலைப்பிரதேச 'லைண்ட்ஸ்கேப்'ப்பின் மூலமாகக் கூட அவனுக்கு இந்த ஆனந்தம் கிட்டி இருக்காது. ஹரே! இங்குதான் கடலின் உயர்ந்து எழும் அலைகள் ஒவ்வொரு வினாடியும் மலைகளின் சிகரம் போன்று தோன்றும் பொழுது அதைப் பார்த்து இரசித்து தினமும் புதிய ஒரு மெய்சிலிர்க்கும் புளகாங்கித ஆனந்தம் அடைய எளிய வாய்ப்பு கிடைக்கும்பொழுது மலைநாட்டுக்குச் செல்ல வேண்டிய அவசியம் ஏன்? ஆனால்... இந்த சுகமான வாய்ப்பு பிடுங்கப்பட்டுவிட்டால்? அப்பொழுது... அப்பொழுது... என்ன... அப்பொழுதும் இந்த பன்னிரெண்டு வருடம் அனுபவித்த ஆனந்தம் மகிழ்ச்சி போதாதா? பன்னிரெண்டு வருடங்களாக அவன் இந்த மெய்சிலிர்க்கும் புளகாங்கித ஆனந்தத்தை அனுபவித்துக் கொண்டு இருக்கிறான். பணி ஓய்வு அடைவதற்கு இன்னும் முழுமையாக மூன்று வருட காலம் மீதி உள்ளது. யார் கண்டார்கள்... அவன் பதவிக்காலம் மேலும் இரு ஆண்டுகளுக்கும் நீடிக்கப்படலாம். தற்பொழுது அவனுக்கு என தனியாக ஒரு இடம் இங்கு கிடைத்துள்ளது. இது தவிர வெளிநாடு சென்று அங்கும் அவன் தன் வெற்றிக் கொடியை நாட்டி தாயகம் திரும்பி வந்துள்ளான்.

வேல்ஸ் நாட்டில் சமுத்திரமும் மலைகளும் ஒரே சமயத்தில் அவனுக்கு மகிழ்ச்சியைக் கொடுத்தன. முழுமையாக ஒரு வருடம் ஏதோ ஒரு கனவு போன்று கடந்துவிட்டது. இருந்தாலும் கனவு கனவுதானே. எந்தக் கனவும் அதிகநேரம் நீடிக்கக் கூடாது. விநாயக் விரும்பினால் மேலும் ஒரு வருட காலமோ அல்லது ஆறுமாத காலமோ அந்த நாட்டில் தன் வேலையை நீடிக்கச் செய்து இருக்கலாம். மார்கரெட்...

மார்கரெட்டும் இதே எண்ணத்தில் தான் செயல்பட்டுக் கொண்டு இருந்தாள். விநாயக்கின் காரணமாகவே அவள் இந்த நேர்த்தியான தனக்குப் பிடித்தமான 'புரோஜெக்ட்'ல் தன்னையே இணைத்துக் கொண்டு இருந்தாள். 'விநாயக் முழுமையாக இந்த காலகட்டம் வரை தன்னுடன் தான் இருப்பான், பாதியில் கைவிட்டுச் செல்லமாட்டான் என்ற அந்த எண்ணம் தான் காரணம். இந்த எண்ணத்தில் விநாயக் வசப்பட முடியும் என்ற நிலைமை இருந்தால் கண்டிப்பாக பாதியில் விட்டுவிட்டுச் சென்று இருக்கமாட்டான். எல்லா நிகழ்வுகளும் தன் கைக்குள் தான் உள்ளனவா? இல்லையே! ஆட்டுவித்தால் ஆடாதார் எவர் உளர்!

துறைத் தலைவர் என்ற பதவியைப் பெற அவன் தீவிர முயற்சியில் ஈடுபட்டவாறு இருந்தான். உடனே அந்தப் பதவியில் சேராவிட்டால் வேறு யாரோ ஒருவர் அவன் அமரவேண்டிய நாற்காலியில் அமர்ந்து விடுவார்கள். இது அவனால் பொருக்கவே இயலாது. அவனுக்குப் பதவி உயர்வு வேண்டும்... வேண்டும்... என்ற ஒரு வெறி. துறைத் தலைவரின் நாற்காலியும் அந்தத் துறையின் அரையும் மீதே அவன் கண்கள் பதிந்துகிடந்தன. திருபாண்ட்யா அவர்கள் ஓய்வு பெற்றவுடன் அந்தப் பதவி அவனுக்காகவே காத்துக்கொண்டு இருந்தது. ஆனால் ஒரு நிபந்தனை. உடனடியாக அவன் அந்த வேலையில் 'ஜாயின்' செய்து விட வேண்டும். கல்லூரியின் நிர்வாகக் குழு எந்தவிதமான 'ரிஸ்க்' எடுக்கவும் விரும்பவில்லை. ஆறுமாதம்... ஆறுமாதம்... என்ற கணக்கில் இரு தடவைகள் அவன் தன் விடுமுறையை நீடித்து விட்டான். அவன் வரும்வரை இந்தத் துறை அவனுக்காகக் காத்துக் கொண்டு இருக்குமா? அதுவும் வெளிநாடு சென்று அந்தச் சுகத்தை அனுபவித்துக் கொண்டு இருக்கும் ஒருவர் திரும்பி வந்து தன்வேலையில் 'ஜாயின்' செய்வார் என்பது என்ன நிச்சயம்? 'ஐயர் வரும் வரை அம்மாவாசை காத்துக் கொண்டு இருக்குமா!' அவன் தாய்நாடு திரும்பி வருவானா அல்லது மாட்டானா என தீர்மானம் செய்ய முடியாத ஒரு நிலை. இந்தக் கல்லூரி அவனுக்கு ஒரு கல்லூரியாகத் தென்படவில்லை. பதிலாக வெளிநாடு செல்ல... அல்ல... அல்ல... வெளிநாட்டுக்குத் தாவ அது ஒரு 'ஸ்பிரிங் போர்ட்டு' ஆக இருக்குமா! என்ற நினைப்பு கல்லூரி நிர்வாகக் குழுவிற்கு ஏற்பட்டிருக்கலாம்.

அந்த ஸ்வர்க மயமான ஆனந்த பூமியைவிட்டு தாய்நாடு வர நிச்சயம் செய்வது விநாயக்கிற்கு எளியதான செயலாகத் தோன்றவில்லை. ஆனால்... அவனால் வேறு என்ன இயலும்? ஐம்பத்து ஏழு வயதிற்குப் பிறகு இப்பொழுது அவன் எதிர்பார்க்கும் தன் எண்ணங்களைப் பூர்த்தி செய்யக்கூடிய கதவை யார் வந்து திறந்து விடுவார்கள்? ஐயகோ!

அவன் கைவசம் இன்னும் பத்து வருடகாலம் மட்டும் இருந்து இருந்தால்...? அதாவது இந்த வயதில் அவனுக்கு கிடைத்த வெளிநாடு செல்லும் வாய்ப்பு பத்து வருடங்களுக்கு முன்பு கிட்டி இருந்தால் எவ்வளவு சுலபமாக எல்லாச் செயல்களும் நடந்து இருக்கும்! அப்பொழுது இந்த விநாயக் முழு நம்பிக்கையோடு தனக்கு கிட்டிய இந்த பதவி உயர்வுக்கான வாய்ப்பு என்ன... மற்ற எல்லாவற்றையும் உதரி எறிந்து இருப்பானே! 'ரிஸ்க்' எடுக்காமல்... 'அட்வென்சர்' இல்லாமல் வாழ்க்கையில் என்ன மகிழ்ச்சி உள்ளது? அப்பொழுது அவனுக்கு எதுவும் 'ரிஸ்க்' அற்றதே! அப்பொழுது காலமும் அவன் கைவசம் இருந்து இருக்கும். வாழ்க்கையில் ஏற்படும் எந்தவிதமான சவால்களையும் எளிதாகவும் திறமையாகவும் சமாளித்து விடலாமே! ஆனால் தற்பொழுது? நன்றாகவே தலை மாட்டிக் கொண்டுவிட்டது! மாலதி மும்பையை விட்டு வெளியே வரமாட்டாள். மும்பை வந்தவுடன் தான் அவளுக்கு தன் உண்மையான பற்று, ஆசை பற்றிய ஞானம் தெளிய ஆரம்பித்தது. இப்படிப்பட்ட நிலையில் தன் பிறந்த பூமியைக் காட்டிலும் எல்லாவிதத்திலும் உயர்ந்த தன் இந்த 'கர்ம பூமி'யை விலக்கி வேல்ஸ் நாடு என்ன... சுண்டைக்காய்... வேறு எங்குமே செல்ல மாலதி தயாராக இருக்கவே மாட்டாள். பாக்கி அவனின் இரு பிள்ளைகள் மட்டுமே. அவர்கள் இருவருமே தங்கள் எதிர்கால நலன் பொருட்டு இந்த மாதக் கடைசியில் வெளிநாடு செல்ல ஏற்பாடுகள் செய்து விட்டனர். தன் தாயார் மாலதி, இந்த நாட்டில் உழன்று சுழன்று கொண்டு இருக்க, தன் தந்தையார் 'வேல்ஸ்' நாட்டில் ஆனந்த அனுபவத்தை அனுபவிப்பதற்கு எந்தக் குழந்தைகள் அனுமதிப்பார்கள்? இப்படிப்பட்ட இந்த இக்கட்டான நிலைமையில் அவனுக்கு இந்த எண்ணம் எப்படி ஏற்பட்டு இருக்கக் கூடும்? இக்கால கட்டத்தில் அப்பட்டமான ஒரு உண்மை நன்றாகப் புலப்படுகிறது. வயதான காலத்தில் நமது பிந்தயகாலம் நம் வசம் இருப்பதில்லை. நம் எண்ணம் போல நடக்காது. அது நம் குழந்தைகள் கை வசம்தான் உள்ளது. அவர்களின் எண்ணப்படிதான் நாம் செயல்பட வேண்டிய கட்டாயம் நமக்கு ஏற்பட்டுள்ளது. நமது விருப்பம் அங்கு செயல் இழந்து ஊமையாக மாறிவிடுகிறது.

மாலதி தன் வாழ்க்கைத் துணைவிதான். வாழ்க்கைத் துணைவியின் அனுதாபங்கள் நமக்குக் கிட்டாவிட்டால் நமது வாழ்க்கை எப்படிச் செயல்படும்? இந்த மாலதி-விநாயக் தம்பதிகளை நோக்கும்கால் விநாயக் மூலமாக மாலதிக்கு கிட்டும் அனுதாபத்தை விட மாலதியின் மூலம் கிட்டும் அனுதாபம் தான் விநாயக்கிற்கு அதிகம்

தேவைப்படுகின்றது. விநாயக் தன்னை அடிக்கடி 'லேட்ஸ்டாடர்' எனக் கூறி கொள்ளுகிறான்... அடிக்கடி... வேறு ஏதாவது காரணம் இல்லாமலா? அவனது வாழ்வில் எல்லா நிகழ்வுகளுமே உரிய காலத்தில் நடக்காமல் காலம் கடந்தே நடந்து முடிந்துள்ளன. உரியகாலத்தில் அவன் நினைத்தவாறு எல்லா நிகழ்வுகளும் நடைபெற்று இருந்தால் அவனது இந்தப் பெரிய ஆசை அவன் குடும்பத்தினர்களுக்கு உளரல் மயமாகத் தென்படாது. மாலதி வாய்க்குவாய் குறையே கூறுகிறாள் - பதவி ஓய்வு பெறும் இக்கால கட்டத்தில் நாம் நம்முடைய ஆசை விருப்பங்களை மூட்டை கட்டி பரண்மேல் ஏற்றிவிட்டு நம் குழந்தைகளின் விருப்பப்படி செயல்பட நம்மை தயார் செய்து கொள்ளவேண்டும். நாம் அவர்களைப் பற்றியே யோசிக்க வேண்டும். அவர்களுக்காகவே வாழவேண்டும். அவர்களின் வெற்றி நமது வெற்றியாகவும் அவர்களது மகிழ்ச்சியை நமது மகிழ்ச்சியாகவும் ஏற்கவேண்டும். சரி... சரி... நீ கூறுவதை நான் ஏற்றுக் கொள்ளுகிறேன். ஆனால் அம்மா! தாங்கள்... அப்படியானால்... அவர்களின் மகிழ்ச்சியை முன்னிட்டுத் தான் இந்த ஆஷ்ரமத்தை நிறுவி நடத்துகிறீர்களா?... வேறு ஏதாவது காரணம் உண்டா?... மற்றவர்களுக்கு உபதேசம் செய்வதில் எல்லோரும் திறமை மிக்கவர்களே!

மார்கரெட்... ஆம்... ஆம்... இந்த மார்கரெட் கூட அன்று என்ன கூறிவிட்டாள்... அதன் காரணமாகவே 'விநாயக்' என்ற 'பல்பு' 'ப்யூஸ்' ஆகி விட்டதே... ஆம்பிஷன் கம்ஸ் வ்ஹேன் அர்லி போர்ஸ் இஸ் ஸ்பெண்ட். (எப்பொழுது நம் ப்ராண சக்தியின் உண்மையான ஊற்றுக் கண் வற்றி வரண்டு போகிறதோ அப்பொழுது தான் நமது பேராசை கண் விழித்துக் கொள்ளுகிறது) அவள் வேண்டுமென்றே இவ்வாறு கூறவில்லை. பேச்சுவாக்கில் இயற்கையாகவே தனக்கு என்ன தோன்றியதோ அல்லது ஞாபகத்தில் வந்ததோ அதை எந்தவிதமான சிரமம் இன்றி கூறமட்டும் செய்துவிட்டாள். விநாயக் சிறிதும் கூட அவளது இந்தக் கூற்றை எதிர்பார்க்கவில்லை. ஏனோ காரணம் தெரியவில்லை... அவளது இந்த வாக்கியம் விநாயக்கின் மனத்தில் முள் போன்று தைத்துவிட்டது. பாவம்... அப்பாவி... மார்கரெட் இதைச் சற்றும் எதிர்பார்க்கவில்லை... தான் இயல்பாகக் கூறிய இந்த வாக்கியம் விநாயக்கின் மனத்தை இந்த அளவு புண்படுத்தும் என்றும், அவனைத் துக்கத்தின் குழியில் தள்ளிவிடும் என்றும்... ஆனால் என்ன செய்வது? அந்த வாக்கியத்தில் அப்படி என்ன பொருள் பொதிந்து கிடந்தது? அவனைக் கேலிப் பொருளாக மாற்றும் அளவிற்கு?

சமுத்திரத்தில் இன்று அலைகள் அளவிற்கு அதிகமாக உயர உயர எழும்புகின்றன. ஆகவேதான் விநாயக்கின் பார்வை அதை

நோக்கியபடியே இருந்தது. அவன் கவனம் வேறு எதிலும் செல்லவில்லை. உயர்ந்து எழும் அலைகளின் மேல் அடுத்த ஒரு உயர்ந்து எழும் அலைகளின் மலை அளவு உயர்வு, வழுக்கல், கரையின் மீது மோதுதல். இதைப்பார்த்த பொழுது அலைகளும் இன்று தனக்கென ஒரு 'மூடில்' இருப்பது போல காட்சி அளித்தன. இவ்வாறே விநாயக்கின் மனத்தில் தூங்கிக் கொண்டு இருந்த அந்த 'லைண்டஸ்கேப்' விழித்துக் கொண்டது போலத் தெரிந்தது. அது அவனை முந்தைய ஜன்மத்தின் நினைவுகள் போன்று நிலை தடுமாறச் செய்தன. திடீரென அவன் மனத்தில் மறைந்து இருந்த இந்தக் கவிதைகளின் வரிகள் அவன் ஞாபகத்தில் வந்து அவன் மனத்தின் உள்ளேயே குமுரிக் கொண்டிருந்தன.

ஐயோ ஐயோ எனக் கூச்சலிடும் இந்த ஒலி
ஏன் வேதனையின் சிம்ம கர்ஜனையில் எதிர் ஒலிக்கின்றன?

இன்றைக்கு எந்த அளவு அந்தக் கவிதை வரிகள் ஞாபகத்தில் வந்ததோ அந்த அளவு இதற்கு முன்பு எப்பொழுதுமே வந்ததில்லை. ஆனால் இன்று மட்டும் ஏன் இவ்வாறு ஞாபகத்தில் வருகின்றன?

விநாயக்கின் காது பாம்புச் செவிகள் போல இன்று இருந்தன. தற்சமயம் அவன் காதில் விழுந்த கால் அடிச் சப்தம் இதற்கு முன்பும் அவன் காதில் விழுந்தன. அவன் அந்த கால் அடிச் சப்தம் யாருடையது என அனுமானித்தது விட்டான். அது ப்யூன் பரஸாதிலாலின் கால் அடிச் சப்தம். அவன் குறைந்த அளவு மூன்று நான்கு தடவை அந்த அறையை சுற்றிச் சுற்றி வந்து எட்டிப் பார்த்துவிட்டான். அறையில் இருந்த இந்த ஐயாவோ பிடித்து வைத்த பிள்ளையார் போல் இருந்த இடத்தை விட்டு நகரவே இல்லையே! இவர் இருந்த இடத்தில் இருந்து எழுந்து வெளியே வந்தால் தானே அவன் அந்த அறையை பூட்டமுடியும்? ஆனால் அவர் அசைவதாகவே இல்லையே. இவர் எப்பொழுது எழுந்து வெளியே வருவது... நாம் எப்பொழுது கதவுகளைப் பூட்டுவது... அப்பொழுது தான் அவன் தன் வீட்டிற்குத் திரும்ப முடியும். ஏனைய துறையைச் சார்ந்த அனைவரும் எப்பொழுதோ தம் தம் இல்லம் ஏகிவிட்டனர். இவர் மட்டும் ஏன் இப்படி? தன் அறையிலேயே ஒட்டிக் கொண்டு இருக்கிறாரே? இவருக்குத் தன் இல்லம் திரும்பிச் செல்லுவதில் மனம் இல்லையா? இவரைத் தவிர மற்ற எல்லா ப்ரொபஸர்களும் வேக வேகமாக தம் தம் இல்லம் ஏகத் துடிக்கின்றார்களே! இதில் பரஸாதிலால் மட்டும் என்ன விதிவிலக்கா? இவர் மட்டும் ஏன் இந்த மாதிரி உள்ளார்? வீட்டில் ஏதாவது குழப்பமா? தெரியவில்லையே.

உண்மையில்... இந்தக் கேள்விகள் பரஸாதிலால் மட்டுமல்ல... மற்ற அனைவருக்குமே மனத்தில் இந்தக் கேள்விகள் எழும்புகின்றன. விநாயக் சார் மட்டுமே இல்லம் திரும்புவதில் ஏன் அவசரம் காட்டாமல் உள்ளார்கள்? ஏன் அவர் காலையில் ஏனையோருக்கு முன்பே கல்லூரிக்கு வந்துவிடுகிறார். பின்னர் மாலையில் அனைவரும் சென்ற பிறகு தான் மட்டும் தனியாகக் கிளம்புகிறார்.

இவர் பரஸாதிக்கு இழைக்கும் கொடுமை இல்லையா? அவன் என்ன பாவம் செய்தான்? இருந்தாலும் இதில் ஒரு விசித்திரம் அவன் வேலை நேரம் 'டென் டு பைவ்' இன்றும் மணி 4.30 கூட ஆகவில்லையே! பின் அவனுக்கு ஏன் இந்தக் குழப்பம். சரியான வேலைக்கு 'டிமிக்கி' கொடுக்கும் 'பேர்வழி' தான் போலும்.

இது பள்ளி அல்ல. கல்லூரி. ஆகவே இங்கு எவரும் 'டென் டு பைவ்' என்ற நியமத்தைக் கடைப்பிடிப்பது கிடையாது. எல்லோருக்கும் மூன்று அல்லது நான்கு மணி நேரம் தான் வகுப்புகள் உண்டு. அதன் பின்பு எந்த விரியுறையாளர்களுக்கும் ப்ரொபஸர்களுக்கும் கல்லூரியில் இருக்க வேண்டும் என்ற நியதி கிடையாது.

ஆனால் ப்ரொபஸர் விநாயக்கிற்கு தன் இல்லத்தைக் காட்டிலும் தன் கல்லூரியில் பணி செய்வது மன அமைதி கொடுப்பதாகவும் மனம் விரும்பும் தனிமைச் சுகம் அளிப்பதாக உள்ளது. இதில் மற்றவர்களுக்கு ஏன் இந்த மன எரிச்சல்?

மும்பையில் உள்ள எல்லாவகையிலும் முதல்நிலை எய்திய இந்தக் கல்லூரியில் இருந்து அவன் வீடு அதாவது அவன் வசிக்கும் மாடிப்பகுதி எப்படிப் பார்த்தாலும் மூன்று நான்று கிலோமீட்டர் தொலைவுதான் இருக்கும். மாலதி எப்படி எப்படி கூச்சல் இட்டாள்... நான்கு சக்கரவாகனம் செலுத்தக் கற்றுக்கொள்ள. அது செவிடன் காதில் ஊதிய சங்குபோல் ஆயிற்று. ஆனாலும் அவன் 'ட்ரைவிங்' கற்றுக் கொள்ளவில்லை. 'ட்ரைவிங்' கற்றுக் கொள்ளாமல் இருப்பது ஒரு பெரிய விஷயமா? அவனைக் காட்டிலும் வயதில் மூத்த லக்ஷக்கணக்கான மக்கள் 'டிரைவிங்' கற்றுக் கொள்ளுகின்றனர். ஆனாலும் கற்றுக்கொள்ளவில்லை என்றால் கற்றுக் கொள்ளவில்லை. அவ்வளவே. நான்கு சக்கரவண்டி ஓட்டுவது என்ன ஒரு பெரிய வீர தீரச் செயலா? அல்லது இது பராக்கிரமத்தின் அடையாளமா?

ஆனாலும்... நான் கூறுவது உனக்குத் தவறாகத் தான் தோன்றும். லக்ஷக்கணக்கான மக்களுக்கு எந்தச் செயல்கள் கண்களை மூடியவாரே

செய்ய இயலுகிறதோ அந்தச் செயல்கள் ஏன் உனக்கு பிரமிப்பாகத் தோன்றுகிறது? அந்தத் திறமையை உன்னால் அடைய முடியாதா? நீ திறமை அற்றவனா அல்லது அறிவுதான் அற்றவனா? மாலதி வண்டி ஓட்டுகிறாள்... ஆனால் விநாயக் ஓட்ட இயலவில்லை. இது என்ன கடலில் விழுந்து மூழ்கி இறப்பது போலவா? இல்லையே! பாஸ்கர் ஓட்டுகிறான், சுதர்சன் ஓட்டுகிறான் விநாயக்கின் எல்லாச் சக கர்மிகளும் வண்டி ஓட்டுகின்றனர். ஆனால் விநாயக் மட்டும் வண்டி ஓட்டவில்லை. அவனால் ஓட்ட இயலாது. ஏன்? என்ன காரணம்?

மார்கரெட்டாக இருந்தால் விளையாட்டைப் போன்று ஆசை ஆசையாக அவனுக்கு வண்டி ஓட்டக் கற்றுக்கொடுத்து விடுவாள்... கொடுத்து விடுவாள் என்ன... கற்றுத்தான் கொடுத்தாள். அவளிடம் இருந்து விநாயக் வண்டி ஓட்டக் கற்றுக் கொண்டு இருந்தால் எவ்வளவு நன்றாக இருந்து இருக்கும். அவளால் கற்றுக் கொடுக்கப்பட்டவைகளை விநாயக் ஒருபொழுதும் மறக்க இயலாது. அது மட்டும் அல்ல, அவளின் ஒரு ஞாபகார்த்தச் செயலாகவும் இருந்து இருக்கும். அதுவும் விநாயக் வண்டி ஓட்டும் பொழுது அவள் அவன் பக்கத்தில் அமர்ந்தவாறு கற்றுக் கொடுத்தால் எவ்வளவு நன்றாக இருக்கும். இது நினைத்தாலே இனிக்கிறதே! அவன் இந்த அளவு தன்நம்பிக்கையுடன் வண்டி ஓட்டுவதைப் பார்த்துவிட்டு அவன் வீட்டினர் வியப்பில் கண்டிப்பாக மூக்கில் விரல் வைப்பார்கள். அப்பொழுது அவன் எவரிடம் எப்பொழுது இவ்வாறு வெகுதிறமையாக வண்டி ஓட்டக் கற்றுக் கொண்டான் என்பதை பெருமையாகக் கூறியிருப்பான். ஏனோ தெரியவில்லை... மார்கரெட்டுடன் சேர்ந்து இருக்கும் காலத்தில் அவனிடம் சக்தியோ சக்தி குடிகொண்டு இருக்கிறது. இதுமட்டுமா... அவன் தனக்கு 20 வயதுகள் குறைந்து உள்ளதாக உணர்கிறான். அவன் ஏன் இவ்வாறு உணர்கிறான்! இதன் பிண்ணனி என்ன? ‘தான் கிழடு தட்டியவன்’ என்ற உணர்வே எங்கேயோ பறந்து சென்றுவிடுகிறதே! இது மட்டுமா... குடும்பம் பற்றிய கவலைகள், பாதுகாப்பு இன்மை மற்றும் குற்றம் செய்யப்பட்டது போன்ற மனத்தில் ஆழப்பதிந்த முடுச்சுகள் எல்லாமே தானாகவே மறைந்து விடுகின்றனவே! அவனுக்கு அத்தகைய ஓர் உணர்வு... அங்கு அவன் பாடம் கற்பிக்க வரவில்லை... பாடம் கற்றுக்கொள்ள... எந்தப் பாடம்... அன்பு பற்றிய பாடம். முதன் முறையாக... புதிய கோணத்தில்... ஒரு விதத்தால் இதை நோக்கினால், இது அவனின் மறுபிறப்பா? அப்படி இல்லாவிட்டால் மறுபிறப்பு... மறு வாழ்க்கை... என எதைக் கூறுவார்கள்? அறிவுசார்ந்த சீமாட்டிகளுக்கு அவன் துறையில் பஞ்சமா? இல்லையே! ஒருவர் மற்றவரை விட மிஞ்சும் அறிவாளிகள் தானே! ஆனாலும்... ஆனாலும்

மார்கரெட் என்றாலே அது தனியான மாறுபட்ட விஷயம் தான். இவ்வளவு ஆழமான கம்பீரத்தின் உள்ளே இவ்வளவு உயர்ந்த அலைகள் வீசக்கூடுமா? இதற்கு யார் பதில் கூறுவார்கள்? இது அதிசயத்திலும் அதிசயமே! எப்பொழுது ஒருவருடன் நமது தொடர்பு ஆழமாகவும் நெருக்கமாகவும் மெதுவாக மாறத் துவங்குகிறதோ, இருவரின் உணர்வுகளும் ஒரே தளத்தில் ஒன்றுபடுகிறதோ, அப்பொழுது தான் ஒருவர் மற்ற ஒருவரைப் பற்றிய உண்மைகளையும் செயல்பாடுகளையும் குணாதிசயங்களையும் மெல்ல மெல்ல அறியத் துவங்குகின்றனர். அப்பொழுது தான் அன்னாரின் தனித்தன்மை மிளிரத் துவங்குகிறது. சகுந்தலாவும் அவ்வாறு தானே இருந்தாள்... இல்லை... இல்லை... ஒப்பிடுவது வீணானது பொருளற்றது. இந்த உலகத்தில் எவறும் மற்றவரைப் போன்று இருக்க இயலாது. ஒரு ஒரு மனிதனுக்கும் அவனுக்கு என ஒரு தனித்தன்மை, தனியான குண இயல்புகள் உள்ளனவே. இது ஆச்சர்யப்பட வேண்டிய விஷயமாகத் தானே இருக்கின்றது. இந்த உலகத்தில் எவரும் மற்ற ஒருவருக்கு 'ஸப்ஸ்டிட்யூட்' ஆக இருக்கவே இயலாது. சகுந்தலா சகுந்தலாவாகத்தான் உள்ளாள். மார்கரெட் மார்கரெட் ஆகதான் உள்ளாள். இருந்தாலும்... இருந்தாலும்... ஏனோ தெரியவில்லை... விநாயக்கின் மனம் இந்த இருவரின் உருவ அழகு, நடை உடை பாவனைகள் செயல்பாடுகள் முதலியன தங்களுக்குள்ளாகவே முட்டி மோதிக் கொள்ளுவதாக அடிக்கடி எண்ணத் துவங்குகிறது. திடீரென... தனக்குத் தானே... எந்தவிதமான காரணம் இல்லாமலேயே... ஏன்... ஏன்... இதற்கு என்ன பதில் இருக்கும்? இந்த இருவருக்குள் என்ன கொடுக்கல்-வாங்கல் உள்ளன? இந்த இருவருக்குள்ளும் எந்தவிதமாக ஒருமைப்பாடும் காணப்படவில்லையே! இந்த இருவரின் நிலை, செயல்பாடுகள், சுற்றுப்புறச் சூழ்நிலைகள், குணாதிசயங்கள் எல்லாமே மாறுபட்டதாகவே இருக்கின்றனவே!

ஒன்றும் அறிய இயலவில்லை. கரையில் விளையாடும் வெய்யிலில் குளித்துக் குளித்து இந்த நதி தனக்கு புலனாகாத வேகத்தினால் ஆழமான நீருக்கு அடிப்பாகத்தில் இழுத்துச் சென்றுவிட்டதே! எப்பொழுது நதியின் இந்த வேகத்தில் கால்கள் தட்டுத் தடுமாறிவிட்டனவே... இல்லை... இல்லை... தட்டுத் தடுமாறவில்லை... நதியின் ஓட்டத்தில் நடுவில் கால்கள் நிலையாக நிலைத்துவிட்டனவே! இதில் நதியைப் பற்றி கவலை கொள்ளத் தேவை இல்லை. ஆனால் நீ நதியில் நீந்துபவரைப் பற்றி கவலை கொள்ளாமல் இருக்க இயலாதே.

ஆனால்... ஆச்சர்யம் என்னவென்றால்... இந்தவிதமான நிகழ்வுகள் விநாயக்கின் வாழ்க்கையில் மட்டுமே ஏன் நிகழ்கின்றன. இந்த காலம் கடந்த வயதில் இவ்வாறு பார்க்கவும் அனுபவிக்கவும் வேண்டிய ஒரு தலைஎழுத்து அவன் தலையில் எழுதப்பட்டுள்ளதே! நாம் நம்மைப்பற்றி எந்த அளவு அறிந்துள்ளோம்? என்ன அறிந்துள்ளோம்? நம்மைப் பற்றி மட்டுமல்ல... இந்த உலகைப்பற்றியும் நமக்கு என்ன தெரியும்? எல்லா நிகழ்வுகளும் நான் நினைத்த படியாகவே நடைபெறுகின்றனவா? நிகழ்வுகள் நம் கைவசப்பட்டுள்ளனவா? இந்த நிகழ்வுச் சக்கரம் நமது கை ஆணைப்படியா சுழல்கிறது? இருந்தாலும் விநாயக் தன் மனம் போகின்ற போக்கில் செல்பவன் அல்ல. முரடனும் அல்லவே. ஒரு பொருப்பு உள்ள கணவனாகவும் தந்தையாகவும் தான் இருக்கிறான். இதுமட்டுமா... ஒரு நல்ல எடுத்துக்காட்டான ஆசானாகவும் தலைசிறந்த புகழ்பெற்ற வித்வானாகவும் சமுதாயத்தில் கருதப்படுகிறேனே. இதை அவன் அடைய அவன் எந்த அளவு எதிர்நீச்சல் போட்டு இருப்பான். இருந்தாலும் தன் வாலிப காலத்தில் ஒரு கடுமையான சுழலில் சிக்கிக் கொண்டு மரணத்தின் எல்லைக்கே சென்று எப்படியோ விதிவசப்படி அந்தச் சுழலின் பிடியில் இருந்து விடுப்பட்டு மீண்டு வந்துஉள்ளானே. இந்த கடுமையான அனுபவம் அடைந்த அவன் இன்று கிழப்பருவ வாயிற்படியில் நிற்கும் நிலையை அடைந்தவன் மறுபடியும் அந்த பயங்கர சுழலில் தானாகவே சிக்கிக் கொண்டு அல்லல் பட விரும்புவானா? மாட்டான்... ஒருபொழுதும் மாட்டான்... எந்தநிலையிலும் விரும்பமாட்டான்.

எந்தப் பெண்மணிகளும் விநாயக்கின் தொடர்பு ஏற்பட்டவுடன் அவனுக்கு மிக்க நெருக்கமுள்ளவர்களாகவும் அவனையே முழுமையாக ஆட்கொண்டவர்களாவும் மாறிவிடுகிறார்களே? அவனுடைய சுயநினைவையே அபகரித்துக் கொண்டுவிடுகிறார்களே. இது உண்மையா? அவன் எப்பொழுதும் தன் மாசு அற்ற ஆழமான குண நம்பிக்கையின் பிடியில் பாத்திரமாக இருக்கும் சமயம் அவன் எப்படி பெண்மணிகளின் நம்பிக்கை என்ற பிடியின் கைதியாக மாறிவிட இயலும். அதுவும் மிகத் திறமைசாலியான அறிவாளியான தனித்திறமை பெற்ற பெண்மணிகளின் பார்வையில் கூட அவன் அந்தக் கைதித்தனத்தை ஒருபொழுதும் அடையமாட்டான்.

ஆனாலும் சந்தேகமின்றி அவனுள்ளே ஒரு ஊசியின் மெல்லிய முனைபட்டவுடனேயே துளைப்பட்டுப் போகும் ஒரு கட்டாயம் இருந்து இருக்கவேண்டும். அந்த நரம்பு சம்பந்தப்பட்ட மென்மையான இடத்தை ஸ்பர்ஷம் செய்த உடனேயே ஏற்படும் அந்த துளையினில் புகுந்து பெண் அவனுள் ஒன்றுபட்டுவிடுகிறாள். பின்பு அவனது மனத்தையும்

உயிரையும் தன் வசப்படுத்திக் கொண்டுவிடுகிறாள். இதில் விநாயக்கின் குற்றம் என்ன? அப்படி நாம் சொல்ல இயலுமா? அவன் தன் அந்த மென்மையான பாகத்தை ஸ்பர்ஷிக்கவும் அதைத் துளைத்து உள்ளே செல்லவும் எங்ஙனம் அனுமதி அளித்தான்? இந்தவகையில் அவன் தன்னைத் தானே வெற்றி கொள்ள விழிப்புடனும் கவனத்துடனும் செயல்பட வேண்டுமே. ஏன்னென்றால் அவனையே கொல்லக்கூடிய இந்த மென்மைதான் அவனுடைய உயிர்சக்தியின், உணர்வுசக்தியின் பிறப்பிடமாக உள்ளது. அது 'காந்தம்' போன்று மற்றவர்களின் உயிர் சக்தியையும் உணர்வு சக்தியையும் தன்னுள் ஈர்த்துக் கொள்ளுகின்றன.

தன்னுடைய இந்த பலஹீனம் பற்றி விநாயக் அறிந்து இருக்க வில்லை எனக் கூற இயலாது. கடந்த 25-30 வருடங்களாக இந்த மாதிரியான தன்னை வசப்படுத்தும் சந்தர்பங்கள் அவன் வாழ்க்கையில் ஏற்படவில்லை என அவன் நிச்சயமாகக் கூற இயலாது. ஆனாலும் ஒவ்வொரு தடவையும் அவன் எப்படியோ அந்தச் சுழலில் இருந்து விடுபட்டு வந்துள்ளான். இதன் காரணம் என்ன? காரணம் இதுதான் - அவன் தன்மீது தாம்பத்யம் என்ற கவசத்தை போர்வீரன் போன்று அணிந்துள்ளான். ஆகவே அவன் மனத்தில் தான் மற்றவர்களுக்கு ஒரு முன் உதாரணமாக இருக்கிறான் எனத்தோன்றும் எண்ணம். இந்த எண்ணம் தான் தன்னுடைய சகலவிதமான பலஹினங்களையும் தோல்வி அடையச் செய்கின்றது. இவ்வாறு செயல்படுவது ஒரு சாதாரணமான விஷயமா? கண்டிப்பாக இருக்கவே முடியாது. விநாயக்கின் திருமணமே காதல் திருமணம் தான். இதற்கு எல்லாவிதமான நிபந்தனைகளையும் ஏற்றுத்தானே அவன் மாலதியை மணம் செய்துகொண்டான். ஆனால் தற்காலத்தில் இந்தக் காதல் திருமணம் அதிக அளவில் தோல்வியில் தான் முடிவடைகிறது என்பதையும் அவன் பார்க்கிறான். இதற்கு இவ்வளவு தூரம் ஏன் செல்வானேன். தன்துறையில் ஒன்றாகச் சேர்ந்து தன்னோடு பணிபுரியும் திரு ரெட்டி அவர்களையே பாருங்களேன். ஆனால் விநாயக் அவர்களுக்கு காதல் திருமணம் செய்து கொண்டு இருக்கும் தம்பதிகளிடம் எந்தவிதமான அனுதாபமும் லவலேசம் கிடையாது. டேய் கிருக்கு! நீ தானே வலியவந்து அவளை காதலித்துக் திருமணம் செய்து கொண்டாய். தற்பொழுது அந்தப் பொறுப்பை முழு மனத்துடன் ஏற்பது உன் கடமை அல்லவா. மாதக் கணக்காக வருடக்கணக்காக காதலித்த சமயம் அவளின் குணங்கள், இயல்புகள் பற்றிய அறிவு உனக்கு ஏற்படவில்லையா? அன்றைக்கு இனித்த இந்த கனிரஸம் இன்றைக்கு கசந்துவிட்டதா? இந்த காதல் தோல்வி அடைந்த திருமணம் உண்மையிலேயே உன்னுடைய தோல்வியை எடுத்துக் காட்டுகின்றது.

இது உனது தோல்வி... உனது விவேகத்தின் தோல்வி... தனது உணர்வுபூர்வமான தனித்திறமையை தனது முன்னாலேயே நம்பிக்கையற்றதாகவும் முதிர்ச்சி அடையாததாகவும் டமாரம் அடித்து கூறுவது போன்றது தான். இது சொக்கத் தங்கமான உன் காதலை செம்பு கலந்த காதலாக மாற்றியது. நீதானே! தனக்கு முன்னாலேயே தனக்கு ஏற்பட்டு உள்ள இந்தத் தோல்வியை எந்த மனிதன் எவ்வாறு ஏற்க இயலும்? இது விநாயக் அவர்களுக்கு புறியாத புதிராக இருந்தது. நீ முதற் சுற்றிலேயே தோல்வி அடைந்துவிட்டாய். இரண்டாவது மூன்றாவது சுற்று பற்றி என்ன கூறுவது? இது மனித வாழ்க்கையின் சூதாட்டப் பணயப் பொருளா? தன்னைத் தானே வஞ்சிப்பது இதைவிடப் பெரியதாக வேறு என்ன இருக்கக் கூடும்? நீ எந்தப் பெண்ணை அடைவதற்காக விண்ணையும் மண்ணையும் ஒன்றாக இணைக்கப் பாடுபட்டாயோ அந்தப் பெண்ணை அடைந்தும் கூட அவளோடு உன்னால் குடும்பம் நடத்த இயலவில்லையே. தற்பொழுது அவளைக் கழற்றிவிட்டு மற்றது ஒன்றைத் தேடி அலையோ அலையாக அலைகின்றாயே... இந்த அசட்டு நம்பிக்கை தானே... இந்தக் காதல்... இந்தத் தடவை கட்டாயம் கைகூடும் என்று... அடேய் கிருக்கு! நீ எத்தனை தடவை காதலித்தாலும் அது ஒருபொழுதும் கை கூடாது. தாம்பத்தியம் என்பது ஒரு பரிசோதனைச் சாலையா? அது என்ன பௌதிகப் பரிசோதனைச் சாலையா அல்லது இரசாயனப் பரிசோதனைச் சாலையா?

விநாயக்கின் இந்த எண்ணம் காதல் திருமணம் பற்றியது மட்டுமே! மற்றய திருமணங்களுக்கு இது பொருந்தாது. அவனது 'அதர்ஷவாத்' கொள்கைப்படி... நீ அவளை உனக்குப் பொருத்தமான ஜோடி இல்லை என நினைக்கிறாயோ அதே போன்று அவளும் 'நீ அவளுக்குப் பொருத்தமான ஜோடி என்று' எண்ண உரிமை பெற்றவளே. இதைச் சுட்டிக்காட்டும் சமயம் உனக்கு தகதகவென எரிகின்றதே... ஏன்... உன்னுடைய இயலாமைக்கு அவள் எப்படி பொறுப்பாளியாக இருக்கமுடியும்? நீ மட்டும் அவளை எப்படித தனியாக கழட்டிவிட முடியும்? ஆனால் பொருந்தாக் கல்யாணம் ஒன்று உள்ளதே. தாய் தந்தையார் பார்த்து கல்யாணம் செய்து வைத்தாலும் இணை சரியாக இல்லாமல் இருந்து அவர்களின் இடையே ஏற்பட்டுள்ள இடைவெளி தினம் தினம் நீண்டு அகழி போன்று தோன்றுமானால் அவர்களை பிரியச் செய்வது தானே சரியான செயல். இல்லாவிட்டால் 24 மணி நேரமும் ஒருவர் மற்ற ஒருவரை பிடிங்கி எடுத்து நொந்து நொந்து வாழ்வதைவிடப் பிரிவதே மேல் அல்லவா? இதைக் கண்டிப்பாக விநாயக் ஏற்பான். ஆனால் காதல் திருமணம் பற்றி அவன் எண்ணமே தனிதான்.

ஒருவருக்கு ஒருவர் பார்த்து பரீக்ஷித்து மனம் ஏற்றுக் கொள்ள போதுமான கால அவகாசம் இருவருக்கும் கிட்டி இருக்கும். நீங்கள் என்ன குழந்தைகளா? விபரம் தெரிந்த படித்த அறிவாளிகள் தானே! இது உன்னால் முழுமையாக உணரப்பட்டு எடுக்கப்பட்ட முடிவுதான். இது அவளுக்கும் பொருந்தும். ஆகமொத்தம் நீங்கள் இருவருமே தம்தம் பொறுப்புகளில் இருந்து விடுதலை அடைய இயலாது. உங்களிடம் காணப்படும் வேற்றுமை உணர்வு உடனேயே கண்களுக்குப் புலப்படாது. இது உண்மைதான். மறுக்க இயலாததும் கூட. இந்த வேற்றுமை உணர்வுகள் மெதுவாகத் தான் வெளிச்சத்தில் தென்பட துவங்கும். இங்கு பலவிதமான நோக்குகள் காணப்படுகின்றன. பெண்ணின் குணமோ இயல்போ, ஆணின் குணமோ இயல்போ அவர்களின் தனித் தன்மையோ ஆரம்ப காலத்தில் அறியப்பட மாட்டாது. காலம் செல்லச் செல்ல அவைகள் உங்களுக்குப் புலனாகும். அச்சமயம் அந்தக் கூர்மையான கோணங்கள் உங்களை உங்கள் மனத்தை ரணப்படுத்தி விடுகின்றன. ஆனாலும் இவைகள் எல்லாவற்றையும் ஏற்றுக்கொள்ள அந்த இருவரும் தன்னை ஆரம்பகால கட்டத்திலேயே தயார்படுத்திக் கொள்ளவேண்டும். எப்பொழுது அவர்களின் நடுவில் மூன்றாவது நபர் வந்துவிடுகிறானோ அதாவது ஒரு குழந்தை ஜனித்து விடுகிறதோ அப்பொழுதே தனித்தனியாக பிரிந்து செல்ல இயலாத ஒரு நிலைமை ஏற்பட்டுவிடுகிறது. 'பிரிவு' என்ற பேச்சுக்கே அங்கே இடம் கிடையாது. அத்தருணம் 'பிரிவு' என்பதைப் பற்றி யோசிப்பதே குற்றமாகும். அந்தப் பச்சிளம் ஆத்மாவிற்கு நீங்கள் இழைக்கும் மன்னிக்க இயலாத குற்றமாகும். ஏனென்றால் உங்களைப் போன்ற தகுதி அற்றவர்கள் மூலமாகத்தான் இந்த உலகத்தை எட்டிப்பார்க்க அது தேர்வு செய்தது போலும்.

8. என்ன விஷயம் மாலதி?

என்ன ஆயிற்று...? கதவைத் திறந்தவுடன் மாலதி ஒரு நொடிக்கூட அங்கே நிற்கவில்லை. தன் கால்களை பின்நோக்கி வைத்து உள்ளே சென்றுவிட்டாள். அவனை நோக்கி தன் பார்வையை செலுத்தவில்லை. இதுபோன்று இதற்கு முன்பு எப்பொழுதும் நிகழ்ந்ததில்லை.

'என்ன விஷயம் மாலதி!'- அவன் பேசுவதைக் கூட செவிமடுத்து கேட்காமல் இருப்பதைப் பார்த்து விநாயக்கால் வாய் திறந்து பேச முடியவில்லை. அவளுடைய கடுகடுத்த முகமும், செயலும் அவனை மிகவும் கஷ்டப்படுத்தியது.

ஒன்றும் புரியாமல் விநாயக் அப்படியே ஸ்தம்பித்து நின்றுவிட்டான். திரும்பி கதவைக்கூட மூடவில்லை அவள். ஏதோ ஒரு அசம்பாவிதம் - புரியாத ஒரு புதிர்... இதனுடைய நிழல் வீடு முழுவதையும் ஆக்ரமித்திருந்தது. சத்தமின்றி மெதுவாக வாயிற்கதவை மூடிவிட்டு விநாயக் சமையலறையை நோக்கி வந்தவன், அங்கே மாலதி எறிந்து கொண்டிருக்கும் காஸ் அடுப்பில் பாத்திரம் எதையும் வைக்காமல் அப்படியே நின்று கொண்டிருந்தாள். என்ன இது... என்னவாயிற்று அடுப்பு எறிந்து கொண்டிருக்கிறது. பாத்திரம் வைக்கவில்லை... வேறு எந்த வேலையும் செய்யாமல் அப்படியே வெறித்தப்படி பார்த்துக் கொண்டிருக்கிறாள். எதுவும் பேசாமல் அமைதியாக வெறுமனே எரியும் அடுப்பை நோக்கியவாறு நின்று கொண்டிருக்கிறாள்.

விநாயக் ஒருநொடி செய்வதறியாது நின்று கொண்டிருந்தான். பிறகு, மெதுவாக மாலதியின் தோளில் கைவைத்தவாறு... மெல்லியக் குரலில் - 'என்னவாயிற்று மாலதி...?'

மாலதி வாய்த்திறக்காமல் மௌனமாக இருந்தாள். விநாயக் தன் கைகள் துடித்தது போல் உணர்கிறான். எதுவும் கட்டுப்படாத நிலையில், எந்த அசைவும் அற்ற நிலையில் அவன் கை இருக்கும் இடத்திலேயே, அதே இடத்தில் தோளில் லேசான அசைவு ஏற்பட்டது. அது விநாயக்கின் கையை அசைக்க செய்தது. 'ஏன் என்னுடன் பேச மறுக்கிறாய் மாலதி...? என்ன ஊமையாகிவிட்டாயா...?'- விநாயக் ஆவேசம் வந்தவனாக கத்தினான். எனினும் இது மாலதியிடம் எந்த மாற்றத்தையும் ஏற்படுத்தவில்லை. அவள் இப்பொழுதும் அப்படியே எந்த மாற்றமுமின்றி மௌனமாக நின்று கொண்டிருந்தாள்.

விநாயக் எரிச்சலடைந்தவனாக தன்னுடைய மேஜையில் அமர்ந்து படிப்பில் மூழ்கியிருந்த பொழுது அவனுடைய பார்வை மேஜையின் மீது பிரித்திருந்த நிலையில் உள்ள ஏர்மெயில் மீது படர்ந்தது.

விநாயக் தனது இரண்டு கைகளாலும் தலையில் அடித்தவாறு மேஜையின் மீது தலையை சாய்த்துக் கொண்டான். இதுபோன்று இதற்கு முன்பு வரை... மாலதி அவனின் பெயரில் வரும் கடிதத்தை பிரித்துப் படித்ததில்லை. கடிதத்தைப் பிரித்து படித்திருப்பாளோ... இருக்கலாம், இது விநாயக் சென்ற மாதம் மார்கரேட்டுக்கு எழுதிய கடிதத்திற்கு அவள் எழுதிய பதில் கடிதம். அப்படி அவள் என்ன எழுதிஇருப்பாள் அந்த கடிதத்தில். அதைப் படித்துவிட்டு மாலதி ஏன் இப்படி திகைத்துப் போயிருக்கிறாள்.

விநாயக் இதுவரை... அந்தக் கவரை தொடகூட இல்லை. சொல்லப்போனால் இந்தக் கடிதத்தை பெறுவதற்கு அவனின் உடம்பில் ஒவ்வொரு அணுக்களும் ஆவலுடன் எதிர்பார்த்திருந்தன. ஆனால் அவளோ குழப்பத்தை ஏற்படுத்திவிட்டாள். அப்படி என்ன அவசியம். வீட்டு விலாசத்திற்கு கடிதம் அனுப்புவதற்கு கல்லூரியின் விலாசத்திற்கு அனுப்பி இருக்கலாம் இல்லையா? கடவுளே... விநாயக்கிற்கு இதுகூட புரியவில்லையா? ஏன்... ஏன்.. புரியவில்லை. மிகவும் புத்திசாலித்தனமாக மார்கரேட்டுக்கு அவனுடைய வீட்டின் போன் நம்பரைக் கூட கொடுக்கவில்லை. ஏன்... ஏன்... கொடுக்கவில்லை. எதனாலென்றால், மாலதி எந்த ஒரு பிரச்சனையும் செய்யாமல் இருக்க.

தொலைபேசி எப்படியும் அவளை உறைய வைக்காது. ஒருவேளை இது சாத்தியமா... மார்கரேட்டின் குரல் அவளுடைய காதுகளில் ஒலிக்குமானால் அவள் இயல்பான நிலையில் பேசுவாளா...? லேசான முறைப்படி தன் குரலால் பேசுவாளா? ஏனென்றால் ஒருமுறை ஏதோ தொலைபேசியில் ஒரு அழைப்பு. அதில் பேசியதிலிருந்து நிலைமை மோசமாகிவிட்டது. அதிலிருந்து தைரியமில்லை. அவனுக்கும் அந்த மார்கரேட்டிற்கும் தெரிந்திருக்கும் போல... என்னவென்றால், இந்த மனிதனுடன் தொலைபேசியில் காதல் மொழி பேசுதல் அசம்பாவிதம் என்று.

வெளிநாட்டில் தான் இருந்த நாட்களில் நடந்த அனைத்துக் கதைகளையும் மாலதியிடமும், குழந்தைகளிடமும் கூறிவிட்டான். இந்த ஒன்று ஏன் மனவலியைக் கொடுக்கிறது - மாலதியிடமிருந்து இதுபோன்று எதையும் அவன் மறைக்கவில்லை. மறைப்பதற்கு என்ன இருக்கிறது? யாருடனும் பகிர்ந்து கொள்ள முடியாத பல விஷயங்கள் உள்ளன.

அது அந்தராத்மாவில்... உள்ளுக்குள்ளேயே அசைபோட்டுக் கொண்டிருக்கிறது. நீங்களே அந்த விஷயங்களைப் பற்றி அறிய முடியாத தெளிவில்லாத நிலையில் இருக்கும் பொழுது அடுத்தவர்களுக்கு அந்த விஷயத்தைப் பற்றி ஏன் தெரிந்து கொள்ள விருப்பம் ஏற்பட வேண்டும்... மேலும் ஏன் அதைப்பற்றி அவர்கள் தெரிந்துகொள்ள வேண்டும் அவரை நண்பர் என்று கூறலாம், அந்தரங்கமான நண்பர் என்று கூட கூறலாம், அப்படிப்பட்ட எவறும் கிடைக்கவில்லை. எழுதப்படாத வெள்ளை காகிதமே விநாயக்கின் ஒரே நம்பகமான துணை என்றாலும், நாட்குறிப்பிலிருந்து அந்த பூகம்பம் எங்கே மறைந்து போகும்... நம்மை சூழ்ந்த தோழமையில் பூகம்பம் - அந்த அந்தரங்கமான ‘அடுத்தவரின்’ நெருக்கமான உறவின் பூகம்பம், அவர் மற்றவராக இருந்தபோதிலும், என்னிடமிருந்து வித்தியாசமாக இருந்தபோதிலும், நான் அதை என் சொந்த, எனக்கே சொந்தமானவராக உணர்கிறேன்... என் சொந்த ஆன்மாவின் கண்ணாடியைப் போல. சொந்தபந்தங்கள் உறவுகள் எல்லாமே அவர்கள் அவர்கள் இடத்தில் இருப்பது சரியானதாகும், ஆனால் அவை முழுமையற்றவை. அதிகப்படியான பரிச்சயம் காரணமாக, அவை பழைய நிலைகளுக்குச் செல்கின்றன. நம்முடைய மனோபாவங்களின் வெளிப்பாடுகளை முழு அளவில் வெளிபடுத்த முடியும், அதனுடன் விளையாட முடியும், நம்மிடம் முழுவதுமான உயிருடன் இருக்கும் உணர்வை உணர்த்தவும், பிரிதல் போன்ற ஒரு நண்பனுடைய தேடல் நம்மிடம் எப்பொழுதுமே இருக்கிறது. அதனால் மனதிற்கு ஒரு ஆத்ம திருப்தி ஏற்படுகிறது. ஆனால் ஒருபோதும் அதிருப்தி அடைவதில்லை. இப்படி நமக்கு கொடுக்கப்பட்ட அல்லது நம்முடன் இணைக்கப்பட்ட உறவுகளிடம் எங்கே இருக்கிறது. இருக்கவே முடியாது. நம் மனதிற்கு பிடித்த ஒரு பிடிமானத்தை ஒரு உறவை ஆத்மார்த்தமான உணர்வே நாம் தேடவேண்டி இருக்கிறது, சம்பாதிக்க வேண்டி இருக்கிறது. இருந்தபோதிலும் அது நமக்குக் கிடைக்குமா...? கிடைக்காத... யாராலும் கூற முடியாது. கிடைத்தாலும் கிடைக்கலாம், கிடைத்தாலும் எங்கே கிடைக்கும். நம்முடைய எதிர்பார்ப்புகளை நினைத்துக் கூட பார்க்க முடியாத ஒரு இடத்தில் கிடைக்கும். ஒருவேளை வெளிநாட்டில், ஏழைகள் மத்தியில் கிடைக்கலாம்.

இப்படிப்பட்ட ஒரு நிகழ்வு எப்பொழுதாவது நமக்கு ஏற்படுகிறது, அந்த நிகழ்வைப் பற்றி யாரிடமும் சொல்ல வேண்டிய விஷயமல்ல அது. மனதில் அதை அடுத்தவரிடம் பகிர்ந்து கொள்ள வேண்டும் என்று தோன்றுவதில்லை. அது... அவர் மனதில் இரகசியமாக இருப்பதன் மூலம் அவர் தனது உண்மையை... என்னவென்றாலும் - எப்படி

வேண்டுமானாலும் சொல்லலாம் - தன்னுடைய புத்துணர்ச்சிகளையும், தன்னுடைய தனித்துவத்தையும் 'சென்சேஷன்'யை உள்ளுக்குள்ளேயே ஆத்மார்த்தமாக பராமரிக்க முடியும். நான் வேல்ஸ்-க்கு எதற்காக சென்றேனோ… அதனுடைய உண்மையான சாதனை நான் சென்றதற்கானதாக இல்லை? எனினும், இப்படி என்னுடைய ஆழ் மனதின் அந்தராத்மாவின் விஷயங்களை யாரிடம் கூறுவது… எப்படி கூறுவது - எப்பொழுதாவது மனதில் இதைப்பற்றி மற்றவரிடம் கூற வேண்டும் என்று அவா எழுந்தால்தானே, அப்படி ஏதும் இல்லாதபோது? உண்மையான, அந்தரங்கமான நண்பன் என்று யாராவது இருக்கிறான் என்றால் அந்த நண்பனிடம் கண்டிப்பாக கூறாமல் இருக்க முடியாது. ஒருபொழுதும் அதைக் கூற வேண்டும் என்று விருப்பமும் ஏற்பட்டதில்லை. அப்படி இருக்கையில் எப்படிக் கூற முடியும்? அப்படி ஒருவர் விநாயக்கின் வாழ்க்கையில் இல்லவே இல்லை. மாலதியிடம் என்ன கூறுவது? எப்படிக் கூறுவது? சரி… அறிவுஜிவியான பெண் ஒருத்தியை நான் அங்கே கண்டேன், அவளுடைய பெயர் மார்கரேட் மற்றும் அவள்தான் தன்னுடைய எல்லாரையும் விட நல்ல நண்பியாக கிடைக்கப்பெற்றாள் என்று பலவிதமான உண்மைகளை கூறலாம். நீங்கள் ஒரு உணர்ச்சி மட்டத்தில் அவருடன் இணைந்திருக்கிறீர்கள் என்று நீங்கள் எங்கிருந்தும் சொல்லுங்கள். என்றாலும் மாலதியிடம் இதுபற்றி முன்கூட்டியே சொல்லியிருந்தால் அவள் இவ்வளவு கலக்கமுற்று திகிலடைந்திருக்கமாட்டாள். தன்னுடன் பயிலும் ஏதாவதொரு ஆராய்ச்சி மாணவனின் கடிதம் என்று, அதில் ஆராய்ச்சி சம்பந்தமான குறிப்புகளும் - விஷயமும் இடம் பெற்றிருக்கும். அப்படியென்றால் அவள் ஏன் கடிதத்தின் கவரைப் பிரித்திருக்க வேண்டும்? விநாயக் தனக்குத் தானே இந்த விபரீதத்தை அழைப்பிதழ் கொடுத்து வரவேற்றிருக்கிறான். தான் செய்ததை வெளியில் தெரிவிக்காமல் மூடிமறைத்துவிட்டு, இப்பொழுது மாட்டிக் கொண்டு போராட வேண்டியதாகிவிட்டது.

இதுபோன்று ஒரு சோகம் நடந்ததில்லை, ஆம் விநாயக்கின் பெயரில் இதுவரை எந்த ஒரு பெண்ணிடமிருந்தும் கடிதம் ஏதும் வந்ததில்லை. ஆனால் இதற்கு முன்பு ஒருபொழுதும் இதுபோன்று மாலதிக்கு கலக்கமோ அல்லது சந்தேகமோ எழுந்ததில்லை. ஆமாம் மார்கரேட்டைப் பற்றி கூறவேண்டிய விஷயங்களை முன்னமேக் கூறியிருந்தால், மாலதி அந்தக் கடிதத்தைப் பிரித்திருக்க மாட்டாள். படிக்கும் அந்த நேரப்பொழுதில் உங்களுடன் சேர்ந்து வேலை செய்து கொண்டிருப்பவர் ஒருவருடன் ஒருவர் தொடர்பு வெத்துக் கொள்ளக் கூடாதா? இதில் சந்தேகப்படுவதற்கு தேவை என்ன இருக்கிறது?

ஒருவேளை ஒரு புதிய மற்றும் எதிர்பார்க்காத வகையில் பரிச்சயமில்லாத ஏதாவதாக மாற்றம் நிகழ்ந்திருந்தால் சந்தேகம் ஏற்பட்டிருக்கலாம். பார்த்துக் கொண்டிருக்கும் மாலதிக்கும் இதுபற்றி புரிதல் இருந்திருக்கும். அப்படி யார் இந்த மார்கரேட், இதற்குமுன்பு இதுபோன்று ஒரு பிரச்சனை இந்த விஷயத்தில் முன்பு நேர்ந்ததில்லை. முதல்முறையாக இந்தப் பெயரைக் கேள்விப்படுகிறாள். என்றாலும்... புரியவில்லை... ஆம் ஒன்றும் புரியவில்லை, இந்தக் கனமான கவரை அவள் அனுப்பி இருக்கிறாள், அப்படி என்றால் அவள்... இதில் என்ன எழுதியிருப்பாள் என்று தெரியவில்லை. அப்படி என்றால் கண்டிப்பாக என்னிடமிருந்து எதையோ மறைத்திருக்க வேண்டும். அப்பப்பா... போதும்... இந்த விஷயத்தைப் பற்றி முன்கூட்டியே ஒருமுறை எனக்கு மனதில்... பின்னர் இதில் ஏதாவது விபரீதம் ஏற்படுமோ என்று, அப்படியே... நினைத்தவாறு நடந்துவிட்டது. நம் முட்டாள் தனத்திற்கானத் தண்டனையை நாம்தானே அனுபவிக்க வேண்டும். வேறு யார் பொறுப்பேற்பார்.

ஆகட்டும்... மனதில் சஞ்சலம் ஏற்படுவது அதுவும் இயல்பானதுதான். ஒத்துக் கொள்கிறேன். கொஞ்சம் சந்தோஷம்... அதுவும்... அதுவும் கொஞ்சம் ஏற்பட்டிருக்கத்தானே வேண்டும். ஆனால் விநாயக்கின் பெயருக்கு வந்த சொந்தமான இந்தப் ப்ரத்யேக கடிதத்தைப் கிழித்துப் படித்திருப்பது! இது மிகவும் ஏற்றுக் கொள்ளப்படமாட்டாத விஷயம் தான். மேலும் விநாயக்கின் மனதில் ஒரு புகார் இருக்கிறது தன்னுடைய மனைவியிடம் உள்ள குறைகள், குற்றங்கள் அவனுக்கு தெள்ளத்தெளிவாக தன்னுடைய மனைவியிடம் வெளிப்படுவதை உணர்கிறான் - என்றாலும் இது கொஞ்சம் அதிகமாகத்தான் வெளிப்படுகிறது - குறைந்தது ஒருபொழுதும் அவளுக்கு சந்தேகம் என்ற கண்ணோட்டம் எழுந்ததில்லை. சந்தேகப்பார்வை என்ற கண்ணோடு செயல்பட்டதில்லை.

விநாயக் கடிதக் கவரை எடுத்துக் கொண்டு மீண்டும் சமயலறைக்குள் நுழைகிறான். சந்தர்ப்பத்திற்கு ஒத்தவாறு முடிந்த அளவிற்கு குரலை ஸ்திரமாக வெளிப்படுத்த முயன்றவாறு பொய்யான ஒரு புன்முறுவலை முகத்தில் வெளிக்காட்ட முயற்சித்தவாறு.

‘என்ன மாலதி... என்னுடைய கடிதத்தை படித்துவிட்டாயா? மார்கரேட் அக்கடிதத்தில் என்ன எழுதி இருக்கிறாள்? நீ ஏன் இப்படி மிகவும் பொறுமை இழந்து காணப்படுகிறாய்... அதில்...! அப்பொழுது... மாலதி கழுத்தை திருப்பி அவனைப் பார்க்கிறாள். என்ன இப்படி பார்க்கிறீர்கள்? எப்படி திருடனுக்கு தேள் கொட்டியது போல. இதைப்

பார்த்த உடன் விநாயக் வலுகட்டாயமாக புன்சிரிப்பு சிரிக்கிறான். மாலதியின் முகபாவம் தளர்வடைந்து காணப்படுகிறது. ஒருவேளை அவன் திகைத்துப் போய் ஸ்தம்பித்திருக்கலாம். விநாயக் இப்படி எதிராக வழியில் பதிலளப்பான் என்று அவள் எதிர்பார்க்கவில்லை.

'என்னிடம் ஏன் கேட்கிறீர்கள்...? நீங்களே ஏன் அதைப் படிக்கக் கூடாது? கடிதம் எழுதியது என்னவோ உங்களுக்குத்தான் எனக்கில்லையே?'

விநாயக்கிற்கு தனக்குள்ளே ஏதோ உருகுவதைப்போல் உணர்ந்தான். 'ஹரே... சபாஷ்...!' அவன் ஒரு குண்டு வெடித்ததைப்போல் கலக்கமுற்றான். 'நானும் அக்கடிதத்தை படிக்கத்தான் போகிறேன்' ஆனால், நீ ஏற்கனவே எனக்கு முன்பே அந்தக் கடிதத்தைப் படித்து ருசித்திருக்கிறாய், உள்வாங்கி உள்ளாய், எனவே நீயே என்னிடம் சொல்... அதில் புளிப்பான - இனிப்பான - காரமான - கசப்பான ஆம்... நீ எதை உணர்ந்தாயோ உனக்கு என்ன அனுபவம் ஏற்பட்டது என்று நீயே சொல்...!'

பதில் அளிக்கும் விதத்தில் மாலதி முகத்தைத் திருப்பிக் கொண்டாள். விநாயக் செய்வதறியாது சிறிது நேரம் அங்கேயே நின்று கொண்டிருந்தான். பிறகு திரும்பி தன் அறைக்கு வந்து கடிதத்தை எடுத்து பிரித்து படிக்க ஆரம்பித்தான். அவன் நாற்காலியை கதவை நோக்கி திருப்பி வைத்து தனது கால்களை படுக்கையின் மேல் நீட்டி வைத்துக் கொண்டான். அக்கடிதத்தை படித்துக் கொண்டிருக்கும் பொழுது விநாயக்கின் முகம் எப்படி நிறம் மாறியது. இதையும் கூடப் பார்த்தால் மாலதிக்கு குதூகலம் ஏற்பட்டிருக்கும். எனவே அவன் ஏன் பின் வாங்க வேண்டும்? என்ன ஏதாவது திருடியிருக்கிறீர்களா? உனக்கு சந்தேகம் ஏற்பட்டிருந்தால் நீ உன் உளவு பார்க்கும் வேலையை அரங்கேற்ற வேண்டியதுதானே!

9. அன்பானவர் புறப்பட்டு சென்றார் (டியர் டிபார்டேட்)

டியர் டிபார்டேட்,

உன்னை ஏன் இவ்வாறு அழைக்கிறேன் என்று எனக்கே புரியவில்லை. உனக்கு இதனால் வருத்தம் இல்லையா? ஆனாலும் திடுக்கிடுவாய். உன்னை திடுக்கிடச் செய்வது என்னுடைய எண்ணம் இல்லை.

உன்னுடைய கடிதத்தை நான் முன்னமேயே என்னுடைய ரூமில் அமர்ந்து கொண்டே படித்தேன். பின்பு ஸ்வான்ஜி சமுத்திரக் கரையில் உன் முன்னிலையில் எத்தனை மாலைப் பொழுதுகள் நாம் கழித்தோமோ அந்த சமுத்திரக் கரையில், அந்த மணலில் படுத்துக் புரண்டவாரு படித்தேன். உனக்கு நம்பிக்கை இருக்குமோ...இல்லையோ! உன்னுடைய சுயநலத்திற்குப் பின் நான் அந்தக் கடற்கரைப் பக்கமே தலை காட்டவில்லை. ஆனாலும் அந்தக் கடல் மணல்பரப்பு உனக்கு எத்தனை பிரியமானது என்பது எனக்குத் தெரியும். உன்னுடைய ஆஜாராக இருக்கும் தன்மையில்... இல்லை... இல்லை... உன் பிரேத ஆத்மாவில் நான் இரண்டறக் கலந்ததின் காரணமாக அந்த இடம் செல்ல என்னால் கற்பனைக் கூடச் செய்ய இயலவில்லை. டேய் விநாயக்! நான் உன்னை சிறிதும் ஞாபகத்தில் வைத்துக் கொள்ள விரும்பவில்லை. நான் உன்னை முற்றிலும் மறக்க விரும்புகிறேன். 'நீ என் வாழ்வில் அடி எடுத்து வைக்கவே இல்லை' என நினைக்க விரும்புகிறேன். ஆகவே... ஆம்... ஆகவே உன்னுடைய இடத்தில் ஒரு 'பூஜ்யம்' எழுதி அதையே நீயாக நினைத்து என்னுடைய எண்ணத்தை வெளிப்படுத்துகிறேன். இதுதான் உனக்கும் எனக்கும் உள்ள உண்மையான தொடர்பு... சம்பந்தம். நான் உன்னிடமும் இதே தொடர்பை... சம்பந்தத்தை எதிர்பார்க்கலாமா? எதை நான் என்ற ஒரு பெண் செய்ய இயலுகிறதோ அதை ஆண் என்ற நீ செய்ய இயலாதா?

இங்கு நான் உன் நினைவையே அடியோடு மறக்க... இல்லை... அழிக்க விரும்புகிறேனோ, அதையே கூறி என்னை அழைக்கிறாய். பழைய மாதிரியே இப்பொழுதும் என் காதுகளின் அருகே முணுமுணுக்கிறாய். அதாவது நீ இப்பொழுதும் கூட என் அருகில் இருக்கிறாய். நான் விரும்பினால் உன்னைத் தொடக்கூட முடியும்... இல்லை... இல்லை... உன்னை விழுங்கக் கூட முடியும். இது நான் எப்பொழுதும் விரும்புகிறேனோ அப்பொழுது சாத்தியமாகும். உன்னிடம் எந்த மாறுபாடும் ஏற்படவில்லை என கடிதத்தின் மூலம் உண்மையாகத் தெரிகிறது. உன்னுடைய அறிவிற்கு நான் எப்பொழுதுமே அடிமைதான்.

அடிமையா... அன்று அன்று... நூறு தடைவ நான் என்னையே உனக்கு அர்பணிக்கிறேன். ஆனால் நம்முடைய தொடர்பு உன்னுடைய அறிவோ அல்லது திறமைக்கு அப்பாற்பட்டதே!

நீ எழுதிய கடிதக் கட்டு அசல் உன்னை மாதிரியாகவே உள்ளது. முதலில் நீ என்னை பார்க்கவோ அல்லது பரிச்சயம் செய்யவோ விரும்பவில்லை. நான்கு... ஐந்து அடிதூரத்தில் தான் இருந்தாய். ஆனால் திடீரென்று என் மூச்சு திணரும் அளவிற்கு இருக கட்டி அணைத்துக் கொண்டாய். இது 57 வயது உள்ள ஒரு கிழவனின் செயல் என்று யாராவது எண்ணுவார்களா? ஆங்கில மொழி என் தாய்மொழி இல்லை... ஏன்... இரண்டாவது மொழி கூட இல்லை. என ஏன் சொன்னாய்! அதாவது ஆங்கலேயர்களின் கொடுமையில் அடிபட்ட வேல்ஸ் மக்களைத் தன் பக்கம் இழுக்கவா? ஆனால் அது உன் தாய்மொழி இல்லை என்றால் அதில் ஏன் உனக்கு அவ்வளவு ஈர்ப்பு. உன்னைப் போன்று மேல் எழுந்தவாரியாக தீரனாகவும் வீரனாகவும் காணப்பட்டாலும் உட்புறம் இந்த அளவு ஒரு 'விக்கெட் ஓல்டுமேன்' யாராவது இருக்கமுடியுமா? இருப்பார்களா? இதை என்னால் கற்பனை கூடச் செய்ய இயலவில்லையே. உன்னுடைய பார்வையில்... உன்னை முழுமையாக கெடுத்தது நான்தான். நீயோ ஒன்றும் அறியாத பாப்பா! அதை இப்படியும் சொல்லலாமே! நீ எந்த விதமான தோஷமும் அற்ற ஒரு வயலினின் மெல்லிய கம்பி. உன்னில் எந்த அளவு சங்கீதம் குடிகொண்டு உள்ளது என்பது அந்த மெல்லிய வயலின் கம்பியான உனக்கு தெரியவே தெரியாது. என் விரலின் நுனி பட்டவுடன் நீ ஒலிக்கத் தொடங்குகிறாய். நான் விண்ணில் இருந்து கீழே குதித்து உன்னை ஒலிக்கச் செய்யாவிட்டால் எவ்வளவு நன்றாக இருந்து இருக்கும். அப்படித்தானே!

உனக்கு மேற்கத்திய சங்கீதத்தில் அதிக ஈடுபாடு என்று அடிக்கடி கூறுவாய். இதை நானும் அப்படியே ஏற்றுக்கொள்ளுகிறேன். ஏன் என்றால் நீ என் இல்லத்திற்கு முதல் முதலாக வந்தபொழுது 'பீதோவன்' ஒலிக்கச் சொன்னாய். எவ்வளவு அழகாக என்னுடைய இரசனையையும் ஆசையும் நீ அறிந்துகொண்டாய். எனக்கு ஒரே வியப்பு! உனக்கும் எனக்கும் இதுவரை சங்கீத சம்பந்தப்பட்ட தொடர்பு இல்லவே இல்லையே. இங்கு உன்னுடைய கூற்று ஒன்று என் ஞாபகத்தில் வருகிறது - எந்த அடித்தளத்தில் இலக்கியம்... இல்லை இல்லை... கவிதைகள் பிறக்கின்றனவோ அந்த அடித்தளத்தை நாம் சங்கீதத்தின் மூலமாக அடைய முடிகிறது. அனுபவிக்க முடிகிறது. உன்னுடைய இந்த கூற்றை நான் அப்படியே அனுபவத்தின் வாயிலாக ஏற்றுக் கொண்டேன். உண்மையைக் கூறவேண்டும் என்றால் உன்னோடு சேர்ந்து நானும் 'தி

வெஸ்லைண்ட், ப்போர் க்வார்ட்டேஜ்' மற்றும் இது போன்ற பல படைப்புகளையும் ரசித்து ருசித்து அனுபவித்தேன். இத்தகைய இன்பமான ஆனந்தமான அனுபவம் இதற்கு முன்பு எனக்கு கிட்டவே இல்லை. விநாயக்! இது உனக்கு நன்றாகவே தெரியும்... இதன் மூலமாக ஒரு பெண்ணின் அடி மனத்தைத் தொடமுடியும் அவளது உணர்வுகளைத் தட்டி விழிக்கச் செய்து உசுப்பி விடச் செய்ய முடியும். நீ முன்பு எதைக் கூறினாயோ அதையே மறுபடியும் கூறுகின்றாய். அதாவது நீ என் மூலம் மிக்க உயர்ந்த உணர்வு நிலையை அடைந்துவிட்டாய். இது முழுக்க முழுக்க உண்மை என எனக்குத் தெரியும். ஆனால் நீ எந்த நிலையை அடைந்தாயோ அதே நிலையை இன்னும் சொன்னால் அதிலும் அதிகமான நிலையை நான் அடைந்தேன். உன்னைப் பார்ப்பதற்கு முன்னால் அதாவது உன்னைச் சந்திப்பதற்கு முன்னால் நான் இந்த நிலையை ஒரு பொழுதும் அடையவில்லை. இது முற்றிலும் உண்மை. இங்கு பொய்மைக்கு இடமே இல்லை. 'ஒரு பெண்ணை எப்படி மகிழ்விப்பது... எப்படி உசுப்பி விடுவது... எப்படி பைத்தியமாக ஆக்குவது என்பதில் உனக்கு நிகர் நீயேதான்! உனக்குப் போட்டியாக ஒருவர் கூட இவ்வுலகில் இருக்க முடியாது. நான் உன்னை திட்டுகிறேனா? இல்லவே இல்லை... என் ப்ரேத ஆத்மாவே! ஒரு பொழுதும் இல்லை. நீ என்னிடம் இருந்து எதை எதிர்பார்த்தாயோ அதையே நான் மகிழ்ந்து ஆனந்தத்துடன் உனக்காகவே செய்தேன். நீ எதை ஆத்ம தானம் எனக் கூறுகிறாயோ அதை உசுப்பிவிட காரணமாக நான்தான் இருந்தேன் என நீ எண்ணுகிறாய். இதில் என்ன தவறு உள்ளது? முழு மனத்தோடு கூடிய எல்லாம் கலந்த ஒரு உயிரோட்டமுள்ள மனத்திற்கு இனிய மனிதனாகத் தானே இருக்கிறாய். உள்வரை, உள் எண்ணப்படி, உள் நிபந்தனைப்படி நீ நல்லவனாகவும் உண்மை உள்ளவனாகவும் இருக்கிறாய். உன் கருத்துப்படி அன்பு என்பது -'பிறர் ஒருவர் மூலமாக தன்னுடைய உயர்ந்த உச்ச நிலையை அடைவது தான்'. ஆம்... என் எண்ணப்படி இதுதான்... சந்தேகம் இல்லாமல்... இதுதான் அப்பட்டமான சுயநலம். மிக்க நுணுக்கமாகவும் ஆழமாகவும் சிந்தித்துப் பார்த்தல் தன் சந்தேகமற்ற மட்டமான சுயநலம். சுயநலம் இல்லா விட்டால் இதை என்ன பெயர் சூட்டி அழைப்பது? அன்பு என்பது ஒரு மனிதன் தன்னைத் தானே மறப்பதற்காகவா செலுத்தப்படுகிறது. ஒருதடவை இல்லை நூறு தடைவ கூறினாலும் அன்பு என்பதற்கு இந்தப் பொருள் கண்டிப்பாக கூற இயலாது. இது மட்டும் உண்மை. மனிதன் ஒரு வினாடி நேரத்திற்கு தன்னைத்தானே மறந்து விடுகிறான். அதாவது அழுத்திப் பிடித்து சாணைக்கல்லில் சாணை பிடிப்பதற்காக. பை... த... வே உன் ஹிந்து மெடாபிஸிக்ஸ்' இதுபற்றி என்ன சொல்லுகிறது? ஆம்... ஆம்... நினைவில் வருகிறது.

ஒருதடவை நீ இதைப்பற்றி என்னிடம் கூறி இருந்தாய். ஏதோ 'மந்திரம் தந்திரம் மாயம்' எனக் கூறினாய். ஒருவேளை நீ என் வலையில் விழவில்லை போலும். அதாவது நான் உன்னுடைய உண்மையான மாணவி எனக் கூற உன்னைக் கண்டு மகிழ்ந்து ஆனந்த நாடகம் நடித்தது போலும். நான் உன்னிடம் ஒரு விஷயம் கூற விரும்புகிறேன். நீ தவறாக எண்ணமாட்டாயே? சரி... சரி... தவறாக எண்ணினாலும் எந்தத் தவறும் இல்லை. இதில் என்ன வேறுபாடு ஏற்படப் போகிறது. மனத்தில் உள்ள விஷயங்களை வெளிப்படுத்தாமல் மனத்திற்கு அமைதி கிடைப்பதில்லை. நீ ஒருபக்கம் வாழ்க்கைத் தத்துவத்தை உபதேசிக்கிறாய். மனிதனுக்கு ஒருபொழுதும் தன்னுடைய 'மூட்'க்கு மதிப்பு அளிக்கக் கூடாது. கண்டும் காணாமலும் இருந்துவிட வேண்டும். அதாவது அந்த 'மூட்' நிலைக்கும் உனக்கும் எந்தவிதமான தொடர்பும் இல்லை. ஆனால் மறுபக்கம் உன் நிலை இதற்கு நேர் எதிராக இருக்கிறது. எப்பொழுதாவது எந்த ஒரு 'மூட்' நிலைக்கு நீ வந்துவிட்டால் அந்த 'மூடே' உன்னை முற்றிலும் ஆட்சி செய்யத் தொடங்குகிறது. அச்சமயம் உன் சாமர்த்தியம் உன் அறிவு உன் ஞானம் அங்கேயே மாயமாக மறைந்து விடுகின்றன. உன்னால் என் வாழ்வில் நடந்த ஒரு நிகழ்வு இன்றும் என்னை முள்ளாகக் குத்தித் துன்பப்படுத்துகிறது. உனக்கு எங்கே இது ஞாபகம் இருக்கும்? இந்த மாதிரியான உனக்கு வசதி இல்லாத நினைவுகள் நிகழ்வுகள் அதே வினாடியில் மறந்து விடப்படுகின்றன. ஆம்...இதே மாதிரியான ஒரு 'மூட்' நிலையில் நீ இருக்கும் சமயம் எனக்கு ஏதோ 'எலிஸபத்' நாடகத்தில் வரும் 'சம்பாஷணை'யை 'மேற்கோள்' காட்டினாய்.

என்ன இது... இதற்காகவே தானா
அர்பணித்து விடுகிறாய்
பெரிய பெரியோர்களின் பெரியதனத்தை
ஒரு வினாடி பைத்தியகாரத் தனத்தில் விளைந்த
விண்ணைத் தொடுவது போன்ற ஆறுதலுக்காகவா?

இதை நீ யாருக்குக் கூறினாய்? உன் காதலிக்குத் தானே! தன்னுடைய 'பிவில்டர்ட் மொமேண்ட்' மற்றும் அதனின் 'புவர் பெனிஃபிட்'க்கு அறை கூவல் விட்டவாரே உன்னுடைய அந்த நசித்த சிதைந்த 'மூட்' நிலைக்கு யாரை நீ 'பொறுப்பாளி' எனக் கூறுகிறாய்? அந்த 'மூட்' நிலையையா அல்லது உன் காதலியையா?

எனக்கு நீ இங்கு என்ன... என்ன கூறி ஆசை காட்டினாய்...? வாக்குக் கொடுத்தாய்...? வெகு விரைவில் அங்கு ஒரு 'அகில உலக

செமினார்' ஏற்பாடு செய்யப்போகிறாய். அந்த செமினார் எங்கு நடக்க இருக்கிறதோ அங்கு எல்லா இடங்களிலும் நாம்; சுற்றிப் பார்த்து வரலாம். பின்பு அங்கு இருந்து மும்பை செல்லலாம். நான் திரும்பி என் நாட்டிற்குப் பறந்து செல்லும் முன் உன்னுடைய வீட்டில் நீ என்னைத் தன் விருந்தாளியாக நினைத்து விருந்தோம்பல் செய்து மகிழ்வாய். அச்சமயம் எனக்கு ஒரு சந்தேகம். 'ஏனைய நாட்டுப் பெண்கள் போல் அல்லாமல் இந்தியப் பெண்கள் மட்டும் தன் கணவனின் விருந்தாளியாக அன்னிய ஒரு பெண்ணை ஏற்றுக் கொள்வார்களா? அவர்களின் மனத்தில் பொறாமைத் தீ எரியாதா? இந்த விபரங்கள் நீ உன் தர்மபத்தினிக்கு கூறி இருப்பாய் என நினைக்கிறேன். நீ அவர்கள் பெயரை என்னிடம் சொல்லி இருந்தாய். அட.... அட.... ஞாபகம் இல்லையே!... நீ உன்னுடைய இந்த நீண்ட கடிதக் கட்டில் அவர்களைப் பற்றி ஒன்றுமே கூறவில்லையே? ஏன்... இதுதான்... இதுதான் உன் சுயநலத்திற்கு கிட்டிய மற்றொரு சான்று. முன்பு உன் பேச்சில் எனக்கு சிறிது கூட சந்தேகம் ஏற்படவில்லை. ஆனால் இன்று என் சந்தேகம் பலமாக உள்ளது. நீ கொடுத்த வாக்கு காற்றில் பறந்துவிட்டதா? அன்று நீ உன் முழு மனத்துடன் எனக்கு வாக்கு கொடுத்தாயா? அல்லது என்னை திருப்திபடுத்தவா? அல்லது என் மகிழ்ச்சியை அதிகப்படுத்தவா...? எனக்கு ஒன்றும் புரிபடவில்லை. நீ எழுதிய அந்த நீண்ட கடித பண்டிலில் நீ கொடுத்த அந்த வாக்குக்களைப் பற்றி ஒன்றுமே குறிப்பிடவில்லையே! ஆகவே நீ என்னை மகிழ்விக்கத்தான் அந்த வாக்குறுதிகளை அள்ளித் தெளித்தாய் என சந்தேகம் இன்றி வெட்டவெளிச்சமாக என் மரமண்டையில் புரிகிறது. உனக்கும் எனக்கும் பாலமாகச் செயல்பட்டவர் ப்ரொபஸர் ராவுலைன்ட்ஸ் அவர்கள். இந்தக் கடிதத்தில் அவர் நலம் கூட விசாரித்து இரண்டு வார்த்தை எழுத உனக்கு மனம் வரவில்லை போலும். ஹே என் நல்ல மனிதரே! நீ இந்த அளவு நன்றி மறந்தவனாக இருப்பாய் என் நான் எதிர்பார்க்கவில்லை. நீ உன் தாய் நாட்டுக்குச் சென்றவுடன் அவர் பெயருக்கு ஒரு கடிதம் கூட நீ எழுதவில்லையே! ஏன்? நீ எழுதி இருந்தால் அவர் எனக்கு நிச்சயமாக கடிதம் பற்றிக் கூறி இருப்பார். ஒருசெய்தி என் காதில் விழுந்தது. இரு வருடங்களுக்குப் பிறகு நீ மறுபடியும் அவரின் அழைப்பை ஏற்றுக்கொண்டு உள்ளாய் என்பது தான். ஐயா! ஆனாலும் ஆளு நீ பெரிய ஆளுதான் ஐயா! எல்லோரையும் உன் வாக்குறுதியில் தொங்கிக் கிடக்க வைத்துவிடுகிறாய்.

உன்னுடைய மகத்தான ஆசை பூர்த்தி ஆகிவிட்டதா? நீ எதற்காக இந்தத் துடிப்புத் துடித்தாயோ அந்தத் 'துறைத் தலைவர்' பதவி உனக்குக் கிட்டிவிட்டது. இந்த பதவி ஆசைக்கு உன் 'லார்ட்டு ஷிப்'ஐ அடகு

வைத்துவிட்டாயா? அந்தத் துக்கம் உன்னை துளைத்து எடுக்கிறதா? அப்படி ஒன்றும் இல்லையா? இந்தப் பதவி சுகம் எத்தனை ஆண்டுகளுக்கு! கேவலம்... இரண்டு ஆண்டுகளே. ஆனால் இங்கோ 65 வயது ஆன ப்ரொபஸர்களும் கூட பதவி ஓய்வு பெறுவது கிடையாது. உன்னுடைய தேசத்தில் இந்த மடத்தனமான சட்டம் ஏன் உள்ளது? இல்லை... இல்லை... உன்னுடைய தேசத்தில் இல்லை... உன்னுடைய நகரமான மும்பையில் மட்டும்தான் உள்ளது போலும். ஆக நீ எங்கு இருந்தாலும் இந்த சுகத்தை அனுபவிக்கலாம். அப்படி இருக்க நீ ஏன் வீணாக 'வேல்ஸ்' நாட்டுக்கு வர ஆசைப் படுகிறாய்? நீ உன் மனைவியிடம் இதைப் பற்றிக் கூறினாயா? 'அவர்களுக்கு என தனிப்பட்ட தொழில் இருக்கிறது. அதில் அவர்கள் தன்னை முழுமையாக ஈடுபடுத்திக் கொண்டுள்ளார்கள்'. என நீ என்னிடம் கூறி இருந்தாய். இது தவிர அவர்கள் தன் குழந்தைகளை தனியாக விட்டு விட்டு வரமாட்டார்கள் எனவும் கூறியிருந்தாய். அவர்களின் குழந்தைகள்... அப்படியானால் உன் நாட்டில் 18, 20 வயது ஆனவர்கள் கூட குழந்தைகள் தான் போலும். அப்படியானால் நீ கூட... நீ கூட... குழந்தையாக இருப்பாய் எனத் தோன்றுகிறது. நீ உன் மனைவிக்கு இந்தக் கடிதத்தை வாசிக்க அனுமதியாதே. இக்கடிதத்தைப் படித்தால் அவர்கள் என்னைப் பற்றி எவ்வாறாக எண்ணுவார்கள்? நீ உன் தொலைபேசி எண்ணும் எனக்கு எழுதவில்லை. நீ தொலைபேசி எண் எழுதியிருந்தால் குறைந்த பட்சம் அவருடன் தொலைபேசி உரையாடலாமே! ஒருவரின் பேச்சு ஒலியைக் கேட்டவுடன் அந்த மனிதரின் குணங்களையும் இயல்புகளையும் அறியும் ஆற்றல் எனக்கு உண்டு என்பதை நீ நன்றாகவே அறிவாய். ஆகவே நீ என்னைக் கண்டு பயப்படுகிறாய். அப்படித்தானே? உண்மையிலேயே... என்னை முழுமையாக மறந்துவிட விரும்புகிறாயா? உன் வைப்பாட்டி போல் இருக்கும் என்னை முழுமையாக உன் மனத்தில் இருந்து எடுத்து வீசிவிட விரும்புகிறாயா? உன் கடிதக் கட்டுகளைப் படித்த பின்பு எனக்கு இவ்வாறு தான் எண்ணத் தோன்றுகிறது. நீ என் வாழ்க்கையில் நுழையவே இல்லை என நினைத்து என் மனத்தில் இருந்து உன்னை, உன் நினைவை அழித்துவிட விரும்புகிறேன். நீ என் வாழ்க்கையில் நுழையவில்லை. பதிலாக என் கனவில் தான் நுழைந்து இருந்தாய். நான் சொல்லுவது உனக்குத் தெளிவாகப் புரிந்து இருக்கும். ஆனால் இந்த கனவில் நுழைவு உனக்கு மட்டுமே சொந்தமானது. நீ பிறவியிலேயே கனவு காண்பவன் ஆயிற்றே. நீ தான் 'பிறவி ட்ரீமர்'. நானும் உனக்கு ஒரு கனவு உலகக் கன்னி தானே. நீ ஆரம்ப காலங்களில் என்னை இவ்வாறு தானே 'ஸ்வப்பன சுந்திரி' எனப் பெயர் இட்டு அழைத்தாயே! ஞாபகம் உள்ளதா? ஆகவே நான் உனக்கு ஒரு

'ஸ்வப்பன சுந்தரி' யாகவே இருந்தேன். அதை மாற்றியது என்னுடைய பொறுப்பு என்று தானே கூற நினைக்கிறாய். ஆனால் 'இந்தப் பொறுப்பு யாருடையது' என்பது உன்னைக் காட்டிலும் எனக்கு நன்றாகவே தெரியும். நீதான் என்னை இந்தக் கனவின் பங்காளியாக மாற்றினாய். ஆகவே இந்த 'ஒட்டுவா ரொட்டி' வியாதி என்னையும் தொட்டு நோயாளியாக மாற்றிவிட்டது. இல்லை... இல்லை... உன் எண்ணப்படி எனக்கு வேறு ஒரு பாடம் தான் கற்றுக் கொடுத்தாய். இந்தச் செயலில் நீ ஒன்றும் குறை வைக்கவில்லை. எந்த அளவு என்னை கொள்ளை அடிக்கச் செய்ய முடியுமோ அந்த அளவு என்னை கொள்ளை அடிக்கச் செய்தாய். ஆகவே இதற்காக நான் உயிர் உள்ளவரை உனக்கு நன்றி உடையவளாக இருப்பேன். இந்த விஷயத்தில் எனக்கு எதிராக உன்னுடைய எந்த ஒரு மாணவனோ அல்லது மாணவியோ நிற்க இயலாது. இதை உன் மனத்தில் அடைத்துக்கொள். இப்பொழுது நான் இந்த விஷயம் பற்றி உன்னிடம் பேச விரும்பவில்லை. பின் எதைப் பற்றிப் பேச விரும்புகிறேன். சற்று யோசி... பார்க்கலாம்! உன்னுடைய 'கர்ம ஸித்தாந்தம்' இதுபற்றி என்ன கூறுகிறது? அதாவது நீ செய்த கர்ம பலனை நீ கண்டிப்பாக அனுபவிக்க வேண்டும். ஆனால் நீ என்ன கூறுகிறாய்... தெரியுமா...? நான் இந்தச் செயலை செய்யவே இல்லை எனக்கு தெரியாமலேயே என்னால் இந்தச் செயல் நடந்துவிட்டது. அப்பப்பா... போதும்... போதும்... இதுபற்றி உனக்கு ஒன்றும் தெரியாது எனக்கூறி ஒன்றும் அறியாதவன் போல் நடிக்காதே? இது பற்றிய எனது அறிவு... அதாவது புத்தக அறிவுப்படி நீ எனக்கு ஒன்றும் தெரியாது எனக்கூறி தப்பிக்க நினைக்காதே! ஆம்... ஆம்... நான் ஏதேதோ சொல்லி... இல்லை... இல்லை... எழுதிவிட்டேன். இத்தகைய செய்திகளைக் கடிதத்தில் தான் எழுத முடியுமா... அல்லது சொல்ல முடியுமா... இதற்கு நீ தான்... நீ மட்டும் தான் பொறுப்பாளி... இல்லை... இல்லை... குற்றவாளி. தடுக்காதே என்னை... மேலே பேசவிடு.

ஆம்... ஆம்... நீதான். 'யூ ஆர் தி கல்பிரிட்'. நீ ஏன் எனக்கு இவ்வளவு நீண்ட கடிதம் எழுதினாய்? இதைப்படிக்க ஒரு முழுநாள் எனக்குத் தேவைப்பட்டது. ஒருதரம் படித்துவிட்டேன்... மேலும்... மேலும்... எத்தனை தடவை படிப்பேன் என்று எனக்குத் தெரியவில்லை. நீ ஒரே தடவையாக நாடகம் நடித்துவிட்டுச் சென்றுவிட்டாய். (நீ இன்னும் 6 மாதங்கள் வரை தங்கிச் சென்று இருக்கலாம். நான் எந்த அளவிற்கு உன்னிடம் மன்றாடினேன்) உனக்கு நான் யார்? எனக்கூற என்ன அவசியம்? அதாவது நான் உனக்கு யாராக இருந்தேன்? இனியாராக இருப்பேன்...? இதைச் சொல்லுவதினால் யாருக்கு என்ன லாபம்? என்ன

பயன்? உனக்கு என்னிடமிருந்து உணர்வு பூர்வமான ஆறுதல் கண்டிப்பாகக் கிட்டி இருக்கும். உனக்கு சுயநினைவு உள்ளதா?... நீ அறிந்து தான் இருக்கிறாயா?... நீ என்னோடு என்ன காரியம் செய்துவிட்டாய்? இந்தப் பிரேத தொந்தரவில் இருந்து விடுபட நான் செய்த எல்லா மந்திர தந்திரமும் பயன் அற்றுப் போய்விட்டன. எதை நான் என் மனத்தின் ஆழத்தில் குழி தோண்டிப் புதைத்து விட்டேனோ அதை மறுபடியும் தூண்டி தோண்டி எடுத்து உசுப்பிவிட்டாயே! உன் கடிதத்தின் மூலம்! நான் உன்னுடன் கூட இருக்கவேண்டும் உதவியாக இருக்கவேண்டும்! 'உதவியாக இருக்கவேண்டும்' என்பதின் பொருள் எனக்கு தெரியவில்லை. ப்ரொபஸர் விநாயக்! நீ என்ன கூறுகிறாய் என்பதைப் புரிந்து கொண்டுதான் கூறுகிறாயா? இதற்கு ஆன்மீக பலத்தை ஏன் அரைகூவல் விடுகிறாய். உன் எண்ணப்படி இந்த ஆன்மீகத் தொடர்பும் தொடர வேண்டும் என்றால் அதற்கும் காற்று மட்டும் அல்லாமல் உணவும் தண்ணீரும் வேண்டுமே. அது உன்னால் கொடுக்க இயலாது என்பதை நான் நன்றாகவே அறிவேன். உனக்கும் எனக்கும் உள்ள தொடர்பு என் தலையில் எவ்வாறு எழுதி இருந்ததோ அதை நான் அறிந்து கொண்டுவிட்டேன். அறிந்தது மட்டும் அன்று, அதை ஜீரணித்தும் விட்டேன்.

வேண்டாம்... வேண்டாம்... எனக்கு எந்த செமினாரும் வேண்டாம். இந்த செமினாரைப் பற்றிப் பேச்சு எடுத்தாலே எனக்குப் பற்றிகொண்டு வருகிறது. ஜார்ஜ் ஆர்பெல் என்பவர் இந்த 'செமினார்' பற்றி என்ன கூறினார்... தெரியுமா? அதாவது அது 'இண்டர்நேஷனல் கால் கேர்ள்ஸ்' எனக்கு 'இண்டர்நேஷனல் கால் கேர்ள்ஸ்' ஆக வேண்டும் என் எந்த ஆசையும் விருப்பமும் கிடையாது. உன்னைச் சந்திக்க வேண்டும் என்ற அவா எனக்குள் இருந்தது. அதை நீ தூண்டிவிட்டாய்... உனக்கு ஒரு விஷயம் தெரியுமா? ஆம்... உனக்கு கண்டிப்பாகத் தெரிந்து இருக்கும். நாம் யாரை சந்திக்க விரும்புகிறோமோ அவரைச் சந்தித்த பின் மிகவும் அதிகமாகப் பிரிந்துவிடுகிறோம். சந்திக்காமல் இருந்தவரை ஏற்பட்ட துயரம் சந்தித்தபின் பிரிவினால் மறுபடியும் ஏற்படும் துயரம் மிக்கக் கொடுமையானது. நான் வேதாந்தம் பேசுகிறேன் என நினைக்கிறாயா? நான் வேதாந்தம் பேசவில்லை. உண்மையைக் கூறுகிறேன். நாம் சரியான இணை இல்லை என்பதை நீ கட்டாயம் உணர்ந்து இருப்பாய். அதாவது ஒருவர் பெரியவராகவும் அடுத்தவர் சிறியவராகவும் இருக்கலாம். இந்த எண்ணப்படி நமது மற்றொரு பிரதி உருவம் தோன்றுகிறது. இந்த இரண்டாவது உருவம் நமது எண்ணத்தில் நிலையாக இருக்குமா அல்லது அழிந்து விடுமா? நான் உன்னோடு இருந்ததின் காரணமாக உன்னில்

உயர்ந்த நிலையை ஸ்பரிசித்து விட்டேன். அதுமட்டுமா... அதை நானும் அடைந்துவிட்டேன். ஆக இப்பொழுது அந்த உயர்ந்த நிலையில் இருந்து தாழ்ந்து உன் நிலையை நான் எப்படி ஏற்றுக்கொண்டு சகிக்கக் கூடும்? இந்த நிலைமையை எண்ணும் சமயம் எனக்கு மிகுந்த பயம்... அளவுக்கு அதிகமான பயம் ஏற்படுகிறது. என் உள்மனது இதுதான் கூறுகிறது - இந்த நிலை கண்டிப்பாக ஏற்படும். ஹே ப்ரொபஸர்! இந்த வாழ்க்கை மிக்க கொடூரமானது... துன்பமயமானது. இதில் யாருக்கும் எந்தவிதமான மன்னிப்பும் கிடையாது. மனித அவதாரம் எடுத்த அந்தக் கடவுளுக்கும் கூட இந்த மன்னிப்பு கிடையாது. ஓர் உண்மையைச் சொல்லவேண்டும் என்றால்... நான் உன்னை மறுபடியும் சந்திக்க விரும்பவில்லை. எந்த உச்சிக்கு நாம் போக விரும்பினோமோ அந்த உச்சியை நாம் இருவரும் சேர்ந்து அடைந்துவிட்டோம். இப்பொழுது நாம் நம் முன்னால் பார்ப்பது என்ன?... இறக்கம்... இறக்கம் மட்டும் தான்... பள்ளம்... பள்ளம் மட்டும் தான். நாம் முன்போல் இனிமேல் அந்த அளவிற்கு சந்திக்க இயலாமல் போகலாம். ஆகவே கடவுள் ஆணையாக உன் அந்த அடத்தை விட்டுவிடு. நீ என்னிடம் இருந்து எதை எதிர்பார்க்கிறாயோ அது உனக்கு கண்டிப்பாகக் கிட்டாது. இதை நான் உனக்கு மட்டும் சொல்லவில்லை. எனக்கும் தான் சொல்லுகிறேன். நாம், நம் எதிர்பார்ப்பு... இல்லை... இல்லை... உண்மை நிலையைக் கூறவேண்டுமானால் நாம் அந்த உயர்நிலையில் இருந்து கீழேயே இருக்கச் சபிக்கப்பட்டு உள்ளோம். நம் வாழ்க்கையில் முன்பு நடந்த எந்த ஒரு நிகழ்வும் மறுபடியும் கண்டிப்பாக நிகழ முடியாது. அந்த நிகழ்வை நிகழச் செய்வது உன் கையிலோ அல்லது என் கையிலோ இல்லை. உன்னுடைய அடக்க முடியாத அந்த ஆசை, அல்லது விருப்பம் கடைசி வரை பூர்ணம் ஆகாமலேயே இருக்கும். என் அன்பான ப்ரொபஸரே! இதுதான் உண்மை... இது தான் உண்மை. மற்றவையெல்லாம் பொய்மையே! நம் மனத்தின் மாயாஜாலமே.

இப்பொழுது நான் என் முழுமனத்துடன் என் வேலையில் ஈடுபட வேண்டும். அதற்கு நீதான் எனக்கு வழிகாட்டி. ‘பர்மெனன்ட்’ வழிகாட்டி. மங்கள் சொல்படி என் வேலையைச் செய்வேன். குழப்பம் அடையாதே! இந்தக் கல்யாணம் கில்யாணம் அளவுக்கு அதிகமாகவே நடந்துவிட்டது. என் மனம் இதில் பூர்ணமாக அனுபவித்துவிட்டது. தற்சமயம் அதற்கு எதிர்மறையாக ‘ஆண்டிடோட்’ அதாவது அந்த விருப்பப்படியே வழி நடக்க தீர்மானம் செய்துவிட்டேன். க்லேரேன்ஸ் மங்கனின் எதிர்மறையின் விருப்பம் தான் என் விருப்பம் கூட. ஆகவே இதை நீ ‘நம்பிக்கைத் துரோகம்’ என எண்ணக்கூடாது. ஆக மொத்தம் என் சொல்படி தான்

நான் ‘அயரிஷ்’ மொழி கற்க எனது இரத்தத்தை சுண்டவிட்டேன். தற்சமயம் நானே உனக்கு ‘அயரிஷ்’ மொழி நன்றாகக் கற்பிக்க இயலும். மங்களின் எண்ணத்தை மறுபரிசீலனை செய்யவேண்டும்... ‘ப்ராண்ட் நீயூ’ மறுபரிசீலனை. இதற்கு என் ஆசான் ப்ரொபஸர் ராவுலைண்ட் அவர்கள் உதவி செய்வார்கள். நான் தற்சமயம் அவரிடம் அடைக்கலம் அடைந்துள்ளேன். நீ ஏன் அவரிடம் பொறாமை கொள்கிறாய்? அவரும் உனது முதன்மையான சீடர் தானே! உன்னை அவர் எந்த அளவிற்கு நேசிக்கிறார்... தெரியுமா... உனக்கு? நானும் அவரின் மாணவி தானே! ஆனால் நீ மிகவும் காலம் தாழ்த்தி உயர்ந்த நிலையை அடைந்துள்ளாய்.

உன் உளரல் இத்தோடு முடியட்டும். என் அன்பான பிணமே! உனக்கு டாட்டா! எனக்கு கடிதம் எழுத எண்ணம் உனக்கு ஏற்பட்டால் என் படிப்பு சம்பந்தமாக மட்டுமே எழுதுக. தேவையற்ற விஷயங்களைத் தூக்கி எரி! சரிதானே? வேறு ஏதாவது எழுதி என்னையும் துன்பப்படுத்தி உன்னையும் துன்பப்படுத்த வேண்டாம். நீ சொன்ன பழமொழியையே உன் முகத்தில் வீசட்டுமா?... நீ இங்கு என்னுடன் இருந்த காலத்தில் நான் உன்னை மிகவும் மட்டமான மனிதனாக எண்ணினேன். உன்னை வசைபாடினேன். நீ எப்பொழுதும் தன்னை ‘அன் ஓல்டுமேன் இன் எ ஹரி’ எனக்கூறும் கெட்டபழக்கம் உனக்கு இருந்தது. நீ ஓல்டு மேனும் இல்லை... எந்த ஒரு அவசரத்திலும் இல்லை. இப்பொழுது தான் ஜனித்த குழந்தை போல் காணப்படுகிறாய். இந்த எண்ணத்தின் கைதியாகவே உன்னை மாற்றிக் கொண்டாய். நான் பல தடவைகள் எடுத்துக் கூறியும் நீ உன் எண்ணத்தை மாற்றவில்லை. இப்பொழுது காலத்தின் கட்டாயம்... நீ உன் இந்த எண்ணத்தைக் கண்டிப்பாக மாற்றியாக வேண்டும். அப்பொழுது தான் நீ சரியான நேர்வழியில் செல்ல இயலும். இதுவே நான் இந்தத் தருணம் உன்னிடம் இருந்து அடையும் ‘கிவ்ட்’ ஆகும். என் வாழ்க்கை முழுவதும் என்னுடன் இருப்பவனே! அந்தப் புத்தகத்தை நீ கண்டிப்பாக எழுதவேண்டும். நீ பலதடவை என்னிடம் கூறி இருக்கிறாய். உனக்கு யாருடைய கால் அடிச் சப்தம் எப்பொழுதாவது உன் காதில் விழுகிறது. பின்பு அடிக்கடி காதில் ஒலித்து மறைந்துவிடுகிறது. அதுபற்றி இவ்வாறு கூறப்படுகிறது...‘ஹீ ஹேஸ் ரிட்டன் தி புக் ஆப் ஹிஸ் லைப்’... ஆகவே மற்றது எல்லாம் மற. அந்த காலடி ஒலியைக் கவனமாகக் கேள் பின்பு அந்த ஒலிக்கு உருவம் சமைப்பதில் உன்னை முழுமையாக ஈடுபடுத்து.

இது எச்சமயம் செயல்படுத்த முடியும்?... நீ எவர் முன்பும் நாடகம் நடிக்காமல் தன் உணர்வோடு நாலாபக்கங்களும் கூர்ந்து கவனித்து நூறு டன் உப்புச் சுவையைச் சுவைத்தாற்போல் உணர்ந்தால் இதைக்

கண்டிப்பாக கூறமுடியும் - ‘நான் கிழவனாக ஆகிவிட்டேன் என்பதை நான் முழுமையாக உணர்கிறேன்’ இப்பொழுது என் செயலை முடிக்க வேண்டிய அவசியம் எனக்கு உள்ளது. நான் தற்சமயம் மிக்க மகிழ்ச்சியாக உள்ளேன். இதற்கு உவமை இவ்வாறுதான் கூற வேண்டும்... ஒரு கிளையில் பழுத்த பழம் ஒன்று நினைக்கிறது. என்னுடைய காலம் வந்துவிட்டது. நான் என்னுடைய நன்றியை கீழே விழுந்து தெரிவிப்பேன். நான் பரிபக்குவமான நிலையில் உள்ளேன். தன் முழுமையான சுயநினைவோடு இருக்கிறேன். நான் இந்த உலகத்திற்கு நாளைவரும் தலைமுறைக்கு என்னை அர்பணித்து ஆத்ம தானம் செய்யுவேன். என் கடமையை முடித்துக் கொண்டு என்னைப் படைத்த அந்த இறைவன் கால் நிழலில் அடைக்கலம் புகுந்துவிடுவேன் (நீ என்னை ‘மஹாமாயா’ என்று’ இந்தக் கடிதத்தில் அழைத்தாய்) இந்த மார்கரெட் இடம் கடன்பட்ட நீயும் உன் கடனில் இருந்து விடுபட்டு விடுவாய். நீ மட்டுமன்று. அவளையும் கடன்பட்ட நிலையில் இருந்து தூக்கி விடுவாய். அதாவது உன் முக்தியில் அவளின் சராசரியாக பங்கு உண்டு என்பதை உலகத்திற்குத் தெரிவித்துவிடுவாய்.

என்னுடைய ஆத்மாவின் நண்பனே! உனக்கு டாட்டா! என்னுடைய ஸகயோகியே! தற்செயலாக என்னை அடையப்பட்டவனே! ஆனால் இப்பொழுது எனக்கு நீ யோக நிலையில் மட்டுமே அடையத் தக்கவனே! உனக்கு மறுபடியும்... டாட்டா...

- உன் மார்கரெட்

10. உரையாடல்களும், தன் மன எண்ண ஓட்டங்களும்

சமையல்கட்டிலிருந்து அழுகின்ற விசும்புகின்ற ஒலி வந்துகொண்டு இருக்கிறது. முதலில் அந்த ஒலி மெல்லியதாகவும் பின்பு தொடர்ச்சியாக சப்தமாகவும் வெளிப்பட்டது. விநாயக் தன் இரு கைகளினாலும் தன் தலையின் இருபக்கத்தை அழுத்திப் பிடித்துக் கொண்டு தன் முழங்கை முட்டியை மேஜையின் மீது அழுத்தி வைத்தவாரே அமர்ந்துள்ளான்.

நடக்கக் கூடாத ஒரு செயலும் நடந்து விடவில்லை. சிற்சில தொந்தரவுகள் ஏற்படுவது இந்த வீட்டில் சகஜம் தான். வாக்குவாதம் இல்லாமல் யாரும் எதையும் ஏற்றுக்கொள்வதில்லை. காரணமின்றி விஷயங்கள் ஆரம்பம் ஆகும், வளரும், ஜவ்வு மாதிரி இழுத்துக்கொண்டே... இருக்கும். எவருமே அறியாவாறு எப்பொழுதோ எங்கிருந்தோ ஒரு சூறாவளி தொடங்கும். பின் வீட்டில் பிரளயம் ஏற்பட்டுவிடும். இதற்குக் காரணம் எந்தஒரு காரணம் இன்மைதான். தலை... வால் இல்லாத வீணாண கத்தல் கீசல் அடங்கிய பொருள் அற்ற உளரல், வீடு செங்கல் சிமெண்டினால் கட்டப்படாமல் தமனிகளாலும் சிராகளும் கட்டப்பட்டது போன்று இருக்கும். தினம் தினம் நடக்கும் இந்த விஷயங்களுக்கு என்ன மருந்து தேவை எனத் தெரியாத நிலை. யார் தன் நோயைப் பற்றி அறிந்து அதை ஏற்றுக் கொள்ளுகிறானோ அவனுக்குத் தான் மருந்தும் சிகிச்சையும் பயன் தரும். ஆனால் இங்கோ எல்லோருடைய ஈகோ உலகளாவியது. யாரும் எவருக்கும் குறைந்தவர் இல்லை. தான் மட்டுமே தவறு செய்யாதவர். யாரும் தன் அறிவுத்திறமையினால் எவர் முன்பும் பணிந்து போக விரும்புவது இல்லை. ஆணவத்தில் இராஜ்யம். எல்லோருக்கும் தன் திறமையை பெருமையை பெரியதாக எண்ணி அதை நிலைநாட்ட பேராசை. மற்றவரின் கருத்துக்களை எதிர்பதே எல்லோருடைய தலையான கடமை... கடமையா... இல்லை... இல்லை... உரிமை. 'ஸ்பிரேட் ஆப் காண்ட் ரைடிக்ஷன்' தான் எல்லா விலைக்கும் விலை. மந்தமான நடுத்தரமான தன்மை எச்சமயம் 'தார் ஸப்தக்' என்று மாறிவிடும் என்பது யாரும் அறியாதது. விநாயக்கின் கத்தல் காதில் விழுந்தது... என்னிடம் பேச வேண்டும் என்றால் உன் ஓங்கிய குரலை தாழ்த்த வேண்டும். இந்த அளவு ஓங்கக் கூடாது. 'பேச வேண்டும்' என்ற நிலை ஏற்பட்டால் தானே குரல் மெதுவாக ஒலிக்கும். ஆனால் அது நடக்காதே. எவர் தாழ்ந்த பார்வையுடன் பார்க்கத் தயாராக உள்ளார்களோ அவர்களின்

குரல் தான் தாழ்ந்து ஒலிக்கும். ஆனால் இங்கோ தலைக்குத் தலை நாட்டாமை. யாருக்கு யார் மரியாதை செய்யவேண்டும்? ஒப்புக் கொள்ளுதல், முழுமையாக ஏற்றல் என்பது ஆணவத்தின் மறுபெயர் என இங்கு நிலை உள்ளது. யார் யாருடன் ஒத்துப் போவது? அனுசரித்துப் போவது? யாவரும் இங்கு சமமே. அப்படி இருக்க 'அனுசரிப்பது' என்ற பேச்சுக்கே இடம் இல்லையே. சமமானவர்கள் கூட சிலச் சில தருணங்களில் சிலர் குறைவாகவும் சிலர் உயர்ந்தவர்களாகவும் உள்ளார்களே. இங்கு பெரியவர் சிறியவர் என்ற பேச்சுக்கே இடம் இல்லையே! ஆம்... புத்தி தான் வித்தியாசப்படுகிறது.

திடீரென விநாயக்கிற்கு கோபம் தலைக்கேறியது. நாற்காலியை ஓங்கி பின்னுக்குத் தள்ளி வேகமாக எழுந்து நின்றான். பழைய மாதிரி தன் இருகைகளையும் தன் தலையின் இருபக்கங்களிலும் அழுத்திப் பிடித்துக் கொள்ளுவது என்பது... நீ குற்றவாளி... நீ உண்மையாகவே கல்பிரிட் திருடன், கொள்ளைக்காரன், கொலைகார பாவி. இந்தச் செயல்களுக்காக நீ கையும் களவுமாக பிடிப்பட்டுள்ளாய். ஆகவே எலிப் பொறியில் சிக்கிய எலி மாதிரி சப்தமில்லாமல் கைதியாக உள்ளாய். வாலைச் சுருட்டிக்கொண்டு பூனை வரும் நேரத்தை எதிர்பார்த்துக் கொண்டு உள்ளாய். இதை எல்லாம் நான் ஏற்றுக் கொள்கிறேன். ஆனால் இன்று நடந்த விஷயம் மிகவும் கம்பீரமானதும் சிக்கலானதும் கூட. மற்றைய நாட்களை விட இன்று ஏற்பட்ட விஷயம் அசாதாரணமானது. இல்லாவிட்டால் இன்று இந்த வீட்டின் தலைவன் எலிப்பொறியில் சிக்கிய எலிமாதிரி கைதியாக உள்ளானே. இல்லாவிட்டால் அவன் வழியில் நடந்து போகும் வழிப்போக்கன் வழியின் திருப்பத்தில் நடக்கும் நாடகக் காட்சியை ரசிப்பவன் போலவே அல்லவா இருப்பான். சில சமயங்களில் அந்த நாடகக் காட்சிகளில் நீதிபதியாகவும் இருப்பான். பல சமயங்களில் நாடகக் காட்சிகளில் வரும் கோமாளி போன்று செயல்கள் புரிந்து அங்கு உள்ள ரசிகப் பெருமக்களை மகிழ்ச்சியில் திளைக்கவைப்பவன் போல் இருந்து வீட்டில் 'சாந்த ரஸத்தை' ஸ்தாபிதம் செய்வான். இத்தனைப் பெருமைகளையும் இந்த அப்பாவி விநாயக்கிற்கு கட்டாயம் கொடுக்க வேண்டும். அந்த நாசூக்கான தருணங்களில் வீட்டில் உள்ள அனைவரும் அவனுக்குத் தங்கள் தங்கள் மனத்தில் அந்தப் பெருமையை அளிப்பார்கள். ஆனாலும் அவர்களின் வெளித் தோற்றத்தில் ஒருவிதமான எரிச்சலும் நழுவலும் காணக்கிடைக்கும்.

தற்சமயம் நம் ப்ரொபஸர் விநாயக் பற்றிய பேச்சு பேசவில்லை. தார்சப்தக்கில் கத்தலை கீசலைக் கேட்டுக்கொண்டு இருக்கிறோம்.

'இந்த அழுகை, அழிச்சாட்டியத்தை நிறுத்து. நான் இன்னும் மேல் லோகம் செல்ல டிக்கெட் வாங்கவில்லை. கீழ் லோகத்தில் தான் உயிரோடு இருக்கிறேன்'.

அந்தப் பக்கம் இதுவரை செவியில் விழுந்த கூவல், அழுகை ஒலி நின்றுவிட்டது. அந்தக் கேள்விக்குப் பதிலாக இன்னும் கூர்மையான சூடான சொல் அம்புகள் பாயத் தொடங்கின -'இப்படி தொண்டை கிழிய ஏன் கத்துகிறாய்? இங்கு உனக்கு என்மீது தொண்டை கிழிய கத்தும் உரிமை இல்லை... புரிந்துகொண்டாயா?'

'உரிமை ஏன் இல்லை' என்று கூறிய விநாயக்கின் அந்த 'ஏன்' என்ற ஒலி அவனை ஒரே தள்ளலில் சமையக்கட்டில் தூக்கி எறிந்தது. 'உரிமை ஏன் எனக்கு இல்லை?... மேலும்... மேலும்... என் பெயரில் வந்த கடிதத்தை கிழித்து படித்துப் பார்க்கும் உரிமை உனக்கு எங்கு இருந்து வந்தது? அந்த உரிமை உனக்கு யார் கொடுத்தது? அந்த உரிமையை எந்த தினத்தில் இருந்து பெற்றுக் கொண்டாய்?

'என்னிடம் எந்த விசாரணையும் தேவையில்லை' என்று கோபம் கொப்பளித்த முகத்தில் விநாயக்கின் முன் நேர்எதிராக நின்று 'தன்னுடைய பாபத்தை மறைப்பதற்கு'

'ஐயோ! கடவுளே! இப்படி ஏன் கத்துகிறாய்?... சரி... சரி...'மைண்ட் யூவர் லேங்வேஜ்'. பாவபுண்ய ஒப்பந்தம் முழுமையாக நீ மட்டும் தான் எடுத்துக்கொண்டாயா?

'அப்படியா...' என்று கூறியவாரே மாலதி தன் 'ஸ்டடி'ரூமிற்கு சென்று மார்கரெட்டின் கடிதத்தை கையில் எடுத்து 'கொடி' போல் வேகமாக அசைத்தவாரே... இது என்ன? என் பாபவத்தின் தெளிவான வர்ணணை. உன்னுடைய 'குட்டு''டப்' என்று உடைந்துவிட்டதே! பின் இதற்கு என்ன பொருள்? கொஞ்சம் சப்தமாகப் படியேன்! கடிதத்தில் என்ன எழுதி இருக்கா எனப் பார்க்கலாம்.

விநாயக் ஒரே பாய்ச்சலாகப் பாய்ந்து மாலதி கையில் உள்ள அந்தக் கடிதத்தைப் பிடிங்கிக் கொண்டான். அதை மேஜையின் மீது தூக்கி எறிந்தவாறே 'கடவுள் பெயராகக் கூறுகிறேன். நீ விணாக எந்த ஒரு நாடகக்காட்சியும் இங்கு நடக்க விடாதே. நீ மிகவும் தவறாகப் புரிந்து கொண்டு இருக்கிறாய்'. பின் மாலதியை தன் கைகளினால் அணைத்து வரவேற்பு அறையில் தள்ளினான். 'மாலதி சற்று அமைதியாக நான் கூறுவதைக் கேள்! நீ இந்த அளவு என்னை அவமானப்படுத்த

எனக்குத் தெரிந்த வரையில் நான் எந்தத் தவறும் செய்யவில்லை. அக்கடிதம் பற்றி மறுபடியும் பேசாதே. அக்கடிதத்தை நீயும் முழுவதுமாகப் படித்துவிட்டாய். நானும் படித்துவிட்டேன். நீ இதைப்படித்து என்ன புரிந்து கொண்டாய் என்பதை எனக்குச் சற்று பொறுமையாக விளக்கமாகக் கூறேன்.

தன் பார்வையால் கணவனை எரித்துவிடுவது போல் பார்த்து அவனது அந்த பிடியை தளர்த்தி தள்ளி விட்டாள்... 'ஒரு பக்கம் திருட்டு... மறுபக்கம் அது பற்றிய விசாரணை. பேஷ்... பேஷ்... மிக்க நன்றாக உள்ளது. நான் இந்த ஆங்கில மொழியில் உள்ள கடிதத்தைப் படித்துப் புரிந்துகொள்ள இயலாத முட்டாளா? ஆங்கில அறிவு இல்லையா? அந்த வெக்கம் கெட்டவள் உனக்கு என்ன எழுதியுள்ளாள் என்பதை ஒண்ணாம் கிளாஸ் பையன் கூட படித்து புரிந்து கொள்வான். வரட்டும் நம் குழந்தைகள். இந்தக் கடிதத்தைப் படிக்கட்டும். உன்னுடைய வீர தீர கதைகளைப் புரிந்து கொள்ளட்டும். பின்பு நீ சொல் - நான் தவறாகப் புரிந்து கொண்டுவிட்டேன் என்று'.

இந்த வார்த்தைகளை கேட்டவுடன் விநாயக்கின் கண்கள் கோபத்தால் சிவந்துவிட்டன.

'போ... போ... எங்கேயாவது செத்து ஒழி... எது செய்ய நினைக்கிறாயோ அதை முதலில் செய்து முடி. உன்னிடம் வாக்குவாதம் செய்ய என்னிடம் பொறுமையும் இல்லை. நேரமும் இல்லை. நீ என்ன சொன்னாய்... ஒருபக்கம் திருட்டு... மறுபக்கம் அதுபற்றி விசாரணை. இதைச் செய்வது நீதான்... நீயேதான். அடுத்தவன் பெயருக்கு வந்த கடிதத்தைப் பிரித்து படிக்க உனக்கு வெட்கமாக இல்லை? பதிலாக பாபம்... பாபம்... என்று ஜபம் செய்கிறாயே? நீ என்னதான் சொல்ல விரும்புகிறாய்? உன்னுடைய குருட்டு கண்களுக்கு அது பாபம் என்றுதான் தோன்றுகிறது. நான் உன்னிடம் மறைக்கவேண்டும் என நினைத்தால் அவளுக்கு ஏன் நம் வீட்டு விலாசம் கொடுத்தேன். உன்னுடைய மண்டை ஓட்டில் மூளை என்ற பொருள் உள்ளதா அல்லது இல்லையா? இதே கடிதம் இந்த வீட்டு விலாசத்தில் வராமல் காலேஜ் விலாசத்திற்கு வந்தால் இந்த மாதிரி கத்தி குற்றம் சுமற்றி ஒரு சீன் 'கிரியேட்' செய்ய அவசியம் இருக்காதே! பேசேன்... வாயைத் திறந்துதான் பேசேன்!

மாலதியின் உதடுகள் துடிதுடித்தன. இந்த ஒரு செயல்தான் அவைகளால் செய்ய இயன்றது. உதடுகள் பிரியவில்லை. விநாயக் அவளை நோக்கியவாரே இருந்தான். அவன் மனத்தில் இந்த எண்ணம்

ஓடியது... நான் எய்த சப்த பாணம் சரியான இலக்கைத் தான் அடைந்துள்ளது. மாலதியின் இரு தோள்பட்டைகளையும் தன் இருகைகளால் அழுத்தியவாரே அவளைப் பலவந்தமாக ஒரு உயரமான பலகையில் அமரவைத்து தானும் அவள் முன் ஒரு நாற்காலியில் புதைந்து கொண்டான்.

மாலதி! உனக்கு இந்த வெள்ளையர்களின் பழக்கவழக்கம், அவர்களின் 'டோன்' மற்றும் டெம்பர் பற்றிய சிறிய அளவுகூட ஞானம் இல்லை. அனுமானமும் இல்லை... ஆகவே இந்த மாதிரியான தவறான எண்ணங்கள் ஏற்பட வாய்ப்புகள் அதிகம். இயற்கையும் கூட. நான் உனக்கு A to Z தெளிவுபடுத்துகிறேன். இந்த பெண் அங்கு கார்டிப் பல்கலைக் கழகத்தில் என்னுடன் கூட பணி செய்தவள். அது மட்டும் அல்ல. என்னுடைய மாணவியும் கூட. தன் அசாதாரணமாக புத்திசாலித் தனத்தினாலும் மற்றவர்களுடன் முழுமனத்துடன் ஒன்றிவிடும் இயல்பினாலும், தன் கள்ளம் கபடம் இல்லாத மனத்தினாலும் என்னுடைய ப்ரத்யேக ஸ்னேகத்திற்குப் பாத்திரமானாள். நானும் வெகுவிரைவில் மற்ற ஒருவருடன் ஒன்றி விடமாட்டேன் என்பதும் உனக்குத் தெரிந்தது தான். ஆனால் இவளின் அன்பான அனுசரிப்பு என்னுடைய செயல்களில் சரியான, தகுந்த நேரத்தில் உதவி செய்யும் திறமை ஆகிய காரணங்களினால் அவளிடம் எனக்கு ஒரு நெருக்கம் ஏற்பட்டது. எங்களது இரு தண்டவளாங்களும் சரியான விகிதாசாரத்தில் அமைந்தன. நேச்சுரலி... ஆகவே நான் அவளுக்கு மிக்க நெருக்கமான மனிதனாக மாறினேன். நீ... நான் இருக்கும் இடத்தில் இருந்து சற்று யோசி. நான் உன்னைவிட்டு எங்கே செல்லுகிறேன்? வீட்டைவிட்டு வெளியே விலகிச் செல்லுவதே மிகவும் ஒரு ஆச்சர்யமான செயல்தான். எனக்கு வந்த அந்த 'ஆபரை' ஏற்றுக் கொள்ளும்படி தூண்டினாயே! கழுத்தைப் பிடித்து வெளியே தள்ளாத குறைதான். இதுதான் நிலைமை என்பது உனக்கு ஞாபகம் இல்லையா? கொஞ்சம் யோசித்துப்பார். வெளிநாட்டில் நான் ஒரு தனிநபராக இருக்கும் காலத்தில் என்னுடைய குணத்திற்கு ஏற்றவாறு நட்பு பாராட்டும் ஒருவர் கிடைத்தால் எவ்வளவு மனத்திற்கு ஆறுதலாக இருக்கும்? எவ்வளவு மனநிம்மதி கிடைக்கும். தன் மனைவி குழந்தை குட்டிகளைப் பிரிந்து வெளிநாட்டில் தனிமையாக இருப்பது அதிலும் தன் தாய்நாட்டில் வீட்டிலேயே முடங்கிக் கிடக்கும் ஒருவருக்கு எவ்வளவு கொடுமையான நிலையாகும். வெளிநாட்டில் 24 மணி நேரமும் 'ப்ரொபஸர்' என்ற போர்வையை போர்த்தியவண்ணம் காலம் தள்ளுவது எவ்வளவு பயங்கரமானது? மாலதி! உனக்கு இதுபற்றி அறிந்திருக்க வாய்ப்பு கிட்டி இருக்காது. 'வேல்ஸ்' நாட்டவர்கள் ஆங்கிலேயர்களை

விட எல்லாத் தன்மையிலும் வேறுபட்டவர்கள். நான் இந்தியாவில் இருந்த சமயம் எனக்கே இதுபற்றித் தெரியாது. எப்பொழுது நான் 'வேல்ஸ்' மக்களின் வட்டத்தில் நுழைந்தேனோ அப்பொழுது தான் நானே, இந்த உண்மையை அறிந்துகொண்டேன். 'வேல்ஸ்' மக்கள் ஆங்கிலேயர்களைப் போல் யாருடனும் இணையாமலும் 'பார்மாலிடி' பார்ப்பவர்களாவும் இருக்கவில்லை. எப்பொழுதும் உணர்ச்சிப் பூர்வமாகவும் முழுமையாகவும் மற்றவர்களுடன் மனப்பூர்வமாக ஒன்றி இணைந்து விடுகின்றனர். இந்த அளவிற்கு அவர்கள் என்னை வரவேற்பார்கள் என நான் கனவிலும் கூட எண்ணவில்லை. அவ்வளவு அன்பான மரியாதையான வரவேற்பு. வெகுவிரைவிலேயே அவர்கள் என்னோடு ஒன்றிவிட்டனர். எப்பொழுது தருணம் வாய்த்து என்னுடன் நீயும் 'வேல்ஸ்' நாட்டுக்கு வந்தால் நான் சொல்லுவது '100 பர்ஸெண்ட்' உண்மை என்று நீயே ஏற்றுக் கொள்வாய். அவர்கள் மறுபடியும் என்னை தன் நாட்டிற்கு மனம் நிறைய அழைக்கின்றனர். நீ என்னுடன் அங்கு வர சம்மதம் அளித்தால் தான் நான் அவர்களின் இந்த அழைப்பை ஏற்பேன். இல்லயென்றால் இல்லை தான். இதை நீ உன் மனத்தில் வாங்கிக்கொள்.

இப்பொழுது விநாயக்கிடம் சிறிது தயக்கம் காணப்பட்டது. மாலதியின் முகத்தைப் பார்த்தவாரே அவளின் எண்ண ஓட்டத்தைப் படிக்க விரும்பினான். ஆனால் மாலதியின் முகமோ தரைத்தளத்தை நோக்கி இருந்ததால் அவனால் அவளின் எண்ண ஓட்டத்தை அறிய இயலவில்லை. இதனால் அவன் மனம் சிறிது சோர்ந்து இருந்தாலும் மேலே பேச ஆரம்பித்தான்.

மாலதி! உன்னைத் தவிர இந்த விஷயம் பற்றி யார் முழுமையாக அறிவார்கள்! நான் எவ்வளவு, வெறுப்பு, அவமரியாதை அனுபவித்தேன். இராப்பகலாக செத்துப் பிழைத்து சிறிது இடம் பிடித்தேன். வெளிநாடு செல்ல மக்கள் எவ்வாறு எல்லாம் தில்லுமுல்லு செய்கிறார்கள்! மனக்கோட்டை கட்டுகிறார்கள். எனக்கு வெளிநாடு செல்ல அவ்வளவு ஆர்வம் இல்லை என்பது உனக்கே நன்றாகத் தெரியும். பழைய நிகழ்வை ஞாபகத்திற்கு கொண்டுவா. எனக்கு வேல்ஸ் நாட்டில் இருந்து அழைப்பு வந்தவுடன் நான் உன்னிடம் என்ன கூறினேன்? சிறிது யோசி. இந்த 'ஆபர்' ஒரு பத்து வருடங்களுக்கு முன்னால் வந்து இருந்தால் இதை ஏற்பது பற்றி யோசிக்கலாம். இப்பொழுது வாழ்க்கையின் கடைசி காலத்தில் தேவையில்லாமல் வெளிநாட்டில் சுற்றுவது எதற்காக? இதனால் யாருக்கு என்ன லாபம்? அச்சமயம் யார் எனக்கு தைரியம் அளித்தார்கள்? யார் இந்த வெளிநாடு செல்லும் 'ஆபரை' ஏற்கும்படி

என்னைத் தூண்டிவிட்டார்கள்? நீதானே! நீயே தானே! நீயே தானே எனக்கு ஆக்கமும் ஊக்கமும் அளித்தாய்.'

விநாயக் தன் பேச்சை தொடர முடியவில்லை. அவனது தொண்டை பேச முடியாமல் அடைத்தது. அவன் எழுந்து 'வாஷ்பேஸின்' அருகில் சென்று தொண்டையைச் செறுமி எச்சில் உமிழ்ந்து முகத்தில் 1 பெரிய கப் தண்ணீரை அடித்து பழைய இடத்திற்கு திரும்பி வந்தான். இந்த ரூமில் மயான அமைதி நிலவியது. மாலதி ஒன்றும் பேசாமல் அமைதியாக பழைய மாதிரியாகவே தரைத் தளத்தை நோக்கியவாரே அமர்ந்து இருந்தாள். அவளின் மூச்சுவிடும் ஒலி விநாயக்கின் செவியில் விழுந்தது. இடை இடையே அவள் விசும்பும் ஒலியும் காதில் விழுந்தது. விநாயக் இயந்திர கதியில் அவள் முதுகின் மீது தன் கைகளால் மெதுவாக வருட ஆரம்பித்தான். அச்சமயம் அவள் முதுகில் ஏற்பட்ட மெதுவான சிலிர்ப்பை அவன் உணரத் தவரவில்லை.

'மாலதி! என்னை நோக்கி சற்றுதான் பாரேன். எது உன்னிடம் இருந்து எனக்கு கிடைக்காதோ அது மற்றவரிடம் இருந்து எனக்கு கிடைக்கும் என எவ்வாறு நம்புகிறாய். அப்படி நான் நினைத்தால் எப்போதோ எனக்கு கிடைத்து இருக்கும். ஆனால் நான் இந்தக் குழப்பத்தில் விழவில்லையே. உன்னைவிட்டால் எனக்கு வேறு யார் உள்ளனர்? இதுவரை நான் உன்னிடம் என்னைப்பற்றிய எந்தத் தகவலையும் மறைக்கவில்லையே. உன்னைத் தவிர நான் எவரிடம் தஞ்சம் அடைந்தேன்? சொல்... மாலதி... சொல் உன்னோடு நான் இருபது இருபத்திஐந்து வருடகாலம் கழித்துவிட்டேன். ஆனால் இச்சமயம் என்மீது நீ குற்றம் சாற்றுகிறாய். இது உனக்கே அழகா? இந்த வருடகாலங்களில் நான் பொறுக்கியாகவும் ஊர்மேய்ந்தவனாகவும் இருந்தேனா? உனக்கு ஏதாவது தடயம் கிடைத்ததா? இல்லையே! அப்படி இருக்க இந்த மாதிரியான அவச்சொற்கள் உன் நாக்கில் இருந்து வெளிவரலாமா?

திடீரென மாலதியின் விசும்பல் அதிமாயிற்று. முதுகு மிகவும் அதிகமாக நடுக்கம் கண்டது. விநாயக் வெட்டவெளியை நோக்கியவாரே அவளது முதுகை மென்மையாக வருடிக் கொண்டு இருந்தான். திடும்என அவளது உதடுகள் ஏதோ முணுமுணுப்பதாகவும் குசுகுசுப்பதாகவும் விநாயக் உணர்ந்தான்.

'கடிதத்தைப் பிரித்து படித்துவிட்டாய். இதனால் ஒன்றும் குடிமுழுகிப் போகாது. இக்கடிதம் பற்றி நான் உன்னிடம் கூறவில்லை. அக்கடிதத்தை மேஜை மீது பார்த்தவுடன் பிரித்துப் படிக்கவேண்டும்

என ஆவல் கொள்வது இயற்கைதான். இதற்காக என் மீது இத்தனை கடுப்பாக ஏன் இருக்கிறாய்? நீ கொஞ்சம் பொறுமையாக இருந்து இருந்தால் அக்கடிதத்தை நான் உனக்கு படித்துக்காட்டி இருப்பேனே! அப்பொழுது இந்த தவறான எண்ணம்...'

'போதும்... போதும்... உன் புராணத்தை நிறுத்து' என்று கூறியவாரே தன் முதுகில் இருந்த விநாயக்கின் கையை எரித்து உதறினாள் மாலதி. ஒரு வினாடி விநாயக் முகம் சிவந்தான். பின்பு அவன் கை பழைய இடத்திற்கே சென்று அடைந்தது.

'மாலதி! இதுநாள் வரை நீ என்மீது இத்தகைய குற்றச்சாட்டை சுமத்தவில்லை. ஆனால் இன்று என்ன நடந்தது என்றே எனக்கு புரியவில்லை. உனக்கு என்னிடம் என்ன என்ன சொல்ல வேண்டுமோ, என்ன என்ன குற்றச்சாட்டுகள் சுமத்த வேண்டுமோ, எல்லாவற்றையும் இத்தனை வருடங்கள் உன் மனத்தில் சேமித்துவைத்து இருந்து வெறுப்பு உணர்வுகளையும் என் மீது கொட்டித் தீர்த்துவிடு. இந்த விஷயம் நம் இருவருக்குள்ளாகவே இருக்கட்டும். நமக்குள் பிரச்சனைகளை நாம் இருவருமே அமைதியாக அமர்ந்து பேசி ஒரு தீர்வுகாணலாம். இதில் வீணாக நமது குழந்தைகளை இழுக்காதே. அவர்களுக்கு முன்னால் 'சீன் கிரியேட்' செய்வதினால் யாருக்கும் எந்த விதமான பயனும் ஏற்படப்போவது இல்லை. அவர்களுக்கு நம்மைவிட்டு பிரிந்து நீண்டகாலம் வெளிநாட்டில் இருக்கவேண்டும். அவர்கள் இந்த ஏற்பாட்டில் இரவு பகலாக மூழ்கி உள்ளனர். அவர்களுக்கு ஒரு நிமிட நேரம் கூட வீணாகக்கூடாது. இந்த நிலையில் அவர்களை டென்ஷன் படுத்துவது தேவையா? கொஞ்சம் யோசி. அவர்களின் டென்ஷனை அதிகப்படுத்துவதால் வேதனை அடைபவர் அவர்களே. இந்த தருணத்தில் அவர்களது மனோபலத்தை பலப்படுத்துவது நமது கடமை. பதிலாக ஏதோ ஏதோ கூறி அவர்களின் மனத்திண்மையை குறையச் செய்ய வேண்டாமே. அவர்களை கவலை இல்லா மனத்துடன் மகிழ்ச்சியுடன் பயணம் செய்ய அனுமதியேன். அவ்வாறு அவர்கள் மகிழ்ச்சியுடன் வெளிநாடு சென்றால்தான் அவர்கள் அங்கு தன் வளமான வாழ்க்கையை அமைத்துக்கொள்ள இயலும். அங்கு அவர்கள் எவ்வாறு தன் உழைப்பை வெளிப்படுத்த வேண்டும் என்பது உனக்குத் தெரியாதா? அவர்கள் ஸ்தானத்தில் நீ இருந்து யோசித்தால் தான் உனக்கு எல்லாம் புரியும். அவர்களும் கவலையற்ற மனத்துடன் தன் படிப்பைத் தொடர்வார்கள். இந்த மனக் குமுரல், வாய்ச்சண்டை, அழுகை, அடம் எல்லாம் நமக்குள்ளேயே இருக்கட்டும். இந்த வாய்ச்சண்டை, அழுகை, அடம் யார் வீட்டில் இல்லை! ஒருபொழுதும் நீ என்னை புரிந்து கொள்ளவில்லை.

நானும் உன்னை புரிந்து கொள்ளவில்லை. நமது பின்னணி எதிர்மறையானது. நம் பழக்க வழக்கமும் 'டெம்பர்மெண்ட்டும்' தனித் தனியாகவே உள்ளன. இருந்தாலும் நாம் நம் வாழ்வில் ஏற்பட்ட சுகதுக்கங்களை சமமாக பங்கு எடுத்துக் கொள்ளவில்லையா? நமக்குள் மிகுந்த 'டிபெரன்ஸ்' இருக்கின்றன. இருந்துவிட்டுப் போகட்டுமே! இந்த அளவு வேற்றுமை இருந்தாலும் நமக்குள் பல விஷயங்கள் ஒன்றாகவே உள்ளனவே. அவைகளைப் பற்றிச் சிந்தித்துப்பாரேன். நமக்குள் ஒற்றுமை இல்லாமல், அன்பு இல்லாமல் நம்பிக்கை இல்லாமல் இருந்தால் நமது வாழ்க்கை கடைசி வரை எப்படிச் செல்லும்.

திடீரென மாலதி தன் தலையை உயர்த்தி தன் கண்களை விநாயக்கின் கண்கள் மீது மோதவிட்டாள். அவன் முகத்தில் இருந்து பலமற்ற ஒரு மெல்லிய முறுவல் வெளிப்பட்டது. 'அன்பு கின்பு என்பதெல்லாம் தேவைற்ற பேச்சு. வாழ்க்கை வாழ்வது வேறு விஷயம். கூட்டிக் கழித்துப் பார்த்தால் நானும் உன்னோடுதான் வாழ்ந்துகொண்டு இருக்கிறேன். நான் மட்டுமா... லக்ஷக்கணக்கான... கோடிக்கணக்கான மக்களும் வாழ்ந்து கொண்டுதானே இருக்கிறார்கள். அவர்கள் அதுபற்றி டமாரம் அடிப்பதில்லை. எனக்கு உன் பொறுக்கித் தனத்திற்கு சாட்சி தேவையில்லை. நீயே அந்த சாட்சியை இழுத்துக்கொண்டு வந்துள்ளாய். எனக்கு உன்னிடமிருந்து எந்த விதமான 'எக்ஸ்பலேனேஷன்' தேவையில்லை'.

விநாயக் ஒரு பெருமூச்சு விட்டுக்கொண்டே 'அப்படியானால் உனக்கு என்னதான் வேண்டும்?'

மாலதி தன் முகத்தைத் திருப்பிக் கொண்டாள். உள்ளே இருப்பதை வெளியே கொட்டிவிட மனம் கொதித்தது. அப்படிச் செய்வதினால் என்ன பயன்? ஒன்றும் இல்லை. விநாயக்கின் மனத்தில் இன்று அவள் இடம் என்ன என்பதைப் பற்றி மாலதி நன்கு அறிந்து இருந்தாள்.

முதலில் இருந்த நிலைமை வேறு. வெறுப்பும் எரிச்சலும் தவிர விநாக்கின் மனத்தில் அவளுக்கு வேறு எதுவும் கிட்டாது. இதுதவிர வேறு என்ன கிடைக்கும். விக்கி விக்கி அழவிரும்பினாள். ஆனால்... எங்கே... தனிமையில்... எவன் தன் கணவனாக இருக்கிறானோ அவன்முன் அவள் அழ விரும்பவில்லை. ஏன் என்றால் அவன்தானே அவளின் குழந்தைகளின் தகப்பன்.

அவளுக்கும் அவன் கணவனுக்கும் உள்ள இடைவெளி கடலைப் போன்று தாண்ட முடியாத அளவிற்கு ஏற்பட்டுவிட்டது. இது எவ்வளவு விசித்திரமானது! அவன் இல்லாத இத்தனை நாட்கள் வீட்டில் உள்ள ஒவ்வொரு பொருளிலும் அவன் இருப்பதாகவே தோற்றம் அளித்தது. என்றும் எதிலும் ஒரு தவறோ குழப்பமோ ஏற்படவில்லை. ஆனால் இன்று? எல்லாமே மனத்தின் பிரமைதான் போலும். நானும் தினமும் மாடு மாதிரி உழைத்து களைத்து மாலை வீடுதிரும்புகிறேன். அச்சமயம் நான் இவனிடம் சில விஷயங்கள் எதிர்பார்க்கிறேன். அது தவறா? ஆனால் நடப்பது வேறு என்னைப் பார்த்த உடனேயே காரி உமிழ்ந்து துப்பி,'நான் அவனுக்கு மரியாதை கொடுக்கவில்லை' என தலைகால் புரியாமல் ஆடுகிறான். இதே குற்றச்சாட்டை நான் அவன்மீதும் சுமத்தலாமே! நான் செய்யும் தொண்டு இவனுக்கு ஒரு வேலையாகவே தோன்றுவது இல்லை. என்னுடைய இந்தத் தொண்டைப்பார்த்து அவன் வெறுப்பு அடைகிறான். இதுதான் அவன் என்மீது காட்டும் கிருபை'. இந்த மாலதிக்கு இப்பொழுது திடீரென ஏற்பட்டுவிட்டது. எந்த வேலை எனக்கு பிடித்தம் இல்லையோ, எனக்கும் அதற்கும் எந்தவிதமான தொடர்பும் இல்லையோ அந்த வேலையைத்தான் 'டாப் பிரியாரிடி' கொடுக்கிறான். அவன் மனத்தில் என்னைப்பற்றிய கவலை ஒரு துளிகூட இல்லை. என் மனத்தில் ஏற்பட்டுள்ள வெற்றிடம் பற்றி இவன் என்ன அறிவான்? என் கணவன் என்ற எண்ணிக்கையில் அவன் அந்த வெற்றிடத்தை நிரப்ப தகுதி இல்லாத மனிதனாக மாறிவிட்டான். எனக்கு என்னைப்பற்றிச் சிந்திக்க எங்கே நேரம் கிடைக்கிறது? மும்பை வந்த சமயத்தில் இருந்து நான் மற்றவர்களைப் பற்றியே சிந்திக்கிறேன். அந்த அயலார் நமது மனிதராக மாறிவிட்டனர். ஆனால் இந்த மனிதர்...? என்னுடைய தேவைகளைப் பற்றி இந்த மனிதனுக்கு என்ன கவலை? அவன் தன்னைப்பற்றியே யோசிக்காமல் மற்றவர் பற்றி, அவர்கள் தேவைகள் ஆசைகள் பற்றி, எண்ணங்கள் தோன்றினால் தானே என்னுடைய தேவைகளையும் விருப்பங்களும் பூர்த்திசெய்யப்பட வேண்டும் என்ற நினைப்புத் தோன்றும். அவனுடைய பழக்க வழக்கங்கள் முற்றிலும் பாழ்பட்டுவிட்டன. இதற்கு நானும்கூட காரணமாக இருக்கலாம். இதைநான் ஏற்றுக்கொள்ளத்தான் வேண்டும். அந்த பாழ்பட்ட கிராமத்தில் உபயோகமற்ற குடியிறுப்பில் எனக்கு இவனைவிட்டால் யார் இருந்தார்கள். இது எனக்கு மட்டும் தானா? அவனுக்கும் என்னை விட்டால் யார் இருந்தார்கள்.

தற்சமயம் என்ன மீதம் உள்ளது? எல்லாம் பாழ்பட்டுவிட்டதே.

எனக்கு தற்சமயம் அடிக்கடி ஒரு சந்தேகம் ஏற்படுகிறது. இன்று காணப்படும் விநாயக் அன்று எப்படி இருந்தான்! குட்டிப்போட்ட பூனை மாதிரி '60' நாழிகையும் 'மாலதி... மாலதி... என்று என்னைச் சுற்றிச் சுற்றி வந்தானே? எனக்காக தன் உயிரையும் விட ரெடியாக இருந்தானே! இது பொய்யா அல்லது மெய்யா? இவனுக்குலீக நான் என் தந்தை, தாய், சுற்றம், நட்பு, பந்தம், வீடு வாசல் எல்லாவற்றையும் ஒரே ஒரு வினாடியில் மறந்து இவன் பின்னால் ஓடி வந்தேன். இன்றுவரை அந்தப் பக்கமே என் நினைவுகள் செல்லவில்லையே.

இது எல்லாம் யாருக்காக? இந்த மனிதன் யார்? அவன் குழந்தைகளின் தந்தையா? இல்லை... இல்லை... இவன் விநாயக்கே இல்லை... அப்படி என்றால் இப்பொழுது இவன் யார்?

மாலதி தன்மனத்து எண்ணங்களை அவன் முன் கொட்டி விட நினைத்தாள் - எல்லாமே இன்று முடிந்துவிட்டது. இனிமேல் இந்த வேதனை என்னால் ஸகிக்க இயலாது. இவ்வாறு சேர்ந்து இருப்பதைவிட தனித்தனியாகச் சென்று விடலாமே! எங்கு உன் காதலை தாங்குகிறார்களோ அங்கேயே சென்றுவிடு. அங்கு ராஜோபசராரம் நடக்கும். நான் ஒரு களிமண் உருண்டை தானே! என் பிறப்பு ஏன் ஏற்பட்டது? உன்னுடைய ஏச்சையும் பேச்சையும் இகழ்ச்சியையும் சுமக்கவா அல்லது உன் குழந்தைகளை வளர்க்கவா? உன்னை அடையாளம் காண்பதில் நான் மிகப் பெரியதவறு செய்துவிட்டேன். நீ கணவனாகவும் தந்தையாகவும் இருந்தும் கூட தன் பிழையான ஆசைகளைப் பூர்த்தி செய்ய, தன் மனம் போக்கில் செல்ல பரிபூர்ண சுதந்திரம் அடைந்துள்ளாய். நான் மனைவியாகவும் தாயாகவும் நீ அடித்த முளைக்கோலில் கட்டுண்டு உன்னுடைய 'ஈகோ'வின் அடிவருடியாக இருக்கவேண்டும்... இதுதானே... நீ விரும்புவது. எனக்கென ஒரு மனமோ, விருப்பமோ, ஆசையோ இருக்கக் கூடாது. உனது விருப்பம், வெறுப்பு, ஆசைதான் என்னுடைய விருப்பமாகவும் வெறுப்பாகவும், ஆசையாகவும் இருக்கவேண்டும். இதுதானே... இதுதானே... நீ நினைப்பது. நான் உனது அன்பு ஆண்மை என்ற உரைக்கல்லில் உரசிப்பார்த்தால் நான் சுத்தத் தங்கமாக இல்லாமல் கலப்பட தங்கமாக இருந்தேன். இதுதானே இரவும் பகலும் எனக்கு தெரியப்படுத்திக்கொண்டு இருக்கிறாய். ஆனால் சற்று தாமதம் ஏற்பட்டாலும் உன்னுடைய சாயம் வெளுத்துவிட்டது. ஈயம் போன பித்தளை மாதிரி, நீ என்னுடைய உரைகல்லில் உரசிப்பார்க்கையில் முழுக்க முழுக்க கலப்பட தங்கமாகவே காணப்படுகிறாய். இப்பொழுதாவது இதைக் கூற அனுமதிப்பாயா அல்லது மாட்டாயா?

ஒரு பக்கம் பார்த்தால் நான் இந்தக் கடிதத்தை பிரித்து இருக்கக்கூடாது. நீ என்னிடம் என்ன கூறினாய்? மிகவும் புனிதனாகவும் பரிசுத்தனாகவும் சுற்றி வருகிறாய். ஆனால் இந்தக் குப்பை என்மீது வீச உனக்கு வெட்கமாக இல்லை? என்னை நீ 'அவசரக் குடுக்கை' என்ற பட்டம் சூட்ட வீணாக உனக்கு ஒரு வாய்ப்பு அளித்துவிட்டேன் என்று எண்ணுகிறாயா? நான் உன்னிடம் கேட்டுவாங்கியோ அல்லது உன் முதுகுக்கு பின்னால் படிக்கலாமே! முடிவாக அந்தக் கடிதத்தைத் எங்கு மறைத்துவைப்பாய்! மறைப்பது உன்னால் முடியாத செயல். ஆக மொத்தம் கடைசியில் 'கன்பெஸ்' செய்ய முடியாமல் உன்னால் இருக்க இயலாது. நீதான் புண்யாத்மா ஆயிற்றே! இந்த மாலதியிடம் நீ நினைப்பது எல்லாம் நடவாது என உனக்குத் தெரியாதா? புதைத்த பிணத்தை மறுபடியும் தோண்டி எடுக்க எனக்கு விருப்பம் இல்லை. இந்த 'உத்தரகாண்டம்' நடைபெறாவிட்டால் உனக்கு அதைப்பற்றிய ஞாபகம் ஏன் வரும்? அப்பொழுது நீ கண்ணீர்விட்டவாரே 'கன்பெஸ்' செய்தாய். ஆனால் நான் என் மனத்தில் சிரித்துக்கொண்டு இருந்தேன். நான் எல்லாவற்றையும் அறிந்து உள்ளேன் என்பதை இந்தப் பெரியவருக்கு தெரியவில்லையே!

சரி... சரி... இது எல்லாம் நடந்து முடிந்த விஷயம். நான் உன்னைக் கேட்காமலேயே மன்னித்துவிட்டேன். இதற்காக நான் 'கழிவிரக்கம்' ஒருபொழுதும் கொள்ளவில்லை. நீ அதற்கு வாய்ப்பே அளிக்கவில்லை. இதையும் நான் ஏற்றுக்கொள்ளுகிறேன். ஆனால்... நீ 'வேல்ஸ்' நாட்டில் இருந்து திரும்பிவந்த பின்பு நடந்த இந்த நிகழ்ச்சி! அன்று எல்லோரையும் நம்பும் இந்த மனத்தில் இந்த மனத்தில் அந்த 'முள்' குத்தாமல் இருந்து இருந்தால் அக்கடிதத்தைப் பிரித்து இருக்கவே மாட்டேன். ஏன் பிரித்தேன்! தெரியுமா உனக்கு எனக்குள் இருக்கும் உன் மீது உள்ள நம்பிக்கையை மேலும் வலுப்படுத்த. என் மனத்தில் பதிந்த சந்தேகம் என்ன விதையை முழுவேகத்தில் மனத்தில் இருந்து வெளியே எடுத்து வீசி எறிய. இது என் மனத்தின் பிரமையே அன்றி வேறு ஒன்றும் இல்லை. இதை ஏற்றுக் கொள்ளுகிறேன். உன்னுடைய கணக்குப் படி இது என் மனத்தின் ப்ரமை இல்லை. மனத்தில் ஏற்பட்டுள்ள 'காம்பிளக்ஸ்'. உனக்கு ஞாபகம் இருக்கிறதா? ஒருநாள் நமக்குள் இந்த மாதிரி சண்டை சச்சரவு ஏற்பட்டவுடன் நீயே என்னிடம் இதைப்பற்றி கூறினாய் - 'மாலதி உன்னுடைய உண்மையான 'ப்ராபளம்' உன்னுடைய வலுவான 'ஈகோ' தான். இதைத்தவிர வேறு ஏதும் இல்லை. இது காயான உபயோகமற்ற ஈகோ! இது உன்னை திருத்திக்கொள்ள அனுமதிக்கவில்லை. இதனால் ஒருபொழுதும் நீ உன்னுடைய தவறுகளை ஏற்றுக்கொள்ள மறுக்கிறாய்.

இதனால் உன்மன வளர்ச்சி மழுங்கிவிட்டது. நீ 25 ஆண்டுகளுக்கு முன்பு எவ்வாறு இருந்தாயோ அதேமாதிரியாக இன்றும் இருக்கிறாய். இதுதானே நீ என்னிடம் கூறினாய். இந்தக் கூற்றின் அடியில் வலியை நானும் இன்றும் மறக்கவில்லை. எப்பொழுதும் மறக்க இயலாது. நீ இந்த நல்எண்ணத்தின் காரணமாக நீ என்னை எப்படிப்பட்ட வார்த்தைகளாலும் ஏசு. எந்த அளவிற்கு அதிகமாகவே என்னைக் கொடுமைப்படுத்து. ஏன் என்றால் கடைசியில் நான் உன்னவன் தானே!

நான் உன்னை உன் 'கலிக்'... பெயர் என்ன... ஆம்... ஆம்... துபே... மிஸஸ் சகுந்தலா துபே... உடன் சேர்ந்து ஹோட்டலில் நுழைவதைப் பார்த்தேன். அன்று உன்மீது உள்ள என் நம்பிக்கைக்கு ஒரு 'அடி' விழுந்தது. என் முன்னால் உங்களின் முதுகுகள் காணப்பட்டன. நீயோ அவளோடு என்னைப் பார்க்கவில்லை. நான் என் கண்களாலேயே உங்களைப் பார்த்துவிட்டேனே. எப்பொழுதாவது நான் இதைப்பற்றி உன்னிடம் பேசி இருப்பேனா? நீயும் இதைப்பற்றி ஒரு வார்த்தை கூடப் பேசவில்லை. அன்று என் மனத்தில் தோன்றிய அந்தச் சந்தேகப் புழுவை நசுக்க, மனத்தை நிர்மலமாக்கவே அந்தக் கடிதத்தைப் பிரித்தேன். நீ மிஸஸ் துபேயுடன் ஊர் சுற்றி வருகிறாய் என்ற நினைப்பே என் மனத்தில் ஏற்படவில்லை. நல்ல குடும்பத்தைச் சேர்ந்த ஒரு திருமணமான பெண்மணி அவர்கள். உன்னைவிட கிட்டத்தட்ட 20 வருடம் இளையவள். அவள் உன்னுடன் ஏன், எதற்காகச் சுற்றி அலைய வேண்டும்? ஆனால் யாருக்கு என்ன தெரியும்? இந்த வயதிலும் கூடவா உனக்கு இந்தப் பழி! இங்கேயே அவளுடன் இந்தச் சுற்று சுற்றினால் வெளிநாட்டில் எத்தனை கொட்டம் அடித்திருக்க மாட்டாய்? உன்னைப் போன்ற ஒரு ஆண்மகனை என்னவென்று நினைப்பது?

இப்பொழுது நீ தனக்குத்தானே 'ஜஸ்டிப்பை' செய்யத் தீர்மானம் செய்துள்ளாய். உனக்காக மாலதி உன்னுடைய வீட்டின் எஜமானி மட்டும் தான். ஆனால் மனத்தளவில் முழுமையாக வெளியேற்றப்பட்டவள். உனக்கு ஏதோ ஒரு காலத்தில் 'இம்பார்டெண்ட்' ஆக இருந்து இருக்கலாம். ஆனால் இச்சமயம் இல்லை. ஆனால் தற்சமயம் உனக்கு அவள் வெறுப்பையும் எரிச்சலையும் ஏற்படுத்துகிறாள். அப்படித்தானே! உனக்கு இந்த கிழட்டு வயதில் 'ரோமான்ஸ்' வேண்டும். 'அட்வென்சர்' வேண்டும். இதுதானே... இதுதானே. உன் வரையில் நான் உனக்கு மனைவியாகவும் உன் வாலிப வயதுள்ள 2 குழந்தைகளுக்கு தாயாகவே மட்டும் தோன்றுகிறேன். ஆனால் நூற்றுக்கணக்கான அனாதையான சமூகத்தில் ஒதுக்கப்பட்ட குழந்தைகளின் வீட்டிற்காகவும் கல்விக்காகவும் அல்லல்படும் பெண்மணியுடன் என்ன சம்பந்தம்? உனக்குத் தேவைப்பட்ட

விஷயங்களை நிறைவேற்ற மிஸஸ் சகுந்தலா துபேயோ அல்லது வெளிநாட்டு ரமணியோ தான் வேண்டும். மிஸஸ் துபே கொட்டிலில் அடைப்பட்ட பசு மாதிரி உன்னுடன் ஸக ஊழியர் பார்ப்பதற்கு 'ஸ்மார்ட்' ஆகவும் சுறுசுறுப்பாகவும் காணப்படுகிறாள். உன் துறைக்கான ரூமில் அழைத்து உன் கண்களுக்கு 'ஒத்தடம்' கொடு. வம்பு பேசு, வாய்ச்சவடால் விடு. அதிகமாகப் போனால் ஹோட்டலுக்கு அழைத்துச் சென்று டிபன் ஊட்டு, காப்பி கொடு. இவைகளைத் தவிர அவளால் உனக்கு வேறு என்ன செய்ய இயலும்? அவளோடு சுற்றுவதை தவிர உன் காலேஜ் வட்டாரத்தில் நீ வேறு ஒன்றும் செய்ய இயலாது.

ஆனால் இந்த மார்கரெட்... அவளோடு சேர்ந்து மிகக் கொட்டம் அடித்துள்ளாய் என் தெளிவாகப் புரிகிறது. உனது செயல் கீர்த்திகளைப் பற்றி அவளே வர்ணணை செய்து உள்ளாளே! சிறிதும் வெட்கமின்றி. அந்தச் சண்டாளி தன்னைப் பற்றி என்ன நினைத்துக் கொண்டு இருக்கிறாள்? அங்கே உன் உயிர் அவளின் கைப்பிடிக்குள் அடக்கம் என்று! ஆகவே இங்கு உன்னை பூதம் என்றும் பிரேதம் என்றும் அழைக்கிறாள். நீ உன் தாய்நாடு வந்துவிட்டதால் அவளின் 'பாச்சா பலிக்காது' என்று எண்ணுகிறாள். எப்படிப் பார்த்தாலும் உனக்கு ஒரு 'பிராண்ட் நியூ' காதலி கிடைத்துவிட்டாள். ஆகவே நீ வீணாக ஏன் அலைந்து கொண்டு இருக்கிறாய். அங்கேயே போக வேண்டியது தானே! உனக்குத் தெரியாதா? என்ன... காற்று உள்ள பொழுதே தூற்றிக் கொள்ளவேண்டும் என்று. உன் ஆசை உன்னை அங்கு அழைக்கிறது. ஆனால் தைரியமின்மை அதைத் தடுக்கிறது. அவ்வளவே!

நான் வீணான வார்த்தைகள் பேசுகிறேன். எங்கோ என் மூளை நரம்பு பிசகிவிட்டது. நீ சப்தம் இல்லாமலேயே வீட்டில் அமர்ந்தவாறே அபாயத்தை எதிர்கொள்வாய். வீட்டில் உனக்காக உன் மனைவி எதிர்பார்த்துக் கொண்டு இருக்கிறாள். ஆகவே அடுத்தவள் ஏன் வேண்டும்? உனக்கு எது தேவையோ அதை அந்த வெளிநாட்டு சண்டாளி கொடுத்துக் கொண்டே தான் இருக்கிறாள். நீ ஒரு பக்கா கோயில்காளை. உனக்கு மூக்கு கயிறு போட முடியுமா? மூக்கு கயிறு போடாமலேயே உன் எல்லா ஆசைகளும் பூர்த்தி ஆகிவிடுகின்றன. அவள் நூறு சதவீதம் உன் பைத்தியமாக மாறிவிட்டாள். ஆனாலும் அந்தச் சண்டாளி இந்த பைத்தியகாரத்தனத்தில் சற்று சுய நினைவுடன் தான் செயல்படுகிறாள். எனக்கு உன்னிடம் ஏற்பட்ட 'பிரமை' போன்று அவளுக்கு அந்தச் சண்டாளிக்கு ஏற்படவில்லை. நீ அவளுக்காகவே, உனக்கு என்ற நன்றாகவே அமைந்த குடும்பத்தைச் சீரழித்து அவள் பின்னால் இவ்வளவு பைத்தியமாகி அலைகின்றாயே! அப்படியானால், இந்த மார்கரெட் உனக்கு

அசாதாரணப் பெண் போலும்! உன்னுடைய எல்லாவிதமான ரகசியங்களையும் அறிந்துகொண்டிருக்கும், உன்னோடு சேர்ந்து மிகுந்த கூத்துகள் அடித்திருக்கும் புத்திசாலித்தனமான முதிர்ந்த பெண்ணாகத் தான் இருக்கிறாள். உன்னுடைய ஒவ்வொரு நிமிட நாடித் துடிப்பையும் கூர்ந்து கவனித்து இருக்கிறாள். உன்னை உன் முகத்திற்கு முன்னாலேயே 'விக்கெட்' ஓல்ட் மேன்' என்று அழைக்க அவளுக்கு இவ்வளவு தைரியம் எங்கிருந்து வந்தது? யார் அவளுக்கு இந்த அதிகாரத்தைக் கொடுத்திருக்கிறார்கள்? நீதானே? இந்த அதிசயம் உன்னிடமிருந்து கிடைக்கப் பெறாவிட்டால் அவள் உன்னை இவ்வாறு அழைக்கவியலுமா? இதிலிருந்து உன்னுடைய அசட்டுத்தனமும், 'அவளுடைய இண்டெலிஜன்ஸ்க்கு' நீ அடிமையாக இருப்பதும் உள்ளங்கை நெல்லிக்காய் போல் பட்டவர்த்தனமாகத் தெரிகிறதே! அவளுடைய 'இண்டெலிஜன்ஸ்' எப்படி உள்ளது என்பது எனக்கு நன்றாகவே தெரிகிறது. ஒருபக்கம் கையில் சாட்டையெடுத்து உன் முகத்தில் வீசிவீசி அடிக்கிறாள். 'அதே, சமயம் மற்றொரு கையால் உன்னை வருடி வருடிக் கொஞ்சுகிறாள். உன்னுடைய ஒவ்வொரு அடியிலும் சொட்டக் கூடிய 'ஈகோ'வை வற்றச் செய்து தன் கைக்குள் அடக்கிக் கொள்வதை அவள் மிக நன்றாகவே அறிந்துள்ளாள். ஆனால், நான் இந்தக் கலையில் முழு முட்டாளாக இருக்கிறேன். எவரும் எனக்கு இந்தக் கலையைக் கற்பிக்கவில்லையே! அந்தக் கலை எனக்கு கற்பித்திருந்தால் இன்றைய நிலை எனக்கு ஏற்பட்டிருக்குமா?

நான் உன்னை 'பொறுக்கி' என்று அழைக்கவில்லை. உன்னுடைய 'மார்கரெட்' தான் உன்னை இவ்வாறு அழைக்கிறாள். அதாவது காயத்தை ஏற்படுத்தி அதற்குக் களிம்பு தடவுவது போல. 'விக்கெட் ஓல்டு மேன்' என்பதற்குப் பொருள் இது அல்லது வேறென்ன இருக்கக் கூடும்? நீயே சற்று யோசியேன். திருடன் தானே தேளை எடுத்து தன் கையில் கொட்டச் செய்வது போலுள்ளது உன் செயல். நீ ஒரு காலத்தில் 'ரொமேண்டிக்' நிலையில் என்னை என்ன பாடுபடுத்தினாயோ, அதை அவள் எனக்கு ஞாபகமூட்டுகிறாள். ஏ விநாயக்! நான் மட்டுமா? உலகத்திலுள்ள எந்த பெண்ணிடமாவது இரண்டு, இரண்டு குழந்தைகள் இருக்கும் தாய்க்கு தன் குடும்பத்தை நடத்தக் கூடிய கவலையில் தன் வருடங்களைச் செலவிடுகிறாளோ, அவளிடம் இந்தக் கிழட்டுக் காலத்தில் அப்படி விளையாடக் கூடிய பைத்தியக் காரத்தனத்தை அனுபவிக்க இயலுமா? அவள் ஒரு பெரிய 'மாயாவினி' என்றே கூறலாம். அப்பொழுது தானே தன்னுடைய 'விக்கெட் ஓல்டு மேனை' தொழிலில் ஈடுபடுத்துகிறாள் போலும்! ஆகவேதான் கடிதத்தில் வரிக்கு வரி எழுது, எழுது என்று

வாய்ப்பாடு ஒப்பிக்கிறாளே! இது உங்களுடைய நன்றாக உள்ள பொழுது போக்குதான்... தன்னுடைய மாணவிகளை வலைவீசி சிக்க வைப்பதில். இருபத்தைந்து வருடங்களுக்கு முன் இந்த வலையைத்தான் என் மீது வீசிச் சிக்கவைத்தீர்கள். இதனுடைய விளைவை நான் இன்று வரை ஒவ்வொரு விநாடியும் அனுபவித்து வருகிறேன். ஆகமொத்தம் இந்தக் கிழ வயதிலும் கூட அதே செயலைச் செய்கிறாய் என எண்ணத் தோன்றுகிறது. எனக்கும் மார்கரெட்க்கும் என்ன வித்தியாசம்?... தெரியுமா? அதன் விளைவை நான் அனுபவிக்கிறேன். அந்த மார்கரெட்டின் குழந்தைக்கு இந்த விளைவை அனுபவிக்க வேண்டிய அவசியம் ஏற்படாது. யார் கண்டார்கள்? இதுபற்றி யாருக்கு என்ன தெரியும்?... சரி, சரி, விட்டு விடுங்கள். எனக்கு இப்பொழுது ஒன்றும் அறிய வேண்டிய அவசியமில்லை. வந்துவிட்டாள் பெரிதாக. உன் மர்மத்தை அடைவதற்காக. உங்களுக்காக அவள் இலக்கை நோக்கிச் சரியாக அம்பு எய்பவளாக இருக்கலாம். ஒரு காலத்தில் என் முன்னால் இந்தப் பொன்னான வார்த்தைகள் பூ மாதிரி பொழிந்தீர்களே...'நோ மேன் ஈஸ் எ ஹீரோ டு ஹிஸ் வொய்ஃப்' இந்தப் பூ மாதிரி சொற்களை வேறு யார் யாருக்கு முன் உதிர்த்தீர்கள்? உங்களுக்கு இது நன்றாகவே தெரியும். இந்த துர்பாக்கியமான நாட்டில் பெண்களுக்கு அவளுடைய ஆண் துணையே 'ஹீரோவாகத்' தோன்றுகின்றனர். ஆனால், தன்னுடைய குழந்தைகளின் வருங்காலம் வீணாகப் போவதை விரும்பாமல் என் மாதிரியான ஒன்று இரண்டு பெண்களுக்கு மட்டுமே தன் கணவர் 'ஹீரோ'வாக இருப்பதில்லை.

இப்பொழுதுதான் எனக்கு ஒரு விஷயம் தெரியவருகிறது. மேற்கூறியவாறு எண்ணங்களையுடைய பெண்கள் இந்த நாட்டில் மட்டுமே ஒப்பந்தம், செய்யப்படவில்லை. மேலும் சில நாடுகள் இந்த 'காண்ட்ராக்ட்' எடுத்துக் கொண்டுள்ளன. இதில் நிற வேறுபாடோ, இன வேறுபாடோ கிடையாது. ஏ ப்ரொபஸர் ஐயா அவர்களே! நீங்கள் அந்தச் சண்டாளிக்கு மட்டும் ஹீரோவாக இருந்து கொண்டிருங்கள். அவள்தான் உங்களை 'என் அன்பான குழந்தையே' என்றும் 'என்னுடைய கிழட்டுப் போக்கிரி' என்றும் அழைக்கக் கூடியவளாக இருக்கிறாள். இந்த அதிகாரமும் உன்னால் அவளுக்குக் கிட்டியுள்ளது. 'ஏ ப்ரொபஸர் சாகப்'! உங்களுக்கு என் நல்வாழ்த்துக்கள். இந்தக் கிழட்டுப் பருவத்தில் அந்த நாதஸ்வரம் ஒலிக்க அனுமதித்துள்ளாள். அந்தப் பெண் நாகப்பாம்பு என்ன வார்த்தை கூறியுள்ளாள் தெரியுமா?... உங்களுடைய மர்மத்தளத்தை தொட்டுவிட்டாளாம்... தொட்டு. அதாவது உங்களுடைய மென்மையான இடத்தை அந்தப் பெண் பாம்பு கொத்திவிட்டது...

அப்பபடித்தானே? இதைத்தவிர உங்களுக்கு இந்தப் ப்ரவசனமும் செய்துள்ளாள். நீங்கள் எங்களுடைய ஆண்மைப் பிறப்பிலிருந்து இன்று வரை நடந்துள்ள நிகழ்வுகளைப் புத்தகமாக எழுதுங்கள். அப்படியானால், நான் இந்த 25 வருட காலமாக உங்களின் மூலமாக சோககீதத்தையே எழுதிவைக்கச் செய்துவந்தேன்.

'ப்ரொபஸர்' ஐயா அவர்களே! உங்களிடம் ஒரு வேண்டுகோள். நீங்கள் மறுபடியும் அங்கே செல்லுங்கள். அந்தப் பெண் நாகத்தை இறுக்கியணைத்து இன்பம் காணுங்கள். அவள்தான் உங்களுடைய உண்மையான வாழ்க்கை வரலாற்றைப் புத்தகமாக உங்களை எழுதவைக்க முடியும். உங்களுக்கு அப்படிப்பட்ட மரியாதை இங்கு எங்கு கிடைக்கும்! உங்களுடைய எடுத்துக்காட்டான ஆசிரியர் என்ற ஒளி மங்கிவிடும். உங்களுடைய செயல் கையும் களவுமாகப் பிடிபட்டு விடும் என்ற பயம் உங்களை ஆட்டிப்படைத்துக் கொண்டிருக்கலாம். ஆனால், அங்கேயோ, யாருடைய வயலையும், எந்த வேளையிலும் நீங்கள் விரும்பினால் மேய உங்களுக்கு முழுமையான சுதந்திரம் உள்ளது. ஆனால், இங்கோ உங்கள் தலையில் ஒரு உபயோகமற்ற தர்மபத்தினியும், இரண்டு வாலிபக் குழந்தைகளும் சுமையாக சுமத்தப்பட்டுள்ளனர். உங்களுடைய அந்நாட்டுச் செயல்கள் உங்கள் வாலிபக் குழந்தைகளுக்குத் தெரியவருமானால், அவர்கள் தங்கள் வாழ்க்கையை அவர்களாகவே வீணாக்கிக் கொள்ளக்கூடிய நிலை ஏற்படும். ஒரு மனிதனுக்கு முன்பு தனியாக மூன்று மாதங்களுக்கு மட்டும் வெளிநாடு செல்ல வாய்ப்பு ஏற்பட்ட பொழுது உடல் நடுக்கம் ஏற்பட்டதோ, அதே மனிதனுக்கு மூன்று மாதங்களுக்குப் பதிலாக முழுமையாக 12 மாதங்கள் அங்கு தங்கியிருக்க எப்படிப்பட்ட மனோநிலை ஏற்பட்டுள்ளது. ஆனால் இந்த நாட்டிலோ அவனுக்காக மூன்று நபர்கள் இரவுப் பகலாக வேதனையில் துடிதுடித்துக்கொண்டு இருந்தனர். ஆனால்... ஆனால் அவரோ அங்கு கோவில் காளை மாதிரி ஊர் மேய்ந்து சுகம் அடைந்துகொண்டிருந்தார். நீங்கள் எதை மூடி மறைக்கத் திரை போட்டிருந்தீர்களோ, அந்தத் திரையை அந்தச் சண்டாளியின் இந்தக் கடிதம் நீக்கிவிட்டது. விநாயக்! உங்கள் தலை சுற்றுகிறதா? இரவின் இருட்டு சூழ்கிறதா?

ஆனால், தற்சமயம் உண்மையாகவே இரவின் இருட்டு பரவ ஆரம்பித்திருந்தது. மாலதிக்கோ அல்லது விநாயக்கிற்கோ தன் இடத்தில் இருந்து எழுந்து 'ஸ்விட்ச் ஆன்' செய்யத் தோன்றவில்லை. மாலதி, தன் மனத்தில் அழுது கொண்டு கூறும் தன் மனத்து உரையாடல்களை விநாயக் கேட்டுக் கொண்டிருக்கிறானா? அவர் எப்படிக் கேட்க முடியும்?

அவர் மனத்திலேயே அவ்வாறான உயிரோட்டமுள்ள மனம் என்ற 'மெஷின்' இயங்கிக்கொண்டிருக்கும் பொழுது.

மாலதி எழுந்து சென்றுவிட்டாள். ஆனால் எங்கே? அவளால் எங்கு செல்ல இயலும்? இந்த 'ஃப்ளாட்டில்' உள்ள ஒரு 'ரூமி'லிருந்து மற்றொரு 'ரூமு'க்குத் தானே! ஒரு வழியாக பல்பு எரியத் தொடங்கியது. விநாயக் தான் 'ஸ்விட் ஆன்' செய்தான். மாலதி... மாலதி... என்று அவனைத் தவிர வேறு எவர் அந்தப் 'ஃப்ளாட்டில்' அழைக்கக்கூடும். ஆனால் மாலதியோ தன் அறைக்குச் செல்லாமல் வரவேற்பு அறையில் இருந்த ஒரு சோபாவில் பிணம் போன்று படுத்துக்கிடந்தாள். இன்றிலிருந்து இந்த வரவேற்பறைதான் அவளின் படுக்கையறை மட்டுமன்று. அந்தப்புரங்களில் ராணிகளுக்காக ஒதுக்கப்பட்ட 'கோப பவனும்' கூட.

விநாயக் ஹேஸ் டு பி டாட் எ லெசன்.

ஆனால்... இது மிக எளிதான செயலா? குழந்தைகளிடம் என்ன சொல்வான்? எதை எதைத் சொல்வான்? அவர்களே, இந்த வாரக் கடைசியில் வெளிநாடுகளுக்குப் பறக்க உள்ளார்களே! இங்கு ஏற்பட்ட சூறாவளி பற்றி அவர்களுக்குத் தெரியக்கூடாது. இதற்காக நாடகம் ஆட வேண்டுமல்லவா? இந்த நாடகம் ஆடுவது மாலதிக்கு மிக்க கடினமான செயலாக இருந்தது. அவளோ டேம்(ன்) சீரியஸ்... டேம்(ன்) சீரியஸ். நாடகம் நடிக்க அவளால் இயலவே இயலாது. குழநதைகள் வெளிநாடு சென்றவுடன் என்ன நிலைமை ஏற்படும்? இந்த மனிதனோடு எவ்வாறு தன் வாழ்க்கையை நடத்தவியலும்?

11. உலகம் மாறிக் கொண்டிருக்கிறது

பெரியவனுடைய (பாஸ்கரானந்த்) பாஸ்போர்ட் ரெடியாக உள்ளது. இந்த வாரக் கடைசியில் அவன் பறக்க வேண்டும். பெரியவனான அந்த மூத்தவன் இப்பொழுது தான் - இந்த வருஷம் தான் ஐ.ஐ.டி-ல் (மும்பை) முதலிடம் பெற்றுள்ளான். மேலும் மேற்கொண்டு ஆராய்ச்சிக்காகப் பட்டம் பெற அவனை அமெரிக்காவின் மிகப் பிரசித்தி பெற்ற கார்னேல் பல்கலைக்கழகம் அவனுக்கு இடம் கொடுத்து அழைத்துக் கொண்டுள்ளது. அங்கு அனுமதி வெகு இலகுவாகக் கிட்டிவிட்டது. இது தவிர மிகத் தகுதியான ரொக்கப்பண உதவித் தொகையும் கூட. அவன் அமெரிக்கா செல்வதற்காக விநாயக் ஒரு தம்படி கூட செலவு செய்ய அவசியமிருக்காது. அவனுடைய தம்பி இளையவன் சுதர்ஷன் பெங்களுருவில் 'பிசினஸ் மேனேஜ்மெண்ட்'-ல் பட்டம் பெற்றுள்ளான். சிங்கப்பூரிலுள்ள உலகப் புகழ்பெற்ற ஏதோ ஒரு பெரிய கம்பெனி அவனை மிகப் பெரிய தொகை கொடுத்து வாங்கியிருக்கிறது. ஆகவே இந்த இரண்டு சகோதரர்களும் எதிர் எதிர் திசைகளில் பறக்க இருக்கிறார்கள்.

வீட்டிலோ ஒரு பிரளயம் நடந்து இருக்கிறது. குழந்தைகளின் காரணமாகவே வீடுகளில் களையும், கலகலப்பும் ஏற்படுகின்றன. இந்த இருவரும் வெளிநாடு செல்வதால் வீடு களையிழந்து வெறுமையாக காணப்படுகிறது. ஆனால் இங்கோ அவர்களின் தாய்தந்தைக்குள் பனிப்போர் தொடங்கியுள்ளது. விநாயக்கின் எல்லாவிதமான நாடகச் செயல்பாடுகளிலும் இந்தக் கெட்டிப்பட்ட பனிக்கட்டியை விலக்க இயலவில்லை.

ஒருநாள் மதியவேளை, வீடு மயான அமைதி கொண்டிருந்தது. மாலதி வழக்கப்படி தன்னுடைய 'புனர்வாஸ் ஆஸ்ரம்' (அதாவது பள்ளி) சென்று இருந்தார்கள். சின்னவனும் ஏதோவொரு காரணத்தினால் வீட்டைவிட்டு வெளியே சென்றுவிட்டான். மூத்தவனான பாஸ்கரானந்த் ஜி தன்னுடைய தந்தையின் படிப்பறையில் நுழைந்தான். ஏனோ தெரியவில்லை, அவர் அப்பா விடுமுறை எடுத்து ஓய்வு எடுத்துக் கொண்டிருந்தார். ஒருவேளை தலைவலியின் ஆனந்தமாகக் கூட இருக்கலாம். மூத்தவன் தன் முன் நிற்பதைப் பார்த்துவிட்டு விநாயக் திடுக்கிட்டான்.

'அடே, மூத்தவனே, எப்படி இருக்கே. வெளிநாடு செல்ல வேண்டிய ஏற்பாடுகளெல்லாம் முடிந்துவிட்டதா?

மூத்தவன் மிகவும் சௌஜன்யமாகவே புன்சிரிப்புடன் கூறினான். -'என் ஏற்பாடு பற்றி நீங்கள் எந்தவிதமான கவலையும் படத் தேவையில்லை. உங்களிடம் ஒரேயொரு விஷயம் மட்டும்தான் கேட்க வேண்டும். அம்மாவும், நீங்களும் ஒருவருக்கொருவர் முகம்பார்த்து ஏன் பேசாமல் மௌன விரதம் கடைப்பிடிக்கிறீர்கள்? உங்கள் இருவருக்குள் என்ன கலவரம்?

இந்த வார்த்தையைக் கேட்டு ப்ரொபஸர் விநாயக் கூனிக் குறுகிப் போனான். பலவந்தமாக உதடுகளில் புன்முருவலைத் தெளித்தவாறே - 'யார் அந்த மாதிரி உள்ளார்கள்? யார் யாரிடம் பேசவில்லை? நீ வீணான விஷயங்களில் ஏன் குழம்புகிறாய்? ஒன்றும் கவலைப்படாதே, எல்லாம் சரியாகிவிடும்.'

'ஆமாம், ஆமாம்... மண்ணாங்கட்டி. எல்லாம் சரியாகிவிடுமாம்'. மூத்தவனின் முகம் கருகருத்தது... 'டாடி! இது வீடா! அல்லது காடா? நீங்கள் வெளிநாடு சென்றிருந்த சமயம் இங்கு மிகுந்த அமைதி குடிகொண்டிருந்தது. ஆனால் நீங்கள் திரும்பி வந்தவுடன்... ஏதோ நடக்கக் கூடாத காரியம் உங்களால் நடந்துவிட்டது போல் தெரிகிறதே.

'என்னடா சொல்கிறாய்?' விநாயக்கின் தொண்டையிலிருந்து பலமான கத்தல் வெளிப்பட்டது. 'நீ என்ன பேச்சு பேசுகிறாய்? பெரியவர்களிடம் பேசும்பொழுது முறையாகப் பேசவேண்டும்' என்று கூறியவாறே நாற்காலியில் இருந்து எழுந்து அமர்ந்தான். அவனது முகம் மூத்தவனையே உற்றுப் பார்த்துக் கொண்டிருந்தது.

மூத்தவன் ஒரு விநாடி நேரம் அமைதியாகத் தன் தந்தையின் இந்தக் கோபப்பட்ட நிலையைப் பார்த்தவாறே மனத்தில் எடைபோட்டுக் கொண்டிருந்தான். பின்பு பேச ஆரம்பித்தான். 'அப்பா, இங்கே பாருங்கள். இந்தக் கத்தல். கீசல் வேலை இங்கு வேண்டாம். இதற்காகவே தான் இதுநாள் வரை உங்களுடன் பேசாமல் இருந்தேன். ஆனால் அம்மாவுக்கும் தங்களுக்கும் இடையே நீங்கள் வந்த நாளிலிருந்து எந்த வேடிக்கை நடந்து கொண்டிருக்கிறது?... ஃபார் காட்ஸ் ஸேக், டாடி, ப்ளீஸ் ஸ்பேர் அஸ் திஸ் நான்சென்ஸ். உங்களுடைய இந்த தப்பிக்கொள்ளும் செயல்களைக் கண்டு நாங்கள் மிகவும் நொந்து போயிருக்கிறோம். நாங்கள் கிளம்ப இன்னும் நான்கே நாட்கள் தான் மீதம் இருக்கின்றன. அதன் பிறகு நாங்கள் இருவருமே இங்கு இருக்க மாட்டோம். அப்படிப்பட்ட நிலையில் நீங்கள் எத்தனை நாள், எவ்வாறு தங்கள் தங்கள் கூண்டுக்குள் அடைந்து கிடப்பீர்கள்? எனக்குக்

கண்டிப்பாகக் கூறுங்கள். யு சர்டன்லி வோ அஸ் அண் எக்ஸ்ப்ளனேஷன் ஃபார் திஸ்'.

ப்ரொபஸர் உறுமினார்...'சர்டன்லி நாட். இட் இஸ் எ மேட்டர் பிட்வீன் மி அண்ட் மை வொய்ஃப், யு பீபல் ஹேவ் நத்திங்டு டு வித் இட். மைண்ட் யுவர் ஓன் பிசினஸ் அண்ட் லீவ் அஸ் அலோன்'.

இன்றுவரை எப்பொழுதுமே சொல்லாத வார்த்தையைக் கோபவசப்பட்டு கொட்டிவிட்டான். அதுவும் இவன் புறப்படும் சமயத்தில் கூறத் கூடாது தான். விநாயக்கிற்கு தன்னுடைய வார்த்தைகளின் காரணமாக பெரிய அனர்த்தம் நடந்துவிட்டது எனத் தோன்றியது.

மூத்தவன் இதுவரை வருத்தத்தைக் காட்டும் முகத்துடன் நின்றுகொண்டிருந்தான். இப்பொழுதோ, நாற்காலியை இழுத்து வசதியாக அமர்ந்துகொண்டான். அவன் உதடுகள் நக்கலான கேலியான ஒருபுன் முறுவல் தெரிந்தது.

'ஓஹோ! அப்படியா!' அவன் மேலும் தொடர்ந்து...'சோ... ஷி இஸ் ஜஸ்ட் யுவர் வொய்ஃப் அண்ட் நத்திங் எல்ஸ் இஸண்ட் இட்'?... அண்ட் யு கேன் ஆல்ஸோ ஈஸிலி அப்வர்டு டு ஃபர்கெட் தட் ஷி இஸ் அவர் மதர் ஆஸ் வெல்.'

'எஸ்... ஸோ வாட்?'

கையிலிருந்து ஒரு தடவை அம்பு எய்தாகிவிட்டது. இப்பொழுது வாயிலிருந்து எது வேண்டுமானாலும் வெளிவர முடியும். எது வேண்டுமானாலும்.

'இஃப் யு கேன் ஸோ ஈஸிலி அஃப்போர்ட் ஃபர்கெட் தட் ஐ ஆம் யுவர் ஃபாதர்... முழுவாக்கியம் உதட்டிலிருந்து வராமல் பாதியாகத் தொங்கியது. இதைக் கேட்டவுடன் மூத்தவன் கோபத்தில் கடகடவென பொரிந்து தள்ளிவிட்டான், விநாயக்கிற்கு தன் காதுகளைத் தன்னாலேயே நம்ப முடியவில்லை. 'எஸ் வி காண்ட். இது எங்களுடைய துர்பாக்யம். நீங்கள் எங்களுடைய அல்மைட்டி ஃபாதர் என்பதை ஒரு வினாடி கூட மறக்க இயலவில்லை'. மூத்தவன் தொடர்ந்தான். பின்பு சிறிது இடக்காக 'ஐ விஷ் ஐ எவர் நெவர் பார்ன்...'

'என்னது இது?' விநாயக்கிற்கு இப்படி என்ன நேர்ந்துவிட்டது? தன் கையினாலேயே தன் தலையை ஓங்கி அடித்துக் கொண்டிருக்கிறானே!... ஐயய்யோ... இது மட்டுமா... விசும்பி விசும்பி

அழுது கொண்டிருக்கிறானே! அதுவும் தன் செல்லமான மூத்த பிள்ளையின் முன்னால்!

அப்பாவினுடைய இந்த நிலைமையைக் கண்டு மூத்தவனின் முகத்தில் காணப்பட்ட சிடுசிடுப்பு பனிக்கட்டி போல் உருகிவிட்டது. தன்னை அறியாமலேயே தன் கைகளினால் அப்பாவின் இரு தோள்களையும் பிடித்து உலுக்கிக் கொண்டே... 'ப்ளீஸ், ப்ளீஸ் அப்பா! ஐ ஆம் ஸோ சாரி... அப்பா'.

விநாயக் தேம்பித் தேம்பி அழுதவாறே... 'டேக் இட் பேக், டேக் இட் பேக், இட்ஸ் ஐ ஹீ டிஸர்வ் தட் சென்டன்ஸ்' மூத்தவன் அவன் தோளைப் பிடித்து அணைத்தவாறே முணுமுணுத்துக் கொண்டு சொல்வது அவன் காதில் லேசாகக் கூட விழவில்லை...

'ப்ளீஸ் பாப்பா! ஐ ஆம் ஸோ சாரி... ஐ வாஸ் ஸோ அன்ஹேப்பி அப்பா... ஐ லவ் யு அப்பா... ஐ நோ... ஐ அண்டர்ஸ்டான்ட் யு அப்பா! பட் யு டோண்ட் எக்ஸ்பெக்ட் அஸ் டு டேக் சைட்ஸ் அப்பா! வி டு ஹவ் நத்திங் எகைன்ஸ்ட் யு அப்பா, வி டோண்ட் ப்ளேம் யு, வி ஆர் ஸோ ப்ரவ்ட் ஆஃப் யு அப்பா!... டோண்ட் வொர்ரி... இட் வில் பி ஆல்ரைட்... அப்பா. ரெஸ்ட் அஷ்யுர்ட் எவர்திங் வில் பி ஓகே அப்பா'. மூத்தவன் தன் தந்தையை இரு கைகளினாலும் இருக்கிக் கொண்டிருக்கிறான். மூத்தவன் தேம்பிக் கொண்டிருக்கிறான். ஏதோ முணுமுணுத்துக் கொண்டிருக்கிறான். அவன் தன் தலையினால் அப்பாவின் தலைக்கு மெதுவாக ஒத்தடம் கொடுத்துக் கொண்டிருக்கிறான்.

'டோண்ட்... ப்ளீஸ் டோண்ட்... அதை மறந்துவிடுங்கள் அப்பா. நான் கூறியதை திரும்பப் பெற்றுக் கொள்கிறேன் அப்பா. இனிமேல் இவ்வாறு நடக்கவே நடக்காது. என்னை மன்னித்துவிடு அப்பா. கடவுளின் சாட்சியாக... அப்படிச் செய்யாதே. எங்களை விட்டுவிட்டுச் செல்லாதே அப்பா...'

விநாய்க்கின் மனத்தில் ஏற்பட்ட சூறாவளி ஒரே விநாடியில் அங்கேயே அடங்கிவிட்டது. தன் கையினால் மூத்தவனின் தலையை நிமிர்த்தி அவன் கண்களை எட்டி எட்டிப் பார்க்க ஆரம்பித்தான்.

'டே மூத்தவா... நீ என்ன கூறுகிறாய்...? நான் உங்களை விட்டு விலகிச் செல்கிறேன் என்று உன்னிடம் யார் சொன்னார்கள்? இந்த எண்ணம் உன் மனத்தில் எப்படி வந்தது?... உன் அம்மா ஏதாவது...?'

'ப்ளீஸ் அப்பா' என்று கூறியவாறே தன் உள்ளங் கையினால் அப்பாவின் வாயை மூடியவாறே... நீ ஒன்றும் கூற வேண்டாம் அப்பா. மம்மி சீக்கிரமாகவே தன் இயல்புக்கு வந்து விடுவார்கள். நீ வீண் கவலை கொள்ளாதே'. ஒரு நிமிட அமைதிக்குப் பிறகு கரகரக்கும் தொண்டையை செருமியவாறே -'அப்பா! நீ ஒரு விசித்திரப் பிறவி. எல்லாவற்றையும் மனத்தில் கொள்ளவேண்டும். உனக்கு அந்தக் கடிதத்தை நம் வீட்டு விலாசத்திற்கு எழுத ஏன் வாய்ப்புக் கொடுத்தாய்? இது உனக்குத் தேவையா? பணம் கொடுத்து தேனைக் கொட்டச் செய்வது போல் இருக்கிறதே உன் செயல்!.

விநாயக்கின் தலை முதல் பாதம் வரை ஒரு தடவை நடுநடுங்கிவிட்டது. அவன் மனத்திற்கு எது தோன்றியதோ அதைத்தான் இந்த மூத்தவனும் கூறுகிறான்.

இப்பொழுது இதை யார் சொல்வது? மூத்தவன் இடத்தில் நான் இருந்து என்னிடத்தில் அவன் இருந்தால் எந்தவிதமான நடுக்கமும் பிசிரும் இன்றி இவ்வளவு தெளிவாக இந்த விஷயத்தை நான் கூறியிருப்பேனா? கூறுவது இருக்கட்டும், இந்த மாதிரியான எண்ணமே என் மனத்தில் தோன்றாதே!

உலகம் உண்மையிலேயே மாறிக் கொண்டிருக்கிறது. உலகம் உண்மையிலேயே மாறிக் கொண்டிருக்கிறது.

மகன் தந்தையின் நிலையைக் கண்டு மனமிறங்கித் தந்தைக்கு உலக வழக்கம் பற்றி பாடம் நடத்துகிறான். அவன் தன்னிடம் வெட்ட வெளிச்சமாகவே கூறுகிறான்...'உங்களது ரயில் வண்டி தண்டவாளத்தில் ஒழுங்காக ஓடவில்லை. இது எங்களுக்கு நன்றாகவே தெரிகிறது. நீ எவ்வளவு துன்பப்படுகிறாய்? எங்களுக்கு உன்னிடத்தில் ஒரு அனுதாப உணர்ச்சி உள்ளது. எது எப்படி இருந்தாலும் உங்களுடைய துன்பம் குறையட்டும். உங்களுக்கு ஆறுதல் கிடைக்கட்டும். எங்களுக்கு எந்தவிதமான தொந்தரவும் கிடையாது. பதிலாக மகிழ்ச்சிதான் ஏற்படும். ஆனால்... அப்பா! நீ சிறிது 'டேக்ட்' ஆகச் செயல்படு. உனக்கு ஆறுதல் அடைய எதைச் செய்ய வேண்டுமோ அதை செய். ஆனால் இந்த விஷயத்தில் நீ மிகவும் ஜாக்ரதையாக... கவனமாக செயல்பட வேண்டும்... சரிதானே!

'டே மூத்தவா! நீ சரியாகத்தான் சொல்கிறாய். தேங்யு ஸோ மச். ஃபேக்ட் இஸ் த ஒன்லி திங் தட் மேட்டர்ஸ் இன் அவர் லைஃப் நவ்'.

12. என்னைப் பேசவிடு மாலதி...

இது வீடா அல்லது பனிக்கட்டி கட்டிடமா? 'க்லேஷயர்' கூட மெதுவாக உருக ஆரம்பித்துவிடும். ஆனால் இங்கேயோ உருகுவதற்கான எந்த ஒரு அடையாளமும் தெரியவில்லை? இது நான்கு அறைகள் உள்ள ஒரு பாழ்வெளி தான். யாராவது ஒரு துப்பறிவாளன் இங்கு மறைந்து இருந்து இங்கு நடக்கும் செயல்பாடுகளைக் கவனித்தால் அவன் தலை நிச்சயமாக சுற்ற ஆரம்பித்துவிடும்! எந்த விதமான ஒலியோ எங்கேயும் எப்பொழுதும் காதில் விழுவது கிடையாது. ஒரு செயலற்ற நிலை. காலையில் 10 மணியில் இருந்து மாலை ஐந்து மணிவரை பாதிநாள் இது பூட்டியே கிடக்கிறது. எப்பொழுதாவது சமையல் கட்டில் 'கட் பட்' என்ற ஒலி எழும்பும். இந்த 'கட் பட்' ஒலி மட்டுமே. பின்பு ஒன்றுமே நிகழாது. மனிதனுடைய பேச்சு ஒலி ஏதோ ஒரு தருணத்தில் தான் கேட்க இயலும். ஆனால் இங்கு 2 மனித உருவங்கள் தங்கள் தங்கள் கூண்டுகளுக்குள் அடைந்து கிடக்கின்றன. இடை இடையே வரவேற்பு அறையில் நடமாடுவதும் தென்படுகிறது. எப்பொழுது தான் பதுக்கிவைத்துள்ள டேப்ரிகார்டில் அவர்களின் பேச்சு ஒலி பதிவாகுமா என்று ஆவலாக அந்த துப்பறிவாளன் எதிர்பார்த்து கிடக்கிறான். ஆனால் இந்த நேரம் வரை அவன் எதிர்பார்ப்பு எதிர்பார்ப்பாகவே உள்ளது.

சில தினங்கள் முன்புவரை இந்த வீட்டில் 2 வாலிபர்கள் சுற்றி சுற்றி வந்து கொண்டிருந்தனர். ஆனால் 3 தினங்களுக்கு முன்பு அவர்கள் எதிர் எதிர் திசையில் விமானத்தில் பறந்துவிட்டனர்.

மறைந்து இருந்த அந்த துப்பறிவாளன் அந்த இருவர்களில் ஒருவரை சாப்பாட்டு மேஜையில் தனிமையில் உணவு உட்கொள்ளுவதை பார்த்தான். மற்றொரு நபரை படுக்கை அறையில் புகுந்து கதவு தாழ்ப்பாளை போடும் ஒலியைக் கேட்டான். மற்றொரு நபரின் இந்தச் செயல்பாடு கண்டு முதல் நபருக்கு எந்தவிதமான ஒரு மாறுதலுமே ஏற்படவில்லை என்பதை அந்த துப்பறிவாளன் உணர்ந்துகொண்டான். அது (பெண்பால்) தன் போக்குபடி உணவு உட்கொண்டு இருந்து பின்பு தன் படிக்கும் அறையில் பிரவேசித்தது. கிட்டதட்ட ஒருமணி நேரம் வரை அது (பெண்பால்) தன் படிப்பு அறையில் இருந்து பின் வெளிவந்தது. முதல் மனித உருவம் நுழைந்த அந்த படுக்கை அறை சென்று அதன் கதவை தட்ட தன் கையை உயர்த்தியது. பின்பு ஏனோ தெரியவில்லை. கதவை தட்டாமல் அமைதியாக தன் படுக்கை அறைக்கு வந்து நுழைந்துவிட்டது. உண்மையிலேயே அந்த இரண்டாவது அறை தான் அந்த இரு மனித உருவங்களின் படுக்கை அறை என்பதை அந்த துப்பறிவாளன் உணர்ந்துகொண்டான். இருந்த போதிலும் அவன் அவர்களுக்கு தனித்தனியான படுக்கை அறை இருப்பதையும் அவன்

உணர்ந்துகொண்டான். அதாவது அது இரண்டாவது பெட்ரூமில் அந்த முதலாவது மனித உருவம் நுழைந்ததோ அது அன்று இங்கிருந்து புறப்பட்டு பறந்து சென்றவர்களுடைய படுக்கை அறையாகவும் இருக்கலாம்.

ஒரு காலைவேளை ஒரு மாலைவேளை அந்த மறைந்து இருந்த துப்பறிவாளன் அன்று அந்த வாலிபக்குழந்தைகள் பறந்து சென்ற பொழுது விமானநிலையத்தில் இருக்கவில்லை. அங்கு அவன் இருந்தால் மூத்தவன் தன் அப்பாவின் காதுகளில் குசுகுசுத்த ஏதோஒரு வாக்கியமாது கேட்டு இருக்கலாம். மூத்தவன் தன் தந்தையின் காதில் குசுகுசுத்தது இதுதான் -

டாடி! பார் யுவர் ஸேக்... ப்ளீஸ் மைய்ன்டன் மோர் கூல்... நெவர்... நெவர்... நெவர்... ஆர்க்யு வித் யுவர் ஒய்வ். வி ஹோப் ஃப்லீர் தி பெஸ்ட் திங் வில் இம்புர்வ். ஐ எஷ்யுர் யு.

அப்பொழுது சின்னவன் தந்தையையும் அண்ணனையும் நோக்கியவாறு 'டோண்ட்... க்வாரல் வித் ஹெர். ஐ ஆம் கம்மிங் டு ஜாயின் யு ஸகுன்... டோண்ட் ஒரி.

மறைந்து இருந்த துப்பறிவாளன் மூன்றாம் நாளே அங்கிருந்து ஓட்டம் எடுத்தான். ஆனால் தன்னுடைய டேப்ரிகாடரை அந்த முதல் பெட்ரூமிலேயே வைத்துவிட்டுச் சென்றுவிட்டான். வாருங்கள்... அதை சற்று இயக்கிப் பார்க்கலாமே... ஏதாவது காதில் படுகிறதா அல்லது இல்லையா என்று.

'இல்லை'

'மாலதி ப்ளிஸ்... பார்காட்ஸ் ஸேக்'

காடாவது... கீடாவது... மண்ணாங்கட்டி. நீ என்னிடம் பேச 'ஒன்றும் அவசியம் இல்லை' நன்றாக காதுகளை திறந்து கேள்...'நம் இருவரும் இனிமேல் சேர்ந்து இருப்பது நடவாத காரியம்'.

எரிச்சல் கலந்த ஒலி...'ஓகே... ஓகே...' பின்பு கால்களை வேகமாக உதறி வேகமாக போகும் கால்களின் நடக்கும் ஒலி... பின் கதவில் தாழ்பாள் இடும் ஓசை.

மறைந்து இருந்த அந்த துப்பறிவாளன் தன் டேப்ரி கார்டரை நம்மிடமே வைத்துவிட்டுச் சென்றுவிட்டான். ஆனால்... வேறு ஒரு நிகழ்ச்சியும் நடக்கவில்லை. நிகழ்ச்சிகள் என்னவாக உள்ளன? இனிமேல் எழுதப்படுகிறது. அது என்ன என்பது, எழுதப்படும் நிகழ்வுகள் நிகழ்வுகள்

இல்லையா? குழந்தைகள் சென்ற பிறகு அந்த பாழடைந்த வீட்டில் இது நாலாவது நாளான காலைப் பொழுது.

விநாயக் கண்விழித்த உடனேயே அவன் மனத்தில் டாகூரில் ஏதோ ஒரு நாவலின் முதல் பக்கத்தில் ஆரம்பமாகும் முதற்பகுதி. மற்றைய நாட்களைப் போல் இன்று காலையில் படுக்கையைவிட்டு எழவும் இல்லை... கை கால் கழுவவும் இல்லை... ஏன் சூடான டீயும் கூட அருந்தவில்லை. பாத்ரூம் சென்றுவந்து மறுபடியும் தன் கால்களை நன்றாக வீசி படுக்கையில் படுத்துவிட்டான். காரணம்... நேற்று இரவு சற்று தாமதமாக உறங்கினான் போலும். வீட்டில் நிலவும் அமைதியை நோக்கும் பொழுது மாலதி தன் மேலோ அல்லது அந்த வீட்டிலோ இல்லை என்பது புலனாகுகிறது. இன்று மற்றைய நாட்களை விட சற்று முன்பே எழுந்து தன் வேலைக்குச் சென்றுவிட்டாள் போலும். சமையல் கட்டில் விநாயக்கிற்கு ஒரு கப்பில் டீ வைத்து மூடப்பட்டுள்ளது. விநாயக் அதைப் பார்த்து இருக்கலாம். ஆனால் அருந்தவில்லை... இல்லை... இல்லை... அதை கையினால் தொடக்கூட இல்லை.

இன்று அவன் காலேஜ் செல்ல வேண்டாமா? நேற்றுவரை அவன்தான் முதலில் புறப்படுவான். அவனுக்கு முதற்பாடவேளை வகுப்பு எடுக்கவேண்டும். ஆனால் இன்றோ அவனுக்கு காலேஜ் செல்லும் எண்ணமே ஏற்படவில்லை. முகத்தை மூடியவாரே இதே மாதிரி படுத்துக்கிடக்க விரும்புகிறான் போலும்.

மாலதிக்கு நாவல்கள் படிக்கும் விருப்பம் இருக்கவில்லை. விருப்பம் எதில்... கவிதைகள் படிப்பது அல்லது ஏதாவது படிக்காமல் இருப்பது தான்... வினாயக்கின் உலகம் இந்த நாவல்கள் தான் என்று தெரிந்தவுடன் அவனுக்கு தினம்தினம் ஏதோ ஒரு நாவல் பரிசாக கொடுத்துக் கொண்டு இருந்தாள். அது அந்தக்காலம்! தற்சமயம் அவளுக்கு அந்த விருப்பமும் நசிந்துவிட்டது. இன்று காலையில் எழுந்தவுடன் அவள் நினைவில் வந்த அந்த நாவல்... அந்த நாவலை அவனின் ஏதோ ஒரு பிறந்தநாள் அன்று அவனுக்குப் பரிசாக அளித்து இருந்தாள் அவள். தான் படித்தாளா அல்லது இல்லையா என்பது அந்த கடவுளுக்கே வெளிச்சம். இந்த நாவலில் இரு உடன்பிறந்த சகோதரிகள் வருகின்றனர். ஷர்மிளா, ஊர்மி. உடன்பிறந்தவர்களாக இருந்தாலும் அவர்களின் குணங்களும் இயல்புகளும் செயல்களும் கிழக்கு மேற்காகவே இருந்தன. ஷர்மிளா, அவள் தாய் டைப். அரே... அரே... அந்த நாவலின் முதல் வாக்கியமே இது தான் 'உலகத்தில் இருவகையான பெண்கள் உள்ளனர். ஒருவகைப் பெண்கள் 'தாய்' போன்று... மற்றொரு வகை 'காதலி' போன்று'. ஷர்மிளா தாய்வகை பெண் போன்று குடும்பம் சார்ந்த பெண். அவளுடைய கணவன் பற்றிய

அதிக கவலையின் காரணமாகவே அவனுடைய கணவருக்கு அவள்மீது ஒருவகை அதிருப்தி. தற்செயலாக தன் நீண்டகாலமாகத் தொடரும் நோயின் காரணமாக தன் கணவன் விஷாங்கின் தேவையின் சேவைகளில் எந்தவிதமான ஒருகுறைபாடும் ஏற்படக் கூடாது என்ற எண்ணத்தில் தன் வீட்டுவேலைகளைக் கவனிக்கத் தன் தங்கை ஊர்மியை தன் வீட்டிற்கு வரவழைத்துக் கொள்கிறாள். தற்பொழுது என்ன நிலைமை என்றால்... தன் மனைவியின் தங்கை என்ற நிலையில் வந்த ஊர்மி 'காதலி' டைப். என்ன காரணமோ... தெரியாது... அவளது செயல்கள் தன் தமக்கையின் கணவரின் ரோமான்ஸ்ஜ விழிக்கச் செய்து அவனுடைய காதல் வீணையின் நரம்புகளை ஒலிக்கச் செய்துவிடுகின்றன. இதன் காரணமாக தன் தமக்கையின் கணவனின் நிலபுல சம்பந்தப்பட்ட எல்லாவிஷயங்களும் நொடித்துவிடுகின்றன. விஷாங் தன் காதல் மோக நிலையின் அழிவை, ஷர்மிளா தன் நீண்ட நோயின் பயனை கண்கூடாகப் பார்த்து சரியான தருணத்தில் விழித்துக் கொள்கின்றனர். ஆனால் என்ன பயன்? வீட்டின் பொருளாதார நிலை அடி மட்டத்தை அடைந்து விட்டதே! ஆனாலும் சரியான தருணத்தில் நிலைமையை ஷர்மிளா உணர்ந்து விட்டதால் அவள் நிலை சீராகத் தொடங்குகிறது. தன் தங்கையை மறுபடியும் அவள் வீட்டிற்கே திருப்பி அனுப்பிவிடுகிறாள். வீட்டின் பொருளாதார நிலை உயரத்துவங்குகிறது. குடும்பம் என்ற புகைவண்டி சரியாக தன் தண்டவாளங்களில் ஓடத் துவங்குகிறது. டாகுர்ஜி அவர்கள் இந்த நாவலில் பெண்ணின் 'காதலி' என்ற மோஹினி ரூபத்தின் ஆட்டம் பாட்டங்களையும் அதன் விளைவுகளையும் மிக நேர்த்தியாக எடுத்துச் சொல்லுகிறான். அந்த வர்ணனை படிப்பவர்களின் மனத்தை மிகவும் கவர்கின்றது. இந்த நாவலின் 'பெண்ணின் காதலி' டைப் எவ்வளவு சமத்காரமாக வருணனை செய்யப்பட்டாலும், பெண்ணின் தாய் டைப்பே மிக்க உயர்ந்ததாகக் காட்டப்படுகிறது. இது டாகுர்ஜி அவர்களின் 'ஆதர்சநோக்கு' நமக்கு நன்றாகவே தெரியவருகிறது.

டாகுரின் இந்த நாவல் பெண்ணின் 'தாய்' டைப் வெற்றி பெற்றதைக் காட்டுவது கண்டு விநாயக்கின் மனதில் எங்கோயோ ஒரு இடம் அதிருப்தியாகத் தான் இருந்தது. வாழ்க்கையில் ஏற்படும் ஒருபெரிய பிரச்சனைக்கு இவ்வளவு தெளிவான நேரான தீர்வு காண்பிக்கப்பட்டுள்ளது. பெண்களை 'தாய்' டைப் என்றும் 'காதலி' டைப் என்றும் வேறுபடுத்திக்காட்டி இருப்பது ஒருபக்கம் வேடிக்கையாகவும் வினோதமாகவும் இருந்தாலும் வினாயக்கிற்கு அதில் அவ்வளவு மதிப்பு ஏற்படவில்லை. இதைக் காட்டிலும் டி.எச். லாரன்ஸ் உடைய சஞ்ஜ் & லவர்ஸ் நாவலுடைய சிக்கல்கள் இதைக் காட்டிலும் ஆழமானதாகவும் உறுதிபடத் தக்கதாகவும் அவனுக்குத் தோன்றியது. இந்த நாவலை அவன் அந்த நாட்களில் படித்திருந்தான்.

லாரன்ஸ் எழுதிய சஞ்ஜ் & லவர்ஸ் என்றோ ஒருநாள் அவன் மூளையிலிருந்து இறங்கிவிட்டது. அவன் இக்காலத்தில் இந்த நிலைமையில் இந்த முடிவுக்குத்தான் வரவேண்டிய கட்டாயம் ஏற்பட்டிருக்கிறது. எந்த ஒரு மனோவி... ஞானமும் மனிதனின் மனத்தில் தோன்றக்கூடிய விடுகதைகளுக்கு விடைகிட்ட வழி செய்யாது. மனிதன் மனது மட்டுமா என்ன...! வாழ்க்கை உலகின் விடுகதையும் கூட எவ்வளவோ அறிவியல், ஞானம் இருந்த போதிலும் அது அளவிற்கு அதிகமாகவே சிக்கல்களில் சிக்கிக்கொண்டு விடைக்காண இயலாமல் தவித்துக் கொண்டிருக்கிறது.

மனித ஜீவன் வாழ்க்கை எக்கேடு கெட்டுப் போகட்டும். அதற்காக ஏன் மண்டையை உடைத்துக் கொள்ள வேண்டும்? இப்பொழுது முன்நிற்பது இந்த ஒரு பெரிய கேள்வியே! கடைசியில் மாலதிக்கும் விநாயக்கிற்கும் நடுவில் ஏற்பட்டுள்ள இந்தப் பெரிய அகழி எவ்வாறு தோன்றியது? இது அபத்தமான உண்மை. இந்த அகழி ஏதோ ஒரு நாளில் தோன்றவில்லை. மார்கரெட்டின் கடிதம் ஒரு நிமித்தமே, சந்தேகமின்றி ஒரு பெரிய நிமித்தம் தான். நிமித்தத்தில் பெரிதென்ன, சிறிதென்ன? அவள் தலையில் ஒட்டா... சல்லிகளை அபிஷேகம் செய்வது தேவையற்றது. விநாயக் அவளிடத்தில் நெருங்கி வருவதற்கு எவ்வளவுக்கெவ்வளவு அதிகமான முயற்சிகள் எடுத்தாலும் அதை காலினால் உதைத்துச் சென்றது மாலதிதானே! இதற்கு என்ன காரணம்? கூட்டிக் கழித்துப் பார்த்தால் இன்று இவ்வளவு அகலமாகத் தோன்றும் அந்த அகழி அன்று கண்களுக்குப் புலப்படவில்லை. ஆனால் இத்தனை வருடங்களா? இப்பொழுது ஏன் அது தினம் தினமாக விரிவாகிக் கொண்டே வருகிறது! ‘பட் எ சீ ரோல்ட் பிட்வீன் அஸ் அவர் டிஃபரண்ட் பாஸ்ட்’.

விநாயக் கூறுகிறான் - ‘இதெல்லாம் வீணற்ற பேச்சுகள். எங்கு ‘பாஸ்ட்’ என்ற கேள்வி எழுகிறதோ, அங்கு மார்கரெட்டோடு மாலதியை ஒப்பிடும் பொழுது விநாயக்கின் அந்த ‘பாஸ்ட்’ அதிக மடங்கான டிஃபரண்டாக இருந்தது.

அப்படியிருக்கும் பொழுது அவளோடு இவ்வளவு சீக்கிரமாக, இவ்வளவு வேகமாக ஒரு அந்தரங்கத் தன்மை எப்படி ஏற்பட்டுவிட்டது. இன்றுவரை எந்த ஒரு பெண்ணுடனும் இத்தகைய அந்தரங்கத் தன்மை விநாயக்கிற்கு ஏற்படவில்லையே! ‘டிஃபரண்ட் பாஸ்ட்’ என்பது நடுவில் எங்கிருந்து வந்து குதித்தது. உண்மையான ஸானுபூதியும், உண்மையான ஒருவரையொருவர் புரிந்துகொள்ளும் நிலையும் இருந்திருந்தால் இந்தப் ‘பாஸ்ட்’,‘ப்ரசண்ட்’ என்ற கேள்விக்கே இடமில்லையே!

மனிதன் தன்னுடைய 'பாஸ்ட்'டிற்கு தன்னுடைய மனோவி... ஞானத்திற்கு அல்லது தன்னுடைய சமுதாய, பொருளாதார நிலைக்குக் கைதியாக உள்ளான் என்று யார் சொன்னது? சந்தேகமின்றி ஏதோ ஒரு அளவிற்கு கைதியாக இருந்திருக்கக் கூடும். ஆனால் முழுமையாக இருக்கவே முடியாது. ஒரு பொழுதும் இருக்காது. உண்மையான முழு உண்மை எந்தவொரு விளக்கத்திற்கும் எந்தவொரு 'சோஷியாலஜி'க்கும் ஒவ்வொரு 'சைக்காலஜி'க்கும் ஒவ்வொரு 'ஆடியோலாஜி'க்கும் அப்பாற்பட்டது.

'எங்கேயே ஒரு ஆழமான பள்ளத்தில்
மந்தமாக படுத்துள்ளன நியமங்கள்
எல்லாமே, ஆனால் படைக்கப்பட்ட
எல்லாமே தன் முந்தானை விரித்து
வாங்கிக் கொள்ளவே'

'மாலதி, உனக்கு ஞாபகம் உள்ளதா? இந்தப் புத்தகம் நீதானே என்னுடைய ஏதோவொரு பிறந்தநாளன்று பரிசாக அளித்தாய்? அச்சமயம் எனக்கு நன்றாகவே தெரியும் - உனக்கக் கவிதைகளில் எந்தவொரு தனிப்பட்ட ஈடுபாடும் இல்லை என்பது. எனக்காக மட்டுமே என்னைத் திருப்திப்படுத்த மட்டுமே, என் மனம் கோணாமல் இருக்கவே நீ இதில் தன் ஈடுபாட்டைக் காண்பித்து வந்தாய். 'ஜாபுவா'வில் நடந்தது ஞாபகமிருக்கிறதா? அங்கு நமக்குக் 'கம்பெனி' கொடுக்க யாருமே இல்லை. ஒன்றுமே இல்லை. அங்கு நாம் எவ்வாறு நம் மாலைப் பொழுதுகளைச் செலவழித்து வந்தோம். நீண்ட தூரம் கால்நடையாக நடந்து உலாவி வந்தோம். திரும்பி வந்து தினமும் ஒருவருக்கொருவர் ஏதோ ஒன்றைப் பற்றிப் படித்துச் சொல்லிக் கொண்டிருப்போம். எனக்கு இன்று மிக்க ஆச்சரியமாகத் தோன்றுகிறது. நான் உன்னுடைய ரசனை உண்மையான விருப்பம் என்பதைப் பற்றி அறிந்து கொள்ளவே இல்லையே. அறிந்து கொண்டிருந்தால் அதைப்பற்றிக் கவனம் செலுத்தியிருப்பேன். என்னுடைய விருப்பம் தான் உன்னுடைய விருப்பம் என மனப்ராந்தியில் நான் எப்பொழுதுமே கைதியாய் அடைபட்டுக் கிடந்தேன். இது இன்று உனக்கு என்னுடைய சுயநலமாகத் தோன்றுகிறதே... மாலதி! ஆனால் அன்று உனக்கு அவ்வாறு தோன்ற வில்லையே! அக்காலத்தில் உன்னுடைய ஒவ்வொரு செயலும் எனக்கு இதையே உறுதிப்படுத்தியது. - என் விருப்பமே, என் ஆசையே உன் விருப்பம், உன் ஆசை, ஆனால் இன்று நம் குழந்தைகளுக்கு முன்னால் தீர்க்கமுடியாத 'ரொமாண்டிக்' என்று என்னைக் கேலி செய்கிறாயே! நான் தீர்க்கமுடியாத 'ரொமாண்டிக்' என்று இல்லாமலிருந்தால் நீ எவ்வாறு என்னுடைய வாழ்க்கையில் வந்து சேர்ந்து கலந்திருக்க முடியும்? கொஞ்சம்

தான் பழைய காலங்களை நினைவுபடுத்திப் பாரேன்... நாம் ஒருவருக்கொருவர் எவ்வளவு அருகாமையில் இருந்தோம்! எல்லாவிதமான எதிர்மறையான நிலைமைகளுக்கும் நடுவில் நாம் ஒருவருக்கொருவர் ஏற்றுக் கொண்டோமே! இது உன்னுடைய பார்வையில் 'ரொமாண்டிக் அட்வென்சர்' இல்லையா?

ஆமாம், ஆமாம் இப்பொழுது எல்லாமே தவறுதான், தவறுதான் என்று உனக்குத் தோன்றுகிறது. ஆனால் அந்தத் தவறான முடிவிற்கான விலையை உன்னைவிடக் குறைவான அளவில் நானும் கொடுக்கவில்லை. மாலதி! இது குற்றச்சாட்டு அல்ல. உன்மீது சுமத்தும் பழியும் அல்ல. இது அந்த உண்மையை எதிர்நோக்கச் செய்யும் முன்னேற்பாடுகள். அது நம்முடைய பழைய 'காம்ப்ளக்ஸ்'களில் இருந்து விடுவிக்கும். உண்மையிலேயே நமக்கு விடுதலை அளிக்கும். மாலதி...! விவாகரத்து என்பது விடுதலை இல்லை. அது தோல்வியின் எடுத்துக்காட்டு. இது நம்முடைய நீண்ட கால ஒற்றுமையுடன் வாழ்ந்த காலத்திற்கு ஏற்படும் ஒருபொழுதும் ஏற்கவியலாத படுதோல்வியாகும். எப்பொழுது நாம் இருவரும் சேர்ந்திருந்து வாழ்க்கை நடத்துவதில் சமமான பங்கு இருந்ததோ, அப்பொழுது இந்த விவாகரத்திலும் சமமான பங்கு இருக்க வேண்டுமே! ஆனால் காணப்படும் நிலைமை அவ்வாறில்லையே! ஒருதலைப்பட்சமாகவேதான் உள்ளதே! மாலதி!... கொஞ்சம் அமைதியான மனத்துடன் இதைப்பற்றி சிந்தித்துப் பாரேன்!

மாலதி! நான் என்னிடமே மற்றும் பலநபர்களிடம் இதே கேள்வியைக் கேட்டு இருக்கிறேன் அதே கேள்வியை உன்னிடமும் கேட்கிறேன் - நம்முடைய வாழ்க்கை ஒரு நேர்க்கோடு போன்று செல்லுகிறதா? அவ்வாறு தான் செல்ல இயலுமா? அல்லது நமது காரணமாக அந்த நேர்கோட்டின் ஆரம்ப நிலையிலேயே திருப்பி அது ஒரு வட்டவடிவில் மாற இயலாதா? 'இன் மை பிகினிங் இஸ் மை என்ட்' இது கவிதை வரிகள் மட்டும்தானா?

அப்படியானால் அந்த என்ட் ஒரு 'டெட் என்ட்' தானா? இப்பொழுதிலிருந்தே நம் இந்த எல்லா தபசுகளும் ஒரு இருட்டான குறுகிய சந்தில் அடையப்பட வேண்டுமா? ஆனால் நாம் இப்பொழுதிலிருந்தே அந்த 'டெட்என்ட்' பற்றி ஏன் தேவையற்று யோசிக்க வேண்டும். மாலதி? இன்னும் நாம் நியப்படி கிழவர்களாக மாறவில்லையே! சரி... சரி... நம்முடைய பாதைகள் தனித்தனியாக மாறிவிட்டன. சரி... நீ இந்த விதமாக என்னுடன் இந்த முறையில் சம்பந்தம் கொள்ளுவாய் என ஆரம்பத்திலேயே நான் அறிந்து கொள்ள இயலவில்லை. உன்னுடைய இந்த வடிவம் எனக்கு முற்றிலும் புதியதாகவும் எதிர்பாரததாகவும் இருக்கிறது என்பதை நான் ஏற்றுக்

கொள்ளுகிறேன். அந்தப் புதிய வடிவத்துடன் இணைந்து போக நான் முயற்சித்த எல்லா ஏற்பாடுகளும் தோல்வி அடைந்துவிட்டன. உண்மையைக் கூறவேண்டும் என்றால் எனது பாதிவயது 'நான் நீயேதான்' என்று தவறான கருத்தில் கடந்துவிட்டது. என்னைத் தவிர உனக்கு வேறு எந்தவிதமான சுதந்திரமான விருப்பமோ அல்லது தூண்டுதலோ இருந்தது இல்லை என்ற என் கருத்து தவறிவிட்டது. எந்த முறைப்படியும் உனக்கு ஏற்பட்டு உள்ள இந்த மாறுதலை ஏற்கத் தயாராக இருந்ததில்லை. என்னைப் போலவே நியும் கூட இந்த மாறுதலுக்குத் தயாராக இருக்கவில்லை. நான் எனக்குள் முடங்கிக் கிடப்பது ஒருவேளை உனக்கு என் சுயநலமாகக் கூடத் தோன்ற வாய்ப்பு உண்டு. ஆனால் அதுவே எனது திறமையின்மையின் மூலகாரணமாக தோன்றுகிறது... நீ சற்று யோசி! நான் என்றாவது உன்னைத் தடுத்து உள்ளேனா? உன் செயல்களுக்கு இடையூராக இருந்துள்ளேனா? எந்த காலமும் நான் அவ்வாறு இருந்ததில்லையே! நீ என்னுடைய ஆதரவையும் ஒத்துழைப்பையும் எதிர்பார்த்து இருந்து இருக்கலாம். ஆனால்... மாலதி! நீ சற்று என்னிடத்தல் இருந்து யோசித்துப்பார்! என்னுடைய வாழ்க்கையின் இந்தத் திருப்பத்தில், உன்னுடைய ஆதரவு பெறவேண்டிய... என்னை நீதான் இதற்கு அடிமையாக்கிவிட்டாய் - தேவையான காலத்தில் அந்த உன்னுடைய ஆதரவின் தேவை இன்னும் சற்று அதிகமானதாக உள்ளது என்பது ஆழமான இயல்புதானே! இல்லையா? ஏன் என்றால் இப்பொழுதுதான் என்னுடைய எதிர்பார்ப்புகள் விழித்துக்கொண்டுள்ளன மாலதி! நாம் இருவரும் 'லேட் ஸ்டார்ட்டர்'. எனக்கும் உன்னைப் போன்று மிக்க தாமதமாக தான் என்னைப்பற்றி முழு விபரமும் தெரிந்துள்ளன. என்னுடைய 'இலக்கு' என்பதை இப்பொழுது தான் தெளிவாகப் புரிந்துள்ளேன். மாலதி! இந்தச் செயல் இரத்தத்தைச் சுண்டவைக்கும் செயலாகும் என்பதை நீயும் அறிந்து இருப்பாய். இந்தச் செயலிலேயே என்னுடைய எல்லா சக்தியும் செலவிடப்படுகின்றன என்பதையும் நீ அறிவாயே! நீ என்னைப் பற்றி என்னுடைய செயலின், என் ஈடுபாடு பற்றி தவறான எண்ணம் கொண்டு இருப்பது அதாவது என்னுடைய 'முழுவதுமான சுயநலம்' என்பது நீ எனக்கு இழைக்கும் அநியாயம் இல்லையா? நீ என் பக்கமாக இருந்து யோசித்துப் பார். உன்னுடைய இந்த மாறுதல் என்னை எத்தகைய குழப்பத்தில் வீழ்த்தி உள்ளது என்பது உனக்கு தெளிவாகப் புரியும். நீ எவ்வளவு விரைவாக எவ்வளவு வேகமாக என் இலக்கை தெரிவுசெய்து அந்தச் சூட்டில் தன்னையே வாட்டி வதக்கிக் கொண்டு இருக்கிறாயோ! மாலதி! நான் கூறுவது முற்றும் உண்மை. இந்தக் குருகிய காலத்தில் உன்னுடைய உண்மையான இந்தச் சமுதாய உணர்வு உள்ள செயல்கள் உன்னை எந்த அளவிற்கு எச்சரிக்கையாகவும், தன்னம்பிக்கை

உடையவளாகவும் நன்றி உணர்வு உள்ளவளாகவும் மாற்றியுள்ளன. இதைக் காணும் சமயம் எனக்கு மிக்க வியப்பு ஏற்படுகிறது. ஆனால் என்னால் ஏற்கப்பட்ட செயல்கள் என்னை இந்த அளவிற்கு கொண்டு சென்று விட்டன என்று நான் என்னுடைய செயல்களுக்கு 'வக்காலத்து' வாங்கமாட்டேன். நான் இப்பொழுதும் ஏதோ ஒன்று செய்துமுடிக்க வேண்டும் என்ற உணர்வு ஏற்பட்டுள்ளது. நான் அந்தச் செயலை தொடங்க முன்னேற்பாடுகள் தான் செய்கிறேன். 'ரிஹர்ஸல்' மட்டும் நடக்கிறது. உண்மையிலேயே தேர்வு எழுதி செய்து காட்டுவதற்கான காலம் இன்னும் வரவில்லை. மாலதி! நீ என்மீது கோபம் கொள்ளாதே. மார்கரெட் சொல்லுகின்ற, உன்னால் நான் பரிகாசப்பட்ட அந்த வார்த்தை என் அந்தர் ஆத்மாவின் குரல் ஆகும். மார்கரெட் எழுதியது போல் உண்மையிலேயே நான் என் வாழ்க்கைச் சரிதம் பற்றி எழுத வேண்டி உள்ளது பாக்கி உள்ளது. அப்படி ஒருவேளை நான் எழுதமுடியாமல் போனால் நான் வாழ்ந்தது - அனுபவித்தது, யோசித்தது, எண்ணத் தோன்றியது எல்லாமே... ஏன்... எல்லாமே பொருள் அற்றதாக மாறிவிடும். இதற்கு உதவி செய்ய நான் உன்னுடன் சேர்ந்து வீட்டில் வசித்துக் கொண்டு இருக்கும் ஒரு பிராணி என்ற நோக்கிலாவது உன்னுடைய அனுதாபமும் உதவியும் கிடைக்காதா? உன் மனது அந்த அளவிற்கான பாறையா? சொல்... மாலதி... சொல்... என்னுடைய வயதின் பாதி காலம் வரை நீதானே எனக்கு எல்லாவிதத்திலும் உதவியும் ஆதரவும் கொடுத்தாய். அந்த நாட்கள் எப்படிப்பட்ட கடுமையான நாட்கள் என்பது உனக்குத் தெரிந்தது தானே? இப்பொழுது தான் நம் கஷ்ட காலத்திற்கு விடிவு தோன்றியுள்ளது. கொஞ்சம் கவலையில்லாமல் வாழ்க்கையில் அமைதியும் மகிழ்வும் கிட்டி இருக்கின்றன. இந்தத் தருணத்தில் 'நாம் தனித்தனியாக பிரிய வேண்டிய நிலைக்கு வந்துவிட்டோம்' எனக் கூறுவது உனக்கே 'சரியானது' என்று எண்ண இயலுகிறதா? மாலதி! நான் ஒரு வினா உன்னைக் கேட்கிறேன். ஒருதலைப்பட்சமாக நாம் விவாஹரத்து செய்துவிடுவதுதான் நல்லது என்று நீ ஏன் கூறுகிறாய்? நீ இதை எந்த அளவு சுலபமானது என நினைக்கிறாயோ அது அந்த அளவு சுலபமானது அல்ல' என்பதை நீ உணர்ந்து கொள். உன்னுடைய இந்த நிர்ணயம் - உண்மையிலேயே உன்னுடையதாக இருந்தால் அதுபற்றி நீ மறுபடியும் யோசிக்கவேண்டும். நான் என்னுடைய இத்தனை வருடகால அனுபவத்தில் கண்ட கசப்பான உண்மை இதுதான்... இதுவேதான்... நாம் நம்முடைய வீணான இந்த 'ஈகோ' காரணமாக நம்முடைய எதிர்மறை உணர்வுகளுக்கு அளவிற்கு அதிகமாகவே முக்கியத்துவம் கொடுக்கிறோம். இடையே கொஞ்சம் உண்மையையும் கூறவிடு. நீயும் கூட இந்த எதிர்மறையான உணர்வுகளுக்கு அடிமையாகி ஒரு கைதி போன்று காணப்படுகிறாய். இதனால் உன்னுடைய மனநலம்

- இதை நீ உன்னுடைய ஆளுமையின் சுதந்திரம் என்று கூறுகிறாய் - எந்த அளவு பாதிக்கப்பட்டுள்ளது. பாதிக்கப்பட்டு கொண்டு இருக்கிறது. இதை அறிந்து கொள்ளவோ அல்லது புரிந்துகொள்ளவோ சிறிதும் விருப்பம் கொள்ளவில்லை. இதன் காரணமாக நான் உன் நோக்கில் சுயநலவாதியாகவும் உன்னுடைய எதிரியாகவும் இன்னும் பலவகையாகவும் காணப்படுகிறேன். கடவுள் ஆணையாகக் கூறுகிறேன். மாலதி... நீ எனக்காக வேண்டாம்... உனக்காகவே நீ நியாயம் வழங்கு. எல்லோருக்கும் நீ நியாயம் வழங்குகிறாய். ஆனால் அந்த நியாயமான அறிவு என்பக்கம் நோக்குகையில் ஏன் தனக்குத் தானே நழுவி விடுகிறதே? ஏன்?

இந்தக் கடிதம் எழுதப்படுகிறதா... என்ன? மனத்திற்குள்ளேயா அல்லது உண்மையாகவா? உண்மையாகத்தான் தோன்றுகிறது. ஏனென்றால் இப்பொழுது விநாயக் தன் படுக்கையில் இல்லை. தன் படிப்பறையில் - தன் நாற்காலியில் அமர்ந்துகொண்டு இருக்கிறான். ஒரே வீட்டில் 24 மணி நேரமும் ஒன்றாகவே வசிக்கும் கணவன் - மனைவி இருவரும் தங்களுக்குள் முகம் கொடுத்துப் பேசாமல் நாட்கணக்காக... வாரக்கணக்காக... இல்லை... இல்லை... மாதக்கணக்காக இருக்க இயலுமா? இருந்தாலும் இதில் ஒருவர் ‘இந்தப் பேசாநிலையை’ உடைந்து எரிய கடிதம் எழுதத் துவங்கி உள்ளாரா? இவ்வாறு நடக்குமா? நடக்குமா... என்ன... நடந்து கொண்டுதானே இருக்கிறது. இதை நீங்களே பார்த்துக்கொண்டு இருக்கிறீர்களே! ஆகவே இந்தப் பழமொழி உண்மை தான் போலும் - ‘சத்தியம்... உண்மை... எப்பொழுதுமே கதைகளைக் காட்டிலும் விசித்திரமாக உள்ளது’- அதுசரி... இந்தப் பழமொழி ஏன் ஏற்பட்டது! இதன் பின்புலம் என்ன? இது நம்பமுடியாமல் தானே இருக்கிறது. ஆனால் வேறுவழி... இதுதான் உண்மை... நம்பத்தான் வேண்டும்.

இந்தக் கடிதம் மாலதிக்கு கிடைக்குமா? கண்டிப்பாகக் கிடைக்கும். கடிதம் தான் எழுதப்பட்டு உள்ளதே! ஆனால் மாலதி இக்கடிதத்திற்குப் பதில் அளிப்பாள் என்பதற்கு என்ன உத்திரவாதம் உள்ளது? பதில் எழுத வேண்டிய அவசியம் ஒருபொழுதும் இல்லை. ஆனாலும் தன் பழைய வழக்கப்படி மாலதி விநாயக்கின் இக்கடிதத்தைப் படிக்கக்கூடும். ஆனால் பதில் கண்டிப்பாக எழுதமாட்டாள் என்பது உறுதி. இது விநாயக்கிற்கு தெரியாதா... என்ன. இருந்தாலும் அவன் ஏன் இந்தக் கடிதம் எழுதுகிறான். ஆனால் அவன் கடிதம் எழுதாமல் இருக்க முடியாது... ஆகையால் தான்...

13. மிஸ்டர் அண்டு மிஸ்ஸஸ் ரைணா

'சூறாவளிக் காற்றின் மோதல் கர்ஜனை
மேகத்தில் மின்னலின் மலர்மாலை
ஒன்றுசேர்ந்து எல்லாமே இவைகள்
டேரா போட்டுவிட்டன என் மனத்தில்'

விநாயக்... இல்லை ப்ரொபஸர் விநாயக் தன் கேபின் அறையில் உள்ள ஜன்னல் வழியாக நின்றவாறே சமுத்திரத்தை நோக்கிக் கொண்டு இருக்கிறான். அது இன்று காலைப்பொழுதில் முழு அமைதியாக தன்னைத்தானே விழிப்படையச் செய்வதாக அவனுக்குத் தோன்றியது. அலைகளும் மலைகலைப்போல் அல்லாமல் அலைகளாகவே தோற்றம் அளித்தன. காற்று கூட தன் இயல்பான குணத்தை மறந்து இருக்கிறது. அதனால் தான் என்னவோ எங்குமே ஒரு அமைதி... ஒரு வெறுமை... தற்பொழுது அவன் முதற்பாடவேளை எடுத்துவிட்டு திரும்பி உள்ளான். ஆ.யு. ஃபனல் வகுப்பு. அடுத்த வகுப்பு ப்ரீவியஸ் க்ளாஸ்'. அதன் பிறகு? ஏனோ இன்று தெரியவில்லை. அவர் மனம் படிப்பதில் லயிக்கவில்லை. படிப்பிப்பது வகுப்புகள் நடத்துவது 'ப்ரொபஸர்' விநாயக்கிற்கு தினம் நடத்தும் 'ரொட்டீன்' வேலை இல்லை. பதிலாக தினமும் தோன்றும் புதிய 'சென்சேஷன்'. அவர் ஒருபொழுதும் வகுப்புகளைக் 'கட்' அடித்தது கிடையாது. துறைத்தலைவராயிற்றே! அண்டர்க்ராஜீவேட்' வகுப்புகளை விரும்பினால் ஒரு பாடவேளை எடுக்காமல் இருக்கலாம். இந்தத் துறையில் வேலை பார்க்கும் ஆசிரியர்களின் எண்ணிக்கை இயல்பாகவே இருக்கிறது. ஆனால், இல்லையில்லை... மற்ற ஆசிரியர்கள் எந்த அளவிற்கு உழைக்கிறார்களோ அவ்வாறே துறைத் தலைவராக இருந்த போதிலும் தானும் உழைக்க வேண்டும் என்ற கடமை உணர்வு அவரை தூண்டிக் கொண்டிருக்கிறது. ஆனால், இன்றோ பந்து கோல் பக்கமே போக விரும்பவில்லையே! இது என்ன புதியசெயல்?

இந்த விஷயம் தேவையற்றது மட்டுமல்ல, நகைப்பதற்கும் உரியது. இதை என்னவென்று கூறுவது? ஏனோ தெரியவில்லை! இன்று படுக்கையை விட்டு எழுந்ததிலிருந்து அவருடைய மனதில் இருந்து கவிதைகளா... இல்லையில்லை, கவிதைகளின் வரிகள் வெள்ளம் போல் பொங்கியெழுந்து வழிந்துகொண்டிருந்தன. முக்கியமாக இந்திக் கவிதைகள் தான். இதில் குழப்பம் அடைய என்ன விஷயமுள்ளது? வாழ்க்கையின் ஒவ்வொரு 'ரவுண்டும்' ஒவ்வொரு சுக துக்கமே கவிதைகள். அவைதான் அவனுக்குத் துணையாக இருக்கின்றன.

இந்தத்துணை சொந்தபந்தங்களை விட மற்றும் நண்பர்களை விட அதிகமாக உள்ளது. 'என்னுடைய மழலை மொழியோ, கவிதைகளில்தான் உதிர்த்தனவோ? என்ற உணர்வு விநாயக்கிற்கு அடிக்கடி ஏற்படுகிறது. அவனது உணர்வில் கவிதைக்கும் தனக்கும் ஏதோவொரு ரத்தசம்பந்தம், தொடர்பு இருப்பதாகத் தான் தோன்றுகின்றன.

அவரும் கூட கவிதைகள் எழுதி வந்தார்கள். குழந்தைப் பருவத்திலும், வாலிபப் பருவத்தில் சிறு தொலைவு வரையும் இந்தச் செயல் காணப்பட்டது. பிறகு விட்டுவிட்டார். அவரே விட்டுவிட்டாரா? அல்லது எழுதுவதே அவரைவிட்டு நீங்கி விட்டதா? என்ற பட்டிமன்றம் நடத்தத் தேவையில்லை. எது தானாக விடுபடுகிறதோ, அதை விட்டுவிட வேண்டும். ஒருவேளை இந்தப்பழக்கம் திரும்பி வருவதற்கும் கூட வாய்ப்புள்ளது. அதுவரை மற்றவர்களின் கவிதைகளைக் கொண்டு காலம் தள்ளலாம். 'வாக் தேவி' சரஸ்வதியின் அருள் கிட்டும்பொழுது இதைப்பற்றி எண்ணலாம்.

ஆனால் ஆங்கிலக் கவிதை எழுதுவதற்கு மட்டுமே அவருக்கு 'வாக் தேவி'யின் அருள் கிட்டியது. ஹிந்திக் கவிதை எழுத அந்த அருள் கிடைத்தால் அதுவும் நடந்துமுடியும். வாலிபப்பருவம் முழுவதும் இதே ஆஸ்பிலத்தில் பரிகொடுக்கப்பட்டுவிட்டது. ஆனால் ஏன் இங்கு ஒரு வினோதமான செயல்பாடு காணப்படுகிறது? 'ஒரு புறம் ஆங்கிலத் தன்மையினாலும், யுரோப்பியத் தன்மையினாலும் நமது நாட்டில் மட்டுமல்ல உலக நாடுகள் முழுவதும் நசிவை நோக்கிச் செல்கின்றன' என்ற மனக்குமுறல் மற்றொரு புறம் அந்த ஐரோப்பாவிற்காக நாம் நம்முடைய எல்லா சக்திகளையும் அர்ப்பணித்துவிட்டுள்ளோம். இது ஏதோ பூர்வ ஜென்மத்தின் கடனென்றும் அதை நாம் இவ்வாறு அந்தக் கடனைத் தீர்க்கிறோம்' என்ற நினைப்பு. 'ஒரு யோகியின் ஆத்ம கதை' என்ற எழுத்தாளரைப் போல் இவர்களுக்கும் சொப்பனத்தில் தோன்றியிருக்கக் கூடும். அதாவது, போனபிறப்பில் நீ ஆங்கிலேயனாகத்தான் இருந்தாய். எவ்வளவு எதிர்மறையான விஷயங்கள்!

இல்லையில்லை. இதில் எதிர்மறை விஷயங்கள் என்ன இருக்கின்றன. விநாயக் தனக்குத்தானே சமாதானப்படுத்தியவாறு கூறுகிறான் - இந்தப் பயணம் உனக்குக் கண்டிப்பாகத் தேவைப்பட்டது. நீ உண்மையிலேயே உன்னுடைய இல்லத்திற்குத் திருப்பி வருவதற்காக ஆம். ஆம் வீட்டுக்குத் திரும்புவதென்றால் நாம் வீட்டிலிருந்து வெகுதொலைவு சென்று இருக்க வேண்டிய அவசியம் ஏற்பட்டிருக்குமே! சந்தையிலிருந்து எவ்வளவு தொலைவு போகவேண்டியிருக்கிறது. அதே

மாதிரியாக சந்தை என்ற தகுதியை அடைவதற்கு. இது யாருடைய கவிதை. திடீரென விநாயக்கின் உள்ளிருந்து வெளிப்பட்டது. 'யாருடையதாக இருந்தாலும் என்ன? இதிலென்ன வித்தியாசம் ஏற்படப் போகிறது? ஒரு கவிதையை எவன் தன்னுடையது என்று நினைக்கிறானோ அவனுடைய செயல்களுக்கு உதவியாக இருக்கின்றதோ, அப்பொழுது அக்கவிதை அவனுடையதாகவே இருக்கிறது. இதற்கு மேலும் அந்தக் கவிதை வேறு. ஏதோ கூறுகிறது. அது என்னவாக இருக்கும்?

எப்பொழுது மற்றவரிடமிருந்து தன்னைப் பிரித்து, தன்னை வளர்க்கவில்லையோ, அப்பொழுது உன்னுடைய தனித்தன்மை எவ்வாறு வெளிப்படும்.

சார்! என்ற ஒலி அவன் காதில் விழுந்தது. விநாயக்கிற்குத் தான் வெகுதொலைவு சென்று திரும்பி வந்ததாகவே ஓர் உணர்வு ஏற்பட்டது. திரும்பிப்பார்த்தால், மிஸஸ் துபே அந்த 'ரூமி'ன் வாசலில் தொங்கியிருக்கும் திரைச் சீலையை விலக்கி எட்டிப் பார்த்தார்கள். விநாயக் மகிழ்ச்சி கலந்த குரலில், 'மிஸஸ் துபே அவர்களே! அங்கே என்ன எட்டிப்பார்வை? உள்ளேதான் வாருங்களேன்'.

'சார், நான் உங்களிடம் அனுமதி கேட்க வந்தேன். நீங்கள் எனக்கு அனுமதி அளித்தால் தங்களுக்கு ஒதுக்கப்பட்டுள்ள அடுத்த பாடவேளையையும் நானே 'என்கேஜ்' செய்கிறேன். நேற்றையபாடம் பாதியிலேயே இருக்கிறது. அதை இன்று முடித்துவிடலாம் என்று நினைக்கிறேன்.

விநாயக் சிரித்தவாறே கூறினான்... 'நேர்மையான செயல் செய்வதற்கு அனுமதியும் வாங்கவேண்டுமா? அடுத்த பாடவேளை என்னுடையது என்பதையே நான் மறந்துவிட்டேன். ஒரு தொல்லை தீர்ந்தது. தேங்க்யு - தேங்க்யு மிஸஸ் துபே'.

அவன் தன் கண்களை மூடிக்கொண்டு நாற்காலியின் கைப்பாகத்திலுள்ள ஒரு 'பட்டனை' அழுத்த அந்த நாற்காலி சாய்வு நாற்காலியாக மாறியது. அதில் வசதியாகப் படுத்தவாறே தன் எதிரேயுள்ள மேஜையின் மீது தன் இரண்டு கால்களையும் வசதியாகப் பிரித்து வைத்தான். அப்பாடா...! இனிமேல் ஒருவரும் அவரை 'டிஸ்டர்ப்' செய்ய வரமாட்டார்கள்.

'எப்பொழுது மற்றவரிடமிருந்து தன்னைப் பிரித்து, தன்னை வளர்க்கவில்லையோ, அப்பொழுது உன்னுடைய தனித்தன்மை எப்படி

வெளிப்படும். இது என்ன விஷயம்? தன்னிலிருந்து தன்னைப்பிரிக்க இந்தத் தேடல்தானே நடந்து கொண்டிருக்கிறது - தன்னிலிருந்து தன்னைப் பிரிக்க.

ஏன் சார்...? இன்று மிகவும் நீங்கள் 'லீஷர்லி'யாக காணப்படுகிறீர்களே! உள்ளே வரலாமா?

விநாயக் வேகமாக மேஜையின் மீதுள்ள தன் கால்களைக் கீழே இறக்கி வைத்துக் கொண்டு -'அரே, அரே! ரைணா சாஹப் அவர்களா? வாருங்கள்! வாருங்கள்! இங்கே அமருங்கள்! உங்கள் சம்பந்தப்பட்ட எந்த விஷயமும் எனக்குத் தெரியவில்லையே ஏன்? எங்கேயாவது வெளியூர் போய் விட்டீர்களா?' சிரித்தவாறே -'வழி மறந்து இங்கு வந்திருப்பீர்கள் என்று நினைக்கிறேன்'. 'அப்படியெல்லாம் ஒன்றுமில்லை. இந்த வழியாகச் சென்று கொண்டிருந்தேன். உங்களைப் பார்த்தேன். உங்களுக்கு உண்மையிலேயே ஓய்வு கிடைக்குமானால் உங்களிடம் அமர்ந்து இரண்டு நிமிஷம் பேசலாமா?'

'இது என்ன புதுக் கேள்வி? யு ஆர் ஆல்வேஸ் வெல்கம். வண்டி எப்படிப் போகிறது. மிஸஸ் ரைணா காஷ்மீரிலிருந்து திரும்பி வந்து விட்டார்களா?'

ஆம்! வந்துவிட்டாள் தான். ஆனால் திரும்பி வந்தாலும் எங்கே திரும்பி வந்தாள் எனக் கேள்வி கேட்கத் தோன்றுகிறது. எப்பொழுது அவள் 'நான் காஷ்மீர் போகப் போகிறேன்' என்று அடம் பிடித்தாளோ, அன்றிலிருந்து என்னைப் பிடித்தது சனியன். எந்த வேலையிலும் மனம் லயிக்கவில்லை. அவள் காஷ்மீருக்குச் சென்றுவிட்டாள். அநேக தடவை இங்கு வரவேண்டும் என்ற எண்ணமும் எனக்கு ஏற்பட்டது. எப்பொழுது என் 'மூட்' சரியாக இல்லையோ அப்பொழுது வீணாக மற்றொருவரின் மூடையையும் ஏன் வீண் செய்ய வேண்டும்? உங்களுக்குத் தான் காஷ்மீரின் நிலையைப் பற்றி நன்றாகவே தெரிந்திருக்கும். என்னுடையவள் என்னுடைய ஒருவார்த்தையைக் கூட செவிமடுக்கவில்லை. இரவு பகலாக இதே ராக ஆலாபானை. 'நான் காஷ்மீர் செல்ல வேண்டும். அங்கு என் வீட்டையும், என் மக்களையும் பார்த்து வரவேண்டும். என்னைப் போகவிடு'. இவள் அங்கு சென்றுவந்தால் என்ன நடக்கும் என்று எனக்கு நன்றாகவே தெரியும். நான் நினைத்தவாறே நடந்துள்ளது. அங்கிருந்து வந்தது முதல் இரவு இல்லை. பகல் இல்லை ஒரே அழுகை மயம்தான்.

விநாயக்கிற்கு ஒரே ஆச்சர்யம் மிஸஸ் ரைணாவின் அழும் மூஞ்சியைக் கற்பனை செய்யவே மிகவும் கடினமாக இருந்தது.

எப்பொழுது வேணாலும் பார்! சிரித்த மலர்ந்த முகம் தான். எல்லோருடனும் ஒன்றிவிடுவாள் எப்பொழுதுமே பிறரின் கவலைகளைப் பற்றியே யோசிப்பவள். அவர்களைப் பார்த்துவிட்டாளே. நமது 'டென்ஷன்' நம்மை விட்டுத் தானாகவே நழுவிவிடும். அப்படிப்பட்ட சுபாவம் கொண்ட மிஸஸ் ரைணாவிற்கு இன்று என்னவாயிற்று'?

ரைணா சாஹப், என்னை மன்னித்துவிடுங்கள். தவறு உங்களுடையது. காஷ்மீரின் நிலைமையை நீங்கள் நன்றாகவே அறிந்துள்ளீர்கள். அப்படியிருக்க அவர்களை மட்டும் நீங்கள் ஏன் தனியாக அனுப்பினீர்கள்? நீங்களும் அவளுடன் ஏன் செல்லவில்லை?

ரைணா ஒரு விநாடி நேரம் அமைதி காத்துப் பின்பு பேசினார் - 'நான் ஏன் அங்கு செல்ல வேண்டும்? அங்கு எனக்கு என்ன கொட்டிக் கிடக்கிறது? எல்லாமே அழிந்துவிட்டனவே? ஆனாலும் ஒருமனிதன் இந்த மாதிரியாக அடம் பிடித்தால், அவன் அடத்திற்கு என்ன மருந்து?

'இருந்தும் இப்பொழுது நீங்களே பாருங்கள்'. அவர்களை காஷ்மீருக்குத் தனியாக அனுப்பி நீங்கள் இரண்டு மடங்கு 'டென்ஷனை' வீணாக விலை கொடுத்து வாங்கிவிட்டீர்கள். நான் சொல்வது சரிதானே? மிஸஸ் ரைணா சாஹப்புடன் நீங்களும் உடன் சென்றிருந்தால், உங்களுக்கோ அல்லது அவர்களுக்கோ இப்படிப்பட்ட வேதனை ஏற்பட்டிருக்காது.' இதை அவன் கூற விரும்பாவிட்டாலும் தானாகவே வார்த்தைகள் வெளிவந்துவிட்டன.

விநாயக்கின் வார்த்தைகளைத் கேட்டு ரைணா சாஹப் பதில் சொல்லவில்லை. ஆனால் அவருடைய அடிபட்ட வாடிவதங்கிய முகத்தைப் பார்த்தவுடன் விநாயக்கின் உள்ளம் பாகாக உருகிவிட்டது. ஒரு தடுமாற்றம். எதைச் சொல்வது? எதைச் சொல்லாமல் இருப்பது?

விநாயக்கின் முகத்திலிருந்து இந்தக் கேள்வி வெளிவந்தது. - 'உங்களுக்கு எவ்வாறு தோன்றுகிறது? காஷ்மீர் உண்மையிலேயே நமது கைகளிலிருந்து சென்றுவிட்டதா?'

விநாயக் ரைணா சாஹப்பின் துக்கத் தந்திக் கம்பியில் கை வைத்துவிட்டான். வீணாகவே இந்தப் பிரசங்கத்தை ஏன் தொடங்கிவிட்டான்...? காரணம், ரைணாவின் பதில் இவ்வாறாக இருந்தது -'இன்னும் செல்லவில்லை - ஆனால் 'சென்ற மாதிரி தான்' என எண்ணிக் கொள்ளுங்கள்.

இப்பொழுது அவர்களுக்கு ஒரு வார்த்தை ஒரேவொரு வார்த்தைதான் தெரியும். காஃபிர் - துரோகத்தின். நீங்கள் லட்சம் தடவை உங்கள் தலையில் அடித்துக் கொள்ளுங்கள், ஜனநாயகம் வளர்ந்துவிட்டது என்று அறைகூவல் விடுங்கள். லட்சக் கணக்கான சலுகைகளைத்தான் அளியுங்களேன். அவர்களிடம் எந்தவிதமான மாற்றமும் ஏற்படாது. இஸ்லாம் பிறரோடு சேர்ந்து இருப்பதற்காகவா அல்லது தன்னோடு சேர்ந்து மற்றவரையும் அமைதியின்மையின் ஆனந்தத்தை அனுபவிப்பதற்காகவா?

விநாயக் அவர் பேச்சைத் தடுத்தவாறே - ஆனால் ரைணா சாஹப்! நீங்கள் காஷ்மீர் தன்மையை ஏன் இஸ்லாம் மதத்தோடு இணைத்தப் பார்க்கிறீர்கள்? எல்லோருக்கும் இது நன்றாகவே தெரிந்த விஷயந்தான் - இஸ்லாம் என்பதன் பொருளே அமைதிதானே!

மண்ணாங்கட்டி! வெறும் உளறல் - ரைணா சாஹப் கத்திவிட்டார். இந்நாட்களில் அம்மாதிரியான பொருளற்ற வார்த்தையால் யாரையும் ஏமாற்ற முடியாது. பங்களாதேஷின் நிலையை நீங்கள் நன்றாகவே அறிந்திருப்பீர்கள். அது பயங்கரவாதிகளின் சரணாலயமாக மாறிக் கொண்டிருக்கிறது. அவ்வாறு ஏன் நடக்கிறது! கொஞ்சம் கூறுங்கள் பார்க்கலாம்! ஜனநாயகம் மற்றும் வங்க தேசியம் என்ற பெயரில் தானே பங்களாதேஷ் பிறந்தது. அங்கு என்ன நடந்தது? பாகிஸ்தானிலிருந்து பிரிந்த அந்த பங்களா இஸ்லாமியர்களுக்கு இதனால் என்ன கிட்டியது? சொல்லப்போனால் மற்றொரு குட்டி பாகிஸ்தான். இதனுடைய பொருள் என்ன? கூறுங்கள். இதன் பொருள் இதுதானே! இஸ்லாமிய மோஹம் பங்களா மோஹத்தைக் காட்டிலும் மிகவும் வலுவானது. அவ்வாறே காஷ்மீரை நீங்களும் மூன்றாவது பாகிஸ்தானாக மாற்றக் கங்கணம் கட்டிக் கொண்டிருக்கிறீர்கள். ஒரு பக்கம் நீங்கள் இந்த ஆலோலம் பாடுகிறீர்கள். காஷ்மீர் இந்தியாவின் ஒரு அங்கம். அதை இந்தியாவைவிட்டு பிரிக்கவே இயலாது. ஆனால் மற்றொரு பக்கம் நீங்களே இந்த ராகம் இசைக்கிறீர்கள். காஷ்மீர் தன்மை என்ற பெயரில் அதற்கு விசேஷத் தகுதியைத் தன்னுடைய நாட்டின் சட்டத்தில் கொடுத்துள்ளீர்கள். இந்த இரட்டை வேஷம் ஏன் போடுகிறீர்கள்?

‘அதாவது இந்திய அரசியலமைப்புச் சட்டத்தில் கொடுக்கப்பட்டுள்ள 327-வது பிரிவை நீங்கள் நீக்க விரும்புகிறீர்கள், அப்படித்தானே? ஆனால், நீங்கள் கூறும் இந்த ‘டிமாண்ட்’, ‘ஆண்டி செக்யுலரிஸ்ட்’ மற்றும் மதவாதிகளுடையது என்று தர்க்கித்தான் விநாயக்.

அப்படித்தான், அப்படித்தான். இது உங்களுடைய 'செக்யுலரிஸம்'. - ரைணா சாஹப் கொதித்தெழுந்து வெடித்துவிட்டார்.

'இஸ்லாமியர்களுக்கு எல்லா உலகமுமே சொந்தம். கிறிஸ்தவர்களுக்கு எல்லா உலகமுமே சொந்தம். ஏனென்றால் இஸ்லாமும், கிறிஸ்தவமும் 'வேர்ல்ட் ரிலிஜன்' என்று அழைக்கப்படுகிறது - ஆனால் இந்துக்களுக்கு இந்துஸ்தானத்தைத் தவிர வேறு போக்கிடம் எங்குள்ளது? இன்று இதை இந்துஸ்தான் என்று கூறுவதுகூட இஸ்லாமிலிருந்து மாறுபட்ட ஒரு மதம் என்ற நிலை ஏற்படவில்லையா? கொஞ்சம் யோசியுங்கள். எவ்வாறு காஷ்மீரி பண்டிதர்கள் அங்கிருந்து தூக்கியெறியப்பட்டார்களோ, அதேபோல நாளைக்கு இந்துஸ்தானத்திலிருந்து இந்துக்களும் தூக்கியெறியப்பட்டால் அந்த இந்துக்களுக்கும் புகலிடம் எங்குள்ளது? ஒருவேளை அவர்களை இங்கு வசிக்க அனுமதித்தாலும் அவர்களுடைய நிலை அடிமைகளையும் விட மோசமாக இருக்காதா? அவர்களை 'செகண்ட் க்ளாஸ் சிடிஸன்ஸ்' என்றுதானே அழைப்பார்கள். விநாயக்கால் பொறுக்கவியலவில்லை. 'ரைணா சாஹிப்! நீங்கள் வரம்பு மீறிப் பேசுகிறீர்கள். இந்தமாதிரியான துஷ்கற்பனை ஏன் செய்கிறீர்கள்? இன்று அரசியல் நோக்கில் இந்தியா எவ்வாறு ஒன்றுபட்டுத் திரண்டு காணப்படுகிறதோ, அவ்வாறு இந்திய வரலாற்றில் ஒருபொழுதும் இருந்ததே இல்லை. நிலைமை இப்படியிருக்கையில் இவ்வாறு உங்கள் மனத்திற்குத் தோன்றியவாறு பேசுகிறீர்களே!'

ரைணா சாஹபின் முகத்தில் ஒரு நக்கலான புன்சிரிப்பு வெளிப்பட்டது. 'அப்படியா... விநாயக் அவர்களே! அந்தப் பழமொழி உங்களுக்குத் தெரிந்திருக்குமே! 'வேர் இக்னொரன்ஸ் இஸ் ப்ளீஸ், இட்ஸ் ஃபால்லி டு பீ வொய்ஸ்.' நானும் வரலாறு படித்தவன் தான். உலக வரலாறும் நன்றாகவே தெரியும். இந்த இந்திய வரலாறும் கூட. வரலாறு என்ற உணர்வே நம்மிடத்தில் ஒருபொழுதும் இருந்ததில்லை. இதற்காக நமக்கு மிக அதிகவிலை கொடுக்க வேண்டியிருந்தது. தற்போதும் கொடுத்துக்கொண்டுதான் இருக்கிறோம். இவ்வளவு அடி உதை வாங்கியும் நாம் பாடம் கற்றுக்கொள்ளத் தயாராக இல்லை. இப்பொழுது இந்த அரசியலைப் பாருங்கள். அது தற்காலத்தின் தங்களுடைய சமுதாய வாழ்க்கை ரதத்தினுடைய மிகவும் வலிமையற்ற இரும்புப் பட்டையற்ற மரச்சக்கரமே. உங்களுடைய அரசியல் தந்திரத்தின் தோல்வி நாலா பக்கமும் பிரகாசித்துக் கொண்டிருக்கிறது. உங்களுடைய நேருஜியின் அரசியல் வாதமோ, சீனாவினால் நசுக்கப்பட்டுவிட்டது. மிகுந்த

துன்பத்திற்குப் பிறகு நீங்கள் எச்சரிக்கை அடைந்தீர்கள். உலக அரங்கில் உங்கள் மதிப்பு இன்று சற்றுத் தெளிவாகக் காணப்படுகிறது. நீங்கள் தேவையில்லாமல் 'கம்யூனிஸ்டுகளின்' மீது சந்தேகம் கொண்டு அமெரிக்க வெண்சாமர வீச்சில் சுகம் கண்டுகொண்டிருக்கிறீர்கள். அரே! முதலில் தன்னை பலசாலியாக ஆக்கிக் கொள். இன்று உலக அரங்கில் பலசாலிகளின் மொழிக்குத்தான் மதிப்புள்ளது. ஆனால் உங்களுக்குத் தன்னையே பலசாலியாக மாற்றும் வாய்ப்பு கிட்டியிருக்கும் பொழுது அதை முழு மூச்சுடன் நழுவிவிடச் செயல்படுகிறீர்கள். இதெல்லாம் யாருக்காக? அந்தச் சீனாவின் நன்மைக்காக - அந்நாட்டுப் பின்னோடிகளின் அடியை வாங்கிக் கொண்டு இவர்கள் தான் உங்களின் 'நம்பர் ஒன்' எதிரி. இவ்வளவு அடிபட்டும் உங்களுக்கு 'யார் நம் நண்பர், யார் நம் எதிரி' என்று அறிய இயலவில்லையே! இந்த காஷ்மீர் உங்களின் அரசியல் அறிவின் சான்று அல்ல. பதிலாக வெட்கம் நிறைந்த மஞ்சள் கடுதாசி கொடுக்கும் நிலை.

விநாயக் நடுவில் அவர் பேச்சைத் தடுத்தவாறே, 'என்னை மன்னியுங்கள்! பண்டிட் நேருஜியும் கூட காஷ்மீரி பண்டிட் தானே. நீங்கள் எந்த இதிகாச அறிவுபற்றி இவ்வளவு அழுகை அழுகிறீர்களோ, அந்த வரலாற்று அறிவு நேருஜியிடம் இல்லையா? இல்லை என்று நீங்கள் எவ்வாறு கூற இயலும்? ஆர்னால்ட் ட்வைனபி போன்ற வரலாற்று வல்லுநர்களும் நேருஜியின் நெருங்கிய நண்பராக இருந்தவர்களே! அவர் கூற்றும் பொருளற்றதா? அடிப்படையிலேயே அதிகமான என்ன மாறுபாடுகளைக் கொண்டிருந்தாலும் நேருஜியை காந்திஜி அவர்கள் 'டமாரம் அடித்துக் கொண்டே தன்னுடைய வாரிசு என்று கூறியது அவரின் தேவையற்ற, பொருளற்ற செயலா? அவர் நேருஜியிடம் ஏதோ சில தகுதிகளைப் பார்த்து இருக்கக்கூடும். அப்பொழுதுதானே இந்த அறிவிப்பை அவர் செய்திருக்கக் கூடும். 'ரைணா சாஹப்! காஷ்மீர் பிரச்சினையை நேருஜி அவர்கள் தான் தேவையற்றுச் சிக்கலாக்கினார்கள் என்பதை நான் மறைக்கவில்லை. இந்தியா விடுதலையடைந்து இன்று எழுபது வருடங்கள் கடந்துவிட்டன. நேருஜியின் அரசியலுக்குப் மாற்றாக வேறு ஒரு சக்திவாய்ந்த அரசியல் கொள்கை இதுவரை நம் நாட்டில் மேல் எழுந்து வர இயலவில்லை. ரைணா சாஹபின் நெற்றியில் ஆழமான கவலைக் கோடுகள் காணப்பட்டன. அவர் தொடர்ந்தார் - 'இதைப் பற்றி நாம் பின்பு வேறுஒரு சமயம் பேசலாம். நான் காந்திவாதி அரசியலை ஏற்பவனில்லை என்பதை உங்களுக்குத் தெளிவுபடுத்துகிறேன். காந்திஜி இஸ்லாம் அல்லது அதேபோன்று கிறிஸ்துவ மதச்செயல்பாடுகளின் உண்மைத் தன்மையை அறிந்திருந்தார் என்பதை நான் அறிந்துகொள்ள

வில்லை. காந்திவாதி அரசியலுக்கும், உங்களுடைய நேருவாதி அரசியலுக்கும் அடிப்படையில் எந்த வேற்றுமையையும் நான் காணவில்லை. சுதந்திரம் அடைவதற்கு முன்பு அதற்கென ஒரு இடம் இருந்தது. அதற்குப் பின்புலமும் இருந்தது. ஆனால், விடுதலைக்குப்பின், பிரிவினைக்குப் பிறகு அவர்களது இந்தத் தன்மை முழுவதும் நசிந்துவிட்டது. இன்று அதனால் நாம் எந்தவிதப் பயனையும் அடைய இயலாது. விநாயக் ஜி! இன்று நீங்கள் பார்க்கும் உலகம் அந்தப் பழைய உலகமல்ல. இதை ஏன் நீங்கள் பார்க்க விரும்புவதில்லை.

விநாயக் நடையை மாற்றி -'அப்படியா? எதை நீங்கள் இந்துத்வ அரசியல் என்று சொல்கிறீர்களோ, அந்தப் பக்கம் நீங்கள் சாய்ந்துவிட்டீர்கள். ஏன்? உங்களுடைய பேச்சிலிருந்து நான் இதைத்தான் யூகிக்கிறேன்'.

'ஆமாம்!... இல்லையில்லை...'

'நீங்கள் கூறும் கருத்து? விடுகதை ஏன் போடுகிறீர்கள்?'

'விடுகதை இல்லை. இது என்னுடைய நேரான ஸ்டாண்ட். 'ஆமாம்' என்பது இதற்காக. தன்னுடைய இந்து மோகத்தையெடுத்துக் கொண்டு உலகத்துக்கு முன்னால் மன்னிப்பு கோறும் சாபம் பெற்ற கூட்டத்தில் நான் இல்லை. ஆமாம் என்பது இதற்காகவே நான் வெளிப்படையாகவே அநேக தேவதைகளை ஏற்பவன். அதாவது 'பைகன் ஹிந்து', கூடவே சக்தியின் உபாசகனும் கூட. நான் உலகத்திலுள்ள எல்லா வரலாற்று, இஸ்லாமிய, கிறித்துவ மதக் கோட்பாடுகளுடைய ஒரிஜினல் சீனை ஏற்றுக் கொள்கிறேன். அதுதான் மனித இனத்தை மதவாதி என்றும் காஃபிர் (நாத்திகன்) என்றும் இரண்டு முண்டங்களாகப் பிரித்து மன்னிக்க இயலாத குற்றம் செய்துவிட்டது. நான் சொல்வதை மன்னிப்பீர்ளாக! உங்களுடைய மார்க்சீய அல்லது கம்யூனிஸ தத்துவத்தையும் இதே மதங்களோடுதான் இணைக்கிறேன். ஏனென்றால் அதுவும் கூட தன்னுடைய தொண்டர்களில் இப்படிப்பட்ட மதவாத பைத்தியத் தன்மையையே ஜனிக்க இடம் கொடுத்துள்ளது.

'ஆம்' என்பதற்கு விளக்கம் கூறிவிட்டீர்கள். 'இல்லை' என்பதற்கு?

அதற்குள் ஏன் இந்த அவசரம்! நான் அதற்குத் தானே வருகிறேன. ஏனென்றால் இந்திய அரசியல் உண்மையான பலத்தின் அடிப்படையில் எழுந்தது அல்ல. இதுமட்டுமா! அது ஆழமாக காப்பி அடிக்கப்படாததாக உண்மையான ஆன்ம கடைசலின் மூலமும் வரலாற்று அறிவாலும்

தோன்றியது அல்ல. அதன் பின்னால் ஐரோப்பாவின் ஊசிப்போன ஒரு காப்பி அடிக்கப்பட்ட ஒரு மாடல்தான் காணப்படுகிறது. அதில் நம்முடைய பரம்பரையான பாண்டித்யத்தின் மூலதனமும் நவீன விஞ்ஞான அறிவினால் விளைந்த எந்த ஒரு உள்நாட்டு அட்வெஞ்சரும் இல்லை. மேற்கத்திய வரலாற்றில் விளைந்த வரட்டு மனநிலையின் ஒரு ஏழையின் உறவினர் போன்று இருப்பதில் அது மனத்திருப்தியைப் பெற்றுள்ளது. உங்களுடைய ஜிஹாதி இஸ்லாமிய மதவாதம் அமெரிக்கா சீனாவின் அதிகாரப் போக்கை எதிர்கொள்ள தேவையான ஒரு தொலைநோக்குப் பார்வையும், அந்தப் பார்வையினால் உலக அரங்கில் தன்னுடைய அறிவின் திண்மை மற்றும் ஆண்மை, அதனால் விளைந்த அரசியல் உறுதிப்பாடான சக்தி தேவையோ அது இந்த ஹிந்துத்துவ வாதிகள் மற்றும் அவர்களின் தலைவர்களிடமும் சிறிதுகூட காணப்படுவதாக எனக்குத் தோன்றவில்லை.

'அப்படியானால் அதன் பின்' விநாயக் ரைணாவின் கண்களை தன் கண்களால் கூர்ந்து நோக்கியவாரே அரைகூவல் விட்டான் - 'ஆகவே உங்கள் எண்ணப்படி எந்தப் பக்கத்தில் இருந்தும் ஒரு நம்பிக்கைக் கீற்று காணப்படவில்லை. அதாவது நேருஜி தோற்றார், காந்திஜி தோற்றார், இந்துத்துவ வாதம் தோற்றது, ஸோஷலிஸ்ட் தோற்றது, கம்யூனிஸமும் தோற்றது. அப்படிப்பார்க்கும் பொழுது உங்கள் கணக்குப்படி மீதம் இருப்பது என்ன, மீதம் இருப்பவர் யார்? நம்முடைய மூழ்கும் இந்தப் படகை கரை ஏற்றத் தகுதி உள்ளவர் யார் கூறுங்கள்?'

'நீங்களும் நானும் தான். வலது கை ஆட்காட்டி விரல் விநாயக்கின் கண்ணைக் குத்திவிடக் கூடிய நிலையில் இந்த ரைணா சாஹப் தன் விரலை மடக்கி வேகமாக எழுந்தார். பின் இவ்வாறு கூறியவாரே வேகமாக வெளியேறினார்... நான் வரட்டுமா! லேட் ஆகிவிட்டது. எனக்கு வகுப்பு இருக்கிறது'.

விநாயக் ஒரு குட்டித் தூக்கத்தில் இருந்து விழித்தது போல்... 'அரே... அரே... சற்று நில்லுங்கள்... வகுப்பு எனக்கும் கூட உள்ளது.' ஆனால் விநாயக்கின் இந்தக் கூற்றை செவி மடுக்க அங்கு ரைணா சாஹப் காணப்படவில்லை.

14. 'இது அந்த இடம்... எங்கே'

விநாயக் எழுந்து ஜன்னல் அருகில் சென்று எதிர் உள்ள சமுத்திரத்தை நோக்கினான். ஆனால் எங்கு? ஆனால் அவன் மனமோ ரைணா சாஹப் எதிர் இல்லாத போதும் அவர் இருப்பதாகவே நினைத்து உள் மனத்திலேயே உரையாடத் தொடங்கினான்.

ஆங்கிலேயர்களிடம் இருந்து நாம் அவர்களின் எல்லா அமைப்புகளையும் பழக்க வழக்கங்களையும் மிக்க மனமகிழ்வோடு ஏற்றுக்கொண்டு விட்டோம். ஆனால் அவர்களின் ஒழுங்கு கட்டுப்பாடு, நேரத்தைக் கடைப்பிடித்தல், தேசபக்தி, செயல்திறமை இவைகளில் ஏதாவது ஒன்றைக் கூட நாம் திறமையாக ஏற்றுச் செயல்படுகிறோமா? இல்லவே இல்லையே! பதிலாக நமக்குள் இந்த எல்லா நற்பண்புகளையும் திறமையையும் இந்தக் காப்பி அடிக்கும் தன்மையினால் இழந்துவிட்டோமே! இந்த ஹிந்துஸ்தானம் சோம்பேரிகளின் தம் தம் வேலையில் ஈடுபாடு இல்லாமல் நடப்பவர்களின் மடமாகவோ அல்லவா மாறிவிட்டது. இதுமட்டுமா, இந்த நாட்டு கடமை உணர்வு மற்றும் உண்மையான அன்பும் இடுகாடாகவும் மாறிவிட்டதே! யாரும் யாருக்கும் பொறுப்பாளியல்ல. நம்மவர்களிடம் சிறுது கூட இல்லை. பள்ளிகளை கல்லூரிகளை நோக்குங்களேன். வெட்கமற்ற இந்த சமூக ஊடகங்களைப் பாருங்களேன். உலகத்திலேயே முதல் இடம் வகித்த இந்தத் தபால்துறை எவ்வளவு தாழ்ந்துவிட்டது. இதைப்பற்றிய சர்ச்சை நடந்த பொழுது அன்று யாரோ... யாரோ ஒருவர் கூறினாரே. தபால் அமைப்பு இந்த அளவு தடுமாற்றம் காண்பது மிகவும் ஸீரியஸ்ஸான நிலையைக் காட்டுகின்றது. இது ஒரு பெரிய அபசகுனம் தான் என ஒரு கொட்டப்புளி கூறியது. ஒருபக்கம் அறிவிக்கப்படாத போராட்டம். யாரும் ஒன்றும் கூறுவது இல்லை. யாரும் ஒன்றும் செய்வதும் இல்லை. அந்தக் கொட்டப்புளியின் வாயிலிருந்து இந்த 'அபசகுனம்' என்ற வார்த்தையைக் கேட்டு விநாயக்கின் முகத்தில் ஒரு சிரிப்பு எழுந்தது. ஏன் சிரிப்பு எழுந்தது? காரணம் என்ன?

அவன் காதில் விழுந்தது... இன்று முறைப்படி போராட்டம் நடைபெறுகிறது.

விநாயக்கிற்கு திடிரென்று அலஹாபாத் பல்கலைக் கழகத்தில் தன் பிலிக்ஸில்ப் விரையுளாரில் இந்த வாக்கியம் நினைவில் வந்தது. 'படிப்பின்மையின் காரணமாக நம்மக்களில் ஒரு விழுக்காடு கூட நாட்டின் நிர்மாணத் திட்டத்தின் செயல்பாடுகளில் தன் பங்கை அளிக்கவில்லை.

இந்தத் தலைவர்களையும் அவர்களின் அரசியலையும் கிழிந்த செருப்பால் தான் அடிக்கவேண்டும். அவர்கள் நம் நாட்டு மிக்க அறிவாளிகளான, ஞாபகசக்தி பெற்ற குடிமகனை தேர்ச்சிபெற்ற ஒரு படிப்பாளியாக மாற்றி தனக்கு உண்டான அடிப்படை கடமையைக் கூட நிறைவேற்ற தவறிவிட்டார்களே? அவர்களை பற்றி என்ன சொல்லுவது! அவர்களை என்ன செய்வது?

ஆமாம், அப்படித்தான். அவரே ஒரேயொரு விரிவுரையாளர் - பௌதிகத்தை இந்த மொழியில் கற்பித்தார். மற்ற அறிவியல் பாடங்கள் விநாயக்கிற்கு மறந்துவிட்டன. ஆனால் அந்த விரிவுரையாளர் போதித்த பாடங்கள் இன்றும் அவர் நினைவில் பசுமையாகவே இருந்தன. இவர் மட்டுமா? மேலும் ஒருவர் இருந்தாரே! ஆமாம், ஆமாம். நினைவில் வந்துவிட்டது. வேதியியல் பாட விரிவுரையாளர்? என்ன பெயர் அவரது?... ஆம், ஆம்... நினைவில் வந்துவிட்டது. அன்னாரது பெயர் சத்யப்ரகாஷ் ஏன் அவருடைய பெயர் என் நினைவில் பதிந்து இருக்கிறது. இவர்களை இந்த எல்லா ப்ரொபஸர்களை டாக்டர். சத்யப்ரகாஷ், டாக்டர். விலின் அகர்வால் போன்று பாடம் கற்பிக்க யார் தடுத்தார்கள்.

'சத்தியத்தில் இணைந்த அசத்தியங்களின் மத்தியில் என்னுடைய வாழ்க்கை வேள்வி விடிகாலை வேளையில் வியந்த பத்து கிரணங்களைக் கொண்டு நடத்துகிறது.

'மலைகளிலிருந்து கீழே விழுந்து ஓடும்
ஏழு நதிகள்
சத்தியத்தின் வழியில்
தான் ஒரு இந்திரன்
கிழத்தனத்தை எட்டிக் கொண்டிருக்கிறேன்
என் வீட்டில்
தேடிக் கொண்டே இருக்கிறேன்
இடைவெளியில்லாமல்.
திருடப்பட்ட அந்தப் பசுக்களை'.

ஒருவேளை தன் முறைப்படி இடைவிடாமல் அச்செயலை செய்து கொண்டிருக்கிறானோ?... இடைவிடாமல் திருடப்பட்ட அந்தப் பசுக் கூட்டங்களை.

ஏன் அக்கவிதை இத்தருணத்தில் என் மன அரங்கில் நடனமாடுகிறது. இந்த அளவு இதற்கு முன் ஏற்பட்டதாக நினைவேயில்லை. அந்தக் கவிதையின் பெயரென்ன?... 'ஆதியும் அந்தமும்

இல்லாத பயணம்'... இதுதானே அதன் தலைப்பு? இதுதானே அந்தக் கவிஞனின் கடைசிப் படைப்பு, இல்லையா? ஆனாலும்...

அந்தக் கவிதை எப்படி ஆரம்பமாகிறது? எப்படி மண்டையை உடைத்துக் கொண்டாலும் ஏன் நினைவில் வர மறுக்கிறது? ஏதோவொரு காலத்தில் அக்கவிதையை முழுவதும் மாலதிக்கு படித்துக் காட்டியிருந்தேனே!... எப்பொழுது? எத்தனையோ வருடங்கள் சென்றுவிட்டன. அந்தப் புத்தகமும் ஸீஷல்ஃபில் ஏதோவொரு மூலையில் தூசி படிந்து தூங்கிக் கொண்டிருக்கும். அவனைப் போன்று மாலதிக்குக் கவிதைகளில் எந்தவிதமான ஈடுபாடும் இருந்ததில்லை. ஆனால் விநாயக்கின் பொருட்டு அதைப் பொறுமையாகக் கேட்டுவந்தாள். ஆனால் இன்று?

இன்னமும் கூடவா மிஸஸ் துபே அவர்கள் வகுப்பு எடுத்துக் கொண்டிருக்கிறார்கள்? ஒருவேளை 'ஸ்டாஃப் ரூமில்' இருக்கலாம் அல்லது செமினாரில் பங்கு கொண்டிருக்கலாம். மிஸஸ் துபே அவர்கள் கண்டிப்பாக இந்தக் கவிதையைப் புரிந்து கொள்வார்கள். தன்னுடைய ஆசானின் இக்கவிதையை யாரோ ஒருவருக்கும் படித்துக்கூற ஒரு துடிதுடிப்பான ஆவல் விநாயக்கின் மனதில் ஏன் இன்று ஏற்பட்டுக் கொண்டிருக்கிறது? யார் தனக்குப் பிரியமானவரோ, யார் புரிந்து கொள்வார்களோ, அவர்களுக்குக் கவிதைகளின் உண்மையான ரஸானுபவம் ஏற்படுகின்றது. கவிதையும் தான் முழுமையடைந்ததாக கொண்டாட்டம் கொள்கிறது. மிஸஸ் துபே அவர்களுக்கு இதைப்பற்றிச் சிறிது முன்னுரை வழங்க வேண்டியிருக்கும். இந்தித் துறைக்குச் சென்று இந்தப் புத்தகத்தை வாங்கி வாருங்கள் என்று அவரிடம் தான் கூறவேண்டும். எவ்வளவு தான் நயம்பட எடுத்துரைத்தாலும் அந்த ரஸானுபவம் மாலதிக்கும் கிட்டாது, மார்கரெட்டுக்கும் கூடக் கிட்டாது. இவர்களுக்கு நடுவே கல்சர் என்ற சுவர் தானாகவே எழும்பிவிடுகிறது. ஆனால் கவிதைகள் இந்த 'கல்சர்'களினால் கட்டப்பட்டுள்ளனவா? இந்தக் கட்டுப்பாட்டிலிருந்து வெளிவந்து அது தன்னுடைய வெற்றியை எதிரொலிக்கச் செய்வதில்லையா? அப்படியில்லாவிட்டால், ஷேக்ஸ்பியரையும் 'தாண்டே'வையும் மக்கள் எந்த அளவிற்கு புரிந்து கொண்டிருப்பார்கள்?

அடடே! நிமிடங்களில் எப்படித்தான் இந்தக் காட்சிகள் மாறிவிடுகின்றன! முன்பு அமைதியாகக் காணப்பட்ட இந்தச் சமுத்திரம் தற்போது பெரிய பெரிய அலையைக் கரையை நோக்கி வீசியடித்துக் கொண்டிருக்கிறது. ஆனால் இந்த நிகழ்வு இப்பொழுது ஏற்பட்டதாகத்

தோன்றவில்லையே! ஒருவேளை அவன் சமுத்திரத்தை நோக்கியவாறு இருந்தாலும், அவன் பார்வையில் சமுத்திரத்தின் இந்த நிலைபட வில்லையோ? அப்படியென்றால் அவன் இதுவரை என்னதான் பார்த்தான். இந்தக் காலத்தில் அவனது மனம் எங்கு அலைபாய்ந்து கொண்டிருந்தது? ஆஹா! ஆஹா! எப்படிப்பட்ட மலை அளவுள்ள அலைகள்...! ஒன்றன்பின் ஒன்றாக ஒழுங்காக ஆடி வருகிறதே!

'இது அந்த இடம்தான். பலநூறு வருடங்களாக மலை உறைந்து இருந்தது.

அங்கே.

ஏன்? ஏன்? ஆமாம், ஆமாம்.

சாப்பிட்டுக் கொண்டிருக்கிறது பார்வதியின் பிறந்தநாள் விருந்து.'

'மிஸஸ் துபே! மிஸஸ் துபே! நீங்கள் எங்கிருக்கிறீர்கள்? வேகமாக இங்கு வாருங்கள். நான் உங்களுக்கு ஏதோவொன்று படித்துக்காட்ட விரும்புகிறேன். உங்களுக்கு மட்டுமேதான் - இதற்கு நீங்கள் மட்டுமேதான் பங்காளியாக இருக்கமுடியும். என்னுடைய மனத்தில் எது பொங்கிக் கொண்டிருக்கிறதோ அதில் பங்கேற்க. அதை நீங்கள் மட்டுமேதான் புரிந்து கொள்ளவியலும். மிஸஸ் துபே! மற்றவர்கள் யாராலும் புரிந்து கொள்ள இயலாது.

'இது அந்த இடம், அங்கே பலநூறு வருடங்களாக
மலை உறைந்து இருந்தது.
எல்லாவற்றையும் விட உயர்ந்த மலை
அது.
நாம் ஆகாயத்தின் நிழல்கள்
அது நமது நாட்டின் பாதுகாவலன்
நம் அருகாமையில் இருப்பவன்'.

என்னவாயிற்று விநாயக்கிற்கு? அவன் கண்களில் கண்ணீர் தளும்புகிறதே! விநாயக்! நீ ஏன் அழுகிறாய்? யாருக்காக அழுகிறாய்? இது உன்னுடைய வீடு அல்ல. உன்னுடைய அலுவலகம். இப்பொழுது இங்கு எவராவது வரலாம். வந்தால்?... உங்களது இந்த நிலையைப் பார்த்துவிட்டால்?... அது, மிஸஸ் துபேவாக இருந்தால்... அவள் என்ன நினைப்பாள்?

ஒன்றும் கவலையில்லை. மிஸஸ் துபே அவர்கள் விநாயக்கின் கண்களில் கண்ணீரைப் பார்த்தாலும் அவருக்குக் கவலையில்லை.

ஏன் விநாயக்! உனக்கும் அவளுக்கும் என்ன தொடர்பு? ஒரு தொடர்பும் இல்லை. இதனால் தான். இதனால் தான். இவைகள் யார்? என்னுடைய தனிப்பட்ட வாழ்வின் கண்ணீர்கள்.

உண்மை என்பது என்ன? எது முழுவதுமாக... முழுவதுமாக பொது உண்மையாக இருக்கிறதோ அது முழுவதுமாக வாழ்க்கையின் உண்மையாக ஏன் இருக்க முடியாது? இவை தற்சமயந்தான்... தற்சமயந்தான் வெள்ப்பட்டன. ஆனால் இக்கண்ணீர்த் துளிகள் எந்த அடி பாதாளத்திலிருந்து பொங்கி வந்து வெளியே விழுந்தன. இதே மாதிரி தானே அன்றும்... பல வருடங்களுக்கு முன்பு. பல யுகங்களுக்கு முந்தைய ஒருநாள் மதியவேளை,'ஸ்யாகி தேவி'யின் மலையில் பாரதத்தாயின் வரைபடத்தைப் பார்த்தவுடனேயே இவர்கள் பொங்கிவழிந்தனவே! இந்தக் கண்ணிர்த் துளிகளின் காரணமாக ஸ்யாகி தேவியின் முழுப் பிரதேசமும் நடுக்கம் கொண்டனவே! டேய் விநாயக்! இந்தக் கண்ணீர்த் துளிகள் யார் யாருடையது? கொஞ்சம் யோசித்துப் பார். யார் அவர்கள்? லச்சு, சந்து, திரிபுவன், ஹரீஷ், வினோத், விநாயக்... இவர்களுடையதா...? பின் யாருடையது?

'உண்மையை ஏற்றுக்கொள் அன்பானவளே
இந்த அடிகளால் விசும்பி விசும்பி
அழுவதில் ஒரு வெட்கமும் இல்லை.
எத்தனை அறைகளில் அடைபட்டு
ஹிமாலயம் உருகுகின்றன?
மேஜைகளில் கால் பரப்பி உறங்கிப்போய்
விடுகின்றன எத்தனையோ சமவெளிகள்.............'
ஒவ்வொரு கண்ணீர்த் துளியும்
கோழைத் தனத்தின் துன்பமில்லை'.

மிஸஸ் துபே எங்கு காணாமல் போய்விட்டாள்? ரைணா சாஹப்பின் பாதியில் முடிந்த உரையாடல்? அவளுடன் உரையாடி விநாயக் அதை முழுமையடையச் செய்யலாமே! உண்மை... முற்றிலும் உண்மை. ரைணா அவர்களின் வருத்தம் மிகவும் உண்மையானதே! நூறுக்கு நூறு உண்மை. பத்தரைமாற்றுத் தங்கமான உண்மை. ஆனால்... ஒரு அளவிற்கு மேல் அவருடன் உரையாடுவது மிகவும் கடினமாகத் தோன்றுகிறது. மேலே எதைப்பற்றிப் பேசுவது என்பதை உணர இயலவில்லை. மிஸஸ் துபேயின் தாய்மொழி இந்தி இல்லாவிட்டாலும் அவர்கள் மிஸ்டர் ரைணாவைப் பிடித்துக் கொண்டு விடுவார்கள்.

'பாருக்குள்ளே நல்ல நாடு
நம் பாரத நாடு'

ஏன் இல்லை? ஏன் இல்லை? ஆகையால் தானே இந்த இந்தியப் புனித பூமியில், அந்த இந்திப் பிரதேசத்தின் தலைநகரத்தில் நீங்கள் தானே பாகிஸ்தானுக்கான அடிக்கல் நாட்டினீர்கள்? ரைணா சாஹப் சொன்னபடிதான் நடந்தது. பாகிஸ்தானின் பிறந்த பூமி... இல்லையில்லை, பிறந்த பூமியில்லை... நர்ஸரியாக இருந்தது. லக்னோவில் நடைபெற்ற இக்பால் அவர்களின் வரலாற்றுப் பெருமை படைத்த சொற்பொழிவை ரைணா அவர்கள் தானே படித்துக் கூறினார். இந்த இக்பால் யார் தெரியுமா? -'நாம் இந்த பூமியின் 'வானம்பாடிகள்' என்ற கவிதை பாடிய விநாயக், ஒளியிழந்தும், திகைத்தும் போய்விட்டான்.

நேற்று ரைணா என்ன கூறியிருந்தார்?
'வேர் இக்னரன்ஸ் இஸ் ப்ளிஸ்

இட்ஸ் ஃபாலி டு பீ வொய்ஸ்'- அவருடைய உதடுகள் நக்கல் புன்சிரிப்பில் எவ்வளவு விகாரம் அடைந்தன?... அவர் விநாயக்கின் முகத்தில் இந்தப் பழமொழியை தூக்கி விசிறி அடித்த சமயம்

'த ஐடியா ஆஃப் அன் இஸ்லாமிக் ஸ்டேட் இஸ் இன்பில்ட் இன் அவர் ரிலிஜன். முஸ்லிம்ஸ் சிம்ப்லி கேன் நாட் லிவ் வித்தவுட் தைர் ஜியோ - பாலிடிக்ஸ். இட்ஸ் அவர் டெஸ்டினி அண்ட் இட் இஸ் டு பீ ஃபுல்ஃபில்ட்'.

அப்படியா? இதுதான் உங்களுடைய தலையெழுத்தா? உங்களுடைய மற்றும் உங்களுடைய முழுமையான இஸ்லாமிய சொந்தங்களின் முறைமையா? எப்படி நடைபெறவேண்டும் என்று இருந்ததோ, அப்படியே நடைபெற்று முடிந்தது. இதைத்தவிர மற்றொரு டெஸ்டினி இதுகூட இருந்தது அது. அந்த நடுஇரவில் பிறந்த குழந்தைகளுக்கு நேருஜி கூறியது, காண்பித்தது. -'எ ட்ரிஸ்ட் வித் டெஸ்டினி' அது என்னவாயிற்று? இக்பால் அவர்களின் டெஸ்டினி... மற்றும் சாலமன் ருஷ்டியின் 'ஷேம்'. மேலும் நேருஜியின் டிஸ்கவர் ஆப் இன்டியா? வாட் ஹேவ் ஐ டிஸ்கவர்ட்?

"எ ஊண்டட் சிவிலைசேஷன்... அன் ஏரியா ஆஃப் டார்க்னெஸ்" அதாவது 'எ மில்லியன் மியூடினிஸ் நௌ'.

'நாய்பால்' விநாயக்கின் மனம் உகந்த எழுத்தாளர். ஆனால் மிஸஸ் ரைணா அல்லது ரைணா சாஹபுக்கு நேர் எதிர்மறை. இது

என்ன காரணம்? விநாயக் திடீரென புன்சிரிப்பு உதிர்க்கிறான்? ஏனோ தெரியவில்லை. இந்த இருவரில் ஒருவர் பெயர் நினைவு வந்துவிட்டால் அடுத்தவர் பெயரும் மூத்த பெயரில் ஒட்டிக்கொண்டது போல் நினைவில் வந்துவிடுகிறதே! ரைணா சாஹப்பிற்கு எது விருப்பமோ அதுதான் மிஸஸ் ரைணாவின் விருப்பமாகும். கணவருக்குப் பிடிக்கவில்லை யென்றால் மனைவிக்கும் பிடிக்கவில்லை. வேடிக்கையாக இப்படியும் கூறலாமே!... ஒருவருக்கொருவர் 'கார்பன் காப்பி' என்று. இது சிரிக்கும் விஷயம் தான். ஆனாலும்... பெருமை கொள்வதற்கும் ஏற்புடையதாக உள்ளது. தம்பதிகள் இவ்வாறுதான் இருக்கவேண்டும். இந்த ஜோடியைப் பார்த்து, பொறாமை அடையாதவர் எவருளர்?... 'இஸ்லாம் இஸ் ஆன் த டிஃபென்ஸிவ் நௌ' என்று சமீபத்தில் நடந்த ஒரு நேர்காணல் நிகழ்ச்சியில் 'நாய்பால்' அவர்கள் இவ்வாறு கூறியிருந்தார்கள். எந்த தினசரியில் இந்த நேர்காணல் நிகழ்ச்சியைப் பற்றிய விபரம் கொடுக்கப்பட்டிருந்ததோ, அந்த தினசரியை மிஸஸ் ரைணா அவர்கள் தானே இங்கு கொண்டுவந்தார்கள். அட சே! இந்த விஷயத்தை எப்படி விநாயக் மறந்துவிட்டான். இதைப்பற்றி ரைணா சாஹப்பிடம் சொல்லியிருக்க வேண்டுமே! இதைப் பற்றியறிந்தவுடன் அவருடைய 'ரீயாக்ஷன்' என்ன என்பதைப் பார்த்திருக்கலாமே!

ஒன்றுமில்லை விநாயக் அவர்களே! என்று தன்னுடைய நக்கல் கனிந்த புன்முருவல் செய்யும் உதடுகளைக் கோணலாக்கிக் கொண்டே ரைணா சாஹப் அவர்கள் கூறியிருந்திருப்பார்கள். 'தட் இஸ் ஹிஸ் லேட்டஸ்ட் ஸ்டண்ட்', 'ஸ்டண்ட்!' விநாயக் கூறுவான். 'ரைணா சாஹப்! நீங்கள் அளவுக்கு அதிகமாகப் பேசுகிறீர்கள். நாய்பால் இஸ் எ சீரியஸ் ரைட்டர் ஃபார் மோர் ஆனஸ்ட் அண்ட் சீரியஸ் தேன் யுவர் 'ருஷ்டி'.

'இருக்கலாம், இதற்கு நானென்ன செய்யமுடியும். என் கருத்திற்கு உகந்ததல்ல. அவ்வளவே... ரைணா சொல்கிறான். விநாயக்கோடு நடந்த இந்த கற்பனையான உரையாடலில். ஆனாலும் என்ன! விநாயக்கிற்குள் நடக்கும் இந்தக் கற்பனையான உரையாடல்கள் உண்மையாகவே நடைபெறும் உரையாடல்களை விட எந்த விதத்திலும் குறைந்ததல்ல.

விநாயக்கினுடைய அசைவுகளும் அதே மாதிரிதான். முக மாறுபாடுகள் கை விரல்களின் ஆட்டங்களும் அதே மாதிரியாகவே. விநாயக் ரைணா சாஹப்பை அறிந்திருக்க மாட்டானா? அந்தநாள்... அந்த நாளை மறக்கவியலுமா...? 'ருஷ்டி'யைப் பற்றி சர்ச்சை ஆரம்பித்தவுடன் எவ்வாறு... விநாயக்கின் சர்ச்சை ஆரம்பித்தவுடன் எவ்வாறு விநாயக்கின் முகத்தில் ரைணா திருப்பி அடித்தான்... தெரியுமா?

'தங்களுக்கு இருக்கலாம். எனக்கு 'ருஷ்டி''நாய்பால்' இவர்கள் மத்தியில் எந்தவிதமான விசேஷமான வேறுபாடு இல்லை. இது மிகுந்த வேடிக்கையானது. நீங்கள் ஒரு பக்கம் ஆங்கிலேய, இந்திய எழுத்தாளர்களை தொண்டை கிழிய வரண்ட தொண்டைக்கு நீர் கொடுத்துக்கொடுத்து வசைபாடிக் கொண்டிருக்கிறீர்கள். ஆனால் மற்றொரு புறம் அவர்களையே மேற்கோளாகக் காட்டிக் கொண்டிருக்கிறீர்கள். ஏனென்றால் அவர்கள்தான் உங்களுக்கு நூற்றுக்கு நூறு விழுக்காடு உண்மையான சான்றுகள் போலும்! அட, போய்யா! 'நாய் பால்' எப்பொழுதிலிருந்து 'அதாரிடி'யாக மாறிவிட்டான் - 'மாடர்ன்' அல்லது 'ஏன்ஷியண்ட்' இந்தியாவை ஆட்சி செய்ய?... ருஷ்டி பற்றி? அந்த மனிதனை இந்த அளவிற்கு தலையில் தூக்கிவைத்து ஆடுகிறீர்கள். ஒரே வெறுப்பு! சட்னிஃபிகேஷன் ஆஃப் ஹிஸ்ட்ரி! நக்கலானாலும், வெறுப்பானாலும் சரி. 'ருஷ்டி' தனக்குத்தானே இந்த அளவிற்கு ஏமாற்றவில்லை. எந்த அளவிற்கு நீங்கள் அவனுடைய 'அர்னெஸ்ட்னெஸ்'ஐ எடுத்துக்கொண்டு ஏமாற்றுகிறீர்கள் விநாயக் சாஹப்! ஒன்றை நன்றாக அறிந்து கொள்ளுங்கள். 'சட்னி' 'சட்னி' யாகத்தான் இருக்கும். 'சட்னி'யால் வயிறு நிரம்பாது. உங்கள் உடல் நலத்திற்கேற்ப அது உங்களின் உணவாகவும் கூட இருக்கவியலாது. சரிதானே? பாகிஸ்தான் பற்றி அவர் எழுதிய 'ஷேம்' என்ற நாவல் எனக்கும் விருப்பமானதுதான். ஆனால் நீங்கள் அதை எந்த அளவிற்குப் பாடிப்பாடி கூத்தாடுகிறீர்களோ, அந்த அளவிற்கு நான் இறங்கவில்லை, நினைவிருக்கிறதா?

'ஆம்!' நினைவில் உள்ளது. விநாயக்கின் போக்கிரித்தனமான இயல்பே இதுதான். எந்த விஷயங்களால் அவன் மிகவும் நொந்திருக்கிறானே அந்த விஷயங்கள் அவன் நினைவிலிருந்து விடுபடுவதே இல்லை.

மிஸஸ் துபே தன்னுடைய ஷார்ப்னெஸில் குறைந்தவரா என்ன? அதிகமாகவே இருக்கும். 'நாய்பால்' அவர்கள் மிஸஸ் துபே அவர்களுக்கு விருப்பமான எழுத்தாளர், ருஷ்டியைக் காட்டிலும் அதிகமாக 'நாய்பாலை'ப் பற்றிக் கற்பிக்க அவள்தானே அந்தப் புத்தகத்தை கேட்டு வாங்கினாள்! இத்தருணம் கூட அதையேதான் அவர் கற்பித்துக்கொண்டு இருக்கக்கூடும்.

'அன் ஏரியா ஆஃப் டார்க்னெஸ், வில்லேஜ் ஆஃப் த துபேஜ்'.

வெளியேற்றப்பட்டவரின் சோகக்கதை. தூக்கியெறியப்பட்ட மக்கள். முன்னோர்களின் பூமி ஆனாலும் 'ரில்கே' போன்ற மஹா

கவிகளும் ரஷ்யா போன்ற வெளிநாட்டில் இருந்துகொண்டு தன்னுடைய 'அந்தராத்மாவின் இல்லம்' கூறுகிறானே! ஏன் கூறுகிறான்? ஆத்மாவுக்கென்று தனியான ஒரு இல்லம் இருக்கின்றதா?

'நாங்கள் வெளிப்பிரதேசத்திலிருந்து வந்தவர்கள் அல்ல.
உள்ளது எங்களது வீடும் இங்கே... நம்முடைய இந்த
நாடு எவ்வளவு இனிமையாகவும் காலைவேளை ஒளி போன்றும்
இருக்கிறதே!'

'நோக்கமற்ற மக்களுக்குத் தங்களின் அடையும் இலக்கு தெரிகிறதே இங்கு.'

'நாய்பால்' பற்றிய அவள் கருத்து எவ்வாறு இருந்திருக்கும் - அவள் ஹிந்திமொழி அறிந்திருந்தால்? அவளுடைய பாடத்திட்டத்திலும் அவனுடைய இந்த நாடகமும் இணைந்திருக்குமே! இப்பொழுதும் கூட தன் முன்னோர்களின் மொழியை அவள் ஏன் கற்றுக்கொள்ளவில்லை. விதியின் சதியா? அல்லது வேறு ஏதாவது அகற்ற முடியாத விலங்கா? அந்த கிழக்குத் திசைப் பக்கத்து அவளது முன்னோர்களான துபே மக்கள் மாதக் கணக்காக சூறாவளிக் காற்று நடமாடும் சமுத்திரத்தின் அடிகளை ஏற்று அந்த எலும்பையே நடுநடுங்கி உருக்கவைக்கும் பயங்கரமான வெளிநாட்டில் தங்கவேண்டிய கட்டாயம் இருந்திருக்க வேண்டும். அவர்கள் தங்கள் நாட்டிற்குத் திரும்பி தன் வீட்டையும், தன் மக்களையும் பார்க்க இருந்திருக்கக் கூடுமா? என்று அவர்கள் எப்பொழுதாவது கனவில் நினைத்திருந்திருப்பார்களா?

'எங்கிருந்து கிளம்பினோம் எங்கு
திரும்பி வந்தோம் நாம்
வாழ்வதற்கு ஆதாரம் என்ன இருந்தது
அங்கே
அலையின் அடிகளில் வத்தை (பரிசல்)
உருண்டு கொண்டிருக்கிறது
கரை தோன்றுவதற்கான அடையாளமோ
எங்குமில்லை.
எதை மக்கள் கரையென நினைத்து
செல்கிறார்களோ
அது கரையாகவும் இருக்கிறது
இல்லாமலும் இருக்கிறது'

தற்சமயம் விநாயக்கை சிரிக்கும் உருவில் கண்டு இப்படி நினைத்திருப்பார்களா?... இந்த மனிதன் இப்பொழுது வரை அழுது கொண்டிருந்தான்...? இப்பொழுதோ அவன் சிரித்துக் கொண்டிருக்கிறானே! இந்நாட்களில் அவனுக்கு என்ன நடந்துவிட்டது. எங்கு, எப்பொழுது அவன் இக்கவிதையைக் கேட்டிருந்தான். ஆம், ஆம். நினைவில் வந்துவிட்டது. 'ஜாபுவா'வில் உள்ள ஆதிவாதி டிகிரி கல்லூரியில் நடந்த ஒரு கவியரங்கத்தில் தானே... ராம் 'நிர...சன் என்ற மாணவன் அடிக்கடி இந்தப் பாட்டைப் பாடிக் கொண்டிருந்தான். பள்ளி ஆசிரியர் வேலையை விட்டு கல்லூரி ஆசிரியராக தாவி மாறிக் கொண்டிருந்தபோது இதைக் கேட்டான். இன்றைக்கு அவன் ஏன் இப்படி உள்ளான். 'ஹை ஆர்ட், போப் ஆர்ட் ஃபஸ்ட்ரேட், தேர்ட் ரேட் - ஏன் இவைகளெல்லாம் இன்று தங்களுக்குள் முட்டிமோதிக் கொண்டிருக்கின்றன.

15, 20, 25 வருஷங்கள்! மாலதி, நீயே இதற்கு சாட்சி. பாழடைந்த காடுகளில் நாம் அந்த நாட்களில் நம் வாழ்க்கையை எவ்வாறு நடத்தினோம். மூத்தவன் எப்போது பிறந்தான். இளையவன் எப்போது பிறந்தான்? எப்போது படிப்பை அவர்கள் முடித்தார்கள்? எப்போது அவர்கள் பறந்து சென்றுவிட்டார்கள். குழந்தைகள் எவ்வளவு விரைவாகப் பெரியவனாக மாறிவிட்டார்கள். இந்த அளவிற்கு அவர்கள் முன்னேறுவார்கள் என்று யார் நினைத்தார்கள்? அவர்களிடம் இந்த ஈடுபாட்டை, இந்தப் பெரிய ஆசையை யார் விழித்தெழச் செய்தது? இந்தப் பெருமை விநாயக்கை சார்ந்ததா? குழந்தைகள் மாலதியின் முழுக் கட்டுப்பாட்டிலேயே வளர்ந்தனர். விநாயக் எப்பொழுதுமே அசட்டையானவன். எதையும் பொருட்படுத்தாதவன். தனக்குத்தானே முடங்கியிருக்கும் தந்தையவன்... இவ்வாறுதானே மாலதி கூறுகிறாள்! அவள் கூற்றில் எந்தத் தவறுமில்லையே?

15. தட் இஸ் நாட் த பாயிண்ட் அட் ஆல்

'என்ன விஷயம் சார்? நான் சில தினங்களாக உங்களைப் கவனித்துக் கொண்டிருக்கிறேன் - யு ஆர் நாட் அட் ஆல் யுவர் நார்மல் செல்ஃப். உங்கள் உடல் நலத்தில் ஏதாவது தொந்தரவா?

விநாயக் திடீரென மூர்ச்சையிலிருந்து விடுபட்டது போல் உணர்ந்து திடுக்கிட்டான். தலையை உயர்த்தி பார்த்தபொழுது மிக அருகில் மிஸஸ் துபே அவர்கள் நின்றுகொண்டிருப்பதைப் பார்த்தான். இக்காலங்களில் இந்த ஆங்கிலத்துறையில் எல்லோரையும் விட மிஸஸ் துபே அவர்களுடனேயே விநாயக் இருப்பதாக அவனே உணர்ந்து கொண்டான். ஆனால், ஒருவருக்கொருவர் தம்தம் வாழ்க்கையில் குறுக்கிட, எட்டிப் பார்க்க இருவருமே இதுவரை முயற்சித்ததில்லை. இவருடைய இரு குடும்பங்களின் தொடர்பும், நெருக்கமானதல்ல. ஃபார்மாலிடிக்காக மட்டுமே. மாலதிக்கும் மிஸஸ் துபேவுக்கும் உள்ள உறவு, 'வணக்கம்... அப்போ நான் வரட்டுமா?...' அந்தளவே. இது வரையில் ஒருமுறை கூட மிஸ்டர் துபேயை நேருக்குநேர் சந்திக்கும் வாய்ப்பு விநாயக்கிற்கு ஏற்படவில்லை.

இங்கு என்ன நடக்கிறது? விநாயக் மிஸஸ் துபேயின் கரத்தை ஏன் பிடித்துள்ளான். தன் இரு கரங்களால் அவளது கரத்தை இருகப் பற்றியவாறே அவளை முதல் முதலாகப் பார்ப்பது போலக் கண்களை உயர்த்தி விழித்துப் பார்த்துக் கொண்டிருக்கிறான்.

இது ஆங்கிலத் துறைத் தலைவரின் அறை. பொதுவாக இங்கு எவரும் அவ்வளவு வருவது போவது கிடையாது. எப்பொழுதாவது உடன் பணியாற்றும் ஆசிரியர்களோ அல்லது ஓரிரு மாணவர்களோ வருகை தந்தால் தான் உண்டு. ஆனாலும் இது ஒரு தனி நபரின் வீடல்லவே! 'ஸ்டாஃப் ரூம்' பொது ஜனம் கூடும் இடங்களாக இருந்தாலும் தனிப்படுத்தப்பட்ட ஏகாந்தமான உணர்வை இங்கு உணரமுடியாது.

மிஸஸ் துபே - அதாவது சகுந்தலா மேடம் - அவர்களின் அனுபவப்பட்ட கண்கள் இதை உணர்ந்து கொள்ள நேரம் பிடிக்கவில்லை. இந்த 'விநாயக் சார்' அவர்களின் நிலைமை உண்மையிலேயே சீரியஸாக இருக்கிறது. கடந்த சில தினங்களாகவே அவர்கள் விநாயக்கைக் கவனித்துக் கொண்டுதான் இருந்தார்கள். தன்னுடைய 'சாரின்' மீது இந்த அளவிற்கான கவலையுணர்வு திடீரெனப் பொங்கியெழுந்ததல்ல. ஆனால்... இன்று... இங்கே கைகளை இறுக்கப் பிடித்துக்கொண்டு,

கண்களில் பயமும், பேதலித்தது போன்ற கோழைத்தனமும்... இந்த அளவிற்கு மிஸஸ் துபே எதிர்பார்க்கவில்லை. அவருடைய மன உணர்வுகள் அவரை (சகுந்தலாவை) உடனேயே எச்சரித்துவிட்டது. இங்கே இனி ஒரு விநாடி கூட இந்த நிலைமையில் நின்றுகொண்டிருப்பது சரியல்ல. ஆகவே அவர் தன்னுடைய மற்றொரு கையினால் துறைத்தலைவர் ஆசனத்தை நோக்கிச் சுட்டிக் காட்டியவாறே விநாயக்கின் தோள்களை மெதுவாகத் தட்டிக்கொடுத்து அவரைத் தள்ளியவாறே, துறைத் தலைவரின் ஆசனத்தை நோக்கிச் சென்றார்.

ஆனால்... விநாயக்கோ அந்த ஆசனத்தில் அதன் அருகிலுள்ள மற்றொரு நாற்காலியில் அமர்ந்து சாய்ந்தவாறே மிஸஸ் துபேயின் கையை விடுவிக்காமலே தன் அருகில் இருக்கும் மற்றொரு நாற்காலியில் அமரச் செய்துவிட்டார். இந்தச் செயல்களுக்குப் பிறகுதான் அவனுடைய உதடுகள் துடிதுடித்துக் கூறத் தொடங்கின.

'ஐ ஆம் சோ சாரி மிஸஸ் துபே. ஆனால்... உங்களிடம் ஒரு 'அர்ஜண்ட் ப்ராப்ளம்' பற்றி 'டிஸ்கஸ்' செய்யவேண்டும். ஆகவே, அதற்கு நம் இடையே இருக்கும் இந்த மேஜை தடையாக இருக்கக்கூடாது.'

இச்சொற்களைக் கேட்டு மிஸஸ் துபே அவர்களின் கண்கள் தானாகவே தரையை நோக்கின. விநாயக், தொடர்ச்சியாகத் தன் கண்களால் அவளது கண்களை உற்று நோக்கியவாறு இருந்ததினால், ஏதோ தெரியவில்லை... மிஸஸ் துபேயின் உடல் சிறிது நெளிந்து வளைய ஆரம்பித்தது.

தன்னுடைய குரலை முடிந்த அளவு 'ஃபார்மால்டி'யாகவும், அடக்கியவாறும் விநாயக்கை நோக்கி, 'வீட்டில் எல்லோரும் நலந்தானே? தன்னுடைய ப்ரொபஸரும், துறைத்தலைவருமான விநாயக்கின் 'அக்ராஸ்த டேபிள்' என்ற நிலையிலிருந்து தன்னை முழுவதும் காப்பாற்றியவாறே.

ஆனால் விநாயக்கின் கவனம் வேறு ஏதோவொன்றில் இலயித்திருந்தது. ஆனால் சகுந்தலாவின் வாயிலிருந்து வெளிப்பட்ட 'வீடு' என்ற சொல் அவளைத் தன் ஊமைத் தனத்திலிருந்து வெளியேற்றிவிட்டது.

'சகுந்தலா! தற்சமயம் எனக்குத் தங்களின் உதவி தேவைப்படுகிறது. 'அர்ஜண்ட்'. நீங்கள் மாலதியுடன் பேசமுடியுமா?... இன்றே?'

சகுந்தலா அல்லது மிஸஸ் துபே ரெண்டு தனிப்பட்ட நபரின் விநாயக்கின் வாயின் மூலமாக வெளிப்பட்டதைக் கண்டு திகைத்தேவிட்டாள். அவள் மாலதியைப் பற்றி எந்த அளவிற்கு அறிந்துள்ளார். வணக்கம்... வருகிறேன்... என்பதைத் தவிர வேறு எந்தத் தொடர்புமில்லையே. ஆனால் இந்த 'சார்' சம்பந்தப்பட்ட விஷயமோ வேறுபட்டது. காரணம், பத்து வருடங்கள் வரை ஒன்றாகவே ஓரே குடை நிழலில் பாடம் கேட்பதும், பாடம் நடத்துவதும் நடந்தன. தினமும் மணிக்கணக்கான நேரம் ஒன்றாகவே கடந்தன. ஆனால், இவ்வளவு அருகாமையில் அமர்ந்துகொண்டு ஒரே மூச்சில் 'சகுந்தலா' என்று பெயர் சொல்லி அழைக்கும் நிலைமை இதுவரை ஏற்பட்டதேயில்லை.

'என்ன விஷயம் சார். உங்களுக்குத்தான் நன்றாகத் தெரியுமே! உங்களிடம் நெருங்கிப் பழகிய அளவிற்கு மாலதி அவர்களிடம் நெருங்கிப் பழக எனக்கு வாய்ப்பே கிடைக்கவில்லையே!'

சகுந்தலாவின் வாயிலிருந்து 'உங்கள் அளவிற்கு' என்று வெளிவந்த சொல்லே விநாயக்கிற்குப் போதுமானதாக இருந்தது. அவன் மறுபடியும் அவளது கரத்தைத் தன் இரு கரங்களால் அழுத்திப் பிடித்துக் கொண்டான். உடனேயே தன்னுடைய இந்தச் செயலுக்காக தானே வெட்கித் தன்கைகளை அவள் கரத்திலிருந்து விடுவித்துக் கொண்டான்.

'இட்ஸ் ஸோ கைண்ட் ஆஃப் யு... சகுன்...' இந்த வார்த்தை அவன் வாயிலிருந்து வெளிப்பட்டவுடன் அவனுக்கு பொட்டில் அடிபட்டது போல் ஓர் உணர்வு ஏற்பட்டது. நான் என்ன சொல்லித் தொலைத்து விட்டேன். இந்த எண்ணம் முதலில் தனக்கு ஏன் ஏற்படவில்லை. மாலதிக்கு அழுத்தம் கொடுக்க இவள் யார்? அவளுக்கும் இவளுக்கும் என்ன உறவு? மாலதியிடம் இவள் எதைச் சொல்வாள்? ஏன் சொல்லவேண்டும்? மிஸஸ் துபே அவர்களுக்கும் விநாயக்கிற்கும் உள்ள நெருக்கம் எந்த அளவு உள்ளது? தான் சகுந்தலா மீது இந்த அளவு 'கான்ஃபிடன்ஸ்' கொள்ளலாமா?

விநாயக்கின் இந்த அளவு அமைதியாக இருக்கும் நிலையை ஊகித்துவிட்டு ஏனோ தெரியவில்லை... மிஸஸ்துபே அவர்கள் அங்கிருந்து வாசல்வரை சென்று வாசல் திரையை விலக்கி இங்கும் அங்கும் தன் பார்வையைச் செலுத்தினாள். பின்பு அமைதியாகவே திரும்பி வந்து அவன்பின் நின்றுகொண்டு தன் இரு கரங்களை மெதுவாக விநாயக்கின் இருதோள்கள் மீது வைத்து தட்டிக்கொடுத்தாள்.

அவளுடைய ‘சார்’ என்ற அழைப்பே விநாயக்கின் முதுகுப் புறத்தை மெதுவாக வருடுவது போல் இருந்தது. பின்பு ‘குசு குசுத்த குரலில் கூறலானாள் - ‘பொதுவாகவே எனக்கு பிறரது வாழ்க்கையில் தன் தலையை நுழைப்பது பிடித்தமில்லாத செயல். ஆனால்,... சார்! நீங்களே ஏதோவொரு பெரிய கஷ்டத்தில் திண்டாடிக் கொண்டிருப்பதாக நான் உணர்கிறேன். கூச்சப்படாமல் கூறுங்கள்... நான் எந்த அளவிற்கு உங்களுக்கு உதவி செய்ய இயலும்? நான் உங்களை இத்தனை வருடங்களாகப் பார்த்துக் கொண்டுதான் வருகிறேன். ஆனால் தற்பொழுது தான் நீங்கள் ஒரு குழப்பமான சிக்கலில் சிக்கியிருப்பதாக உணர்கிறேன். உங்களுக்குத் தெரியமா?... கடந்த ஒரு வாரமாக நான் உங்கள் ரூமில் நுழைந்து நோட்டம் விட்டுச் சென்றிருக்கிறேன். ஆனால், அச்சமயங்களில் உங்களைக் கேள்வி கேட்கும் தைரியம் எனக்கு ஏற்படவில்லை. ஆனாலும் உங்களுக்கு ஏதோ நடக்காதது ஒன்று நடந்துவிட்டது என்று உங்கள் நிலையைக் கணித்து மனத்திற்குள்ளேயே துடித்துக் கொண்டிருக்கிறேன். நீங்கள் இந்த அளவிற்கு வாடிய முகத்துடன் காணப்படுவதை நான் ஒரு பொழுதும் பார்த்ததேயில்லை. ‘நான் உங்களுக்குத் தகுதியான எந்த உதவி செய்ய இயலும்?’ என எனக்குத் தெரியாது. ஆனாலும்... ஆனாலும் உங்களின் துன்பத்தில் எந்நாளும் பங்குகொள்ளவியலும். உங்களின் இந்த நிலைமை எனக்குப் பார்க்கச் சகிக்கவில்லை. இந்த அளவு மனத்திற்குள்ளேயே குமுறிக் கொண்டிருப்பதைக் காட்டிலும் எவர் மீதாவது நம்பிக்கைக் கொண்டு தன் ‘ப்ராப்ளம்’ என்ன என்பதை அவரிடம் கூறலாமே! குறைந்தபட்சம் இது உங்களுக்குச் சற்று ஆறுதல் அளிக்குமே!

‘தேங்க் யு மிஸஸ் துபே!’ இப்பொழுது விநாயக்கின் குரல் எந்தவிதத் தடுமாற்றமும் இன்றி வெளிப்பட்டது. ‘இட் இஸ் ஸோ க்ரேஷஸ் ஆஃப் யு...’ நீங்களும் கடந்த வருடத்தில் தான் தங்களுடைய ஒரேயொரு மகனை அமெரிக்காவிற்கு அனுப்பி வைத்தீர்கள். தன் மகனை வெளிநாடுகளுக்கு அனுப்பியதன் காரணமாக மாலதிக்கு எந்த அளவிற்கு அதிர்ச்சி ஏற்பட்டதோ, அதே அதிர்ச்சியை நிங்களும் உணர்ந்தீர்களா?

‘மிஸஸ் துபே! மிகுந்த வியப்போடு விநாயக்கை நோக்கிக் கொண்டிருந்தாள். இதற்கிடையே விநாயக்கும் தன் நாற்காலியை விட்டு எழுந்து துறைத் தலைவருக்கான ஆசனத்தில் தன்னை இருத்திக் கொண்டான்.

‘சகுந்தலா! நான் உங்களிடம் எதைச் சொல்லுவேன்? ஏர்போர்ட்டில் நடந்த அந்த ‘சீன்’ இன்றும் என் கண்களை விட்டு மறையவில்லை.

மாலதியின் அந்த நிலையை நான் கனவிலும் கூட நினைத்துப் பார்க்கவில்லை. இந்த நிலைமை ஏற்படும் என எனக்கு முன்னமேயே தெரிந்து இருந்தால் குழந்தைகளை வெளிநாடு செல்ல அனுமதி அளித்திருக்கவே மாட்டேன். என்னை விட மாலதி மனத்திண்மை உடையவள் என நான் அவளைப் பற்றி நினைத்து இருந்தேன். அவளின் இயல்பே மிக 'ஸ்ட்ராங்கல்சர்' இந்த அளவு அவளின் பலவீனத்தை இதுவரை நான் பார்த்ததே இல்லை. தற்சமயம் நான் உன்னிடம் என்ன சொல்லுவது? அவள் தன் குழந்தைத் தனமான செயல்களால் என் மூளையை முற்றிலும் மழுங்க வைத்துவிட்டாள். மூத்தவன் சென்ற நாளில் இருந்தே என்னிடம் பேசுவதை நிறுத்திவிட்டாள். என் கேள்விகளுக்கும் பதில் கொடுப்பது கிடையாது. சாப்பாடு பரிமாறிவிடுகிறாள். ஆனாலும் என்னுடன் சேர்ந்து மேஜையில் ஒன்றாகச் சாப்பிடுவது அவளுக்கு வெறுப்பாகத் தோன்றுகிறது! இவ்வாறு கூறிக்கொண்டு இருந்த சமயத்தில் அவனது தொண்டை அடைத்துவிட்டது. அவனது விரிந்த கண்கள் மிஸஸ் துபேயின் முகத்தில் படிந்தன.

'ஐ ஃபீல் ஸோ டெஸ்பரேட்... ஸோ டிஸ்கன்ஸோலேட்... ஐ... டோன்ட் நோ வெதர் ஐ சுட்டெல் யு ஆல் திஸ்...! ஐ ஆம் நோ லாங்கர் ஏபிள் டு பேர் இட்! யுனோ... மை ஒய்ஃப்... ஹேஸ் ஸ்டார்டெட் ஸ்லீபிங்க் இன் ஹெர் ஸன்'ஸ் ரூம். ஷி ஹேஸ் ஹார்ர்லி எண்டர்ட் அவர் பெட்ரூம் ஸின்ஸ் ஹெர் ஸன் லெப்ட். நீங்களே கூறுங்கள் அவள் தான் என்னை இந்த அளவு சித்திரவதை செய்கிறாள்? நான் அவளுக்கு என்ன தீங்கு இழைத்தேன்? 25 வருடங்களாக நன்றாக நடந்துகொண்டு இருந்த எங்கள் தாம்பத்திய வாழ்க்கையில் இன்று ஏன் திடீரென இந்த பைத்தியக்காரத்தனம் தோன்றியது? சகுந்தலா! நீயே சொல்! இதில் என்னுடைய குற்றம் என்ன உள்ளது! தன்னுடைய இரண்டு குழந்தைகளைப் பற்றி அவருக்கு எவ்வளவு உயர்ந்த லக்ஷய ஆசை இருந்ததோ அந்த அளவு எனக்கு இல்லை. இவளே தான் அவர்களை இந்த அளவு 'கேரியர்-கான்ஷியஸ்' ஆக மாற்றினாள். இது அவளின்... அவளின் ஈடுபாடு மற்றும் அவளின் அடத்தின் விளைவுதான்... சகுந்தலா... இரு குழந்தைகளும் தம்தம் துறையில் உயர்ந்த நிலையை எட்டி வெளிநாடு சென்றுவிட்டனர். எனக்கு... எனக்கு... நீ நன்றாகவே அறிந்திருப்பாய்... இந்த குருட்டுத்தனமான ஓட்டத்தில் சிறிது அளவுகூட ஈடுபாடு இருக்கவே இல்லை. தன்னுடைய குழந்தைகளை வெளிநாட்டிற்கு செல்ல செய்வதே அவளின் 'ஆம்பிஷன்' ஆக இருந்தது. தற்பொழுது எல்லாமே அவள் 'ப்ளானிங்படியே' நடந்து கொண்டு இருக்கின்றன.

அவ்வாறு உள்ள நிலையில் அவள் ஏன் எனது உயிரை வாங்கத் துடித்துக்கொண்டு இருக்கிறாள்?

சிறிது நேரம் அமைதி நிலவியது. விநாயக் தன் இருகைகளினால் தன் தலையைப் பிடித்தவாரே தன் இரு முழங்கை முட்டியும் மேஜையின் மீது வைத்து தனக்குள் மூழ்கி தன்னையே மறந்துவிட்டான். அவன் சொல்ல நினைத்தது ஒன்று. ஆனால் சொல்லியது வேறாயிற்றே. இதற்கு என்ன பொருள்? சகுந்தலா அவள் என்ன குழந்தையா?

சகுந்தலாவும் அமைதியாக இருந்தாள். விசித்திரமான ஸினேரியோ! இது என்ன ஸாரமில்லாக் கவிதை? இந்த மாதிரியான நிகழ்வுகள் தன் வாழ்வில் நிகழவில்லையே. நான் என்ன... வேறு எவர் வாழ்விலும் இவ்வாறு நடந்திருக்காது. ப்ரொபஸர் விநாயக் ஏதோ ஒன்றை மறைக்க விரும்புகிறார். அந்தக் குழப்பத்தில் வேறு எதைஎதையோ உளிக்கொண்டு இருக்கிறார். நிச்சயமாக எதை இவர் மாலதியின் பைத்தியக்காரத்தனம் எனக் கூறுகிறாரோ அது இவர் சொற்படியே இருந்தாலும் கூட இவர் என்னிடம் என்ன காரணம் சொல்லுகிறாரோ அது மாலதி விஷயத்தில் கண்டிப்பாக அந்தக் காரணம் அதுவாக இருந்திருக்கமுடியாது. வேறு ஏதோ காரணம் உள்ளது. ஆனால் அதை என்முன் சொல்ல முயன்றாலும் அதை அவரால் கூற இயலவில்லை.

அப்படி இருக்கையில் நான் என்ன சொல்லுவது? எப்படிச் சொல்லுவது? கண்டிப்பாக ஏதோ ஒன்று சொல்லவோ செய்யவோ வேண்டியது அவசியம். இவரது நிலைமை முள்மீது விழுந்த துணி போல் உள்ளது.

அவள் நேராகவே தன் சாரின் கண்களைப் பார்த்தாள்.

‘அப்படியா சார். தன்னுடைய உணர்வுகளை மிக்க கட்டுப்பாட்டுடன் வைத்து இருக்கும் மனிதர்கள் இத்தகைய ‘வெடிகுண்டு வெடிப்பு’ நிகழ்வு இயற்கைக்குப் புறம்பானது அல்ல. எனக்கு மாலதியைப் பற்றி ஒன்றும் தெரியாது. ஆனால் இவர் கூற்றுப்படி மாலதி அவர்களுக்குத் தன் குழந்தைகள் மீது அளவற்ற அன்பு மண்டிக் கிடக்கிறது. அவர்கள் இந்த மாதிரி தன்னையே மறக்கும் அளவு குழந்தைகளை விட்டுப் பிரிந்து இருக்கும் நிலை துன்பம் கொடுக்கும் என எண்ணிப்பார்த்துக் கூட இருக்கவேமாட்டார்’.

ஆனால்... இதைக் கேட்டு நானும் குழப்பம் அடைந்துவிட்டேன். என் குழந்தையின் பிரிவு எங்களுக்கு அந்த அளவு எந்தப் பாதிப்பும்

ஏற்படுத்தவில்லை. இதை ஒரு இயல்பான நிகழ்வாகவே ஏற்றுக்கொண்டேன். சார்! நீங்கள் இதைப்பற்றி அதிகம் கவலை கொள்ளவேண்டாம். வெகு விரைவில் நிலைமை சீர் அடைந்துவிடும். இட் இஸ் எ டெம்பரெரி பேஜ்... ஷி வில் கெட் ஆவுட் ஆஃப் இட். குழந்தைகளோடு அவர்கள் போனில் அடிக்கடி பேசிக்கொண்டு இருப்பார்களே?'

விநாயக் 'ஆம்' என்பதற்கு அடையாளமாகத் தலையை அசைத்தான்... 'ஆம்... பேசிக்கொண்டு தான் இருக்கிறார்கள்'. ஆனாலும்...'பாதியிலேயே வாக்கியத்தை முடித்துவிட்டான்'. எதைச் சொல்வது? எதைச் சொல்லாமல் இருப்பது?

ஒரு விசித்திரமான தன்னிரக்கத்திலும் ஆத்மக்லானியிலும் அவன் சுருட்டிக் கொள்ளப்பட்டான். இந்த மாதிரியாகவா தன் ஜூனியர் முன் தன்னைப் பற்றி வெளிச்சம் போட்டுக் காட்டிக்கொள்ளுவது, சிறிது அனுதாபம் அடைந்த மாத்திரத்திலேயே தன் வசம் இழந்து அவள்முன் தன்னைப்பற்றி எல்லாவற்றையும் கொட்டிவிட்டதின் கருத்து என்ன? அவனைப் பற்றியும் அவன் மனைவியைப் பற்றியும் என்ன நினைப்பார்கள். இது தானே அவர்கள் மனத்தில் எண்ணுவார்கள் - இவர் மனைவி 'அப்நார்மல்'. ஹிஸ்டீரிக் அல்லது மனநிலை சரியற்றவர்... அப்படித்தானே. இப்படி எண்ணாவிட்டால் இந்த மாதிரியாகவும் எண்ண வாய்ப்பு உள்ளது - இந்த இருவருக்குள் ஏதோ ஒரு 'ப்ராப்ளம்'. ஏதோ ஒரு முடிச்சு விழுந்துவிட்டது. அதை அவிழ்க்க இருவருமே தயங்குகிறார்கள். மேலும் அதை மூடி மறைக்க முயற்சிகளும் செய்கின்றார்கள். மிஸஸ் துபே பால் குடிக்கும் கைக்குழந்தையா... என்ன... அவர்கள் உண்மையை அனுமானித்து விடுவார்களே!

விநாயக் மிகவும் பயந்துவிட்டான், அதாவது எல்லோர் முன்னிலையில் தான் ஆடையற்ற நிலையில் உள்ளது போல் அவன் என்ன செய்துவிட்டான்.

மிஸஸ் துபேயின் கவலை நிறைந்த கண்கள் அவனையே நோக்கியே இருந்தன. 'நாம் இதுபற்றி பின்பு ஒருநாள் பேசுவோம். சார். நம்பிக்கை கொள்ளுங்கள். நீங்கள் எந்த விஷயம் பற்றியும் குழப்பம் அடைய வேண்டாம். மாலதி தன்னுடைய இந்த 'டிப்ரெஷன்' பிடியில் இருந்து வெகுவிரைவில் வெளிவந்து விடுவார்கள். சார்... ஏதோ சொல்ல நினைத்தாள் சொல்லுவதா அல்லது வேண்டாமா என்ற தடுமாற்றம். பின்பு...' மீன்வொய்ல் யூ வில் டீல் ஹேவ் டு டீல் வித் ஹெர் வெரி பேஷண்ட்லி'.

‘தெட் இஸ் நாட் தி பாயிண்ட் அட் ஆல். மை டியர்!’ தெட் இஸ் நாட் தி பாயிண்ட் அட் ஆல்’. அவன் வாயில் இருந்து இந்த வாக்கியம் எப்படி வெளிவந்துவிட்டது? ‘வாட் இஸ் தி பாயிண்ட்’ என்று தற்பொழுது சகுந்தலா கேட்டுத் தொலைத்தால் அவன் அவளுக்கு என்ன பதில் கொடுக்க இயலுமோ!

இதற்குள் கல்லூரி மணி ஒலித்தது. அப்பாடா! இந்த இருவரும் ஆறுதலாக ஒரு பெருமூச்சு விட்டார்கள். மிஸஸ் துபே தன்னுடைய ‘பொர்ட் போலியோ’வை எடுத்துக்கொண்டு வாயிலை நோக்கித் தாவிச் சென்றார். ‘சார்... பின்பு பேசலாம். எனக்கு வகுப்பு உள்ளது. உங்களுக்கும் வகுப்பு இருக்கலாம்...’ ‘ஆம்... ஆம்... எனக்கும் வகுப்பு உள்ளது. நானும்கூட வருகிறேன்’ என்று ஆத்திரம் அடைந்து விநாயக் யந்திரத்தினால் இயக்கப்பட்டவன் போல் மிஸஸ் துபேயுடன் வெளியே வந்தான். 10 தப்படி இருவரும் ஒன்றும் பேசாமல் சேர்ந்து நடந்து வந்தார்கள். பின்பு எதிர் எதிர்திசையில் உள்ள தம்தம் வகுப்பை நோக்கி இருவரும் நடக்க ஆரம்பித்தனர்.

‘ஐ ஆம் ஸோ ஸாரி டு டேக் யூ இன்டு ஆல் திஸ்’ விநாயக் குசுகுசுத்தான்.

‘நோ... நோ சார்... இட்டீஸ் ஆல் ரைட்! ப்ளீஸ் டோண்ட் ஸே ஸோ!’.

16. சகுந்தலா

'தட் இஸ் நாட் தி பாயிண்ட் அட் ஆல்' என்ற 'பாயிண்ட்'ல் விநாயக் மற்றும் மிஸஸ் துபேயுடன் நடந்த சம்பாஷணை நடுவிலேயே முடிந்துவிட்டது. மறுபடியும் இந்த சம்பாஷணை எந்த நூலினால் எப்பொழுது இணைக்கப்படும்? யார் அறிவார்கள்? 'உண்மையான காரணம் என்ன' என்பதை அறிந்துகொள்ளும் ஆவலை தெரிந்தோ தெரியாமலோ விநாயக் மிஸஸ் துபே மனத்தில் ஊதி ஊதி ஜ்வாலையாக ஆக்கிவிட்டான். ஆனால் அதை அடக்கும் ஆசையோ அல்லது தேவையோ முந்தைய அளவு வேகத்தில் விநாயக்கின் மனத்தில் ஏற்பட்டதா?

தற்சமயத்தில் மிஸஸ் துபே அவர்களுக்கு ஏதோ ஏதோ காரணத்தை காட்டி விநாயக்கின் அறையில் நுழைந்துவிடுகிறாள். இவ்வாறு அந்த அறையில் நுழையும் அதிகாரம் அல்லது சலுகை அந்தத் துறையில் மிஸஸ் துபேக்கு மட்டுமே கொடுக்கப்பட்டுள்ளது. அதை இவ்வாறும் கூறலாமே... இந்த அதிகாரத்தை அல்லது சலுகையை மிஸஸ் துபே தானாகவே எடுத்துக் கொண்டுவிட்டார்கள். ஆகவே முன்போல் அல்லாமல் தற்சமயத்தில் மிஸஸ் துபே அவர்களை விநாயக் 'லபக்' என்று வேகவேகமாக எழுந்து அவர்களை வரவேற்கிறான். ஆனால் மிஸஸ் துபேயின் அளவும் கண்பார்வையின் ஆவல் அவன் முகத்தில் படுவதற்கு முன்னமையே அவளுக்கு பேச அவகாசம் கொடுக்காமல் வகுப்பு எடுப்பது சம்பந்தமாகப் பேசத்தொடங்கி விடுகிறான். அவர்களின் உரையாடல் 'அகாடமிக்' தண்டவாளத்தில் இருந்து சற்றும் விலகாமல் இருக்க மிக்க ப்ரயத்தனம் செய்கிறான். மிஸஸ் துபே இடத்தில் ஆரம்பம் முதலே ஒரு தனித்தன்மையான ஈடுபாட்டை அவன் உணர்ந்து கொண்டுதான் இருக்கிறான். மேலும் இந்த ஈடுபாடு ஒருதலைபட்சமா? அல்லது இருதலைபட்சமா? என்பதிலும் எந்தவிதமான சந்தேகமும் அவனுக்கு இருக்கவில்லை. 'ஆங்கில இலக்கிம் வாழ்க... வாழ்க... ஏன் என்றால் இந்த இருவருமோ ஒரு சிக்கல் இல்லாத எல்லைக் கோட்டுக்குள் அடக்க இயலாத காந்தத்தின் ஈர்ப்பு நிலையிலும் தங்களுக்குள் ஏற்படுத்திக் கொண்டுள்ள ஒரு ஊமையான ஒப்பந்தத்தின் படி அடங்கிக் கொண்டு எந்தவிதமான குழப்பம் இல்லாமல் குறைந்த பட்சம் தங்களைத் தானே பாதுகாத்துக் கொண்டு உள்ளனர். ஆனால் இந்தச் சூறைக்காற்றான 'கன்பெக்ஷன்' அந்த இருவரையும் மிக அருகில் சேர்த்துவிட்டது. இதன் காரணமாக இதுவரை அவர்கள் ஏற்படுத்திக் கொண்டு இருந்த சமநிலை எந்த நேரத்திலும் எந்தப் பொருமையற்ற கணத்திலும் தடுமாறக் கூடிய எதிர்பார்க்கும்

நிலையில் தள்ளப்பட்டு இருந்தது. ஆதலால் மிஸஸ் துபேவைக் காட்டிலும் விநாயக் அதிகமாக கவனத்துடன் இந்த நிலைமையில் செயல்படத் தொடங்கினான். ஆனாலும் இது ஒரு ஆச்சர்யப்படும் செயலாக் காணப்பட்டது. ஏனென்றால் அவன் இன்று எந்த நரகத்தில் உழன்று கொண்டு இருக்கிறானோ அதில் இருந்து மீண்டு வர ஒரு சிறு துரும்பு ஆதாரமாகக் கிடைத்தாலும் அதைப்பிடித்து அதிலேயே ஒட்டிக்கொண்டு கரைஏற விருப்பம் தீவிரமாக இருக்கிறது. இந்த ஆபத்தின் விளைவை அவன் நன்கு அறிந்து இருந்தான். அந்த நரகத்தில் மூழ்குவதில் இருந்து வெளிவர அவன் வேகமாகவும் தீவிரமாகவும் நீச்சல் அடித்துக்கொண்டு இருக்கிறான்.

ஆனாலும் அவன் தனக்குத் தானே 'நான் இந்த நரகத்தில் மூழ்கிக் கொண்டு இருக்கிறேன்' என்பதையும் ஏற்றுக் கொள்ளத் தயாராக இல்லை. அவன் இதையும் நன்றாகவே அறிந்தும் புரிந்தும்கொண்டு இருக்கிறான் - அவன் கரை ஏற பிடித்து இருப்பது மரக்கட்டை அல்ல - பதிலாக ஒரு சிறு துரும்புதான் அதைப் பற்றிக்கொண்டு கரை ஏற இயலாது. ஆகவே தான் மூழ்கிக் கொண்டுதான் இருக்கிறான். அதாவது 'சாருக்கு மூழ்கும் பயம் வந்துவிட்டது. அதை தவிர்ப்பதற்கு அவளின் 'ஆதாரம்' (சப்போர்ட்) அவனுக்கு வேண்டும் என்ற நினைவே அவனுக்கு சற்றும் ஏற்படக் கூடாது. ஏதோ ஒரு பலவீன மனநிலையில் அவனால் இத்தகைய ஒரு பெரிய தவறு நடந்துவிட்டது. ஆகவே இனி மேலும் இத்தகைய ஒரு பெரிய தவறும் ஏற்படக்கூடாது 'ஏன் அவன் தன்னையே எச்சரித்துக் கொள்ளவேண்டும். வாய்ப்பு கிடைத்த தருணத்தில் அவன் மிஸஸ் துபேயிடம் இவ்வாறு கூறியுள்ளான்.

'நழுவல் உணர்வின் திறமையை
தவறு என்றே கூறுகின்றனர் எல்லோருமே!'

ஏதோ ஒரு 'அகாடமிக் டாப்பிக்' பற்றி 'டிஸ்கஸ்' செய்யும் சமயத்தில் இதைச் சொல்ல வாய்ப்பு அவனுக்குக் கிட்டியது. 'அகாடமிக்' உரையாடல் எல்லோரையும் விட அதிகமாக மிஸஸ் துபேயுடன் தான் நடைபெறுகிறது. ஏன் என்றால் அவர் தான் இதில் அதிக ரஸனை உள்ளவர்களாக இருக்கிறார்கள். ஆகமொத்தம் இந்தத் தண்டவாளத்தில் ரயில் வண்டி முன்பு எவ்வாறு தடையில்லாமல் ஓடிக்கொண்டு இருந்ததோ அவ்வாறு இப்பொழுதும் ஓடிக்கொண்டு இருக்கிறது. ஆனாலும் சிற்சில நிலைமைகளில் அந்த உரையாடல் நாம் எண்ணியபடி சேர்க்கையற்றும் விகாரமற்றும் இருப்பதாகக் காணப்படுவது இல்லை. எப்பொழுது தன்னை வெளிப்படுத்தக் கூடிய எல்லா வழிகளும் அடைப்பட்டுக் கிடக்கிறதோ

அப்பொழுது உங்களுடைய 'அகாடமிக் லைப்' கூட உங்களுடைய 'அண்டர்கிரவுண்டு லைப்' உடன் எங்கேயோ ஒரு இடத்தில் 'கனெக்ட்' ஆகிவிடுகிறது.

இதேதான் அன்று நடந்தது. உரையாடல் 'வேட்ஸ் வொர்த்' சகயோகி நண்பர் 'கால்ரிஜ்'ன் 'டிஜேக்ஷன்: ஏன் ஓட்' என்பதைக் கடந்து சகோதரி 'டோரோதி'யின் 'ஜர்னல்ஜ்'ன் எல்லைக்குள் நுழைந்துகொண்டு இருந்தது. அப்பொழுது திடீரென மிஸஸ் துபேயின் இந்த வாக்கியங்கள் வெளியே வந்து விழுந்தன -'நான் என் மனத்திற்குள் மிக்க மகிழ்ச்சி அடைகிறேன். எந்த அளவு என்று என்னால் கூற இயலவில்லை'. இப்பொழுது தாங்கள் இருக்கும் நிலையைப் பார்த்துவிட்டு... நீங்கள் மறுபடியும் தங்கள் 'அச்சில்' ஓட ஆரம்பித்துவிட்டீர்கள். நடுவில்... தான்... தங்களை... கிரஹணம் பிடித்துக் கொண்டுவிட்டது... இதே அரைத்த மாவை அரைக்கும் இந்த உவமையைக் கூற... என்னை மன்னியுங்கள். தங்களைப் பிடித்த 'சனி' ஒழிந்து விட்டது என்பதை கண்டு எனக்கு உண்மையிலேயே மிக்க ஆறுதலாக உள்ளது. நான் அன்றைக்கே கூறிஇருந்தேனே...! மாலதிஜி அவர்கள் இந்த நிலையில் இருந்து மீண்டு வந்துவிடுவார்கள். மேலும் உங்கள் 'ப்ராப்ளம்' தனக்குத்தானே 'ஸால்வ்' அடைந்துவிடும்'.

விநாயக் செயல் இழந்துவிட்டான். மிஸஸ் துபேயின் புன்சிரிப்பு நிறைந்த... ஆனால் கேள்விக்கணை தொடுக்கும் கண்களைப் பார்த்தபின் அவன் ஒரு புதுவகையான குழப்பத்தை உணர்ந்தான். தன் கண்களின் பார்வையை மாற்றி தன் மேஜையின் மீது படரவைத்தான். மேலும் மேஜையை நோக்கிப் பேசுவதுபோல பேச ஆரம்பித்தான் - 'இல்லை சகுந்தலா... இல்லை. இதை நீ அறிந்து கொண்டால் மிக்க வருத்தம் அடைவாய். ஆனாலும் நான் பொய் பேசமாட்டேன். உண்மை என்னவென்றால் பழைய நிலை தான் இன்றும் தொடர்கிறது. பிரச்சனை அதே இடத்தில் தான் முட்டிக்கொண்டு இருக்கிறது. சிறிதும் மாறுபாடு அடையவில்லை... சிறிதும்...'

பின்பு மெதுவாக 'உண்மையான பிரச்சனை என்னவாக இருந்தது. என்னவாக இருக்கிறது' என்ற எல்லா விபரங்களையும் அவள் முன் உமிழ்ந்து விட்டான். மிஸஸ் துபேயான சகுந்தலா இதைக்கேட்டுத் திகைத்து விட்டாள். எந்த இரகசியத்தை இதுவரை அறிந்துகொள்ள அவள் ஆவலாகவும் துடிதுடிப்பாகவும் இருந்தாளோ அந்த இரகசியம் திடீரென 'பட்' என உடைந்தது. இவ்வளவு விரைவில் என்பது அவள் எதிர்பாராதது.

'உப்... சார்... என்னை மன்னித்து விடுங்கள். நான் இந்த நிகழ்வு பற்றி தேவையில்லாமல் பேச்சை ஆரம்பித்துவிட்டேன். எனக்கு மிக்க வருத்தமாக இருக்கிறது.'

'இதில் வருத்தப்பட அப்படி என்ன இருக்கிறது? உன்னுடைய ஆவல் முற்றிலும் இயல்பானதே. கடைசியில் நான் தானே என்னைப் பற்றிய முழுவதுமான விபரங்களை உன்முன் போட்டு உடைத்தேன். இருந்தாலும் எனக்கு ஒரு வியப்பு. உண்மையைக் கூற வேண்டும் என்றால் நீ இந்தநாள் வரை இதுபற்றிய எந்த விஷயமும் என்னிடம் எழுப்பவில்லையே. அதைப் பற்றி மறுபடியும் என் இருதயத்தை இந்த விஷயம் பற்றிய பேச்சை எடுத்து காயப்படுத்தவில்லை. இந்தச் செயல் உன் பெருந்தன்மையைக் காட்டுகின்றது. உனக்கு பதிலாக வேறு யாராவது ஒருநபர் இருந்தாலும் இதைப்பற்றிப் பேசி என் மனத்தைக் காயப்படுத்தி இருப்பார்கள். இதில் சந்தேகமே இல்லை. சகுன்... உண்மை இதுதான். உன்னுடைய இந்த பெருந்தன்மை தான் என்னை சுய பச்சாதாபத்தில் இருந்து காப்பாற்றியது. மனவருத்தம் தான் ஏற்படுகிறது. அதற்கு என்ன செய்வது? 'உன்னைப் போன்ற கிடைப்பதற்கு அரிய ஒரு சொந்தத்தை என்னுடைய தனிப்பட்ட நரகத்தில் இழுத்துவந்து விட்டேனே என்பது பச்சாதாபத்திற்கு உரியது தானே!'

மிஸஸ் துபே தன்னுடைய கைகளை முன்னே நீட்டி மேஜையின் மீது ஒட்டியிருந்த விநாயக்கின் கைகள் மீது வைத்தவாரே... இல்லை சார்... 'அப்படியெல்லாம் ஒன்றும் இல்லை... சார்'.

'ப்ளீஸ்... அவ்வாறு சொல்லாதீர்கள். என்னை வெட்கம் அடையச் செய்யாதீர்கள்... தேர் வாஸ் நத்திங் ராங் இன் வாட் யூ குட் நாட் ஹெல்ப் ஹேரிங்க் வித் மீ... நான் தங்களுடைய 'கலிக்' மட்டுமல்ல... தங்களின் மாணவியும் கூட. ஆகவே தாங்கள் ஆரம்பத்தில் இருந்தே என்மீது இத்தனை அன்பு, இத்தனை நம்பிக்கை வைத்து அதற்கு என்னைத் தகுதி படைத்தவளாக மாற்றிவிட்டீர்கள். உங்களின் துக்கத்தில் என்னை ஒரு பங்குதாரராக நினைக்கும் உங்கள் நினைப்பில் எந்தத் தவறும் இல்லை. இதற்குத் தாங்களும் வெட்கம் கொள்ளவும் அவசியம் இல்லை. உங்கள் இடத்தில் நான் இருந்தால் நானும் என்னை கட்டுப்படுத்திக் கொள்ள இயலாது. இதில் எந்தத் தவறு இருக்கிறது? மனிதனுடைய தனிப்பட்ட வாழ்க்கை சாதாரண வாழ்க்கையில் இருந்து தனியாகப் பிரிக்கப்பட்டுள்ளதா?

அன்றைய தினம் விநாயக்கிற்கு எந்த உணர்வு ஏற்பட்டதோ அதே போன்ற ஒரு உணர்வு அவள் மனத்தில் இலகுவதாகத் தோன்றியது.

மிஸஸ் துபே அவர்களின் கைகள் இப்பவும் கூட அவன் கைகளின் மீதுதான் இருந்தன. அது அவனுக்கு எதிர்பாராத ஒருவித வெப்ப உணர்வை ஏற்படுத்தியது. திடீரென அவன் பயம் தெளிந்துவிட்டதாக அவனுக்குத் தோன்றியது. அவன் தான் அவள்முன் எல்லாவற்றையும் உமிழ்ந்துவிட்டானே! பின்பு எதைப்பற்றிய பயம் ஏற்பட வேண்டும்? இது இன்று தெளிவாகத் தெரிகிறது... அந்தநாள் நடந்த அவனின் தழுவலால் அவள் சிறிது கூட எதையும் இழக்கவில்லையே! பதிலாக அன்றிலிருந்து அவன் மிஸஸ் துபேயின் முழு அனுதாபத்திற்கும் உண்மையான 'கன்ஸர்ன்' பாத்திரமாக மாறிவிட்டானே! இந்த அழுகி நாற்றம் எடுக்கும் இந்தத் தொழிலில் இவர்களைப் போன்ற ஒரு திறமையான அறிவாளியான தோழி எங்கே கிடைப்பார்கள்! இந்த அளவு புத்திசாலித்தனம்... இந்த அளவு... பிறரின் உணர்வுகளை உணரும் தெளிவான தன்மை...

தோழி! எவ்வளவு அழகான, எவ்வளவு இயற்கையான முற்றிலும் குற்றமற்ற சொல் இது! இந்தப் பெண் முடிவில் விநாயக்கின் தோழியாகத் தானே தன்னை நிலைப்படுத்திக் கொண்டாள். அவளைப் பற்றிய இத்தனை வருடகாலத்தில் அவன் மனத்தில் தோன்றிய அடைந்த எல்லா உணர்வுகளும் இந்த ஒரு சொல்லில் காணக்கிடைக்கின்றனவே. இதைவிட தகுதியான வேறு ஒருசொல் என்ன இருக்கக்கூடும்! அவன் மனத்தில் இந்த ஒரு சொல்லைத் தவிர்த்து வேறு எந்தச் சொற்களும் தோன்ற வாய்ப்பு இருந்ததில்லை. 'தோழி! என்று அவர்களை அழைக்க அவன் மனது விரும்பினாலும் அவன் அவ்வாறு அழைக்க இயலவில்லை. அதாவது இந்தச் சொல் நாக்கில் வந்தவுடன், நாக்கு அதை உச்சரிக்கும் பொழுதே அது தன்னுடைய எல்லா அர்த்த கௌரவத்தினையும் இனிமையையும் இழந்துவிடுகின்றது.

அவ்வாறு ஏன்? மனிதன் தன் உள்ளே எவ்வாறு உள்ளானோ அவ்வாறு வெளியே மறைவில்லாமல் இருக்க இயலவில்லையே? ஆனால் இந்த 'உள்ளே' என்று தன்னால் சொல்லப்பட்டது எங்கிருந்து வந்தது? உண்மையான அனுதாபம் ஒருவினாடி மனத்தில் தோன்றுகிறது. மறு விநாடியே அதே மனம் அதை எண்ணி நகையாடுகிறதே. ஏன்? 'வெளியே' என்பது வெளியே தான். ஆனாலும் உள்ளே எங்கு அமைதி காணப்படுகிறது? நான்கு பக்கங்களிலும் ஒரே குழி மயமாகத்தானே இருக்கிறது.

'தோழி' என்று அழைப்பது இருக்கட்டும். ஆனால் 'சகுந்தலா' என அவர்கள் பெயர் கூறி அழைக்க 'நா' தடுமாறுகிறதே. இத்தனை

வருடங்கள் சென்றுவிட்டன. அவளின் முன்னிலை மட்டுமே போதுமானது. அவனின் வாடிய மனது மலர்ந்துவிடுகிறது. அவள் நினைவில் இவன் அளவிற்கு எந்த ஜாம்பாவானும் அறிவாளியாக இருக்கஇயலாது. இருந்த போதிலும் 'இன்டெலக்சுவல்' பெண்மணிகளிடம் உத்தேசமாகக் காணப்படுகின்ற வரட்டுத் தன்மையில் இருந்து முழுவதுமாக நீங்கி தன்மனத்தில் பெண்மை இயல்புபடி ஸ்னேகத் தன்மையும் மென்மையும் ஏற்றுக்கொண்டு இருக்கிறாள். அவளின் மனத்தின் மரியாதைக்கும் அன்புக்கும் பாத்திரமான அவன் நேரடியாக அவளை அவள் பெயர் சொல்லி அழைக்க ஏன் இத்தனை நாட்கள் தயங்கிக் கொண்டு இருந்தான்? மிஸஸ் துபே என்று அவளை அழைப்பது ஏன் இவ்வளவு தாண்ட முடியாத அளவிற்கு இருந்தது?

ஒருவேளை தன் மனத்தின் உள்ளே மறைந்து இருக்கும் சங்கோசமும் பயமும் காரணமாக இருக்குமோ? எப்படிப்பட்ட பயம்? யாரிடம் பயம்?

'மிஸஸ் துபே' என அவள் தனக்குத்தானே கூறிக்கொள்ள ஆரம்பித்தான்...' நீங்கள் என்னை மன்னிக்கவேண்டும். உங்களைப் பற்றிய 'பெர்ஸனல்' விஷயம் ஒன்று தங்களிடம் கேட்கவேண்டும். இத்தனை வருடகாலங்கள் மிஸ்டர் துபே அவர்களை 2 அல்லது 3 தடவைகள் மட்டுமே சந்தித்து இருக்கலாம். அதுவும் பொதுவான நிகழ்ச்சியில். நான் வெளிநாட்டில் இருந்து இங்கு வந்தவுடன் 'பார்மாலிடி'க்காவது அவரை பார்க்க உங்கள் இல்லம் வரவேண்டும் என நினைக்கிறேன். ஆனால் தங்களுடனும் தங்கள் குடும்பத்துடனும் கலந்து கொள்ள விருப்பப்பட்டாலும் அதற்கான வாய்ப்பும் தருணமும் எனக்குக் கிட்டவில்லை. அன்று உங்களிடம் வாய் தவறிச் சொல்லிவிட்டேன் - நீங்கள் மாலதியை சற்று அறிவுரை கூறி சமாதானப் படுத்துங்கள். இந்த விசாரணையை நான் எவ்வாறு தங்கள் முன் வைக்க முடிந்தது? அதாவது உங்கள் இருவருக்குள் நெருக்கமும் கிடையாது. இதுமட்டுமா - சாதாரணமான பரிச்சயமும் கிடையாது. பின்... நீங்கள் என்றாவது ஒருநாள் என்னை தங்கள் இல்லத்திற்கு அழைத்துச் செல்லுங்களேன்'.

என்ன இது? திடீரென மிஸஸ் துபேவின் முகத்தின் நிறம் மாறிவிட்டதே? இப்பொழுது என்ன நடந்துவிட்டது?

மிஸஸ் துபே சில வினாடிகள் அமைதியாக இருந்து பின் கூறத் தொடங்கினாள் - 'உங்களுக்கு எந்தவிஷயமும் தெரியவில்லை. இதுவும் நன்மைக்கே! உங்கள் காதுகளுக்கு விஷயம் எப்படியோ எட்டியிருக்க வேண்டும். என் மனது வருத்தப்படக் கூடாது என்ற எண்ணத்தினால்

இதுநாள் வரை இதைப்பற்றின பேச்சே எடுக்கவில்லை என நான் எண்ணினேன். ஒன்று - நாம் மும்பை போன்ற பெரிய நகரங்களில் வசிக்கின்றோம். ஆகவே ஒருவர் மற்றவரின் 'ப்ரைவெஸியில்' தலையை நீட்டி எட்டிப்பார்க்க அவகாசம் எங்கு கிடைக்கிறது! மற்றது... மனித இயல்பு... எல்லா இடங்களிலும் மனித இயல்பாக இருப்பது இயற்கையான விஷயம் தான். இந்த உலகத்தில் மற்றவரின் விஷயத்தில் தலையை நீட்டி அறிந்துகொண்டு ஆனந்தப்படுவது மிகச் சாதாரண விஷயம்தான். இத்தகைய வாய்ப்பை ஏன் அவர்கள் இழக்க விரும்புவார்கள்? சார்... உண்மையில்... உண்மையிலேயே எனக்கு நம்பிக்கை ஏற்படவில்லை... உங்களுக்கு என்னைப்பற்றி ஒருவிஷயமும் கூடத் தெரியாதா?

'என்ன?' விநாயக்கின் திறந்த வாய் திறந்தவாரே இருந்தது. 'என்ன விஷயம்' எதைப்பற்றி?

'சார்... நாங்கள் இருவரும் தற்சமயம் சேர்ந்து வாழவில்லை. தனித்தனியாகப் பிரிந்து செல்லத் தீர்மானம் செய்துவிட்டோம்'.

'ஏன்? எப்பொழுது?' விநாயக்கின் வாயில் இருந்து ஒரு வேகமான குரல் வெளிப்பட்டது.

'மூன்று மாதங்கள் கழிந்துவிட்டன. சட்டபூர்வமாக 'விவாகரத்து' அறிவிப்புச் செய்ய சில சில 'பார்மாலிட்டி' பாக்கி உள்ளன'.

'ஐயோ! கடவுளே! இத்தனை பெரிய நிகழ்வு நடந்துள்ளது. ஆனாலும் நீங்கள் இதுபற்றி என்னிடம் ஒருவார்த்தை... ஒரே ஒரு வார்த்தை...' இப்படிச் சொல்லும் பொழுது அவனுக்குத் தனக்குத் தானே நன்றாகத் தெரிந்தது... அவன் எப்படிப்பட்ட கொடூரமானவன் என்பது - ஆகவே அவன் தன்னை சமாளிக்க முயற்சி செய்ய ஆரம்பித்தான்.

'ஃபர்கிவ் மீ மிஸஸ் துபே'...

'இட்டீஸ் ஆல் ரைட்... சார்... நான் கூறுவதைக் கேளுங்கள்... என்னை என் முதல் பெயர் சொல்லியே அழையுங்கள். மிஸஸ் துபே என்று அழைக்க வேண்டாம். நான் இன்று அல்ல நேற்று அல்ல... பல வருடங்களாகவே உங்களின் இந்தப் பழக்கத்தை தடுக்க விரும்பினேன். ஆனாலும், ஒருபொழுதும் சொல்ல இயலவில்லை. இந்த 'ஃபார்மல்' முறைப்படி நீங்கள் என்னை அழைப்பது ஏதோ கோணல் மாணலாகத் தான் தோன்றுகிறது. நான் உங்களுக்கு சகுந்தலாவாகத்தான் இருந்தேன். இப்பொழுதும் சகுந்தலாவாகத்தான் இருக்கிறேன்.

சகுந்தலா கூறுவது சரிதானே! நான் ஏன் இந்நாட்கள் வரை அவள் பெயர் கூறி அவளை அழைக்கவில்லை? அவளின் பெயர் கூறி அழைக்கும் சமயத்தில் தொண்டைக்குழிக்குள் எது வந்து அடைத்துக் கொள்ளுகிறது?

விநாயக் ஏன் தலையைப் பிடித்தவாறு அமர்ந்து இருக்கிறான். அவன் அவளிடமிருந்து காதுகளால் என்ன கேட்டான்? இப்பொழுது என்ன கூறுவது? மனத்தில் ஒன்றும் தோன்றவில்லையே!

'ஐ காண்ட் இமேஜின், இட் இஸ் ஸோ ஷாகிங். ஐ ஆம் ஸோ ஸாரி...'

தன் கைகளால் தன் தலையைப் பிடித்துக் கொண்டு இருக்கும் விநாயக்கைப் பார்த்து சகுந்தலா ஒரு வரட்டுப் புன்னகை செய்தாள்.

'தேர் ஈஸ் நதிங் ஷாகிங் இன் இட் சார். இன்று இல்லாவிட்டால் நாளை நடக்கவேண்டி இருந்து இருக்கும். இன்றே அது நடந்துவிட்டது. சனியன்! வம்பு விட்டுத் தொலைந்தது. இப்பொழுது நான் முழுமையான சுதந்திரவாசி. அடைந்து கிடக்காமல் வெளிக்காற்றை நன்றாகச் சுவாசிக்கலாம். மிஸ்டர் துபேயிடம் எனக்கு எந்தவிதமான குற்றச்சாட்டும் கிடையாது. அவரும் தன் போக்குப்படி இந்த விரும்பாத பொருந்தாத தாம்பத்திய வாழ்க்கையைத் தான் வாழ்ந்து கொண்டு இருந்தார். தற்பொழுது அவருக்கும் சனியன் தொலைந்தது. தற்பொழுது நாங்கள் இருவரும் இயல்பாகச் சந்திக்க இயலும். இந்த கணவன்-மனைவி என்ற உறவை கோடிக்கணக்கான மக்கள் இந்த உலகத்தில் எந்த உறவோடு வாழ்க்கை நடத்துகிறார்களோ அதைப்பற்றி தவறாகக் கூறுவது முட்டாள் தனம். ஆனாலும் இதைக் கட்டாயம் சொல்லத்தான் வேண்டும்... இன்னும் கூட சில மக்கள் இதைக் கடைப்பிடிக்க இயலாமலேயே ஜன்மம் எடுத்து உள்ளார்களே. நீங்கள் அன்று உங்களுடைய 'ப்ராப்ளம்' பற்றி கூறினீர்கள். அப்பொழுதே நான் அறிந்து கொண்டுவிட்டேன். மாலதியின் செயல்பாடுகள் பற்றி அன்று நீங்கள் சொல்லிய விஷயங்கள் அந்தச் செயல்பாடுகளின் காரணமாக இருக்கமுடியாது. உண்மையான 'ப்ராப்ளம்' உங்கள் இருவருக்கும் இடையே உள்ளது. காரணம் நீங்கள் இருவருமே. நான் இவ்வாறு நினைப்பது தவறானதா?'

விநாயக் தன் தலையை உயர்த்தி சகுந்தலாவின் கண்களை நோட்டம் விட்டவாரே கூறினான் 'சகுந்தலா, நீ நினைத்தது சரியே! உண்மை என்னவென்றால்...' அவன் தன் பேச்சை மேலே தொடர இயலவில்லை. ஆக மொத்தம் கடைசியாக மற்ற எவரும் இல்லை... நீ

மட்டும் என் உண்மைநிலையை உணர்ந்து கொண்டாய்... நான் என் உயிரை வாங்கும் பிரச்சனையில் சிக்கிக் கொண்டுள்ளேன் என்று'. அன்று நீயும் கேட்டுவிட்டாய். நானும் என்னைக் கட்டுப்படுத்த இயலவில்லை. எல்லாவற்றையும் உன்முன் உமிழ்ந்துவிட்டேன். ஆனாலும்... சகுந்தலா... இதை முழுமையாகக் கூறுவது சாத்தியமான செயலா?'

'இல்லை என்பது எனக்கு நன்றாகவே தெரியும். ஆகவே எனக்கு இதைப்பற்றிப் பேச்சு எடுத்து தாங்களை காயப்படுத்த விருப்பம் இல்லை.'

விநாயக் சில வினாடிகள் வெட்ட வெளியை நோக்கியவாறே இருந்தான். வாயிலில் உள்ள திரைச் சீலையில் ப்யூன் 'பரஸாதிலால்' நிழல் நன்றாகத் தெரிந்தது. விநாயக்கின் பார்வை கடிகாரம் மீது விழுந்தது. வழக்கத்தை விட இன்று அதிக நேரம் கடந்து விட்டது என்பதை அவன் உணர்ந்தான்.

அவன் தன் 'போர்ட் போலியோ'வை ஒன்று சேர்த்தவாரே கூறினான். 'சரி நாம் செல்வோமா?... சகுந்தலா... கொஞ்சம் நில். உனக்கு அவசரம் இல்லையெனில் நாம் நம் சொந்தப் பிரச்சனைகளை சற்று விலக்கிவிட்டு முதலில் 'ஆராம்' ரெஸ்டாரெண்ட் சென்று டீ சாப்பிடலாமா?' இன்னும் சிறிது நேரம் சேர்ந்து இருக்கலாமே. தற்பொழுது உன்னைவிட்டு பிரிய எனது மனம் இடம் கொடுக்கவில்லை.'

சகுந்தலாவின் முகத்தில் புன்சிரிப்பு தவழ்ந்தது. இந்தப் புன்முறுவலைத் தான் எதிர்நோக்கி விநாயக் காத்துக்கிடந்தான். அவள் 'சரி... கிளம்புவோம்...' எனக்கும் நேரம் சென்றதே தெரியவில்லை. சார்... ஒரு காரியம் செய்யுங்களேன். என்னோடு சேர்ந்து டீ அருந்துங்கள். சரிதானே... பின் நானே உங்களை என் வண்டியில் உங்கள் வீடுவரை அழைத்துச் செல்லுகிறேனே. மாலதிஜியின் 'ரொட்டீன்' என்ன? தன் பள்ளியில் இருந்து எப்பொழுது திரும்புவார்கள்?

'அவளுக்கு ஒரு நிலையான டைம் கிடையாது. ஒரு கட்டுப்பாடான ரொட்டீனும் கிடையாது. முன்பு நான் வீட்டை அடைவதற்கு முன்னமையே அவள் வீட்டிற்குத் திரும்பிவிடுவாள். ஆனால் இப்பொழுதெல்லாம் அடிக்கடி தாமதமாகத்தான் வருகிறாள்.' 'சிறிது நேரம் மௌனம் காத்து பின்பு பேசினான் - என்னை நேருக்கு நேர் சந்திக்க அவள் விரும்பவில்லை என எனக்கு நன்றாகப் புலப்படுகிறது. இதைத்தான் தனக்கு வசதி என அவள் எண்ணுகிறாள்'.

சகுந்தலா வண்டியை இயக்க ஆரம்பித்தாள். அப்பொழுது தான் ஏதோ ஒன்று ஞாபகம் வந்தது போல் சகுந்தலாவை நோக்கிக் கூறினான் - 'சகுன் உன் இல்லத்திற்கு பின்பு ஒருநாள் வருகிறேன். ஏன்னென்றால் வீடு திரும்ப 'லேட்' ஆகிவிடும். மாலதியும் வீணாகத் திகிலடைந்து விடுவாள்'.

இதைக்கேட்டு சகுந்தலா சிரித்துவிட்டாள். 'அதாவது நீங்கள் பொய் பேசுகிறீர்கள். அங்கு பனிக்கட்டி உருக ஆரம்பித்துவிட்டது. ஆகவே இந்த திகில்... வகில்... எல்லாம்... சரி... சரி... நீங்கள் கவலைப்பட வேண்டாம். என் வீட்டில் இருந்து மாலதிஜிக்கு போன் செய்துவிடுங்களேன் - நான் சகுந்தலா வீட்டில் இருக்கிறேன். அவளே என்னை அங்கு தன் வண்டியில் அழைத்துக்கொண்டு வந்துவிடுவாள்' என்று. சரிதானே...!

'ஐய்யய்யோ! வேண்டவே வேண்டாம். ஃபோன்... ஃவோன் செய்யத் தேவை இல்லை. உன் இல்லத்திற்கு கண்டிப்பாக வருகிறேன். இது சத்தியம். ஆனால் இன்று 'ரெஸ்டாரெண்ட்' சென்று நாம் டீ அருந்துவோம். வீட்டில் உள்ள தனிமையைக் காட்டிலும் ரெஸ்டாரெண்டில் உள்ள பொதுஜன சந்தடியின் தனிமை இந்நாட்களில் நமக்கு 'செட்' ஆகும் எனத் தோன்றுகிறது. புரிந்ததா?'

'புரிந்துகொண்டேன்' என்று சிரித்தவாரே கூறிக்கொண்டு தன் வண்டியை இயக்க ஆரம்பித்தாள் சகுன்.

17. ஒரு பொது ஜன சந்தடியின் தனிமை

அந்த நாள் தான் இயலவில்லை. அதனால் என்ன... ஆனாலும் ஒரு வாரம் கடந்தபிறகு விநாயக்கின் எந்தவிதமான மாற்றாட்டத்தையும் பொருட்படுத்தாமல் அவனைச் சகுந்தலா தன் ‘ஃப்ளாட்’க்கு கடத்திச் சென்றுவிட்டாள். தன் வரவேற்பு அறையில் உள்ள சோபாவில் அவனைத் தள்ளித் தானும் அங்கேயே அவன் பக்கத்தில் அமர்ந்து கொண்டாள் - பின்பு அமைதியாகக் கூற ஆரம்பித்தாள் - நீங்கள் ஒரு பொது ஜன சந்தடியின் தனிமையை விரும்பினீர்களே! இந்த வரவேற்பு அறைதான் அது என்று நினைத்துக் கொள்ளுங்கள். நீங்கள் வசதியாக அமருங்கள். நான் டீ தயார் செய்துகொண்டு வருகிறேன்.

விநாயக்கின் தலை சுழல ஆரம்பித்தது. ஒரு விசித்திரமான ‘ஐப்ஸர்ட் தியேடர்’ போன்று அவனுக்குச் சகுந்தலாவின் செயல்பாடுகள் தோன்றின. இத்தகைய ஒரு பெரிய அடி விழுந்தாலும் அதைப்பற்றி கவலைப்படாமல் எப்படி இந்த மாதிரி மகிழ்ச்சியாகவும் சிரித்த முகத்துடனும் காணப்படுகிறாள்? இது அவனுடைய அறிவிற்கு அப்பாற்பட்டதாக இருந்தது.

அச்சமயத்தில் தான் சகுந்தலா ஃபோனில் யாருடனோ கலகலப்பாக சிரித்தபடியே பேசுவது தெரிந்தது. அவன் காதுகள் நிமிர்ந்துவிட்டன. அவன் மிகுந்த ஆத்திரத்துடன் சோபாவில் இருந்து துள்ளி எழுந்தான். ‘ஆம்... ஆம்... உங்களின் சகுன். நீங்கள் வீட்டில் தானே உள்ளீர்கள்? நான் சாரை ‘ஹைஜாக்’ செய்து என் வீட்டிற்குக் கடத்திக் கொண்டு வந்துவிட்டேன். நீங்கள் உடனே இங்கு கிளம்பி வாருங்கள். உங்கள் இருவருக்கும் இரவு உணவு என் வீட்டில் தான். ‘சார்’ முதன் முதலாக என் வீட்டிற்கு வந்து உள்ளார்கள்... இந்த பத்து வருடங்களில்... நீங்கள் புரிந்து கொண்டீர்களா? அரே... அரே... அப்படி ஒன்றும் இல்லை. எனக்கு எந்தவிதமான கஷ்டமும் இல்லை. நீங்கள் சொல்லும் சாக்குப் போக்கெல்லாம் இங்கு நடக்காது. நீங்கள் சொல்லுவதை ஒன்றும் ஏற்க இயலாது. சார்... தன் சொந்த விருப்பப்படியா இங்கு வந்துள்ளார்கள்? எவ்வளவு நாட்களாக நான் ப்ராத்தித்துப் ப்ராத்தித்து என் தொண்டை வரண்டுவிட்டது. இன்று பொய் பேசி அவரை இங்கு கடத்திக் கொண்டு வந்துள்ளேன். அதாவது அவர் வண்டியில் ஏறும் சமயத்தில் அவரை அவரது வீட்டில இறக்கி விடுவதாகச் சொல்லி, பின்பு வண்டி போகும் திசையை மாற்றி கால்நடைகளைப் பற்றிக்கொண்டு வருவதுபோல அவரைப் பற்றிக் கொண்டு வந்துள்ளேன். கால்நடைகளை உபமானமாக கூறியதற்கு மன்னிக்கவும். இங்கே கொஞ்சம் அவரைப் பாருங்களேன்...

உங்களுடைய குரலைக் கேட்க எவ்வாறு துடிதுடித்துக் கொண்டு இருக்கிறார். என் அனுமதி இல்லாமலேயே 'என் பெட்ரூமில்' நுழைந்துள்ளார்கள். சார்... சார்... இங்கே சற்று வந்து மாலதிஜியுடன் பேசுங்கள். ஜீ... அப்படியா! இதைக்காட்டிலும் மகிழ்ச்சியான செயல் வேறு என்ன இருக்கமுடியும் எனக்கு? உங்களை அழைத்துவர என் வண்டியை எடுத்துவரட்டுமா?... என்ன சொன்னீர்கள்?... நீங்கள் கண்டிப்பாக வழி மாற மாட்டீர்கள்... எனக்கு நன்றாகத் தெரியும்...'நோ ப்ராப்ளம்'... அப்படியானால் சரி... நான் உங்களை வழிமேல் விழிவைத்து எதிர்பார்த்துக் கொண்டு இருக்கிறேன். நீங்கள் கவலைகொள்ள வேண்டாம். அதுவரை சாரை நானே பார்த்துக் கொள்ளுகிறேன்... வேலைக்காரனா... இன்றைக்கு அவன் விடுமுறை எடுத்துள்ளான். நீங்களும் நானும் சேர்ந்து சமையல் வேலையை முடிப்போம். பயப்பட வேண்டாம். நானே சமையல் வேலையைப் பார்த்துக் கொள்ளுகிறேன். ஆனால் தங்கள் மேற்பார்வையில்... சரியா... ஐயா... எனக்கு என்ன தெரியும்... உங்கள் கணவருக்கு சாப்பாட்டில் எது விருப்பம்... அது விருப்பம் இல்லை என்பது. சரி... சரி... அப்படியே செய்யலாம். ஆனால் நீங்கள் கண்டிப்பாக வந்துதான் ஆக வேண்டும்.

ஃபோனை உரிய இடத்தில் வைத்துவிட்டு விநாயக்கின் முகத்தில் தோன்றும் பாவங்களை வியப்புடன் நோக்கிக்கொண்டு இருக்கிறாள். விநாயக் வாசலில் பேச்சு அற்று செயலற்று நின்று கொண்டு இருந்தான். இது 'ஐப்ஸர்ட் தியேட்டர்'ஐ விட மேலே எங்கோ சென்றுவிட்டது. இந்தப் பெண்ணுக்கு என்ன நடந்தது! இவள் பெண்ணா அல்லது மாயாவினியா? என்ன செய்யக் காத்துக் கொண்டிருக்கிறாள்?

'ஐயா! தயைகூர்ந்து தன் இடத்தில் சென்று அமர்ந்து கொள்ளுங்கள். இது என் பெட்ரூம். இங்கு நுழைய ஐயாவிற்கு யார் அனுமதி கொடுத்தது? போங்கள் ஐயா போங்கள். ஏன் என் முகத்தைப் பார்கிறீர்கள்? இரு நிமிடத்தில் டீ எடுத்து வருகிறேன்.

விநாயக் நாணப்பட்டவாறே அங்கிருந்து வெளியே வந்து வரவேற்பு ரூமில் உள்ள ஸோபா செட்டின் மீது விழுந்துவிட்டான். சகுந்தலா டீ ட்ரேயுடன் அவன் முன் ஆஜராகிறாள்.

'ஐயா! இந்தத் டீயை எடுத்துக் கொள்ளுங்கள். இப்படி கண்களை உயர்த்தி உருட்டியவாறு என்னை ஏன் நோக்குகிறீர்கள்? நான் தவறு ஒன்றும் செய்யவில்லையே. என்னுடைய 'இன்ஸ் டிங்ட்' என்ன கூறுகிறதோ அதைத்தானே நான் செயல்படுத்துகிறேன். துபே இதன்

காரணமாகத் தான் என்னைப் பொறுக்க இயலவில்லை. ஏன் ஐயா! ஆண்களுக்கு தங்கள் 'ஈகோ' இவ்வளவு விலைமதிப்பு அற்றது என்று தோன்றினால் பெண்ணிற்கு... அவள் யாராக இருந்தாலும் சரி... அதே 'ஈகோ' அடைவதை தடுக்க இந்த ஆண்கள் யார்? இந்த ஆணுக்கு இந்த அதிகாரம் யார் கொடுத்தது. சார்... சொல்லுங்கள் நீங்கள் இந்த அளவு 'நர்வஸ்' ஏன் ஆகவேண்டும். அப்படி என்ன தான் இங்கு நடந்தது? மாலதிஜி இங்குவர எப்படிப் பார்த்தாலும் ஒருமணி நேரம் கண்டிப்பாகத் தேவைப்படும். பெண்களுக்கு வெளியே கிளம்ப வேண்டும் என்றால் உடனே கிளம்ப இயலுமா? கண்டிப்பாக நேரம் தேவைப்படும்... இல்லையா... உங்கள் இல்லத்தில் இருந்து என் இல்லம் அவ்வளவு அருகாமையில் இல்லையே. இந்த அளவு 'நர்வஸ்' ஆவது எதற்கு?

'ஆனாலும் சகுந்தலா... விநாயக் அவளைத் தடுத்தவாறே' உனக்கு இந்த எண்ணம் ஏன் ஏற்பட்டது? இந்த மாலதியிடம் நீ இவ்வளவு சகஜமாகவும் இயல்பாகவும் பேசுகிறாயே. இது எந்தச்சமயத்தில் இருந்து நடக்கிறது? நீயோ என்னை மிகுந்த குழப்பத்தில் ஆழ்த்திவிட்டாய். மாலதியிடம் கூறுவதற்கும் அவளை இங்கு அழைப்பதற்கும் அப்படி என்ன அவசரம்? அப்படி என்ன தேவை?

சகுந்தலா கலகலவென சிரித்துவிட்டாள். விநாயக்கின் அருகில் நகர்ந்து சென்று அவன் கையை தன் வலக்கையில் பிடித்தும் இடக்கையால் அவன் தோளை மெதுவாக அழுத்தியும் அவனுக்கு ஆறுதல் அளித்தவாரே கூறினாள் - 'நீ ஏன் இந்த அளவு பயந்து சாகிறாய்? அதிலும் தன் தாலிகட்டிய மனைவியிடம்... அப்படியானால் கேள்... இந்த சமயத்தில் நீ எங்கு அமர்ந்து இருக்கிறாயோ அதே இடத்தில் அதே சமயத்தில் மாலதிஜி உன்னுடைய மாலதிஜி அமர்ந்துகொண்டு இருந்தார்கள்.

விநாயக்கிற்கு ஒரே வியப்பு! அவள் கூற்றில் இன்னும் அவனுக்கு நம்பிக்கை ஏற்படவில்லை. ஆகவே அவளை நோக்கியவாறே இருந்தான்.

'நீ என்ன உளறுகிறாய்? நீ சுயநிலையில் தான் உள்ளாயா? மாலதி இங்கு எப்படி வந்தாள்'?

எப்படி வந்தார்களா? நான் அவர்களை அழைத்து வந்தேன். நீங்கள் என்னை என்ன எடைபோடுகிறீர்கள்! தெரியுமா உங்களுக்கு? இதன் நடுவில் தான் தங்கள் மாலதியை எவ்வாறு கவர்ந்துவிட்டேன். தெரியுமா? எங்கள் நட்பு மிகவும் உறுதியாக உள்ளது. இதற்கு என்ன செய்தேன்... தெரியுமா? அவர்களின் பள்ளிக்கு இரண்டு மூன்று தடவை 'விஸிட்'

செய்தேன். பள்ளி மட்டும் அல்ல... அவர்களின் ஆஷ்ரமத்திற்கும் கூட. அவ்வளவு தான். காய் கனிந்துவிட்டது'.

'ஆனால் எப்படி? உனக்கு யார் கூறினார்கள்? நான் கூட இதுவரை அவளின் ஆஷ்ரமத்தில் தலையைக் கூடக் காட்டவில்லையே!'

சகுந்தலா கேலி செய்தவாறு... 'நீங்கள் வீரத்தனமான காரியம் தான் செய்துள்ளீர்கள். நான் உங்கள் அளவு வீரன் அல்ல. நேரடியாகவே அவர்களோடு மோதிவிட்டேன். கடந்த திங்கட்கிழமை நடந்த விஷயம் இது. கேஷ்வல் லீவ் எடுத்துக்கொண்டேன். இது உங்களுக்குத் தான் தெரியுமே. நீங்களும் காரணம் பற்றி கேட்கவில்லை நானும் கூறவில்லை. நேராக மாலதிஜியின் அலுவலகத்திற்கே சென்றுவிட்டேன். எங்கள் இருவருக்கும் பொதுவான ஒரு நண்பர் இருக்கிறார். நண்பர் என்பது பெயர் அளவிலேயே. மாலதியைப் பார்த்து மட்டுமே உள்ளார். தன் தங்கையின் மூலமாக. அவர் தங்கை மாலதியுடன் இணைந்து செயல்படுகிறார்கள். இதை ஒரு சான்ஸ் என்றே கூறவேண்டும். பேச்சுவாக்கில் இந்த விஷயம் எனக்குத் தெரிந்தது. அவ்வளவுதான் செயலைத் துவங்கிவிட்டேன். உடனே டொனேஷன்-ஒரு பிக் அமௌண்ட்.

'அவர் பெயர் என்ன?... அவரது தங்கையின் பெயர் என்ன?'- விநாயக் கேள்வி எழுப்பினான். சகுந்தலாவிற்கு அடக்க இயலாத சிரிப்பு வந்தது. சிரித்து சிரித்து அவளது கண்களில் இருந்து கண்ணீரே வந்துவிட்டது. இருந்தாலும் அவள் சிரிப்பு அடங்கவில்லை. விநாயக் அவளது தோள்களைப் பிடித்து உலுக்கியவாறே... இது என்ன தமாஷ்? இதில் அப்படிச் சிரிக்க என்ன விஷயம் உள்ளது? ஒரு வழியாக சகுந்தலாவின் சிரிப்பு அடங்கியது. இருந்தாலும் அவள் தன் வயிற்றைப் பிடித்தவாறே விநாயக் போல் ஆக்‌ஷன் செய்தவாறு... 'அவரது பெயர் என்ன... அவளது தங்கையின் பெயர் என்ன...? அப்படியானால் நீங்கள் மாலதியின் எல்லாத் தோழிகளிடையேயும் பரிச்சயம் உண்டோ! இப்பொழுதுதான்... இப்பொழுதே தான் நீங்களே உங்களுடைய வீர தீரக் கதைகளைக் கூறி முடித்து விட்டீர்களே! உங்களுக்கு அவர்களுடன் எந்த விதமான கொடுக்கல்-வாங்கல் இல்லையே! அலுவலகத்தைக் கூட நீங்கள் பார்த்தது கிடையாது. அவர்களின் நிலைமை இவ்வாறு இருக்க மாலதிஜியின் தோழிகள் பற்றி இந்த விசாரணை ஏன்? அவர்கள் பெயரை நான் கூறினாலும் நீங்கள் என்ன புரிந்துக்கொள்வீர்கள்? அவர்களின் உருவங்களையாவது நீங்கள் பார்த்து இருப்பீர்களா?

'சரி சரி... இதை விட்டுவிடு... விநாயக் தன் கோபப்பட்ட நிலைமை மறைத்தவாரே பலவந்தமாக ஒரு புன்முறுவல் உதிர்த்தான். 'இப்பொழுது

கதையை மேலே தொடரலாமே. உன்னுடைய பாஸ்ட் ட்ரைவிங்குக்கு இன்னும் பல முகங்கள் உள்ளன போலும்'.

'வாட் பாஸ்ட் டரைவிங்' பொய் கோப அபிநயத்துடன் சகுந்தலா பேசினாள். 'நான் மாலதிஜியை கிட்டத்தட்ட ஒரு வருடம் சென்ற பிறகுதான் பார்த்து இருக்கக் கூடும். உங்களுக்கு ஞாபகம் உள்ளதா... வெளிநாடு சென்ற சமையத்தில் உங்கள் வீட்டின் தேவைகளை அறிந்து செயல்பட்டு மேற்பார்வை செய்யும் ஒப்பந்தம் யாருடன் செய்தீர்கள்? மிஸ்டர்! மேலும் மிஸஸ் ரைணாவுடன் தானே... அப்படித்தானே... உங்களுக்கு நான் தகுதியற்றவள் என்ற நினைப்பு இருக்கையில் நான் ஏன் உங்கள் வீட்டிற்குச் செல்ல வேண்டும். தேவையற்ற செயல்தானே இது! சரி சரி... ஆனாலும் நான் அங்கு சென்றேன். ஒருதடவை மிஸ்டர் துபேயின் துணையோடு. இது எவ்வளவு காலம் கடந்த நிகழ்வு. என்னைப் பார்த்தவுடன் மாலதிஜி விழுந்து விழுந்து உபசரித்தது. இன்றும் நம்பிக்கை அற்றதாகவே தோன்றுகிறது. ஆனால்... ஐயா அவர்களே! 'ஐ டெல் யு ஷி இஸ் ய வொண்டர்ஃபுல் பெர்சன்' நான் அங்கு அடைந்த உடனேயே என்னுடைய குறும்புத்தனமான செயல்களைத் துவங்கிவிட்டேன். ஆனாலும் பாருங்களேன்! அவர்கள் என்னுடைய எல்லாச் செயல்களையும் ஆர்வத்துடனும் தைரியத்துடனும் பொருத்துக் கொண்டார்கள். அதன்பின்... அவர் தலையில் நூறு கிலோ ஐஸ் வைத்தேன். அதையும் அவர்கள் இயல்பாகவே எடுத்துக்கொண்டார்கள். இதை பார்த்து நான் மிகவும் வியந்துவிட்டேன். நான் அவரிடம் வேடிக்கையாகக் கூறினேன்... தமக்கையாரே! நான் தான் ஓட்டை வாய். ஆனால் நீங்கள் இதுவரை ஒன்றுமே பேசவில்லையே. ஆகையால் நீங்கள் எங்கள் சாரை விசேஷமாகத் கவரவில்லை போல் உள்ளதே. இதற்குப் பதிலாக எனக்கு ஒரு 'மிஸ்ச்சீவஸ் ஸ்மைல்' கிடைத்தது. நான் இதைப்பற்றி எப்படி சொல்லுவேன். நான் இன்றுவரை யாரையுமே 'அக்கா' என்று அழைத்ததே இல்லை... எனக்கு இந்த ஸெண்டிமண்டல் ஐஸ்வர்ஸ் சிரிதும் கூடப் பிடிக்காது. ஆனாலும்... ஐயா அவர்களே... தங்கள் மாலதியிடம் யாருக்கும் காணக்கிடைக்காத ஒன்று மறைந்து உள்ளது. எனக்கு என் மீதே வியப்பு. என் வாயிலிருந்து என்னை அறியாமலேயே அவர்களை அக்கா என்று அழைத்துவிட்டேன். சார்... அப்பொழுது அவர் என்ன கூறினார் என்பது உங்களுக்கு தெரியுமா... ஏ சகுந்தலா! உனக்கு அவர் சார் ஆக இருக்கலாம். ஆனால் எனக்கோ ஹஸ்பண்ட். நீ படித்த ஹேம்லட்டில் உங்களுடைய ஸேக்ஷ்பியர் என்ன கூறினார்? தெரியுமா - போரிங்டலீஸ் த ஏஜ் ஆப் ஹப்பண்டரி. இந்த சாகும் வரம் வாங்கி வந்த மனிதர்களை வீணாகக் கால் பிடிப்பது

எனக்கு விருப்பம் இல்லாத செயல் என்று கொட்டிவிட்டார்கள் கொட்டி. - ஏய் சகுன்! இவருடைய 'கஜகதம்பா' கம்பனி குழந்தைப் பருவம் முதல் இவரின் பழக்கவழக்கங்களைக் கெடுத்துக் குட்டிச் சுவராக ஆக்கிவிட்டது. நாமும் அதாவது இவர்களின் மனைவிமார்களும் இவர்களைப் போல் கெட்டு குட்டிச் சுவராக ஆகவேண்டும். அப்படித்தானே! இவரின் கருத்து என்ன தெரியுமா - நீ என்னதான் ஆயிரம் தடவை லெக்சர் அடித்தாலும் ஒருவனின் மனைவி தானே? ஒரு மனிதன் உலகத்தில் தான் கதாநாயகனாக வலம் வந்தாலும் எவ்வளவு சக்திவாய்ந்த பீரங்கியாக இருந்தாலும் உண்மையில் ஒரு மனைவிக்கு அவன் 'கணவன்' என்ற நோக்கிலேதான் உள்ளான். உன்னுடைய கணவன் உனக்கு ஒரு ஹீரோவாக இருக்கிறான் என்று நீ எண்ணுகிறாயா? இவைகளைச் செவி மடுத்துவாறே சிறிது நேரம் நான் மௌனமாக இருந்தேன். அவர்களின் கேள்விக்குப் பதில் கொடுக்கத் தானே வேண்டும். ஆகவே பதிலும் கொடுத்தேன். ஆனால் பிறகு அந்தச் சமயத்தில் நான் அவர்களிடம் தர்க்கம் செய்தேன்...'மேடம், ஐ டோண்ட் அக்ரி வித் யூ' உங்களுடைய இந்தப் பழமொழி உண்மைக்கு மாறுபட்டுள்ளது. நீங்கள் கூறுவது மதி மழுங்கிய முன் கோபியான சிடுசிடுப்பான ஒரு கணவனின் கூற்றாகவோ அல்லது இந்த உரிச்சொற்களுக்குத் தகுதியான ஒரு மனைவியின் கூற்றாகவோ இருக்கக் கூடும். பதிலாக நான் இதை அடித்துக் கூறுவேன்... எவ்வரிமேன் இஸ் எ ஹீரோ ஹிஸ் ஒய்ஃப்' இதைக்கேட்டு உங்களின் மாலதிஜின் முகம் கடுகடுத்து சிவந்துவிட்டது. நான் நடுநடுங்கிவிட்டேன். அவர்கள் தன் கூற்றைத் தொடர்ந்தார்கள் - எத்தனை கணவன்-மனைவிகளைப் பற்றி நீ அறிந்து உள்ளாய்? உன்னைப் போன்ற 'இன்டலைக்சுவல்' பெண்மணியில் இப்படிப்பட்ட 'ஸென்டிமெண்டல்' ஆன உளரல்களைக் கேட்டு எனக்கு வியப்புத்தான் ஏற்படுகிறது. 'ஆர் யு ரியலி ஸீரியஸ்...' நான் மன்னிப்புக் கோரும் பாவனையில் கூறினேன் - நான் ஒரு வேடிக்கைக்காக இவ்வாறு கூறினேன். 'ஐ டோண்ட் பிரிங் இன் வாட் ஐ ஸெட் ஜஸ்ட் நௌ. பின் புன்முருவல் செய்தவாரே இதையும் சேர்த்துச் சொன்னேன் - 'பட் ஐ டோண்ட் பீலிங் யூ எய்தர்' என் வார்த்தையைக் கேட்டு அவர் முகத்தில் காணப்பட்ட கோபத்தின் காம்பீர்யம் இளகிவிட்டது. அவர்தன் சிரிப்பை அடக்கமுடியாமல் தவித்துக் கொண்டு சிரித்தார்...

'பின்பு... மேலும் ஏதாவது...' விநாயக் கேட்டான். சகுந்தலா இந்த அளவு தந்திரமானவளும் கடிந்து பேசுபவளாக இருப்பாள் என அவன் கனவிலும் நினைக்கவில்லை. அவன் தன் மனத்திற்குள்ளேயே கூறினான்

- ஹே! ரமணி! நீ வாழ்க. நான் உன்னை முற்றிலும் அறிந்தேனா? இல்லவே இல்லை. முற்றிலும் அறியவில்லை.

சகுந்தலா தன் வேகத்தில் இருந்தாள் - 'ஒரே நாளில் எங்களின் நட்பின் மதிப்பு உயர்ந்தது. அவர்களின் செயல்பாடுகள் பற்றிய அறியும் எண்ணம் எனக்கு இருந்தமையால் அதைப்பற்றி அவரிடம் வினாவி அவரின் ஆஷ்ரமத்தைப் பார்வையிடவும் அவர்களின் தோழிகளுடன் உரையாடுவதிலும் அடுத்த தினமே என்னுடைய அதிகமான நேரத்தைச் செலவுசெய்தேன். மூன்றாவது தடவை நான் வேண்டுமென்றே அங்கு வெகுநேரம் சென்றபின் சென்றேன். அவர்களைப் பலவந்தப் படுத்தி என் இல்லத்திற்கு அழைத்து வந்தேன். இல்லை... இல்லை... இழுத்துவந்தேன். ஐயா அவர்களே! நீங்கள் இன்று எந்த பீடானஸத்தில் அமர்ந்து உள்ளீர்களோ. அதே இடத்தில் நேற்றையமுன் தினம் அமர்ந்து இருந்தார்கள். நான் எந்த மாதிரி வியப்புடன் கண் இமைகளை மூடாவது நான் தங்களுக்கு ஏற்பட்ட அனுபவத்தை தாங்கள் கூறகேட்டுக் கொண்டு இருந்தோனோ. அதேமாதிரியாக மாலதிஜி அவர்களும் என் கதையைச் செவிமடுத்துக்கொண்டு இருந்தார்கள்'.

விநாயக் முட்டாள் போன்று சகுந்தலாவின் முகத்தின் மீது பதிந்து இருந்த தன் கண்களை விலக்க முடியாமல் தவித்துக் கொண்டு இருந்தான். ஏனென்றால் அவனது கண்கள் அவளது முகத்தில் 'பெவிக்காலால்' ஒட்டியது போலக் காணப்பட்டது. சகுந்தலாவின் கதையைக் கேட்டு... மாலதியின் பின்விளைவு எவ்வாறு இருந்து இருக்கக்கூடும். குதூகலித்துக் கூச்சல் குரல் எழுப்பும் பறவையின் இந்த கூட்டுக்குள் நுழைந்து அந்தப் பறவை துணையின்றி தனித்து இருந்து வசிப்பதை அறிந்து மாலதி தன் மனத்தில் என்ன கூறி இருப்பார்கள்!

அவள் என்ன கூறி இருப்பாள்... மௌனமாக திகைத்து அமர்ந்தகொண்டு தன்னைப்பற்றி யோசித்துக்கொண்டு இருப்பாள்...'

அப்படியா... விஷயம் இதுதானா!... எத்தகைய போதையோடும் பகட்டோடும் இந்த பெண் சகுன் மாலதியோடு ஃபோனில் பேசிக்கொண்டு இருந்கிறாளே! அதன் இரகசியம் இதுதானா! இந்த சகுன்... இந்த சகுன்... சரியான கில்லாடிதான். சந்தேகமின்றி!

18. என்ன! உனக்குத் தெரியுமா?

எனது அன்பான பைத்தியமான சகுன்!

நீ என்னை என்ன செய்துவிட்டாய் என உனக்குத் தெரியுமா? நீ என்னை பைத்தியமாகவே ஆக்கிவிட்டாய். இப்பொழுது நீயே பார்... நான் என்ன செய்துகொண்டு இருக்கிறேன்... உனக்குக் கடிதம் எழுத அமர்ந்து உள்ளேன். இச்செயல்பாடு எனது இயற்கைக்கு முழுவதும் எதிர்மறையானது. இது என் கணவரின் பொழுதுபோக்கு. என்னுடையது அல்ல. எனக்கு எவ்வாறு கடிதம் எழுதிப் பழக்கம் இல்லையோ அதே அளவு என் கணவருக்கு எதிர்மாறாக கடிதம் எழுதுவதைத் தவிர வேறு எந்த வேலையும் இல்லை. இது குற்றச்சாட்டு அல்ல சகுன். 'ஃபேக்ட்' இதுபற்றி உனக்கு புரியாது. இப்பொழுது நீயே இந்தக் கேள்வியை எழுப்பலாம்... எனது நோக்கில் கடிதம் எழுதுவது வீண்வேலை என்றால் நான் உனக்கு இப்பொழுது கடிதம் ஏன் எழுதுகிறேன்? இப்பொழுது அதன் காரணம் உனக்கு சொல்லுகிறேன். வாழ்க்கையில் இதுதான் ஒரு அவசியமான 'ஈவில்' என எண்ணுகிறேன். வாழ்க்கையில் அப்படிப்பட்ட சந்தர்பங்களும் ஏற்படுகின்றன - கடிதம் எழுதாமல் இருக்க இயலவில்லை. உன்னோடு எனக்குச் சிறிது கூட உரையாட விருப்பம் இல்லை. ஆனால் இதற்கு மாறாக நீ பேசுவதையே கேட்க எனது மனம் விரும்புகிறது. காரணம் இதுதான்... உன்னடைய குரும்புத்தனமான பேச்சும் அதில் காணப்படும் இனிமையும் தான். ஏனோ தெரியவில்லை... உன் பேச்சைக் கேட்ட உடன் ஒருவிதமான போதை என்னைக் கௌவிக்கொள்கிறது. அதன் பின்பு எனக்கு என்மீதே கோபம் ஏற்படுகிறது... எனக்கு என்னவாயிற்று? இப்படி ஊமை போல் ஒரு (சேட்டர்பக்சைஜ சகித்துக்) கொண்டு இருக்கிறேனே. எப்பொழுது நான் பேசும் முறை வருகிறதோ அப்பொழுது நீயே ஊமையாக மாறிவிடுகிறாய். சொல்லக்கூடியது... சொல்லக்கூடாதது... எல்லாவற்றையுமே என் வாயிலிருந்து உமிழவைத்து விடுகிறாயே...

இருந்தாலும் எதை நான் சொல்ல நினைத்தேனோ அதை நான் சொல்ல இயலவில்லை. அதுவும் நேருக்குநேர் முடியவே முடியாது ஏன்! நான் உன்னுடைய அன்பினால் எவ்வளவு பைத்தியமாக மாறிவிட்டேன்? எவ்வளவு நேரம் உன்னுடன் சேர்ந்து உன்முன்னால் இருக்கிறேனோ அச்சமயத்தில் உன்னைத் தவிர வேறு எந்த நினைப்பும் வருவதில்லை. பேச ஆரம்பித்தால் உன்மாதிரியாகவே ஏதேதோ உளர ஆரம்பிக்கிறேன். என்னையே மறந்து விடுகிறேன். மனத்தில் உள்ள விஷயம் உதடுகள் வரை... இல்லை... இல்லை மனத்திலேயே

தோன்றவில்லையே! இப்பொழுது நீயே சொல் உனக்குக் கடிதம் எழுதாமல் நான் எவ்வாறு இருக்க இயலும்? இன்று நான் என் வேலைக்குப் போகவில்லை. காலை முதலே படுக்கையில் படுத்தவாரே உன்னைப் பற்றிய எண்ணங்களை அசைபோட்டுக் கொண்டிருக்கிறேன். நீ இந்த சமயம் ஆர்வத்துடன் வகுப்பு எடுத்துக்கொண்டு இருப்பாய். உன்னுடைய சாரும் அவ்வாறே இருக்கக்கூடும். யாருக்கு என்ன தெரியும்... நீங்கள் இருவருமே தம் தம் வகுப்புகளுக்குச் செல்லாமல் ‘கட்’ அடித்து வம்பு பேசிக்கொண்டும் இருக்கலாம். அப்பப்பா! உன்னுடைய சாருக்கு எவ்வளவு பெருமை! இந்தமாதிரியாக வகுப்புகளைக் ‘கட்’ அடித்துச் சம்பளம் வாங்குவது நம் நாட்டை விட வேறு எந்த நாட்டில் நடக்கும்?... எனக்குத் தெரியவில்லை. அடியே! இங்கு நான் படுக்கையில் தரையில் வீழ்ந்த மீன் போல துடிதுடித்துக் கொண்டு இருக்கிறேன். ஆனால் அங்கு நீயோ என் கணவருடன் சேர்ந்து கொட்டம் அடித்துக்கொண்டு இருக்கிறாய். நானும் உங்கள் இருவரையும் பார்த்துப் பார்த்து பூரித்துக் கொண்டு இருக்கிறேன். நீ ஏன் என்னை இந்த நிலைக்குத் தள்ளி விட்டாய்? ஆகவே இவைகளைப் பற்றி என் வாயினால் எப்படி என்னால் பேச இயலும்? ஆகவே உனக்குக் கடிதம் எழுதுகிறேன். நீயே சொல்... இப்படிப்பட்ட விஷயங்களை யார்தான் சொல்லுவார்கள்? நீ யார் தெரியுமா...? மனித உலகத்தில் வந்தவள் அல்ல. வேறு ஏதோ உலகில் இருந்து வந்த மாயாவி நீ... உன்னை ‘சண்டாளி’ எனக் கூற நினைத்துக் கூறாமல் விட்டுவிடுகிறேன்...! நீயே ஒரு தனி ரகம்... உன்னால் எதுதான் செய்யமுடியாது! என்னுடைய கணவர் அதாவது உனது சார்... அவனும் கூட நேராக இந்த விஷயங்களைக் கூற இயலுமா?... முடியவே முடியாது, அவன் உன்னைவிட மிகவும் சீர்கெட்டவன். அவனைப்பற்றி முன்பே சொல்லி இருக்கிறேன்... கடிதம் எழுதுவதை, படிப்பதைத் தவிர வேறு எதையும் அவன் அறிந்தது இல்லை. கடிதம் தான் அவனது நாக்கு. நான் அறிந்தவரை அவன் வாயில் உள்ளே நாக்கு என்று ஒன்று இருப்பதாகவே தோன்றவில்லை. நீயே பார், ஒரு மாதமாக அவனிடம் பேசாவிரதம் எடுத்துக்கொண்டு இருந்தேன். இந்த ஒரு மாதத்தில் அவன் ஐந்து... ஐந்து கடிதங்கள் எழுதித் தள்ளிவிட்டான். அதுவும் அனுமான் வால் போல. நானும் அக்கடிதங்களுக்குப் பதிலும் கொடுக்கவில்லை. ஏன் கொடுக்கவேண்டும்? உன் வாயில் கொழுக்கட்டையா? வாய் இல்லையா? பேச முடியவில்லை என்றால் வேறு ஏதாவது செய்து தொலைவது தானே! இல்லையடி இல்லை... இங்கு நான் கோபகூடத்தில் வெந்துக்கொண்டு இருக்கிறேன். ஆனால் அவரோ தன் கேளிக்கை விலாசத்தில் இப்படி எங்காவது வாழ்க்கை நடக்குமா? அடி! ஒரு மாதம்

முழுவதும் அழ அழ செய்து இருப்பேன்... நடுவில் நீ புகுந்து விளையாடா விட்டால். எல்லோரும் மற்றவரது இல்லங்களில் நெருப்பு வைத்து வேடிக்கை பார்க்கிறார்கள், ஆனால் நீயோ உன்னுடைய வீட்டை நெருப்பில் இட்டு மற்றவருடைய கூடுகளைச் சுழல் காற்றிலிருந்து காப்பாற்ற விழுந்து அடித்து ஓடி வருகிறாய். உன்னுடைய பற்று என்ற துரும்பு சுழல் காற்றை விட வலிமையானது... அப்படித்தானே... நீ உன்னைப் பற்றி என்னதான் நினைத்துக்கொண்டு இருக்கிறாய்?

நீ நினைத்தது நடந்துவிட்டது. உனக்கு மகிழ்ச்சிதானே? என் கையில் இருந்த ஆயுதத்தைக் கீழே போட்டுவிடச் செய்தவள் நீதானே. கண்டிப்பாக இதனால் உனக்கு அமைதி கிட்டிஇருக்கும். ஏய் மாயாவினி இதுவரை என்ன என்ன நாடகங்கள் அரங்கேரின என்பதைப் பற்றி என்னிடம் கேள்விகள் கேட்காதே. உன்னை மகிழ்விக்கச் செய்வதுதான் எனது வேலையா? சரி... நான் உன்னை ஒரு கேள்வி கேட்கிறேன். அவரை 'சார்... சார்...' என்று அழைத்து ஏன் தன் தலைமீது அமர்த்தி இந்தக் கூத்து ஆடிக்கொண்டு இருக்கிறாய்? உனக்கும் அவருக்கும் என்ன உறவு? என்ன தொடர்பு? அவர் உனக்கு 'சார்' இல்லை என்பது நன்றாகவே தெரியும். இவர் உனக்கு எங்கு எப்பொழுது பாடம் எடுத்தார்? நீ என் கணவருடன் எப்படிப்பட்ட சம்பந்தம் வைத்து உள்ளாய் என்பதுபற்றி. என் அறிவிற்கு அப்பாற்பட்ட விஷயமாகத் தோன்றுகிறது. ஹே டாகினி! கொஞ்சம் வெளிச்சம் போட்டுத்தான் சொல்லேன். நீ என்ன சொக்குப் பொடி போட்டாய்? ஏதாவது சொல்லித் தொலையேன்!... சகுன்... சனியனே!

இப்பொழுது நான் உனக்கு ஒரு இரகசியம் கூறட்டுமா? நேற்று எங்கள் திருமணம் நடந்த நாள். நான் கூறுவது புரிந்ததா? 'மேரேஜ் அனிவர்ஸிரி'! இந்தத் தேதி அவருக்கு என்றுமே ஞாபகத்தில் இருந்தது இல்லை. நேற்றும் கூட அவருக்கு ஞாபகம் வந்து இருக்காது. ஏன் டீ! இந்த மாலதி உனக்கு இத்தனை வகையான தின்பண்டங்கள் காற்றிலேயா தயாரித்து நேற்று எடுத்துவந்தாள்? உனக்கு சிறிது அளவேனும் அறிவு இருந்தால் இந்தக் கேள்வி என்னிடம் கேட்டு இருப்பாய் - இத்தனை வகையான தின்பண்டங்கள் என்ன காரணத்தை முன்னிட்டுச் செய்யப்பட்டன? நான் உன் வீட்டின் உள்ளே நுழைந்த உடனேயே உன் 'சார்' எப்படித் தயங்கித் தவித்தார்... தெரியுமா? இதில் இருந்து நான் அறிந்து கொண்டேன். அவருக்கு விஷயம் நன்றாகத் தெரியும். இருந்தாலும் நீதான் பார்த்தாயே... இந்த தினத்தின் நிகழ்வுபற்றி அவர் மூச்சுக் கூட விடவில்லையே. ஏதாவது கூறினாரா! இல்லை... இல்லை... ஏனென்றால் இவர் அப்படிப்பட்ட புண்யவான்! இந்தநாள் பற்றி அவர்

ஏதாவது கூறி இருந்தால் ஒருஒரு துரும்பாக சேர்த்து கட்டப்பட்ட அவரது 'ஈகோ' என்ற 'ஹவாமஹல்' மணற்கோட்டை சரிந்துவிடுமே! இந்த புண்யாத்மா தன் மனைவியிடம் என்ன கூறுகிறார் தெரியுமா - 'மாலதி உன்னுடைய எல்லாப் பிரச்சனைகளும் உனது 'ஈகோ' பிரச்சனைதான்... கேட்டியா... கதையை... ஆமாம்... சகுன் இது அவரது வாய்பழக்கம். எப்பொழுதாவது எங்களுக்குள் பேச்சு தடித்தால் இவர் என் மீது செலுத்தும் 'ப்ரஹ்மாஸ்திரம்' இதுதான் புரிந்ததா?

நாங்கள் உன் வீட்டில் இருந்து கிளம்பி எங்கள் வீட்டிற்கு வந்த சமயம் மூத்தவனுடைய, இளையவனுடைய போன்கள் ஓசை எழுப்பிய வண்ணம் இருந்தன. இந்த இரு அபாக்யசாலிகளும் எங்கு சென்றுவிட்டனர் என்று இருவரே கவலைப்பட்டுக் கொண்டு இருந்தனர். இன்றைக்கு இவர்களை விருந்துக்கு அழைக்க அப்படிப்பட்ட அன்பர்கள் யார் இருக்கிறார்கள் அங்கே? டீ சகுன். இந்த இருவர்களும் என்னையும் அவர்கள் டாடியையும் எந்த அளவிற்கு அழச்செய்து வேடிக்கை பார்த்தனர்... தெரியுமா? உன்னுடைய புதல்வனும் தான் வெளிநாட்டில் உள்ளான். அவன் யாருடன் சேர்ந்து அங்கு இருக்கிறான்? உன்னுடன் அல்லது அந்த நீ கழட்டி விட்ட 'பொறுக்கி ராஸ்கல்' உன் கணவனின் கூடவா? எனக்கு நம்பிக்கை... அவன் உன்னோடு தான் இருக்கிறான். இருந்தாலும் இந்தக் கேள்வியை உன்னிடம் கேட்கிறேன். ஏன்என்றால் வெளிநாடுகளில் வசிக்கும் அவர்களைப் பற்றி நாம் எப்படி நம்பிக்கை கொள்வது?

என்னை மன்னித்துவிடு சகுன். நீ கழட்டிவிட்ட உன் கணவன்பற்றி எனக்கு அறியாமலே இந்த அடைச் சொற்கள் வாயில் இருந்து வெளிப்பட்டுவிட்டன. இது ஒருபொழுதும் உன்னுடைய வார்த்தைகள் அல்ல. என்னுடையது தான். ஒருதடவை என்ன... நூறு தடவை கூறுவேன்... அவன் ஒரு பொறுக்கி... ராஸ்கல். நான் அவனைப்பற்றி கூறுவதால். நீ என்னை என்ன செய்துவிட முடியும்? அவன் பொறுக்கியே தான்... பொம்பளை பொறுக்கி... உன்னைப் போன்ற ஒரு அழகான மனைவி இருக்கும்பொழுது தன் வீட்டு வேலைக்காரியுடன்... தன் தட்டச்சு வேலை செய்யும் பெண்ணையும் இழுத்துச்சென்று கூத்து அடிக்கிறான். அதுவும் தன் வீட்டிலேயே. எனக்கு உன்னுடைய வேதாந்தம் சிறிதும் ஏற்பு உடையதாக இல்லை. நீ என்ன கூறினாய்... உனக்கு ஞாபகம் உள்ளதா...? இந்த வாக்கியம் உன்னுடையது அல்ல. வேறு ஒரு எழுத்தாளனுக்குச் சொந்தமானது. ஆனால் அந்த வாக்கியத்தில் எவ்வளவு ஆழமான சத்தியம் புதைந்து கிடக்கிறது! அதைப் பார்க்கும் சமயம் இந்த வாக்கியம் வேறுயாரோ ஒரு எழுத்தாளனுக்குச் சொந்தமானது

அல்ல. அது உன்னுடைய கண்டுபிடிப்பே என நான் உணர்ந்தேன். அந்த வாக்கியம் இதுதானே - 'செக்ஸ் இஸ் நாட் இம்மாரல். பட் இட் இஸ் வேஸ்ட்புல்'. எந்த சந்தர்பத்தில் நீ இந்த வாக்கியத்தை என் முகத்தில் தூக்கி ஒரே அடியாக அடித்தாயே? அதாவது உன் காலம் கடந்த இந்த 'நிச்சயம்' சரியானதே என்பதை எனக்கு உணர்த்தவா? அதாவது உன் கருத்துப்படி உன் கணவன் ஒரு பொறுக்கி... ராஸ்கல்... அல்ல. ஒழுக்கம் கெட்டவனும் அல்ல. பதிலாக உன்னுடைய அழகையும் அறிவையும் அறிந்து கொண்டே உனக்கு துன்பம் கொடுத்துவந்தான். அவ்வளவே... அப்படித்தானே! நீ இதுமட்டுமா கூறினாய்... இதுவும் கூட கூறினாய்... 'வேஸ்ட்ஃபுல்' என்பது 'அக்லி'யின் மறுபிறப்பே! நீ என்ன என்ன கூறி அவன் நற்குணத்தை 'டமாரம்' அடித்தாய் - அவர் ஒரு நேர்மையானவர் - கடமை உணர்வு உள்ள ஒரு அதிகாரி. இது அவனுக்குத் தேவை... இதற்காகவே அவன் பிறந்து இருக்கிறான். நீ இயல்பாகவே அவன் உன்னைப்பற்றிக் கூறிய வார்த்தையை எந்தவிதமான உணர்ச்சியையும் வெளிப்படுத்தாமல் என்னிடம் கூறினாய்... அவன் கூறிய வார்த்தை என்ன... ஆம்... இதுதான்... ஆம் இதுதான். அவன் உனக்கு ஒரு பனிக்கட்டி சாணைக்கல். ஆகவே நான் கழட்டி விடவில்லை. அவனுக்குச் சுதந்திரம் அளித்துவிட்டேன். சகுன்... எனக்கு ஒருவிஷயம் புரியவில்லை... நீ இந்த முடிவிற்கு வர ஏன் இத்தனை வருடங்கள் எடுத்துக்கொண்டாய்? இந்த முடிவை நீ பத்து வருடங்கள் முன்னதாகவே எடுத்து இருக்க முடியாதா? எது உன்னைத் தடுத்தது? அப்பொழுது அவன் உனக்கு பனிக்கட்டியின் சாணைக்கல்லாகவே இருந்தான்? உன் சொல்படி திருமணம் நடந்த அடுத்த தினமே உனக்கு அவன் இந்த ஆணைப் பத்திரம் வழங்கிவிட்டானே! அப்படி இருக்கையில் இத்தனை வருடங்கள் நீ ஏன் வீணாக இந்த 'கர்ஸ்'யை சகித்துக் கொண்டு காலம்தள்ளினாய்? உனக்கு என்ன அப்படிப்பட்ட கட்டாயம் ஏற்பட்டது? அப்படியானால் இத்தனை வருடங்கள் 'அவன் திருந்துவான் என நம்பிக்கையில் வாழ்ந்து வந்து இருக்கிறாய்.. ஆஹா! வெகுநன்றாக உள்ளது உனது நம்பிக்கை!

நேற்று பேச்சோடு பேச்சாக ஒரு வாக்கியம் எனக்கு மனத்தில் பதியும்படி சொன்னாய். ஞாபகம் உள்ளதா? ஊழல் என்கிற சமுத்திரத்திலிருந்து கரைபடாமல் எழுந்த ஒரேயொரு நபர்தான் அவர். நியாயத்தின் ஒளிவிடும் விளக்கு...! இதெல்லாம் சரி. ஆனாலும் பெண்கள் சம்பந்தப்பட்ட விஷயத்தில் படுமட்டமாக இருக்கிறாரே! எந்தச் சந்தர்ப்பத்தையும் நழுவவிடுவதில்லையே! இவன் இவ்வளவு 'க்ரூட்' ஆனவனென்றும் விகாரமானவனென்றும் ஆரம்பகாலத்திலேயே உனக்கு அறிய இயலவில்லையா? நீ அவனைப் பற்றி ஆணித்தரமான ஒரு

விஷயம் கூறினாய். அதாவது, அவன் 'எமோஷனல்லி இம்பொடண்ட்' உன்னுடைய மென்மையான பெண்மைக்குரிய உணர்வுகளை மென்மையாக ஒலிக்கச் செய்யத் தகுதியற்றவன். ஆனாலும் அந்தப் புண்யாத்மாவின் 'ஈகோ' இவ்வளவு வேகமானது, அதாவது அவனது ஆண்மைத் தன்மையைப் பற்றிச் சிறிதுகூட சந்தேகம் அவனுக்கு இருக்கவில்லை. இதன் காரணமாகத்தான் அவன் உன்னை பனிக்கட்டியின் 'சாணைக்கல்' என்று தம்பட்டம் அடித்தான். இதுமட்டுமல்ல, தன்னுடைய பொறுக்கித் தனமும் நியாயமானதே என்று நிலைநாட்ட விரும்பினான். நீயும் அளவுக்கதிகமாகவே பொறுமை காட்டினாய். எப்பொழுது அவனது செயல்கள் உன் பொறுமையின் எல்லையைக் கடந்ததோ, உடனடியாகத் தூக்கி அவனை வெளியே துரத்திவிடடாய். இங்கு இதற்குக் கூட ஒரு வாய்ப்பு உள்ளது. அவன் தானாகவே உன்பிடியிலிருந்து விடுபட இவ்வாறான செயல்களில் ஈடுபட்டிருக்கக் கூடும். ஒரு இண்டலக்சுவலி, எமோஷனலி, ஈஸ்தெடிகலி எல்லா விதத்திலும் 'சுபீரியரான' ஒரு பெண்ணோடு குடும்பம் நடத்துவது என்பது அவனுடைய 'ஈகோ'வை அடித்து நொறுக்குவது போலத்தான். இதை எவனாவது ஒரு ஆண்மகன் விரும்புவானா? ஆகவே நீ சொல்வது முற்றிலும் சரியானதே. நீ அவனுக்கு உன்னிடமிருந்து விடுதலை அளித்துவிட்டாய்.

சரி சரி. இந்தப் பழங்கதை இப்பொழுது தேவையில்லை. பார் பார்... இதோ 'போஸ்ட்மேன்' ஒரு 'கவரை' என் வீட்டு முகப்பில் வைத்துவிட்டுச் செல்கிறான். நான் இங்கிருந்தே அக்கடிதம் எவருடையது என்பதை அனுமானம் செய்கிறேன். இக்கடிதம் அந்த 'சண்டாளி'யின் கடிதமாகும். அவள்தான் என் வீட்டில் நெருப்பு வைத்தவள். அவள் வைத்த நெருப்பிலேயே இக்கடிதத்தையும் 'ஆகுதி' செய்ய வேண்டுமென என் மனம் துடிக்கிறது. இக்கடிதம் என்னவன் எழுதிய கடிதத்தின் பதிலாக இருக்கக்கூடும். என்னவரும் இக்கடிதத்தை எதிர்பார்த்து எத்தனை தினங்களாக மனத்திற்குள் ஏங்கிக்கொண்டிருந்தாரோ? எரிந்துபோன அக்கடிதத்தின் சாம்பலை ஒரு 'ட்ரே'யில் அழகாக அவன் மேஜை மீது இப்பொழுதே வைத்துவிடுகிறேன் - அப்பொழுதுதான் என் மனமும் குளிர்ச்சியடையும். எழுதியவளின் மனமும் குளிர்ச்சியடையக் கூடும். எனது இந்தச் செயலைப் பார்த்து உனக்கு நான் ஒரு 'பொறாமை பிடித்து அலைபவள்' என்று தோன்றலாம். உன்னுடைய இந்த 'குரூடிடீ'க்கு நீ வெட்கத்தால் தலைகுனிய வேண்டும். இரண்டு இரண்டு வளர்ந்த மகன்களுக்குத் தந்தையாக இருப்பவர்க்கே வெட்கம் ஏற்படுவதில்லை என்றால் நீ ஏன் வெட்கத்தில் தலை குனிய வேண்டும்.

ஆனாலும் சகுந்தலா 'மேடம்'! நீங்கள் உங்களுடைய வேதாந்தத்தின் படி உங்கள் 'சார்' உடைய அந்த வெளிநாட்டு சண்டாளியிடம் செய்த செயல்களை 'இம்மாறல்' என்றோ 'வேஸ்ட்ஃபுல்' என்றோ உன்னால் சொல்லவியலாது. ஏனென்றால் உங்களுடைய கணக்கில் இரண்டு பெரிய 'டெலிகேட்டெஸ்ட்' தேவதைகளின் மனங்களினால் செய்யப்பட்ட உரையாடல்கள். அவைகளின் அழகுகளே கொட்டிக் கிடக்கின்றன. இதைத் தாங்கி வருவதே அக்கடிதம். இதில் 'அக்லினெஸ்' அல்லது 'க்ரூட்னெஸ்' எள்ளளவு கூட இல்லை. அடியே! இந்தப் பயத்தின் காரணமாகவே உனக்கு அந்தச் சண்டாளி எழுதிய கடிதத்தைப் படிக்கச் கொடுக்கவில்லை. ஆனால், முதலில் அதை உனக்குப் படிக்கக் கொடுக்க வேண்டும் என்ற எண்ணமிருந்ததால் அக்கடிதத்தை என் பாக்கெட்டில் வைத்து எடுத்துவந்தேன். ஆனால் நீ எப்பொழுது உன்னுடைய மந்திரத்தை உச்சரிக்க ஆரம்பித்தாயோ, அப்பொழுதே நான் மனத்துக்குள்ளேயே என் தலையை அடித்துக் கொண்டேன். இந்த முட்டாள் சகுந்தலா இந்தக் குப்பைச் சரக்கிலும் 'ஈஸ்தெடிக் சென்ஸிபிலிடீ'யை நுகர்ந்துவிடுவார். அதுமட்டுமல்ல, என்னையும் நுகரவைக்க பிடுங்கியெடுத்து விடுவாள். இவ்வாறு இந்தப் பெண் பாம்பு என்னையே 'கில்ட்'ல் தள்ளிவிடுவாள். ஏனென்றால் தன் பண்டிதனான கணவனுக்கு ஒரு மிகப்பெரிய பண்டிதையின் அவன் பெயருக்கு வந்த கடிதத்தைத் தான் மட்டும் படிக்காமல் அவனுடைய பெயரை இன்னும் மாசுபடுத்துவதற்கு அவனுடன் பணியாற்றும் மற்றொரு பெண்ணிடம் அக்கடிதத்தைப் படிக்கக் கொடுக்கும் ஒரு பெண்மணி 'க்ரூட்', 'வல்கர்' இல்லாமல் வேறெப்படியிருப்பாள்?

சரிசரி, இந்த ரெண்டாவது கடிதத்தை நான் என்ன செய்வது என்பதைப் பற்றி நீயே சொல். அந்த வெட்கமற்ற முட்டாளோ என்னுடைய வீட்டு விலாசத்திற்கே கடிதங்களை அனுப்பிக் கொண்டிருக்கிறாள். ஏன்? இப்படியும் இருக்கலாமே...! அவள் தன் காதல் கடிதங்களை உன்னுடைய 'வில்ஸன்' கல்லூரி விலாசத்திற்கு அனுப்பி அந்தச் சண்டாளி என் கண்களில் மண்ணைத் தூவ இந்தச் சாரமற்ற கடிதங்களை என் வீட்டு விலாசத்திற்கு அனுப்பியிருப்பாளோ? ஏய் சகுன்! என் அன்பின் மீது என் நம்பிக்கையின் மீது ஆணை. நீ இப்பொழுது எந்தவிதமான பொய் உரையும் பேசக்கூடாது. எதையும் மறைக்கக்கூடாது. அடியே! நீ வீணாகக் கவலையடையாதே. நான் ஒன்றைப்பற்றியும் கூறமாட்டேன்... கூறவே மாட்டேன். நீ என்னிடமிருந்து வேறு எதை எதிர்பார்க்கிறாய்? மனந்திறந்து சொல். அந்தச் 'சண்டாளி' என் இருதயத்தின் மீது ஏறி மிதிக்க அனுமதிக்கட்டுமா? அடியே! நீயும் வாழ்க... உன்னுடைய

'ஃபிளாசஃபி'யும் வாழ்க! நீ உன்னுடைய சாரை 'இம்மாறல்' இல்லையில்லை 'வேஸ்ட்ஃபுல்' எனக்கூறக் கூட அனுமதிக்கமாட்டாயே. உனக்கு நான் எவ்வாறு தோன்றுகிறேன் என்பதை நான் என் மனதில் எண்ணிப்பார்க்கிறேன். சாஹித்யம், கலையறிவு அற்ற வால் மற்றும் கொம்புகள் இல்லாத ஒரு மிருகம். அப்படித்தானே!

சகுன் கொஞ்சம் இங்கே கவனி. நான் என்னவேலை செய்து கொண்டு இருக்கிறேன் என உனக்குத் தெரியுமா? நீ எவ்வளவு ஆர்வம் காட்டினாய். என்னுடைய செயல்களின் வலியவந்து உதவிசெய்ய விருப்பம் தெரிவித்தாய். உனது இந்த ஆர்வம் எனக்கு உலகத்தில் ஒன்பதாவது ஆச்சரியமாகத் தோன்றியது. உனக்கு வகுப்புகள் எடுப்பதற்கே நேரம் போதவில்லை. அதிலேயே நீ முழுவதும் மூழ்கி உள்ளாய் என்பதும் எனக்கு தெரியும். நான் உன் சாரின் வார்த்தைகளை நம்பினால் அவரின் இந்த ஆங்கிலத் துறை முழுவதுமே உன் பலத்தினால் தான் இயங்குகிறது என்பது எனக்க தெளிவாகத் தெரிகிறது. உன்னை எந்த அளவு புகழ்ந்தாலும் அவர் வாய் வலிக்கவேஇல்லை. இருந்த போதிலும் நீ என்னுடைய செயல்களில் பங்குகொள்ள ஆர்வம் காட்டுகிறாய். உனக்கு சனிக்கிழமைகள் விடுமுறை நாட்கள் என்றும் அந்த நாட்களில் நீ என்பள்ளிக்கு வந்து வகுப்புகள் எடுப்பதாகக் கூறினாய். ஆனால் நான் அதை ஏற்கவில்லை. உன்மீது இந்த அதிகப்படியான சுமையைச் சுமத்த நான் விரும்பவில்லை. உன்னுடைய சாரின் நோக்கில் நான் இந்தச் செயல்கள் மூலமாக எனது 'எனர்ஜி'யை 'வேஸ்ட்' செய்கிறேன். என் வேலையில் அவருக்கு எத்தனை வெறுப்பு! அப்பப்பா... அதற்கு அளவே இல்லை. இந்த விஷயம் எனக்கு நன்றாகவே தெரியும். ஆனாலும் அவர்தன் மனத்தில் இந்த எண்ணத்தை வாய்விட்டுச் சொல்லவில்லை. அவர் என்னை 'லிட்டரேச்சர்'யில் M.A., படிக்கவைக்க விரும்பினார். நான் அதை ஏற்கவில்லை. இதனால் அவன் என்னை மன்னிக்கவே இல்லை. இதுவும் எனக்குத் தெரியும். இதை முன்வைத்து எனக்கு ஆங்கில இலக்கியத்தில் ரசனையே கிடையாது என நீ எண்ணவேண்டாம். இதைப்பற்றி அவரிடம் என்றாவது கேட்டது உண்டா? உனக்கு அவர்கூறி இருப்பார் - அவரிடம் உள்ள கவிதைகள், நாவல்கள் மூன்றில் இருபாகம் நான் அவருக்கு அன்பளிப்பு அளித்ததே. திருமணத்திற்குப் பிறகு மும்பைக்கு வரும்முன் நாங்கள் எங்கு எல்லாம் இருந்தோமோ அங்கு எங்களுடைய தினசரி செயல்களில் இதுவும் ஒன்று - நான் இலக்கியம் பற்றி படித்துக்காட்டுவேன். அவரும் எனக்குப் படித்துக் காட்டுவார். அவருடைய உலகமே எனது உலகமாகவும் அவரது விருப்பமே எனது விருப்பமாகவும் இருந்தன. மும்பைக்கு வந்தவுடன்

'எனது வேலை என்ன' என்பது எனக்குப் புரிந்து என்னுடைய உலகம் அவருடைய உலகத்தை விட நேர் மாறானது இதை அவர் உணர்ந்தவுடன் தான் 'மரண அடி' பட்டதாக எண்ணினார். 'ஸோஷல் ஓர்க்'ல் எனக்கு ஒரு மனநிறைவு கிட்டுகிறது. அவர் எந்தவிதத்திலும் எனக்கு இடையூறு செய்யவில்லை. இது என் மீது உள்ள 'தயவு' உணர்வாகும். என்னுடைய இந்த புதிய பொழுது போக்கினால் நிராசையும் வெறுப்பும் அவர் மனத்தின் உள்ளே மண்டி இருந்தன. என் இனிய தோழியே! இக்கடிதத்தை இத்துடன் நிறைவு செய்கிறேன். எனது இந்த உளரல்களைப் படித்து நீ வெறுத்தே போய் இருப்பாய். உன் 'சார்' வரும் சமயம் இது. நானும் இதுவரை எந்தச் சமையல் வேலையும் செய்யவில்லை. நேற்று சமைத்த உணவு 'ப்ரிட்ஜ்'ல் உள்ளது. அதைக் கொண்டுதான் இன்றைய பொழுதைத் தள்ளவேண்டும். இப்பொழுது நான் கூறுவதைக் கவனத்தில் கொள்ள வேண்டும். உன் பதிலை எதிர்பார்த்து இக்கடிதம் எழுதவில்லை. இக்கடிதத்தைப் படி... பின்பு சுக்குநூறாக கிழித்து எறிந்துவிடு. பின்பு இதைப்பற்றி முழுவதும் மறந்துவிடு. நல்ல குழந்தைகள் மற்றவரின் கடிதங்களைப் படிப்பதில்லை. கட்டாயத்தின் காரணமாகப் படிக்க வேண்டிய சூழ்நிலை ஏற்பட்டாலும் அதை அயலாருக்கு படித்துக் காட்டுவது இல்லை. அதைப்பற்றி பேச்சும் எடுப்பதில்லை. புரிந்ததா? என் உயிரே! நீ சுகமாக இரு! என்னையும் உன்னுடைய 'சாரை'யும் இதேஅளவு சுகமாக இருக்கச்செய்.

உன்னுடைய அக்கா மாலதி.

19. ‘உண்மையில்’ உடைய கனவு

‘லச்சு’வினுடைய இரண்டாவது கடிதமும், 3ஆவது கடிதமும் கிடைத்துவிட்டன. விநாயக் எண்ணுகிறான்... ‘இது உலக அதிசயந்தான்... இது எப்படிப்பட்ட தொடர்பு? வருடக்கணக்காக எந்தவித ஆகாரமும் இல்லாமல் தன்னைப்பற்றியே அறியாமல் உயிருடன் வாழ்ந்து கொண்டிருக்கிறது, எங்கேயோ ஆழத்தில், அறிந்தோ அறியாமலோ... சிறிது காலடி ஒலியைக் கேட்டவுடன் மென்மையான தொடுதலின் உணர்வை உணர்ந்தவுடனேயே அது பசுமையுடன் கிளைத்து வளர்கிறது. இந்த 15-20 வருட காலங்களில் அவனுக்கு ஒருமுறை கூட ‘லச்சு’வின் நினைவு வந்ததில்லை. அவ்வாறே ‘லச்சு’வுக்கும் இந்த ‘பீனு’வைப் பற்றி அறிந்துகொள்ளும் ஆசை ஏற்பட்டேயிருக்காது. இதைப்பற்றி யார்தான் நம்புவார்கள்? இந்த இரக்கமற்ற உலகத்தில் எல்லாமே விநாடிக்கு விநாடி நசித்துக் கொண்டும், மாறிக்கொண்டும் வருகின்றன. இதைப்பற்றி யாருமே சிறிதுகூட பொருட்படுத்தவில்லை. அப்படியிருக்கும் போது இப்படிப்பட்ட ஓர் உறவு, தொடர்பு எப்பொழுதாவது இருந்தாலும் அல்லது முழுவதுமே இல்லாமலிருந்தாலும் இந்தத் தொடர்பு வாடி வதங்குவதில்லையே! இதுவுங்கூட சரிதான். குழந்தைப் பருவத்தின் நட்பு இவ்வாறாக ஓரிரு இடங்களில் நம் பார்வையில் தென்படுகிறது. ‘லச்சு’ அல்லது ‘சந்து’ போன்ற நண்பர்களுடன் வருடக்கணக்கான காலங்கள் வரை தொடர்போ, அல்லது கடிதப் போக்குவரத்தோ இல்லாமலிருந்தாலும் அவர்களுடன் இவனுடைய நட்பின் தொடர்பில் எந்தவிதமான வேறுபாடும் ஏற்படுவதில்லை. அறுந்த இழையின் இரு நுனிகளும் ஒரு விநாடியில் இணைந்துவிடுகின்றன. அந்த இணைப்பினால் ஏற்படும் முடிச்சின் நெருடல் கூட உணரப்படுவதேயில்லை. ‘லச்சு’வுக்கும் விநாயக்கிற்கும் உள்ள தொடர்பும், சந்துவுக்கும் விநாயக்கிற்கும் உள்ள தொடர்பும் இதே அடிப்படையில் தான் அமைந்துள்ளன. இவர்களைத் தவிரவும் திரிபுவன், வினோத், ஹரீஷ் முச்சி இவர்களைப் பற்றிக் கூறவேண்டுமானாலும் விநாயக்கின் நட்பு அந்த அளவு பழைமையாகவும், ஆழமாகவும் இருக்கிறது என்று கூறமுடியாது.

இத்தனை வருடங்களுக்குப் பிறகு... இல்லையில்லை... யுகங்களுக்குப் பிறகு விநாயக்கிற்கு லச்சுவின் நினைவு ஏற்பட்டது. ஒருவேளை வெளிநாட்டில் அந்த மலைப்பகுதியில் நீண்ட காலம் வசித்ததனாலும் கூட ஏற்பட்டிருக்கலாம். ‘வேல்ஸ்’ நாட்டின் மலைப்பிரதேசங்கள் அவன் மனத்தின் அடிப்பாகத்தில் அமிழ்ந்திருந்த தன்னுடைய கடந்தகால மலைப்பகுதியில் செலவு செய்த

குழந்தைப்பருவத்தை விழிக்கச்செய்தது. இதில் அவன் தன்னுடைய அறிந்தோ அறியாமலோ இருக்கும் நண்பர்களை அந்த நண்பர்களோடு ஏற்பட்ட ஆரம்பகாலத்தை அவன் மறந்துவிடக் கூட நினைத்திருக்கலாம். ஏனென்றால் அந்தப் பழைய காலத்திற்கும் தற்காலத்திற்கும் எந்தவிதமான கொடுக்கல் வாங்கலோ இருக்கவில்லை. ஆனால் அந்த கடந்தகாலம் அவனை எதிர்காலத்தைப் பற்றிய நினைவுகளைத் தூண்ட முயற்சிக்காமல் மறுபடியும் அந்தக் கடந்த காலத்திற்கே இழுத்துச் செல்வதாக அவன் உணர்கிறான் - அவனுடைய மனம் அந்தப் பழைய காலத்திலிருந்து, அந்த இருட்டில் தோன்றும் உருவங்களிலிருந்தும் அவன் விடுபட விரும்புகிறானோ? என்று தோன்றுகிறது. அடேயப்பா! உண்மையிலேயே மனிதன் தன்னுடைய மனத்தைப்பற்றி முழுமையாக அறிந்துகொண்டிருக்கிறானா?

லச்சு எழுதிய ஒர கடிதத்திலேயே அவன் மனத்தில் கல்லாகக் கிடந்த அந்த உலகம் மறுபடியும் உயிர்பெற்றுவிட்டதா? லச்சுவின் கடிதம்தான் அவனுடைய பழைய நண்பர்களின் நினைப்பை உயிர்பித்து விட்டது. இந்த நண்பர்களைப்பற்றி இத்தனை வருடங்களில் ஒருமுறை கூட அவன் எண்ணிப்பார்திருக்கமாட்டான்... அவனுடைய நினைவு என்ற இருள் நிறைந்த மூடப்பட்ட அந்த அறைகளில் லச்சு முதல்முதலாக காலடி எடுத்துவைத்து அந்த இருட்டு அறையை திறவாவிட்டால் இந்த நிகழ்வே கண்டிப்பாக நிகழ்ந்திருக்காது. இதை பழைய நினைவுகளோ அல்லது ‘நாஸ்டால்ஜியா’ என்றோ சொல்லித் தட்டிக் கழிக்க முடியுமா? கடந்தகாலம் அந்தத் தொடர்பின் வரலாறு ஆகும். அது இத்தருணம் விநாயக்கின் உள்ளே உற்ச்சாக வெள்ளத்தைக் கரைபுரண்டு எழச் செய்கிறது. அது எல்லோருடைய நிகழ்காலத்தையும் சந்திப்பதற்காகவே என்றும் உணரப்படுகிறது. விநாயக்கிற்கு இதுகூடவா தெரியாமலிருக்கும்? அதாவது, விநாயக்கைப் போன்றே அவர்களும் இன்றைக்கும் முதுமையடைந்திருப்பார்கள். எல்லோரும் தனித்தனியான தன்னுடைய முதிர்ச்சியடைந்த தனித்தன்மையையும், வாழ்க்கை அனுபவங்களையும் உணர்ந்திருக்கக் கூடும். இவ்வளவு நீண்டகால இடைவெளிக்குப் பிறகு இப்பொழுது அவர்களுடன் சந்திப்பது அவர்களோடு தன்னுடைய அனுபவம் என்ற தன்னுடைய சேர்த்து வைக்கப்பட்ட ‘முதல்’-ல் பங்கு கொடுப்பதுதான். இப்படித்தான் விநாயக் எண்ணினான். ‘அவர்களைச் சந்திப்பது மயிர்கூச்சல் எழுப்புவதாகவும், தூண்டுதலைக் கொடுப்பதாகவும் சக்தியும் வலிமையும் கொடுக்கக் கூடிய அனுபவமாகவும் இருக்கக்கூடும்.’

தற்சமயம் நாம் விநாயக்கின் 'பெட்ரூம்'ல் இருக்கிறோம். மாலதி கையில் 'பெட் டீ' ஏந்தி அவனை எழுப்பிக் கொண்டிருக்கிறாள். விநாயக் பரபரப்பு கலந்த அவசரத்துடன் எழுந்து அமர்ந்து கொள்கிறான்... கண்களைக் கையினால் துடைத்தவாறே சொல்கிறான் - 'மாலதி! மாலதி! ஒரு நிமிடம்... ஒரே நிமிடம். இங்கு உட்காரேன். நான் இப்போது ஒரு பலம்வாய்ந்த கனவு கண்டேன். கொஞ்சம் காதுகொடுத்துக் கேள். இல்லாவிட்டால் இந்த நிமிடமே அதை நான் மறந்துவிடுவேன்.

மாலதி - 'கனவுகள் சொல்வதற்கோ அல்லது பகிர்வதற்கோ இல்லை. மறப்பதற்காகவே தான் ஏற்படுகின்றன... சரி, சரி. வேகமாகக் சொல்லுங்கள். தலைமேல் வண்டிக் கணக்கான வேலை காத்துக் கொண்டிருக்கிறது'. அவள் அமராமலேயே நின்றுகொண்டிருக்கிறாள்.

விநாயக் தன்னுடைய கண்களைப் பாதியளவே மூடியவாறே கலைந்துபோன கனவுகளை ஒன்று திரட்டி அழைத்துக் கொண்டிருக்கிறான்... கேள்! நீயும் நானும் ஒரு மலை உச்சியில் நின்று கொண்டிருக்கிறோம். ஸ்யாகிதேவி - நம்முடைய அல்மோராவிலுள்ள ஸ்யாகிதேவி மலையுச்சியில் தான்... ஆனால் நீ இதுவரை அங்கு வந்ததில்லையே! எப்படி உனக்கு தெளிவுபடுத்துவது? மிக உயரமானதல்ல. ஏழாயிரம் அடி உயரமுள்ளது. ஆனால் அது என் கனவில் எவரெஸ்ட் உச்சியைக் காட்டிலும் தாழ்ந்ததாகத் தோன்றவில்லை. நான்கு பக்கமும் பனிக்கட்டிகள் படர்ந்த, மூடிய மலை உச்சிகள் தான்... திடீரென அந்தப் பனிக்கட்டி நான்குபக்கங்களிலும் உருகி ஓட ஆரம்பிக்கின்றன. அந்த ஓட்டத்தில் விதவிதமான நிறங்கள் கொண்ட கொடிகள் வெளிவருகின்றன. அதில் உனது கையிலும் ஒரு கொடி... அது மூவர்ணக்கொடி. நீ அதைக் காற்றில் அசைத்தவாறே கூறுகிறாய் - 'சரி-சரி''நாம் இருவரும் கீழே குதிப்போம்' என்று கூறியவாறே நீ குதித்துவிடுகிறாய். உன்பின்னாலேயே நானும் குதித்துவிடுகிறேன்... இப்பொழுது நாம் ஒரு பெரிய மரத்தின் கிளையில் சிக்கியிருக்கிறோம். அந்த மரத்தின் மற்ற கிளைகளில் குரங்குகளைப் போன்று அதிகமான பையன்களும், பெண்களும் தொங்கியவாறு காணப்படுகின்றனர். இதில் வியப்பு என்னவென்றால், அவர்கள் நம் பெயர்களைக் கூறிக்கூறி அழைக்கின்றனர்... நானும் அவர்களை அறிந்துகொண்டுவிடுகிறேன். அவர்கள் யாவருமே என்னுடைய நண்பர்களும், உறவினர்களுமே!'

'போதும் - போதும்... அளந்தது போதும்'. இவ்வார்த்தையைக் கேட்டு விநாயக் திடீரெ அமைதி அடைந்துவிட்டான். அப்பொழுது மாலதி அவனை நோக்கி -'இது கனவா? அல்லது இட்டுக்கட்டப்பட்ட கதையா?

விநாயக்... அதன் பின்பு அந்த மரம் அசைய ஆரம்பித்தது. என்னுடைய கனவும் கலைந்துவிட்டது. என்னுடைய கனவில் வந்த அந்த மரத்தை நீயேதான் உலுக்கினாய் போலும். பின்சிரித்துக் கொண்டே... இதை இப்பொழுது நீ இட்டுக்கட்டப்பட்ட கதை என்று கூறுகிறாய்.

மாலதி பதில் கொடுத்தவாரே... பின் வேறென்ன? சரி... சரி... மார்கரெட்... அந்த மார்கரெட் உங்களுடைய கனவில் வரவில்லையா? அவள் அந்த மரத்தில் தொங்கினாளா? அல்லது மலையின் உச்சியில் இருந்தாளா?... கொஞ்சம்... எனக்காகச் சொல்லேன்'.

ஒரு வினாடி உண்மையிலேயே, விநாயக் திகைத்துவிட்டான். பின் தன்னைச் சமாளித்தவாறே... இல்லை... இல்லவே இல்லை... மார்கரெட் வரவே இல்லை... இது நிச்சயம். அவளுக்கு இங்கு என்ன வேலை? அல்மோடாவின் கனவில் மார்கரெட்டுக்கு என்ன இடம் உள்ளது?

மாலதி கேலியாக புன்முறுவல் செய்தவாரே... 'அப்படியானால் அல்மோடாவின் கனவில் எனக்கு மட்டும் என்ன வேலை'? என கூற நினைத்தாள். ஆனால் அவ்வாறு கூறாமல் - 'முதலில் டீ யைக் குடியுங்கள். ஆறி அவலாகிப் போகிறது. அதுசரி... நீ ஏன் அந்தக் கனவு கண்டாய்? இதைக் கொஞ்சம் எனக்கு புரியுமாறு சொல்லேன்'.

விநாயக்கிற்கு மஹா எரிச்சல்! அதை வெளிக்காட்டாமல்...'ஏன் கனவு வந்தது' எனக்கேட்டால்...! இதன் பொருள் என்ன? வரவர உனக்கு என் கனவின் மீதும் சந்தேகம் ஏற்பட்டுவிட்டது.

மாலதி -'இல்லாவிட்டால் வேறு என்ன? யாருக்குக் கனவுகள் வருவதில்லை? எல்லோருக்கும் கனவுகள் வருகின்றன. ஆனால் இந்த மாதிரி நீ கண்ட கனவுபோல் எவருக்கும் கனவுகள் வருவது இல்லை. இது முற்றிலும் உன்னால் இட்டுக்கட்டப்பட்டது'.

சரி... சரி... விடு... விடு... இந்தக் காலைவேளையில் உன்னோடு வாக்குவாதம் செய்ய 'டைம்' இல்லை. நான் உனக்கு லச்சுவைப்பற்றி கூறி இருந்தேனே? நினைவு இருக்கிறதா? அவனின் கடிதம் கூட உன்னிடம் காண்பித்தேனே! நேற்று மறுபடியும் ஒரு கடிதம் வந்துள்ளது. அளவிற்கு அதிகமாகவே வேண்டுகோள் விடுத்துள்ளான். உன்னை பார்ப்பதற்கு மிக்க ஆவலாக உள்ளான். வருகிறாயா? இரண்டு மாதங்கள் விடுமுறை உள்ளது. விடுமுறையைக் கொண்டாடலாம். உனக்கும் ஒரு மாறுதல் ஏற்படும். நீ மலைப்பகுதிகளுக்குச் சென்றதே இல்லையே! எனக்கும் எனது பிறந்த இடத்தைப் பார்த்து ஒருயுகமே கடந்துவிட்டது.

மாலதியின் சிரிப்பு ஒலி எழும்புகிறது. 'ஏன்? இதில் சிரிக்க என்ன உள்ளது? மாலதி இது இது கனவு அல்ல. நனவு. விரைவில் முடிவு எடு. இது ஸீஸன் டைம் மக்கள் கூட்டம் அதிகம் காணப்படும். ஆகவே இப்பொழுதே ட்ரெயினுக்கான ரிஸர்வேஷன் செய்யவேண்டும்.'

'அப்படியானால் நீ போ, போய்விட்டு வா, விடுமுறை உனக்குத் தான். எனக்கு எங்கே விடுமுறை. சகுந்தலாவை அழைத்துச் செல்... உன்னோடு. அவளுக்கும் தற்சமயம் விடுமுறைதான்'.

விநாயக் பொறுமை இழந்துவிட்டான். 'என்ன உளறுகிறாய்? வாய்க்கு வந்தபடி பேசுகிறாயே. இத்தனை வருடங்களுக்குப் பிறகு நான் என் சொந்த ஊர் செல்லுகிறேன்... அப்படி இருக்க... உனக்கு பதிலாக சகுந்தலாவை நான் உடன் அழைத்துச்சென்றால் அங்கு மக்கள் என்ன சொல்லுவார்கள்? என்ன நினைப்பார்கள்?

'என்ன நினைக்கிறார்களோ நினைத்துக் கொள்ளட்டுமே! இதில் யாருக்க என்ன வந்தது?' மாலதி இவ்வாறு பதில் கொடுத்தாள்.

விநாயக்கின் மனத்தில் கோபம் பற்றிக்கொண்டு வந்தது. ஆனாலும் அதை அடக்கியவாறே -'பீ ஸிரியஸ் மாலதி' இது வேடிக்கை விளையாட்டு அல்ல. அதற்கான நேரமும் இது இல்லை. நீ விரும்பினால் சகுந்தலாவும் நம்முடன் சேர்ந்து வரலாம். இது எப்பொழுது நடக்கும்!... நீ என்னோடு வருவதாக இருந்தால் மட்டுமே'.

மாலதி... யோசித்துச் சொல்லுகிறேன். உனக்கு அங்கு செல்லக் கிளம்புவது எவ்வளவு சுலபமோ எனக்கு அந்தஅளவு சுலபமல்ல. என்னுடைய எல்லா வேலைகளையும் விட்டுவிட்டு வரவேண்டுமே!

அவள் டீ ட்ரேயை எடுத்துக்கொண்டு நடையைக் கட்டினாள்.

விநாயக் மறுபடியும் படுக்கையில் சாய்ந்துவிட்டான். கனவு முற்றிலும் முடியவில்லை. 'உண்மையிலேயே' இது கனவு!... தன்னுடைய இந்த வாக்கியத்தை நினைத்து தனக்குத் தானே அவனுக்கு சிரிப்பு வந்தது. ஆனாலும்... உண்மையிலேயே... இந்தக் கனவு அவனுக்கு ஏன் வந்தது? இந்தக் கனவின் பொருள் என்ன? குழந்தைப் பருவத்தில் தான்கண்ட கனவுகளைப் பற்றி அவன் அக்காலத்தில் எண்ணிக்கொண்டு இருப்பான். இது அவனுடைய அந்தகாலத்து வழக்கம். இப்படியும் ஒருகாலம் இருந்தது - அவன் முறையாக தான் கண்ட கனவுகளை ஒரு நோட்புக்கில் எழுதிவைத்துக் கொள்ளுவான். அந்தக் கனவுகள் காலையில் கண் விழித்த பிறகும் கூட பழைய காகிதக் குப்பையில்

இந்த 'நோட்புக்கும்' கூட எங்கேயோ ஒரு இடத்தில் தூங்கிக் கொண்டு இருக்கும். இந்த நிகழ்வு எப்பொழுதோ... எப்பொழுதோ நடந்து முடிந்த நிகழ்வு.

ஆனால்... அந்த மலை உச்சியில் இருந்து கீழே அதிபாதாளத்தில் குதித்தது... இல்லை... இல்லை... வெட்டவெளியில் தாவியது மாலதி தானே! அவள் பின்னாலேயே விநாயக்கும். கண்டிப்பாக மாலதியும் கனவில் எங்கேயோ இருந்தான். ஆனால் அந்த மலைஉச்சியில் அவள் இல்லையே. மாலதி பின்புதான் மரத்தின் கிளையில் தொங்குபவர்களோடு அவளும் காணப்பட்டாள்.

இல்லை... இல்லை... அது மாலதி அல்ல. அந்த ஸ்யாஹிதேவியில் இருந்தது மார்கரெட் தான் - ஸ்யாஹிதேவியின் உச்சியில் அல்ல - எவரெஸ்டின் உச்சியில் மார்கரெட் தான் துள்ளிக்குதித்தாள் வா... குதிக்கலாம் என்று... அவளைத் தொடர்ந்து விநாயக்கும் குதித்தான் பாதாளத்தை நோக்கி.

ஆனால்... பின் அவள் எங்கு சென்றுவிட்டாள். மரக்கிளைகளில் காணப்படவில்லையே. மரக்கிளையில் நான் கண்டது மாலதியைத் தானே!... நினைவில் வருகிறது. மரக்கிளையில் இருந்தது மாலதிதான். விநாயக்குடன் அந்த மரக்கிளையில் ஊஞ்சல் ஆடியவாறு...

அப்படியானால் மார்கரெட் எங்கு சென்றாள். அந்த அதிபாதாளத்திலா அல்லது விண்வெளியில் தான் மறைந்துவிட்டாளோ?

விநாயக் மார்கரெட்டின் நினைவில் ஆழ்ந்துவிட்டான். பாதி மூடியவாறு கண்களுக்கு முன்னால் வேல்ஸ் நாட்டில் அவளுடன் செலவிட்ட அந்த மகிழ்ச்சியான நாட்கள் ஒரு சுருள் வடிவுகொண்டு ஒன்றன்பின் ஒன்றாக ஒளியுடன் உருள ஆரம்பித்தன. முதற்காட்சி பர்வத பிரதேசங்களில் காணப்படும் 'பர்ச்' மரங்களால் சூழப்பட்ட அவளது இல்லம்... அதன் பால்கனி... மேலும் ஸ்வா...சி கடற்கரை.

மார்கரெட்... மார்கரெட்... என மந்திரம் போன்று ஜபம் செய்யத் துவங்கினான். 'ஹே மார்கரெட்! நீ எங்கு உள்ளாய்?'

ஏன் இத்தனை நாட்கள் அவளுக்கு போன் செய்யவில்லையே? இன்று கட்டாயம் செய்வேன்... இப்பவே அலுவலகம் சென்று... விநாயக் இவ்வாறு நிச்சயம் செய்கிறான். எது மார்கரெட்டின் பங்கோ அதை மார்கரெட்க்கு கொடு. எது மாலதியின் பங்கோ அதை மாலதிக்குக்கொடு. இந்தப் பாகுபாடு செய்தல் அவன் தலைஎழுத்து. இதில் இருந்து

தப்பிக்கமுடியாது. என்னைப் போன்று இன்னும் எத்தனையோ துர்பாக்கியசாலிகள் இந்த உலகத்தில் இருப்பார்கள்... இல்லை... இல்லை... துர்பாக்கியசாலிகள் என ஏன் கூறவேண்டும்! அவர்கள் ஏன் பாக்கியசாலிகளாக இருக்கக்கூடாது? 'எங்கேயும் எப்பொழுதும் நடைபெற இயலாத ஒன்று வாழ்க்கையில் மாயாஜாலமாக நடைபெற்றுவிட்டால் அது தற்செயலாக நடந்தது' என ஏன் கூறவேண்டும். 'நடக்க வேண்டியது நடந்தது' என மனம் ஏன் ஏற்றுக்கொள்ளவில்லை? அது அவனுக்கு கிடைக்கவேண்டி இருந்தது. ஆகவே அது கடவுளின் எதிர்பாராத நிலையில் பெறப்பட்ட ஒருவரம். அதுவும் எங்கே! வெளிநாட்டில்! இதற்கு அவன் மீது அல்லது வேறு ஒருவர் மீதோ குற்றம் சுமத்துவது ஏற்புடையதா? எந்த விஷயத்தில் 'கில்ட்' இதைப்பற்றி ஏன் வீணாண யோசனை... விட்டுவிடு... எது தானாகவே வாழ்க்கையில் வருகிறதோ அதை அப்படியே ஏற்றுக்கொள். வேண்டாம் என பிடிவாதம் ஏன்? இதைப்பற்றி சிந்திப்பதே வீண். சிந்திக்காதே... செயல்படு! அமைதியாக தன் தலையெழுத்தின்படி நடப்பவைகளை ஏற்றுக்கொள். எந்தவிதமான கவலையும் இன்றி எந்தவிதமான பயமும் இன்றி. இங்கு 'நியாயம்... அநியாயம்' என்ற பேச்சுக்கே இடமில்லை. எவரும் எந்தவிதமான தவறும் செய்யவில்லை.

இந்த சகுந்தலாவைப்பார்! சகுந்தலா... அவளுக்கு விநாயக்கிடம் உண்மையான ஆழ்ந்த அனுதாபம் உள்ளது. அவனது துன்பங்களைத் தனது துன்பங்காளகவே பார்க்கிறாள். இந்த மாதிரியான உறவினர்களோ அல்லது நண்பர்களோ அவனுக்கு இல்லவே இல்லையே. அவள் விநாயக்கின் துன்பங்களைப் பார்ப்பது மட்டும் அல்ல அதை தன் துன்பமாகக் கருதி அதை நீக்கத் தன் உதிரத்தையும் கொடுத்து செயல்படுகிறாளே! இது என்ன விசித்திரப் போக்கு! இவளது இந்தச் செயல்பாடுகள் 'அனுதாபம்' என்ற குறுகிய வட்டத்தில் எவ்வாறு இருக்கக் கூடும்?

எது எப்படியோ! ஆனால் ஒருதரப்பில் இருந்து வருவது இல்லை. இரண்டு தரப்பில் இருந்துதான் வருகிறது.

இப்படி இருக்கும் போது விநாயக்கிற்கு சகுந்தலா ஏன் இந்த நிமிடம் வரை மிஸஸ் துபேயாகவேத் தோன்றுகிறாள்? சகுந்தலாவாகத் தோன்றவில்லையே!

பூகம்பம் போன்ற இயற்கையின் விளையாட்டில் ஒருபக்கம் பயங்கரமான அழிவுகள் ஏற்படுகின்றன. மற்றொரு பக்கம் இந்தச்

சீர்கேடால் நீரிலும் நிலத்திலும் மாயா ஜாலமான மாறுதல்கள் ஏற்பட்டு விடுகின்றனவே! இதே போன்று எந்தக் காரணத்தினால் விநாயக் - மாலதியின் தாம்பத்திய வாழ்க்கை சரிவின் எல்லைக்கே வந்துவிட்டதோ அதே காரணம் தான்... பார்... பார்... நன்றாகப் பார்... மாலதியையும் சகுந்தலாவையும், சகுந்தலாவை தன் 'சார்' விநாயக்குடன் ஆழமாக இணைத்துவிட்டதே! இதை 'மாயாஜாலம்' எனக்கூறாமல் எப்படி அதைக் கூறுவது? இந்த நிகழ்வுச் சக்கரத்தில் இருந்து வெளிப்பட்ட சகுந்தலாவின் நேர்த்தியான உருவம் அவளின் 'சார்' விநாயக்கிற்கு பெருமை சேர்ப்பதாக இல்லையே! பின்பு மாலதி. அவள்தான் சகுந்தலாவின் மீது தன் உயிரையே அர்பணித்து உள்ளாளே! அவர்களின் இந்தச் சேர்க்கை ஜன்ம ஜன்மாந்திரமாக நடைபெறுவது போல உள்ளதே? இது எவ்வாறு நிகழ்ந்தது? இதைப்பற்றி சிந்திக்கும் சமயம் விநாயக்கின் தலை தானாகவே சுழல ஆரம்பித்துவிடுகிறது. இருவரின் இயல்புகள், நடவடிக்கைகள், குணங்கள், ரசனைகள் அல்லது மற்றைய பின்புலங்கள் எதிலுமே ஒற்றுமை காணப்படவில்லையே. இருந்தாலும் எதுகொண்டு இருவரும் ஒருவரைஒருவர் ஈர்த்துக்கொண்டு உள்ளனர்? மாலதிக்கும் சகுந்தலாவிற்கும் உள்ள உறவு எத்தகையது? ஆகமொத்தம் சகுந்தலா செய்த எல்லாச் செயல்களுமே தன் 'சாரின்' நலத்தினை முன் நிறுத்திச் செய்யப்பட்டது தானே! எந்த அளவிற்கு அவள் 'ரிஸ்க்' எடுத்துக் கொண்டாள். அப்பப்பா! நினைக்கவே பிரமிப்பாக உள்ளதே! அந்த நாட்களில் மாலதி எந்த மனோநிலையில் இருந்தாள்... தெரியுமா? தெரிந்து இருந்தும் சகுந்தலா அவள் முன் வந்து குதித்தாளே! அத்தருணம் எதுவும் நடக்க வாய்ப்பு இருந்தது. 'கெட் அவுட்' என்று சொல்லி வீட்டை விட்டு வெளியேற்றி இருக்கலாம். வேறு செயல்களும் செய்து இருக்கலாம். ஆனால் இந்த கெட்டியான பெண் எவ்வாறு மாலதிக்கு தண்ணீர் காட்டினாள் - தெரியுமா? எப்படி அவள் மாலதியின் நம்பிக்கைக்கு பாத்திரம் ஆகி விநாயக்கின் பக்கத்தில் உள்ள நியாயங்களை எடுத்து கூறி இருப்பாள்! இந்த சகுந்தலா ஒரு பெண்ணா அல்லது ஒரு மாயாவினியா? உண்மையில் அவள் என்ன செயல் செய்து முடித்தாளோ அதைப் பார்த்துவிட்டு அவள் மாலதியை மந்திரத்தினால் மயக்கிவிட்டாள் என்றேதான் கூறவேண்டும்.

சிரித்தமுகம், பெருமை வாய்ந்த ஒரு உயர்ந்த குலத்தின் இலக்கணங்களைக் கொண்டவள், மனத்தைக் கவரும் நடை-உடை-பாவனை-பார்த்தாலே மயக்கத்தை உண்டாக்கும் உடல்வாகு... தன்னைவிட எப்படிப் பார்த்தாலும் 10 வயது குறைந்தவள்... இந்தச் சகுந்தலா. அவளிடத்தில் என்னதான் இல்லை? ஆனாலும் இவைகளை விட

விநாயக்கிற்கு அதிக ஈடுபாடு உள்ள மனத்தைத் தொடக்கூடிய ஓர் குணம் சகுந்தலாவிடம் காணப்பட்டது. அதுதான் அவளின் அறிவாற்றல், அவளது வியக்கத்தக்க இலக்கிய உணர்வு மற்றும் ரசனை. இது கடவுளின் விளையாட்டா என்றும் எண்ணலாம். இத்தகைய இயல்புகள் குணங்கள் ததும்பும் ஒரு பெண்மணியை விநாயக் கற்பனையில் கூட காண இயலவில்லை. அவளுடைய இந்தக் குணங்களை அறிந்து கொண்டவுடன் அவைகளை ஆரம்பம் தொட்டே புகழவும், தூசிதட்டி சுத்தப்படுத்தவும் மெருகுஏற்றி மிளிரச் செய்யவும் செயல்படத் துவங்கினான். இதுமட்டுமா... தன்னை அவனுக்குக் கொள்ளை அடிக்க அர்பணித்துவிட்டாளே! இப்படி தன் கொள்ளை கொடுக்க அனுமதிப்பதல் அவனுக்கு எப்படிப்பட்ட மகிழ்ச்சியும் நெகிழ்ச்சியும் ஏற்பட்டது. அதை விவரிக்க வார்த்தைகளே இல்லயே! அரே விநாயக்! இதுவும் உனக்கு ஒரு கனவுதான் - உண்மையிலேயே ஓர் தகுதியான மாணவியைப் பெற்று அவளுக்கு தன் முழு அறிவாற்றலை தன் இருகைகளினாலும் அள்ளிக்கொடுப்பது. ஆகவே தான் விநாயக் தன் ‘குரு’ என்ற பணியை நிறைவேற்றுவதில் அவன் எந்த தொய்வும் குறைபாடுகளும் காட்டவில்லை. ‘டைரெக்ட் டிஸைப்பில்’ என்று இவளைத் தவிர வேறு எவரைக் கூறமுடியும்? அவன் நேர்முகமாக அவளுக்கு எந்தவிதமான வகுப்புகளும் எடுக்கவில்லை. அதனால் என்ன குறைந்துவிட்டது! ஆனால் ‘ஆராய்ச்சி’ என்ற நிலை வரும் சமயத்தில் அவள் விநாயக்கின் நேர் பார்வையிலேயே செயல்பட்டாளே! சகுந்தலாவைச் சமைப்பதில் தனக்கும் ஒரு பங்கு உண்டு என விநாயக் நினைத்தால் அதில் தவறு ஒன்றும் இல்லையே. அவள் தன்னுடைய ‘தீஸிஸ்’ஐ செய்து முடிக்க விநாயக் இராப் பகலாக தன்னையே மறந்து அவளுக்கு வழிகாட்டினானே! காரணம் அவள் எடுத்துக்கொண்ட ‘தீஸிஸ்’கான விஷயம் மிகவும் கடினமாயிற்றே! ஆகவே இந்த செயலில் விநாயக் தன்னையே அர்பணித்துவிட்டானே. ஏனென்றால் ‘கற்றாரைக் கற்றாரே காமுறுவர்’ இதற்காக அவன் அவளிடமிருந்து எந்த பிரதி பலனையும் எதிர்பார்க்கவில்லை. பதிலாக நன்றியுடையவனாக உள்ளான். காரணம் இப்படிப்பட்ட தகுதியான ஒரு மாணவி தனக்கு... தனக்கு மட்டுமே கிட்டியுள்ளாள். வேறு ஒருவருக்குக் கூட இத்தகைய அருமையான மாணவி கிட்டி இருப்பதாக அவன் அறிந்தவரையில் ‘இல்லை’ என்றே கூறலாம். ஆகவே விநாயக் சகுந்தலாவை தன்னுடைய ஆசிரியத் தொழிலில் தனக்குக் கிடைத்த மிகப் பெரிய பொக்கிஷம், மிகப் பெரிய பேறு என எண்ணினான் போலும்! இதில் அவனுக்கு ஒரு ‘கடுகு’ அளவுகூட சந்தேகம் ஏற்பட்டதில்லை. உண்மையிலேயே சகுந்தலா அவனுக்கு

உண்மையிலேயே... பெருமையாகத்தான் தோன்றினாள். ‘அஸ்ஸெட்’ என இதைத்தான் கூறுவார்களோ? அப்படிக் கூறினால் அந்த வார்த்தையில் உள்ள ஒரு ஒரு எழுத்தும் முழுவதும்... முழுவதும்... உண்மை... உண்மையைத் தவிர வேறு ஒன்றும் இல்லை.

ஆனால் மாலதிக்கு? மாலதிக்குக் கூட சகுந்தலா அந்த ‘அஸ்ஸெட்’ விட குறைந்தவள் இல்லை. இவர்களுக்கு தொடர்பு ஏற்பட விநாயக் ஒரு சிறு காரணம் தான். ஆனால் இந்த அளவிற்கான இணக்கமும், நெருக்கமும், தோழமையும் உறவு போன்ற உணர்வும் ஏற்பட அவன் காரணமாக இருந்து இருக்கமுடியாது. இவைகள் அவர்களுக்கு இடையே எவ்வளவு வேகமாக வளர்ந்துவிட்டன! மாலதி இயற்கையிலேயே பொறாமை, குணம் படைத்தவள் ஆனால் சகுந்தலா சம்பந்தப்பட்ட விஷயத்தில் அவளுக்கு எந்தவிதமான சந்தேகமும் பொறாமையும் ஏற்படவில்லையே! இது உலக அதிசயமாகத் தான் தோன்றுகிறது! இப்படி மாலதியை மாற்ற சகுந்தலா நன்றாகவே வேப்பிலை அடித்துவிட்டாள்! இதில் ஒரு வேடிக்கை! மாலதியும் இதை நன்றாகவே உணர்ந்து இருந்தாள்.

விநாயக் சகுந்தலாவின் இந்தச் செயல்பாடுகளை ‘மாயாஜாலம்’ என்றே எண்ணினான். தன்னுடைய அன்பான மாணவியின் தனித்தன்மை முற்றிலும் புதியதான விசித்திரமான கற்பனைக்கு எட்டாத ஒரு நியதியாகவே அவன் கருதினான். ஆனாலும் மாலதிக்கும் இதில் ஒருபங்கு உண்டுதானே! கண்டிப்பாக அவளின் பங்களிப்பும் உண்டு. மாலதியின் தனித்தன்மையில் இப்படிப்பட்ட ஒருதனியான திறனும் பண்பும் இருந்ததின் விளைவாகத்தான் அவளை ஏற்றுக்கொண்டு உள்ளான். ஆனால் மாலதியின் இந்த குணங்கள் விநாயக்கின் கண்களுக்கு புலப்படவே இல்லையே ஏன்? இதைத் தவிரவும் விநாயக் சகுந்தலாவிற்குக் கூட மற்றொரு விஷயத்திலும் கடமைப்பட்டுள்ளான். ஏனென்றால் விநாயக் - மாலதியின் இடையே காணப்பட்ட மிகப் பெரிய இடைவெளியை எப்படி இலகுவாகவும் திறமையாகவும் எவருக்கும் மனம் வருத்தம் கொடுக்காமல் நீக்கவிட்டாள். ஒருவரை ஒருவர் புரிந்துகொள்ளவும் அறிந்துகொள்ளவும் வகை செய்துவிட்டாளே! விநாயக்கை கரை சேர்த்துவிட்டாளே! இருண்ட இல்லத்தை ஒளிமயமாக்கிவிட்டாளே! ஒருபெரிய விபத்தை எவ்வாறு நடைபெற வாய்ப்பு அளிக்காமல் காப்பாற்றிவிட்டாளே! அதிசயம் தான்... மஹா அதிசயம் தான்!

20. 'சேஞ்சின்' அவசியம்

விநாயக்கின் மனத்தில் சகுந்தலாவிடம் ஏற்பட்ட நன்றி உணர்வு எல்லை கடந்ததாகவே இருந்தது. இந்த நன்றிக்கடனை எவ்வாறு அடைப்பது? ஆகவே சகுந்தலாவையும் பழைய மாதிரியாகவே வெளிநாடு செல்லச் செய்யவேண்டிய ஏற்பாடுகளை ரகசியமாகச் செய்யத் துவங்கினான். ஆனால் இதில் ஒரு சிரமம் இருந்தது. 'மொழிஇயல்' சம்பந்தப்பட்ட துறையைச் சார்ந்தவர்களே வெளிநாடு செல்ல அடிக்கடி வாய்ப்புகள் ஏற்பட்டவண்ணம் இருந்தன. ஆனால் முழுமையான இலக்கியத் துறையைச் சார்ந்தவர்களுக்கு உதவித்தொகை கொடுத்தோ அல்லது 'ஃபெலோஷிப்'ல் ஏற்பதோ குதிரைக் கொம்பாகத்தான் இருந்தது. காலம் எப்படியெல்லாம் மாறிவிட்டது. முதலில் விஞ்ஞானம் மதத்தின், தத்துவத்தின் மதிப்பைக் குறைத்தது. ஆனால் அது இன்று 'மொழிஇயல்' என்ற பெயரில் இலக்கியத்தை நசிக்கத் தொடங்கிவிட்டது. காலத்தின் இந்த வேதாந்தம் எத்தகையதான வியப்பை ஏற்படுத்திஉள்ளது. ஆகவே இந்த மனிதனின் குழந்தைகளுக்கு வேறு போக்கிடம் எங்கு உள்ளது? இவர்களைக் காப்பாற்றுவது யார்? எவரும் இல்லையே! எத்தகைய வேதனையான சூழ்நிலை.

இதன் நடுவில் விநாயக் 'கார்டிஃப்' பல்கலைக் கழகத்தின் ப்ரொபஸர் 'ராவ்லைன்' அவர்களிடமும் தனது அன்பான 'மார்கரெட்'டிடமும் இதுபற்றி விநாயக் விசாரித்தபொழுது அவனுக்கு இந்தத் தகவல் கிட்டியது. அதாவது 'வேல்ஸ்' நாட்டில் இல்லாவிட்டாலும் அயர்லாந்தில் சகுந்தலாவிற்கு 'ஃபெலோஷிப்'புக்கான ஏற்பாடு செய்ய இயலும். மார்கரெட் கூட தானும் தன்னுடைய 'க்ளேரன்ஸ் மங்கன்' சம்பந்தப்பட்ட 'புதிய குற்றம்' சம்பந்தப்பட்ட காரணத்தினால் செல்ல இருக்கிறாள். அங்கிருக்கும் பொழுது தான் சகுந்தலாவிற்கு சகுந்தலா சம்பந்தப்பட்ட காரியங்களில் எல்லாவித முயற்சிகளும் செய்வதாக விநாயக்கிற்கு நம்பிக்கைக் கொடுத்திருந்தாள். விநாயக்கின் எண்ணத்தில் மார்கரெட் அவ்வாறான முயற்சிகள் கண்டிப்பாக செய்வார்கள். முக்கியமாக இச்சமயத்தில் 'சிஸ்டர் நிவேதிதா' சம்பந்தமாக சகுந்தலாவின் 'ரிசர்ச் பேப்பர்''விஷ்வபாரதி ஜர்னல்' என்ற பத்திரிகையில் பிரசுரம் செய்யப்பட்டிருந்தது. மார்கரெட் இதைப் படித்து மிக்க வியப்படைந்தாள். அவள் எண்ணப்படி அயர்லாந்து மற்றும் இந்தியாவின் புதிய விழிப்புணர்ச்சிக்கு நடுவே இத்தகைய நுணுக்கமான சம்பந்த இழைகள் 'ஐரிஷ்' பண்டிதர்களுக்கு மட்டுமல்ல சாதாரண மக்களுக்குக் கூட மிகுந்த ஈடுபாடு இருக்கக்கூடும். அதை இன்னும் வலுப்பெற, ஒளிபெறச் செய்ய

ப்ரொபஸர் விநாயக்கோடு கூட சகுந்தலா துபே போன்ற பண்டிதைகளின் ஒரு அவசியமான முன்னுரையும் இருக்கக்கூடும்.

சிஸ்டர் நிவேதிதா ஐரிஷ் பற்றி எதுவும் எழுதவில்லை. ஆனாலும் அயல் நாட்டில் வளர்ந்த அந்நாட்டு ஒரு குழந்தை தன்னுடைய முழுவாழ்க்கையையுமே 'பாரதம்' என்ற மிகப் பெரிய நாட்டின் சுதந்திரப் போராட்டத்தில் தன்னையே அர்ப்பணித்துவிட்டாளே! இது மட்டுமா? அவர்களுடைய ஆயுதம் தாங்கிய புரட்சியின் முயற்சிக்கு மட்டுமல்ல அந்த நாட்டில் முழுமையான பண்பாடு சம்பந்தப்பட்ட தன்னம்பிக்கையை விழித்து எழச்செய்ய தன் முழு வாழ்க்கையையும் செலவிட்டு விட்டார்களே! இந்தியாவின் பழைமையான இலக்கியங்களை அவர்கள் தன் முன்னோர்களின் வாக்குகள் என்ற எண்ணத்தில் அவற்றை முழு ஈடுபாட்டோடு ஏற்றுக்கொண்டது மட்டுமல்ல, பிறகும் தானே இந்தியாவின் புதிய தலைமுறையான அதாவது பாலகர்களுக்கும் இளைஞர்களுக்கும் அந்த புராண, இதிகாச சம்பந்தப்பட்ட அறிவை ஊட்டுவதற்கான முயற்சியில் ஈடுபட்டார்கள். ஆக, இங்கு நாம் ஒன்றை ஒருபொழுதும் மறக்கவியலாது. இந்தியப் பண்பாடு பற்றி வாய்கிழியப் பேசும் வல்லுனர்கள் மேற்கோள்ளாத முயற்சியை அல்லவா அவர்கள் செய்தார்கள்! ஆகவே அன்னாரைப் பற்றி சகுந்தலா எழுதிய 'ரிசர்ச் பேப்பரி'ல் அயர்லாந்தில் கண்டிப்பாகக் கௌரவம் கிட்டும்.

என்ன அதிசயம் இது...? விநாயக் இவ்வாறு எண்ணுகிறான்.

வெகுதூரத்திலுள்ள வேல்ஸ் பல்கலைக் கழகத்தில் பணியாற்றும் மார்கரெட், சகுந்தலாவின் வேலையின் மகத்துவத்தை அறிந்து கொண்டது மட்டுமல்ல திறந்த மனத்துடனும் திறந்த யோசனையுடனும் புகழ்கிறாள். ஆனால் சகுந்தலாவின் இந்தச் செயல்பாடு பற்றி நம் நாட்டின் 'எகனாமிக்' சமுதாயம் புகழ்வது இருக்கட்டும். அதைப்பற்றி பேசுவதற்கே அது தகுதியற்றது என்று நினைக்கிறது. அப்படியானால் நாம் கண்டிப்பாக இக்கேள்வியை உயர்ந்த குரலில் எழுப்பத்தான் வேண்டும்... இந்தியர்களான நாம் இப்பொழுது எதை விரும்புகிறோம்? எதை அடைவதற்கு இவ்வளவு வேகமாக ஓடுகிறோம்? நம்முடைய முன்னுரிமைகள் தலைகீழாக மாறிவிட்டனவா? ஒருபக்கம் பார்த்தால் இந்தியர்களாகிய நாம் வெளிநாட்டுப் பழக்க வழக்கங்களை மிக எளிமையாகவும், மிக்க வேகத்துடனும் ஏற்றுக் கொள்கிறோம். இதில் நாம் எந்தவிதமான குறையும் கூறவியலாது. ஆனால் நாம் நம்முடைய தேசத்தைப் புரிந்துகொள்ளவும், அன்பு செலுத்தவும்... மாறி வரும் இந்தப் புதிய உலகில் நம்முடைய இடம் என்ன? என்பதையும், புதிய

இந்தியாவைப் படைக்க நம்முடைய ஒத்துழைப்பு எவ்வாறு இருக்கவேண்டும் என்பதைப் பற்றி நம்மை யோசிக்கச் செய்யவும், செயல்படச் செய்யவும் நமக்கு ஊக்கம் கொடுத்தால்... ஆனால் இவ்வாறு எங்கு நடந்தது? பதிலாக இதற்கு எதிர்மறையான அறிகுறிகள்தானே இப்பொழுது காணப்படுகின்றன.

சகுந்தலா விநாயக்கின் இந்த மன வருத்தத்தை நன்றாகப் புரிந்து கொண்டிருக்கிறார்கள். இந்த 'எக்கனாமிக்' என்று கூறப்படும் உலகத்தில் இந்த இருவரின் அறிவு சம்பந்தப்பட்ட எண்ணங்கள் சம்பந்தப்பட்ட பங்களிப்பு தோன்றி வளர்ந்து இருப்பது மிகவும் அரிதான நிகழ்வாகும். இந்த நாட்டின் விதியின் விசித்திரமும் இவ்வாறு உள்ளதே...! விநாயக் அன்றொரு நாள் ரைணா சாஹப் அவர்களிடம் இவ்வாறு கூறிக்கொண்டிருந்தான் - 'நமது நாட்டில் தன்னையே ஏனையோரைவிட அதிமேதாவியான அறிவு ஜீவிகள் என்று எண்ணும் மக்களும் உள்ளனர். ஆனால், அவர்களோ தன்நாட்டு மக்களிடமிருந்து அவர்களின் வாழ்க்கை முறையைப் பற்றிய ஞானத்திலிருந்து அவர்களுடைய பரம்பரை பரம்பரையாக ஊறிவரும் 'ஸ்ரத்தை', 'புத்தி' என்ற குணத்தின் ஊற்றுகளிலிருந்து பிரிந்திருக்கின்றனர். ஆனால் மற்றொருபுறம் தன்னுடைய உணர்ச்சிபூர்வமான தேசபக்தியினை பறைசாற்றிக் கொண்டும், தார்மீகப் பண்பாட்டு பெருமைகளைப் பற்றி வாய் வலிக்கப் பேசுகின்றனர். ஆனால் அவர்களுக்கு மேற்கத்திய பண்பாட்டின் பயனைப்பற்றியும் அந்தச் சக்தியின் ஊற்றுக் கண்களைப் பற்றியும் எந்தவிதமான ஞானமோ, அல்லது உண்மையான அறியும் ஆவலோ கிடையவே கிடையாது. அவர்கள் தாங்கள் எந்த உலகத்தில் வசித்துக்கொண்டிருக்கிறோம்? என்பதையே அறிந்திருக்கவில்லை. 'ரைணா சாஹப்' அவர்களும் விநாயக்கின் இந்தக் கருத்தை ஏற்றுக்கொண்டார். விநாயக் இடைவிடாது இப்படிப்பட்ட ஒரு முயற்சி மேற்கொண்டுள்ளான் - அதாவது விநாயக்கின் கருத்தை ஏற்றுக் கொள்ளும் மக்களுடைய ஒரு கூட்டமைப்பை ஏற்படுத்த வேண்டும். அவர்கள் இந்த நாட்டின் 'பொறுப்பாளி'யாகவும் தேசப்பற்றுடையவர்களாகவும் உண்மையிலேயே உலக ஞானம் பெற்றவர்களாகவும் மேற்கத்தியரோடு அவர்கள் நிலையில் நின்றுகொண்டு அவர்களின் எண்ணங்களோடு மோதி அவர்களுக்குச் சரிசமமாக உண்மையிலேயே வாதாடும் திறமையான புத்திசாலித்தனத்தை விழிப்படையச் செய்ய வேண்டும். அவர்களைப் பிரியவிடாமல் ஒன்றிணைத்துச் செயல்படச் செய்யவேண்டும்.

ஐயஹோ! ஆனால், கடந்த பத்து வருடங்களாக மும்பையைப் போன்று பெருநகரில் வசித்து செயல்படும் விநாயக்கின் இந்த மகத்தான

கனவு இன்றுவரை மனக்கோட்டை கட்டுபவனின் கனவாகவேதான் உள்ளது. ஆனால் இவற்றினுள்ளே ஒரு நம்பிக்கை ஒளி வீசுகிறது. அதாவது இது மனக்கோட்டை கட்டுபவனின் கனவாக இருந்தாலும் கூட அவனுள் அது உயிர் பெற்றுத்தான் உள்ளது. அந்த உயிருடன் இருக்கும் கனவு நனவாக வெளிப்படும் நாள் எப்பொழுது என்று தெரியவில்லை.

இதை 'சைக்காலஜி'யின் மொழியில் கூறவேண்டுமானால் 'ரெக்ரஷன்' அதாவது பின்நோக்கிச் செல்வது, இதைப்பற்றி இந்நாட்களில் என்ன சொல்வது! 'ப்ரொபஸர் விநாயக்கிற்கு தன்னுடைய குழந்தைப் பருவ நண்பர்களின் தொடர்பு மறுபடியும் ஏற்பட்டவுடன் அவரை ஒரு விசித்திரமான குழந்தைப் பருவம் ஆட்கொண்டுவிட்டது. அவர் அக்காலத்தில் தன்னுடைய ஏரியாவில் உள்ள பையன்களோடு சேர்ந்து அமைத்த 'ஸ்வாதீன் க்ளப்' என்ற அமைப்பின் நினைவு மறுபடியும் மற்றொரு புதிய அடிப்படையில் அவரைத் துயரமடையச் செய்கின்றது. நீண்ட காலத்திற்கு முன்பு குழந்தைப் பருவத்தில் தான் கண்ட அக்கனவு இந்த வயதான காலத்தின் கனவாக மாறியுள்ளதோவென்று அவருக்கு திடீரென எண்ணத் தோன்றியது. இது முற்றிலும் தற்செயலாக நடைபெற்றதாக இருக்கமுடியாது. ஏனென்றால் எப்படி அவர் மேற்கத்திய நாடுகளில் தன்னுடைய 'எக்கானமிக்' கொடியை ஆழமாக ஊன்றிப் படிக்கச் செய்துவிட்டு வந்தாரோ, அவ்வாறே ஒரு மாயாஜாலச் செயல்போன்று அவரது குழந்தைப் பருவத்து நண்பர்களுடன் தொடர்பு ஏற்பட்டுள்ளது. இதைவிடப் பெரிய சகுனம் வேறென்ன இருக்கக்கூடும். இதற்குப் பொருளென்ன? சந்தேகமின்றி இதுதான் - அவர் அக்காலத்து... 'ஸ்வாதீன் க்ளப்'ல் கண்ட கனவு இன்று ஒரு பெரிய அளவில் நனவாக மாறவுள்ளது. அதில் அவருடைய 50-60 வருட பழைய மண்டலியின் உறுப்பினர்களும் கூட இன்று தானாகவே வந்து ஒன்றுசேர்ந்துள்ளனர். இதை தெய்வத்தின் உபயம் என்றுதானே கூறவேண்டும்.

அப்படியானால்... இப்பொழுதே உடனடியாக முதலில் ராணிகேத் - அல்மோரா செல்லுவதற்கான உபாயம் செய்யவேண்டும். இரண்டு மாதங்கள் முழுமையாகக் கைவசம் உள்ளன. இப்பொழுதே ஒரு 'காட்டேஜ்' 'புக்' செய்ய லச்சுவிற்குத் தகவல் அனுப்பப்பட்டுள்ளது. அவனது ஹோட்டலின் அருகிலேயே அந்தக் காட்டேஜ் உள்ளது. சகுந்தலா விரும்பினால் இரண்டு மாதங்கள் முழுவதும் நம்முடன் சேர்ந்து இருக்கலாம். அப்படி இயலாவிட்டால் குறைந்த அளவு ஒரு மாதமாவது தங்கவேண்டும். ஆனாலும் உண்மையான பிரச்சனை என்ன என்பது இதுதான். எப்படி மாலதிக்குத் தண்ணீர் காட்டுவது? மிக்க அடம் பிடிக்கும்

பெண் அவள். உலகம் முழுவதும் கோடைக் காலத்தை மலைப்பிரதேசத்தில் செலவிட துடிக்கின்றது. ஆனால் இங்கே! எல்லா நண்பர்களும் அவளை முழு மனத்துடன் அங்கு அழைக்கின்றனர். ஆனால் அவளால் அங்கு செல்ல இயலவில்லை. ஏன் செல்ல இயலவில்லை? இவள் இல்லாவிட்டால் இங்கு எல்லாச் செயல்களும் குளறுபடியாகிவிடும். எப்படி குளறுபடியாகும் எனத் தெரியவில்லை. இந்தனை வருடங்களாக இரவு இல்லை... பகல் இல்லை என்று விழுந்து விழுந்து சம்பாத்தியம் செய்கிறாளே. இப்பொழுது எல்லாச் செயல்களுமே முறையாகச் செயல்படத் துவங்கிவிட்டன. இவளின் இத்தனை பணி செய்யும் நபர்கள் உள்ளார்களே! நீ இல்லாமல் அவர்கள் இரண்டு மாதங்கள் மட்டுமே இதை நிர்வாகம் செய்ய இயலாதவர்களா? இது சாக்குப்போக்கு மட்டுமே! அப்படியானால் இவளுடன் சேர்ந்து பணிசெய்பவர்கள் இவள் இல்லாமல் இதை நிர்வாகம் செய்யத் தகுதியற்றவர்களா? அல்லது நிர்வாகம் செய்யக்கற்றுக் கொள்ளவில்லையா? உண்மையில் அவள் இதை விரும்பவில்லை. தனக்குத் தானே தன்னை ஏமாற்றும் இந்த எண்ணத்தை தீனிபோட்டு வளர்த்துஉள்ளாள். அதாவது இவள் இல்லாமல் ஒரு சிறு துரும்பும் செயல்பட முடியாது. எல்லாச் செயல்களுமே அடியோடு சாய்ந்துவிடும். இந்த எண்ணம் தான் இந்த நாட்டின் தலைஎழுத்து போலும்! எவர் ஒருவர் தனியாக ஒருவேலை தொடங்கினாலும் அல்லது ஒரு நிறுவனத்தை நிறுவி அதைச் செயல்படச் செய்தாலும் அதற்குத் தான் மட்டுமே முழுக்காரணம். தான் மட்டுமே சரிவரச் செயல்படச் செய்ய இயலும். நிறுவனங்களே இவ்வாறு செயல்பட அனுமதி அளிக்கலாமா? ஆனால் ஐரோப்பாவை சற்று நோக்குங்கள். தாங்கள் இருந்தாலும் ஒன்றுதான். இல்லாவிட்டாலும் ஒன்றுதான். நிறுவனம் முறையாக இயங்கிக் கொண்டுதான் இருக்கும். ஆகவே நாம் புரிந்து கொள்ளவேண்டும். நிறுவனம் பெரிது நாம் பெரியவர்கள் அல்ல. அங்கு ஒருவர் தலைமை ஏற்றவுடன் அவருக்குப் பிறகு தலைமைப் பொறுப்பை ஏற்கத் தகுதியான ஒரு நபரைத் தேர்ச்சி பெறச் செய்துவிடுகிறார்கள். ஆகவே முதற்தலைமை இல்லாது போனாலும் அந்த நிறுவனம் முறையாக ஒழுங்காக சட்டப்படி இயங்கிக் கொண்டுதான் இருக்கும். ஆகவே யாரும் எதற்கும் முழுப் பொறுப்பாளியாக இருக்க அவசியம் அங்கு இருப்பதில்லை. இங்கு மாதிரி அங்கு பார்க்க இயலாது. இங்கு முதற்தலைமை சற்று வழுக்கி விழுந்தால் மற்ற எல்லாச் செயல்களுமே சீட்டுக்கட்டுபங்களா போன்று சரியத் தொடங்குகின்றன. ஆகவே தகுதியான தன்னுடன் பணிசெய்பவரை தேர்வுசெய்து அவருக்கு முறையான பயிற்சி கொடுத்தால் அவரது மேற்பார்வையில் அந்த

நிறுவனம் தொய்வு இன்றி முறையாகச் செயல்படும். 'யாரும் சர்வே சர்வா' 'இல்லை, இவர்தான் தேவை' என்று எவரும் இல்லை. நிலைமை இவ்வாறு இருக்க 'தான் இல்லாவிட்டால் நிறுவனம் இயங்காது' என்பது புகழ்ச்சிக்கு உரிய விஷயம் அன்று. பதிலாக அது நிகழ்ச்சிக்கு உரிய வருத்தம் அளிக்கும் விஷயமாகும். இத்தனை வருடங்கள் கடந்த பிறகும் அந்த நிறுவனத்தை நடத்திச் செல்ல ஒரு தகுதியான 'டீம்' ஒன்றை ஏற்படுத்தாவிட்டால் அது வெட்கத்திற்கு உரிய விஷயமாகும். நீங்கள் அப்படிப்பட்ட ஒரு 'டீம்' ஒன்றை ஏன் நிர்மாணம் செய்யவில்லை? ஆகமொத்தம் நீங்கள் உங்கள் உயிர்உள்ள வரை அந்த நிறுவனத்துடன் ஒட்டிக்கொண்டு காலம் தள்ள நினைத்துவிட்டீர்கள். இருந்தாலும் நீங்கள் தம்பட்டம் அடித்துக் கூறுவது என்ன... தெரியுமா? எனக்கு எதிலுமே பற்று இல்லை. நான் பற்று அற்றவன். ஒரு பைசா கூட எனக்காக சேர்த்து வைத்துக்கொள்பவன் அல்ல.

அப்படி நான் செய்கிறேன் - விநாயக் எண்ணுகிறான் - முதலில் சகுந்தலாவை தனக்கு நம்பிக்கை உடையவளாக மாற்றி மாலதியின் பின்தொடர நானே அவளை ஊக்குவிக்கிறேனே! மாலதியை அவள் சமாளித்துவிடுவாள். மாலதியின் மூக்கணாங்கயிறு தற்சமயம் சகுந்தலாவின் கரங்களில் உள்ளது போன்ற நிலை ஏற்பட்டுள்ளது. மறுபக்கம் ஸெமினாருக்கு சகுந்தலாவை கண்டிப்பாக அழைக்கவேண்டும் என நெனித்தாலில் உள்ள ப்ரொபஸர் வினோத் அவர்களுக்கு கடிதம் எழுதுகிறான். இந்தச் சிறிய விஷயம் கூட விநாயக்கின் மூளைக்கு எட்டவில்லையே! இவ்வளவு பழைமையான இவ்வளவு மரியாதையான ஒரு சமகாலத்து நண்பர் யாருக்கு எங்கு கிடைக்கும்? முதலில் குழந்தைப் பருவத்துத் தோழமை மற்றது தொழிற்துறை சம்பந்தமான தொடர்பு. இத்தகைய கிடைப்பதற்கு அரிய ஒரு வாய்ப்பு எவருக்குக் கிட்டும்? பின்பு என்ன? ஓரே கொண்டாட்டம் தான். சகுந்தலா இதன் காரணமாக தன்னோடு வந்துவிடுவாள். மாலதியின் இந்த முட்டாள் தனமான 144 தடை உத்தரவும் தனக்குத் தானே இளகி ஓடிவிடும். அயர்லாந்தில் இருந்து இச்சமயம் சகுந்தலாவிற்கு அழைப்பு வர எந்த முகாந்தரமும் இல்லை. அதற்குப் பல மாதங்கள் தேவைப்படும். இந்த கால அவகாசத்தில் அவளும் இந்த மலைப்பிரதேசத்தில் உள்ள என்னுடைய எல்லா நண்பர்களையும் பார்த்துப் பேசிவிடுவாள். இது மனத்திற்கு எவ்வளவு பூரிப்பைக் கொடுக்கும்!

விநாயக்கின் கற்பனைக் கருடனின் இறகுகள் கிடைத்துவிட்டன. 'வேல்ஸ்' நாட்டைப் போன்ற அயர்லாந்து நாட்டிலும் விநாயக்கிற்கு எந்த அளவு தொடர்பு உள்ளது! அங்கு சகுந்தலாவும் மார்கரெட்டும்

எவ்வாறு ஒன்றிவிடுவார்கள். ஓர் உயர்ந்த 'யெட்ஸ் ஸ்காலர்' என்ற முறையில் விநாயக்கிற்கு அயர்லாந்தில் ஒரு தனிப்பட்ட மரியாதை உண்டு. அங்கு உள்ள 'யெட்ஸ் ஸொஸயிட்டி' மூலமாக அகில உலக மதிப்புக்கான மரியாதை கௌரவம் அவனுக்குக் கிட்டிவிட்டது. ஒரே ஒரு குறை. மாலதியின் மனத்தில் பதிந்து உள்ள அந்த முள் எடுக்கப்பட்டு விட்டால் மற்றது எல்லாமே தானாகவே சரிசெய்யப்பட்டுவிடும். சகுந்தலாவின் மனத்தில் ஏதாவது நெருடல் - வருடல் இருந்தாலும் மார்கரெட்டைச் சந்தித்த உடனேயே அவைகள் அனைத்துமே மாயமாக மறைந்துவிடும். சகுந்தலா மார்கரேட்டை முழுவதுமாகத் தன் வசப்படுத்திவிடுவாள். இதில் எந்தவித சந்தேகமும் இல்லை. தற்பொழுது மீதம் இருப்பது யார்? மாலதி மட்டும் தானே. அவளோ சகுந்தலாவின் கைக்குள் அடக்கம். அங்கு மார்கரெட் மற்றும் சகுந்தலா இணைந்தால் இதைவிட மகிழ்ச்சியான செயல் வேறு எதுவும் இருக்கமுடியாது. ஏனென்றால் மார்கரெட் பற்றிய மாலதியின் எண்ணத்தை சகுந்தலா அடியோடு மாற்றிவிடுவாளே? சகுந்தலா அவ்வளவு கைகாரியாயிற்றே. ஆகையால் சகுந்தலா மூலமாக இந்த இரண்டாவது மாயாஜாலமும் நடந்து முடிந்துவிடும்.

'ஐயா ஸ்வாமிகளே!... இன்றைக்குத் தாங்கள் கல்லூரிக்குச் செல்லவேண்டாமா? என்ற மாலதியின் செல்லமான ஒலி விநாயக்கின் பகற்கனவிற்கு பூபாள ராகம் இசைத்தது.

எவ்வளவு விசித்திரமான விஷயம்... விநாயக் எண்ணிக்கொண்டு இருக்கிறான்... அவனோ மார்கரெட்டின் நினைப்பில் ஆழமாக மூழ்கிவிட்டானே! அவளைப்பற்றியே தான் எண்ணிக்கொண்டும் இருந்தான். அப்படி இருக்கையில் இந்த சகுந்தலா எங்கிருந்து எப்படி திடீரென வந்து குதித்துவிட்டாள். குதித்தது மட்டும் அல்ல, அவன் மீதும் படர்ந்துவிட்டாளே!

விநாயக் கல்லூரிக்குக் கிளம்ப வேக வேகமாக செயல்பட ஆரம்பம் செய்கிறான். இருந்தாலும் இன்று அவன் மனம் படுக்கையில் இருந்து எழ விரும்பவில்லை. ஆனாலும்... கண்டிப்பாகச் செல்ல வேண்டுமே! சகுந்தலாவை தரிசனம் செய்யாமல் அவன் மனம் நிம்மதி அடைவது எவ்வாறு? இன்று சகுந்தலா என்ற நபரோடு தன்னுடைய தொடர்பை ஒருபுதிய அடித்தளத்தில் அமைக்க அதற்கு அறிமுகக் குறிப்பு கொடுக்க அவன் மனம் அது அவசியம் என கூறிக்கொண்டு இருந்தது. விநாயக்கிற்கு கடிதம் எழுதும் ஒரு விதமான போதைப்பழக்கம் இருந்தாலும் இதுவரை அவன் 'டைரி' எழுதும் பழக்கத்தை தலைமேற்

கொள்ளவில்லை. 'ஸ்காலர்' மனிதனுக்குத் தன் தனிப்பட்ட வாழ்க்கையின் குழப்பத்துடன் எந்தவிதமான தொடர்பு இருக்கக் கூடும்? ஆனாலும் சில காலமாக அவனுக்கு இந்த 'டைரி' எழுதும் பழக்கம் ஏற்பட்டுவிட்டது. இப்பொழுது இங்கே நீங்களே பார்க்கலாமே! அவனது மேஜையின் மீது அவன் எழுதிவரும் 'டைரி' பிரிந்த நிலையில் விழுந்துகிடக்கிறதே! அதைப்பத்திரமாக எடுத்து அதற்கு உரிய இடத்தில் மறைத்துவைக்க அவன் கவலைப்பட்டதாகத் தெரியவில்லையே! எங்கேயாவது மாலதியின் பார்வை இந்த 'டைரி'யின் மீது விழுந்து... அவள் ஆர்வக் கோளாறினால் படித்துவிட்டால்... இக்காலத்தில் விநாயக்கிற்கு என்ன நேர்ந்துவிட்டது! இந்த மாதிரியான இரகசியக் குறிப்புகள் அடங்கிய வஸ்துக்களைப் பற்றி எந்தக் கவலைகளும் கொள்ளாமல் விட்டேத்தியாக இந்தஅளவு உள்ளானே?

21. இடைவேளை

சகுந்தலாவிற்கு கடிதம் எழுத வேண்டும் என அவன் மனம் அனேக தடவை விருப்பம் கொண்டது. இந்த எண்ணம் அனேக நபர்களுக்குப் பைத்தியக்காரத்தனம் என்று கூட தோன்றலாம். வருடக் கணக்கில் ஒரே இடத்தில் சேர்ந்து ஊழியம் செய்பவர்கள் தினமும் மணிக்கணக்காக ஒன்றாகவே நேரத்தைச் செலவு செய்பவர்கள் ஏன் ஒருவர் அடுத்தவருக்கு கடிதம் எழுதவேண்டிய அவசியம் நேர்ந்து உள்ளது? ஆனால் இந்நாட்களில் எனக்கு அத்தகைய அவசியம் தான் ஏற்பட்டுள்ளது. இருந்தபோதிலும் ஏன் என்னால் கடிதம் எழுத இயலவில்லை. இந்த அடக்க இயலாத தூண்டுதல் பேனாவை கையில் எடுத்தவுடனேயே அடங்கிவிடுகிறதே? இது ஏன் எனக்கு நாகரீகமற்ற செயலாகவும் கட்டுப்பாடற்றதாகவும் தோன்றுகிறது? ஏன் இந்த நிலை? ஒரே வீட்டில் இரவு பகலாக வசித்த போதிலும் மாலதிக்கு கடிதம் எழுதிவந்தேனே? எனது இந்தப் பழக்கத்தின் காரணமாக மாலதி எவ்வளவு கோபம் அடைந்தாலும் எரிச்சல் அடைந்தாலும் எங்களுக்குள் உள்ள ஏதோ ஒரு தொடர்பு எனது இந்தச் செயலை தவறு எனச் சொல்ல வில்லையே? அவள் இந்தச் செயல்காரணமாக என்மீது கோபப்பட்டாலும் எரிச்சல் அடைந்தாலும் ஒன்றுமட்டும் எனக்கு நன்றாகவே தெரியும். அது என்ன? நான் எழுதிய கடிதங்களை அவள் கட்டாயம் படிப்பாள். பதில் எழுதுவது என்பது வேறு விஷயம்.

ஆனால்... சகுந்தலா? சகுந்தலா மாலதி இல்லையே. மார்கரெட்டும் இல்லையே. அப்படியானால் சகுந்தலா யார்? சகுந்தலா யார் என்பது அவளும் நன்றாகவே அறிவாள். அவள் சதைப்பிண்டம் அல்ல. பதிலாக வேறு ஒரு மூலப்பொருளால் படைக்கப்பட்டவள். அவள் எந்த மூலப்பொருளால் படைக்கப் பட்டவள் என்பது தற்பொழுது சிலகாலமாக சிறிது சிறிதாக தெரியவருகின்றது. இந்த அறிதலின் காரணமாக இன்று வரை அவளிடத்தில் எனக்கு ஏற்பட்ட உணர்வுகளோடு இன்று மேலும் சில உணர்வுகள் இணைந்து கொண்டுள்ளன. அதை நான் தனக்குத்தானே விளக்கஉரை அளிக்க இயலாதவனாகக் காணப்படுகிறேன்.

அக்காலத்தில் நான் மாலதிக்கு தினமும் கடிதம் எழுதிவந்தேன். அவளும் எழுதிவந்தாள். எங்கள் இருவரின் தொடர்பு கடிதங்கள் மூலம்தான் இயங்கிக்கொண்டு இருந்தது. அதன் மீதுதான் நான் வாழந்துகொண்டு இருந்தேன். இந்தக் கடிதங்கள் மூலம் மாலதியின் மனத்தில் ஒருவிஷயம் நன்றாகப் பதிந்துவிட்டது. அது யாது? 'நான் மாலதியைத் தவிர வேறு ஒரு பெண்மணியையும் தன் மனைவியாகக்

கற்பனையில் கூட நினைக்கமாட்டேன்' என்பதுதான். ஆகவே எந்த எதிர்மறையான சூழ்நிலையிலும் எங்கள் இருவரின் பின்புலன்கள் மாறுபட்டு இருந்தாலும் அவள் என்னையே தான் ஏற்றுக்கொள்ளுவதாகத் தீர்மானம் செய்து இருந்தாள். இதில் எந்தவிதமான சந்தேகமும் கிடையாது. ஏன் அவளின் தாய் தந்தையர் என்னை ஏற்றுக்கொள்ள வில்லையே! ஒருபொழுதும் அவர்கள் எங்கள் சம்பந்தத்தை ஏற்றுக் கொள்ளவே இல்லையே! என்ன காரணம்? அக்காலகட்டத்தில் அவர்களின் இந்த மறுப்பு எனக்கு மிக்க கசப்பாகத் தோன்றியது. இன்று அவர்களின் நோக்கில் என்னைப் பார்கிறேன். எனக்குப் புலனாகிறது. எது? நான் அவர்களின் மகளுக்குக் கணவனாக இருந்தும் அவளை மகிழ்ச்சி அடையச் செய்ய இயலாமல் உள்ளேன். மெதுவாக மாலதியும் இதை உணர்ந்து கொண்டு இருப்பாள். எந்தக் காரணத்தை முன்னிட்டு தன் தாய் தந்தையரின் விருப்பத்திற்கு எதிர்மறையாக விவேகமற்ற இந்த முடிவை ஏற்றாளோ அந்தக் காரணம் முற்றிலும் தவறு என்பதை அவள் உணர்ந்து கொண்டு இருப்பாளா?

இருந்தாலும்... விநாயக்... நீ இவ்வாறு உணர்ந்து இருந்த போதிலும் மாலதி ஒரு நிராசையான தோல்வியுற்ற மனைவிபோல உன்னுடன் தாம்பத்தியம் நடத்தவில்லையே. அவள் எந்த அளவு உன்னோடு உடன் இருக்கமுடியுமோ அந்த அளவுடன் உன்னுடைய எல்லாச் செயல்களிலும் பங்கு எடுத்துக்கொண்டாள். தன் நிராசையை உன்னிடத்தில் சிறிதுகூட வெளிப்படுத்தவில்லையே. ஆமாம்... ஆமாம்... இது உண்மைதான். அவள் ஒரு தாயாக மாறியவுடன் அவளிடம் மாறுதல்கள் தோன்றுவது இயல்புதானே. நீ அவளின் எதிர்பார்ப்புகளை அனுசரித்து தன்நிலையை மாற்றிக் கொள்ளவேண்டும். ஆனால் அவள் எதிர்பார்த்தபடி உன்னிடம் எந்த மாறுதலும் தோன்றவில்லை. இன்று அன்று இருந்த நிலைக்கு அழிவில்லாமல் அப்படியே இருந்தாய். இதன் காரணமாக அவள் மனச்சஞ்சலம் அடைந்துள்ளாள். இது இயற்கைதானே. உன்னுடைய 'டாகுர்' அவர்களின் நாவலின் கூற்றுப்படி உனக்கு அவள் 'காதலி என்ற உருவத்தில் இருந்து தாய்' என்ற உருவத்திற்கு மாறிவிட்டாள். ஏனென்றால் அவளுக்கும் தனக்கும் என ஒரு பிடிப்பு கிடைத்துவிட்டதே. ஆகவே 'கணவன்' என்ற இந்தப் பிராணியிடம் மாலதிக்கு இருந்த மோகம் பங்கப்பட்டுவிட்டது. தவறாகக் கருதப்படவில்லை. அது 'சரி' என்றே நினைக்கத் தோன்றுகிறது. உன்னுடைய முழு முதிர்ச்சி அடையாத திருப்தி அடையாத ஒரே வார்படத்தில் வார்த்த அந்த ஈகோ மாலதியின் இந்த ஈகோவுடன் மோதுவது தவிர்க்க இயலாததாக இருந்தது. ஆகவே அந்த மோதல் நிகழ்வு நடந்தது. நீ உனக்கு ஏற்பட்ட அந்த அதிருப்தியின் காரணமாகத்

தன்னையே முழுமையாக தன்னுடைய மனத்தின் செயல்களிலும் தன்னுடைய தொழிலிலும் தன்னுடைய உயர்ந்த லட்சியங்களிலும் ஒட்டிக் கொண்டுவிட்டாய். அதே சமயம் அவளும் உன்னைப் போன்று தன் குழந்தைகளுடன் ஒட்டிக் கொண்டுவிட்டாள். அதன்பிறகு அவள் ஈடுபட்ட மிகப் பெரிய சமுதாயத் தொண்டுபற்றி நீ 'ஸோஷியல் வொர்க்' என்று கூறி அவளை எள்ளி நகையாடினாய். இதுமட்டுமா... இந்த சமுதாயத் தொண்டின் மூலம் அவள் அடைந்த, அடைந்து கொண்டிருக்கும் மகிழ்ச்சி மற்றும் மனநிறைவை நீ என்று ஏற்றுக்கொண்டாய்? இல்லையே உனக்கு உன் செயல்பாடுகளில் ஏற்படும் அந்த மகிழ்ச்சியையும் மனநிறைவையும் நீ ஏற்றுக்கொண்டாலும் மாலதியின் அந்த மகிழ்ச்சி மற்றும் மனநிறைவை நீ ஏற்றுக்கொள்ள விரும்பாதது அவளின் தனித்தன்மையையும் அவளது செல்வாக்கையும் நீ புறக்கணிப்பதாகவே உனக்குத் தோன்றவில்லையா? இந்த நிலைமையிலும் நீ என்ன விரும்புகிறாய் தெரியுமா? - அவள் முன்போல அன்பாகவும் மரியாதையாகவும் உன்னை மதித்துச் செயல்பட வேண்டும் என்பது தான். இது எப்படி சாத்தியமாகும். அவளை மதிக்காத உன்னை அவள் ஏன் தன் தலையில் வைத்துக் கூத்தாட வேண்டும்?

சகுந்தலா உன் தொழில் வாழ்க்கையில் ஒரு அடைய முடியாத துணையாகவும் ஸக ஊழியராகவும் அவதரித்து உள்ளாள். நீ அவளின் மதிப்பிற்கு மட்டுமல்ல அவளின் அறிவு சம்பந்தப்பட்ட எதிர்பார்ப்புகளுக்கும் கூட ஒரு கொழுக்கொம்பாக மாறியுள்ளாய். நீயும் கூட அவளுடைய புத்திசாதுர்யம் மட்டுமல்ல... அதன் மூலமாக தன் உணர்வு பூர்வமாக அடைந்த அதிருப்தியையும் சரிசெய்ய நிச்சயமாக ஒருவழி தேடினாய். அதையும் அடைந்துள்ளாய் போலும். இருந்தாலும்... ஒன்று, அவள் மிஸஸ் துபேயாக இருப்பது (ஒரு பொழுதும் மறந்தும் கூட தன் தாம்பத்திய வாழ்க்கையின் கசப்பான அனுபவத்தை வெளிப்படுத்தவில்லை) மாறாக அவளின் ஒழுக்கம் மற்றும் அதனின் உயர்ந்த மதிப்பு. உறுதியாக இதைச் சொல்லலாம் - உன்னுடைய அவளின் அறிவுசார்ந்த தோழமை... தோழமை என்ற வட்டத்திற்குள் அடங்கவில்லை. அதையும் கடந்து உண்மையான இயற்கையான நாடக நடிகன் போன்று இந்த அவசியமான அந்தப் பட்டத்தைத் தாண்டாமல் அதற்குள்ளேயே உன்னுடைய உணர்ச்சிக்கான திருப்தி அனுபவத்தைத் தேடிக்கொண்டுவிட்டாய். இதுமட்டுமா... அதையே தன்னைக் காக்கும் கவசமாக மாற்றிக் கொண்டுவிட்டாய். நீ சதுரன் என்றால் சதுரன் தான் சந்தேகம் இல்லை.

சகுந்தலாவோடு இவ்வளவு நெருக்கமாகத் தோழமை பெற்று இருந்த போதிலும் இத்தனை வருடங்களாக அவளுடன் பணிகள் செய்த

போதிலும் அவளின் மனத்தில் ஏற்பட்ட இந்தச் சிக்கலான 'முடிச்சு' பற்றி நீ ஏன் அறிந்துகொள்ள இயலவில்லை? இந்த அளவு ஆத்மார்த்தமான தொடர்பு இருந்தபோதிலும் எதிராளியின் மனநிலையைப் பற்றி சிறிதுகூட அனுமானிக்கத் திறமையற்ற உன் நிலை உன்னுடைய உணர்வுபூர்வமான தன்மைக்கு ஒரு கேள்விக் குறியாக இருப்பதாக நீ நினைக்கவில்லையா? நீ இந்த அளவிற்கு மனத்திற்குள் உழன்றும் சுழன்றும் கொண்டிருக்கிறாய். நீ 24 மணி நேரம் தனக்கென்று ஒருவட்டம் அமைத்து அதற்குள்ளேயே அடங்கிக் கிடக்கின்றாய். இருந்தாலும் நீ நான் சொல்லக்கூடிய இந்த விஷயத்திற்குப் பெருமையடித்துக் கொள்கிறாயே! நீ ஒருவரை மிகப்பெரிய அளவில் தன்னுடைய நெருக்கமான ஆத்மார்த்தமான உண்மையான உடன் இருப்பவராக நினைக்கிறாய். அந்த இன்னொரு நபருக்கு உண்மையிலேயே தனக்கென்று ஒரு சுதந்திர உணர்வும், விருப்பமும் இருந்த போதிலும் அதன் மீது உனது பார்வை செல்வதில்லை. பதிலாக நீ உன் மனத்திற்குள்ளேயே இவ்வாறு நினைத்துக் கொள்கிறாய். உன்னுடைய விருப்பமோ, ஆசையோ, மற்ற எந்த உணர்வோ, அந்த உணர்வும் அதே சுதந்திரமும், அதே விருப்பமும் அந்த மற்றவர் மனத்தில் காணப்படுகிறது. ஆகவே அந்த இரண்டாவது நபரோடு உன்னுடைய ஈடுபாடு, உன்னுடைய மகிழ்ச்சி, இன்பம், ஆறுதல் இவைகளுக்கான ரகசியம் இதுதானே! ஒரு நுணுக்கமான உணர்வுபூர்வமான சுயநலத்தில் அந்த இரண்டாவது நபரான சகுந்தலா சுருட்டப்பட்டிருக்கிறாள். நீ அவளை எந்த நோக்கோடு பார்க்கிறாயோ, அவளும் அந்த நோக்கோடுதான் உன்னைப் பார்ப்பதாக எண்ணுகிறாய்... ஆனால் இந்த சகுந்தலாவின் மற்றொரு உருவம் உள்ளது. அது தன்னுடைய தனிப்பட்ட வாழ்க்கையின் துன்பத்தை ஒவ்வொரு நிமிடமும் மூச்சு அடைக்க அடைக்க அனுபவித்துக் கொண்டிருக்கிறது.

உனக்கு நேர்மாறாக உன்னுடைய தனிப்பட்ட வாழ்க்கையைப் பற்றிச் சிறிது கூட அறியாமலும் அறிந்துகொள்ள ஆவலை வெளிக் காட்டாமலும் இருக்கக்கூடிய இந்த சகுந்தலா... அதாவது மிஸஸ் துபே உன்னோடு ஒப்பிடும்போது உன்னைவிட அதிகமாக உணர்வு உணர்ச்சி கொண்டிருப்பவளாக இருந்தாலும் உன்னுடைய அருகாமையின் தன்மையினால் உன்னைப் பற்றி முழுமையாக அறிந்திருந்தாலும் கூட தன்னுடைய இயற்கையான பெண்மையின் அறிவால் தன் மனத்துக்குள்ளேயே இந்த உண்மையைக் கண்டிப்பாகக் கணித்து விட்டிருப்பாள். அதாவது அவளுடைய அறிவுத்திறன் மட்டுமின்றி அவளுடைய பெண்மையும் கூட அவள்பால் உனது ஈர்ப்பும், உன்பால்

அவளது ஈர்ப்பும் மறுக்கமுடியாத அங்கமே. எந்த பொருத்தமின்மையை அவள் தொடர்ச்சியாகத் தன்னுடைய வாழ்வில் அனுபவித்துக் கொண்டிருந்தாளோ - தன்னுடைய உணர்வையும், புத்தியையும் திருப்தி செய்யத் தகுதியற்ற ஓர் ஆணைத் தன்னுடைய கணவனாக அடைந்தது மட்டுமின்றி அவனோடு முற்றிலும் விரோதமான ஆழமான கொடுமைகளைப் பார்த்தும் அனுபவித்துமிருப்பதால் அவளிடத்தில் தன்னுடைய சாரிடம் இந்த அளவு ஸ்ரத்தா பக்தியுடன் கூடவே உணர்வு பூர்வமான ஈடுபாடு எவ்வாறு ஏற்படாமல் இருக்கக்கூடும்! அவளுடைய மென்மையான உணர்வுகளுக்கு ஏதோ ஒருவகையில் நீ பற்றிக்கொள்ளும் கொழுகொம்பாக இருந்திருக்கக் கூடும். இது உனக்குத் தெரியாதா? அல்லது புரியாததா? கண்டிப்பாக நீ அறிந்திருக்கிறாய். அதனால் தான் சூரிய உதயத்திலிருந்து சூரிய அஸ்தமனம் வரை தன்னுடைய துறை அறையில் அடைபட்டுக் கிடக்கிறாயே! மேலும் ஒருநாள் அவளுக்குத் தனது ஆசானின் குரு கம்பீரமான திறமையுடன் கூடிய ஒரு பலவீனத்தை அதைச் சாத்தியக்கூறு என்றும் கூட சொல்லலாம் - சந்திக்க நேர்ந்தது. இதைப்பற்றி அவளுக்கு எந்தவிதமான ஒருதோற்றமும் தோன்றவில்லை. அப்பொழுது உன்னிடத்தில் அவளுக்கு உண்டான முழுமையான அனுதாபமும் தாயன்பும் தன்னுடைய சாரைக் காப்பாற்ற தன்னுடைய சாரை அந்தச் சங்கடமான நிலையிலிருந்து காப்பாற்ற வேண்டிய முயற்சியில் இறங்கிவிட்டாள். டேய் விநாயக்!... சிறிது நேரம் யோசித்துப் பார். எவ்வளவு பெரிய ‘ரிஸ்க்’ எடுத்துக்கொண்டாள். இந்த ‘ரிஸ்க்’கை தானாகவே விலைக்கு வாங்குவதில் சிறிதுகூடக் குறைவைக்கவில்லை. முன்வைத்த காலைப் பின் இழுக்கவுமில்லை. அவள் இருக்குமிடத்தில் நீ இருந்திருந்தால், இப்படிப்பட்ட செயல்களைச் செய்து காட்டியிருக்க முடியுமா? ஒருபொழுதும் முடியாது.

சிறிது யோசியேன். ‘சகுன் அந்நாட்களில் தன் கணவனை விட்டுப் பிரிந்து தனிமையான வாழ்க்கை வாழ்ந்து கொண்டிருந்தாள். எப்படிப்பட்ட வெற்றிடமான, வேதனையுள்ள நிலையில் அவள் வாழ்க்கை வண்டி ஓடிக் கொண்டிருந்தது. ஆனாலும் உன் பொருட்டு அவள் எந்தவிதமான தயக்கமும் இன்றி உன்னுடைய இருளில் தாவிக் குதித்தாளே! இந்தச் செயலுக்கும் அவளுடைய இருண்ட வாழ்க்கைக்கும் எந்தவிதமான கொடுக்கல்-வாங்கல் இருந்ததில்லையே! எப்படி இதைச் செய்து முடித்தாள்... ஏ விநாயக் சார் அவர்களே! இதைத்தவிர நீ இதைப் பற்றியும் சற்றுயோசி. அவள் எந்தவிதமான சூழ்நிலையில் அகப்பட்டுக் கொண்டு தவித்துக்கொண்டிருந்தாள். அச்சமயத்தில் அவள் தன்னைத்தானே உன்னுடைய காலடியில் அர்ப்பணிப்பதற்கும் வாய்ப்பு இருந்ததே! விநாயக்! யோசிடா யோசி! அத்தருணத்தில் அவள் சிறிது

நெகிழ்ச்சியடைந்திருந்தால் உன்னுடைய அந்த விநாடியின் பலகீனமான நிலையில் தன்னுடைய வாழ்க்கையின் வஞ்சகத் தன்மையின் காரணமாகத் தன்னைக் கலந்துபோக அனுமதி கொடுத்திருந்தால் என்ன நடந்திருக்கும்?

எது நடந்திருக்குமென்பதை நீ அறிந்திருப்பாயோ, இல்லையே உன்னைப் படைத்தவனான நான் கண்டிப்பாக, தெளிவாக அறிந்திருக்கக் கூடும். நீ எவ்வாறு மார்கரெட்டுடன் ஒட்டி உணர்ந்து உறவாடினாயோ, அதே அளவு சகுந்தலாவிடமும் ஒட்டி உணர்ந்து உறவாடியிருந்திருப்பாய். நான் இதையும் தெளிவாகப் பார்த்து வருகிறேன். ஆகவே, உனக்கு அபட்டமாகவே கூறிவிடுகிறேன், மார்கரெட்டிடம் உனக்கு எந்தவிதமான பிடிப்போ அல்லது அடையவேண்டிய துடிதுடிப்போ இருந்ததோ அது முழுமையாக சகுந்தலாவை நோக்கிப் பாய்ந்திருக்கும் என்பதை நீ ஒருகாலும் ஒப்பமாட்டாய். உனக்கு சகுந்தலா மார்கரெட்டின் மறு உருவமாகவே மாறியிருக்கக்கூடும்.

இது சகுந்தலாவுககுப் புரியாததா? இதன் காரணமாகத்தான் அவள் மாலதியைத் தன்வழிக்குக் கொணர முயற்சி செய்தாளா? எவ்வளவு பயங்கரமான, எவ்வளவு ‘டெலிகேட் ஆபரேஷன்’ ஆக இருந்தது அது! இதைப்பற்றியும் சற்று யோசி.

மாலதிக்கு அவளுடைய உத்தேசம் பற்றி எந்தவிதமான சந்தேகமும் ஏற்படவில்லையே! இது எவ்வாறு நடந்தது? அவள் மாலதியின் முழுமையான நம்பிக்கையின் பாத்திரமாக மாறியது மட்டுமின்றி, அவளை மறுபடியும் உன்னோடு இணைப்பதில் எப்படித் தன் திறமையை வெளிப்படுத்தினாள்? இது எவ்வாறு நடைபெற்றது? இது மட்டுமா? அவள் மாலதியுடைய கடுமைத் தனத்தை உருக்கி மென்மையடையச் செய்து உனக்கு நியாயம் வழங்க கண்டிப்பான ஒரு சூழ்நிலையை உருவாக்கிவிட்டாளே! இது மட்டுமா? மாலதியின் உள் மனத்தின் ஆழத்தில் புகுந்து இடம் பெற்றுவிட்டாளே! இன்று அவள் மாலதியின் நம்பிக்கையான ஆலோசகராகவும் தோழியாகவும் காணப்படுகிறாள். இத்தகைய ஒரு ஆலோசகரையும் தோழியையும் அடைந்திருப்பது மாலதிக்கே தன் கற்பனைக்கு அப்பாற்பட்ட விஷயமாக இருந்திருக்கக் கூடும். இன்று சகுந்தலாவுக்கு உன்னைப்பற்றிய கவலை அதிகமா? அல்லது மாலதியைப் பற்றிய கவலை அதிகமா? என்று கூறுவது சற்று கடினம்தான். சகுந்தலா மாலதியையும், விநாயக்கையும் இணைக்கக்கூடிய பலமிக்க சங்கிலியாக இன்று இருந்தாலும் நாளைக்கு உனக்கும் மாலதிக்குமிடையே ஏதாவது சண்டைகள் தோன்றினால் சகுந்தலா உனக்கு எதிராக மாலதியின் பக்கத்தில் சேர்வதில் சிறிதுகூட தயக்கம் காண்பிக்கமாட்டாள்.

இது எவ்வாறு நடந்தது? மாலதியிடம் நீ பார்க்கஇயலாத ஏதோவொன்றை சகுந்தலா பார்த்துவிட்டாளே! மாலதிக்கும் அவளுக்கும் நடுவில் பொதுவான பொருள் எதுவாக இருக்கக்கூடும்? பெண்மை என்பதைத் தவிர வேறு ஒன்றுமே இருக்காது. அவர்களிருவரையும் இந்த அளவிற்கு இறுக்கமாகப் பிணைத்த கயிறு எதுவாக இருக்கக் கூடும். நான் முற்றிலும் அறிய இயலவில்லை.

ஆம், ஆம்!... உண்மையில் நீ மட்டும் ஏன்...? நானும் கூட அறிய இயலவில்லை.

***

எனக்கு அமைதிகிட்ட எனக்கும் சகுந்தலாவுக்கும் உள்ள சம்பந்தத்தின் உண்மை நிலையை எத்தகைய சொற்களால் எடுத்துரைப்பது? அவள் என்னுடைய ஒழுக்கத்தின் ஒருபெரிய ஆழமான பள்ளத்தை மட்டுமின்றி அதில் உயர்ந்த மலையுச்சியும் ஒரே சமயத்தில் காண்பித்துவிட்டாளே!

இந்தச் சகுந்தலா எந்த உலோகத்தினால் படைக்கப்பட்டவள்? அது எதுவோ, அது அதுதான். அவளோடு எவரும் எந்தவிதமான சலுகையும் பெறவியலாது. அவள் தனக்குத் தானே கவசமாக உள்ளாள்.

சந்தேகமின்றி மாலதியும் தன்னுடைய பெண்மை உணர்வினால் இதை ஊகிக்க முடியும். சகுந்தலாவுடைய ஒழுக்கத்தை உடனேயே அப்பொழுதே உரைக்கல்லில் உரைத்துப் பார்த்திருப்பாள். உணர்வுகளின் சக்தி மற்றும் உணர்ச்சிகளின் வெப்பம் இவைகளுக்குச் சகுந்தலாவிடம் குறையே கிடையாது. அவள் அவற்றின் நிறைவுகளின் மறுஉருவம். ஆனாலும் அது தனித்தன்மை வாய்ந்தது. இதை என்னைத் தவிர யார் முழுமையாக அறிந்திருக்கக்கூடும். 'செக்ஸ்'ன் மீதுள்ள அவளது வெறுப்பு தெளிவாகவே எனக்குப் புரிகிறது. அவளுடைய தலையெழுத்து... அவளின் துர்பாக்கியம் கணவன் என்ற பெயரில் அப்படிப்பட்ட ஓர் ஆண் அவளுக்குக் கிட்டியுள்ளான். அவன் அவளின் உணர்வின் வெப்பத்திற்கு கொழுகொம்பாக இருந்து அதற்குச் சமமாக பதில் கொடுக்கத் திறமையற்றவனாகவே அவன் எப்பொழுதும் காணப்பட்டான். சகுந்தலா அன்று என்ன கூறினாள் தெரியுமா...? 'எமோஷனலி இம்பொடண்ட்'- ஆம், ஆம். அந்த துபே என்ற பெயருள்ள அந்தப் பிராணி 'எமோஷனலி இம்பொடண்ட்' ஆகவே இருந்தான். இருந்தாலும், பதிலாக சகுந்தலாவையே பனிக்கட்டியின் சாணைக்கல் என்று நிச்சயம் செய்துவிட்டானே! அப்பேற்பட்ட மனிதனிடம் மாட்டிக்

கொண்டு சகுந்தலா எத்தகைய நரக வேதனையை அனுபவித்திருப்பாள்! இப்பொழுது உன் மனத்தில் ஒருதடவை இந்த விஷயம் தோன்றிவிட்டதே! அதைத்தான் வெளியில் வெளிப்படுத்தேன்! இதுதானே நீ நினைப்பது...? சகுந்தலா மிஸஸ் துபேயாக இல்லாமல் உன்னுடைய மனைவியாக இருந்திருந்தால் அவள் ஒருபோதும் இந்த அளவு ‘ஃப்ரிஜிட்’ ஆக இருக்கமுடியாது. இப்பேற்பட்ட ஒருபெண் ஆயிரத்திலோ அல்லது லட்சத்திலோ ஒருவராகத்தான் இருக்கக் கூடும். அவளைப் புரிந்து கொள்வது அவளின் துன்பங்களை அனுபவிப்பது எல்லோராலும் இயலக்கூடியதா? நானும் எப்பொழுது இதைப்பற்றி சிந்தனை செய்கிறானோ, அப்பொழுது நான் என்னையே முழுமையான ‘வல்கர்’ என்றும் ‘க்ரூட்’ என்றும் உணர்கிறேன். என் மனம் அவளுக்காகவே... அவளுக்காகவே புலம்பித் தவித்துக்கொண்டு இருக்கிறது. சகுந்தலாவின் மனத்தில் என்னிடத்தில் இருக்கும் உணர்வுகள், சிரத்தை பக்தி மற்றவர்களிடம் பார்ப்பது இயலாத காரியம், அவள் உன்னுடைய ஆத்மாவின் ஆனந்தமா...? உன்னை இவ்வாறு கூறச் செய்கிறதே! இல்லை. நிச்சயமாக இல்லை.

இவர்களெல்லாம் இருந்த போதும்... அந்தநாள் (நான் அவளிடம் என்னுடைய நரகத்தைப் பற்றிக் கூறிக் கொண்டிருந்தபோது இந்த நிகழ்ச்சி அன்று நடந்தது) அந்த நாளில் நான் அவளுடைய உணர்வுகள் சூழ்ந்த கண்களுக்கும் எட்டிப் பார்த்துக் கொண்டே அவளைத் திடீரென என்னுடைய இருகரங்களாலும் கட்டியணைத்தேன். அப்பொழுது ஒரு விநாடி ஊமைக்கும் செவிடனுக்குமுள்ள இடைவெளிபோல் ஒரோயொரு விநாடி சென்றபின் என்னை ஒரேயடியாக பின்புறம் தள்ளிவிட்டாளே! எப்படி அவள் தன்னை என் பிடியிலிருந்து விடுவித்துக் கொண்டாளே!

‘நோ! நோ! நோ! சார்... ப்ளீஸ்... ஐ ஃபைண்ட் இட் ஸோ ரிபக்ணென்ட்’.

நானோ ஆகாயத்தில் இருந்து கீழே விழுந்துவிட்டேன். உடல் பீஸ் பீஸ் ஆக மாறியது. அடுத்த வினாடியே அவள் முன் தரையில் விழுந்து அவளது இருபாதங்களையும் என்னுடைய இரு கரங்களாலும் பற்றிக் கொண்டு அவளது முன்னங்காளில் என்னுடைய நெற்றியை வேக வேகமாக முட்டிக்கொண்டு இருந்தேன். ஐயோ! அவள் கண்கள் நீரைப் பொழிந்துகொண்டு இருந்தன. தன்னுடைய பாதங்களை என் பிடியில் இருந்து விடுவிக்க முயற்சித்தவாரே. ஆனால் நானோ அவர்களின் இருபாதங்களில் என்னுடைய இரு உதடுகளையும் சேர்த்துப் புதைத்தவாரே இருந்துகொண்டு இருந்தேன். இதுமட்டுமல்ல அந்த மலர் பாதங்களில் என்தலையை முட்டிக்கொண்டும் இருந்தேன். அப்பொழுது

என்ன... இப்பொழுதும் கூட என்னுடைய அச்செயல்களுக்கு எனக்கு வெட்கமோ அல்லது வருத்தமோ ஏற்படவில்லை. ஆனால் அந்த ஓரிரு நிமிடங்கள் எனக்கு வார்த்தைகளால் சொல்ல இயலாத அளவிற்கு ஆனந்தத்தையும் மன அமைதியையும் அளிக்கின்றன... எப்பொழுது எல்லாம் அந்த நினைவு என்னை ஆட்கொள்ளுகிறதோ அப்பொழுது எல்லாம் நான் இதே நிலையை எய்துகிறேன். என்னுடைய நோக்கில் சகுன் இமாலய அளவு உயர்ந்துவிட்டாள். அவளின் அன்றைய செயல் அதாவது என்னைத் தள்ளி தன்னை விலக்கிக்கொண்டது - என்னை அவள் தன்னுள்ளே அடக்கிக் கொண்டுவிட்டாள். எவ்வாறு நீரை சூரிய கதிர்கள் உருஞ்சுகிறதோ அதேமாதிரி அவளும் என்னை முழுமையாக உறிஞ்சிவிட்டாள். என்னுடைய எல்லாவிதமான தாபத்தையும் களங்கத்தையும் தன்னுள் அடக்கிக் கொண்டுவிட்டாள். ஹே சகுன்! இந்த ஜன்மத்தில் நான் பட்ட கடனை உனக்கு அடைக்க இயலாது. அதற்கு என்ன கைமாறு உள்ளது என்பதும் தெரியவில்லை. நீ என்னைவிட எவ்வளவு உயர்ந்த நிலையை எய்திவிட்டாய், எத்தகைய பெருமையைப் பெற்றுவிட்டாய். நீ எல்லா நிலையிலும் என்னை விட மிக உயரத்தில் உள்ளாய் என்பதை நீ அறிந்து இருக்கமாட்டாய். அது நான் மட்டும்தான்... நானே... மட்டும் அறிவேன். எப்பொழுதெல்லாம் நான் உன்னைப்பற்றி ஞாபகம் கொள்ளுகிறேனோ அப்பொழுதெல்லாம் என்மனம் உன்னுடைய மலர்ப்பாதங்களில் விழுந்து புரண்டு-புரண்டு எழுகின்றது. எதிர்எதிரே இருக்கும் வேளையில் நான் உனக்கு ஆசானாகத் தோன்றுகிறேன். ஆனால் என்மனதுள்ளே, எனது தனிமையிலே நீ எனக்கு மாணவியாகத் தோன்றவில்லை. பதிலாக நீ என் ஆசானாகத்தான் தோற்றம் அளிக்கின்றாய். சகுன்... நான் மனம் திறந்து கூறுகிறேன்... நீ எனக்கு கடவுள் கொடுத்த வரம். இதில் கடுகு அளவுகூட சந்தேகம் இல்லை. உன்னைப்போன்ற தேவ கன்னிகைகளால் தான் இந்த உலகம் என்ற நரகம் ஸகித்துக் கொள்ளக் கூடியதாகவும் அதேசமயம் அழகாகவும் என் கண்களுக்குத் தோற்றம் அளிக்கிறது. சகுன்! உன்னை எவரும் தொடச்கூட இயலாது. உன் அளவு எவரும் உயர இயலாது. உனக்கு நான் பட்ட கடனை எப்படி எவ்வாறு எப்பொழுது தீர்ப்பேன். சகுன்! ஒருக்காலும் அந்தக் கடனை என்னால் தீர்க்க இயலாது...

இது என்ன விசித்திரமான நிலை. ஆனால் அது முற்றிலும் உண்மை. நான் தினமும் உன்னை ஓர் பார்வையில் பார்க்க எவ்வளவு தீவிரமான விருப்பம் உள்ளவனாக ஆவலால் உந்தப்படுவதாகக் காணப்படுகிறேன் - நீ தினமும் என்னுடன் சேர்ந்து இணைந்து இருந்தாலும் - நீ எவ்வளவு தான் என் முன்னால் இருந்தாலும் உன்னைப் பார்ப்பதில் எனக்கு சிலிர்ப்பே ஏற்படுவது இல்லையே. எனக்கு 60 நாழிகைப்

பொழுதும் இவ்வாறு தான் நினைக்கத் தோன்றுகிறது. இதோ நீ என் முன் நிற்கிறாய்... அடுத்தநிமிடம்... அடுத்தநிமிடம்... நீ என் முன்னாலேயே நிற்கிறாய். நான் உன்னைச் சுற்றிச் சுற்றி வருகிறேன். இருந்தாலும் மனநிறைவு ஏற்படவில்லையே! இவைகள் எல்லாவற்றையும் விட - நீ இந்த விநாடியில் என்னுள்ளே இருக்கிறாய்... என் முன்னாலேயே தரிசனம் அளிக்கிறாய்... சகுன்! இது எத்தகைய விடுகதை! இந்தப் புதிரை நீ தான்... நீ மட்டும்தான் விடுவிக்க முடியும்.

நீ அயர்லாந்து கண்டிப்பாகச் செல்லவேண்டும். அங்கு மார்கரெட்டைச் சந்தித்தாக வேண்டும். நீ அவளையா சந்திக்கிறாய்? உன் வழியாக நான் தான் அவளைச் சந்திக்கிறேன். மார்கரெட் என்னை எந்த அளவு நேசிக்கிறாளோ அதற்கும் மேலாகவே உன்னை... சகுந்தலா... உன்னை நேசிப்பாள். நீ என் வார்த்தையின் மீது நம்பிக்கை கொள். என்னுள் ஏதோஒரு உணர்வு எப்பொழுதாவது என்னை வேகமாகவும் உடனேயே பிடித்துக்கொள்ளுகிறதோ அப்பொழுது அது சத்யம் தான் என உறுதிபடுத்தப்படுகிறது. நீ அங்கிருந்து திரும்பும் சமயத்தில் நீ மட்டும் அல்ல... உன்னோடு கூட மார்கரெட்டின் சுகந்தமும் இணைந்துவரும். அது உண்மையில்... சகுன் எனது வாழ்க்கையின் பாராட்டுத் தன்மையாக இருக்கும். நீ என்னை மார்கரெட்டுடன் சேர்த்துவிடுவாய் - எனக்கு முழுமையாக நம்பிக்கை உள்ளது. இன்று இல்லாவிட்டாலும் என்றாவது ஒருநாள் நீ என்னை மார்கரெட்டுடன் இணைத்துவிடுவாய். உன்னால் முடியாத செயல் ஒன்றும் இல்லை... நிச்சயமாக ஒன்றும் இல்லவே இல்லை.

ஆனால்... இப்பொழுது நீ என்னுடன் மலைப்பிரதேசங்களுக்கு கூடவர ரெடியாக இரு. உன்னுடைய மாலதி அக்காவையும் சேர்த்துத்தான். உனக்கு அந்தப் பிரதேசங்கள் மனத்திற்கு மகிழ்ச்சியைக் கொடுக்கும். நீ எனது நண்பர்களைச் சந்திப்பாய்... அதாவது நீ அங்கு என்னுடைய குழந்தைப் பருவத்தைச் சந்திப்பாய். முடிவில் நீ என்னை நன்றி உடையவனாக மாற்றி விடுவாய். ஆம்... நிச்சயமாக நன்றி உடையவனாக என்னை நீ மாற்றிவிடுவாய்.

22. விரும்பிய விருப்பம்

அன்பார்ந்த பீனு,

சரியான தருணத்தில் தான் எனக்கு உனது கடிதம் கிடைத்துள்ளது. இதை 'டெலிபதி' என்று கூறாமல் வேறு எவ்வாறு அழைக்க இயலும்? 15 வருடங்கள் சென்றுவிட்டன - நான் இருக்கிறேனா அல்லது இருக்கவில்லையா - என்ற நினைப்பே உனக்குத் தோன்றவில்லை. சரி... சரி... இந்தக் குற்றச்சாட்டை பொருட்படுத்தாதே. நமது 'லாங்க் டெட் ரிலேஷன் ஷிப்'பை திடீரென 'ரிவைவ்' செய்து அதை 'ஸெலிபிரேட்' செய்யும் தருணத்தில் இந்தக் குற்றச்சாட்டு தேவையற்றதே. நானும் கூடத்தான் உன்னுடன் தொடர்புகொள்ள எந்தவிதமான முயற்சியையும் மேற்கொள்ளவில்லையே. அப்படி இருக்க உன்னை மட்டும் குற்றம் சாற்றுவது எவ்வாறு பொருந்தும்? சரி... சரி... நண்பனே... எங்கு தவறுகள் இருந்தாலும் அதைப்பற்றி நினைக்கவே வேண்டாமே. நமது தொடர்பை மறுபடியும் ஆரம்பம் முதல் துவங்கலாமே. சரியா?

தற்பொழுது நாம் விஷயத்திற்கு வருவோம். சரியான தருணத்தில் தான் உனது தொடர்பு என்ற நூல்கயிறு எனக்குக் கைவசப்பட்டுள்ளது. இதுதான் சரியான தருணம். இத்தருணத்தில் தான் உன்னுடைய ஒத்துழைப்பு மிகவும் முக்கியமாகத் தேவைப்படுகிறது. நான் ஒரு 'ப்ராஜெக்ட்' தயார் செய்து யுஜிஸிக்கு கொடுத்திருந்தேன். ஆங்கில இலக்கியத்திற்கு 'வேல்ஸ்' மற்றும் ஐரிஷ் மொழியின் ஆதி எழுத்தாளர்களின் பங்கு' என்ற தலைப்பில் ஒரு தேசிய அளவில் - இல்லை இல்லை - ஒரு சிறிய அளவில் அகில உலக கருத்தரங்கம் இங்குள்ள 'குமாயும்' பல்கலைக்கழகத்தின் மூலமாக ஏற்பாடு செய்ய எனக்கு இந்த அதி மேதாவிகளின் மீது சிறிதும் நம்பிக்கை இல்லை. ஆனால் எந்த ஜாலம் நடந்ததோ தெரியாது - அந்த ப்ராஜெக்ட் ஏற்றுக் கொள்ளப்பட்டது. இன்னும் இரண்டு மாதங்களுக்குப் பிறகு தேதியை தீர்மானம் செய்து கொள்ளலாம். ஏனென்றால் தகுதியானவர்களை இந்த அரங்கில் பங்குபெற நிச்சயம் செய்துவிடலாம். வீனு! இன்டர்நேஷனல் கருத்தரங்கம் என்பது பெயர் அளவுதான். அதற்கு தேவையான பணமும் கிடையாது. ஆனாலும் குறைந்த அளவில் இரண்டு மூன்று ஐரீஷ் பண்டிதர்களையும் ஒன்று இரண்டு 'வேல்ஸ்' பண்டிதர்களையும் அழைத்துக்கொள்ளலாம். நான் சொல்வது உனக்கு சரியாகப் புரிந்ததா? - நீதான் ஆங்கில ப்ரொபஸர் ஆயிற்றே. இது மட்டுமா! ஐரீஷ் மற்றும் 'வேல்ஸ்' மொழி மற்றும் அவைகளின் லிட்டரேச்சர்களைப் பற்றியும் நீ அறிந்துகொண்டு ஒரு பண்டிதனாகவே இருக்கிறாய். இது உனக்கு மற்றொரு தகுதியாக இருக்கும். அவர்கள் என்ன கூறுவது?... பொன் நறுமணம் பெற்றது போல. புரிந்ததா? பொய் பொய் மடையா! நீ இந்த விஷயத்தில் கொடிகட்டிப் பறக்கின்றாயே! இந்த இலாக்காவில் நீதான்

பெரிய பண்டிதர் என்று எல்லோரும் ஏற்றுக்கொள்கிறார்களே! இது பொய்யா? அன்பான மடையா! உன்னைப் பற்றிய விபரம் எனக்கு நன்றாகவே தெரியும். நான் உன்னைப் பற்றி அவ்வப்பொழுது தெரிந்துகொண்டுதான் வருகிறேன். நீ 'வேல்ஸ்' நாடு சென்று ஒரு வருடம் முழுமையாகத் தங்கி கெஸ்ட் லெக்ச்சர் கொடுத்து தற்பொழுதுதான் இந்தியா வந்துள்ளாய் என்பதையும் நான் அறிவேன். நீ 'ஏட்ஸ்'ல் 'ஸ்பெஷலிஸ்ட்' என்பதையும் அயர்லாந்தில் 'எஸ்' சொஸட்டி மூலம் ஏதோ மெடலும் பெற்றுள்ளாய் என்றும் கேள்விப்பட்டுள்ளேன். ஆக மொத்தம் நீ அயர்லாந்து நாட்டிற்குக் கூட சென்று வந்து இருக்கலாம். அங்குள்ள பெயரும் புகழும் பெற்ற பண்டிதர்களின் பரிச்சயமும் தொடர்பும் உனக்குக் கிட்டி இருக்கக்கூடும். ஆகவே நீ இரண்டு மூன்று உயர்தர புகழ் பெற்ற பண்டிதர்களின் பெயர், விலாசம், தொலைபேசி எண் போன்ற விபரங்களை எனக்குக் கொடுத்தால் அவர்களை இந்த கருத்தரங்கில் பங்குபெற அழைக்க எனக்கு வசதியாக இருக்கும். அடேய்! இது முழுவதும் உன்னுடைய ஏரியா, நீதான் அதற்குப் புரோகிதர். ஆமாம் புரோகிதர். நான் எஜமானர் என்ற ரோலை ஏற்கிறேன். நான் சொல்வதின் பொருள் உனக்கு நன்றாகவே விளங்கி இருக்கும். அடேய்! உன்னுடைய கடிதத்தைப் பார்த்தவுடன் நான் மகிழ்ச்சியில் குதித்து விட்டேன்... போடா... போ... ஆகமொத்தம் கடைசியில் உன்னைப் போன்று தனிமை விரும்பிகளுக்குக் கூட தான் (ஸ்தேல்ஜியாவின் அட்டாக்) ஏற்பட்டுவிடும் என தெரிந்தது. வெட்கங்கெட்ட மடையா! நீ முழுமையாக இரண்டு மாதங்கள் இக்கோடை காலத்தை மலைப் பிரதேசத்தில் செலவிட தயார் செய்துவிட்டாய் போலும்! இரண்டு பைத்தியங்கள் ஒன்று சேர்ந்து அமர்ந்தால் எவ்வாறு இருக்கும் என்ற கற்பனையே எனக்குத் துள்ளலை ஏற்படுத்துகிறது. மடையா! நான் இந்தக் கருத்தரங்கம் என்ற கழுதையைக் கழுத்தில் கட்டிக்கொண்டு அதே சிந்தனையில் மூழ்கி இருப்பேன்... நீயேதான் என்னை சந்திக்க நைனிடால் வரவேண்டும் எங்களுக்காக நீ குறைந்த அளவு ஒரு வாரம் உன்னுடைய பயணத்திட்டத்தில் ஒதுக்கி விடு. மேடம் அவர்களையும் அழைத்து வருவாய்... இல்லையா? நீ என்னுடைய மனைவியை இதுவரை சந்தித்ததே இல்லையே. அவள் யார் என உனக்கு இப்பொழுது கூறமாட்டேன். 'ஐ ஹேவ் எ ஸர்ப்ரைஸ்'. இன் ஸ்டோர் ஃபார் யு அன்ட் ஐ காண்ட் லேட் தி கேட் அவுட் ஆஃப் தி ஆர்மி ஸகுன்'. நீ முதலில் இங்கு வா. நீதான் விளக்கமாக எழுதியுள்ளாய். ஆனால் உன்மீதுள்ள நம்பிக்கை ஒரு தடவை பறந்து விட்டதால் அதை மறுபடியும் 'ரேஸ்டோர்' செய்வது அவ்வளவு எளிதானது அல்ல. உனக்குத்தான் இந்தியில் உள்ள இந்தப் பழமொழி தெரியுமே. பாலினால் சூடுபட்டவன் மோரையும் கூட ஊதி ஊதி குடிப்பானாம்! ஆனாலும் உன் கடிதத்தின் வாசகங்களைப் பார்க்கும்பொழுது நீ மிகவும் இந்த காலகட்டத்திற்குள் திருந்திவிட்டாய் என்று தோன்றுகிறது.

அரே நண்பா! நான் உன்னைப் போல் குழந்தைப் பருவ நண்பர்களை இன்னும் மறக்கவில்லை! லச்சுவிற்கும் எனக்கும் தொடர்பு தொடர்ந்து வருகிறது. அனேக தடவைகள் அவனது ஹோட்டலில் தங்கி அவனுடைய கெஸ்ட் ஆக இருந்து அவனது உபசரிப்பில் திக்குமுக்கு ஆடிப்போனேன் என்றால் நீ பார்த்துக்கொள். நானும் துறைத்தலைவர் தான். ஊர் சுத்த வேண்டிய நிலை என்ன செய்வது! ஏதோ ஒரு காரணத்தை முன்னிட்டு என்னுடைய பல்கலைக் கழகத்துடன் இணைந்த கல்லூரிகளுக்கு செல்லவேண்டி உள்ளது. இது தவிர வைவா, செமினார் என ஏதோ ஒரு காரணமாக பல இடங்களில் தங்க வேண்டிய நிலைமை ஏற்பட்டுவிடுகிறது. இதை சாக்காக வைத்து அக்காலத்திய அல்மோரா, ராணிகேத் போன்ற இடங்களில் உள்ள அழிந்துபோனது போக பாக்கி இருக்கும் சின்னங்களையும் பார்த்து வருவதை வழக்கமாக ஏற்றுக்கொண்டு உள்ளேன். டேய் அன்பானவனே! நீயோ இன்டர்நேஷனல் நெட்வொர்க்கை அடைந்துவிட்டாய். பின்பு என்ன! உன் காட்டில் மழைதான். 'யூ ஜஸ்ட் காண்ட் ஆஃபோர்ட் டு கீப் அப் ஓல்ட கனெக்ஷன்' உனக்கு உன் மலைப்பிரதேசங்களின் மீது அபாரப் பிடிப்பு உள்ளது என்பதை நான் நன்றாகவே அறிவேன். உன்னுடைய கடிதம் இதைத் தெளிவாகத் தெரியப்படுத்துகிறது. ஆனால்... அன்பனே... என்னைச் சொல்லவிடு... நீ என்னைப் போன்று உனது இந்த ஈடுபாடு 'எக்ஜிஸ்டென்ஷியல்' இல்லை. பதிலாக 'ஸென்டிமென்டல்'. நான் கூறுவதைத் தவறாக எண்ணாதே. நான் அப்பட்டமாகப் பேசுவது எழுதுவது உனக்கு திருப்தி அளிப்பதில்லை. ஆகவே இப்பொழுதும் எங்கே திருப்திஅடையப் போகிறாய்? போடா... போ... ஆனாலும் கடைசியில் தனது போக்கிரித் தனத்தை மாற்றிக் கொள்ளத்தானே வேண்டும். கடைசிகாலத்தில் ஒப்புக் கொள்ளுவதில் என்ன மீதம் இருக்கும்... சாம்பலா அல்லது மண்ணாங்கட்டியா... சரி... சரி... விடு... விடு... அன்பனே! கூட்டிக் கழித்துப்பார்த்தால் ஒன்றை அடைவதற்கு ஒன்றை இழக்கவேண்டியதாகத்தான் உள்ளது. இதுவும் நியதிதான்... நீ உலக அளவிலான பண்டிதர்களின் நடுவில் தன்னை யார் என்பதை நிரூபணம் செய்துவிட்டாய். 'ஐ ஆம் ப்ரவ்ட் ஆஃப் யூ'... வீ ஆர் ஆல் ப்ரவுட் ஆஃப் யூ. ஜலஸி நாட் வித் ஸ்டெண்டிங்க்... பொறாமையும் மனித இயல்புகளில் ஒன்றுதான்... சரி... சரி... முதலில் நீ இங்கு வருவதற்கு வழியைப் பார். உனது உறுதியான பயணத்திட்டத்தைத் தயாரித்து எனக்கு அறிவித்துவிடு. மறுபடியும் ஞாபகப் படுத்துகிறேன்... நான் இந்தக் கடிதத்தின் மூலமாக உனக்கு எந்த எந்தப் பொறுப்புகள் கொடுத்துள்ளேனோ அதை முழுப்பொறுப்போடும் 'டாப் ப்ரையாரிடி' கொடுத்தும் செயல்படு. எனது மனச்சஞ்சலத்தைச் சாந்தப்படுத்து. ஏனென்றால் நான் மறுபடியும் உனக்கு இதைப்பற்றி ஞாபகம் படுத்தமாட்டேன். புரிந்ததா! அவ்வளவுதான். மிக்க அன்புடன்...

உன்னுடைய வினோத்

23. நரகத்திற்குப் போடா போ

விநாயக்கின் இருதயத்துடிப்பு அதிகரித்தது. ஹை பிளட் பிரஷர் வியாதிகாரர்களுக்கு இப்படி ஆவேசப்படுவது நல்லதல்ல.

வினோதின் கடிதம் கிடைத்தவுடனேயே அவனுடைய மனத்தில் ஒரே ஒரு மந்திரம் தான் உருப்போட்டுக் கொண்டிருந்தது. விரும்பிய ஆசை பூர்த்தி அடைந்து விட்டால்... இதை வேறு மாதிரி எப்படிச் சொல்லுவது? நல்ல சமயம் என்பது காரணமின்றிக் கிடைக்காது. 'இந்த நல்ல சமயம்' கடவுள் நியதியாகும். வேறு என்ன சொல்லுவது... உ...ப்... ஞாபகம் வந்தது. என்ன ஞாபகம் வந்தது...? தன் பகுதியில் நடந்த 'ராம்லீலா'வில் 'சூர்பணகா' ரோல் ஏற்கவேண்டிய நிலைமை ஏற்பட்டது. திடீரென்று - காரணம்... 'சூர்பணகா' ரோல் ஏற்றிருக்கும் ஆள் சரியான சமயத்தில் மாயமாகி விட்டான்!... உன்மாதிரியான ஆண்பிள்ளை... என் மாதிரியான பெண்பிள்ளை யாரும் இல்லை. இந்த நிலைமை விதியின் விளையாட்டு என்று நினை... வினோதினிடம் 'மாட்டேன்' என்று சொல்லவே இடம் இல்லை. அவனுக்கு எது தேவையோ அதை நான் எளிதாக்குகிறேன்... அப்படியானால் அவனும் என்னுடைய ஒரு விருப்பத்தை நிறைவேற்ற வேண்டும். இதனால் அவனுக்கும் பயன் உண்டு. மார்கரேட் போன்ற ஒரு பண்டிதை அவனுக்கு வேறு எங்கு கிடைப்பாள்?

முறைப்படி பார்த்தால் ப்ரொபஸர் ராவுலைன்ஸ் அவர்களையும் அழைக்கவேண்டும். இந்த விஷயத்தில் அவர் வேல்ஸ் நாடு முழுவதிலும் கிடைக்காத ஒரு பண்டிதர். அவர்தான் வினாயக்கை வேல்ஸ் நாட்டுக்கு அழைத்தார். இரு வருடங்கள் படிபித்தல் தொழிலுக்கு 'காண்ட்ராக்ட்' கொடுத்து அங்கு அவனை வர ஒரு 'ஆபர்' கொடுத்தார். ஆனால் அவரை அழைத்தால் மார்கரேட் எப்படி வருவாள்! இருவருமே வேல்ஸ் நாட்டினர்தான். இப்படி செய்தால் என்ன... மார்கரேட்-ஐ ஒரு 'ஆயரிஷ் ஸ்காலர்' என்ற முறையில் அழைக்கலாமே? ஆயரிஷ் லிட்ரேசர்கள் வித்வான் அயர்லாந்தைச் சேர்ந்தவர்தான் இருக்கவேண்டும் என்ற நியதி உண்டா? அப்படி இல்லையே... மார்கரேட் ஆயரிஷ் கற்றுக் கொண்டிருக்கிறாள் அவளுடைய எண்ணத்தில் 'க்லோரன்ஸ் மங்கள்' என்பவர் தான் அந்த மொழியின் ஒரு பெரிய அறிவாளி. இவளும் அவரைப் பற்றி ஒரு ஆராய்ச்சி செய்துகொண்டும் இருக்கிறாள். இதற்காக 'டப்லின் பல்கலைக் கழகம் அவளுக்கு ஃப்லோஷிப் கொடுக்க தயாராக உள்ளது... இவ்வாறு அவள் கடிதம் எழுதவில்லையா?... ஆகவே...

வினோத்திற்கு ஒரு மூன்று நபர்களின் பெயர்களைப் பிரேபித்து எழுதவேண்டும்.

ப்ரோபஸர் ட்ரிஸன் ராவுலைண்ட்ஸ் வரமாட்டார் என்று தான் தோன்றுகிறது. வந்தாலும் கூட, ஒன்று தன் மனைவியுடன் கூட அல்லது மார்கரேட்டுடன் தான் வருவார். அப்படியானால் இது தான் சரி... இதற்கு யாருக்கு என்ன மறுப்பு... ஆனால் ஒன்று. தன்னுடைய பிரோபஸருடன் உடன் சேர்ந்து இருக்கும் பொழுது மார்கரேட் என்னுடன் ஒன்று சேர்ந்து இருக்க முடியாது. எனக்கு உதவி செய்ய முடியாது. அவ்வளவு தானே. இதில் என்ன தயக்கம்? எப்படி இருந்தாலும் அவள் என்னுடன் தான் இருப்பாள். 24 மணி நேரமும் அவள் தன் ப்ரபொஸருடன் ஒட்டிக்கொண்டு இருப்பாளா? என்ன.

சரி, சரி, இருவர் பெயரையும் கொடுத்து விடுகிறேன். அப்போ... மூன்றாவது பெயர்? டப்ளிங் ப்ரொபஸர் நிக்கோலஸ்க்ரீன் இவர்கள் மூணு பேருக்கும் இந்த தேதிகள் வசதிப்படுமான்னு போன் பண்ணி நேராகக் கேட்டால்தான் என்ன? கொஞ்சம்... சகுந்தலாவைப் பத்தியும் கேக்கணும். தேதிகள் முதலியவற்றையும் நிர்ணயம் பண்ணனும்.

உற்சாக வெளிப்பாட்டின் காரணமாக அன்றைய தினமே எல்லோருக்கும் ஃபோன் செய்துவிட்டான் விநாயக். டப்ளிங் ப்ரொபஸர் க்ரீனோ, இப்பவே ரெடி' என்று கூறிவிட்டார். தன்னுடைய மனைவியின் உடல்நலம் காட்டி ப்ரொபஸர் ராவுலைன்ஸ் தன்னுடைய இயலாமையைத் தெரிவித்து விட்டார். ஆனால் மார்கரேட்டை அனுப்புவதற்கு அனுமதி அளித்துவிட்டார். அவளை அனுப்ப ஒரு கண்டிஷன் இட்டார். அதாவது, அவள் வந்து போகும் செலவை அவளுடைய துறை ஒரு பொழுதும் ஏற்காது. நீங்கள்தான் அதற்குப் பொறுப்பு. உடனே விநாயக்கும் 'இந்தப் பொறுப்பை நானே ஏற்றுக்கொள்கிறேன்' என்று அவருக்குச் சமாதானம் கூறிவிட்டான். இப்போ வேறு ஒரு அயரிஷ் ஸ்காலர் வேணும். மார்கரேட்டே மற்றொரு பேரைக் கூறலாமே, வேண்டாம், வேண்டாம். இதுல மார்கரேட்ட ஏன் சிக்க வைக்கணும். விநாயக்கிற்குத் தெரியாதா என்ன? அவன்கிட்ட ஒரு பெரிய லிஸ்டே இருக்கே. இத்த தவிர தனிப்பட்ட முறையில் பல பேரிடம் பரிச்சயமும் உண்டு. இதில என்ன அவ்வளவு சிக்கல்?

மார்கரேட்டிற்கு இவ்வளவு அர்ஜண்டா ஃபோன் செய்யணுமா என்ன? தேவையில்லையே. ப்ரொபஸர் ட்ரிஸ்டன் ராவுலைன்ஸ் இதற்குள் கண்டிப்பாக சொல்லியிருப்பார். மார்கரேட்டுக்குத்தான் ஒரு நீண்ட கடிதம்

எழுதணும். விநாயக்கிற்கு மார்கரேட்டுடன் ஃபோனில் பேசுவது அவ்வளவு சுலபமாகத் தோன்றவில்லை. ஃபோனில் தன்னுடைய குரலின் நடுக்கத்தையே தடுப்பது ப்ரம்ம ப்ரயத்னம். எப்பொழுது ஃபோன் செய்தாலும் சரி, என்ன பேசுவது என்றே தெரியவில்லை. பேசும் விஷயம் மனசுக்குள்ளேயே பொங்கிக் கொண்டிருக்கிறது. ஃபோன் எடுத்த உடனேயே அந்தப் பொங்கும் விஷயங்கள் எங்கேயோ மறைந்து விடுகின்றன. ஹலோ, ஹலோ என்று மட்டும் தான் கூற முடிகிறது. தன் நர்வஸ்னஸ் காரணமாக ஊமையாகி விடுகிறான். இந்தக் குறைபாடு கண்டு அவனுக்குத் தன் மேலேயே வெட்கம் ஏற்படுகிறது. ஆனால் என்ன செய்வது இந்த விஷயத்தில் அவன் ஒன்றும் செய்ய முடியாத நிலைமை.

மூன்று, நான்கு, ஐந்து, ஆறு நாட்கள் சென்றுவிட்டன. விநாயக் மார்கரேட்டின் ஃபோனை எதிர்பார்த்துச் சோர்ந்து விட்டான். அவனுக்கு மண்டை வலியே வந்துவிட்டது. என்ன நடந்திருக்கும்? அவள் ஏன் இன்னும் ஃபோன் செய்யல? அவளுக்கும் என்னைப் போல... இல்ல, இல்ல, என்னைக் காட்டிலும் அதிகமாக அவள் எதிர் பார்பாள் அப்பப்போ என்னை இனிமையாகவும் திட்டுவா, ஆனால்... இப்போ அருமையான ஒரு வாய்ப்பு எதிர்பார்க்காமலேயே அவளுக்கு கிடைச்சிருக்கு. ஆனாலும் ஏன் அவள் அமைதியா இருக்கா?

கடைசியாக அவனே மார்கரேட்டிடம் ஃபோனில் தொடர்பு கொண்டான். அங்கிருந்து அழுகை கலந்த குரல் காதில் விழுந்தது. 'யெஸ்... ப்ரொபஸர் ராவுலைன்ஸ் என்னிடம் சொன்னார்கள். ஆனால்...'.

ஆனால் பயத்தினால் விநாயக்கின் குரல் காரணமில்லாமலே கூர்மையாகவும், கரகரப்பாகவும் மாறியது.

எனக்கு ஓரே பயம்... ரொம்ப பயமா இருக்கு...?

'பயமா?' விநாயக் பொங்கியெழுந்தான் - எதைக் கண்டு, யாரைக் கண்டு பயம்?

'என்னைப் பத்தித்தான், பின்ன யாரைப்பற்றி? நீ கொஞ்சம் புரிஞ்சிக்க முயற்சி பண்ணு. என்னவனே,'ஐயம் நாட் அஃப்ரைட் ஆஃப் எனிதிங் அக்செப்ட் த வெகிமென்ஸ் ஆஃப் மை ஓன் ஃபீளிங்... ஃபார் யு' அல்ரெடி டேமேஜ் ஹேஸ் பீன் டன் அண்ட்... வாட் யு ப்ரொபோஸ் அண்ட்... வாட் யு ப்ரொபோஸ் நவ் ஈஸ் சர்டன்லி நாட் எ டேமேஜ் - கண்ட்ரோலிஸ் எக்ஸர்ஸைஸ். ஈஸ் ஒன்லி கோயிங் டு மேக் மேட்டர்ஸ்

வர்ஸ்ட். எனக்கு யாரப் பத்தியும் பயம் இல்ல. எனக்கு உன்மீது இருக்கும் அசாதாரணமான வேகத்தைக் கண்டுதான். முன்னமேயே இதன் விளைவை நாம் அனுபவித்து இருக்கிறோம். இப்பொழுது எந்த விஷயத்தை என் முன் வைக்கிறாயோ அது பழைய மாதிரி இருக்காது. நெருப்புப் புடிச்சு எரியற மாதிரி உண்மையாகிவிடும். ப்ளீஸ்... என்னவனே கட்டாயப்படுத்தாதே என்னை. உனக்குத் தெரியும்... நான் உன்னை உன்னுடைய நாட்டை, சுற்றுப்புறத்தை ஒரு சுற்று சுற்றிப் பார்க்க எந்த அளவுக்கு ஆவலா இருக்கேன் தெரியுமா? இல்ல, இல்ல, ஆவலில்ல. பைத்தியமா இருக்கேன். ஒனக்கு எதச் சொல்லனும். எனக்குத் தெரியும் என்னவனே!... இந்தச் சந்தர்ப்பம் மறுபடியும் கெடைக்காது. உனக்கு நான் எப்படி நம்பிக்கை ஊட்டுவேன். என்னுடைய அன்பான ப்ரொபஸர்... ஊஹும் என் மனசு முழுவதுமா சாட்சி கூறமாட்டேங்குது... இந்த எண்ணத்தினாலேயே நான் நடுநடுங்கிப் போகிறேன். நான் அங்கு வரும் இந்தச் செய்தி லேசாக உங்கள் வீட்டின் காதில் விழுந்துவிட்டால், உங்க வீட்டில் எப்படிப்பட்ட பூகம்பம் ஏற்படும். என் நல்லவனே! என்னைக் குற்றவாளி ஆக்காதே, எனக்கும் சரி, உனக்கும் சரி, இதைத்தவிர வேறு பெரிய கெட்ட விஷயம் இருக்கவே இருக்காது. இந்த அழிவுக்குக் காரணமாக ஒன்னுடைய மார்கத்தை மாற்றாதே. என்னவனே! கொஞ்சம் மனச தைரியப்படுத்து. நீ எனக்காக எவ்வளவு துடிப்பாக, எவ்வளவு பைத்தியமாக இருப்பாய் என எனக்குத் தெரியும். என்னால என்னுடைய அறியாமையினால் உனக்கு எவ்வளவு பெரிய கஷ்டம் ஏற்படும் - கடவுள் சாட்சியா சொல்றேன், இப்போ மறுபடியும் உன்னையும், உன்னோட சேர்த்து என்னையும் நாசத்தின் கையில் போட்டுவிடாதே!

விநாயக் பிரமித்து விட்டான். மிகுந்த முயற்சிக்குப் பிறகு அவன் பேச்சு வெளிவந்தது.

நீ என்ன சொல்லுர மார்கரேட்? கடவுளே... என்ன இந்த மாதிரி அவநம்பிக்கைக் களத்தில தள்ளாதே. எனக்குத் தல சுத்துது... ப்ளீஸ், என்ன இந்த மாதிரி அடிக்காதே, எம்மேல கொஞ்சம் எறக்கம் காட்டேன். நீ நெனக்கர மாதிரி இங்க ஒண்ணும் நடக்காது. நீ ஒரு கல்வி சம்பந்தமான வேலய முன்னிட்டுத்தான் இங்க வர. இதனால இங்கு ஏன் இவ்வளவு பெரிய புயல் அடிக்கும். நீ தேவையில்லாம இப்படி நெனக்கிற. இதுல இவ்வளவு பயமே தேவையில்ல. நா ஒன்ன எந்தேசத்திலுள்ள மலைப்பிரதேசத்திற்கு அழைத்துச் செல்கிறேன். உங்கள் நாட்டு மலைப்பிரதேசங்கள் - அழகில் எங்கள் நாட்டு மலைப்பிரதேசங்களிடம் பிச்சை வாங்கும். ஆனா ஒண்ணு, ஒங்க 'வேல்ஸ்' மாதிரி இங்க சமுத்திரம் இல்ல. ஆமாம் இன்னொன்றும் சொல்லனும். மாலதி, என்

மனைவியும் என்னோடுதான் இருப்பாள். அவளும் முதன்முதலாக அங்கு வருவாள்... அப்பறம்... சகுந்தலாவும் கூட இவர்களைப் பத்தி உனக்கு முன்னமேயே சொல்லியிருக்கேன், மார்கரேட்! அவங்க காரெக்டர், அப்பப்பா... எவ்வளவு பெருசு. அவள் எல்லாவற்றையும் சமாளித்து விடுவாள். நீ எதப்பத்தியும் கவலப்படாதே. இப்போ எனக்கு இதுதான் வேணும். மேரிஜான்!... நீ 'சரி'ன்னு சொல்லு போதும். நீ இந்த மாதிரி என்கனவ கொலை செய்யாதே.

அந்தப் பக்கத்திலிருந்து மார்கரேட்டின் விசும்பும் ஒலி கேட்டுக் கொண்டிருக்கிறது. விநாயக் ஃபோனை காதோடு காதாக ஒட்டி பதிலை எதிர்நோக்கி அமர்ந்திருந்தான்.

'ஓகே' ஐ ஷல் ரைட் டு யு எபௌட் இட். அண்டர்ஸ்டாண்ட்? டோண்ட் ஒரி... யு ஆர் கமிங் டு அயர்லேண்ட் அண்ட் வேல்ஸ் நெக்ஸ்ட் இயர் ஆர் நாட் யு? வொய்... வொய் ஆர் யு சோ ஃப்ராண்டிக் எபௌட் இட்? ஓகே... குட்பை. அவள் எப்பொழுது ஃபோனை வைத்துவிட்டாள் என்று விநாயக்கிற்கு தெரியவில்லை. ஹலோ, ஹலோ என்று சொல்லிக் கொண்டேயிருந்தான். மறுபடியும்... துடிதுடித்தவாறு அவளுக்குப் ஃபோன் போட்டான்.

'ஹலோ மார்கரேட்' வேல்ஸ் இப்பொழுதும் வெகு தொலைவில் தான் உள்ளது. இதற்குள் என் உயிரே போய்விடும். மார்கரேட்! நீ என்னோடு இவ்வளவு கடுமையாக ஏன் பரிகசிக்கிறாய்? எனக்குப் புரியவில்லையே...'இட் ஈஸ் ரியல்லி எ மேட்டர் ஆஃப் லைஃப் அண்ட் டெத் ஃபார் மீ. ப்ளீஸ்... ஸே 'எஸ்', ப்ளீஸ்...'

'ஓ.கே. 'எஸ்', யு இம்பாஸிபில் ஃபெல்லோ. மார்கரேட்டின் கூக்குரலிடும் அக்குரல் ஏழு சமுத்திரத்தைக் கடந்து வரவில்லை. பதிலாக இதே ரூமிலிருந்து வருவதாக அவனுக்குத் தோன்றியது. 'இஃப் யு ஆர் பெண்ட் அபான் டெஸ்ட்ராயிஸ் யுவர்செல்ஃப் அண்ட் மீ... இட்ஸ் 'எஸ்''எஸ்''எஸ்'. ஆர் யு சேடிஸ்ஃபைடு நவ்?...'

அப்பா! மார்கரேட்! இட்ஸ் சோ-சோ க்ரேஷன் ஆஃப் யு. தேங்க்யு வெரிமச்... யு நோ? ஐ ஜஸ்ட் காண்ட் லிவ் வித்தவுட் யு... ஐ திங்க் ஆஃப் யு டே அண்ட் நைட்...'

அவனுக்கு தான் என்ன உளறுகிறோம் என்று தெரியவில்லை. அவன், தன் வசமில்லை. அங்கிருந்து ஃபோன் வைக்கும் 'டப்' என்ற ஒலி வந்தாலும் கூட அவன் 'ஹலோ','ஹலோ' என்று சொல்லிக்

கொண்டே இருந்தான். அப்பொழுது யாரோ ஒருவர் வரும் காலடிச் சத்தம் மெதுவாகக் காதில் விழுந்தது. தலையைத் திருப்பிப் பார்த்தானோ இல்லையோ, அவன் மலைத்துப் போய் விட்டான்.

'யாருடன் பேசிக்கொண்டிருந்தீர்கள்?' மார்கரேட்டிடமா? என்று சகுந்தலா கேட்டாள். அவளுடைய முக உணர்வைப் பார்த்தவுடனேயே விநாயக் உருகிவிட்டான். இருந்தாலும் தன்னுடைய மலைப்பை மறைத்துக் கொண்டே மிகவும் அலட்சியமாக, புன்சிரிப்புடன் 'அவளைத் தவிர யாருடன் பேசுவேன்?' என்று கூறினான்.

சகுந்தலா, நாற்காலியில் அமர்ந்துகொண்டே,'இந்த சம்பாஷணை எனக்கு சாதாரணமாகத் தோன்றவில்லையே! என்னாச்சு உங்களுக்கு? ஏன் இந்த நிலைமை உங்களுக்கு? அவள் உங்களை இப்படி அலர அமர என்னதான் கூறிவிட்டாள்?' என்று கூறினாள்.

விநாயக்கிற்கு ஒரு விசித்திரமான உணர்வு பிடித்துக் கொள்வதாகக் தோன்றியது. இவ்வளவு நாட்கள் சென்றுவிட்டன. ஆனாலும் இது பற்றிய விபரம், அதாவது நைனிட்டாலுக்கு அழைப்பது பற்றி சகுந்தலாவிடம் கூறவேயில்லை. இது மட்டுமா? மார்கரேட்டை அழைத்தது பற்றியும்... அவன் சடசடவென்று ஒரே மூச்சில் எல்லா விஷயங்களைப் பற்றியும் சகுந்தலா முன்பு பரிமாறி விட்டான். சகுந்தலாவும் தன் சிரம் தாழ்த்தி எல்லாவற்றையும் அமைதியாகக் கேட்டுக் கொண்டிருந்தாள். அவளுடைய முகமே மாறிவிட்டது. ஒரு பெருமூச்சும் எழுந்தது. மார்கரேட் மிகச் சரியாகத்தான் கூறியுள்ளாள். அவளுடைய பெண்ணறிவோடு தங்களின் புருஷ அறிவை ஒப்பிடும் போது புருஷ அறிவு அசட்டுத் தனமாகவும் இரங்கத் தக்கதாகவும் தோன்றுகிறது. இவ்வளவு பெரிய சுழலை ஏற்படுத்திய பின்னரும் உங்களுக்கு இன்னமும் அறிவு வரவில்லையே - உங்களுக்கு காமன் சென்ஸ் என்பது சிறிதளவாவது உள்ளதா? உங்களுடைய நண்பர் பெரிதாக என்ன செய்தார்?... ஒரு கடிதம் தான் எழுதினார். நீங்கள் தாம், தூம் என்று குதிக்க ஆரம்பித்துவிட்டீர்கள். உங்களது முழு அறிவும் தூசு போல் பறந்துவிட்டது -'ஐயா பெரியவரே! உங்களுக்கு என்னவாகிவிட்டது? இதை நீங்கள் காதல் என்று கூறுகிறீர்களா? இது உங்கள் கிழடு தட்டிய நரம்பு மண்டலத்தின் சுழலாகும். இதைத் தவிர வேறு ஒன்றுமில்லை'. விநாயக் கோபத்தில் கொப்பளித்து 'போதும், போதும், நிறுத்து. கொஞ்சம் முறையாகப் பேசு. மனத்தில் தோன்றுவதை கண்டபடி உளறிக் கொட்டாதே' என்று கூறினான்.

சகுன் ஒரு விநாடி செயலிழந்து கண்களை விரித்து சொல்லற்று நோக்கினாள். மறுவிநாடியே அவள் துடிதுடித்தவாறே வாசலை நோக்கித் தாவினாள்.

'கோ டு ஹெல்', என்ற கூக்குரல் அவளிடமிருந்து வெளிப்பட்டது.

'ஏய், 'நில்லு', 'நில்லு' என்று கூறிக்கொண்டே விநாயக்கும் அவள் பின்னால் தாவினான். கேலரியில் சகுன் கையைப் பிடித்து அவளைத் தள்ளிக் கொண்டே அறைக்குள் திரும்பி வந்தான். சகுந்தலா அவன் கையின் பிடிப்பை வேகமாக உதறினாள்.

அவள் - 'அன்று மாதிரி இன்று என் முன்னால் அந்த ட்ராமா போடாதே. இது உங்கள் ஆஃபிஸ் என் வீடல்ல. மக்கள் வந்து போவார்கள். சுவற்றிற்கும் காதுகள் உண்டு. ஏற்கனவே நம் இருவரின் தொடர்பு பற்றி காலேஜ் முழுவதும் 'கிசு கிசு' உச்சத்தில் உள்ளது. அது உங்களுக்கு ஒரு பொருட்டல்ல. இது மட்டுமா? உங்களுக்கு கண்களும் கிடையா. காதுகளும் கிடையா. ஆனால் எனக்கு இரண்டும் உண்டு. எவ்வாறு நான் அவைகளை மூட முடியும்?' விநாயக் ஆடாமல் அசையாமல் தன்னிடத்திலேயே செயலற்று அமைதியாக நின்று கொண்டிருந்தான்.

'ஐயா, பெரியவரே! காதை நன்றாக விரித்து, நன்றாகக் கேளுங்கள். நான் மறுபடியும் கூறமாட்டேன். உங்களுக்கு மார்கரேட்டும் வேண்டும், மாலதியும் வேண்டும். இருவரும் தங்கள் கட்டளைப்படி ஆட வேண்டும் என உங்களுடைய ஆசை, உங்களுடைய நிபந்தனை இருவரில் யாராவது ஒருவரை நீக்கி மற்றொருவரை ஏற்றுக்கொண்டால் - முழுமையாகும். நீங்கள் இப்படி அடத்துடன் எந்த அதிகாரத்தில் அவளை ஆட்கொள்ள நினைக்கிறீர்கள்? உங்களுக்கு அவள் இல்லாமல் உயிர் வாழ முடியாது என்று தோன்றினால், ஒரு காரியம் செய்யுங்களேன்... மாலதியை விட்டுவிடுங்களேன். தங்கள் குடும்பம், வீடு வாசலை விட்டு விட்டு 'வேல்ஸ்'க்கு போய் விடுங்களேன். இல்லாவிட்டால், அங்கிருந்து அவளை இங்கு அழைத்து வாருங்களேன். மார்கரேட் அவ்வாறு வருவாளா? இல்லை, இல்லை, அவ்வாறு நினைப்பாளா? என்று கூட எனக்குத் தோன்றவில்லை. ஒரு காரியம் செய்யுங்கள். அங்கேயே சென்றுவிடுங்கள். அவள் எங்கு தங்க விரும்புகிறாளோ, அவளுடன் அங்கேயே தங்கிவிடுங்களேன். இவ்வளவு அதிகமான அன்பு அவளிடம் உங்களுக்கு இருந்தால் இந்த அற்பமான தியாகம் செய்யமுடியாதா? ஆனால் இந்தத் தியாகம் அவளுக்கு ஒரு பொருட்டு அல்ல. கூறுங்கள் - உங்களுக்கு இவ்வளவு தைரியம்

உள்ளதா?... உங்களின் காதல் இவ்வளவு தீவிரமானதா?... அதாவது, அவள் கேட்கும் விலை கொடுக்க நீங்கள் தயாராக உள்ளீர்களா?

இல்லையென்றால் அவளை இங்கு வரவழைத்து மாலதிக்குப் பின்னால் அவளை மறைத்து மாலதியை ஏமாற்றி, மார்கரேட்டுடன் இரண்டு, மூன்று நாட்கள் இருப்பதினால் உங்களுக்கு என்ன கிட்டும்? உங்களின் நெருப்பு வேண்டுமானால் அணையலாம். மாலதிக்கு ஒன்றும் தெரியாமல் இருக்கும். எப்படி எல்லாம் நடக்கிறதோ, அப்படியே எல்லாம் நடக்கும்... இது தானே உங்களின் கால்குலேஷன்?

நான் கூறுவதைக் காது கொடுத்துக் கேளுங்கள். உங்களுடைய இந்த சுயநலமுள்ள விளையாட்டில் ரகசியத்தைக் காப்பாற்ற நூற்றுக்கு நூறு விழுக்காடு மறுக்கிறேன். இது மட்டுமல்ல, இந்த மாதிரி தாங்கள் அடம் பிடித்து தன் மனம் போன போக்கில் செல்ல ஆரம்பித்தால், உங்களுக்கும், எனக்கும் உள்ள தொடர்பு இங்கேயே முரிந்து விடுகிறது. புரிஞ்சுதா? உங்களுக்கும் எனக்கும் உள்ள தொடர்பு... மாலதிக்கும் எனக்கும் உள்ள தொடர்பு அல்ல. மாலதிக்கும் எனக்கும், நீங்கள் மட்டுமல்ல, மற்ற பல விஷயங்களுக்கும் அவளுக்கு என் மேல் இமாலய நம்பிக்கை. நீங்கள் என்னை இதற்கு உதவியாளாக செயல்படுத்த விரும்புகிறீர்கள், இதுதானே?... இல்லை - இல்லை... என்னைப் பேச விடுங்கள், என்னை நடுவில் தடுக்காதீர்கள். இப்பொழுது நான் உங்களுடன் இல்லை. யாருடன் நான் இருக்க வேண்டுமோ அவளுடன் தான் உள்ளேன். தாங்கள் இதையும் நன்றாக உணர்ந்து கொள்ளுங்கள். இந்த 'உடனிருப்பது' என்பது ஒரு மறுக்கமுடியாத நிபந்தனைக்கு உட்பட்டது. நான் மாலதியிடம் ஒன்றையும் மறைக்க இயலாது. நான் உங்களையும் இருட்டில் வைக்க அனுமதியேன்... அவளையும் கூட இப்பொழுது தாங்கள் தங்களுக்குப் பிடித்தமான வழியை தேர்ந்தெடுத்துக் கொள்ள சுதந்திர மனிதனாக ஆகிவிட்டீர்கள்'. 'சகுந்தலா, விநாயக்கை ஒருமுறை கூட நோக்காமல் எழுந்து வெளியே சென்றுவிட்டாள். விநாயக் பிசாசு அடித்தது போல் அமர்ந்து விட்டான். வெளியே செல்லும் சகுந்தலாவைத் தடுக்க அவன் முயற்சிக்கவில்லை.

எல்லா விளையாட்டும் சிதைந்து விட்டதடா. ஆனால், என்ன விளையாட்டு? யாருடைய விளையாட்டு?

24. கருடனின் சிறகுகள்

செமினார் தொடங்க இன்னும் முழுமையாக ஒரு மாதம் இருந்தது. இருந்தாலும் விநாயக் மலை பிரதேச யாத்திரைக்குத் தேவையான எல்லா ஏற்பாடுகளையும் செய்து முடித்துவிட்டான். இப்பொழுது எல்லோரும் நேராக 'ராணிகேத்' செல்வார்கள். பின்பு சகுந்தலா விநாயக்குடன் சேர்ந்து செமினாருக்கு 'நைனிதால்' செல்லுவாள். மாலதிக்கு மனம் இருந்தால் அவளும் வருவாள். இல்லாவிட்டால் 'ராணிகேத்'திலேயே தங்கிவிடுவாள். ராணிகேத்... அல்மோரா ஆகிய இடங்களில் இருந்துவிட்டு சகுந்தலாவும் மாலதியும் திரும்பிவிடுவார்கள். மாலதி நீண்ட நாட்கள் தன் வேலையில் ஆஜராக இல்லாமல் இருக்க விரும்பவில்லை. சகுந்தலா விரும்பினால் விநாயக்குடன் சேர்ந்து ஒன்று இரண்டு மாதங்கள் தங்கி வரலாம். அப்படி இப்படியாக முப்பது வருடங்கள் கடந்துவிட்டன. சகுந்தலா விநாயக் வீட்டிற்கு திரும்பி வருகிறாள். பழைய நண்பர்களுடன் சந்தித்துப் பேசி அளவளாவி பல இடங்கள் சென்று வரலாம். பழைய உலகத்திற்கும் இன்றைய உலகத்திற்கும் மிக்க வேறுபாடு இருப்பதால் சுற்றுலா செல்வதால் பல மாறுதல்கள் காணலாம். மாலதி சென்றவுடன் சகுந்தலாவும் அங்கு இருந்துவிட்டு வரலாம். இதற்கு மாலதி எந்த மறுப்பும் சொல்லமாட்டாள். மாலதியின் ஆலோசனையும் இதுதான். ஆனால் சகுந்தலா ஒரே அடம்பிடித்தாள் - 'மாலதி இருந்தால் மட்டுமே நான் இங்கு இருப்பேன்' என்பாள்.

லச்சுக்கு உற்சாகம் கரைபுரண்டு ஓடியது. அவன் எல்லோருக்கும் இந்தச் செய்தியைச் சொல்லிவிட்டான். வீடு நிறைய மனிதர்கள் இருப்பார்கள். மாலதிக்கும் இது விருப்பமாக இருக்கும். அவளுக்கு இந்த 'சேஞ்ச்' மிக்க அவசியமாகும். அவள் இதுவரை மலைப் பிரதேசத்தைப் பார்த்ததே இல்லை. விநாயக்கின் குழந்தைப் பருவ உலகத்தைப்பற்றி அவள் கேள்விப்பட்டு மட்டுமே இருந்தாள். ஆனால் கண்ணால் பார்த்து ரசித்தது இல்லை. விநாயக்கின் மனத்தில் பல விசித்திரமான எண்ண அலைகள் வீசிக்கொண்டு இருந்தன. ஏன் எதற்காக என்று தெரியவில்லை. அவன் மனத்தில் ஓர் உள்வுணர்வு ஏற்பட்டுக் கொண்டே இருந்தது. இந்த யாத்திரையில் ஏதோ ஒரு நிகழ்ச்சி நடைபெறப் போகிறது. அது அபூர்வமாகவும் எதிர்பார்க்காததாகவும் அமையும்: வாழ்க்கையில் இது ஒரு 'நியூ பிராண்ட்'ன் தொடக்கம். ரிட்டையர்மெண்ட்க்கு இன்னும் இரு வருடங்கள் பாக்கி இருந்தன. விநோதோ என் பின்னால் வந்து கொண்டிருக்கின்றான்: காலேஜ் வேண்டும் - மிகப் பெரிய காலேஜ். ஒரு பழைய நண்பனைத் தன்

தலையில் சுமத்துவதற்காக, ஏனோ தெரியவில்லை. இதைத்தான் பெரிய மனுஷத் தன்மை என்று கூறுகிறோம்! விநாயக் இதை இமாலயத்தின் வரப்பிரசாதம் என்று தன் தலையில் ஏற்றுக் கொள்ளலாமே! ஆனா ஒண்ணு. இதில மாலதி நமக்கு வலப்புறமாக இருக்கனும். அவளும் தன்னுடைய வேலையில் இருந்து ரிடையர்மெண்ட் வாங்கிக் கொள்ள வேண்டும். மேலும் ஒரு புது வாழ்க்கையைத் தொடங்க வேண்டும். ஒரு புதிய பிரதேசத்தில் நுழைய வேண்டும் - அடேயப்பா! நான் என்னுடைய நிறுவனத்துக்கு எல்லாம் எல்லாம் செய்துவிட்டேன். நிறுவனத்தை நிலை நிறுத்தியது மட்டுமின்றி, அதன் சுயதேவைப்பூர்த்திக்கான வழிமுறை ஏற்பாடுகளும் செய்துவிட்டேன். அதனால் இன்னும் எவ்வளவு காலம் இந்த நிறுவனத்தோடு ஒட்டியிருப்பது. மேலும் தேவையென்றால் இரண்டு மூன்று வருடம் மும்பையில் இருந்துவிட்டு வரட்டும். கொஞ்சம் தனியாக இருந்துதான் பார்க்கட்டுமே!... மறுபடியும் விநாயக் கூட தன்னுடைய எகானமி உலகத்திலிருந்து வெளிப்பட்டு ‘அல்மோரா’வோ அல்லது ‘ராணிகேத்’துக்கோ வந்துவிடுவான். மாலதியும் கூட ‘ராணிகேத்’தில் ஒரு சிறிய எல்லா வசதிகளும் கூடிய ஒரு காட்டேஜை லச்சு ஏற்பாடு செய்து வைத்திருக்கிறான். மாலதிக்கு தற்போது இதில் ஒருவேளை ஆர்வம் இல்லாமல் இருக்கலாம். ஆனால், ஒரு தடைவ வந்து இங்கு இருக்க ஆரம்பித்தால் இதனுடைய சௌகரியங்கள் அவளுக்குப் புரிந்துவிடும். சகுந்தலாவையும் கூட தன் துறைக்கு இழுத்துக்கொள்ள வினோத் ரெடி. அவளுக்கு ‘நைனிடால்’ பிடித்து விட்டது. மாலதியையும் தயார் செய்து விடுவாள். அப்பப்பா! உடனடியா மும்பையைக் காலி பண்ண ஏன் இந்த அவசரம்? இன்னும் இரண்டு வருஷம் பாக்கி இருக்கே.

‘விநாயக்’குடைய ரொமாண்டிக் கற்பனைக்கு கருடனுக்குச் சிறகு கிடைத்தாற் போன்ற உணர்வு ஏற்பட்டது... ஆனால், இக்காலத்தில் இவ்வாறு நிகழ முடியுமா? இதை இவ்வளவு கவலையற்றதாகவும், மிகவும் எளிதாகவும் உணர முடியுமா?

விசேஷமாக எதுவும் நடக்கவில்லை. ஆம், இதுதான் நடந்தது - முடிவில் மார்கரேட் செமினாரில் பங்கு கொள்ள ஏற்றுக்கொண்டாள். ஆனால், மிகக் குறுகிய காலத்திற்கு. ஆனால் அவளல்லவோ இங்கு வருகிறாள்!... இது பெரிய விஷயமல்லவா! இதைக் காட்டிலும் பெரிய விஷயம் சகுந்தலா அவளோடு தான் இருப்பாள். இதே சகுந்தலா ஒரு காலத்தில் ‘மார்கரேட்’ என்ற பேரைக் கேட்டாலே சிடுசிடுத்து விடுவாள். ஆனால், இன்று ‘விநாயக்’கின் மன உணர்வுகளைப் புரிந்துகொண்டு கடைசி கடைசியாக இத்தடைவ மட்டும் ‘மார்கரேட்’டோடு இணைந்து இருக்கத் தயாராகிவிட்டாள். மாலதியின் மீது எந்த மந்திரவாதியின்

மந்திரம் பட்டதோ தெரியவில்லை. இது அவளுடைய தாயத்தா? இது அவளுடைய ரக்ஷலீ கவசமாக மாறிவிட்டது. இது, மாலதிக்கு மட்டுமா? இல்லையில்லை. 'விநாயக்'கிற்கும் கூட.

சகுந்தலா, மாலதி மீது பரிவு உணர்ச்சி கொண்டிருப்பதில் எந்தவித சந்தேகமும் இல்லை. ஆனால், விநாயக்கிடம் அவள் மனத்தில் உள்ள அன்பின் ஆழம் பற்றிய சரியான கணக்கீடு சகுந்தலாவுக்குத் தெரியவில்லை. ஒருவேளை இதனால் இருக்கலாம் - மாலதி 'விநாயக்'கின் மீது கோபப்படும்போது அது எல்லை மீறி விடுகிறது. 'விநாயக்'கிற்கு எவ்வளவு காயம் ஏற்படுத்துகிறாளோ. அதைவிடச் சிறிது கூடக் குறைவானது அல்ல தனக்கு. 'விநாயக்'கின் மன உணர்வுகளை எவ்வளவு ஆழமாக சகுந்தலா புரிந்துகொண்டிருந்தாளோ, அதே அளவு மாலதியின் மன உணர்வுகளை சகுந்தலா அறியவில்லை. இதுவும் மாலதி அறிந்ததே. மாலதிக்கு இந்த விஷயம் பத்தி நூறு விழுக்காடு நம்பிக்கை: அதன்மூலம் கிடைத்த ஆறுதல், அதாவது சகுந்தலா தன்மீது எந்தவித தவறுகளையும் நடக்க அனுமதிக்கமாட்டாள். ஆகவே, மாலதிக்கு சகுந்தலாவைப் பற்றிக் கவலையில்லை. 'விநாயக்'கைப் பற்றியும் கவலையில்லை. ஆகவே, இந்த இருவரின் நெருக்கமான பழக்கம் பற்றி அவள் கவலை கொள்ளவில்லை.

'விநாயக்'கிற்கு இது ஒரு புரியாத புதிராக இருந்தது. சகுந்தலா சம்பந்தப்பட்ட விஷயத்தில் மிகுந்த காயப்பட்டு இருந்தாலும் அவளுடைய நம்பிக்கையை எவ்வாறு பெற முடிந்தது. அவன் சகுந்தலாவிடம் நம்பிக்கையற்றுதான் சென்றான். ஆனால் இந்தச் சூழ்ச்சியின் கடைசி பந்தயம் - கடைசி 'டெஸ்பரேட்டிஸ்' பந்தயம். இதன் பின்பு எதுவும் மிஞ்சாது. பந்தயமும் முடிந்துவிட்டது. ஆனால் இவ்வாறு இல்லை. சகுந்தலா விநாயக்கிடம் ஒரு வாக்குறுதி பெற்றாள். அவள் 'விநாயக்'கிற்குக் கொடுக்கும் கடைசி சலுகையாகும் இது. மார்கரேட்க்கு செமினாருக்கு அழைப்பு அனுப்பப்பட்டுவிட்டது. இந்த செய்தியை மிக எளிமையான வழிமுறையில் சகுந்தலா 'விநாயக்'கிற்கு சுருக்கமான வழி காட்டியதால் மாலதியின் மூலமாக எந்தவிதமான ரகளையும் ஏற்படாமல் இருக்க வாய்ப்பு கிட்டிவிட்டது.

சகுந்தலாவுடைய இந்த ஆலோசனையைக் கேட்டு 'விநாயக்' செயலிழந்துவிட்டான். ஆனால் சகுந்தலா அவனை 'கன்வின்ஸ்' செய்து விட்டாள். மார்கரேட் வரும் விஷயத்தை மாலதிக்குத் தெரியப்படுத்தா விட்டால் அதன் பின் விளைவுகள் நன்றாக இருக்காது. அவள் கூறியதாவது - ஒரு பேச்சுக்குச் சொல்கிறேன். மாலதியும் நைனிடாலுக்கு

வருகிறேன் என்று சொல்லிவிட்டால், பின்....? செமினாரில் அவளுக்கு எந்தவிதமான வேலையும் கிடையாது. ஆகையால் மாலதிக்கு அங்கு வரவேண்டிய அவசியம் இல்லையென்று எண்ணக்கூடாது. கடைசியில் எப்படியோ அவளுக்கு இந்தத் தகவல் தெரிந்துவிடும். தெரியாவிட்டாலும் போகட்டும் - இதற்கு அதிகமான வாய்ப்பு உள்ளது -'செமினாரைப்பற்றி பொதுவாக பேசப்படும் போது கண்டிப்பாக மார்கரேட்டின் வருகையைப் பற்றிச் சொல்லப்படும். அப்பொழுது மாலதி என்ன நினைப்பாள்? இப்படித்தான் இருக்கும் - ஐயோ? இவ்வளவு பெரிய விஷயத்தை அவர் என்னிடமிருந்து மறைத்துவிட்டாரே! ஏன்? எதற்கு? 'செமினார்' முடிந்தவுடனேயே மாலதி இங்கிருந்து பறந்துவிடுவாள் என்பது சாத்தியமன்று. 'விநாயக்'கிற்கு அவளைத் தன் மனைவியிடம் அறிமுகப்படுத்த கண்டிப்பாக 'ராணிகேத்'துக்கு அழைத்துச் செல்ல நேரிடும். நீ தான் மார்கரேட்டிற்கு வாக்குக் கொடுத்துள்ளாயே. காய்கறி மண்டிகள் பார்ப்போம். மலைப்பிரதேசங்களில் உலாவி வரலாம். நீ உன்னுடைய காதலிக்குக் கொடுத்த வாக்குறுதியின் மரியாதையைக் காப்பாற்ற வேண்டாமா? உன் வாக்குறுதி என்னாவது? மாலதியின் மனத்தில் ஆழமாக குத்தியிருக்கும் இந்த முள்ளை எடுத்தெறிவது அவசியமில்லையா? அதாவது, அந்த வெளிநாட்டுச் சண்டாளியை என் கண்ணால் ஒரு தடைவ பார்த்துவிடலாமே, 'ராணிகேத்' நூற்றுக்கு நூறு அவள் வீடாக இல்லாவிட்டாலும், அவள் வீடாகத்தான் இருக்கும். தன் வீட்டிற்கு தான் தான் எஜமானி என்ற முழு பெருமையை அந்த சண்டாளிக்கு உணர்த்திவிட்டால் என்ன கெடுதல் நடந்துவிடும்? எந்தக் கெடுதல் நடந்தாலும் சரி அது அந்தச் சண்டாளிக்குத்தான். அவள் முற்றிலுமாக உணர்ந்துக் கொள்வாள் - அதாவது, 'விநாயக்'கிடம் அவளுக்கு எவ்வளவு அதிகாரம், இடம், உரிமை உள்ளது! வாழ்க சகுந்தலா! சகுந்தலா நீ வாழ்க!

25. சாரி மை டியரஸ்ட்

கொஞ்சம் கேள், ஒரு பெரிய வியக்கத்தக்க ஒரு சந்திப்பு உனக்கு ஏற்படும். உன்னைத் தயார் செய்துக்கொள்.

'மார்கரேட், நீ ஏன் கவலைப் படுகிறாய்? வாழ்க்கையில் நான் எத்தனையோ மிகப்பெரிய ஏற்றத்தாழ்வுகளைச் சந்தித்துவிட்டேன். இது எனக்கு என்ன ஆச்சரியத்தை விளைவிக்கும்'?

'அப்படியா! வா! செல்லலாம். உன்னுடைய ஸ்ரீமதி எப்படி இருக்காளென்று நான் தெரிந்துக் கொள்கிறேன்'.

இது நடக்காது! நீ அவளைச் சந்திக்க முடியாது. ஒன்று புரிந்துகொள், ஒரு பெரிய குடும்பவிழா கூட்டம் உன்னை எதிர்பார்த்துக் கொண்டிருகிறது. அதில் உனக்கும் கூட ஒரு முக்கியமான 'ரோல்' கிடைக்கும்.

'அப்படியா? அப்படியென்றால் குஷிதான். உன்னுடைய குரலில் மறுபடியும் அதே துடிப்பு திரும்பி வந்துள்ளது. அப்பாடா! எனக்கு எவ்வளவு பெரிய நிம்மதி. இதை நான் சொல்லின் மூலமாக வெளிப்படுத்த இயலாது. என் அன்பானவரே! நீ மகிழ்ச்சி கொள், உன்னைத் தவிர, உன்னுடைய மகிழ்ச்சியைத்தவிர, உன்னுடைய பரிவைத் தவிர, உன்னுடைய மார்கரேட்டிற்கு மற்ற எதுவும் தேவையில்லை'.

'பரிவா? நீ என்ன சொல்கிறாய் மார்கரேட்? இதில் பரிவு எங்கிருந்து வந்து குதித்தது?'

அங்கிருந்து அமைதி... மேலும் குரலில் விசித்திரமான பிடிப்பு போல்... சிறிது நேரம் சென்றபிறகு 'சாரி, மை டியர்' நாம் அங்கு வர இயலாமல் இருக்கிறோம்.

'இதற்கு என்ன அர்த்தம்? நீ ஏன் வரமுடியாது?'

'ப்ரொபஸர் ராவுலைட்ஸ் அவர்களுக்கு ஒரு முக்கியமான வேலை வந்துவிட்டது. அவர் இந்தச் செமினாரில் பங்குகொள்ள மிகவும் உற்சாகத்துடன் இருந்தார்... இதன் காரணமாக உன்னையும், உன் நாட்டைப்பற்றியும் பார்த்து மகிழ்ச்சியடைய. ஆனால், தவிர்க்க முடியாத ஒரு இயலாமையின் காரணமாக அவர் அங்கு வரமுடியவில்லை, ஆகவே, அங்கு வரும் எண்ணத்தை அவர் கைவிட நேரிட்டது.'

‘ஆனால்... நீ என்ன உளறுகிறாய்’, மார்கரேட் ப்ரொபஸர் வர இயலவில்லை. ஆனால், நீ வருவதற்கும், வராமல் இருப்பதற்கும் அவர் வருவதற்கும், வராமலிருப்பதற்கும் என்ன சம்பந்தம்? சற்றுத் தெளிவாகக் கூறேன்.’

அங்கிருந்து ஒரு நீண்ட மௌனம். மறுபடியும் திக்கித் திக்கித் தடுமாறும் குரல். அவள் என்ன சொல்கிறாளோ, அது விருப்பமில்லாத தொடர்ச்சி.

‘மார்கரேட், மார்கரேட்!... வாட் இஸ் த மேட்டர்? கடைசில நடந்தது என்ன?

‘ஒண்ணுமில்ல, ஒண்ணுமில்ல, அன்புக்குரியவரே! என்னை மன்னித்துவிடு, என்னால் பேசமுடியவில்லை. நான் எழுதும் கடிதத்தை நீ எதிர்பார்த்துக் கொண்டிரு. அதைப்படித்தால் உனக்கு எல்லாம் சரியாகப் புரிந்துவிடும். நீ எதைப்பற்றியும் கவலை கொள்ளாதே, நான் இங்கு மிகவும் நலமாக இருக்கிறேன்.’

‘அப்போ...!’

மார்கரேட்டின் கடிதம்

விநாயக், எனக்கு என்ன சொல்வது? எப்படிச் சொல்வது? நான் ‘பிட் ஸர்ல்ரைஸ்’ ஆன விஷயம் உன்னிடம் சொல்லியிருந்தேன். அதைப் கேட்ட பின் உன் பின்விளைவைப பார்த்தேன். அது என்னை மிகவும் இலேசாக மாற்றிவிட்டது. அதை நான் உனக்குச் சொல்ல இயலாது. என் அன்பானவரே! இது முற்றிலும் உண்மை. இந்த வாழ்க்கை நம்மை உருட்டிப் புரட்டி எல்லாவற்றையும் ஜீரணித்து இதற்கும் மேலாக எப்படி வருவது என்ற பாடத்தைத் தனக்குத் தானே நமக்குக் கற்பிக்கிறது. ஆனால், இதற்கு சிறிது கால தாமதமாகலாம். நான் சொல்வது சரிதானே? நீயும் பிடிப்பிலிருந்து வெளிப்பட்டாய். நானும் கூடத்தான். விநாயக், நான் உன்னுடைய இயலாமையாக மாற விரும்பவில்லை. நாம் இங்கு சந்திப்பது விதியின் ஒரு நிகழ்வுதான். கேட்காமலேயே கிடைக்க முடியாத பெற்ற ஒரு வரம்போன்று... அதாவது நாம் ஒருவருக்கொருவர் எவ்வளவு கொடுக்க வேண்டுமோ, அவ்வளவு கொடுப்பது, எவ்வளவு எடுத்துக் கொள்ள வேண்டுமோ அவ்வளவு எடுப்பது, இந்தக் காலம் மிகக் குறுகியதாக இருந்தாலும் அது அழகானதும் தான். உண்மையானதும் தான். நான் நினைக்கிற மாதிரி, நீ நினைக்க வில்லையா? நான் எந்த விதமான உரிமை, ஆசையில்லாமல் அகங்காரத்தின் குறுக்கீடு இல்லாமல்

அந்த கண்ணுக்குப் புலனாகாத வரத்தை சமமாக பங்கிட்டுக் கொண்டோமில்லையா? இதைத் தவிர அதிகமாக நீயும், நானும் மட்டும் தானா? மற்றைய ஏனையோரும் வேறு என்ன விரும்புவார்கள்? இதைத் தவிர அதிகமாக விரும்புவது, எதிர்பார்ப்பது பொருளற்றதாகும். சொல்லவேண்டும் என்றால் இது அசாத்தியமாகும். என்னுடைய இந்த விஷயத்தைக் கேட்டவுடன் முதல் தடவையாக உடனேயே உன்னிடத்தில் என்ன பின்விளைவு ஏற்படும் என்பதை நான் அறிவேன். ஆனால், என்னுடைய உயிர் நண்பனே! இது எனக்கு எந்தவித சந்தேகமில்லாமல் புரியும். அதாவது உன்னுடைய விவேகம், உன்னுடைய தொலைநோக்கு, உன்னுடைய மனது, அங்கு சுற்றி, இங்கு சுற்றி கடைசியில் எங்கு நான் நிற்கின்றேனோ அங்குதான் வந்து நிற்கும்.

ஆனால், இதெல்லாம் உண்மையிலேயே உனக்குச் சொல்ல வேண்டும் என்ற அவசியம் எனக்கு எதற்கு? எழுத்துகளில்லாமலேயே என்னுடைய இந்த உணர்வுகள் முன்னமேயே என்னிடமிருந்து உன்னை அடையவில்லையா? நான் உன்னை தேற்ற முடியாது. உண்மையிலேயே தேற்ற முடியாது. ஆனால், இப்பொழுது இப்பிறப்பில் நாம் மறுபடியும் சந்திப்பது நடவாத காரியம் என்று எனக்குத் தோன்றுகிறது. நம்மிடம் நடக்கும் இக்கடிதப் போக்குவரத்து கூட மாலையின் வெளிச்சம் போன்று மங்கி மறைய விளிம்பில் நிற்கிறது. நான், உன்னுடைய மார்கரேட் - முதலும் கடைசியுமாக ஒன்று சொல்ல விரும்புகிறேன். நான் உன்னிடம் எதை அடைந்தேனோ, அது மற்றவர் மூலம் கண்டிப்பாகக் கிடைக்காது. மற்றவர் கொடுக்க இயலாது. ஆனால்... இவ்வளவு அருமையான புதுமையான கனவு நிலைத்து நிற்க சாத்தியமில்லை - ‘இட் வாஸ் டூ குட் எ ட்ரீம் டுலாஸ்ட். உனக்கு என்று தனியாக உலகம் உண்டு. அதில் நான் புகுந்து இரண்டறக் கலந்து கொண்டது ஒரு உரிமையற்ற, தற்செயலான நிகழ்வு ஆகும். அதை இப்படியும் சொல்லலாம் - அதாவது, விதியின் கட்டாயம். எப்படிச் சொன்னாலும் இரண்டும் ஒன்றுதான். நடக்க முடியாது என்று நினைத்த அந்தத் தெய்வீகக் க்ஷணங்கள் இப்போது நம்முடைய வாழ்க்கையில் மறுபடியும் வர இயலாது. அது அவ்வாறே தனதாகவும், நீர்க்குமிழி போன்று க்ஷன நேர வாழ்க்கையாக இருப்பதுதான் அதன் பொருள்.

நான் உன் இடத்தில் எந்த உருவில் இருக்கிறேன் அல்லது இருப்பேன் என்று எனக்குத் தெரியவில்லை. முடிந்து மட்டும்... இல்லை... இல்லை... மிக்க அவசியமானது... நீ என்னை மறந்துவிடு. உன்னிடம் இருந்து எனக்கு கிட்டிய அந்த அன்பு எனக்கு கிட்டிய விலைமதிப்பற்ற உயர்ந்த செல்வம். காரணம் இது தான் - அந்த அன்புத்தன்மையை

உன்னைத்தவிர என்னிடம் எவரும் எழுப்ப இயலாது. ஆனால், இந்த அன்பு உணர்வை நீயோ அல்லது நானோ கட்டிக்காக்க இயலாது என்பது எனக்கு நன்கு தெரியும். உன்னை நான் என்னுள் கட்டிப்போட இயலாது. இதுபோலவே உன்னை அடைவதும் உன்னை இழப்பது போன்றுதான். என்னுடைய நண்பனே! என்னுடைய தோழனே! நான் உன்னுடைய அந்த அற்புதமான வானத்தில் பறந்த வினாடிகளுக்கு நானும் பங்காளியாக இருந்தேன். அந்த வினாடிகளில் நீ உன்னையே மறந்து இருந்தாய்... இது என்னுடைய ப்ரமையாகக் கூட இருக்கலாம். நீ என் மனத்தில் அப்படிப்பட்ட ஒரு நம்பிக்கையை அளித்து இருந்தாய். அதாவது என்னை அடையும் அனுபவம், அது ஒரு விசேஷமான அனுபவம். அப்படிப்பட்ட 'முக்தி'யின் அனுபவம் உன்னுடைய சொல்படியே - உன்னை உன் மார்கரேட்டைத் தவிர வேறு எந்த பெண்ணும் அடையமுடியாது. விநாயக், என்னை யார் இதைச் சொல்லச் செய்வது என்று எனக்கே தெரியவில்லை. நான் உன்னைப்போல் ரோமேண்டிக் இல்லை. ஆகவும் முடியாது. பெண்ணாக பிறந்ததின் காரணமாக அப்படிப்பட்ட 'ரோமேண்டிக் தன்மை' எனக்கு சரிப்பட்டுவராது. இந்த அளவில் தான் அன்பின் எழுச்சி என்னைப்போன்ற சாதாரணமாக பெண்ணிடம் உன் காரணமாக ஏற்பட்டது. உன்னைவிட்டு விலகினேன். உனக்கு விடை கொடுத்தேன் அப்பொழுதுதான்... அந்த தினத்தில்தான் நான் இதை உணர்ந்தேன் - நீ என்னோடு சேர்ந்து எதைச் செய்தாய்? அது மறுபடியும் நிகழாமல் இருக்க...? மேலும்... இல்லாவிட்டால் அந்த நிகழ்ச்சி என் வாழ்வில் நிச்சயமாக நடந்து இருக்காது. எவ்வளவு இனிமையான நிகழ்வு! எப்படிப்பட்ட பாக்யம்! நீ என்னிடம் அந்தப் பெண்மையைப் பார்த்தாய், அதை உன் முழு விருப்பத்தோடும் ஆவலோடும் தட்டி எழுப்பினாய், அடைந்தாய். பெண்... அந்த வினாடி விரும்பினாலும் கூட மறக்க இயலாது. ஆனால் ஆணின் தன்மை எனக்குத் தெரியாது. ஒருவேளை ஆண்கள் அந்த வினாடிகளை நினைவில் வைத்துக் கொள்ளாமல் இருக்கக்கூடும். எவ்வளவு ஆசைகள் ஆவல்கள் எதிர்பார்ப்புகள் இருந்தாலும் அந்த வினாடிகளை ஆண்கள் மறந்துவிடலாம். ஆனால், பெண்களுக்கு மட்டும் இது இயலாது. எந்த முக்தி பற்றி நான் இப்பொழுது பேசினேனோ அது ஆண்களுக்கு முக்தி இல்லாமல் ஒரு கட்டாகவும் கூட இருக்கலாம். அந்த வினாடியின் முன்னின் பின்னின் மஹத்துவம் உனக்கு புறியாததாக இருக்கலாம். எப்படியோ போகட்டும்... நான் உன்னை மறக்க இயலாது. நான் பெண்ணாக இருப்பது என் வசப்பட்டது அல்ல. இதுபோலவே நீ ஆணாக இருப்பதும் உன் வசப்பட்டது இல்லை. நாம் இலக்கிய சம்பந்தமாக

பேச நெருங்கிவந்தோம். அந்த நெருக்கம் மிக விரைவில் ஒரு ஆழமான நட்பாக மாறிவிட்டது. எப்பொழுது எந்த வினாடியில் இந்த ஆழமான நட்பானது மாறுதல் அடைந்தது... எந்த வினாடியில் நீ என்னுடைய அறிவின் நண்பன் என்ற நிலையில் இருந்து காதலனாக மாறினாய் என்பதும் உனக்கும் கூடத் தெரியாது 'அன்பின் உயர் எழுச்சியில் அன்பின் விளைவை அடையும் வினாடியில் ஆண் தன்னை ஆண் என்றும் பெண் தன்னை பெண் என்றும் உணரமுடியாது என்று நீயே ஒருதடவை என்னிடம் கூறி இருக்கிறாய். ஆனால் என் அனுபவம் இதற்குக்கு நேர் எதிரானது. ஆகவே எனக்கு என் பெண்மையின் விழிப்புமட்டும் அன்று உன்னுடன் சேர்ந்து அந்த முழுமையான உணர்வு, அது உன் காரணமாக உன் அன்பின் காரணமாக ஏற்பட்டது, அவ்வாறே உன் ஆண்மையின் முழுமையான எழுச்சி என் உள் ஐக்கியம் ஆனதால் என்னுடன் ஒன்றியதால் ஏற்பட்ட உணர்வின் அந்த வினாடியின் அனுபவம் உனக்கும் ஏற்பட்டு இருக்கும். உன்னோடு சேர்வதற்க்கு முன்னால் நான் என்னையே அறியவில்லை. அவ்வாறே தன்னுடைய அன்பினை கொடுப்பதில் அதைத் திரும்ப அடைவதிலும் உள்ள சாமர்த்யமாகும்.

என்னை என்னோடு இணைக்கும் என்னுடைய அன்பான தோழனே! இக்கடிதத்தைப் படித்தவுடனேயே அதை கிழித்துவிடு. உன்மீது சட்டப்படி முதலும் கடைசியுமான உரிமை உன்னுடைய குழந்தைகளுக்குத் தாயான பெண்ணின் கையில் பழைய கடிதம் போன்று இதுவும் அவள் கையில் கிடைக்கக் கூடாது. இது நீ என் மீது செய்யும் சபதம். இது உன்னுடைய கடமையும் கூட. நீ ஒரு தடவை ஒரேஒரு தடவை கடிதம் எழுதமுடியுமா? கண்டிப்பாக எழுதுவாய். உன்னால் எனக்கு கடிதம் எழுதாமல் இருக்க இயலாது. இதை நான் நன்கு அறிவேன். ஆனால் ஒன்று. என் அன்பின் மீது சபதம். நம்முடைய இந்த தொடர்பு இத்துடன் முடிவடையட்டும். இதனால் உனக்கும் நன்மை, எனக்கும் நன்மை. இதை எழுதவேண்டிய கட்டாயம் எனக்கு இல்லை. ஆனாலும் உண்டு. இது நான் உன்னுடைய இயல்பை புறிந்து கொண்டதின் விளைவு. புரிந்ததா? என் இனியவனே! இந்த தொடர்பு உன் உரிமையும் இல்லை என் உரிமையும் இல்லை. விநாயக்! உனக்கும் எனக்கும் வெவ்வேறு அத்யாயங்கள் தொடங்கி விட்டன. இது உன்னுடைய என்னுடைய எண்ணங்களுக்கு அப்பாற்பட்டது. இது எங்கு உள்ளதோ அங்கேயே இருக்கட்டும். நீ உன் எண்ணப்படி வாழ சுதந்திரம் உண்டு. இதுபோல் நானும் என் எண்ணப்படி. சரிதானே? என் இனியவனே! அவ்வளவுதான்.

உன் மார்கரேட்.

26. அதிகாலை நடை

'நர்வஸ் ப்ரேக்டவுன்'! திரிபுவன் ஒரு டாக்டரை அழைத்து வந்தான். அவர் விநாயக்கைப் பரிசோதித்து உடனேயே விநாயக்கை மிலிட்டரி மருத்துவமனையில் சேர்க்க ஆலோசனை வழங்கினார். உடனே அது செயல்படுத்தப்பட்டது. விநாயக்கிடம் யாராவது 'உனக்கு உண்மையிலேயே நர்வஸ் ப்ரேக்டவுன் ஆகிவிட்டதா?' என்று வினாவினால் அவன் எரிச்சல் அடைவான். 'ஐயா... நான் மிகவும் சோர்ந்து விட்டேன்... ஓவர் ஸ்ட்ரெயின் ஏற்பட்டுவிட்டது என்பான்.

இவ்வளவு நிதர்சனமான கண்ணுக்குப் புலப்படும் செயலை மனிதன் ஏன் ஏற்கவில்லை? அவரிடம் எத்தகைய 'ஈகோ' வந்து ஆட்கொள்கிறது? மனிதன் எத்தனைக்கெத்தனை படித்தவனாகவும், பண்புள்ளவனாகவும் பிறரிடத்தில் கருணையுள்ளவனாகவும் இருக்கிறானோ, அவ்வளவுக்கவ்வளவு அவன் ஈகோவும் நுணுக்கமாகவும், உறுதியாகவும் அதாவது அடமாகவும் இருக்கிறதோ? ஆஸ்பத்திரியில் சேர்வதற்கு அவன் தயாராக இல்லை. திரிபுவன் தான் அவனை அதட்டித் திட்டித் தன் காரிலேயே மருத்துவ மனைக்கு அழைத்து வந்தான். மாலதியும் கூட விநாயக்கைப் போன்றே ஒரு விசித்திர அலட்சியமாகவும், தொய்வான போக்கும் உடையவளாகக் காணப்பட்டாள். 'நத்திங் டூயிங்'... கர்னல் அவர்களுக்கு முன்னால் அவன் பருப்பு வேகவில்லை. நான்கு ஐந்து நாட்கள் விநாயக் மருத்துவமனையில் மிலிட்டரி கட்டுப்பாடுடன் இருந்தான். 'விபா'வும் திரிபுவனும் மாறி மாறி காவற் காரணைப் போல் அங்கு உறுதியாக அமர்ந்திருந்ததால் மாலதியின் சிடுசிடுப்பு விடுபட ஆரம்பித்தது. கடைசியாக ஐந்தாவது நாள் விநாயக்கிற்காக அவளே இந்த முடிவு எடுத்தாள் - எல்லாம் சரி, டாக்டரின் கவனம் எந்த அளவுக்குத் தேவையோ, அந்த அளவுக்குக் கிடைத்துவிட்டது. இப்போது நோயாளி தன் வீட்டுக்குச் செல்ல விரும்புகிறான். மிச்சம் மீதியிருக்கும் உடல்நலத்தைப் பாதுகாக்க அவனை அவன் மனைவியிடம் ஒப்படைக்கவேண்டும். இதைக்கேட்டு திரிபுவன் மிகவும் கோபமடைந்தான். ஆனால் புத்திசாலியான 'விபா'வோ அந்த சமயத்தின் நிலையை அனுமானித்து, திரிபுவனின் வாயை அடைத்துவிட்டாள். பின்பு,'தன்னுடைய நோயாளியின் நிலைமையை மாலதிஜீ நம்மைவிட அதிகமாக அறிந்திருப்பார்கள்' எனக்கூறி டிஸ்சார்ஜ் 'சர்டிஃபிகேட்டும்' வழங்கச் செய்துவிட்டாள் - மூன்று நாட்கள் கடந்து விட்டன. விநாயக் தன்வீட்டில் அதாவது 'லச்சு'வின் ஹோட்டலை ஒட்டி இருக்கக் கூடிய காட்டேஜில் ஓய்வு எடுத்துக் கொண்டிருக்கிறான். இப்போது திரிபுவனின் 'டிஸிப்லின்' அதிகக் கடுமையானதா? அல்லது மாலதியின் 'டிஸிப்லின்' அதிகக் கடுமையானதா? என்று சொல்வது

கடினமாக இருக்கிறது. இவ்வாறே மௌனமாக விநாயக் வீட்டில் இருக்கிறான். அவன் இருப்பது ஒரு ஊமையன், செவிடன் இருப்பது போல் இருந்தது. எவருக்கும்... 'சகுந்தலா'வரைக்கும் அவன் அருகில் அமர்வதற்கு தைரியம் இல்லை. சகுந்தலா அங்கு செல்கிறாள். பார்த்துவிட்டுத் திரும்பிவிடுகிறாள். மாலதி டூட்டியில் செல்லும் போதுதான் அவன் பக்கத்தில் அமர்வாள். இந்த மாதிரி ஒரு நிலைமை. ஒரு நாளில் இரண்டு மூன்று தடவைகள் தான் கிட்டும். சகுந்தலா பக்கத்தில் அமர்ந்திருப்பதைப் பார்த்துவிட்டு, விநாயக்கின் முகத்தில் ஒரு உணர்ச்சியற்ற புன்சிரிப்பு வெளிப்படுகிறது. அவன் தன் கையை அவளை நோக்கி நீட்டுகிறான். சகுந்தலா அக்குபஞ்சர் வைத்தியத்தில் மிகவும் தேர்ந்தவள் என்பது எல்லோருக்கும் தெரியும், மாலதிக்கும் கூட, ஒருவேளை மாலதிக்கு இந்தத் திறமையைப் பற்றி தெரியாமலிருந்திருக்கலாம். ஆனால் ஒன்று, இந்த அக்குபஞ்சர் வைத்தியத்தை அவள் 'போகஸ்' என்றே நினைத்துக் கொண்டிருந்தாள். எல்லோருக்கும் முன்னால் தன் கையைக் காட்டுவது 'சிடுசிடுப்பு மற்றும் வெறுப்புணர்ச்சி' என அவள் முகத்தில் தென்படும். எப்பொழுதெல்லாம் மனிதர்கள் சகுந்தலாவிடம் இந்த வைத்தியத்திர்காக வருகிறார்களோ, அப்போதெல்லாம் அவள் முகத்தில் இந்த மாற்றம் ஏற்படும். சகுந்தலாவின் இந்த இலவசமான வைத்தியத்தின் மூலமாக அதிகமாக பயன் அடைவது விநாயக் தான். விநாயக்கைப் பார்த்துவிட்டு லச்சு, திரிபுவன் மற்றும் விபாவும் வேளை கெட்ட வேளையில் அக்குபஞ்சரின் பயனை அடைய சிறிதும் தயங்குவதில்லை. இந்த வைத்தியத்தில் வலியும் அதிகம் தெரிவதில்லை. பொறுக்கும் சக்திக்கு அப்பாற்பட்டது மட்டுமல்ல. 'ஐயோ', 'ஐயோ' என்று வேதனையினால் கத்தும் அவசியமும் இல்லை. ஆனால், எல்லோரையும் விட அதிகமாக விநாயக் தான் 'உஸ்', 'உஸ்' என்று சொல்கிறான். இவன் உடலில் அதிகமாக 'பைன்ஃபுல் ஸ்பாட்' இருக்கின்றன. அதனால்தான் இவன் அதிகமாக 'உஸ்', 'உஸ்' என்று வேதனையை வெளிப்படுத்துகிறான். ஆகவே, எல்லோரையும் விட இவனுக்குத்தான் அக்குபஞ்சர் வைத்தியம் அதிகம் தேவைப்படுகிறது. லச்சுவுக்கும், திரிபுவனுக்கும் ஒரே இடத்தில்தான் அதிகமாக வலி ஏற்படுகிறது. இருவருமே, தலைவலி நோயாளி என்று அறிவிக்கப்பட்டவர்கள். விபா மட்டும்தான் பாக்கி, அவள் உடலில் எங்கும் 'பைன்ஃபுல் ஸ்பாட்' இல்லையென்று சகுந்தலா கூறுகிறாள். ஆனால் விபா இதை ஏற்பதில்லை. ஆனால், நோயாளி என்று கூறுவதற்கு 'பைன்ஃபுல் ஸ்பாட்' தேவையல்லவா? ஆகவே, ஓரிடத்தில் கைவைத்து வேதனையால் அவதிப்படுவது போல் 'உஸ்', 'உஸ்' என்று கூற ஆரம்பித்தாள்.

விநாயக்கிற்கு இது அவசியமல்லாமல் போயிற்று. முதல் நாள் பரிட்சையிலேயே அவன் எல்லோரையும் விட அதிகமான வலியுள்ள நோயாளி என்று உறுதி செய்யப்பட்டுவிட்டான். இதயத்தின் பாயிண்டா? வயிரா? குடலா? அல்லது தலையா? எல்லா இடங்களையும் தொட்டுத் தொட்டு 'உஸ்', 'உஸ்' என்று கத்தத் தொடங்கினான். அவனுடைய இந்த நிலைமையைக் கண்டு லச்சு உடனே கிண்டலில் ரெண்டு வரிப் பாடல் கூறத் தொடங்கினான். 'ஐயோ! ஐயோ! வலி எங்கு உள்ளது என்று சொல்வது? ஒரு இடமிருந்தால் சரி, எல்லா இடத்திலும் இருந்தால் என்ன செய்வது? அவருடைய இந்த ரெண்டு வரிப்பாட்டினால் எல்லோருக்கும் மகிழ்ச்சி ஏற்பட்டது. ஆனால், மாலதி அப்போதே வைத்தியருக்கு 'டா... டா...' காண்பித்துவிட்டாள். 'சகுந்தலா, இவருக்கு இது தேவையில்லை. இந்த அரைகுறை வைத்தியம் வேண்டாம். இந்த அபசுரத்தை நிறுத்திவிடு'.

'அபஸ்வரம்' நிற்பதால் என்ன லாபம்? இந்த மாதிரி யாராவது ஒருவர் தந்துவிட்டால், அவனுக்கு முன்னால் 'அக்குபஞ்சர்' சிகிச்சை செய்ய முடியாது. ஆனால், முதுகுக்குப் பின்னாலே 'ஜாயிண்ட்' வலி என்று கூறவேண்டியிருக்கும். அதுதான் இப்போது நடந்து கொண்டிருக்கிறது. இந்த அசாதாரணமான நிலையைக் கண்டு மாலதிக்கு மனமில்லாமல் தன் பிடிவாதத்தை தளர விட வேண்டியிருந்தது. சகுந்தலாவைப் பார்த்தானோ இல்லையோ, அவளை நோக்கித் தன் கையை நீட்டுகிறான். விநாயக்கின் 'நர்வஸ் ப்ரேக்டவுனு'க்கான தகுந்த சிகிச்சையைத் தான் மட்டும் தான் செய்யமுடியும் என்ற உறுதியான நம்பிக்கை சகுந்தலாவுக்கு இருந்தது. 'அக்குபஞ்சர் வைத்தியம்' அபஸ்வரமும் அல்ல, அரைகுறை வைத்தியமும் அல்ல. கைப்புண்ணுக்குக் கண்ணாடி வேண்டுமா என்ன! இதனால் விநாயக் எவ்வளவு நன்மையடைந்தான் என்பது விநாயக்கிற்கு மட்டும்தான் தெரியும். பின்னர் யாருக்குத் தெரியும்?... சகுந்தலாவிற்கும் கூட, மற்றவர்கள் இதை ஏற்றால் என்ன? ஏற்காவிட்டால் என்ன? இதைப்பற்றி ஏன் கவலை கொள்ள வேண்டும். இந்தக் கவலை வீண் கவலை தானே?

விநாயக் இப்போது யாரைப் பற்றியும் கவலைப்படுவதில்லை. ஏனென்றால் அவன் எல்லாவற்றையும் தாண்டிச் சென்றுவிட்டான் இந்நாட்களில். அவன் தீர்க்கமான மௌனத்தை ஏற்றுக் கொண்டுள்ளான். இதன் காரணம் இந்த நிலைமையை மீண்டும் அதிக நாட்களுக்கு இழுப்பதற்காகவே. ஆனால், அவன் மனத்துடன் மற்றொருவர் தன் மனத்தால் கேள்வி எழுப்பினால் அவன் பதில் இவ்வாறாக இருக்கும் - 'இந்த நிலைமை எனக்கு ஒரு அருமையான வரமாக இருக்கிறது. இந்த

அளவுக்கு அவன் இதற்கு முன்பு யாருடனும் ஒட்டியிருந்ததில்லை. இவ்வளவு பத்திரமாக, இவ்வளவு உறுதியாக, இவ்வளவு பலமாக'.

விநாயக்கோடு ஏதோ ஒரு அற்புதமான, அபூர்வமான நிகழ்வு கண்டிப்பாக நிகழ்ந்துவிட்டது என்று தோன்றியது. இது அற்புதமான, அபூர்வமான நிகழ்வாகத் தோன்றவில்லை. ஆனால் மிகவும் ஆரோக்யத் தனமாகத் தோன்றியது. அவன் இந்த இரண்டு நாட்களாக இந்த ஆரோக்யத் தன்மையை அனுபவித்துக் கொண்டிருக்கிறான். இது எப்படிப்பட்ட ஆரோக்யம்? ஒரு பெரிய வியாதிக்குப் பிறகு அவனுடைய வயிற்றிலிருந்து உதித்த ஆரோக்யம் போல் தோன்றியது. இது என்ன அவனுக்கு அவசியமா? முதலில் ஏற்பட்ட அடி உண்மையிலேயே 'நர்வஸ் ப்ரேக்டவுன்' என்ற உருவத்தில் வெளிப்பட்டது. ஆனால் இப்போது மெதுவாக யாரும் அறியாமல் இந்த வியக்கத்தக்க தருணத்தில் இந்த ஆரோக்யத் தன்மையை உணர்கிறான். இதற்கு முன்பு இவ்வாறு ஒருபோதும் இந்தச் சுகத் தன்மையைத் தான் உணரவில்லை என்று அவனே ஏற்றுக்கொள்கிறான்.

இந்த 'நர்வஸ் ப்ரேக்டவுன்' உண்மையான 'நர்வஸ் ப்ரேக்டவுன்' தான். இது இட்டுக்கட்டிச் சொல்லப்பட்டது அல்ல. ஆனால், இதிலிருந்து அவன் வெகுவிரைவாக வெளிவந்துவிட்டான் என்பது வேறு விஷயம். இதற்கு யார் பொறுப்பாளி? மிலிட்டரி மருத்துவமனை டாக்டரா? கர்னல் திரிபுவன் சிங்கா? விபாவா? மாலதியா? அல்;லது சகுந்தலாவா? அல்லது விநாயக்கின் ஸ்பாவமா? அல்லது விநாயக்கின் உடலில் மறைந்து கிடந்த 'சஞ்சீவினி' சக்தியா? இந்தச் சர்ச்சையில் ஈடுபடுவது தேவையற்ற செயல், எதுவாக இருந்தாலும் சரி, எப்படி இருந்தாலும் சரி... உண்மை இதுதான். விநாயக் 'நர்வஸ் ப்ரேக்டவுன்'ல் இருந்து முழுமையாக வெளிவந்துவிட்டான். இப்போது அவனே தான் பூர்ண ஆரோக்யம் உள்ளவன் என்று கூறமுடியும். இந்த 'ஸ்வஸ்த' என்ற இந்திச் சொல்லுக்கு இவ்வாறும் பொருள் கூறலாம். அதாவது, ஸ்வ - அஸ்த - என்ன - வென்றால் தன்னோடுகூட, தன்னில் முழுமையாக - எந்தவித கட்டுப்பாடின்றி ஸ்வாதீனமாக இருப்பதாக உணர்ந்து கொண்டிருக்கிறான். இந்த உணர்வு ஊமையன் சாப்பிட்ட ஜிலேபி போல் இருந்தது. இவ்வளவுதானா? இல்லை, இல்லை, இதற்கு மேலான ஆழமான ஒரு வஸ்து. ஏனென்றால் ஊமையன் தான் சாப்பிட்ட ஜிலேபியின் இனிப்புத் தன்மையை கூறஇயலாது. ஆனால் அந்த இனிப்பின் தன்மையை தன்னுடைய செயல்களால் வெளிப்படுத்த முடியும். ஆனால் விநாயக்கின் நிலை வேறு. மனம் போதையில் மூழ்கியிருந்தால் வாயினால் என்ன பேச முடியும்? என்ற நிலைமை, அவன் இந்தநாள் வரை ஊமைத் தன்மையை, செவிட்டுத் தன்மையை ஏற்றுக்கொண்டிருந்தான். முதல்

மூன்று நாள் வரை ஒன்றும் செய்ய முடியாத இயலாமை. அப்போது, அவனால் ஒன்றும் செய்ய முடியாத நிலை. ஆனால் இன்றோ, அவன் தனக்குத்தானே ஏற்படுத்திக்கொண்ட ஊமைத்தன்மை, ஒருபோதும் போர்த்திக் கொள்வதற்கு அல்ல. ஆனால், இன்று நடந்தது இல்லை. மருத்துவமனைக்கு எடுத்துச் சென்றபோது அவன் நிலைமை வேறு. அவன் நிலைமைக்கு மருத்துவமனையின் டாக்டர்களே பொறுப்பாளியாக இருந்தனர். ஆனால், விநாயக் யோசிக்கமுடியும். இதேமாதிரி ஒரு நிலைமை அவனுக்கு முன்பு ஒருதடவை ஏற்பட்டது இல்லையா? அன்று அவனுக்கு என்ன ஏற்பட்டது? சாந்தத்திற்கு அவன் எழுதிய எல்லாக் கடிதங்களின் ஒரு 'பண்டில்' திடீரென்று அவனிடம் திரும்பிவந்துவிட்டது. அதில சாந்தம் தன் கைப்பட எழுதிய இந்த வாசகமும் காணப்பட்டது - 'ஃபர்கெட் எவரிதிங். ஆஸ் இஃப் ஹேப்பண்ட்...! எவ்வளவு தூரம்... எவ்வளவு தொலைவினுடைய நிகழ்ச்சிகள், இருவருக்கும் நடுவே எது காமன்? ஒன்றுமில்லை. நாடக மேடை தனி. திரைக்கதை தனி. நாடக பாத்திரமும் தனித்தனி. இந்த இரண்டு நிகழ்ச்சிகளுக்கும் நடுவில் எந்த ஒற்றுமையும் இல்லை. ஆனாலும் ஏதோ உள்ளது. அது இருவரையும் சேர்க்கிறது. மெல்லிய இழையாக இருந்தாலும் சரி. இதை மறுபடியும் நடந்த நிகழ்வு என்று எப்படிச் சொல்வது? விநாயக் ஒரு விஷயத்தைப் பற்றி மிகவும் அழுத்தமாகக் கூறும் கூற்று இதுதான் - 'இந்த உலகத்தில், இந்த வாழ்க்கையில் எந்த நிகழ்ச்சியும் இரண்டாவது முறை முதல் முறையில் நடந்தது போல் இருக்கமுடியாது - ஒவ்வொரு நிகழ்ச்சிக்கும் தனக்கென்று ஒரு அபூர்வமான, முதல் தரமான நிலைமை இருக்கும். ஆகவே, எந்த ஒரு நிகழ்ச்சியும் மறுபடியும் அதேபோன்று நிகழாது.

அப்பொழுது யாரோ ஒரு மனிதன் அவனின் அந்த இரகசியத்தின் பங்காளியாக இருந்தான். மேலும் தன்னுடைய 'ஸினிகல்' ஆனால் பயனுள்ள வகையில் விநாயக்கை அந்தப் படுகுழியில் இருந்து வெளியே எடுத்துவர ஏதோ ஒரு வகையில் தன் பங்கைக் கொடுத்துக்கொண்டு இருந்தாள்... ஆனால்... இன்று அவனின் பங்காளி யார்? யார் அவனை முந்தயதைக் காட்டிலும் அதி ஆழமான படுகுழியில் இருந்து வெளியே மீட்டு எடுத்தார்கள்? செமினார் படுஜோராக நடந்துமுடிந்தது. தன் தனிப்பட்ட வாழ்க்கையில் எவ்வகையான குழப்பங்கள் ஏற்பட்டாலும் தன்னுடைய 'ஸோஷல்' அல்லது 'ப்ரோஃபஷனல்' முகத்தை முற்றும் மாறுபட்டதாக எந்தப் பின்விளைவும் ஏற்படாத மாதிரி வைத்துக் கொள்ளுவதில் தேர்ச்சி பெற்று விடுகிறார்கள். இது அவர்களின் தனிப்பட்ட விசேஷ குணம் ஆகும். அவர்களுடைய செயல் - வாழ்க்கையில் அதாவது அவர்களின் செயல்திறமையில் எந்தவிதமான மாறுபாடும் ஏற்படுவது இல்லை. அப்படி ஏற்பட்டாலும் அது வெளியில் தெரிவது இல்லை. பதிலாக உறுதியான

திடம் பெற்ற மனிதர்களின் உள்மனத்தில் காணப்படும் இந்தத் துடிதுடிப்பு அவர்களுடைய ஆளுமையை, அவர்களின் செயல்பாடுகளை அதிகமாக துள்ளிக்குதித்து வெளிப்படச் செய்கின்றது. இந்த செமினாரில் நினைவுக் கூறும் நிகழ்ச்சி நாடுமுழுவதிலும் இன்றுவரை நடந்த எல்லாவிதமான நிகழ்ச்சிகளைக் காட்டிலும் மிக்க அதிகமாக எல்லோராலும் பேசப்படும் நிகழ்ச்சியாக மாற்றியதில் பெரும்பங்கு விநாயக்கின் அளிப்பாகும். அவனின் பங்களிப்பு மிகவும் பெருமை வாய்ந்ததாக இருந்தது. இந்த பங்களிப்பு பற்றி செமினாரின் அமைப்பாளர் வினோத் மட்டுமின்றி செமினாரில் பங்குகொண்ட உள்நாட்டு வெளிநாட்டு அறிஞர்களும் மனம் திறந்து ஏற்றுக்கொண்டு பாராட்டினர். சகுந்தலாவின் மனத்திலோ தன் 'ஸார்'ன் - அழகு ஒரு ஹீரோவைக் காட்டிலும் அதிகமாகத் தென்பட்டது. அவளின் ஹீரோ இன்று தன்னைத் தானே வீழ்த்தி வெற்றி கொண்டுவிட்டான் என்று கூறிவிட்டாள்.

ஆனால் உண்மையில் பேசவேண்டும் என்றால் சகுந்தலா மனதுக்குள் மிகவும் பயத்துடன் காணப்பட்டாள். மார்கரேட் செமினாருக்கு வரமாட்டாள் என்று விநாயக் அவளிடம் கூறியவுடன் அவள் மனத்தில் 'டென்ஷன்' குடிகொண்டுவிட்டது. ஏன்? என்ன நடந்திருக்கும் என்று விநாயக்கிடம் வினவியவுடன், விநாயக் அலட்சியமாக, சர்வசாதாரணமாக 'மார்கரேட் மோட்டார் கார் விபத்தில் சிக்கி தனிமையில் இருக்கக்கூடிய தன்னுடைய ப்ரொபஸர் ராவுலைன்ஸ்-ஐ திருமணம் செய்துகொண்டு விட்டாள்... இப்பொழுது, திடீரென்று அவளுடைய கணவர் நோய்வாய்ப் பட்டதால் தன்னுடைய இந்த இந்தியப் பயணத்தை ரத்து செய்துவிட்டாள்' என்று கூறினார். இதைக் கேட்டவுடனேயே சகுந்தலா கல்லாகச் சமைந்துவிட்டாள். அப்பொழுதிலிருந்தே விநாயக் பிளக்க முடியாத மௌனப் போர்வையைப் போர்த்திக் கொண்டுவிட்டான். சகுந்தலாவின் எந்த ஒரு முயற்சியும இந்த மௌனத்தை கலைக்க இயலவில்லை. ஆகவே, இந்த விஷயம் பற்றி மறுபடியும் விநாயக்கிடம் பேச அவள் தைரியம் கொள்ளவில்லை. செமினாரின் ஏற்பாடு மற்றும் அவனோடு போய்வந்து கொண்டிருந்த போதிலும் விநாயக் முழுநேரமும் தன் வாயைத் திறக்கவேயில்லை. மறந்தும் கூட மார்கரேட் பெயரை உச்சரிக்கவில்லை. இது கண்டு சகுந்தலாவிற்கு ஒருபுறம் வியப்பு என்றால், மறுபுறம் பயம். இந்த மனிதன் தன்னிடம் இவ்வளவு நெருங்கியிருந்தாலும் வெகுதூரத்தில்தான் உள்ளான். இந்த நிலைமை ஏற்படும் என்று சகுந்தலா கனவில் கூட எண்ணவில்லை. அவனோடு இருந்த இந்த சமயம் முழுவதும் அவள் மனம் கலக்கமுற்றுத்தான் இருந்தது. மனம்விட்டுப் பேசுதல், இயற்கையான உணர்வு, மறந்தும் கூட விநாயக்கிடம் காணப்படவில்லை. இது மிகவும் வியக்கத்தக்க விஷயமாகும் -

விநாயக்கின் செயல்களைப் பார்த்ததும், விநாயக்கிற்கு ஏற்பட்டது போல் சகுந்தலாவுக்கும் ‘நர்வஸ் பிரேக்டவுன்’ ஆகவில்லை.

செமினாரிலிருந்து திரும்பியவுடனேயே ‘ராணிகேத்’தில் விநாயக் ‘நர்வஸ் பிரேக்டவுன்’ காரணமாக படுத்த படுக்கையாகிவிட்டான். டாக்டரின் சிகிச்சையினால் பாதி நம்பிக்கைதான் அவனுக்கு ஏற்பட்டது. பாதி ஏனென்றால், இந்த பிரேக்டவுனின் மூலக்காரணம், எப்பொழுதோ நடந்து முடிந்துவிட்டது. இருந்தாலும் செமினாருக்கு முன்னும், செமினார் காலங்களிலும் விநாயக் முற்றிலும் உடல்நலமுள்ளவனாக, சுறுசுறுப்புடன் தன் செயல்களில் ஈடுபட்டுவந்தான் - இது எவ்வாறு நடந்தது? இவ்வாறு நடக்குமென்று எந்த அறிகுறியும் அக்காலகட்டத்தில் அவனிடம் காணப்படவில்லை. அந்தப் புதிய பிளக்கமுடியாத மௌனம்தான் இந்த ‘நர்வஸ் பிரேக்டவுனு’க்கு முக்கியக் காரணமாக இருந்ததோ? மிலிட்டரி மருத்துவமனையில் விநாயக் சேர்க்கப்பட்டான். அச்சமயத்திலிருந்தே மாலதி மனத்தில் அநேக தடவை இந்த எண்ணம் வந்து போயிற்று - ‘மார்கரேட் செமினாருக்கு ஏன் வரவில்லை?’ ஆனால், இதைப்பற்றிக் கேள்வி எழுப்ப சகுந்தலாவிற்குத் தைரியம் வரவில்லை. ஒருவேளை செமினாருக்கு மார்கரேட்டை அழைத்தது சம்பந்தப்பட்ட விபரங்களை விநாயக் மாலதியிடம் கூறியிருக்கக்கூடும். அதன் காரணமாகத்தானோ என்னவோ, மாலதி அவளைப்பற்றி என்னிடம் பேசவில்லை. அவ்வாறிருக்கும்போது முந்திரிக்கொட்டை மாதிரி தானே அவள் என்னிடம் இதுபற்றி ஏன் பிரஸ்தாபிக்கவேண்டும். ஒருவேளை விநாயக் முன்னமேயே அவளுக்கு ஃபோனில் இதைப்பற்றித் தெரிவித்திருக்கலாம். அல்லது அவன் சகுந்தலாவிடம் என்ன சொன்னானோ, அதை மாலதியிடமும் கூட கூறியிருக்கலாம். இது கணவன் - மனைவிக்குள் நடக்கும் விஷயம். மாலதி இதைப்பற்றித் தன்னிடம் பேசாதபோது, சகுந்தலாவிற்கு இதைப்பற்றிப் பேச என்ன அவசியம் இருக்கிறது? விநாயக்கை இவ்வளவு சீக்கிரம் மருத்துவமனைலிருந்து விடுவிக்க டாக்டர்களும் தயாராக இல்லை. திரிபுவன், விபாவும் மருத்துவமனையிலேயே அவன் இருக்கட்டுமென்று அடம் பிடித்தார்கள். இதையெல்லாம் பொருட்படுத்தாது மாலதி விநாயக்கைத் தன் வீட்டிற்கு அழைத்து வருவதில் மிகவும் உறுதியாக இருந்தாள். மேற்கூறியவர்களின் கருத்துக்களை முழுமையாக மறுத்துவிட்டாள். இதையெல்லாம் கண்டு சகுந்தலா திகைத்துவிட்டாள். சகுந்தலாவும் கூட மாலதியின் எண்ணத்திற்கு எதிராகத்தானிருந்தாள். விநாயக் மருத்துவமனையில் இருந்த காலத்தில் விபாவிற்கும், சகுந்தலாவிற்கும் இடையே மிகுந்த அந்யோன்யம் ஏற்பட்டுவிட்டது. காட்டேஜின் சூழ்நிலையைவிட மருத்துவமனையின் சூழ்நிலை இந்த அந்யோன்ய பாவத்திற்கு மிக

அனுகூலமாக இருந்தது. ஆனால், மாலதியிடம் இதைப்பற்றி விவாதம் செய்வது வீணானது. இதைச் சகுந்தலா அறிந்ததால் இந்த விஷயம் பற்றி அவள், மௌனமாக இருந்தாள். விநாயக்கின் அதிகமான 'ஸ்ட்ரெஸின்' காரணமாக இந்த 'நர்வஸ் பிரேக்டவுன்' ஏற்பட்டது இப்போது அவனுக்கு மருத்துவமனை சூழ்நிலையும், காட்டேஜின் சூழ்நிலையும் ஒன்றாகத்தானிருக்கும். இந்த விவாதத்தினால் விநாயக்கின் உடல் நிலையை மனத்தில் கொண்டு திரிபுவனும், விபாவும் மிகவும் கழிவிரக்கம் கொண்டனர். இவ்வாறே, கழிவிரக்கம் கொள்ள சகுந்தலாவிற்கு எந்த விதமான தேவையுமில்லாமலிருந்தது.

ஆனால், இங்கு காட்டேஜில் சகுந்தலாவையும், விநாயக்கையும் தனிமையிலிருக்க மாலதி இடம் கொடுக்கவில்லை. மருத்துவமனையில் திரிபுவன் - விபாவின் கட்டுப்பாட்டை மீறிச் செல்வது இயலாது. ஆகவே, மாலதியும் பொறுமையிழந்து, தானாகவே இருந்துவிட்டாள். ஆனால், இங்கேயே தற்சமயம் விநாயக்கோடு தனிமையில் இருப்பது சகுந்தலாவிற்குச் சாத்தியமில்லாமல் போய்விட்டது.

ஆனால், இந்த நிலைமை சில நாட்களே நீடித்தது. மருத்துவமனையிலிருந்து காட்டேஜிக்கு வந்த நான்காவது நாளே விடியற்காலையிலேயே விநாயக் படுக்கையைவிட்டு எழுந்து கை, கால் கழுவி பேண்ட்-ஷர்ட் அணிந்து வெளியே செல்லத் தயாராகிவிட்டான். - 'நான் இப்போது பூர்ண குணமடைந்துவிட்டேன். சிறிது நேரம் வெளியே உலவுவதற்குச் செல்கிறேன். யார் என்னுடன் துணையாக வருவார்கள்?' தற்செயலாக சகுந்தலா இச்சமயத்தில்தான் அங்கு நுழைந்தாள். அவள் காதிலும் விநாயக்கின் வார்த்தை விழுந்தது. உடனே அவள், 'நான் வருகிறேன்' என்று கூறினாள். பின்பு, நிலைமையைப் புரிந்துகொண்டு மாலதியை நோக்கி, 'மாலதி அக்காஇ நீங்களும் வாருங்களேன்!' என்றாள்.

ஒரே சமயத்தில் சகுந்தலாவையும், தன் கணவனையும் மாலதி முழுமையாக நோக்கினாள் - 'நீதான் போயேன். இதுநாள் வரை என் டூட்டியை முடித்துவிட்டேன். இன்றிலிருந்து உன் டூட்டி ஆரம்பம். நான் அவரை படுக்கையிலிருந்து எழுப்பி நிற்க வைத்துவிட்டேன். இப்போது அவரை நடக்கச் செய்வதும், ஓடச் செய்வதும் உன்னைச் சார்ந்தது. புரிந்ததா?' என்று கூறினாள் மாலதி.

இப்போது தயங்குவது தேவையற்றது. ஆனால் சகுந்தலாவின் முகத்தில் ஏதோவொரு கருத்தை மாலதி படித்தாள் போலும்! இதுநாள் வரை ஒரு செவிடனை, ஊமையைக் கட்டிக்காத்து வந்தேன். இன்றுதான் இவர் வாய் திறந்தது. இவர் வாய் எனக்காக திறக்கவில்லை. மாறாக உனக்காகத்தான். 'போ','போ... பேசாமல்' என்று மாலதி கூறினாள்.

மாலதியின் இந்தப் பேச்சு சகுந்தலாவை சிரிக்க வைக்க இயலவில்லை. ஆனால், விநாயக்கோ கடகடவென்று சிரித்துவிட்டான். இந்தச் சிரிப்பு மாலதிக்கு வியப்பாக இருந்தது.

ஹோட்டலின் வாசலிலிருந்து வெளியே வந்தவுடனேயே விநாயக் தன்னுடைய நடையின் வேகத்தை அதிகப்படுத்தினான். இது கண்டு சகுந்தலா பயந்தவாறே அவன் கையைப் பிடித்துவிட்டாள். - 'கொஞ்சம் காது கொடுத்துக் கேளுங்கள். நாம் இந்த ஹோட்டலின் வெளிப்புறத்திலேயே இரண்டு, மூன்று ரவுண்டு அடிக்கலாமே. இப்போதுதான் நோயிலிருந்து விடுபட்டுள்ளீர்கள்.... இல்லை... இல்லை... விடுபட்டு விட்டதாக நடிக்கிறீர்கள். இவ்வளவு அதிகமாக 'ஸ்ட்ரெயின்' என்பது நல்லதல்ல என்று சகுந்தலா கூறினாள். விநாயக் சகுந்தலாவின் பிடிப்பை உதறி அவள் கையைத் தானே பிடித்துக்கொண்டு இழுத்தவாறே 'வாங்கம்மா, வாங்க!' என்று கூறிக்கொண்டு சென்றான். 'நான் நோயாளி என்று எவன் சொன்னான்?'

'நோயாளி இல்லையென்றால், இந்த ட்ராமா எதற்கு?' என்ற வாக்கியம் சகுந்தலாவின் வாய்வரை வந்துவிட்டது. ஆனால், அவளுக்குத் திடீரென்று ஒரு போதை -'திரும்பு! வா, போகலாம், இல்லாவிட்டால், நான் மாலதியை அழைக்கிறேன். நான் உனக்காக எந்த ரிஸ்கும் எடுக்கத் தயாராக இல்லை. எங்கேயாவது வழியிலே விழுந்து மண்டையைப் போட்டால்...' என்று சகுந்தலா கூறினாள்.

விநாயக், சகுந்தலாவின் கையை இறுக்கிப் பிடித்தவாறே,'எனக்கு ஒன்றும் நேராது. கொஞ்சம் பேசாமத்தான் வாயேன்' என்றான்.

'இங்கே ட்ராமா நீ தான் போடுகிறாய். நீ ஏன் இன்னும் புரிந்து கொள்ளவில்லை. இத்தனை நாள் சேர்த்து வைத்த களைப்பு இன்றோடு கலைந்துவிட்டது. எவருக்கும் 'ரிஸ்க்' இல்லை. அப்படி 'ரிஸ்க்' எடுக்க நேர்ந்தாலும் 'குறும்புத் தனத்துடன் சிரித்தவாறே...'ரிஸ்க்', உனக்குத்தான் 'ரிஸ்க்' எடுப்பதில் போதையாயிற்றே, இப்போ என்னது புதிதாக'.

சகுந்தலாவிற்கு தன் காதைத் தானே நம்பமுடியவில்லை. நடுரோட்டிலேயே நின்றுவிட்டாள். விநாயக்கை கூர்ந்து நோக்கினாள், அவனைப் புரிந்துகொள்ள முயற்சித்தாள் போலும்.

விநாயக் அவளைத் தன் இரு கைகளுக்குள் சுருட்டிவிட்டான். அவளது தலை குதிரை போல் விநாயக்கின் கழுத்தில் கிடந்தது. மனதில் அழ வேண்டும்போல் ஓர் உணர்வு.

அவள் குசுகுசுத்தாள், 'உண்மையாகவா?... நீ குணமாயிட்டியா?' விநாயக் அவள் தலையைத் தன் மார்போடு இணைத்து தன் கையினால் அவளது தலையை மெதுவாகக் கோதிவிட்டவாறே...'சகுன்... ஆமாம். நான் முழுவதும் குணமடைந்துவிட்டேன்.'

அவனது குரலில் எந்தப் பொருளை உணர்ந்தாளோ தெரியவில்லை. திடீரென்று சகுந்தலா அவனை விட்டு விலகி கையோடு கைசேர்த்து ஆட்டிக்கொண்டே...' பார்! அங்கே ஒரு சின்னப் பாலம் உள்ளதா? அந்தத் திருப்பத்தில் இருப்பது ஒனக்குத் தெரிகிறதா? அதுவரை - வா... மெதுவாக நடக்கலாம்.' என்றாள். விநாயக் சிரித்துக்கொண்டே -'சகுன்! நான் என்ன சின்னப்பிள்ளையா? இப்போ எனக்கு நடக்கச் சொல்லிக் கொடுக்கிறியா?'

'இல்லாட்டா... வேற என்ன?' சகுந்தலா கலகலவென்று சிரித்து 'நர்வஸ் டவுன்' எனக்கா அல்லது உனக்கா?'

விநாயக் திடீரென்று நின்றுகொண்டே 'நர்வஸ் பிரேக்டவுன்' அது பறவையின் பெயரா?'

இதைக் கேட்டுச் சகுந்தலாவுக்குச் சிடுசிடுப்பு. 'அப்பறம்...' பின்ன வேறென்ன? ஒரு வாரம் பூராவும் நாங்க எங்க உசுர கையில புடிச்சு நின்னது எங்களுக்குத்தான தெரியும். இது என்ன நா...ட...கம்?'

'நாடகம் இல்லதான். ஆனா இவ்வளவு சீரியஸ் இல்ல. நீங்கதான் அத சீரியஸா ஆக்கிட்டீங்க. சரி... சரி. இதுவும் நல்லதுக்குத்தான். என்னோட கொஞ்ச காலம் சேர்ந்து இருக்க ஒனக்கு ஒரு வாய்ப்பு கெடச்சுதில்ல.'

அவன் ஒரு விநாடி தயங்கிவிட்டு தன்னுடைய பேச்சின் விளைவு என்னவாக இருக்கும் என்பதை அறிய சகுந்தலாவின் முகத்தை நோக்கினான். சகுந்தலா,'உனக்குத்தான் தெரியுமே, முழுசா ஒரு வாரம் நான் 'ஓவர்டைம்' பாத்தேனா இல்லையா? அதற்கு கை மேல் பலன்தான் இது இல்லையா?... சகுந்தலா ஒரு பெருமூச்சு விட்டாள். நான் எவ்வளவு 'நர்வஸ்' ஆனேன் என்பது எனக்குத்தான் தெரியும். முதல் நாள் மருத்துவமனையில் உங்க நிலையைப் பார்த்ததும்... ஐயையோ... என்ன சொல்லுவேன்'.

விநாயக் - 'அதாவது, நான் இறந்துவிடுவேன் என்று'.

'ச்சீ, டோண்ட் பீ சில்லி', சகுந்தலா கத்தியே விட்டாள். 'கொஞ்சம் நெனச்சுப் பாருங்க. மார்கரேட்டுனாலே பெரிய புயலையே அடிக்க

வச்சுட்டீங்க. ஏங்கிட்ட எவ்வளவு சண்டை போட்டீங்க?... நானோ, வேற வழியில்லாம ஒங்க அடத்துக்கு மண்டி போட்டேன்... அப்பப்பா... அன்னிக்கு ஒங்க நெலம எப்படி இருந்தது தெரியுமா? உங்களுடைய பைத்தியக்காரத்தனம் பற்றி!... எப்படி மனம் கலகலத்து போயி மார்கரேட் வரவை எதிர்பார்த்தீங்க'. அவள் திடீரென்று அமைதியாகி விநாயக்கைப் பார்க்கத் தொடங்கினாள்.

'சரி, சரி, அதுதான்' விநாயக், 'இப்போ நீ என்ன சொல்ல நெனக்கிற?'

விநாயக்கின் முகத்தில் ஒரு 'சீரியஸ்னஸ்ஸை'ப் பார்த்து சகுந்தலா கலங்கிக்கொண்டே... 'ஒன்றுமில்லை...' ஒன்றுமில்லை'.

'இப்போ என்ன வேணும்? மார்கரேட்டைப் பத்தி பேசவேணாங்கற... அதுக்கு ஏன் இவ்வளவு கோபப்படற?'

'கோபப்படறது நானா? அல்லது நீயா?' என்று கூறியவாறே தம்மென்று அந்தக் குறுகிய பாலத்தில் அமர்ந்துவிட்டான். விநாயக் பின் சகுந்தலாவைப் பிடித்து இழுத்துத் தன் பக்கத்திலேயே அமர்த்திக் கொண்டான். அவள் கையைத் தன் கையுடன் இணைத்தவாறே...'சகுன், நான்தான் மார்கரேட்-ஐ முழுசும் மறந்துவிட்டேன். நீ ஏன் மறுபடியும் மறுபடியும் அவளப்பத்தி ஞாபகப்படுத்தற?'

சகுந்தலா, 'முழுப்பூசணிக்காய சோத்துல மறைக்கிற! நீங்களா! நீங்களாவது மார்கரேட்ட மறக்கறதாவது. நீங்கள்தான் மெல்லிய குரலில் எனக்குத் தெரிவித்தீர்கள் - மார்கரேட்டின் 'ஜேர்னி' 'கேன்சல்' ஆகிவிட்டது. இதன் விளைவு என்னவாக இருந்தது என்று நீங்கள் ஒரு விநாடியாவது யோசித்தீர்களா? முழுசா ஒரு வாரம் நாம் அங்கிருந்தோம். ஒரு தடவக் கூட என்னிடம்... ஒங்க மனக் கொந்தளிப்ப... கொஞ்சம்கூட எங்கிட்ட பங்கு கொள்ளவில்லையே! இந்தச் செய்தி ஒங்க மனச எப்படி நொறுக்கியிருக்கும் என்று எனக்கா தெரியாது? நீங்கதான் ஒங்களையே மறந்துவிட்டீர்களே... அப்பேற்பட்ட நிலையில் நான் உங்களுடன் இருப்பது உங்களுக்கு ஒரு பொருட்டுமல்ல. இவ்வளவு நாட்கள் வரை நாம் நைனிடாலில் இருந்தோம். நீங்கள் மறந்தும் கூட ஒரு தடைவ...'

சகுந்தலா திடீரென்று விசும்ப ஆரம்பித்தாள். அவள் இரண்டு கைகளும் அவனது முகத்தைத் தானாகவே முன்வந்து மறைத்தன.

விநாயக்கின் தலை சுழல ஆரம்பித்தது. அவனுக்கு சகுந்தலாவின் இந்த நிலைமை எதிர்பாராதது. என்ன சொல்வது? என்ன செய்வது? இந்த விடியற்காலை வேளை. ஆள் அரவமற்ற சாலை... நான்கு பக்கமும்

அடர்ந்த காடு. ஓரிரு பக்ஷிகளின் குரல்களைத் தவிர அமைதியான சூழ்நிலை. ஆம், பாதை... இது பாதைதான். இது 'ப்ரைவேட் ப்ராபர்ட்டி', இது ஹோட்டலுக்கு அழைத்துச் செல்வது. அங்கேயே மறையச் செய்வது. சகுந்தலாவை தன் இரு கைகளினால் அணைத்து தன்மேல் சாற்றிக்கொண்டு தன் முகத்தை அவள் தலை முடிகளுக்குள் புதைத்துக் கொண்டான். 'சகுன்! மை டியரெஸ்ட்! டோண்ட் பி அப்ஸெட்... டோண்ட் மிஸ் அண்டர்ஸ்டாண்ட் மீ.' பின் மெல்ல மெல்ல அவள் முதுகை வருட ஆரம்பித்தான். திடீரென்று அவனுள் ஒரு பெரிய அலை போன்று உணர்வு பொங்கி எழுந்தது'... சகுந்தலா, இந்த வினாடி அவள் அவன் வசம் எவ்வளவு நெருக்கமாக உள்ளாளோ அவ்வளவு நெருக்கம் முன்பு எப்பொழுதும் இருந்ததில்லை. இனிமேலும் இருக்கமுடியாது. அவளுக்கு ஒரு மூர்ச்சை போன்ற நிலை ஏற்பட்டது... சகுன்!... மை லவ்! ஐ லப் யூ சகுன்... ஐ லவ் யூ... அவனுடைய உதடுகள் முணுமுணுத்தன... நான் முணுமுணுப்பதை அவள் கேட்டுக்கொண்டு இருக்கிறாளா?... என்ன...? இதுவரை அவன் தன் வாய் திறந்து இவ்வாறு சொல்லியது இல்லை... ஆனால் இன்று அவன் சொல்லிக்கொண்டிருக்கிறான்... இந்த சுகமான வினாடி அவன் வாழ்வில் மறுபடியும் வருமா?... வராது... ஒரு பொழுதும் வராது. அவன் இருதயம் ஏன் இந்த அளவு அதிகமாகத் துடித்துக் கொண்டிருக்கிறது... கூடாது!... இந்த சுகமான வினாடியை விட்டுவிடக் கூடாது. இந்த அடைய முடியாத வரம் கிட்டியுள்ளது. அதை ஆயுள் முழுவதும் பாதுகாத்து வைத்துக் கொள்ளவேண்டும்... அமைதியாக ஆடாமல் அசையாமல் இந்த சுகமான நொடிப் பொழுதை மனம், உயிர் முழுவதிலும்... இதே மாதிரி கலந்துவிடு, விரிவாக்கு... ஒன்றும் செய்யாதே... இந்த மாய மந்திரத்தை உடைக்க அனுமதியாதே...

திடீரென அவள் உடல் அசைந்ததை அவன் உணர்ந்தான். உடம்பு நடுங்கியது. அவன் தன்னை தன் வசப்படுத்த இயலவில்லை. உடன் எழுந்து சகுந்தலாவின் முகத்தில் இருந்து கைகளை நீக்கி அவளைத் தன்னோடு இருக்கமாக அணைத்துக் கொண்டான்! இதுமட்டுமா! கண்ணீரினால் பனித்த அவள் கண்களையும் உதடுகளையும் பரபரப்புடன் முத்தமிடத் தொடங்கினான்.

'சகுன்! என் உயிரே!... லுக் அட் மீ'... சகுந்தலாவின் முகத்தை தன் இரு உள்ளங்கையால் ஏந்தியவாரே கூறத் தொடங்கினான்.

சகுந்தலா கண்களை மூடியவாரே இருந்தாள். அவளின் ஆவலான நீர் நிறைந்த உதடுகள் விநாயக்கின் உதடுகளை தன்னை நோக்கி அழைத்தன... இழுத்தன... உறிஞ்சின... பருகின. திடீரென அவள் தன் இரு கைகளையும் விநாயக்கின் தோள் மீது வைத்து அவனுடன் ஒட்டி

உரசி தன்னை சற்று பின்னுக்கு இழுத்து முதல் தடவையாக தன் கண்களைத் திறந்து விநாயக்கின் கண்களை எட்டிப் பார்த்தாள். பின் மெல்ல மெல்ல முறுவலித்தாள்.

வினாயக்கிற்கு ஏதோ ஒன்று ஞாபத்தில் வந்தது... இதே மாதிரி... இதே மாதிரி எது... எது...? அவளுடைய திறந்த கண்களுக்குள் முப்பதா... இல்லை... இல்லை... நாற்பது ஆண்டுகளுக்கு முந்தைய ஒரு பொன்மாலைப் பொழுது தோன்றியது. இதே மாதிரி... இதே மாதிரி... யாரோ ஒருபெண் தன் கண்களை எட்டிப்பார்த்தாள். அப்பொழுது தான் முதன் முதலாக ஒரு பெண்ணின் அணைப்பின் சுகமான வெப்பத்தை உணர்ந்தான். அவளின் உதடுகளுடன் தன் உதடுகளும் ஒட்டி உறவாடி ஒன்று சேர்வதையும் அனுபவித்தான்.

கனவு உலகில் இருந்து விழிப்பது போல் அவன் தன் சுயநிலையை அடைந்தான். என்ன நடந்தது? எப்படி நடந்தது? இது அதே சகுந்தலாவா? அன்று இன்று நடந்த நிகழ்ச்சியை உறுதியுடன் மறுத்து விட்டாளே!... தன் வீட்டின் வரவேற்பு அரையில், இவள் அதே சகுந்தலாவா? இவளை அவன் எந்த அளவு நேசிக்கிறான். ஆனால் அதே அளவு அவளைக் கண்டு மிகவும்... மிகவும் பயப்படுகிறான். ஏன்? இன்றைய அளவு அவன் அவளின் கண்களை எதிர்நோக்கியதே இல்லை.

‘சகுன்!’... அவனின் வாயிலிருந்து தனக்குதானே சொற்கள் வெளிவந்தன... நான் உன்னை பார்த்து எவ்வளவு பயப்படுகிறேன் என்று உனக்குத் தெரியுமா?

‘பின்... பின்... வேறு என்ன செய்கிறாய்! பயப்படாமல்...’ சகுந்தலா குசுகுசுத்தாள். ‘அப்படியானால்’... அவன் மெல்ல மெல்ல தொடர்ச்சியாக முத்தமிட்டுக்கொண்டே.... நான்... நான்... உன்னைக்கண்டு பயப்படுகிறேன்... அதே அளவு... நான்... உன்னை நேசிக்கவும் செய்கிறேன்.

‘உனக்கு வேறு என்ன தெரியும்...’ என்று கூறிக்கொண்டே அவனிடமிருந்து தன்னை விடுவித்துக் கொண்டாள். ஆனால் கைகளைப் பற்றியவாரே... ‘மாலதிக்கு அங்கு இருப்புக் கொள்ளாது...’ இந்த சண்டாளி என் புருஷனை எங்கேயோ தள்ளிக் கொண்டு போய்விட்டாளோ..’ என்று கூட யோசிக்கலாம்’ கலகலவென சிரித்தாள்.

இந்தச் சிறுமிக்கு... இல்லை... இல்லை... இந்த பெண்ணுக்கு என்னவாயிற்று! சகுந்தலா இந்த அளவு வெளிப்படையாகவும் தடுமாற்றம் இன்றியும் இருக்கிறாள். ‘டென்ஷன்’ ஆகும் நிலை இடமாற்றம் பெற்றுவிட்டது.

'மாலதி கனவில் கூட இவ்வாறு எண்ணமாட்டாள். நான் வேடிக்கைக்கு சொல்லவில்லை. அவள் என்னைக் காட்டிலும் உன்மீது நம்பிக்கை அதிகம் வைத்துள்ளாள்' என்று தனக்குத்தானே கூறினான்.

சகுந்தலா திடுக்கிட்டாள்,'அப்படியென்றால்... நான் மாலதிக்கு நம்பிக்கை துரோகம் செய்கிறேனா? இதுவா உன் கருத்து' கூறியவாரே விநாயக்கின் கண்களை எட்டிப்பார்த்தாள்.

'சீ... சீ... டோன்ட் பி சில்லி... நான் அப்படியா சொன்னேன்... யூ ஆர் இம்பாஸிபில்' வினாயக்கிற்கு எரிச்சல் மண்டி வந்தது.

'கொஞ்சம் காது கொடுத்து கேள்... இப்பொழுது தானே கூறினாய்... நீ என்னைப் பார்த்து பயப்படுவதாக...' சகுந்தலா.

'ஆம்... அப்படித்தான்... இது தவிர மேலும் பலவிஷயங்கள் சொன்னேன்... உன் காதில் அவை விழவில்லையா?

'வேறு ஏதும் விழவில்லையே' தன்முகத்தை வேண்டுமென்றே 'சீரியஸ்' ஆக மாற்றிக்கொண்டாள். பின்னர் விநாயக்கை எதிரில் உள்ள சின்ன பாலத்தை நோக்கித் தள்ளியவாரே... உங்களுக்கு ஏன் இத்தனை குழப்பம்? சிறிது நேரம் அந்த சின்னப் பாலத்தில் அமரலாமே! மாலதிக்கு கோபம் வந்தால் வரட்டுமே. நீ ஏன் அவளைக் கண்டு இப்படி பயப்படுகிறாய்'.

விநாயக்கிற்கு தடுமாற்றம். சகுந்தாலவின் 'நீங்கள்... நீ...' என்ற போட்டியில் 'பயம் கொள்ள என்ன இருக்கிறது? ஆனால்... உண்மையிலேயே நீண்ட நேரம் கடந்துவிட்டது. கண்டிப்பாக மாலதி கவலை கொள்வாள். நீ ஏன் ரோதனை பண்ற? இது எப்படி இருக்குன்னா? 'ஏ மாடே! என்னை வந்து முட்டு' என்ற பழமொழி மாதிரி'.

'அப்படீன்னா சரி, போகலாம்'. என்றாள் சகுந்தலா.

சகுந்தலாவிற்கு விநாயக்கின் குரலில் ஏதோ ஒரு தடுமாற்றம் தோன்றியது அவனுள் ஏதோ ஒன்று அணைந்துவிட்டது போன்று தோன்றியது.

'சரி, சரி, ஒனக்கு மனசில்லேன்னா...' சகுந்தலா.

'யாருக்கு மனசில்லேன்னு சொன்னா?' விநாயக் ஒரே தாவாகத் தாவி அந்தச் சிறிய பாலத்தில் அமர்ந்துவிட்டான். தன் இரு கைகளையும் விரித்தவாறே வா, வா!' என்று அழைத்தான். அவனுக்குச் சட்டென ஒரு வேடிக்கைக் செய்யத் தோன்றியது. உரத்த குரலில் கத்த ஆரம்பித்தான். 'ஹூ இஸ் அஃப்ரைட் ஆஃப் வர்ஜீனியா உல்ஃப்?'

இதைக் கேட்டு சகுந்தலா சிரித்துவிடுவாள் என்றும் கோபம் மறைந்துவிடும் என்றும், தன் வளைப்புக்கு வருவாள் என்றும் எண்ணியிருந்தான். அவன் எண்ணம் பொய்யாக மாறியது. விநாயக் எரிச்சலடைந்து அவள் மேல் பாய்ந்தான். தோளைப்பிடித்தான். தடதட வென்று இழுத்துப் பலவந்தமாக அந்தச் சிறிய பாலத்தில் அமர்த்தினான். அவள் முன் மண்டியிட்டவாறே பாலத்தின் நடுவில் அமர்ந்துகொண்டான். சகுந்தலாவின் இரு கால்களையும் தன் கைகளில் இருக்கிக் கொண்டான்.

'இது என்னது? மறுபடியும் அதே நாடகமா?' என்று சொல்லியவாறே, அவன் கைகளின் பிடியிலிருந்து தன் கால்களை விடுவிக்க முயற்சித்தவாறே, அவனுடைய கைகளைப் பிடித்து அவனை எழுப்ப முயற்சிசெய்து கொண்டே 'சரி, சரி, மாலதி எங்கயாவது நம்மைத் தேடிக்கொண்டு இங்கு வந்துவிடலாம்'.

ஆனால், விநாயக்கோ சகுந்தலாவின் கால்களை இறுகப் பற்றிக் கொண்டான். கண்களால் அவள் முகத்தைப் பார்த்தவாறே, 'சகுன்! ஒனக்குத் தெரியுமா? அந்த சிறிய பாலத்தில் அமர்ந்து உன்னுடைய தலைமுடிகளில் என் முகத்தைப் புதைத்துக் கொண்டே என்ன முணுமுணுத்தேன் என்பது உன் காதில் விழுந்ததா?

உண்மையிலேயே சகுந்தலா பயந்துவிட்டாள். விநாயக்கின் பலமான பிடிப்பிலிருந்து தன் கால்களை உதறிக் கொண்டே ஒரேயடியாக எழுந்து நின்றாள். 'எழுந்திரு... எழுந்திரு... இந்த ட்ராமா... எனக்குச் சிறிதும் கூடப் பிடிக்கவில்லை. நீ எழாவிட்டால் உன்மீது எனக்குக் கெட்ட கோபம் வரும்'.

ஆனால், விநாயக் தன் 'மூடி'லேயே இருந்தான். தன் இடத்திலிருந்தும் சிறிதும் அசையவில்லை. நான் அப்பொழுது கவிஞர் கீட்ஸ் அவர்களின் அந்த வரிகளை முணுமுணுத்துக் கொண்டிருந்தேன்... 'நவ் மோர் தென் எவர் சீம்ஸ் இட் ரிச் டு டை டு சீஸ் அபான் த மிட்நைட் வித் நோ பெண்'.

சகுந்தலா துடிதுடித்துத் தன் உள்ளங்கையால் விநாயக்கின் வாயை மூடியவாறே - 'தேவையற்ற பேச்சு ஏன் பேசற? யு நோ? இட் இஸ் நாட் மிட்நைட். இட் இஸ் எர்லி மார்னிங்'. வெட்டவெளிக் காலையிலே இந்த மாதிரி பேச்சா பேசறது? வாய மூடிக்கொண்டு நட'. இருவரும் மெதுவாகக் காட்டேஜை நோக்கிச் செல்ல ஆரம்பித்தனர். திருப்பத்தில் திரும்பியவுடன் அவர்கள் பார்வை காட்டேஜின் வாசலில் பட்டது. அங்கு மாலதி நின்றுகொண்டு அவர்களை நோக்கியவாறே இருந்தாள்.

இருவரும் ஒருவருக்கொருவர் பார்த்தனர். புன்சிரிப்போடு மாலதியை நோக்கிக் கைகளை அசைத்தனர்.

மாறி மாறி இருவரையும் கூர்மையாக பார்த்துக்கொண்டே மாலதி 'ஏன் இவ்வளவு நேரம்? எங்கு சென்றுவந்தீர்கள்?' சகுந்தலா! 'நீ ஏன் வாயைத் திறக்காமல் இருக்கிறாய்.' என்றாள்.

விநாயக்...'அட... நீ ஒண்ணு, அ...ம்...மா... வேறு எங்கும் போகல. இங்கிருந்து கொஞ்ச தூரத்தில் ஒரு சிறிய பாலம் இருக்கிறது. அங்குதான் இவ்வளவு நேரம் அமர்ந்திருந்தோம்.

சகுந்தாலவின் கண்களும் மாலதியின் கண்களும் சந்தித்துக் கொண்டன. ஆத்திரப்பட்டு சகுந்தலா கூற ஆரம்பித்தாள். - 'மாலதி'! என்னுடைய 'சார்' உண்மையிலேயே உன்னைக் கண்டு மிகவும் பயந்து நடுங்குகிறார். இது இன்று உண்மையாகிவிட்டது. எவ்வளவு சுலபமாகப் பொய் பேசுகிறார் பார்த்தாயா? நாங்கள் இங்கிருந்து கிட்டத்தட்ட அரைமைல் தூரம் சென்றிருப்போம். இதைக்காட்டிலும் அதிகமாகவும் இருக்கலாம். உன்னிடம் நான் எப்படிக் கூறுவது. 'சாரின்' நடை வேகத்திற்கு என்னால் ஈடு கொடுக்க முடியவில்லை. பின்தங்கிவிட்டேன். அப்பப்பா! அவருக்கு எங்கிருந்து இவ்வளவு பலம் வந்தது. முற்றிலும் குணம் பெற்றுவிட்டார். இப்பொழுது 100% ஆல்ரைட். இனிமேல் நீ இவரைப் பற்றிக் கவலைப்பட அவசியமேயில்லை. எங்கு போக விரும்புகிறாரோ, எவ்வளவு தூரம் நடக்க விரும்புகிறாரோ, அவரைப் போகவிடு. எங்கு நடந்தாலும் எங்கு சுற்றினாலும் கடைசியில் வருவது உன்னிடம் தானே'.

சகுந்தலா தன் கேலிப்பேச்சைத் தானே கேட்டு தனக்குள்ளாகவே சிரித்துக்கொண்டாள்.

27. இன்சைடர் – அவுட்சைடர்

மறுநாள் காலையில் ஒரு அதிர்ச்சி சகுந்தலாவிற்கு - விநாயக்கும் மாலதியும் காலை வேளையில் உலாவத் தயாராக இருந்தனர். மாலதி -'கௌம்பு, நீயும் ரெடி பண்ணு சகுன். நீ கண் விழிக்க இவ்வளவு நேரம் ஏன் ஆயிற்று?

சகுந்தலா - 'மாலதியக்கா'... நீங்க ரெண்டுபேரும் போயிட்டு வாங்க. நான் இங்கு அமர்ந்தவாறே இந்த நாவலை முடித்து விடுகிறேன். இரவு வெகு நேரம் வரை இதைப் படித்துக்கொண்டிருந்தேன். அதனால் முழுத் தூக்கம் இல்லை'.

'நாவலா?'

மனத்திலேயே அவள் எந்த நாவல் படிக்கிறாள்? என்ற ஆவல் எழுந்தது. ஆனால் ஒன்றும் பேசவில்லை. 'சகுந்தலா, கவிதைப் பைத்தியம். எப்பொழுது நாவல் பைத்தியமானாள்? அவள் எண்ணப்படி கதைகளும், நாவல்களும் இரண்டாம் தரம்தான். கவிதை ஒன்றே முதல்தரம்'. - 'அப்படியென்றால் சரி' மாலதி, அவளுடைய மனத்தை அளந்தவாறே - 'ஒனக்கு விருப்பமில்லையென்றால் வரவேண்டாம்'. அவர்கள் இருவரும் செல்வதை வராண்டாவில் நின்றுகொண்டே பார்த்தாள் சகுந்தலா. வாயிலைக் கடந்து அவர்கள் தன் கண் பார்வையிலிருந்து மறையும் வரை பார்த்துக் கொண்டேயிருந்தாள். ஒரே வியப்பு! மாலதி விநாயக்கின் புஜத்தைப் பற்றிக்கொண்டிருந்தாள். சகுந்தலா திரும்பி வந்து தன் படுக்கையில் விழுந்தாள். நாவலை எடுத்து அடையாளத்திற்காக நாவலின் மடித்த பக்கத்தை புரட்டினாள். ஏனோ தெரியவில்லை... மறுபடியும் புத்தகத்தை மூடிவிட்டாள். அவள் மனத்தில் ஓர் எண்ணம். ஃபோனில் விபாவை இங்கு வர அழைத்தாலென்ன? நேற்று மாலை எல்லோருக்கும் விருந்து திரிபுவன் இல்லத்தில் தான். சமமாகச் செல்லும் ரயிலின் இரு தண்டவாளங்களைப் போல் விபாவும், சகுந்தலாவும் இணைப்பிரியாது இருந்தனர். விபாவும் சகுந்தலாவைப் போலவே நெடுங்காலம் மும்பைவாசியாக இருந்தவள்தான். அவள் வாயில் மராட்டி மொழி இனிமையைப் பொழியும். ஆகவே, சகுந்தலா விபாவோடு பேசும் போதெல்லாம் மராட்டி மொழியில்தான் பேசுவாள். இதைக் கண்டு விநாயக்கிற்கு சிடுசிடுப்பு ஏற்படும். மற்றவருக்குப் புரியாத மொழியில் நீங்கள் இருவரும் பேசுவது என்ன காரணம்? மற்றவர்களை உதறிவிடவா? நீங்களிருவரும் உங்களுக்கென்று ஓர் உலகம் படைத்துக் கொள்கிறீர்கள். மற்றவர்கள் அம்... போ... என்று இருக்கவேண்டும். அப்படித்தானே?' இந்தச் சிடுசிடுப்பைப் பார்த்து விபா கூறுவாள் - 'ஐ... ஏ... புது உலகம்

ஏன் படைக்க வேண்டும். அது இந்தியினாலும் முடியும். ஆங்கிலத்தினாலும் முடியும். நீங்கள், லச்சு இல்லாவிட்டால் சந்துபையாவுடன் இந்தியில் பேசிப்பேசி எங்க பிராணனை வாங்குவீர்கள். இந்தி உங்களின் வாய்களில் மாட்டிக்கொண்டு நொண்டியடிக்கிறது.

சகுந்தலாவிற்கு விபா மற்றவரைக் காட்டிலும் மாறுபட்டவளாகத் தோன்றியது. அவளுக்கு ஒரே வியப்பு, இவ்வளவு 'கல்சர்டு' இவ்வளவு ப்ரகாசிப்பவள் எப்படி இந்த மலைக் குடியிருப்பில் வசிக்கத் தன்னை மாற்றிக்கொண்டுவிட்டாள். திரிபுவனும் அவளுக்குக் குறைந்தவனல்ல, இந்த இருவரின் ஜோடி கண்ணைப் பறிக்கிறது. ஆனால்... திரிபுவனிடம் ஒரு குறை. அவன் எல்லாரிடமும் மனம் திறந்து பழகுவதில்லை. தன்னை மட்டும் மூடியவாறே இருப்பான். ஆனால், விபாவோ... அவளுடைய 'ப்ரசன்ஸ்' எப்படிப்பட்ட சூழ்நிலையையும், எப்படிப்பட்ட மக்களின் கூட்டத்தையும், கலகலப்பாக்கிவிடும். இதைத்தான் 'சோஷல் க்ராஸ்ப்' என்று கூறுகிறோமோ? சகுந்தலாவுக்கு விபாவின் இந்த 'சோஷல் க்ராஸ்ப்'ல் அவ்வளவு ஈடுபாடு இல்லை. அவள் விபாவோடு தனிமையாகவே பேச விருப்பம் கொண்டவள். மற்றவர்கள் கூடும் இடத்தில் விபா இருக்கும்போது தான் மட்டும் தனிமையாக இருப்பதாக சகுந்தலா எண்ணுவாள். ஆகவே, அவளுடன் தனிமையாகப் பேசவும், அவளுடன் மட்டும் சேர்ந்திருக்கும் ஆனந்தத்தை அனுபவிக்கவும் தினமும் விபாவின் வீட்டிற்கு வழக்கமாகச் செல்லத் தொடங்கினாள் சகுந்தலா. விபாவின் வீடு வெகு தொலைவிலில்லை. 'வாக்கிங் டிஸ்டன்ஸில்' தான். ஆனால் அவள் வீட்டிற்குச் செல்லும் வழி மிகவும் ரம்மியமாகக் காணப்பட்டது. ஒரு அருமையான உலா செல்லும் ஆனந்தம் ஏற்பட்டது. சகுந்தலாவுக்கு ஓர் ஆசை. விபாவை அழைத்துக்கொண்டு காடு காடாகச் சென்று உலாவ வேண்டும். ஆனால், விபாவிற்கு இதற்கான நேரம் எங்கே? திரிபுவனுக்குத் தனியான ஒரு ராணுவ வட்டம். அந்த வட்டத்திற்குள் மற்றவர்கள் நுழைய முடியாது. எப்பொழுது பார்த்தாலும் ராணுவத்தினரின் கூட்டம்தான். விபா, தன்னுடைய 'சோஷல் க்ராஸ்ப்' இருந்தும் கூட திரிபுவனின் ராணுவ வட்டத்திற்குப் பொருத்தமற்றவளா கவும்,'மிஸ்ஃஃபிட்' ஆகவுமிருந்தாள். ஒருமுறை சகுந்தலாவும் அந்த வட்டத்திற்குள் மாட்டிக்கொண்டாள். அதன்பிறகு தூரத்திலிருந்தே சகுந்தலா அந்த வட்டத்திற்கு 'டாடா' கூறிவிட்டாள். ஃபோன் செய்த பொழுது விபா வீட்டில் இல்லை என்பது தெரியவந்தது. அவள் தன் கணவருடன் 'கோல்ஃப்' க்ரவுண்டுக்குச் சென்றதாகத் தெரிந்தது. சகுந்தலாவின் ஆசை அணைந்துவிட்டது. முன்னமேயே அவளுக்குப் ஃபோன் செய்திருந்தால் அவள் இங்கு வந்திருக்கக் கூடும். இவளும்

அவர்களுடனேயே சென்றிருக்கலாம். இந்த அத்துவானத்தை விட, அவர்களுடன் செல்வது எவ்வளவோ மேல். கால் போன போக்குப்படி ஒரு தடவை சகுந்தலாவும் விபாவுடன் சேர்ந்து ‘கோல்ஃப் கிரவுண்டி’ற்குச் சென்று வந்திருக்கிறாள். மிக அருமையான இடம். ‘மிலிட்டரி கம்பெனி’ கூட அங்கு அவளுக்கு அறுவை கொடுப்பதாகத் தோன்றவில்லை.

சகுந்தலாவின் வீட்டிற்கு வெளயே ஒரு ஆள் அரவமற்ற சிறு குன்று இருக்கிறது. அதைப் பார்த்ததும் அவளுக்கு அங்கு போய் வரலாமா? என்ற எண்ணம் மனத்தில் உதித்தது. ஆனால் இதில் ஒரு கஷ்டம்.. லச்சு பையா (சகோதரன்) வீட்டு வாசல் வழியாகத்தான் அங்கு செல்ல வேண்டும். ஆகவே அவ்வாறு செல்ல சகுந்தலாவிற்கு விருப்பம் இல்லை. ‘லச்சு பையா’ இயற்கையிலேயே மிகவும் நல்லவன் தான். ஆனால் அவனிடம் மாட்டிக்கொண்டால் ஒரே அருவைதான். இது இயற்கைதான். பொதுவாக எல்லா நல்ல மனிதர்களிடம் இந்த அருவைத் தன்மை காணப்படும். இந்த அருவையில் ஒரு ஆவலோ, களிப்போ, சாமர்த்தியமோ அல்லது நல்ல ரசிப்புத் தன்மையோ இருப்பதில்லை. இந்த மக்களின் மூளை வட்டம் மிகக் குறுகியது. அதே அரைத்த மாவை அரைத்தல், ஊசிப்போன பழைய துணுக்குகள், அதே புளித்துப்போன வேடிக்கை வினோதங்கள் தான். ஆகவே ஒரு வகையில் பார்த்தால் ‘இந்த வட்டத்தை விட திரிபுவனின் மிலிட்டரி வட்டம் எவ்வளவோ மேல்’ என்றுதான் சொல்லவேண்டும். ஆனால், ஏனோ தெரியவில்லை, இந்த குறுகிய வட்டத்தில் விநாயக்கிற்கு ஒரு அலாதியான ஈடுபாடு. சாருக்கும் இவர்களுக்கும் இடையே எந்தவிதத்தில் ஒற்றுமை? சகுந்தலாவிற்கு விநாயக்கின் இந்த குணம் புரியாத புதிராக இருந்தது. அவளுக்கு இது மகிழ்ச்சி கொடுப்பதாகவும் இல்லை. முதலில் பார்த்த விநாயக்கிற்கும் இந்த விநாயக்கிற்கும்... அப்பப்பா... எவ்வளவு வேறுபாடு. மும்பையை காட்டிலும் இங்கு வசிக்க என்ன கொட்டிக் கிடக்கிறது. ஓர் இரு மாதங்கள் வேண்டும் என்றால் சுற்றிப் பார்த்து வரலாம். மற்றபடி இங்கு என்ன கிடைக்கிறது?

சகுந்தலா சப்தம் செய்யாமல் தன் வீட்டைவிட்டு நகன்று அந்தக் குன்றின்மேல் ஏறினாள். பொதுவாகவே அவள் இங்கு விநாயக்கின் வட்டத்தில் இருந்து விலகி தான் மட்டும் தனிமையாக இருப்பதாக உணர்கிறாள். இயற்கை உண்மையிலேயே மிகவும் அழகானதுதான். ஆனாலும் மற்ற ஒரு மணித்துளி கிடைக்காத சமயம் இந்த இயற்கை எத்தனை மணித்துளிகள் மகிழ்ச்சி அளிக்கும்? ‘ரோமேண்டிகோ’ வின் கிரீடம் என்று போற்றப்படும் ‘கவி ஷாயர் கால்ரிஜ்’ இதுபற்றி எவ்வளவு உண்மையான கருத்தைக் கூறி உள்ளார்! ‘ஓ லேடி! வீ ரிஸிவ், பட்

வாட் வி கிவ் அண்ட் இன் அவர் லைப் அலோன் டஸ் நெவர் லிவ்'. அதாவது, எதை கொடுக்குரோமோ அதையே அடைகிறோம். நீங்கள் தனக்குத் தானே எவ்வளவு உயிரோட்டமுள்ளவராக உள்ளீர்களோ அவ்வளவு இந்த மஹாமாயா இயற்கையும் உயிரோட்டமுள்ளதாக இருக்கும். இது எவ்வளவு பெரிய உண்மை! ஹரே! அப்படிப் பார்த்தால் கடைசியில் தங்களைப் போன்றவர்களின் மத்தியில் தான் இந்த உயிரோட்டம் காணப்படும். அந்த நோக்கோடு பார்த்தால் இங்கு உள்ள மக்கள் மிகவும் 'டல்' பேர்வழிகள் தான்.

ஒரு வகையில் பார்த்தால் மாலதிக்கும் இந்தச் சூழ்நிலை மிகவும் 'டல்' ஆகவும் தனிமையாகவும் தான் தோன்றுகிறது. ஆனால், அவளோ தான் இங்கேயே பிறந்து வளர்ந்தது போல் இந்தச் சூழ்நிலையில் ஒன்றிவிட்டு இருக்கிறாள். முடிவில் சகுந்தலா இவ்வாறு எண்ணினாள் - எப்படி இருந்தாலும் அவள் திருமதி விநாயக் தான். ஆகவே, விநாயக்குடன் தொடர்பு கொண்டுள்ள எல்லோருக்கும் அவள் 'அண்ணி' தான். திரிபுவன் ஆகட்டும், லச்சு ஆகட்டும், ஹரீஷ் ஆகட்டும், ப்ரோபஸர் வினோத் (மாலதியைப் பார்க்க தன் குடும்பத்துடன் நைனித்தாவில் இருந்து ஒரு நாள் மட்டும் தங்க வந்து சென்றார்) ஆகட்டும். எல்லோரும் மாலதியை... அண்ணி... அண்ணி... என்று கூறி தலையில் வைத்துக் கூத்து ஆடுகிறார்கள். மாலதியை மகிழ்விப்பது தான் எல்லோரின் நோக்கமாக இருக்கிறது. ஆனால், அப்பாவி சகுந்தலா எந்த வீட்டைச் சேர்ந்தவள்! அதிகமாகப் போனால் - அவளும் 'கெஸ்டே'. அதுவும் எப்படிப்பட்ட 'கெஸ்ட்' விரும்பாத எதிர்பார்க்காத 'கெஸ்ட்' தானே. அவளுக்கு ஒன்று மட்டும் நன்றாகப் புரிந்தது... நான் இவர்களுக்கு... அன்னியன்தான்...! இன்னும் சிறிது நேரத்தில் லச்சு தன் ரூமை விட்டு வெளியே வருவான். விநாயக்கை நல்ல ஆரோக்கியத்துடன் உலவுவதைப் பார்த்து மாலதி அண்ணியை தன் தலையில் வைத்து ஆடுவான். ஆனால், அவன் நேற்று இங்கு காணப்படவில்லை. இரவில் வெகுநேரம் கடந்து வந்து இருக்கலாம். ஆகவே தான் இப்பொழுது அவன் சப்தம் கேட்கப்படவில்லை.

இதே நிலைமைதான் திரிபுவனுக்கும். தன் 'மிலிட்டரி பேக்ரவுண்ட்' காரணமாக அவன் கொஞ்சம் விலகித்தான் இருக்கவேண்டும். விலகித்தான் இருக்கிறான். ஒருவேளை இவர்கள் திரிபுவனின் குழந்தைப் பருவத்திய பள்ளித் தோழர்களாகவும் இருக்கலாம். ஆனால், ஒரு விசித்திரம். இவர்கள் ஒன்றுகூடினால் அந்த அந்த பழைய நிகழ்வுகளைப் பற்றியே அசைபோட்டுக் கொண்டிருக்கின்றனர். இவைகள் இவர்களின் வயதிர்க்கும், திறமைக்கும், எண்ணங்களுக்கும், அனுபவங்களுக்கும்

கொஞ்சம் கூட பொருத்தமற்று இருக்கின்றன. இவர்களும் மாலதிக்கும் என்ன தொடர்பு? ஒன்றும் இல்லையே! ஆனாலும் விநாயக்கின் மனைவியாக இருப்பதால், 'அண்ணி' 'அண்ணி' என்று அவளைச் சுற்றிச் சுற்றி வருகின்றனர். சகுந்தலா அங்கு உள்ளது, இருப்பதும் ஒன்றுதான், இல்லாமல் இருப்பதும் ஒன்றுதான். அவள் ஒட்டிக்கொண்ட 'வால் மாதிரி' அவளுக்கென ஒரு 'தனித் தன்மை' இல்லை.

இதை இப்படியும் கூறலாமே! மாலதி இவர்களுக்கு 'இன்ஸைடர்' என்றால் சகுந்தலா 'அவுட்ஸைடர்'. ப்ரொபஸர் வினோத் திவாரி நிச்சயமாக ஒரு 'டிபெரண்ட்' ஆன மனிதர். நைனிதாலில் சகுந்தலா ஒரு வாரம் மட்டுமே இருந்தாள். இருந்தாலும் அவர்களுடன் இருந்த அறிமுகம் மிக்க நெருக்கமாக இருந்தது. இருந்தாலும் இங்கு ஒரு ஆச்சரியம்! இங்கு அவர் தன் குடும்பத்துடன் வந்தவுடன் மாலதி மட்டும்தான் பீனுவின் உலகமாக இருந்தது. ஒரு தடவை... ஒரே ஒரு தடவை கூட 'சகுந்தலாஜி' இந்த இடம் உங்களுக்கு பிடித்தமானதாக உள்ளதா?' என்று வினவவும் இல்லை. கடந்த செமினார் பற்றியும் ஒரு வார்த்தை கூடப் பேசவில்லை. அங்கே அவர் சகுந்தலாவிடம் எவ்வளவு உற்சாகத்துடன் சந்தித்துப் பேசினார். இங்கோ அதற்கு நேர்மாறாக... எவ்வளவு பார்மல்! அறிமுகமற்றவர் போன்று பழகும் தன்மை! ஏன்! இதன் பின்னனி என்ன? ஆம்... ஆம்... அவர் மாலதியைச் சுற்றிச் சுற்றி 'அண்ணி... அண்ணி' என்றே 'ரவுண்ட்' அடிக்கிறார். 'அண்ணி அவர்களே! நீங்கள் எங்களுடன் நைனிடால் வாருங்களேன். நாங்கள் உங்களை எல்லா இடங்களுக்கும் அழைத்துச் செல்லுகிறோம். இங்கு... ராணிகேத்தில் உங்களுக்கு என்ன கொட்டிக்கிடக்கிறது'... இந்த மிலிட்டரி கேண்டினில்...! அவருக்கு சகுந்தலா அங்கு இருப்பதாகத் தோன்றவே இல்லை.

'ப்ரக்ராம்' படி பார்த்தால் சகுந்தலாவும் மாலதியும் அடுத்த வாரம் மும்பைக்குக் கிளம்பவேண்டும். 'அதன்படி நடக்குமா' என்று தெரியவில்லை'. இவர்களின் நடவடிக்கைகளைப் பார்த்தால் 'மாலதியை இவ்வளவு சுலபமாக போக அனுமதிப்பார்கள்' என தோன்றவில்லை. இந்தப் பெரியவரோ ஒரு நோயாளி. இப்படிப்பட்ட நிலையில் 'அந்த பெரியவரோ... நான் பூர்ண குணம் அடைந்துவிட்டேன் என்று கழுதையாகக் கத்தினாலும் அவர்கள் இலகுவாக இவர்களை போக அனுமதிப்பார்களா?... இவர்கள் என்ன... மாலதியும் கூடத்தான் கிளம்ப விரும்பமாட்டாள். எப்படிப் பார்த்தாலும் பெரியவர் அவளின் கணவர் தானே! 'தான் விநாயக்கின் மனைவி' என்ற உரிமையினால், அந்த உரிமையைக் காப்பாற்ற அவள் எதுவும் செய்வாள். என்ன

செய்யமாட்டாள்! எல்லாமே... செய்வாள். மாலதியிடம் தன் 'ரோல்' எந்த அளவு இங்கு இருக்கிறது என்பது சகுந்தலாவுக்குத் தெரியாதா... என்ன?

அதாவது சகுந்தலாவிற்கு இது தான் தனியாகத் தான் இந்தப் பயணத்தை மேற்கொள்ள வேண்டிய பயணம், தான் வந்ததின் நோக்கம் - 'செமினாரில் பங்குக்கொள்வது' - செமினார் முடிந்துவிட்டது இப்போது. அவளுக்கு இங்கு என்ன வேலை? க்ஓய் ஆவுட்ஸ்டே யுவர் வெல்கம் க்ஓயில்? ஏன் வீணாக இவர்கள் தலையில் பாரமாக இருக்க வேண்டும்? இவர்கள் யார்? உறவினர்களா? இல்லையென்றால் இது மாலதிக்குக் கூடப் பொருந்துமே.

அப்பொழுது அவள் கல்லின் சத்தம் கேட்டு திடுக்கிட்டாள் விநாயக் எதிரில் நின்று - 'ஏன்? என்னவாயிற்று? எந்த நினைப்பில் முழுகியுள்ளாய்? சகுந்தலா - கண் அயர்ந்துவிட்டேன். இந்த மலைக்குன்றில் செண்பகமரங்கள் மிகவும் பழமை வாய்ந்தன. மிகவும் பெரியதுமாக இருக்கின்றன. அதன் நிழல் குளுமையாகவும் வாசனையாகவும் இருக்கிறது. இது மட்டுமா! 'சீடு' மரக்காடுகளில் மோதி மோதி தாலாட்டு பாடும் காற்றும் வீசுகிறது. 'ஆகவே கண்அயர்வது இயற்கை தானே'.

'ஏய்', நாம் திரும்புவதற்கு அரைமணிநேரம் எடுக்கும். அங்கே மாலதி உன்னை தேடி தேடி பொருமை இழந்து கொண்டு இருக்கிறாள். என் நினைப்பு சரியாக இருக்கிறது. அதாவது நீ இந்த குன்றின் பக்கத்தில் எங்காவது இருக்கலாம் என நினைத்தேன். இந்த இடத்தில் கைகளையும், கால்களையும் கட்டிக் கொண்டு சுமார் பத்து நிமிடங்கள் உன் கண்விழிப்பை நோக்கி உன்னையே பார்த்துக்கொண்டு இருந்தேன்'.

'அப்பபடியா!' திடீரென்று சகுந்தலாவிற்கு தன் கலைந்த ஆடைகளைப் பற்றி கவனம் வந்தது. தன் மீது ஒரே ஆத்திரமாக வந்தது. அப்படியானால் இந்த நிமிடம் வரை தன்னுடைய இந்த அலங்கோல நிலையைப் பார்த்துக்கொண்டு இருந்தானா? அவளுள் ஒரு புதுமையான துடிதுடிப்பு ஏற்பட்டது. தன் ஆடைகளை உதரி சீர் செய்து ஷலீல்லை முதுகின் மீது போர்த்திக்கொண்டு எழுந்தாள்.

தன் குரலை முடிந்த மற்றும் இயற்கையாகிக் கொண்டே வினாவினாள் - 'எவ்வளவு தூரம் சுற்றி வந்தீர்கள்'.

'வாஹ்... வாஹ்...! எவ்வளவு மகிழ்ச்சியாக இருந்தது! கீழே பள்ளத்தாக்கு வரை இறங்கிச் சென்றோம். இறங்குவதில் என்பாடு

மிகவும் திண்டாட்டமாக இருந்தது. மாலதியோ, என்னை ஊன்று கோலாகப் பயன் படுத்தினாள். அவள் மனிதன் மாதிரி அல்லாமல் ஒரு வெள்ளாடு போன்று ஏறி இறங்குகிறாள். அவளுக்குள் இவ்வளவு புத்துணர்ச்சி, எப்படி வந்தது என்று எனக்கே தெரியவில்லை. எனக்கு இப்பொழுது தான் தெரியவந்தது - நாம் செமினாருக்காக தனியாக இருந்ததால் அவள் தினமும் யாராவது ஒருவரை துணைக்கு அழைத்துக்கொண்டு காடுகளில் வெகுதூரம் வரை சுற்றி வந்திருக்கிறாள் என்று உனக்கு தெரியுமா? அவளுக்கு இந்த 'ராணிகேத்' மனத்துக்கு எவ்வளவு மகிழ்ச்சிக் கொடுக்கிறது'!

சகுந்தலா -'அப்பாடா! இதுவும் ஒரு நல்ல செய்திதான். அவள் உங்களோடு 'அட்ஜஸ்ட் செய்ய மாட்டாளோ', என்ற தயக்கம் எனக்கு இருந்தது. இப்பொழுது உங்களுடைய எல்லாப் பிரச்சனைகளும் முடிவுற்று இருக்கும். அப்படித்தானே! விநாயக்கின் முகத்தில் ஒரு புன்சிரிப்பு. அவனின் செயல்களில் ஒரு புத்துணர்வும் உற்சாகமும் காணப்படுவதை சகுந்தலா உணர்ந்தாள். அவனை நோக்கி - ஒரு இரண்டு நிமிடம் என் பக்கத்தில் வந்து இங்கேயே அமரேன். இந்த செடி, மரம், இலைகளால் நிரம்பிய இந்த குன்றின் படுக்கையில் இதைக்காட்டிலும் அதிக மென்மை உணர்வு கொடுக்கும் படுக்கை வேறு என்ன இருக்கும்?

'விநாயக் திடுக்கிட்டான்'.

'மாலதி எதிர்பார்த்துக்கொண்டு இருப்பாள்' என்று சொல்ல விரும்பினான். ஆனால், சகுந்தலாவின் முகத் தோற்றத்தைப் பாத்தவுடன் அவளின் கோரிக்கையை மறுக்கும் தைரியம் ஏற்படவில்லை. அவனும் கீழே இறங்கினான். எங்கு சகுந்தலா படுத்திருந்தாளோ, மெதுவாக அங்கு அமைதியாக சென்று அவள் பக்கத்தில் படுத்தான். பின்பு வழுக்கிக் கொண்டே தன் தலையை சகுந்தலாவின் மடியில் புதைத்துக் கொண்டான்.

அவன் தலையை மெதுவாக தடவியவாறே -'இப்போ நீ விரும்பினால் மாலதியைக் கூப்பிட்டு அழைத்துக்கொள்ளேன்'.

சகுந்தலாவின் குரலில் ஒரு வெறுப்பும் கேலியும் கலந்த சாயலை விநாயக் உணர்ந்தான். 'சரி... சரி... அது கிடக்கட்டும், அவள் இப்பொழுது குளிக்க சென்றிருக்கிறாள், அதுவரை நாம் இங்கேயே அமர்ந்து இருக்கலாம்'.

'அது இப்போது தேவையில்லை. தாங்கள் நடையைக் கட்டுங்கள். நீங்களும் ஆரோக்யமாகத் தான் காணப்படுகிறீர்கள். மாலதியின் மனமும்

இந்த இடத்தோடு ஒன்றிவிட்டது. கவலையற்று அவளோடு கூட மற்ற நண்பர்களுடன் சுற்றி வாருங்கள். ஆனால், என்னை மட்டும் போக அனுமதியுங்கள். மாலதி... அவள் தான் உங்களுடன் வருவாள். தாங்கள் இதைப்பற்றி அவளிடம் ஏதாவது பேச்சு கொடுத்தீர்களா? அவளுடைய 'புரோகிராம்' என்ன? முன்பதிவு செய்த பயணத் திட்டப்படி இன்னும் ஏழு, எட்டு நாட்கள் பாக்கி இருக்கலாம். எனக்கு மறந்துவிட்டது. எந்த தேதியில் 'ரிசர்வேஷன்' செய்யப்பட்டுள்ளது.

விநாயக் முழுமையாக சகுந்தலாவின் முகத்தை பார்த்துக்கொண்ட இருந்தான் - 'இவள் எங்கையாவது என்னை கேலி செய்கிறாளோ!'

'நான் அப்படித் தான் நினைக்கிறேன். இன்னும் ஏழு, எட்டு நாட்கள் இருக்கின்றன. உனக்கு ஏன் இவ்வளவு அவசரம்? மாலதி இருப்பதால் உனக்கு என்ன கஷ்டம்? உனக்கும் எனக்கும் இன்னும் முழுமையாக ஒரு மாதம் விடுமுறை உள்ளது. நாம் இங்கு வந்து முழுமையாக மூன்று வாரங்கள் கூட முடியவில்லை. மும்பையில் உனக்கென்ன அப்படி தலைபோகிற வேலை! திரும்பிப் போக உனக்கு ஏன் இவ்வளவு துடிதுடிப்பு'.

விநாயக் இயல்பாக தான் இந்த கேள்விகளைக் கேட்டான். ஆனால், ஏனோ எப்படியோ தெரியவில்லை... அவைகள் சகுந்தலாவின் மனதில் குத்திவிட்டன. 'மும்பையில் எனக்கு தலைப்போகிற வேலையா... 'இதற்கு என்ன பொருள்' 'உங்களுக்கு இங்கே தலைப்போகிற வேலை என்ன மீதம் உள்ளது - என்று நான் உங்களைக் கேட்டால்...?

'ஏ... ஏ... ஏ... நீ என்னைத் தவறாகப் புரிந்து கொண்டுவிட்டாய்'. விநாயக் சகுந்தலாவின் கையைத் தன் கையால் இருகப் பிடித்துக் கொண்டே 'ஒய் ஆர் யு ஸோ அப்சட்... ஐ டோண்ட் அன்டர்ஸ்டான்டு'.

'நார் டு ஐ'? சகுந்தலா வறட்சி உணர்வுடன் அவன் கைகளை உதரினாள். இருந்தாலும் உடனேயே தன் செயல்மீது ஒரு சிடுசிடுப்பு அவளுக்கு. என்ன நடந்துவிட்டது? அவள் ஏன் இப்படி பேசிவிட்டாள்? 'சாரி' என்று மனதுக்குள் சொல்லிக் கொண்டாள். அவள் விரல்களோ விநாயக்கின் தலை முடிகளை ஆராய்ச்சி செய்துகொண்டிருந்தன.

விநாயக் ஒரு வினாடி மௌனம் காத்தான். பிறகு - 'சகுன்! இது என் வீடு. இந்த மக்கள் என்னைச் சார்ந்தவர்கள் ஆகவே எந்த வகையிலும் உன்னை போர் அடிக்க மாட்டார்கள். நீ ஒருவேளை அவர்களுடன் ஒன்று சேராமல் இருப்பாய். ஆகவே அவர்கள் உன்னிடம் தயக்கம்

காட்டுவது இயல்பே. இல்லாவிட்டால்...' தன் பேச்சை நிறுத்தி தனக்குத் தானே அவளை அளந்தான்'. 'ஒருவேளை நீ மறந்திருக்கலாம், உனக்கு முன்பதிவு மாலதி தான் செய்திருந்தாள். இன்னும் பதினைந்து நாட்கள் மீதம் இருக்கலாம். உனக்கு கட்டாயம் போக வேண்டும் என்றால் அவளுடன் சேர்ந்து போகலாமே. நீங்கள் எல்லோரும் இன்னும் ஒரு மாதம் இருக்கலாம் என்று நானும் விரும்புகிறேன். என்ன? அப்படி திரும்பிச் செல்லலாமா? உனக்கு தான் மாலதியின் குணம் பற்றித் தெரியுமே. அவளுக்கு இங்கு இருப்பதில் எவ்வளவு மகிழ்ச்சி என்பது நீயே உன் கண்களினால் பார்க்கிறாய்... இருந்தாலும்... இங்கு உள்ளவர்கள் எவ்வளவு தான் ஐஸ் வைத்தாலும் அவள் இங்கு தங்கமாட்டாள். இது எனக்கு நன்றாகத் தெரியும். ஒன்று நான் சொல்லுகிறேன். அவள் போனால் போகட்டும். அவளுக்கு விடுமுறை எப்பொழுதும் கிடையாது. அவள் சென்ற பிறகு கூட நீயும் இங்கு இருக்கலாம். என்னோடு சேர்ந்து திரும்பிச் செல்லும் தேதி பற்றி யோசிக்கலாம். இதில் மற்றொரு விஷயமும் உள்ளது. இந்த ஏற்பாட்டினால் அவளுக்கும் மகிழ்ச்சி ஏற்படும்... அதனால் என்னைப் பற்றிய கவலை அவளுக்கு இருக்கவே இருக்காது. நான் சொல்லுவது உனக்கு புரிஞ்சுதா? இதைப் பற்றி நீ என்ன யோசிக்கிறாய்'? என்னது இது! சகுந்தலாவிற்கு என்ன ஆயிற்று? அவள் ஏன் இவ்வாறு திடீரென்று தேம்பித் தேம்பி அழுகிறாள்? காரணம் ஏதும் இல்லையே. விநாயக்கிற்கு ஆத்திரம் பொங்கிக் கொண்டு வந்தது.

'பிளிஸ்! சகுன்! நீ என்ன செய்து கொண்டு இருக்கிறாய்? மாலதி இங்கு எந்த வினாடியிலும் வரலாம். நீ அழுவதைப் பார்த்து அவள் என்ன நினைப்பாள்'.

அந்த மலைக் குன்றின் சரிவு இவர்கள் இருக்கும் இடத்தை ஒட்டியே இருக்கிறது. அங்கு சிறிது தூரத்தில் ஒரு பெஞ்சு இருக்கிறது. மக்கள் பெஞ்சின் மேல் இல்லை. சரிவில் தான் ஒன்று கூடி உள்ளனர். இந்த இடத்தில் அமர்ந்திருக்கும் மனிதர்களை உணவகத்திலிருந்தும் பார்க்க இயலாது. ஆனால் யாராவது குன்றின் மேல் ஏறித் தோன்றிவிட்டால்?...

'ஹ்ஓய்... ஹ்ஓய் ஆர் யு ஸோ அப்சட்?' அவளுடைய முகத்தைத் தன் இரு கைகளில் ஏந்தி, அவளின் கண்களை தன் கண்களினால் பார்த்தவாரே விநாயக் இந்த கேள்வி கேட்டான் - 'இந்த சகுந்தலாவிற்கு என்ன ஆயிற்று? இங்குள்ள மலைகளுக்கு ஏதோ மாய மந்திரம் தெரியும் போல. ஆகையால் இங்கு வரும் ஒவ்வொரு மனிதனும் மாறி விடுகிறான்.

'மூடியாக மாறி விடுகிறான். இதில் நல்லவன், கெட்டவன் என்ற பாகுபாடே இல்லை.

சகுந்தலா தன்னைச் சமாளித்துக் கொண்டாள். 'சாரின்' கண்களில் தோன்றும் வியப்பில் அவளுக்கு தன் வியப்பு தெரிந்தது. அவளுக்கு என்னவாயிற்று என்பதை அவள் அவருக்கு எப்படிச் சொல்லமுடியும்? தன்னுடைய போர்வையினால் நனைந்த கண்களைத் துடைத்துக் கொண்டாள். 'இட்ஸ் ஆல் ரைட்', 'ஐயம் சாரி சார்', 'லெட் அஸ் கோ'. இப்படி கூறியவாறு அவள் எழுந்து நின்றாள். விநாயக் உணவகத்தை நோக்கி ஒரு பார்வை பார்த்துவிட்டு அவளை இழுத்து அணைத்துக் கொண்டான். சகுந்தலாவின் தலைமுடியிலிருந்து எவ்வளவு இனிமையான வாசனை! இது முற்றிலும் மனிதனின் அறிவை மறைக்கச் செய்துவிடுகிறது. இவ்வாறு தன் முகத்தை அவள் தலைமுடிகள் மீது பதிக்க வேண்டும்', என்று ஏனோ அவனுக்கு மனதில் தோன்றியது.

'லெட் அஸ் கோ...' சகுந்தலா விநாயக்கை மெதுவாக தன்னிடமிருந்து விலக்கியவாறு குசுகுசுத்தாள். 'யாராவது பார்த்துவிட்டால்'.

விநாயக் - 'யாரும் பார்க்க மாட்டார்கள்...' ஆகாயத்தைத் தவிர... அப்புறம்...'.

'அப்புறம்? வண்டி ஏன் நின்றுவிட்டது? சொல்லுங்களேன் - ஆகாயத்தைத் தவிர... மற்றவர்...'.

'சைத்தான் தான்', விநாயக் ஒத்தை அடிப்பாதையில் இறங்கியவாறு பின்னால் திரும்பிப் பார்த்து கலகலவென சிரித்தான். 'அப்படியா?... அப்படியென்றால் உங்களுக்கும் சைத்தான் மீது நம்பிக்கை ஏற்பட்டுவிட்டதா'. சகுந்தலாவிற்குச் சிரிப்பு வந்தது. 'நீங்கள் சரியான 'இந்து தான்'.

'சரியான இந்து என்றால்...? நீ எப்படியோ அப்படியே நானும்'.

'நானா?... சைத்தான்-வைத்தான் மீது எனக்கு எந்த நம்பிக்கையும் கிடையாது'.

'அப்படியா! இப்பொழுது நானும் கூட அதை ஏற்க மாட்டேன்'.

மாலதிக்கு முன்னால் சகுந்தலா இப்பொழுது வர விரும்பவில்லை. ஆகையால், விநாயக் எவ்வளவோ தடுத்தும் கூட அவள் அங்கு

நிற்கவில்லை. நேராகத் தன் அறைக்கு வந்து கதவை மூடித் தாழ்ப்பாள் இட்டு படுக்கையில் கவிழ்ந்து படுத்தாள். உ...ப்! இன்று பெரிய அனர்த்தம் நடந்திருக்கும், சரியான சமயத்தில் அவளுக்கு அழுகை வந்தது. ஆகவே பிழைத்துக் கொண்டாள். இல்லாவிட்டால், தவறாய் 'க்ஒய் ஆர் யூ அப்சட்? என்று கேட்ட உடனேயே அவள் வாயிலிருந்து நேற்று மாலையிலிருந்தே அவள் வாயில் உருத்திக்கொண்டு இருந்து இந்த விஷயம் வெளிவந்திருக்கும்.

நேற்று, காரணம் ஏதும் இன்றி மாலையில் மாலதி மார்கரேட் பற்றி ஏன் பேச்சு எடுத்தாள். இத்தனை நாள் மூடிக் கிடந்த வாய் இப்பொழுதும் மூடிக் கிடப்பதுதானே. சகுந்தலாவிற்கு மாலதியின் பேச்சு உஷ்ணமாகவும், உறுதியாகவும் தென்பட்டது. இதுவரை இந்த அனுபவம் சகுந்தலாவிற்கு ஏற்படவில்லை.

'ஏன் தாயே! (கேலியாக) நீ ஏன் ஒன்றும் சொல்லவில்லை. அந்த சண்டாளி மார்கரேட் உன் செமினாருக்கு வருவதாக இருந்தாளே! அவள் வரவில்லையா?'

சகுந்தலா மிகவும் கலக்கமடைந்து விட்டாள். தன்னுடைய பேச்சு உரையை இயல்பாக்கிக் கொண்டு பலவந்தமாக ஒரு புன்னகை சிரிப்போடு...'வந்திருந்தால் உன்னைப் பார்க்காமலா சென்றிருப்பாள்?'

'ஏன்''மாலதியின் குரலில் இன்னும் அதிகமாக உஷ்ணம் காணப்பட்டது'. எனக்கும் அவளுக்கும் என்ன சம்பந்தம்? என்ன கொடுத்து வாங்க? மார்கரேட்டை செமினாருக்கு அழைத்து இருப்பதாக இவர்தான் என்னிடம் கூறினார். அவள் ஏன் வரவில்லை?

சகுந்தலா, மிகுந்த வெறுப்புடன் - 'என்னைக் கேட்டால்... எனக்கு என்ன தெரியும்! 'இதை நீ சாரிடம் தான் கேட்க வேண்டும், பதிலாக என்னிடம் ஏன் கேட்கிறாய்? அதுவும், இவ்வளவு நாட்கள் சென்ற பிறகு?'

சகுந்தலாவின் இந்த பதிலைக் கேட்டு மாலதியின் முகத்திலே ஒரு புன்முறுவல். அதற்கு பின்னால் மாலதிக்கு எல்லா விஷயமும் தெரியும் என்ற பொருள் ஒட்டிக் கொண்டிருந்தது.

சகுந்தலாவிற்கு புரிந்தது, இந்த புன்சிரிப்பின் பொருள்... அவள் ஏன் வரவில்லை என்பது முன்னதாகவே எனக்கு தெரியும், ஆனாலும், உன் வாயினால் அக்காரணத்தைக் கேட்க விரும்புகிறேன்.

'எனக்கு ஒன்று மட்டும் தெரிகிறது, நீ என்னிடமிருந்து எதையோ மறைக்கிறாய், நர்வஸ் பிரேக்டவுன் எவருக்கும் தானாக வராது. அவர்கள் இருவருக்கும் இடையே ஏதோ நடந்திருக்கிறது. ஆனால்... இவ்வளவு பெரிய நிகழ்வை உன்னுடைய சார் எவ்வளவு இயல்பாக ஜீரணித்துவிட்டார். எனக்கு நம்பிக்கையே இல்லை! உன்னிடம் அவர் ஏதாவது கூறியிருப்பார். அவள் சரியான தருணத்தில் தன்னுடைய இந்த பயணத்தை திடீரென்று ஏன் நிறுத்திவிட்டாள். இதற்கு பின்னால் எதோ ஓரு உறவு தொங்கி நிற்கிறது'.

சகுந்தலாவிற்குப் பேச்சே வரவில்லை. அவளுக்குத் தன் காதுகளி;ன மீதும் நம்பிக்கை வரவில்லை.

'மாலதி! வரவர என் மீது உனக்கு நம்பிக்கை குறைந்துவிட்டது. உன்னுடைய சந்தேக வியாதிக்கு மருந்து என்னிடம் இல்லை. சாரும் இதுவரை என்னிடம் ஒரு வார்த்தைக் கூடப் பேடவில்லை.

'ஒருவேளை மார்கரேட் தன் பயணம் 'ரத்து' பற்றிய காரணம் கூறியிருக்கலாம். ஆனால் கண்டிப்பாக எனக்கு இதைப்பற்றி எதுவும் தெரியாது,'நானும் இதைப்பற்றி விசாரிக்காமல் எப்படி இருக்கமுடியும். ஆனால் சார் அவர்களோ தனக்குத் தானே ஏதோ மூழ்கியவாறு இருந்தார். இந்த விஷயம் பற்றி எனக்கு அவரிடம் பேச தைரியமில்லை.'

மறுபடியும் மாலதி முகத்தில் புன்சிரிப்பு. ஆனால் சகுந்தலாவிற்கு இந்த புன்சிரிப்பு இயல்பாகத் தோன்றவில்லை. விசித்திரமான பனிக்கட்டி மயமான புன்சிரிப்பு. இந்த புன்முருவல் அவளின் உடலுக்குள்ளேயே ஒரு சிலுசிலுப்பையும், நடுக்கத்தையும் ஏற்படுத்திவிட்டது.

"மாலதி,'உனக்கு கோபமே வராதா? எனக்குத் தான் வருகிறது. எனக்கு உன்மீது வருவது - சந்தேகமா - கிந்தேகமா. நீ என்ன பேச்சு பேசுகிறாய்? இவ்வாறு பேசுவதற்கு உன் மூளை உனக்கு கட்டளையிட்டதா?'

மாலதி, மௌனமாக இருந்தாள். 'மௌனம் காப்பது தான் தனக்கும் நல்லது மற்றவருக்கம் நல்லது' என்று அவளுக்குத் தோன்றியது. மாலதியின் குரலிலும் முகத்திலும் எதைப் படித்தாளோ தெரியாது - அதனால் சகுந்தலா தனக்குள்ளேயே நடுநடுங்கிவிட்டாள். தனக்குள்ளேயே புரண்டு புரண்டு படுத்தாள். இது சரியில்லை, இது சரியில்லை என்று 'அவள் தன் மனத்தைச் சமாதானப்படுத்திக் கொண்டுடிருந்தாள், அதாவது மாலதியின் கூற்றைப்பற்றி'. மாலதி ஏன் அப்படிச் செய்தாள்? ஆனால்

ஒன்று மட்டும் நிச்சயம், மனத்திற்குள் சந்தேகம் என்ற விதை ஊன்றப்பட்டுள்ளது. அது உள்ளேயே முளைத்து கிளைத்து பரவிவிட்டது.

கண்டிப்பாக இந்த நிகழ்வின் பின்பு மாலதியின் பின்னணியில் ஏதோ ஒன்று இருக்கிறது. அவள் ஏதோ செய்திருக்கிறாள். ஆனால் இதைப்பற்றி விநாயக் சாருக்கும் ஏதும் தெரியாது. திடீரென மார்கரேட் பயணம் ரத்து செய்யும் காரணம் பற்றி மாலதி கண்டிப்பாக அறிந்திருப்பாள். இதைப்பற்றி மாலதி மார்கரேட்க்கு ஃபோன் செய்து இருப்பாள், இல்லையென்றால் கண்டிப்பாக கடிதம் எழுதி இருப்பாள். அவள் ஏதோ ஒன்று செய்திருப்பாள். அவளின் செயல் அவள் முகத்தில் அப்பட்டமாக தெரிகிறது. முகத்தில் மட்டுமா... குரலிலும் தெரிகிறது. எது எப்படி இருந்தாலும் சரி உண்மை இதுதான். மார்கரேட் விநாயக்கிற்கு இதைப்பற்றி தெரியப்படுத்தவில்லை. மாலதி மார்கரேட்க்கு இதைப்பற்றி ஃபோனில் எதாவது உளரி இருப்பாள் அல்லது எழுதி இருப்பாள். இந்த விஷயம் மார்கரேட்க்குள்ளேயே இருக்கும். ஒருவேளை மார்கரேட் மாலதியின் இந்த உளரலை தனக்குத் தானே ஜீரணித்துக் கொண்டிருப்பாள் போலும்!

ஆனால்... இதனால் என்ன மாற்றம் ஏற்படப் போகிறது. 'அவள் விநாயக்கிற்கு 'கோடி' கூட காட்டியிருக்க மாட்டாள்... விநாயக் இதைப்பற்றி எந்த அனுமானமும் கொண்டிருக்க மாட்டான்.' இது இவ்வாறு எப்படி சொல்லமுடியும்,'நர்வஸ் பிரேக்டவுனுக்குப் பின்னால் இதுவும் ஒரு காரணமாக இருக்கலாம். இல்லை... இல்லை... இவ்வாறு கண்டிப்பாக இருக்கமுடியாது. அப்படி இருந்தால் இங்கு ஒரு ப்ரளயமே ஏற்பட்டிருக்குமே. நர்வஸ் பிரேக்டவுனுக்குப் பதிலாக மஹா ப்ரளயம். இது தவிர... விநாயக் சகுந்தலாவிடம் இவ்வளவு பெரிய விஷயத்தை மறைத்திருக்க முடியாது. அவளுக்கா தன் சாரைப்பற்றித் தெரியாது!

28. ஒரு ஆகர்ஷணப் புள்ளி

நாட்கள் அவ்வளவு விரைவாக ஓடின. நாட்கள் சென்றதே தெரியவில்லை. ஊர் சுற்றிப் பார்த்துப் பார்த்து அலுத்துப் போய்விட்டது. அமைதியாக ஏதாவது ஒரு மலைச் சரிவில் 'சிடு' மரங்களின் நடுவில் அப்படியே ஆகாயத்தை நோக்கிப் படுத்துக் கொள்ள மனம் விரும்பியது. இப்பொழுது இந்த அமைதியான சூழ்நிலையில் தனது நண்பன் கிடைக்க அரிய வரமாக எதிரே வந்துள்ளது. அவளோடு தோழனாக அதிலேயே முழுகி தன்னை மறந்துவிட.

முதல் பார்வையிலே விபா, சகுந்தலாவின் மனத்தை அவ்வளவு வேகமாக ஈர்த்துக்கொண்டுவிட்டாள். இது சகுந்தலாவிற்கே மிக்க ஆச்சரியமாகவும், பயப்படத்தக்கதாகவும் இருந்தது. சகுந்தலாவிற்கும் விபாவோடு இயல்பாகத் தொடர்புக் கொள்வதற்கு சிலப்பல நாட்கள் தேவைப்பட்டன. இதையா 'இலேக்டிவ் எபிலிட்டி' என்று கூறுகிறார்களோ? ஆம்... அப்படிதான் ஏற்றுக் கொள்ள வேண்டும். இதன் காரணத்தை ஆராய்ந்தால் முழு வயதும் முடிந்துவிடும். தனக்கு இணையான ஒரு நல்ல இணை சகுந்தலாவிற்கு ஏற்பட்டிருக்கிறது. இந்த முகூர்த்த வேளை மறுபடியும் வருமா? இது எப்படிப்பட்ட சம்பந்தம்! ஒன்றன் பின் ஒன்றாக ஏற்படுகிறது, உடைகிறது. சில நபர்களுக்கு இது நல்லதாகத் தோன்றுகிறது சில நபர்களுக்கு வேறு மாதிரி... ஏனோ தெரியவில்லை இது நிரந்தரமாக நிலைத்திருப்பதில்லை. உணர்வுபூர்வமான சம்பந்தமும் வேளை கெட்ட வேளையில் தன்னுடைய புதுமையை இழந்துவிடுகிறது. ஒரு ரொட்டினாகவும், வெறுப்பாகவும், விரக்தியாகவும், நிராசையாகவும் தோன்றுகின்றன. பல முறைகள் இவ்வாறு தோன்றுகின்றன... வாழ்க்கை என்பது வேறு ஒன்றுமில்லை. இத்தகைய ஆசை நொருக்கத்தின் ஒரு தொடர்ச்சி மட்டும் தான்.

இப்பொழுது... மாலதி - சகுந்தலாவின் நட்பு சம்பந்தத்தைப் பாருங்களேன். திடீரென சகுந்தலாவிற்குள் காணப்படாத ஒன்று திடீரென தென்பட்டு விட்டதே. என்னது அது... அது எவ்வளவு கடுமையானது... இல்லை... இல்லை... க்ரூடிடி - இதைப்பற்றி சகுந்தலா கற்பனையில் கூட - ஒரு தரம் கூட எண்ணியது இல்லை. மார்கரேட் சம்பந்தம் பற்றிய விஷயத்தில் சகுந்தலா கூட தன் சாரிடம் இந்த கடுமையைக் காட்ட வில்லையா? ஆனால், அது... அது கடுமையே அன்றி கொடுமையானது அன்று. சகுந்தலா மிகவும் வெள்ளந்தியாகவும் யார் மீதும் சந்தேகிக்காமல் இருப்பது அவளது இயற்கை. ஆனால்... உவ்...! சகுந்தலாவிற்கு இந்த குழப்பத்தில் மாட்டிக்கொண்டு தவிக்க என்ன அவசியம்?

இதைப்பற்றி இப்பொழுது யோசிக்க அவசியம் இல்லை. சகுந்தலா - விபாவின் இந்த தொடர்பு ஒரு புது மாதிரியானது. ஒருவரை ஒருவர் ஈர்க்கும் காந்த சக்தி கொண்டது. இந்த ஈர்ப்பு ஓர் உணர்வுபூர்வமான சம்பந்தம். இது ஒருபோதும் சுருங்கவே சுருங்காது. உடையவும் உடையாது.

சகுந்தலா விபாவுக்கு இடையே அழுத்தமான... நுணுக்கமான கொடுக்கல் வாங்கல் ஒன்றும் இருப்பதாகத் தோன்றவில்லை. இருவரும் புத்திசாலிகள்தான், படித்தவர்கள்தான். ஆரம்பத்தில் இவர்களின் இந்த தொடர்பு படிப்புக் கிணற்றிலிருந்து இழுத்து வரப்பட்டிருக்கலாம். ஒருவருக்கொருவர் தங்கள் மனத்தைப் பரிமாறிக் கொள்ளுவதைப் பார்த்தால் இந்தக் காரணம் அற்பமாகத் தோன்றுகிறது. பெரிய காரணம் யாது - இது யாரும் அறிந்தது இல்லை. உண்மை பேச வேண்டுமானால் இந்த காரணம் பற்றி யோசிக்காமல் இருப்பதுதான் உண்மையான மகிழ்ச்சி ஆகும். எப்பொழுதாவது மாலதி சகுந்தலாவிடம் இந்த கேள்வி எழுப்பினால் - 'ஏன்டி! உனக்கு விபாவிடம் என்ன கொட்டிக்கிடக்கிறது. எப்பொழுது பார்த்தாலும் அவளோடு ஒட்டிக்கொண்டு சுற்றுகிறாயோ. என் மனதில் இங்கு உங்கள் இருவரைத் தவிர வேறு எவரும் இல்லை என்ற நினைப்போ'. அப்பொழுது சகுந்தலா இந்த கேள்விக்கு எந்தவிதமான பதிலும் கூற இயலாது. இதுமட்டும் இல்லாமல் இந்தக் கேள்வியே அவளுக்கு பொருளற்றதாகவும், தேவையற்றதாகவும் தோன்றும்.

இவ்வாறே மாலதியிடம் யாராவது இந்த கேள்வியை எழுப்பினால்... உனக்கும் ஹரிஷ்க்கும் தொடர்பு ஏன் இவ்வளவு மகிழ்ச்சியாக உள்ளது... உடனே மாலதியின் இந்த கேள்விக்குப் பதில் நேராகவும் சுத்தமாகவும் இருக்கும், இருக்குமா? இல்லை இல்லை... கண்டிப்பாக இருக்கும். ஹரிஷினுடைய சமுதாய கல்வி, அறிவுத்தன்மை மட்டும் அல்ல, அவனுடைய புதுமையான அனுபவச் சொத்துக்களும் அவளை மிகவும் கவர்கின்றன. அவளின் எண்ணங்கள் மட்டுமின்றி அவனுடைய நடைமுறை, அறிவுத்தன்மை, அதனால் ஏற்பட்ட திடமான விளைவுகள் மாலதியை மிகவும் கவர்ந்தன. விநாயக்கிற்கும் கூட மிகப் பெரிய விஷயமாகவும் மகிழ்ச்சி கலந்த ஆச்சரியமாகவும் இருந்தது. மாலதி யாருடனாவது இவ்வளவு பணிவாகவும் பெருந்தன்மையாகவும், மணிக் கணக்கில் பேசும் பேச்சுக்களையும் அமைதியாக கேட்டுக்கொண்டும் இருப்பது உண்மையிலேயே தலையைச் சுற்றும் நிகழ்வாக இருந்தது. இது அப்பட்டமாகத் தெரிந்தது. ஹரிஷ் மாலதியின் மனத்திலும் புத்தியிலும் ஏதோ ஒரு இடத்தைத் தொட்டு கெட்டியாகப்

பிடித்துவிட்டான் - விநாயக் கூட அந்த இடத்தை அடைய முடியவில்லை. ஆகவே எப்பொழுதாவது அவன் இந்த இருவரின் மத்தியில் அகப்பட்டுக் கொண்டுவிட்டால் ஒரு முட்டாள் மாதிரியாகப் பார்த்துக்கொண்டும் எந்தவித அவாவும் இல்லாமல் அவர்கள் பேசுவதைக் கேட்டுக் கொண்டே இருக்கிறான். ஏன்னென்றால் அவன் மனம் உள்ளுக்குள்ளேயே மகிழ்ச்சியில் துள்ளிக்குதித்துக் கொண்டே இருக்கிறது. தன்னுடைய குழந்தைப் பருவத் தோழனை இவ்வாறு முற்றிலும் புதியதாக தன்னுடைய மனைவியின் 'ஆசான்' போன்று செயல்படும் 'ரோல்' கண்டு.

ஒரு பேச்சுக்கு வைத்துக்கொள்ளுங்கள் - யாரேனும் ஒருவருக்கு மறைந்து இருந்து யாரோ இருவருக்கு இடையில் நடைபெறும் உரையாடலைக் கேட்க்கும் ஸித்தி கிடைத்துவிட்டது என வைத்துக் கொள்ளுங்கள். அப்பொழுது இந்த இரு புதிய தோழிகள் (சகுந்தலா - விபா) இந்தக்கணம் விபா வீட்டு பங்களாவின் வராண்டாவில் ஓய்வாக எதிர் எதிர் அமர்ந்துகொண்டு உரையாடுவதைக் கேட்க இயலுமா!

இவர்கள் உரையாடல்கள் முக்கியத்துவம் வாய்ந்தது அன்று மிகவும் சாதாரணமான விஷயங்கள். உரையாடலை விட இருவருடைய அமைதிதான் அதிகம் காணப்பட்டது. சில சில கொடுக்கல் வாங்கல் ஒருவர் மற்றொருவரின் புன்முறுவலில் நனைந்து கிடப்பது. தன்னை மறந்த நிலையில் பார்த்தவாரே இருப்பது. 'தோழியே இது எனது அனுபவம் என்ற பாட்டின் நிலைமை'. இவ்வண்ணம் எதிர் எதிரே நோக்கியவள் நாம் உள்ள நிலை ஒருமணி நேரமாக உள்ளது. இவ்வாறு நோக்குவதின் மூலமாகவே இவர்களின் கருத்து புரிந்துவிடுமா? இதில் வேடிக்கை என்னவென்றால், ஒருவர் மற்றவரின் தனிப்பட்ட வாழ்க்கையை எட்டிப் பார்க்கும் ஆசையே இருவருக்கும் சிறிதும் இல்லை. அப்படியானால் இவர்கள் என்ன பேசிய வண்ணம் உள்ளனர்! பொதுவாக பெண்கள் உரையாடும் பொழுது அக்கம் பக்கம் பற்றி தங்கள் குடும்பம் பற்றி வம்பு அளப்பார்கள். ஆனால் இங்கேயோ! அவ்வாறான ஒரு பேச்சும் காதுகளில் விழவில்லையே! அப்படியென்றால்... விஷயம் என்னவாகத்தான் இருக்கும்.

ஒருவர் மற்றொருவர் மீது எவ்வளவு ஆழமாக ஆழ்ந்து உள்ளனர் என்பதை தாங்கள் பார்த்துக்கொள்ளலாம். ஆனால் மாலதியும் கூட இங்கு எங்காவது தானே இருக்கவேண்டம். மாலதி அதாவது சகுந்தலாவின் 'சீனியர்தோழி' ஆயிற்றே! அவள் இங்கு ஏன் கண்ணில் படவில்லை. உண்மையில் பார்த்தோமானால் மாலதிக்கு விபாவின் மீது எந்தவிதமான வெறுப்பும் இல்லை. ஆனால் தன்னை அழையாது

சகுந்தலா மட்டும் விபாவின் இல்லத்திற்கு தனிமையாகச் செல்வது மாலதிக்கு சிறிதும் கூட பிடிக்கவில்லை. எப்பொழுதாவது இதைப்பற்றி கேள்வி கேட்டாலும் 'இது ஒரு மரியாதைதான். வேறு காரணம் ஒன்றும் இல்லை'. இந்தக் குரலின் ஒலியிலேயே மாலதிக்கு புரிந்துவிடும் - 'சகுந்தலாவிற்கு தன்னை அழைத்துக்கொண்டு செல்ல விருப்பம் இல்லை' என்பது.

சந்துவின் மகனின் திருமணத்திற்காக விநாயக்கும் மாலதியும் அல்மோடா சென்று உள்ளார்கள். லச்சுவும் கூடச் சென்று உள்ளான். சந்துவும் சகுந்தலாவை திருமணத்திற்கு வர மிகவும் வற்புறுத்தினான். வற்புறுத்தல் என்ன! சகுந்தலாவிற்குக் கட்டளை இடவும் சந்துவிற்கு அதிகாரம் இருந்தது. ஆனால் முன்னமேயே சகுந்தலா அல்மோரா சென்றுவந்து இருக்கிறாள். சந்துவின் சகோதரன் மற்றும் அவன் மனைவியுடன் அல்மோராவைச் சுற்று சுற்று எனச் சுற்றிப் பார்த்து இருக்கிறாள். ஆகவே, அங்கு பார்க்க புதிதாக ஒன்றும் இல்லை. இதுமட்டும் ஒரு காரணமில்லை. அவளுக்கு அருமையாகக் கிடைத்த இந்த ஏகாந்த வாழ்க்கை சுகத்தை அனுபவிக்க மிக்க விருப்பம். ஆகவே, தனக்கு ஏதோ கடிதங்கள் எழுத வேண்டும் என்று சாக்குச் சொல்லி அல்மோரா வர மறுத்துவிட்டாள். இந்த 'சொந்தம்' எப்படிப்பட்டது! 'விபாவின் நற்சேர்க்கை'. திரிபுவனும் அவர்களுடன் அல்மோரா சென்றுள்ளான். விபா மட்டும் இங்கு எவ்வாறு தனிமையாக உள்ளாள்! காரணம் இதுதான் - விபாவிற்கு கல்யாண இரைச்சல், நெருக்கமான கூட்டங்கள் போன்றவை சுத்தமாகப் பிடிக்காது. சகுந்தலாவிற்கு ஒரு அருமையான வாய்ப்பு தனியாக அவளுடன் இருக்க கிடைத்துள்ளது. இதை நழுவ விடுவதா? விபாவே சகுந்தலாவை ஃபோனில் தன் வீட்டிற்கு அழைத்துள்ளாள். இதற்கு முன் இவர்களுக்குள் அதிகமான பேசும் வழக்கமும் கிடையாது. விபாவும் திரிபுவன் சகிதம் இவர்களுடன் அல்மோரா சென்று இருப்பாள் என சகுந்தலாவும் நினைத்தாள். ஃபோனில் விபாவின் இனிமையான வியக்கத்தக்க சிரிக்கும் ஒலியை யாராவது கேட்டால் ஒரே மூச்சில் திகைத்து இருப்பார்கள். விபாவேதான் 'தான் வண்டி அனுப்புவதாக சகுந்தலாவிடம் கூறினாள். சகுந்தலா இதை 'வேண்டாம்' எனக் கூறிவிட்டாள். விபாவின் இல்லம் இங்கிருந்து மைல் கணக்கான தூரத்தில் உள்ளதா? இல்லையே - அதிகமாகப் போனால் முக்கால் மைல் தொலைவு கூட இருக்காது வழிப்பாதையும் எவ்வளவு அமைதியானது. 'அந்த அமைதியில் நடப்பது' என்பது எவ்வளவு சுகம்! விபா இந்த சுகத்தைப் பற்றி என்ன அறிவாள்! இந்த வழியில் காணப்படும்

அமைதி மட்டுமா இதற்கு காரணம்... இல்லையே இந்த வழிதான் விபாவின் இல்லத்திற்கு அவளை அழைத்துச் செல்லுகிறது.

இதற்கு பொருள் இது அல்ல. அவர்கள் இருவரும் தம்தம் வேறுபட்ட தனிமையை அதன் விளைவான சுகத்தை மேலும் உறுதியாகக் கொள்ளவே சேர்ந்து இருக்க விரும்புகிறார்களோ...! அப்படியா... இல்லையா?

'சகுந்தலா! நீ ஏன் சந்துவின் மகன் திருமணத்திற்குச் செல்லவில்லை?'

இதன் பதில் - சகுந்தலாவின் புன்சிரிப்பாக இருந்தது! விபா மேற்கொண்டு எதுவும் கேட்கவில்லை. இந்தப் புன்சிரிப்பே அவள் கேள்விக்கு பதிலாக அமைந்தது.

ஆனால், நீங்கள்... நீங்கள் திருமணத்திற்கு சென்று இருப்பீர்கள் என நினைத்துக் கொண்டு இருந்தேன். என் முன்னிலையிலேயே அவன் தங்களை திருமணத்தில் பங்கு எடுக்குமாறு எவ்வாறு வேண்டுகோள் விடுத்தான்.

புன்சிரிப்பின் முறை விபாவிற்கு வந்தது. அவளும் புன்சிரிப்பைத் தவிர வேறு ஒன்றும் செய்யவில்லை. சொல்லவும் இல்லை.

'தாங்களிடம் எனக்கு ஒரு கேள்வி கேட்க வேண்டும். மாலதி, இந்த மாதிரியான நிகழ்ச்சிகளில் பங்கு எடுத்ததை இதுவரை நான் பார்த்ததே கிடையாது. ஆனால் இப்பொழுது... அவளின் உற்சாகம், ஆவல் பார்த்து நான் மிக்க ஆச்சரியம் அடைந்துவிட்டேன்... இங்கு வந்தவுடன்... அவள் மிகுந்த 'ஸோஷல்' ஆக மாறுவதை நான் பார்க்கிறேன்'.

'சே...ச்' எல்லோருக்கும் ஒரு மகிழ்ச்சியைக் கொடுக்கிறது... விபா, சகுந்தலாவை நோக்கி 'உங்களுக்கு... அவ்வாறு தோன்றவில்லையா'?

சகுந்தலா சொல்ல விரும்புகிறாள் - 'ஒவ்வொரு மாறுதலுக்கும் அதிக வேறுபாடுகள் உண்டு. தெரியுமா... விபா... உனக்கு? எனக்கு இந்த மாறுதல் மிக்க மகிழ்ச்சியைக் கொடுக்கிறது. ஆகவே, உடனேயே இங்கு ஓடி வந்துவிட்டேன். ஆனால், இந்த வாக்கியங்களை அவள் சொல்லவில்லை. பதிலாக விபாவின் கண்கள் நோக்கிய வண்ணம் புன்னகை செய்து கொண்டு இருக்கிறாள். அவளின் கேள்விக்கு பதிலாக விபாவும் புன்னகை பூத்தாள். இல்லை... இல்லை... சப்தமாகவே

சிரித்துவிட்டாள். விபாவின் சிரிப்பில் என்ன மாயமோ உள்ளது! இதன் விளைவாக அந்தச் சிரிப்பில் மூழ்கிப்போனாள் சகுந்தலா. அவள் மனம் சொல்ல விரும்பியது - உங்கள் சிரிப்பில் ஏதோ ஒரு மந்திரம், மயக்கம். அந்தச் சிரிப்பு எவ்வளவு இனிமையாக உள்ளது!... ஆனால், இதை அவள் முன்னால் சொல்லக் கூடுமா? இப்படிப்பட்ட வார்த்தைகளை அவள் முன்னால் பேசுவது தன் உணர்வுகளை வெளியே பரப்பச் செய்துவிடும்'.

சகுந்தலா பேசத் துவங்கினாள் - 'நீங்கள் இந்நாட்களில் என்ன படித்துக் கொண்டு இருக்கிறீர்கள்?'

விபா... 'சொல்லுவதற்கு ஒன்றும் இல்லை. தன் மனத்திற்குப் பிடித்தமான புத்தகங்களை படித்து மகிழ்ச்சி கொள்வதை விட வேறு எந்தச் செயலிலும் இந்த மகிழ்ச்சி கிட்டாது என நான் முன்பு யோசித்து இருந்தேன். ஆனால், 'இப்படிப் படிப்பதால் மனம் வெறுத்து விடுகிறது' என ஒருசில சந்தர்ப்பங்களில் எனக்குத் தோன்றுகிறது. அப்பொழுது தான் எனக்கு இந்த உணர்வு, அறிவு தோன்றுகிறது - உண்மையிலேயே நாம் நம்மைப்பற்றிப் படிக்க விரும்புகிறோம். நாம் நம்மோடு இருக்க விரும்புகிறோம். இதன் மூலமாக நாம் மற்றவர்களைக் கூட நன்றாகப் படிக்க இயலும் சகுந்தலா! உண்மையைக் கூற வேண்டும் என்றால் நாமும் புத்தகங்களை இந்தக் காரணமாகத்தான் படிக்கலாம்... ஆனால்... சகுந்தலா! நீ என்ன வேண்டுமானாலும் நினைத்துக்கொள். அந்தப் புத்தக உலகமும் மற்ற ஒருவரால் படைக்கப்பட்டது தானே! நம்மை நாமே படிப்பதற்கு மற்றவரின் உதவியை ஏன் நாடவேண்டும்? அதிகமாகப் படிப்பதால் 'பைஸிவிடி' அதாவது சோம்பேறித்தனம் செயல்பாடு இன்மை போன்றவைகள் வளர்ச்சியடைகின்றன. இது நல்ல விஷயமா?... நமக்கு முன்னால் நம்முடைய உயிரோட்டமுள்ள விழிப்புள்ள செயல்திறன் உள்ள அனுபவங்கள் இருக்கையில் நாம் எப்படி சோம்பேறியாகவும் செயல்திறன் அற்றவர்களாகவும் இருக்கக் கூடும்? இது என் உறுதியான கருத்து... இதுபற்றி உன் கருத்துத் தான் என்ன?' என்று ஒரே மூச்சில் சொல்லி முடித்தாள்.

'அப்படியானால் நீங்கள் 'பேசன்' கட்சியா? அவர்தான் கூறியுள்ளார் - 'மச் ரீடிங் இஸ் ஸ்லாத்' என்று கலகலவென சிரித்தவாரே சகுந்தலா கூறினாள். உடனேயே அவளுக்கு இது சிரிக்கக் கூடிய விஷயம் அல்ல என்று மனத்தில் உதித்துவிட்டது. ஏன் என்றால் விபாவின் முக முத்திறை கடுமையாகக் காணப்பட்டது.

உடனே சகுந்தலா பேச்சை மாற்றிய வாறு - உங்களுக்கு ‘மியூஸிக்’ல நாட்டம் உண்டா? ‘கொள்ளை கொள்ளையாக’... விபாவின் முகம் பிரகாசித்து விட்டது... தன் மழலைச் சொல் மூலமாக... ‘என்னிடம் சாஸ்தீரிய ஹிந்துஸ்தானி சங்கீதம்... மேலைநாட்டு சங்கீதம் பற்றி கேஸ்செட்டுகள் ஒரு ஸீஷல்ப் நிறைய அடைந்து கிடக்கின்றன. நீ சொன்னால் ஏதாவது ஒரு கேஸ்செட் போடுகிறேன்.’

வேண்டாம்... வேண்டாம்... இப்பொழுது வேண்டாம்... ‘சகுந்தலாவிற்குத் தன் ஆவலின் மீது தனக்கே வெட்கம் ஏற்பட்டது. பின்னர் தன்னை சரிசெய்து கொண்டு -‘சங்கீதம் கேட்க இன்னும் எவ்வளவோ சமயம் கிடைக்கும்... ஆனால் தற்பொழுது நான் உங்களையே கேட்க விரும்புகிறேன். இந்த அருமையான சந்தர்ப்பம் பின்பு கிடைக்க வாய்ப்பு இருக்காது’. உங்களுடன் சேர்ந்து இருப்பதே எனக்கு ஒரு சங்கீதம் தான். உங்கள் முன்னிலை மட்டுமே எனக்கு...! என்று கூற விரும்பினாள்.

அவளின் இந்த கருத்து முற்றிலும் உண்மை. அவள் அடி மனத்தில் இருந்து வெளிப்பட்ட கருத்து. ஆனால், இந்த க்ஷணங்களுக்கு முன்னால் விபாவோடு கூடி இருக்கும் இந்த சுகம் பற்றி எடுத்துச் சொல்ல இந்த அழகான ஆழமான பொருள் உள்ள வார்த்தைகளைத் தவிர வேறு என்ன வார்த்தைகள் இருக்கக் கூடும்? இருந்தாலும் ஏனோ அவளுக்கு இதைச் சொல்ல இயலவில்லை.

விபா... ‘உனக்கு சங்கீதத்தில் இவ்வளவு நாட்டம் உள்ளது என்று எனக்கு முன்னமேயே ஏன் சொல்லவில்லை’. ஒரு நிமிட அமைதிக்கு பின் - ‘திரிபுவனுக்கு மேலைநாட்டுச் சங்கீதம் மிகவும் பிரியமானது. அதுமட்டும் அல்ல. அதுபற்றி ஆழ்ந்த ஞானமும் உண்டு. இப்படி இருக்கும் பொழுது! எனக்கு மேலைநாட்டுச் சங்கீதத்தில் பற்று இல்லை என்று எவ்வாறு கூறமுடியும்’ வாழ்க்கை இணையின் கருத்துக்களோடு நம் கருத்துக்களை இணைத்துக் கொள்ளுவதுதான் சரியான இல்லறப் பிணைப்பு. திரிபுவன் மூலமாகத்தான் நான் மேலைநாட்டுச் சங்கீதம் பற்றி சற்று அறிந்து கொண்டேன். ‘என்ஜாய்’யும் செய்கிறேன். சங்கீதம் ‘என்ஜாய்’க்கான விஷயம் மட்டும் தானா? இதில் உன் கருத்து என்ன!

‘உங்கள் கருத்தே என் கருத்தும்.’ எனக்கு சங்கீதம் பற்றிய அவ்வளவு ஞானம் கிடையாது. உங்களுக்கு சங்கீதத்தில் எவ்வளவு ஈடுபாடும் ஆர்வமும் உள்ளதோ அதைப் போல் காவ்யங்களிலும் உயர்ந்த உயர்ந்த உரைநடைகளிலும் எனக்கு ஈடுபாடும் ஆர்வமும் உண்டு. நான்

தீக்ஷை பெற்றது சங்கீதத்தில் இல்லை. சாஹித்யத்தில். நான் உங்களை ஒன்று கேட்கலாமா?'

'பேஷாக'

'உங்கள் வீட்டில் அதாவது உங்க பெற்றோர்கள் வீட்டில் சங்கீதம் சம்பந்தப்பட்ட சூழ்நிலை உங்களுக்கு இருந்ததா?'

'சபாஷ்! ஒளி வீசும் கண்களினால் -'சரியாக யூகித்து விட்டாய். உன் இந்தத் திறமைக்கு முன் நான் பிச்சை எடுக்க வேண்டும். என் தந்தையார் சங்கீதத்தில் உயர்ந்த ஞானமும், பாடுவதிலும் மிக்கச் சிறந்த திறமைசாலி. என்னுடைய தாயார் சங்கீதச் கச்சேரிகளில் ஒருபொழுதும் பாடியது இல்லை. ஆனால் என் தந்தையாரோ எல்லோருக்கும் முன்னால் இதை ஏற்றுக் கொள்ளுவதில் மிக்கப் பெருமை கொள்வார். -'ஏய் விபா! உன்னுடைய தாயாரிடம் சங்கீதத் திறமை கொட்டிக் கிடக்கிறது. ஆனால் அதை அவர் பரைசாற்றியது கிடையாது. உண்மையைச் சொல்ல வேண்டுமானால் அவர்தான் எனக்கு சங்கீத ஆசான்'.

சகுந்தலா மிக்க வியப்போடு விபாவின் முகத்தையே நோக்கியவாறு இருந்தாள். அவள் மனத்தில் ஒரு கேள்வி கேட்க வேண்டும் என தோன்றியது -'இவ்வளவு அருமையான நிலையை உதரவிட்டு எப்படி நீங்கள் வெளிவந்தீர்கள். தாங்களும் திரிபுவனும் எங்கு, எப்படி முட்டிக்கொண்டீர்கள்?

நீங்கள் இருவரும் மாறுபட்ட குடும்பச் சூழ்நிலையைச் சார்ந்தவராக இருந்தாலும் உங்கள் இருவரின் தொடர்பு எவ்வாறு ஏற்பட சாத்தியமாயிற்று?' ஆனால் சகுந்தலா தன் இந்த ஆவலை உடனேயே அடக்கிக் கொண்டுவிட்டாள். எப்பொழுது இதுபோல அடங்க முடியாத ஆவலுடன் சகுந்தலாவின் குடும்பச் சூழ்நிலையைப் பற்றி விபா பேச்சு எடுக்கவில்லையோ அப்பொழுது தான் மட்டும் எவ்வாறு இந்த ஆவலை வெளிப்படுத்தவேண்டும். இது வீணாக என் 'இமேஜை' கெடுத்துக் கொள்வதாகும்.

ஆனால், ஒரு உண்மையை மறைக்க இயலாது. விபா தன் தாய் தந்தையரைப் பற்றி, ஆரோக்கியமான குடும்பச் சூழ்நிலையைப் பற்றிச் சொன்ன உடனேயே தன் மனத்திலும் ஒரு தாங்க முடியாத வேதனை ஏற்பட்டது. இதன் காரணமாக சகுந்தலா தன் மனத்தின் உள்ளேயே புலம்பத் தொடங்கினாள் - ஏய் விபா! நீ எவ்வளவு பெரிய பாக்கியசாலி. இவ்வளவு அருமையான தாய் தந்தை உனக்கு வாய்த்துள்ளனர். ஆனால்

எனது தாயாரோ 24 மணி நேரமும் என் தந்தையாரை ஏதாவது சொல்லி பிடுங்கிக் கொண்டுதான் இருப்பாள். தன் கணவரின் அறிவு, ஞானம், உணர்வுகள்,'ப்ரொபஸர்' என்ற உயர்ந்த நிலையில் அவர் அடைந்த கௌரவம் முதலியன அவளுக்கு ஒரு பொருட்டல்ல. அப்படி ஏன் ஏற்படுகிறது! விபா! வாழ்நாட்கள் முழுவதும் ஒருவருடன் ஒருவர் சேர்ந்து இருந்தாலும் ஒருவர் மற்றொருவரின் இயல்புகளை ஏன் அறியவில்லை? வயது ஏற ஏற அவர்களின் இந்த இயல்பு மாறாமல் அவர்களின் இடையே இருந்த பிளவு விரிவாகத்தான் சென்றது. இவ்வாறு ஏன் ஏற்பட்டது? விபா? வாழ்க்கை இந்த அளவு ஏன் 'ட்ரேஜிக்'காக மாறியது?'

'ஏய்! நீ எந்த உலகத்தில் திடீரென்று மூழ்கிவிட்டாய்' என மெதுவாக சகுந்தலாவின் தோள்களை பற்றிய வண்ணம் விபா அவளிடம் வினவினாள்.

சகுந்தலாவிற்கு சட்டென விழிப்பு ஏற்பட்டது. விபா என்மன ஓட்டத்தைப் பற்றி புரிந்து கொண்டுவிட்டாள். இதை அப்பட்டமாக அவள் முகம் சொல்லுகிறதே. தற்சமயம் இந்தப் பேச்சை வளரவிடக் கூடாது. பேச்சை மாற்றவேண்டும். இதுதான் நமக்கும் அவளுக்கும் நன்மை என சகுந்தலா உணர்ந்து கொண்டாள்.

'நீங்கள் இவ்வளவு 'சென்ஸிடிவ்' ஆக இருந்தாலும் வெளியில் எவ்வாறு இயல்பாக இந்த 'ஸோஷில்' வாழ்க்கையை மேற்கொண்டு உள்ளீர்கள்? கர்னல் ஸாகேபேயுடன் எங்கு எங்கெல்லாம் தாங்கள் சுற்ற நேரிட்டது? 'மிலிட்டரி' வாழ்க்கை ஒரு 'ஸிவிலியனின்' வாழ்க்கையில் இருந்து எப்படி மாறுபடும்? என்னெத்த தெரியும்'.

விபா கலகலவென சிரித்துவிட்டாள்... 'இது தான் விஷயமா!... நீ சொல்லுவது ஒரு விதத்தில் உண்மைதான். மிலிட்டரியில் உள்ளவர்களின் 'லைப் பேர்டன்' முற்றிலும் மாறுபட்டுத் தான் காணப்படும்'. ஆனால், சகுந்தலா! உனக்கு இது நன்றாக புரிந்து இருக்குமே! ஒவ்வொரு சூழ்நிலைக்கும் தனித்தனியான லாபமும் உண்டு நஷ்டமும் உண்டு. 'நம் வாழ்க்கை துணையின் அடிப்படை இயல்புகளை ஒருதடவை... ஒரே ஒரு தடவை நன்றாகப் புரிந்துகொண்டுவிட்டால் அங்கே மற்ற விஷயங்களைப்பற்றி எண்ணவோ அல்லது கவலைகொள்ளவோ அவசியம் ஏற்படாது'. ஏன்!... அப்படித்தானே!... இதுபற்றி நீ என்ன நினைக்கிறாய்?'

'யு ஆர் வெரி லக்கி' என்று அனாயாசமாக வார்த்தை சகுந்தலாவின் வாயில் இருந்து வெளிப்பட்டது. நீண்ட நேரம்வரை இந்த

இருவரும் அமைதியாகவே இருந்தனர். இந்த அமைதியினால் சகுந்தலாவின் இருதயம் படபடக்கத் தொடங்கியது. இப்பொழுது விபா கண்டிப்பாக தன் வாழ்க்கை இணைப்பற்றிக் கேள்வி எழுப்புவாள்.

ஆனால் விபாவோ ஒன்றும் காதினால் கேட்ட மாதிரித் தெரியவில்லை. இருந்தாலும் கேட்டாலும் கேட்காத மாதிரியாக இருந்தாளோ! அதுவும் தெரியாது.

விபா - மௌனத்தைக் கலைத்தவாரே - சகுந்தலா! உனக்கு இன்று இரவு சாப்பாடு இங்குதான். புரிந்ததா? என்னோடுதான் சரியா...?

'சரி.' தன் ஆள் அரவம் அற்ற காட்டேஜில் கிடந்து கடப்பதைக் காட்டிலும் இது நல்லதுதான். பேசியபடியே எவ்வளவு நேரம் கடந்து விட்டது. விபா சரியான கெட்டிக்காரி. என் மனத்தை அளந்துவிட்டாள்.

'சகுன்! நான் உன்னிடம் ஒரு கேள்வி கேட்கலாமா? இதை நீ 'பிலாசபி' பற்றியது... போர்... போர்... என நினைக்கமாட்டேயே?'

சகுந்தலா தன் நாற்காலியை விபாவின் அருகில் இழுத்து அவள் பக்கத்தில் அவளின் கைகளைப் பற்றிய வாரே...'விபா! நீங்கள் அவ்வாறு ஏன் நினைக்கிறீர்கள்? எனக்கு உங்களைப் பற்றி தெரியாதா? அவள் குரலில் பொய்யான கோபத்தின் நிழல் நடனமாடியது.

'சகுன்! அப்படியானால் சரி. நாம் சில விஷயங்களை சில சூழ்நிலைகளை சௌபாக்கியம் என்றும் துர்பாக்கியம் என்றும் நினைக்கின்றோம். அதாவது ஒருவன் நல்ல வசதி உள்ள குடும்பத்தில் பிறந்து வளர்கிறான். மற்றொருவன் நித்ய ஏகாதசி விரதம் இருக்கும் குடும்பத்தில் பிறந்து வளர்கிறான். ஒரு சாதாரண நிலையில் உள்ளவன் ஏதோ ஒரு சூழ்ச்சி செய்து சமுதாயத்தில் மிக்க உயர்ந்த நிலையை எய்தி விடுகிறான். இவ்வாறே மிக்க 'டேலண்ட்' உள்ளவன் சமுதாயத்தால் ஒதுக்கப்படுகிறான். இது எவ்வளவு துன்பம் கொடுக்கும் காட்சியாகும். நம்மில் அதிகமான மென்மை உணர்வு கொண்டவர்கள் இந்த நிலையைக் கண்டு எவ்வளவு வேதனையுற்று புலம்புவார்கள்! இந்த வாழ்வின் பொருள்... அதாவது 'பரமார்த்தம்' என்பது உண்மையிலேயே மேலே சொல்லப்பட்ட சூழ்நிலைகளால் தான் தீர்மானிக்கப்படுகிறதா? இந்த மாதிரி நான் சிற்சில சமயங்களில் யோசிக்கிறேன்.'

'சகுந்தலா விபாவின் முகத்தைப் படித்த வாரே அமைதியாக சற்று நேரம் இருந்தாள். விபா தான் சொல்ல நினைத்ததை முழுமையாகச் சொல்லவில்லை என்றும் எண்ணினாள். ஆனால் விபாவோ மேலே

எதுவும் பேசாமல் அமைதியாகவே இருந்தாள். ஆகவே சகுந்தலா மெல்லிய குரலில் அவளை நோக்கி... 'பரமார்த்தம்' என நீங்கள் எதைக் கூறுகிறீர்கள்?

'யூ மீன் த ஹையஸ்ட்தட்'

'ஆம். அப்படியே வைத்துக் கொள்ளேன். இருந்தாலும் இது ஒரு 'அப்ஸ்ட்ரைஷன்' தான். நாம் காணும் இந்தப் படைப்பை படைத்தவன் ஈஸ்வரன் என்றால் அந்த ஈஸ்வரன் எப்படிப் பட்டவனாக இருப்பான்? இந்த உலகத்தைப் பார்த்து அனுபவித்து தன்னை சுற்றி நாலா பக்கமும் தீமையும் மட்டரகமான செயல்களும் முளைத்து, வளர்ந்து பூப்பதையும் பழமாவதையும் பார்க்கிறான். அதே அளவு நன்மையும் திறமையும் ஒவ்வொரு இடத்திலும் அடிப்பட்டு தள்ளப்படுவதையும் பார்க்கிறான். இருந்த போதிலும் மனிதன் நன்மையிலும் உண்மையிலும் எவ்வாறு இந்த அளவு நம்பிக்கை கொண்டுள்ளான்! 'நீங்கள் நல்லவர் என்றால் இந்த உலகமும் நல்லதே' என்ற பழமொழி எவ்வாறு வந்தது? இவ்வாறு எத்தனையோ கேள்விகள் உள்ளன. ஆனால் இதுவரை யாருக்கும் திருப்தி அளிக்கும் பதில் கிட்டவில்லையே. இது எனக்கு மட்டும் தானா? அல்லது எல்லோருக்குமா? நான் வெள்ளந்தி மக்களின் நம்பிக்கையைப் பற்றி பேசவில்லை. என்னைப்போல், உன்னைப்போல் இருக்கும் மக்களைப் பற்றித்தான் சொல்லுகிறேன். நம்முடைய மனத்தில் இப்படிப்பட்ட சந்தேகங்களை உண்டு பண்ணுவது யார்? நம்முடைய வாழ்க்கையில், நம்முடைய அனுபவத்தில் இந்த சந்தேகங்களுக்கு அப்பார் பட்டவர் எவராவது இருக்கிறாரா?"

விபா ஒரே மூச்சில் இவ்வாறு கூறி அமைதியாகிவிட்டாள். சகுந்தலா, விபா இன்னும் தன் பேச்சைத் தொடருவாள் என நினைத்து அமைதியாக இருந்தாள். ஆனால் இந்த அமைதி நீண்டுகொண்டே இருந்தது. ஆகவே தானே இந்த அமைதியைக் கலைத்து 'நீங்கள் ஏதோ சொல்லவந்தீர்கள். பாதியிலேயே நிறுத்திவிட்டீர்களே.. ஏன்? மேலே சொல்லுங்களேன்'.

விபாவின் பாதி மூடிய கண்கள் முழுவதும் மூடிவிட்டன. முகத்தில் மேலும் கடுமைத்தனம் தெரிந்தது. பின்பு தொடர்ந்து - 'இந்த உலகத்தில் ஒரே ஒரு விஷயம்தான் நேரானதும் எளிமையானதும் எல்லாச் சந்தேகங்களையும் கடந்து நிற்கிறது. அதுதான் உண்மை. அதாவது இந்த உலகத்தில் 'நான் இருக்கிறேன்' என்பதாகும். 'நான் இருக்கிறேன்' என்பதுதான் மறுக்க இயலாத உண்மை. இதை தொடர்ந்து தொடர்ச்சியாக

உணர்கிறோம். இதன் தொடர்ச்சியாக அடுத்த கேள்வி இயற்கையாகவே எழுகிறது - இந்த 'நான்' என்பது 'யார்','எது'? 'நான்' என்பது துன்பமான அல்லது இன்பமான 'மூட்' இல்லை அல்லது மனத்தில் எழும் - ஒவ்வொரு வினாடியும் எழும் - எண்ணங்களின் ஞாபகங்களின் உருளையும் அல்ல. இவைகள் வினாடிக்கு வினாடி மாற்றம் அடைகின்றன. இந்த மாற்றத்தை நான் உணர்கிறேன். ஆகவே, 'நான்' என்பது மட்டும் மாறவே மாறாது. எது மாற்றம் அடைகிறதோ அது எவ்வாறு 'நான்' ஆக இருக்கக்கூடும்? இந்த கேள்வியில் ஆழமாக முழுகும் பொழுது ஒன்று புலனாகுகிறது. இந்த 'நான்' என்பது 'எல்லாவற்றையும் தன்னுள் அடக்கியதாக இருக்கிறது' இல்லாவிட்டால் 'ஒன்றுமே இல்லாதது' போல் உள்ளது. நீ ஒரு கேள்வி எழுப்பினாய். ஞாபகம் உள்ளதா சகுன்? 'இந்த பரமார்த்தம்' என்பது என்ன' நான் முழு மனத்துடன் உண்மையைச் சொல்லுகிறேன் - எனக்கு இதன் பொருள் தெரியவே தெரியாது. சில சொற்கள் நமக்கு அழகாகத் தோன்றுகின்றன. அதில் இந்த 'பரமார்த்தம்' என்ற சொல்லும் ஒன்று. இது ஏன் அழகாக உள்ளது. யாருக்கு அழகாக உள்ளது. எனக்கு மட்டும்தானே? அப்படியானால் 'நான் யார்'? பரமார்த்தம் என்பது யாது? என்பது எனக்கு தெரியாது... ஆனால் என் சுயநலம் அதாவது 'ஸ்வார்த்தம்' என்பது எனக்குப் புலப்படும். தன்னுடைய சுயநலத்தைப் பற்றி அறியாதவன் இந்த உலகத்தில் எவன் உள்ளான்.

நீயும் இதை கண்கூடாகப் பார்த்து உள்ளாய்!

மாலதிவரை தனக்கு அறிமுகம் இல்லாதவர்களிடம் எவ்வளவு இயல்பாகவும் 'ப்ரீ'யாகவும் காணப்படுகிறாள்! இந்த அறிமுகம் இல்லாதவருடன் தனக்கு எந்த மரியாதையும் இல்லை. ஆனால், தன் நண்பனின் மனைவி என்பதால்தான் இந்த மரியாதை தனக்கு உள்ளது என்பதை மாலதியும் நன்றாகவே அறிவாள். இந்த உணர்வினால் அவளுக்கு 'தான்' என்ற 'ஈகோ' ஏற்படுவதும் இல்லை. அதனால் துன்பப்படுவதும் இல்லை. பதிலாக அவள் மகிழ்ச்சி இருமடங்காக மாறுகிறது. ஆகவே இது மாலதிக்கு ஒரு புதுவிதமான 'ஸென்ஸேஷன்'... தான் எவ்வாறு இந்த எல்லா மக்களுக்கும் 'அண்ணி'யாக மாறிவிட்டாள்'.

சட்டென சகுந்தலா உரக்கச் சிரித்துவிட்டாள். எவ்வளவு முயன்றும் தன் சிரிப்பை அவள் அடக்க முடியவில்லை.

'ஏன்... ஏன்... உனக்கு திடீரென்று என்ன ஏற்பட்டுவிட்டது. இவ்வளவு அடக்க முடியாமல் சிரிக்கிறாய்' என விபா தன் சொற்களில் செயற்கையான கோபத்தை வெளிப்படுத்தினாள்.

சகுந்தலா தன் சிரிப்பை அடக்கியவாரே 'ஐ ஏம் வெரி ஸாரி' எனக்கு பழைய ஞாபகம் வந்துவிட்டது. ஆகவே நான் சிரித்துவிட்டேன். நீ முழுவதும் சொல்லிமுடி' என்றாள்.

விபா சிறுகுழந்தைபோல் அடம்பிடித்தவாரே... 'நீயே முதலில் சொல். உனக்கு எது ஞாபகம் வந்தது?'

சகுந்தலா ஒரு வினாடி தயங்கிவிட்டு - 'அப்படி எதுவும் இல்லை. மிகவும் சாதாரணமானது. முதலில் நீ சொல்ல வந்ததை முழுவதுமாகச் சொல்லிமுடி'.

'இல்லை... இல்லை... நீயே முதலில் சொல்... என்னை ஏன் 'டிஸ்டர்பு' செய்தாய்! விபாவின் குரலில் சிடுசிடுப்பு காணப்பட்டது.

'அப்படியானால்... சொல்லுகிறேன் கேள் - ஒரு நாள் பேச்சுவாக்கில் 'சார்' என்னிடம் கூறினார் 'ஸென்ஸேஷன்' என்பதுதான் உண்மையான விஷயமாகும். எண்ணங்கள் என்பது மெஷின்களின் செயல்பாடுகள் போல இன்று நீ பேசிய சமயம் உனது முகத்தில் எந்த 'ஸீரியஸ்' காணப்பட்டதோ அது அன்று அவர் முகத்திலும் காணப்பட்டது. அதுதான் ஞாபகம் வந்தது'.

'அப்படியா! உங்கள் சாரின் கூற்றை ஏற்றுக்கொள்ளுகிறேன்'- விபா.

சகுந்தலா அவளிடம் தர்கம் செய்தவாரே... அது எப்படி? எனக்கு இந்த விஷயம் மொட்டைத்தலைக்கும் முழங்காலுக்கும் முடிச்சு போடுவது போன்று தோன்றுகிறது.

விபா - சரி... சரி... நான் சொல்ல வந்ததை முழுவதுமாகச் சொல்லிவிடுகிறேன். மாலதிக்கு இது ஒரு புதிய 'ஸென்ஸேஷன்'. திடீரென இங்கு உள்ள எல்லா மக்களுக்கும் 'அண்ணி'யாக மாறியது. உண்மையா... இல்லையா? தனக்கு இந்த 'உரிமை' இயல்பாக வந்தது என நினைத்து 'என்ஜாய்' செய்துகொண்டு இருக்கிறாள். இது இயற்கையும் கூட. இந்தச் சூழ்நிலையில் தனக்கும் தன் கணவர் ப்ரொபஸர் விநாயக்கிற்கும் உள்ள 'டிபெரென்ஸெஸ்' தனக்குத் தானே மறைந்துவிடும். தன் கணவன் மீது உள்ள வரட்டு மனப்பான்மையும் தனக்குத்தானே உதிர்ந்துவிடும்... சகுன்! நான் மறுபடியும் கூறுகிறேன் - இந்த அமைதியைக் கவனமாகக் கேள். சிரிக்காதே! கொஞ்சம் தன் கண்களை மூடிக்கொண்டு இந்த அமைதி என்ன கூறுகிறது என்று கேள்'.

சகுந்தலாவிற்கு தன் தலை சுழல்வது போல் தோன்றியது. இந்த 'அமைதி' சொல்லாமல் கொள்ளாமல் எப்படி இங்கே வந்துவிட்டது. சட்டென ஒரு களிப்பு உணர்வு. தான் படித்த ஒரு கவிதையின் வரிகள் ஞாபகத்தில் வந்தன. அவள் அபிநயத்துடன் அந்த வரிகளைப் பாடத்துவங்கினாள்...

'அதிகமான நேரம் இந்த வனத்தோடு இணைந்து இருக்கும்

மௌனம் நான்'

ஏனெனில் அது எனக்கு புரியவைக்கிறது நான்... யார்... என்பது.

'வாஹ்ரேவாஹ்' என்ன அருமை... என்ன அருமை! முழுமையாகக் கூறேன்' என்றாள் விபா.

சகுந்தலா - 'முழுவதும் ஞாபகம் இல்லை. இது யாரின் கவிதை என்பது எனக்குத் தெரியும். ஆனால் இப்பொழுது அதுவும் ஞாபகத்தில் வரவில்லை'.

விபா... 'கொஞ்சம் யோசியேன். ஞாபகத்தில் வந்துவிடும்'.

'சாரிடம் தான் கேட்கவேண்டும். அவருக்கு அதிகமான கவிதைகள் மனப்பாடம். அவரிடம் தான் கேட்க வேண்டும். அவர் திரும்பிவரட்டும் அவரிடம் முழுக்கவிதையை சொல்லும்படி கேட்டுக் கொள்கிறேன். அப்படி இல்லாவிட்டால், அந்தப் புத்தகத்தையே உனக்கு அனுப்பி விடுகிறேன். அந்தப் புத்தகம் முழுவதும் 'அமைதியோ அமைதி' புதைந்து கிடக்கிறது. அந்தப் புத்தகத்தின் பெயர்... ஒருவேளை இதுதானோ... முதலில் 'நான் அமைதியைக் கேட்கிறேன்'... அல்லது...'நெசவு நெய்கிறேன்'. இதுபோன்று ஏதோ ஒன்று'.

இருவரும் நீண்ட நேரம் வரை ஏதேதோ பேசியவாறு இருந்தனர். எப்பொழுது தூக்கம் அவர்களை தன் மடி மீது அணைத்துக்கொண்டது என்று அவர்களுக்கே தெரியவில்லை.

29. ஏன் அவ்வாறு நடக்காது

அல்மோரா மிகவும் மாறியுள்ளது. விநாயக் இங்கு ஜி.ஐ.சி. படிக்கும் காலத்தில் இங்குள்ள ஜனத்தொகை 15,000 என்று கணக்கிடப்பட்டிருந்தது. ஆனால், இப்பொழுது அது 1½ லட்சத்தையும் கூடத் தாண்டியிருக்கலாம். காலையிலும், மாலையிலும் நாங்கள் சுற்றித் திரிந்த அந்த அமைதியாக காணப்பட்ட வீதிகள் எல்லாம் இன்றோ - எல்லா வீதிகளும் வீடுகளாலும், கடைகளாலும் அடைந்து கிடக்கின்றன. இருந்தாலும் சந்துவுடன் கூட சுற்றிச் சுற்றி - அல்மோராவை - வந்ததினால் 'எவ்வளவுதான் அல்மோரா மாறி மாறி இருந்தாலும், அது எந்த அளவுக்கு மாறும்? ஆகமுடிவில் அது அல்மோராவாகத்தானே இருக்கும்'. என்ற நினைப்பு அவனுக்கு ஏற்பட்டது. நில அளவு ஒன்றும் மாறாமல் பழைய அளவாகவே உள்ளன. அவ்வாறே, நகரமும் முழுமையாக மாறாமல் பழைய தோற்றத்துடன் தான் காணப்படுகிறது.

இப்பொழுது ஏன் மதுர் சித்தப்பா வீடு பற்றி யோசிக்க வேண்டும். விநாயக் அதிகமாக சந்துவின் வீட்டில்தான் தங்கிவருகிறான். சந்து லேசுப்பட்டவனல்ல. மிகப் பழமையான ஞாபகங்களின் நடமாடும் கலைக்கூடமாகும். லச்சு ராணிகேத்தில் ஹோட்டல் நடத்த ஆரம்பித்தவுடன் தன் அதிகமான நாட்கள் ராணிகேத்தில் தான் செலவழிக்கின்றான். ஆனாலும், அவன் குடும்பம் மட்டும் இங்கிருக்கிறது. பழைய சந்துவுக்கும் தற்பொழுது காணப்படும் சந்துவிற்கும் சிறிதுகூட மாற்றமில்லை. ஆனால், லச்சுவிடம் இந்த மாற்றம் நன்றாகவே தெரிகிறது.

அவன் முன்பைக் காட்டிலும் சுறுசுறுப்பாகவும், வேகம் காட்டுபவனாகவும் மாறிவிட்டான். திரிபுவனின் இணைப்பு அதனால் விளைந்த விளைவு லச்சுவிடம் நன்றாகக் காணப்படுகின்றன. இவ்வளவு பெரிய ஹோட்டல் நடத்துவதால் உலகத்தில் வெற்றி பெறும் ரகசியங்களைப் பற்றியும் நன்றாகவே அறிந்திருக்கிறான் போலும்! பிரேம் வல்லப் வடமொழி பள்ளி நடத்துகிறான். பள்ளி ஏனோ பெயருக்குச் செயல்படுகிறது. ஆனாலும் அவனுக்கு இதைப்பற்றிய எந்தவிதமான தாழ்வு உணர்வும் ஏற்படவில்லை. அவனின் இந்த இயல்பு விநாயக்கிற்கு மிகவும் விருப்பமாக இருந்தது. இன்றும் முன்பு மாதிரியே மக்கள் நல்லவராகவே இருக்கிறார்கள். ஏதோவொரு நல்நோக்கோடு வாழ்க்கையை நடத்துகிறார்கள். அவர்களுடைய வாழ்க்கையில் ஒரு ஸ்திரத்தன்மை காணக்கிடைக்கிறது. அவர்களின் குழந்தைப் பருவ இயல்புகள் இன்றும் கூடப் பிரகாசிக்கின்றன. மேலும் மேலும் அவ்வாறாகவே இருக்கும் எனத் தோன்றுகிறது. வாழக்கை அவரோடு அவர்களோடு எந்த முறையில் பிணையப்பட்டிருந்ததோ அந்தப் பழக்க

வழக்கங்கள் அவர்களை அடையாளம் காட்டாத அளவிற்கு மாறவில்லை. ஹரீஷ் விநாயக்கை பிரேம் வல்லபுக்கு அறிமுகம் செய்தான். அவன் பக்கத்திலேயே சில கஜ தூரத்தில் தான் வசிக்கிறார்கள். குழந்தைப் பருவத்திய அந்த நிகழ்ச்சி விநாயக்கின் மனதில் இன்றும் பசுமையாக உள்ளது. பிரேம் வல்லப்தான் முதன்முதலில் விநாயக்கை ஆர்ய சமாஜுக்கு அழைத்துச் சென்றான். அந்த ஆர்ய சமாஜும் இன்றும் கூட அவனுடைய இந்த நகரத்தில் பழைய மாதிரியே செயல்படுவதைக் கண்டு விநாயக் மனம் மகிழ்ந்தான். இன்றும் கூட அதனுடைய செயல்பாடுகளில் பிரேம் வல்லபின் அதிகமான பங்களிப்பு காணப்படுகிறது. ஆனால், அவனிடம் ஒரு சிறிய மாற்றம். முன்போல அவ்வளவு வேகத்துடன் செயல்பட்ட சீர்திருத்தவாதியாக இன்று காணப்படவில்லை. அந்த வேகம் சற்று தணிந்துதான் இருந்தது. விநாயக் வடமொழியில் அவனோடு சம்பாஷிப்பதைப் பார்த்து பிரேம் வல்லபுக்கு வியப்போ வியப்பு, டபோலாஜி அவர்கள் அடிக்கடி தன்னுடைய புராதத்துவ ஆராய்ச்சியின் பொருட்டு அடிக்கடி பயணத்தில் இருக்கிறார்கள். இருந்த போதிலும் விநாயக்கிற்கு அவரைச் சந்திக்கவும் வாய்ப்புக் கிட்டியது. இந்த வாய்ப்பின் மூலமாக அவன் அறிந்து கொண்டான். - விநாயக்கின் மனத்தில் ஹுமாயுன் பல்கலைக் கழகத்தில் இன்று என்ன நினைப்பு இருந்ததோ அதற்கு மாறாக இருந்தது. அதன் தரம் தாழ்ந்து விடவில்லை. இந்தப் பல்கலைக் கழகத்தில் மற்ற எல்லாப் பிரிவுகளைக் காட்டிலும் வரலாற்றுப் பிரிவுக்கென்று தனியான ஒரு 'மவுசு' இன்றைக்கும் பார்க்க இயல்கிறது. இந்த வரலாற்றுத் துறையைக் காட்டிலும் சமுதாய விஞ்ஞானத் துறை மிகவும் உயர்ந்துள்ளது. பழங்காலத்தில் விநாயக் கம்பெனியின் மூலம் ஹரீஷ் முச்சி என்ற பட்டப்பெயருடன் அழைக்கப்பட்ட இன்றைய ஹரீஷ் பாண்டேவைச் சந்தித்ததும், விநாயக் மிக மிக மகிழ்ந்துவிட்டான். அவன் மற்றவர்களைக் காட்டிலும் குறைந்த உயரமுள்ளவனாகக் காணப்பட்டதால் அவனுக்கு 'முச்சி' என்ற பட்டப்பெயர் கிடைத்தது. ஆனால், இன்றோ ப்ரொபஸர் ஹரீஷ் பாண்டேயின் உடலின் அளவு பற்றி, நெட்டை-குட்டை என்பது பற்றி யாருக்கு என்ன கவலை! இவ்வளவு உயரமான ப்ரொபஸர் விநாயக்கிற்கு ஹரீஷ் பாண்டேயுடன் நான்கு ஐந்து நாள் சகவாசத்தினால் இந்த உணர்வு ஏற்பட்டது. -'குமாவூ'வில் மட்டுமா? இல்லையில்லை. முழுமையான உத்தரகாண்ட் மட்டுமின்றி, முழுமையான உத்தரப் பிரதேசத்திலும் அவன் அளவு புகழ்பெற்றவர் வேறு ஒருவர் இல்லையென்பது தான்'. தன்னுடைய பால்யகால நண்பரைச் சந்தித்தது பற்றி விநாயக்கிற்கு மிக உயர்ந்த பெருமித உணர்வு ஏற்பட்டது. தன்னுடைய சொந்த வீட்டைவிட்டு விலகியிருக்கும் துக்கம் கூட அவனுக்கு ஏற்பட்டது. இன்று அவனுக்கு எப்படிப்பட்ட கம்பெனி

தேவைப்பட்டதோ, கிடைத்ததோ, அதே அளவு கம்பெனி வேறு எங்கும் கிடைக்கவில்லை. முக்கியமாக, மும்பையில் முற்றிலும் கிடைக்கவில்லை. இந்த உணர்வு ஏன் வந்தது? இன்று அவன் தன் சொந்த மண்ணில் இருப்பதால் இவர்கள் வேகமாக முதுமையடைகிறார்கள். 'ரிடையர்மெண்டின்' வாசலைத் தன் விரல்களால் தட்டி ஒலி எழுப்பிக் கொண்டிருக்கிறார்கள் என்பது உண்மையே. ஆனால், இவைகளால் என்ன குறை? அந்தச் சிறிய கவி என்ன சொன்னான் தெரியுமா?... 'ஓல்டு மேன் மஸ்ட் பீ எக்ஸ்ப்ளோரர்ஸ்' (முதியவர்கள் தான் உண்மையான தேடலைத் தேடுபவராக இருக்கின்றனர்.) இது மிகவும் உண்மைதானே. நல்ல காரியத்தில் சிறிது தாமதம் ஏற்பட்டாலும் என்ன குறைவந்துவிடும்? விநாயக்கின் இந்தக் கனவு இன்றைய நேற்றைய கனவா? இதுவோ, மிகவும் பழைமையான வரலாற்றுக்கு முந்திய கனவானது. இன்று அது நிச்சயமாக உறுதியாகிவிட்டது.

விநாயக்கின் தொப்புள் கொடியோ இங்குதான் இருக்கிறது. எந்த வீட்டில் அவன் வசித்தானோ, எந்த வீட்டில் அவனது குழந்தைப் பருவம் கடந்ததோ, எந்த வீட்டில் அவனுடைய எல்லா நினைவுகளும் ஒன்று இணைந்திருந்தனவோ, அந்த வீடு இருந்த அடையாளம் ஒன்றுகூட இந்த இடத்தில் அவனால் காண முடியவில்லை. இதன் காரணமாக அவன் மனத்தில் கடுமையான ஒரு அடி விழுந்தது. அவனுடைய வீடு இருந்த இடத்தில் நாலு மாடிகள் கொண்ட ஒரு சிமெண்ட் கட்டிடம் நின்றுகொண்டு கண் சிமிட்டுகிறது. அவனுக்கு ஒன்று மட்டும் நன்றாகப் புரிந்தது. அதாவது அவனுடைய வீட்டை இடித்தோ அல்லது தரைமட்டமாகவோ செய்து இப்பெரிய கட்டிடம் எழுப்பப்பட்டுள்ளது. எதையோ பறி கொடுத்தவன் போன்று விநாயக் அந்த நாலுமாடிக் கட்டிடத்தைப பார்த்தவாறே விழித்திருந்தான். அவனுக்குத் தன் கண்ணைத் தன்னாலேயே நம்ப இயலவில்லை. - அவனது வீட்டை தரைமட்டமாக்கி இவ்வளவு பெரிய கட்டிடம் எழுப்பப்பட்டுள்ளது. பிறகு பயந்தவாறே, மனம் தழுதழுத்தவாறே, பின்பக்கம் சென்றான். அங்கும் கூட அவனுக்குத் தன் பழைய காலத்திய நினைவுச் சின்னங்கள் காணப்படவில்லை. அடே... இங்கிருந்த என்னடைய கிச்சிலிப்பழமரம் எங்கே போயிற்று? அதை யார் என்ன செய்தார்கள்? இதைக் கேட்ட மாத்திரத்திலேயே சந்துவிற்குத் தலை சுற்றத் தொடங்கியது. - இவ்வளவு புகழ்பெற்ற, பெயர் வாய்ந்த ப்ரொபஸர் அவனிடம் இவ்வாறான முட்டாள் தனமான ஒரு பைசாவுக்குக் கூடத் தகுதியில்லாத கேள்விகளைக் கேட்கிறான்.

சந்து - 'டே முட்டாள்! நீ எங்கேடா இருக்கிறாய்? கிச்சிலிப் பழமரம் ஒரு மரம் தானே! அல்லது அது ஒரு மனிதனா? அது ஒரு கற்பக விருட்சமா? ஏன் இவ்வாறு அதைப் பற்றி கேட்கிறாய்?'

விநாயக் தன்னுடைய பள்ளித் தோழனிடமிருந்து இந்த மாதிரியான ஒரு பசையற்ற பதிலை எதிர்பார்க்கவில்லை. ஆகவே, சந்துவை நோக்கி -'நானா எல்லை மீறிப் பேசுகிறேன்? அப்படி என்ன எல்லை மீறிப் பேசுகிறேன். எதை நீ கற்பக விருட்சம் என்று கூறுகிறாயோ, அப்படி ஒரு மரம் உண்மையிலேயே இருப்பதில்லை. இது இல்லாமல் இருப்பதினால்தான் இது பிரயாகையில் உள்ள அட்சயவடம் (ஆலமரம்) போன்று மிகவும் உறுதியாகவும், பலமாகவும் இருக்கிறது. நம்முடைய எல்லாவிதமான விருப்பங்களையும் பூர்த்தி செய்வதாக.

விநாயக்கின் மனம் ஒருமுறை அல்மோராவை நோக்கிப் பாய்கிறது என்றால் மறுமுறை ராணிகேத்தை நோக்கி. இப்பொழுது ஒரே தொழிலில் ஈடுபட்ட, ஒரே பாதையில் செல்லக்கூடிய பள்ளித் தோழன் ப்ரொபஸர் வினோத் திவாரியும் கூட அவனை நைனிடால் அழைக்கிறான். இங்கிலீஷ் டிபார்ட்மெண்டும் இங்கு கூட முறையாகத்தான் இயங்குகிறது. ஆனால், இந்த வீடு என்பதைக் கட்டுவதோ அல்லது கட்டப்பட்ட வீட்டை வாங்குவதோ, அல்மோராவில் அல்லது ராணிகேத்தில் மட்டுமே. நைனிடாலில் விநாயக்கிற்கு என்ன கொட்டிக்கிடக்கிறது? இப்படியும் கேட்கலாம். ராணிகேத்தில் லச்சு, திரிபுவன்... ஆம்... ஆம்... விபாவும்... இவர்களைத் தவிர ராணிகேத்தில் என்ன கொட்டிக்கிடக்கிறது? ஆனால் அங்கு காணப்படும் ஈர்ப்பு அல்மோராவை விட குறைவானதா? அல்மோரா அவனுடைய உண்மையான சொந்தமான பிரதேசமாக இருந்தாலும் ராணிகேத்தில் ஒரு பெரிய நேர்த்தியான காட்டேஜை வாங்கி அதில் வசிப்பதால் ஏற்படும் திறமை, கர்வம் அல்மோராவில் எப்படிக் கிடைக்கும்? வீட்டிலிருந்து சிறிது தூரம் விலகியிருப்பதும் அவசியம் தானே! ராணிகேத்திற்கு ஹரீஷும் வினோத்தும் வந்து சென்று கொண்டிருக்கிறார்கள். தன்னுடைய மண்டலியும், தன்னுடைய நலனையும் அல்லது 'தாதா' என்ற பெருமையும் அங்கேயும் கிடைக்குமே! அல்மோரா மிகவும் மாறிவிட்டிருக்கிறது! கற்கள் வியாபாரம் நடக்கும் கடைத்தெருவும் இன்றும் கூட அங்கு காணப்படுகிறது. ஆனால், மிகப்பெரிய வேற்றுமை தென்படுகிறது. அங்கு காணப்படும் கற்களை அல்மோரா சுரங்கங்களிலிருந்து வெட்டியெடுக்கப்பட்ட 'ஒரிஜினல்' கற்கள் இல்லை. இமிடேஷன் கற்கள் தான். இதிலும் அந்த மிளிர்ப்பு கட்டாயம் தென்படுகிறது. இருந்தாலும் 'ஒரிஜினல்' 'ஒரிஜினல்' தானே! சந்துவின் கூற்று மிகவும் உண்மையானது ரெண்டு தூத்தல் போட்டதோ இல்லையோ, இதன் மேல் கால் வைத்தவுடன் 'டபக்' என்று வழுக்குகிறது. விநாயக் -' நீ கூறுவதும் சரிதான். பழைய காலத்துக் கடைத்தெருவும், தற்காலத்துக் கடைத்தெருவும் ஒரே மாதிரியாகவா உள்ளது? இன்று காணப்படும் கடைத்தெரு ஒளிமயமாகவும், 'திமு திமு' என்றும் இருக்கிறதே! இருந்தாலும் என்ன? குறைந்தபட்சம் அங்கு

காணப்படும் மக்களும் பழைய மக்கள் தானே!' சந்து அவனைத் தடுத்தவாறே - 'டேய் முட்டாள்! அப்படிக் கூறாதே! இன்று காணப்படும் மக்களின் நடவடிக்கைகள், பழக்க வழக்கங்கள், பேச்சுமுறைகள் எந்த அளவுக்கு மாறிவிட்டிருக்கின்றன! எல்லாவற்றிலும் வழுக்கலோ, வழுக்கல்! இது சொந்தபந்தத்திலும் கூட. இன்று காணப்படும் இந்த தடிப்பசங்களின் பேச்சைக் கொஞ்சம் காது கொடுத்துக் கேட்டால்... உனக்கு எல்லாம் நன்றாகப் புரிந்துவிடும். நீயோ, அல்லது நானோ, எப்பொழுதாவது நமது வீட்டில் ஹிந்தி மொழி பேசிய வழக்கமுண்டா? சொல். நமக்குள் பஹாடி மொழிதானே பேசிவந்தோம். ஆனால் இன்று பார். ஒவ்வொரு வீட்டிலும் புகுந்து நுழைந்து எட்டிப்பார். உனக்குப் புரியும். ஒரு குழந்தையோ, பையனோ நன்றாக பஹாடி பேசும் சிறுவனாக இருப்பதில்லை. இதில் மற்றொரு ஆச்சரியமான விஷயம் அப்பாவும், அம்மாவும் கூட தன் குழந்தை, குட்டிகளுடன் பஹாடி மொழி பேச விரும்புவதில்லை. அவர்களுக்கு பஹாடி மொழி பேசுபவர்கள்... முட்டாள்கள். கிராமத்தான். டேய்!... பஹாடி மொழி பேசுபவர்களே இன்று யார் நம்மை முன்னேற்றவாதி என்று அழைப்பான்? இந்த அளவு 'கன்ஸர்வேடிவ்' ஆதாம்-ஏவாள் காலத்திய பழக்க வழக்கங்கள், ஜாதி-மதம், தீண்டாமை இவற்றால் ஒட்டப்பட்ட நம்முடைய இந்த சமுதாயம் மாதிரி உலகத்தில் வேறு எந்த நாட்டிலாவது பார்க்கமுடியுமா? அப்படியானால், நீ எந்த அடிப்படையான பாடத்தைப்பற்றி சொல்கிறாய்?

ஹரீஷ் - 'காமன்ஸென்ஸ்' - இப்படியும் அழை. 'ஸ்பிரிச்சுவல் காமன்ஸென்ஸ்'- எல்லாம் மாறுகின்றது. அழிகின்றது. மறுபடியும், மறுபடியும் திரும்பி வருகிறது. இந்த நம்பிக்கைதான் - இந்தத் தத்துவமல்ல. ஆனால், இந்தப் பொடியன் சந்து என்ன நினைக்கிறான் தெரியுமா? உலகம் எக்கேடுகெடட்டும். எப்படியோ மாறட்டும். ஆனால், இந்த அல்மோரா மட்டும் மாறாமல் அப்படியே இருக்க வேண்டும். டேய்! இது சாத்தியமா? ஒன்ன மாதிரி, ஓம் புள்ளயோ, ஓம் பேரனோ, பேத்தியோ ஒன்னப்போல உன் வீட்டுல அப்பாவோடு - அம்மாவோடு பஹாடி பேசறாங்களா? இல்லையே! குற்றம் யாருடையது? பஹாடி பேசவேண்டும். அல்லது பேசக் கூடாது என்பதை இறுகப்பற்றிக் கொண்டு தேவையில்லாத உணர்ச்சியை ஊட்டுவதால் யாருக்கு என்ன லாபம். நீ முதலில் இதைப் பற்றி யோசி. உன்னுடைய பேரன்-பேத்தி ஹிந்தி மொழியைச் சரியாகப் பேசுகிறானா? எழுதுகிறானா? என்று ஹிந்தி... உலகத்தின் எல்லாவற்றைக் காட்டிலும் முன்னேற்றம் அடையும் மொழியாகும். அந்த மொழியைப்பற்றி உனக்குக் கொஞ்சம் கூடக் கவலையில்லை. அது எப்படி வேணாலும் போகட்டும். ஆனால், இந்த உண்மை உனக்குப் புரியவில்லை. ஹிந்தி உன்னுடைய பிரதேசம்

மட்டுமல்ல நாடு முழுவதும் பேசப்படுகிறது. அந்த மொழி பயிலவோ, கற்கவோ அதற்கான மேல்படிப்பிற்கு, காலேஜீக்கு அனுப்புவது பற்றியோ எந்தவிதமான எண்ணமும் கிடையாது. இவன் மட்டும் பஹாடி மொழியைக் கட்டிக் கொண்டு அழிகிறான் மடையன்! அழிகிறான். எல்லாம் தலைகீழாக மாறிவிட்டது.

சந்து இந்தப் பேச்சின் மத்தியில் புகுந்து -'டேய் மடையா! கேளு! அன்னிக்கு... ஒனக்கு ஞாபகமிருக்கா? நம்ம நரைன் கூட இந்த மாதிரிதான் உளறினான்.'

ஹரீஷ், - 'இதுவும் தெரியும்... இதுவும் நல்லாத் தெரியும். அன்று நரைனின் உளறலுக்கு உன் வாய் எப்படித் தானாகவே மூடிக்கொண்டது என்பதை.' இந்தச் சொற்களைக் கேட்டவுடன் சந்து கூனிக்குறுகிப் போய்விட்டான். விநாயக் மாறி மாறி இவர்களின் முகங்களையே பார்த்துக் கொண்டிருந்தான். அவனுக்குத் திடீரென ஞாபகம் வந்தது. 'டேய்! இந்த நரைன் எவன்டா? இந்த வாக்கியங்கள் வெளிப்படும் பொழுதே அவனுக்கு நரைன் என்பது யாரென்று ஞாபகம் வந்துவிட்டது.

சந்துவுக்கு விநாயக் மீது ஒரே பச்சாத்தாபம் - 'டேய் மடையா! நீ என்ன கேள்வி கேட்கிறாய்? நரைனை மறந்து விட்டாயா? நம்முடைய 'ஸ்வாதீன்-க்ளப்'பின் உண்மையான நண்பரை!'

ஹரீஷ் - 'டேய், விநாயக்! இந்த நரைன் யார் தெரியுமா? இந்தப் பொடிப்பய, சந்துவை அன்று 'கிளப்பினுள்' நுழைய விடவே அனுமதிக்க வில்லையே! சந்துவுக்குச் சிடுசிடுப்பு. -'டேய்! ஏண்டா வெட்டிப் பேச்சுப் பேசற? ஹரீஷின் கூற்று மிகவும் உண்மையானது தானே!' விநாயக்கிற்குச் சட்டென ஞாபகம் வந்தது. இதே சந்து விநாயக்கிடம் நரைனைப் பற்றி இவ்வாறுதான் கூறினான். -'நரைன் ஒரு டூம்', இந்த வார்த்தையை இவன் சொன்னானா? அல்லது லச்சுவா? யார் சொன்னாலென்ன? சொன்னது என்னவோ உண்மைதான். விநாயக்கிற்கு ஆச்சரியத்துடன் மன வருத்தமும் ஏற்பட்டது. ஏனென்றால், பழைய நண்பர்கள் எல்லாரும் நினைவுக்கு வந்தார்கள். ஆனால், இந்த நாராயண் ராம் பெயர் மட்டும் ஏன் ஞாபகம் வரவில்லை? இந்த லச்சுவோ, திரிபுவனோ கூட அவன் பேச்சை எடுக்கவில்லையே என்று எண்ணியவாறே -'இந்நாட்களில் நரைன் எங்கு இருக்கிறான்?'

ஹரீஷ் சந்துவைத் தூண்டிவிட்டான். - 'டேய்! சொல்லுடா! பீனுவுக்கு இப்பொழுது நரைன் எங்கிருக்கிறான்? 'டேய் மடையா! எனக்கு மறந்து போச்சு. ஒனக்கு அவனைப்பற்றி தெரிந்திருக்கும் என நான் நினைத்தேன். லச்சு கூடவா அவனைப் பற்றிக் கூறவில்லை?

படபடப்புடன் விநாயக் - 'ஏண்டா விடுகத போடுற?... சீக்கிரம்... சொல்லுடா.'

'நாராயண்ராம் இங்கு உப்பு இலாகாவின் கவுன்சிலர். தற்பொழுது இங்கு நடக்கும் அரசாங்கத்தில் ராஜ்ய மந்திரியாக மாறிவிட்டார் என்றே வைத்துக் கொள்ளேன்!'

விநாயக் உரத்த குரலில், 'என்னடா கூறுகிறாய்? நம்ம நரைனா? ராஜ்ய மந்திரியா? அப்படியென்றால் அவன் டேராடூனில் தான் இருப்பான். ஆகையால், நம்ம கண்ணுக்கு மாட்டவில்லை. டேய் கொஞ்சம் விசாரிடா. அவன் இங்கு எப்போ வருவானென்று.'

சந்து இதைச் சொல்லும்போதே சிரித்து விட்டான். 'இப்போ எப்படி வருவான்! நீ ஒரு சரியான மடையன்! அந்த மடையன் அங்கேயே ஐக்கியமாய்ட்டான். அந்த நாளெல்லாம் பறந்து போச்சு. நாம கீழ இருந்து சீட்டியடிச்சா மேலேயிருந்து 'கிடுகிடு'-ன்னு ஓடிவருவான். ஆனா, இன்னிக்கு அவனை நீ பார்க்கனும் என்றால் வரிசையில் நிற்க வேண்டும். புரிஞ்சுதா? பரவாயில்லை. விடுவிடு. எனக்கு மிகமிக மகிழ்ச்சி. நல்ல நியூஸ் எனக்கு நீ சொன்னாய் - 'ஸ்வாதீன் க்ளப்'பினுடைய 'பிராண்ட் நியூஸன்ஸ்காரன்' நடந்ததா? ஏன் நடக்கவில்லை... ஹரீஷ்'. முன்பு சந்து நாராயண் மீது எவ்வளவு எரிந்து விழுந்து ஒதுக்கினானோ, அவ்வாறே, இந்தத் தடவை சந்துவின் 'மெம்பர்ஷிப்'பைப் பற்றி நானும் என்னுடைய மறுப்பைத் தெரிவிப்பேன்.

சந்து முறைத்தவாரே - ஏன்டா மச்சி! நான் ஒனக்கு என்னடா தீங்கு பண்ணினேன்?

ப்ரொபஸர் ஹரீஷ் பாண்டே தன் பால்ய நண்பனின் இந்த திடீரென வெடித்த வெடிக்குண்டினால் முதலில் சற்று தடுமாறினான். இருந்தாலும் தன்னைச் சமாளித்துக்கொண்டு சிரித்தவாரே - டேய் சந்து! ஒன் பார்வை கொஞ்சம் கூட மாரல. அப்படியே தான் இருக்கு. நீ ஒருபொழுதும் மாறமாட்டே. நீ சொல்லுவதை எல்லாம் கேட்டுக் கொண்டு சும்மா இருக்கிறான். பாரு... இதுவே பெரிய விஷயம். நீ ஒரு பழமைவாதி சாதிமதப் பித்து ஒன்னை விட்டுப் போகவே போகாது.

சந்துவிற்கு சட்டென பழைய விஷயம் ஞாபத்தில் வந்தது. பேச ஆரம்பித்தான் - டேய்! பீனு! ஒனக்கு ஞாபகம் இருக்கா? கே.எம்.ஓ.யூ. பஸ் ஸ்டான்ட் பக்கத்தில் ஒரு கட்டிடம் இருந்தது. அது கம்யூனிஸ்ட்கள் சேரும் இடம். அதன் பேரு...'முற்போக்கு எழுத்தாளர் சங்கம்'... இது தானே அது பெயர்... ஞாபகம் வந்திடிச்சா? அப்போ நீ சொன்னது

உனக்கு ஞாபகம் இருக்கா... மன்னி மானிடர் கிளையில் இருந்து நம்ம 'ஸ்வாதீனக்ளப்' எப்படி வித்தியாசமானதோ அதே மாதிரிதான் இதுவும் நமக்கு வித்தியாசமானது.

விநாயக்கிற்கு இதை கேட்டவுடன் அடக்க முடியாத சிரிப்பு வந்துவிட்டது. - டேய் சந்து! உன் ஞாபகசக்தி இருக்கே... அது அபாரம் தான்டா! நாங்கள் எல்லாம் அதுகிட்ட பிச்ச வாங்கணும்! மன்னி மானிடர் பற்றி ஞாபகப் படுத்தினாய். இப்போ அவன் எங்கே இருக்கிறான்?

'ஹிமாசல பிரதேசத்தில் இப்பத்தான் போன மாசம் தான் இங்கு வந்தான். சம்பா நௌலாவில் உள்ள தன் பழைய வீட்டை புதுசா மாத்திக் கொண்டு இருந்தான். இதுக்காக அடிக்கடி வந்து போறான்.' சிறிது நேரம் மௌனம் காத்து சந்து பின் பேசத் தொடங்கினான். 'நீ என்னவேணும்னாலும் சொல்லு... இந்த மக்களில் காணப்படும் தேசபக்தியும், தியாகமும் நமக்கெல்லாம் இப்படி இருக்காது. இந்தப் பைத்தியக்காரத் தரத்தினால் தன் ஆயுசு பூரா தொலைச்சுட்டான். தனக்கு என சொத்து பத்து, வீடு வாசல் என ஒன்னும் வாங்கல தெரியுமா ஒனக்கு - ஹிமாயல பிரதேசம் மட்டுமல்ல, இந்த உத்திர பிரதேசம் முழுவதும் அவன் அதிகாரத்திலே. விநாயக்கோ அல்லது ஹரீஷோ சந்துவின் இந்தப் பேச்சை ரசித்ததாக தெரியவில்லை. கேட்கவும் இல்லை. இது பார்த்து சந்துவிற்கு அவர்கள் மீது ஒரு சிடுசிடுப்பு ஏற்பட்டது.

விநாயக்... சரி... சரி... போதும்... போதும்... இப்போ கிளம்பு. ப்ரொபஸர் பாண்டே அவர்களுக்கு தன் பாடம் பற்றி வகுப்பு எடுக்க தயார் செய்ய வேண்டும். டேய் மச்சி ஹரீஷ்! எல்லோரும் நாஷ்த்தா செய்து முடித்துவிட்டார்களா என்று நீ யோசிக்கவில்லையா! உன் வீட்டுத் தோட்டத்தில் 'ஜரக்' இலையைப் பார்த்தேன். விநாயக் நாளை மறுநாள் ராணிகேத் சென்றுவிடுவான். அப்போ அவனுக்கு இந்த 'ஜரக்' சேர்த்த பலகாரம் யார் கொடுப்பாங்க? ஒண்ணு... நீ 'ஜரக்' இலையை பரித்து எங்க வீட்டிற்கு அனுப்பு. நாளை மதியம் இவனையும் கூட அழைத்துக் கொண்டு எங்க வீட்டிற்கு வந்துவிடு. அந்த பலகாரம் சேர்த்து செய்யப்பட்ட சாதம் சாப்பிட. அப்படி இல்லாவிட்டால் நாங்களே உங்கள் வீட்டிற்கு வந்துவிடுகிறோம்... சாப்பாட்டுக்கு... நாளைக்கு ஞாயிற்றுக்கிழமை தான் லீவு தானே?

ஹரீஷ்... அப்போ சரி! நீங்கள் எல்லோருமே எங்கள் வீட்டிற்கு வந்துவிடுங்கள்.

30. நரைன் சொல்லுவது மிகவும் சரியானதே

பத்து நாட்கள்... இருபது நாட்கள்... எங்கு எப்படிச் சென்றன... என்பது தெரியவே இல்லை. அவ்வளவு வேகமாக கடந்தன. தன்னை முழுமையாக 'உலாவுவது, பற்பல இடங்களுக்குப் பார்க்க பயணிப்பது... தான் பார்க்காத இடமே இல்லை என்று உணர்வது! ஆகிய செயல்களால் இந்த நாட்கள் சென்ற விஷயம் அவனுக்குப் புரிந்தன. கங்கோத்திரி யமுனோத்திரியும் சென்று வர வேண்டும் என்ற ஒரு திட்டமும் இருந்தது. ஸ்வாமி அபயானந்தஜி அல்மோரா வந்திருந்தார். அப்பொழுது அவர் விநாயக்கை தன் இடத்திற்கு வருமாறு அழைப்பும் விடுத்துச் சென்றார். மாலதியைத் தவிர மற்ற அனைவரும் அவரின் 'ஹிமாலயத்தைக் காப்போம்' என்ற இயக்கத்தில் மிக்க ஈடுபாடு கொண்டு இந்த இயக்கத்தில் முழுமையாக தங்களை ஈடுபடுத்தச் சங்கல்பம் ஏற்று இருந்தனர். ஆனால் மாலதியோ தன் பயணத் திட்டப்படியே மும்பை திரும்ப அடம் பிடித்துக் கொண்டு இருந்தாள். ஆகவே அவளை மும்பைக்கு திரும்பி அனுப்பிவிட்டு கங்கோத்திரி யமுனோத்திரி செல்லுவது என்று முடிவு செய்யப்பட்டது. தனது பழைய பள்ளித் தோழன் நாராயணன் - இன்று அவன் சட்டசபை செயல்பாடுகள் தன்னை முழுமையாக ஈடுபடுத்திக் கொண்டு இருக்கிறான் - அவனையும் சந்திக்க ஒரு வாய்ப்பு ஏற்படும். விநாயக்கின் நட்பு வட்டத்தில் ஒரு குறைபாடு - அதாவது அவன் நண்பர்கள் யாருமே அரசியல்வாதியாக இல்லாமல் இருப்பதுதான் - ஆனால் இந்தக் குறைபாடு இன்று தனக்குத் தானாவே தீர்ந்துவிட்டதே! விநாயக் இவ்வாறு எண்ணினான். இந்த அரசியல்வாதிகளும் யார் தெரியுமா..! ஒரு பக்கம் ஸ்வாமி அபயானந்தா - மற்றொரு பக்கம் அவனின் அந்தரங்க நண்பனான ஸோஷியோலாஜிஸ்ட் ஹரிஷ்.

உண்மை இதுதான். விநாயக்கிற்கு தன் மீது ஒரு பச்சாதாபம்... ஒரு ஆச்சர்யம். இது நாள் வரை அவன் தன் பால்ய நண்பன் நாராயண ராம் பற்றி யோசிக்கவே இல்லை... லச்சுவும் தன் முதல் கடிதத்தில்லேயே நாராயண ராம் பற்றிச் சொல்லியிருந்தானே! அடடா... எனக்கு எவ்வளவு மறதி... அவன் மனத்தில் இந்த மறதி ஒரே சமயத்தில் நம்பிக்கையும் அவநம்பிக்கையும் ஏற்படுத்துகிறதா?... ஒரு பக்கம் பார்த்தால் நம் நாடு எந்த அளவிற்கு முன்னேற்றம் அடைகிறது! ஜனநாயகம் எவ்வாறு வளர்ந்து பூத்துக்குலுங்குகிறது!

விநாயக் போன்ற முட்டாள்கள் மட்டுமா... நரைன் போன்றவர்கள் காரணமாக முழுமையான அப்பாவிகளான அழுத்தப்பட்ட மக்களும் கூட தன்நிலைமையில் மாற்றம் கண்டு உள்ளார்களே!' இந்த நம்பிக்கை

எவருக்கேனும் இருந்ததா? அவர்கள் எப்படி இந்த மாறுதலைச் செய்து காட்டினார்கள்? ஆனாலும் மற்றொரு விஷயம் வேதனையை தருகிறது. இந்த மாறுதலுக்கும் முன்னேற்றத்திற்கும் இடையே எவ்வளவு பெரிய அகழி காணப்படுகிறது - தன்னைப் பற்றிய அறிவின்மை, தன்னைத்தானே தாழ்வாக எண்ணுதல் அலட்சிய மனப்போக்கு போன்ற அகழிகளை எவ்வாறு நிரப்புவது? இந்த நாடும் இந்த சமுதாயமும் முழுமையாக கல்வியறிவு அடையாத வரை இந்த அகழிகள் நிரம்பாது! ஒரே வியப்பாக உள்ளது! உன்னுடைய பழைய நண்பணின் கடந்துபோன காலங்களில் இப்படிப்பட்ட பெரிய நிகழ்வுகள் நடந்தனவே! அவனுடைய குழந்தைப் பருவ கற்பனைகள் இவ்வளவு பிரகாசமாகவும் வியக்கத்தக்க எதிர்காலம் கொண்டதாகவும் நனவானதே!

விநாயக் தனக்குத் தானே -'டேய் விநாயக்! உனக்கு இதைக்கண்டு மகிழ்ச்சியில் புல்லரிப்பு ஏன் ஏற்படவில்லை! ஏன் உற்சாகப்படவில்லை. அவனின் செயல்களில் 'கோட்டி' காட்டப்பட்டுள்ள விஷயங்களை புரிந்துகொண்டு நீ ஏன் செயல்படவில்லை? இதுபற்றி யோசிக்கவும் செயல்படவும் உனக்குள் தைரியம் விழித்துக் கொள்ள வில்லையா?'

நரைனின் கூற்று மிகவும் உண்மை... நீ உன்னுடைய சமுதாயத்தை எவ்வளவு உயரமாகவோ, தாழ்வாகவோ, விசாலமாகவோ அல்லது குறுகியதாகவோ அமைக்கிறாயோ அல்லது அமைக்க விருப்பம் கொள்ளுகிறாயோ அவ்வாறுதான் அரசியலும் உயர்வாகவும், தாழ்வாகவும், விசாலமாகவும், குறுகியதாகவும் இருக்கும். அரசியல் என்பது உங்களுடைய சமுதாயத்தை விட்டுப் பிரிக்க இயலாத ஒரு விஷயமாகும். இது பார்க்க வேண்டிய சரியான ஒரு விஷயமாகும் - நம் நாடு பூகோள ரீதியாகவும் அரசியல் ரீதியாகவும் பலப்பல பிரிவுகள் கொண்டு இருந்தாலும் ஒரு பெரிய பண்பாட்டு ஒற்றுமையைக் கட்டிக் காப்பாற்றிக்கொண்டு இருப்பது மிக்க வியக்கத்தக்க செயல் அல்லவா! இந்தப் பெரிய முயற்சிக்கு எத்தனை பெரிய விலை கொடுக்க வேண்டுமோ அத்தனை பெரிய விலையை நாம் கொடுத்துள்ளோம். இவ்வளவு வேற்றுமைகளிலும் ஓர் ஒற்றுமையைக் காக்க - இந்த வேகமாக மாறும் உலகத்தில் தீங்குகள், வெளிக் குறுக்கீடுகள், தாக்குதல்கள் போன்றவைகளில் இருந்து காப்பாற்ற ஒரு பெரிய வலுவான சமுதாய, அரசியல், ஒற்றுமையும் சமுதாய ஒருங்கிணைப்புச் சக்தியும் நமக்கு இப்பொழுது கட்டாயம் தேவைப்படுகிறது. அதுசரி! அந்த சக்தி நமக்கு எங்கிருந்து எவ்வாறு கிட்டும்? இந்த அதி வேகமாக இயங்கும் உலகத்தில் ஒரு பக்கம் காரணம் இல்லாமல் நமக்கு துரோகம் செய்து

தொல்லை கொடுக்கும் அண்டை வீடுகளுக்கும் குறைவில்லை, பின் ஒரு பக்கம் தன்னை விரிவாக்கவும் தன் ஏதேச்ச அதிகாரத்தை அதிகப்படுத்தும் ஆசையினால் உந்தப்பட்டு உலகத்தில் உள்ள எல்லா மனிதப் பண்பாடுகளையும் நாகரீகங்களையும் தன் தேவையற்ற விருப்பங்களை நிறைவேற்ற ஓட்டப்படும் ரதத்தின் குதிரைகளாக நம்மை மாற்றிச் செயல்படும் சக்திகளுக்கு மத்தியில் பாரதம் தன் ஜனநாயகப் பரம்பரைமிக்க அடையாளங்களையும் தன் சீரிய நிலையையும் கட்டிக் காத்து தன்னையும் காப்பாற்றி வளர்ச்சியை அடைய சாமர்த்தியம் கொண்டு உள்ளதா? என்பது தான் கேள்விக்களுக்குள் உள்ள தலையான கேள்வி ஆகும். வரலாற்றினால் ஏற்பட்ட சீர் கெட்ட நிலைமை, செயலற்ற தன்மை, ஏழ்மை, பல நூற்றாண்டுகளாகத் தன்னையே அழிக்கும் அகம்பாவம்' ஆகியவற்றிலிருந்து வெளி வந்து நாம் எல்லோரும் ஒன்றுபட்டு ஒரே அலையாக எண்ணமும் செயல்களும் செய்யாவிட்டால் சமத்துவம், சகோதரத்துவம், சுதந்திரம் போன்ற உயர்ந்த எண்ணங்களை உள்ளடக்கிக் கொண்டு இந்த முழுமையான இந்திய சமுதாயம் தன் முழுமையான பண்பாடுகள் நிறைந்த தன்நம்பிக்கையுடன் இந்த புதிய உலகத்தில் தன் விருப்பங்களையும் தன் எதிர்பார்ப்புகளையும் எவ்வாறு நிறைவேற்ற முடியும்?

இந்நாட்களில் விநாயக் எங்கு சென்றாலும் இந்த மாதிரியான சர்ச்சைகளில் ஈடுபடவும், தர்க்கம் செய்வதிலும் ஒரு தீவிர பரபரப்பும் திருப்தியையும் பெற்றக்கொண்டு இருந்தான். இந்த உணர்வை அவன் தன் வாழ்நாளில் இதுவரை அறியவும் இல்லை, உணரவும் இல்லை... இதற்கு என்ன காரணம் இருக்கக்கூடும்? அரசியல் ஆகட்டும் சரி... சமுதாயச் சாத்திரங்களாக இருந்தாலும் சரி, அவனுக்கு இத்தகைய ஈடுபாடு இதுவரை ஏற்படவில்லையே! முதல் தடவையாக தன் குழந்தைப் பருவ நண்பர்களின் மண்டலியின் புதிய பதிப்பு அவனுக்கு இத்தகைய ஒரு மோகத்தின் கிறுகிறுப்பை உண்டாக்கியது. ‘உன்னுடைய கடந்த காலத்தில் சகுந்தலாவும் கூட உன்னிடம் இவ்வாறு தான் கூறி இருந்தாள்’ என அவனிடம் கூறினால், அவனுக்கு கோபம் தலைக்கேறி இருக்கும். ‘சகுந்தலாஜி! இது விருப்பம் அன்று. என்னுடைய நாட்டின் சமுதாயத்தின் பண்பாட்டின் ‘வலி’ பற்றி எல்லாக் காலங்களிலும் எனக்கு தெரியும். அந்த ‘வலி’யின் வலியை நான் இன்றும் உணர்கிறேன். நாம் துடிதுடிப்பான அரசியலில் ஈடுப்பட்டு, ஏதாவது ஒரு கட்சியில் வாலைப் பிடித்துக் கொண்டு ஓடி, நாம் அரசியலை உதாசினப்படுத்துவது இல்லை என பறை சாற்றுவது நமக்கு ஏன் அவ்வளவு அவசியம் என நான் எண்ணுகிறேன். நான் ஒருபொழுதும் அரசியலை உதாசினப்படுத்த

வில்லை. ஆனால் 'அரசியலால் நான் கட்டுண்டு இருக்கிறேன் என்று நடிப்பது, பரை அடிப்பது எனக்கு பிடித்தம் இல்லாத செயலாகும். என்னுடைய திறமைக்கும் ருசிக்கும் ஏற்றவாறு என்னுடைய சேஷத்திரத்தில் என்னை அடைத்துக் கொண்டு உள்ளேன். நான் நம் நாட்டின், சமுதாயத்தின் பண்பாடுகளின் வலியை உணரமாட்டேன் அல்லது நம்மைச்சுற்றி என்ன என்ன செயல்கள் நடைபெற்றுக் கொண்டு இருக்கின்றன அல்லது உலக அளவில் நாம் எந்த உயரத்தில் உள்ளோம் அல்லது உயர என்ன என்ன முயற்சி தேவை என்பதை நான் அறியவில்லை என்பது என்னைப் பொருத்தமட்டில் ஒரு தவறான கருத்தாகும். இவைகளைப் பற்றி எத்தனை நாட்கள் எத்தனை தடவைகள் நான் யோசித்து இருக்கிறேன்! தெரியுமா? அப்பப்பா...!

இங்கு ஹரிஷ் மற்றும் அவனது நண்பர்கள் பக்கத்தில் - அவன் இருந்ததின் காரணமாக அவன் ஒருசில அமைப்புகளில் சொற்பொழிவு ஆற்ற அழைக்கப்பட்டான். அங்கெல்லாம் அவன் எதிர்பாராத அளவிற்கு பாராட்டும் கைதட்டலும் கிடைத்தன. அதன் பயனாக அவனுக்கு முதன் முதலாக பொதுக் கூட்டங்களில் சொற்பொழிவு செய்வது எப்படிப்பட்ட விஷயம் என்பதை உணர முடிந்தது. இப்படிப்பட்ட சொற்பொழிவு நிகழ்ச்சிகளில் பங்கு கொள்வதால் தனக்கு எப்படிப்பட்ட பெயரும் புகழும் கிடைக்கின்றன, தன் பேச்சால் இந்த சமுதாயம் எவ்வாறு கவரப்படுகிறது என்பதும், இது ஒதுக்கத்தக்கது அல்ல என்பதும் அவனுக்குப் புலனாயிற்று. விநாயக் தான் சொற்பொழிவு செய்யும் காலங்களில் தன்னை மறந்து வேறு சுவைகளால் உந்தப்படுகிறான். தான் கூட்டத்தில் பேசிய கருத்துபற்றி கூட்டம் முடிந்து திரும்பும் சமயங்களில் இதுபற்றி நினைக்கும் சமயம் தனக்கே வியப்பாக இருக்கிறது - 'நான் இப்படிப்பட்ட கருத்துக்களை சொன்னேனா - என்ன - அவனுக்கு இந்தச் சமயங்களில் ஏற்பட்டு இருக்கும் உற்சாகமும் உத்வேகமும் தன் பால்ய பருவத்தில் தனக்கு ஏற்பட்ட உற்சாகமாகவும் உத்வேகம் போன்றவை எனத் தெரிந்தது. ஆனால் வாலிபன் ஆனவுடன் அவன் வாழ்க்கையே திசை திரும்பிவிட்டது. இருந்தாலும் தன்னை வெளிப்படுத்தவும் தன் அறிவை, ஞானத்தை அறியச் செய்யவும் இந்தத் திசை மாற்றம் தேவைப்பட்டுத்தான் இருந்தது. தன் வீட்டை விட்டு வெளி வந்தவுடன் தான் அவன் தன் கற்பனைகளைப் பற்றி அறிந்து கொண்டான். கூடவே அவைகளை நனவாக்கவும் ஆக்கிக்கொண்டான்.

தான் முதுமை அடையும் நிலையில் இந்தத் தருணத்தில் அவன் தன் வீடு, தன் கிராமம் திரும்புவது மிக்க அவசியமானதாக இருந்தது.

இது தன் கடந்தகாலத்தைப் பற்றிய மோகமோ அல்லது மலைப் பிரதேசத்தின் 'நாஸ்டேல்ஜியா' மட்டும் அல்ல, என அவன் தனக்குத்தானே நம்பிக்கை ஊட்டிக்கொண்டு இருந்தான். இது தனக்கு மட்டுமா, தன் நண்பர்களின் பட்டாளத்திற்காகவா அல்லது அந்த வட்டத்திற்கு வெளியே இருக்கும் நபர்களுக்குமா, அவன் யார்யோரோடும் மோதுகிறானோ அவர்களுக்குமா? இந்த நாட்கள்வரை தன் மனத்தின் உள்ளே ஆழ்ந்து புதைந்து கிடந்தவை இன்று வெளிப்பட்டு வருகின்றது. இவ்வாறு வெளிப் படுவது ஒருவகையில் பார்த்தால் அவன் உடல் நலத்திற்கு ஏற்றவாறு இருந்தது. அவன் பல சமயங்களில் இவ்வாறாகவும் உணர்ந்தான் - இந்தச் சமுதாயம் தன் பேச்சால் எந்த அளவு கவரப்படுகிறதோ, எந்த அளவு ஏற்றுக் கொள்ளுகிறதோ அதே அளவு அவனின் எழுத்திற்குக் கிடைப்பதில்லை. ஆனாலும் அவன் ஒரு பொழுதும் 'பேசுவது எழுதுவதைக் காட்டிலும் சிறந்தது' என்று சொன்னதே இல்லை. இன்றும் அவன் எண்ணம் இதற்கு மாறாக இல்லை. ஏனென்றால் அவன் ஒரு எழுத்தாளனும் கூட. ஆகவே அவனும் எழுத்தாளன் என்ற உருவத்தில் இந்தச் சமுதாயம் ஏற்க வேண்டும் அல்லவா. அகவே தன் எழுத்தில் தான் பேசிய பேச்சுகளை உபயோகிக்கலாம். எவ்வளவு முடியுமோ, எப்பொழுது முடியுமோ அந்த அளவு, அந்தச் சமயங்களில் பயன்படுத்தலாம். ஏன் நீங்கள் உத்வேகத்துடனும் உரிமையுடனும் எங்கெல்லாம் படித்த வாலிபர்கள் காணப்படுகிறார்களோ அவர்களின் நடுவில் செல்லலாமே. பள்ளிகளில்... கல்லூரிகளில், என்.ஜி.ஓ மக்களின் கூட்டத்தில். இந்த என்.ஜி.ஓ.க்கள் என்றாலே விநாயக்கிற்கு ஒரு சிடுசிடுப்பு எனக்கூடச் சொல்லலாமே! 'அவர்கள் என்ன பேசுகிறார்கள்? என்ன செய்கிறார்கள்? என்பதைப் பாருங்களேன், அவர் மத்தியில் தன் அபிப்ராயங்களை, தன் எண்ணங்களை, தன் நினைப்புகளை தெளிவாக வையுங்களேன். ஏன்... வைக்கமாட்டீர்களா? நீங்கள் யாரை விரும்ப வில்லையோ, யாருடைய கருத்துக்களை, செயல்பாடுகளை ஏற்க மறுக்கிறீர்களோ அவர்களும் உங்களைச் சார்ந்தவர்கள் தானே! உங்கள் சமுதாயத்தில் தானே அவர்களும் செயல்படுகின்றனர். இந்த விருப்பு - வெறுப்பு, ஏற்றல் - மறுத்தல் என்ற வட்டத்திற்கு அப்பாற் சென்று அவர்களுடன் பேச வாய்ப்புகள் இருந்தால் அதுதான் சமுதாயம் ஆகும். அப்பொழுது தான் 'அது சமுதாயம்' என்ற தகுதிக்குப் பாத்திரம் ஆகும். அப்படி இல்லா விட்டால் தனித்தனி கூட்டமாகவும், மந்தைகளாகவும் குழுக்களாகவும், உற்றார் உறவினர்களாலும் பிளவுபட்ட சமுதாயத்திற்குள்ளும், ஒருவேளை அது பொருமைசாலியாகவும் எல்லாவற்றையும் ஏற்றுக்கொள்வதாகவும் இருந்தாலும், இந்த வேகம் நிறைந்த உலகில் தட்டுத்தடுமாறாமல், குண்டுச்சட்டியில் குதிரை ஓட்டாமல்,

கெட்ட வஞ்சக வலையில் சிக்காமல் இருந்தாலும் உறுதியான, வலுவான ஒரு பிணைப்பு எவ்வாறு ஏற்படும்?

ஒரு விதத்தில் பார்த்தால் விநாயக்கிற்கு அரசியல், அரசியல்வாதிகள் மீது ஒருபற்று அற்று நோக்குதான் உண்டு. சமுதாயப் படைப்பு, சமுதாய மாறுதல், சமுதாய எழுச்சியை நோக்கிச் செல்லும் இந்த இந்திய தேசத்தின் முன்பு ஒரு பெரிய 'சவால்' தன் வாயை அகலப் பிளந்துகொண்டு நிற்கிறது. அந்தச் சவால் யாது? 'நாட்டிற்கு உள்ளும் வெளியிலும் இருந்து தாக்கக் கூடிய எதிரிகளிடம் இருந்து காப்பது' இதனைப் பற்றிய உணர்வுகள் இந்த நாட்களில் அவனிடம் வெகு கூர்மையாகக் காணப்படுகின்றன. ஹரிஷின் சமுதாய சாஸ்திர ஞானம் மற்றும் அனுபவத்தினால் விநாயக் மிகவும் கவரப்பட்டு இருக்கிறான். 'நாராயண ராம்' பற்றியும் ஹரிஷ் அவனுக்குக் கூறி உள்ளான். இவர்களின் கூற்றிலிருந்து சமுதாய மாறுபாடு பற்றிய கருத்துக்கள் அவனுக்கு மிக தெளிவாக புரிந்தன. அதேபோன்று அழுத்தப்பட்ட தலித் மக்களின் படம் ஒன்று மிகத் தெளிவாக அவன் மனக் கண்கள் முன்பு தோன்றியது. இந்த தலித் மக்களை பற்றி அதிகமான புத்தி ஜீவிகள் கவலைப்படும் விஷயங்களில் இருந்து விலகி சுதந்திரமாகவும், தன் எண்ணப்படி அதாவது பிறரைச் சார்ந்து இருக்கும் மனோபாவத்தால் உந்தப்பட்டு தன்னையே இகழ்பவனாகவும், தாழ்மை இயல்பு உள்ளவனாக தலித் மக்களை மாற ஊக்குவித்த செயல்பாடுகள் மட்டுமே அவன் மோதக்கூடிய விஷயம் என்றும் அதிலிருந்து தன்னம்பிக்கையின் உண்மையான ஆதாரத்தை அடைய அவன் ஆவலாகவும் அதிக வேகமாகவும் இருந்தான். அவனுக்கு (விநாயக்கிற்கு) தன்னைப்பற்றியோ அல்லது தன் அறிவு, தன் செயல்பாடுகள் பற்றியோ எந்தவிதமான மனப் பிராந்தியும் கிடையாது. கிளர்ச்சி கொடுக்கும் ஆகாசக் கோட்டையான எந்த ஒரு இலட்சியம் கொண்ட இலட்சியவாதியும் அவன் அல்ல. இருந்தாலும் அவன் தன் வாழ்வின் கடைசி பருவத்தை அடையும் திருப்பத்தில் அவனுக்கு இதுபற்றிய ஞானம் ஏற்படுகிறது - மனித வாழ்க்கை ஒரு நேர் கோடு. அது மேலும் வளராது. அது ஒரு வட்டம் போல் அமைகிறது. இது தான் என் வாழ்க்கையின் ஆரம்பம். இது தான் என் வாழ்க்கையின் முடிவு'. இந்தக் கவிதை மூலம் வெளிப்படும் 'நம்பிக்கை இன்மை' என்ற எண்ணக் கயிற்றில் இருந்து ஒரு ஒளிமயமான நம்பிக்கையின் கூடிய பொருள் அவனுள் விரிந்துகொண்டு இருக்கிறது. அவன் மறுபடியும் தன் இருப்பிடம் திரும்புவது ஒரு வழக்கமாகவோ அல்லது உணர்வாகவோ அல்லது கடந்தவற்றை திரும்பப்பெற வேண்டும் என்ற

பேராசையோ அல்ல. பதிலாக அது 'அந்த மஹா உணர்வு' என்பதை தனக்காக ஒரு உயர்ந்த ஆழமான மட்டத்தில் வைத்து தான் மறுபடியும் அதை அடைந்து அதைச் செயல்படுத்த தன் மனத்தில் எழுந்த தூண்டுதல் காரணமாகச் செயல்படும் ஒரு செயல் ஆகும். 'அந்த மஹா பாவம்''யஸ் இன்டியா' மற்றும் 'இடர்னல் இன்டியா' வின் பிரிக்கமுடியாத ஒரு கூட்டாகும். இந்த 'மஹாபாவம்' தர்ம உணர்வு மற்றும் அரசியல், காவ்யம் மற்றும் அறநூல், கர்மயோகம் மற்றும் ஞானயோகம், இயற்கை அழகு மற்றும் மனிதனின் விதி ஆகிய இவைகளைத் தனித்தனியாகப் பார்பதில்லை. அதில் தேசீயம், உலகம் ஒரு குடும்பம் என்ற எண்ணம், தன்னை உணர்தல், உலக உணர்வுகளை உணர்தல் போன்ற மனம் ஏற்கும் விஷயங்கள் தான் காணப்படும். அந்த 'மஹா பாவம்' திரு அரவிந்தர் மற்றும் மஹாத்மா காந்திஜி, துளசிதாஸ்ஜி மற்றும் நிராலாஜி, ரவீந்திர நாத் மற்றும் ஜயசங்கர் பிரஸாத், இராமாயணம் மற்றும் மஹா பாரதம், வேதம் மற்றும் புராணம், சீதை மற்றும் திரௌபதி, அர்ஜுனன் மற்றும் தர்மர் ஆகியவர்களோடு தான் பிறந்தது. அவர்களுடன் தான் சேர்ந்து மேலே செல்ல முடியும். இது எதிர்மரைகளை ஒன்றாக இணைப்பது அல்ல. ஒருவருக்கொருவர் அனுகூலமாக இருக்கும் கோட்பாடு ஆகும். இதை நீங்கள் கோட்பாடு என நினைத்தால்.

ஆமாமாம்! இந்த முதிர்ந்த வாழ்க்கையின் எல்லைக்கோட்டை அடைய தயாராக இருக்கும் விநாயக்கிற்கு வாழ்க்கையின் அந்த விடியற்காலைப் பொழுதில் பார்த்த கேட்ட, வாழ்ந்த, அனுபவித்த 'ஸ்வாதீன் கிளப்' மற்றும் பாரத மாதாவின் உருவமும் உணர்வும் ஒரு புதிய தொடக்கத்தில் வாழும் உருவமாகவும் உணர்வாகவும் ஆகிவிட்டன.

ஒரு வேடிக்கையான விஷயம். மேலே சொல்லப்ட்ட புதிய தொடக்கத்தின் ஒரு பொருள் உள்ள விஷயம், தன் மாணவப் பருவத்தில் தன்மீது மிக்க விளைவுகளை ஏற்படுத்திய தான் படித்த சில புத்தகங்களை மறுபடியும் படிக்க வேண்டிய ஆர்வத்தினால் விநாயக் அந்தப் புத்தகங்களை மறுபடியும் படிக்கத் தொடங்கினான்.

இராமாயணம், மஹாபாரதம், உபநிடதங்கள் பற்றிய அரிய கட்டுரைகள் அடங்கிய ஹிந்தி 'கல்யாண்' பழைய இதழ்களை தன் சிற்றப்பா வீட்டில் தேடிக் கண்டுபிடித்து எடுத்துக்கொண்டான். இந்த பழைய இதழ்கள் தன் சிற்றப்பா வீட்டில் இருக்கும் என அவன் கற்பனையிலும் எண்ணிப் பார்க்கவில்லை. அவன் தன் வாலிப காலங்களில் அறிஞர்கள் சமுகத்தினால் ஏற்றுக்கொள்ளப்பட்ட பல விஷயங்கள் அடங்கிய இந்த 'கல்யாண்' ஹிந்தி இதழ்களைப் படித்து இருக்கிறான்.

ஆனால் 'அந்த மஹா பாவத்தைப்' புதிய நோக்கோடு படிக்க தன் பைத்தியகார எண்ணங்களினால் சாதாரண மக்களை அடையக்கூடிய அந்த 'கல்யாண்' பத்திரிக்கையின் பழைய சிறப்பு மலர்களின் பக்கங்களை புரட்டத் தொடங்கினான். மிக்க ஆச்சரியமான விஷயம்தான் இது - அழிவு, உதாசினம், வெறுப்பு ஆகிய பிடிப்பிலிருந்து மீண்ட சில இந்த 'கல்யாண்' பத்திரிக்கையின் பழைய இதழ்கள் அவனுக்கு ஒரு வியக்கத்தக்க விஷயமாகவும் நல்ல சகுனமாகவும் தோன்றியது. அதில் ஒன்று குழந்தைகளுக்கான நம்பிக்கையை உசுப்பிவிடுகிறது. இதில் கேலிசெய்ய என்ன விஷயம் உள்ளது. திரிபுவனே ஒரு தடவை இவ்வாறு செய்து அவமானம் அடைந்தான். அதுவும் தன் மனைவி விபாவின் முன்னாலேயே. ஆனால் அவளோ விநாயக்கின் கட்சியாக இருந்தாள். 'ஹிதோபதேசம்' என்ற புத்தகம் - இதை அவன் (விநாயக்) தந்தை ரகுநாதர் கோவிலில் உள்ள சிறிய புத்தக சாலையில் இருந்து எடுத்துவந்து அவனைப் படிக்க வைத்தார் - அல்மோடா வெளிப்பிரதேச வாசத்தின் சமயம் அது அவன் கைக்குக்கிட்டியது. இது தவிர 'டான் க்விக்ஜோட்'ன் மலிவு ஹிந்தி பதிப்புகளும் ராணிகேத்தில் இருந்து தன்னோடு எடுத்து வந்துள்ளான். அவனுக்கு ஒரே வியப்பு. அவனுடைய தந்தையார் 'ஹிதோபதேசம்' என்ற பிரதியை கோவில் புத்தகசாலையில் திருப்பிக் கொடுக்க மறந்துவிட்டாரா? அவர் தந்தையாவது மறப்பதாவது! உண்மை இதுதான் தன்முட்டாள் தனமான யோசனையின் விளைவுதான் இது. பழைய காலத்தில் தன் தந்தையாருக்கு பணத்துடன் புத்தகங்களையும் திருடும் பழக்கம் இருந்தது போலும், ஆனாலும் இந்தப் புத்தகத் 'திருட்டு' திருட்டு எனத் தோன்றவில்லை. இன்றும் கூட விநாயக் கருத்தாளர் 'கால்ரிச்' அவர்கள் பெயரை பிரஸ்தாபித்து ஒரு ஒரு இடத்திலும் தம்பட்டம் அடித்து இதை அறிவிக்கவில்லையா - புத்தகம் தனது என நினைத்தால், புத்தகம் தன்னுடையது தான். சிறு வயதில் ரகுநாதர் கோவில் உள்ள அந்தப் புத்தகசாலையை விநாயக் பயன்படுத்திய அளவு வேறு எவரும் பயன்படுத்தியது இல்லை. இவ்வாறு அவன் நினைத்தால் அவன் நினைப்பில் எந்தத் தவறும் கிடையாது. இதற்காக அந்த புத்தகசாலைக்கு விநாயக் நன்றி சொல்ல வேண்டும். அந்த காலத்தில் இந்தப் புத்தகசாலையை பயன்படுத்தியவர் எத்தனையோ? தெரியாது. ஆனால் இன்று ஒரு சிலரே விநாயக் போன்று வாழ்கின்றனர். அவர்கள் மூலம் இந்த உண்மையை அறிந்து கொள்ளட்டும் - ஒரு இந்துக் கோவில் எவ்வாறு இருக்கும். ஒருவரின் மூளையை சரியான வழியில் முறைப்படி செயல்பட ஒருவரின் உணர்வுகளை நல்வழிப்படுத்தி, நல் உணர்வுகளாக மாற்ற இந்தப் புத்தகசாலையின் பின்னனி செயல்படுகிறது.

31. திரிபுவனின் விருந்தில்

மாலதியும் சகுந்தலாவும் நாளை மறுநாள் மும்பை சென்று விடுவார்கள். இப்பொழுதுதான் கர்னல் என்ற பதவியில் இருந்து 'ப்ரிகேடியர்' என்ற பதவிக்கு திரிபுவன் உயர்ந்து உள்ளான். இதன் பொருட்டு இன்று அவன் இல்லத்தில் ஒரு 'செண்ட்ஆப்' விருந்து ஏற்பாடு செய்யப்பட்டுள்ளது. முக்கியமாக ஹரிஷ் இதன் பொருட்டே இங்கு வந்துள்ளான். சந்துவை லச்சு அல்மோராவில் பிடித்து இழுத்து வந்துவிட்டான். நாரயண ராமுக்கும் அழைப்பு அனுப்பப்பட்டது. ஆனால் அவன் இந்நாட்களில் 'அசம்பளி' வேலை காரணமாக தன இடத்தை விட்டு நகர முடியவில்ல. ஆகவே அவன் தன் இயலாமையைத் தெரிவித்துவிட்டான். ஹனுமான் வால் போல ஒரு நீண்ட கடிதம் விநாயக்கிற்கு எழுதி இருந்தான். அவனுக்கும் திரிபுவனுக்கும் போன்கூட செய்து இருந்தான். நைனிதாலில் இருந்து வினோத் இன்னும் இங்கு வந்து சேரவில்லை. அவன் திடீரென வந்து குதித்து விடுவான்.

சந்து இந்த கூட்டத்தில் ஒரு 'கோணல் மாணல்' மாதிரியான நிலைமையைப பார்க்கிறான். அவன் நண்பர்கள் வட்டத்தில் பேசப்படும் பேச்சுகள் அவனுக்குப் புரியவில்லை. இருந்தாலும் அவன் காதுகளும் கண்களும் விழிப்பாகச் செயல்படுகின்றன. இந்தச் சூழ்நிலை அவனுக்கு புதியதாக இருந்தாலும் அங்கு உள்ள அனைவரும் அவன் நண்பர்கள் தானே! ஆனாலும் அவனுக்கு ஒரு சங்கடம். இந்தக் கட்டத்தில் ஒருபக்கம் பெண்களைப் பார்த்து பார்த்து அவன் மனத்தில் இனிப்பான உணர்வுகள் பொங்கி எழுந்தாலும் அவனுக்குள் அவர்களைப் பற்றிய ஒரு தயக்கமும் வெட்கமும் குடிகொண்டு இருக்கிறது. ஒருமுறை இவர்கள் அல்மோராவில் இருந்து வந்து இருந்தார்கள். இவர்களுடன் மாலதியும் சகுந்தலாவும் இணைந்து இருந்தனர். இவர்களை சந்து சாப்பிட அழைத்திருந்தான். சந்துவின் மனைவி லக்ஷ்மி மலைப்பிரதேசத்தில் காணப்படும் காய்கறிகளைக் கொண்டு உண்ணும் பதார்த்தங்கள் மலையளவு செய்து இருந்தாள். இப்பொழுதும் கூட லக்ஷ்மியின் இந்த அன்பான உபசரிப்பை வெகுவாகப் பாராட்டுகிறார்கள். சந்துவை செல்லமாக இகழ்ச்சியும் ஏச்சுமாக - டேய் மச்சி! நீ ஏன் தனியாக வந்துருக்கே! எங்கு லக்ஷ்மி அண்ணியை ஏன் தன்னுடன் அழைத்து வரவில்லை! திரிபுவனும் சரி, விபாவும் சரி அவனை இந்த விஷயத்தில் புடிங்கி எடுத்து விட்டார்கள். சந்துவை நோக்கி 'நீ ஒரு நல்ல தருணத்தை இப்படித் தொலைத்துவிட்டாயே? சந்து என்ன செய்வான்?... பாவம்... திருதிருவென விழித்துக்கொண்டு இருந்தான். யார் வீட்டில் விருந்துக்கு ஏற்பாடு செய்துள்ளார்களோ அவர் வீட்டில் அவர்களுக்கு முன்பாகவே தன் மனைவி லக்ஷ்மி செய்த சமையலைப் பற்றியும் திண்பண்டங்கள் பற்றியும்

புகழ்ந்து பேசுவது சந்துவிற்கு மிகவும் நாகரீமற்ற செயலாகத் தோன்றியது. 'டேய் மச்சிகளா! கொஞ்சம் மரியாதை கத்துக்கோ', என நினைத்துக் கொண்டான். லக்ஷ்மி இங்கு வராது இருப்பது 'நல்லதுதான்' என்று தோன்றியது. அவள் வந்திருந்தாள் அவளை கிழக்கு நோக்கி மணையில் அமர்த்திவைத்து கற்பூரத்தை சுற்றோ சுற்று என்று சுற்றி இருப்பார்கள். யார்? இருவருமா!... இல்லை... இந்த மூவரும். ஆனால் லக்ஷ்மிக்கோ வெட்கம் புடுங்கித் தின்று இருக்கும்! திரிபுவனின் மனைவிக்கு இந்தச் செயல்கள் எவ்வளவு வருத்தம் கொடுத்து இருக்கும்.

சந்து வெட்கத்தினால் பெண்களை நோக்கிய அவன் கண்கள் திரும்பவே இல்;லை. யாராவது ஒருவர் அவனைப்பார்த்து 'இவர்களில் மாலதி யார்... சகுந்தலா யார்...' எனக்கேட்டால் அவன் தலை சுழன்று இருக்கும்... பேச்சுவராது. தடுமாறும் சொல்தான் வெளிவரும். ஆண்மகனின் இயல்புகளைப் சற்று பாருங்களேன்! சந்து பெண்களை கண்டு வெட்கப்பட்டாலும் 'விபா' எங்கு அமர்ந்து உள்ளாளோ அங்குதான் அவனின் ஓரக்கண் பார்வை சென்று சென்று வந்தது - பார் - மஹாராணிபோல்... ஆமாம்... மஹாராணிபோல் தோன்றுகிறாள். அவளது முகம் எவ்வாறு மிளிர்கிறது? தன் வாழ்க்கையில் இந்த நாள்வரை இந்த மாதிரியான ஒரு அழகான பெண்மணியை அவன் பார்த்ததில்லை! ஒருவேளை திரிபுவன் மஹாராஜா வம்சமாக இருக்கலாம். பார்... பார்... இவள் எந்த மஹாராணியைவிடவும் கொஞ்சமும் அழகில் குறைவில்லை! மஹாராணியா... இல்லை... இல்லை... உண்மையிலேயே ஒரு தேவியாகத்தான் தோன்றுகிறாள்.

இவர்கள் மூலமாக தன் வீட்டில் சாப்பிட்ட திண்பண்டங்கள் பற்றி வானளாவி புகழ்வது ஒரு கோணல் மாணலான செயலாகவே தோன்றியது. இதோ இங்கே சற்று பாருங்களேன்! கர்னலின் மனைவி அமர்ந்துள்ளாள். அவளாவது விருந்திர்க்கு சமைப்பதாவது... ஒருபொழுதும் நடவாத காரியம். சமையல்காரர்கள் சமைத்து இருப்பார்கள். இப்படிப்பட்ட தருணத்தில் அவர் மனைவி முன்பே லக்ஷ்மியின் சமையலை 'அப்படி இப்படி' என தலையில் வைத்துக் கூத்து ஆடுவது... அதுவும் இவ்வளவு நேரம் வரை... இது முறையான செயலா!... இது கொஞ்சம் கூட நாகரீகமற்ற செயலாகவே தோன்றுகிறது. உண்மையில் கர்னலின் மனைவி என் வீட்டிற்கு வந்து இவர்களுடன் என் மனைவியின் சமையலை ருசி பார்த்து இருந்தால் எதுவும் தவறாகாது. அவளும் இவர்களுடன் சேர்ந்து குதித்து இருப்பார்கள். ஆனால் அவர்கள் அந்த சமயத்தில் இங்கு வரவில்லையே. அப்படி இருக்க இவர்களின் இந்தக் கூத்தாட்டம் எவ்வாறு இவர்கள் மனத்தைப் புண்படுத்தும். இவர்கள் திரிபுவனுக்குச் சொல்லாமல் சொல்கிறார்கள்

போலும். ‘டேய் மச்சி... இங்கு இன்று உங்க வீட்டில் சமைப்பது உங்கள் வேலைக்காரர்கள் தானே! அந்தச் சமையலில் எத்தனை ருசி இருக்கும்? மனைவி சமைத்துச் சாப்பிட்டால் அத்தனை ருசியோ ருசி... அதற்கு இணை அதுதான். இந்தச் சொற்களால் திரிபுவனுக்கு எவ்வளவு வருத்தம் ஏற்படும். இந்த மச்சிகளுக்கு ஏன் இது புரியவில்லை. திரிபுவன்! உனக்கு ஒரு வேண்டுகோள். இந்த மச்சிகளை இனிமேல் உணவுக்கு அழைக்காதே! சந்து! நீ என்ன வேண்டுமானாலும் நினைத்துக்கொள். வசிப்பதற்கு தகுதியான இடம் அல்மோரா மட்டும்தான்.

ஆனால் சந்து விபாவின் அழகில் ஆழமாக மூழ்கியதன் விளைவாக அவன் காதுகளில் தன்பெயர் தவிர வேறு எந்த வார்த்தைகளும் விழவில்லை. ஆகவே திக்திக் கொண்டே... எ...ன்...ன? என்று கேட்டான்.

தன்னுடைய வாக்கியத்தை மறுபடியும் கூறியவாரே அவனை அதட்டிய படியே விநாயக் ‘டேய்! சந்து! உன் கவனம் எங்கு இருக்கு?’

எனக் கேட்டவுடன் சந்து கூனிக் குருகி விட்டான். அவன் பார்வை கீழே தான் பதிந்து இருந்தது. தடுமாறிய படியே... அண்ணியைக் கேளுங்கள் அவர்களுக்கு எவ்வாறு தோன்றுகிறது. மாலதி... சந்து அண்ணா! எனக்கு... உண்மை பேச வேண்டும் என்றால்... ராணிகேத்தை விட உங்கள் ‘அல்மோடா’ மிகவும் பிடித்தமாக உள்ளது.

சந்துவின் பயந்த ஓரக்கண்பார்வை விபாவை நோக்கி சென்றது. எப்படியோ தன் ‘இரண்டும் கெட்டான்’ நிலைமையை சமாளித்தவாரே...! அப்படியென்றால் மறுபேச்சு ஏது? நீங்கள் எல்லோரும் அங்கேயே வந்துவிடுங்களேன். இந்த வயதுவரை ஊரைச் சுற்றியாகிவிட்டது. ‘ரிடயர்’ ஆகியவுடன் நேராக அல்மோரா வந்து அங்கேயே நிரந்தரமாக தங்கிவிடுங்களேன்.

விபா மறுப்பு தெரிவித்தவாரே - ராணிகேத்திற்கு என்ன குறைச்சல். எல்லா வசதியும் அங்கு உள்ளதே! திரிபுவனும் அவளுக்கு ஒத்து ஊதியவாரே -‘ஐ எக்ரி... ராணிகேத்தில் என்ன இல்லை...?’

மாலதி எந்தத் தயக்கம் இன்றி பதில் கொடுத்தாள்... அல்மோரா... மிகவும் திறந்தவெளியாகத் தென்படுகிறது. ராணிகேத் அழகோ அழகு. அல்மோராவைக் காட்டிலும். ஆனாலும் என்ன... மூடியவாறு... மூடியவாறு...

வினோத் திவாரி இந்தக் கூட்டத்தில் நுழைந்தவாரே... இயல்பாக பேசத் தொடங்கினான். ‘எனக்கு நைனிடாலும் இவ்வாறு தான் காணப்படுகிறது. ஆனால் இவர்களோ வீணாக என்னை முறைக்கிறார்கள்’.

'சபாஷ்! சரியாகச் சொல்கிறாய்' திரிபுவன் பேச்சின் நடுவில் புகுந்தவாரே... 'நைனிடாலைப் பற்றி என் 'ப்லிங்ஸ்'ம் இதுதான். ஆனால் ராணிகேத்? ராணிகேத்தை... மூடியவாறு உள்ளது என்பது என்னுடைய எண்ணத்தில்...

'முற்றிலும் முட்டாள் தனமானது' என்று வினோத்திற்கு பின்னாலேயே வந்துகொண்டிருந்த லச்சு சற்றுமுன் பேசிய அப்பாவிகளை பற்றி தெரிந்து கொள்ளாமலே தன் திருவாய் மலர்ந்தான்.

அவன் பேச்சைகேட்டு மாலதி வெடுக்கென்று - ஆமாம்... ஆமாம்... நீங்கள் இப்படித்தான் கூறுவீர்கள். நீங்கள் இங்கு தங்குவது 'வேஸ்ட் இண்டரேஸ்ட்'

திரிபுவன் - மேடம்! உங்களின் இந்தப் பேச்சு அளவிற்கு மீறியதாகக் தோன்றுகிறது. 'வேஸ்ட் இண்டரெஸ்ட்' இங்கு 'டபக்' என்று எவ்வாறு குதித்தது?

விபா திரிபுவனின் அதட்டும் குரலுக்கு எதிராக முடிந்தவரை தன்னுடைய குரலை மிருதுவாகவும், இனிமையாகவும் மாலதியின் கூற்றை மறுப்பது போல் கூறினாள் - 'மாலதிஜி' என்னுடைய திரிபுவனிடமிருந்து 'ராணிகேத்'தை அல்மோராவுக்கு முன் 'டி ஃபெண்ட்' செய்யக்கூடிய உரிமையை பரித்துக் கொண்டுவிட்டீர்கள். மாலதி தன்னடைய கூர்மையான நோக்கினால் விபாவை துளைத்தவாறே - 'எப்படி'?

'ஆப்வியஸ்லி'- விபா முறுவலித்தாள். லச்சு அண்ணா அவர்களின் 'ராணிகேத்' பற்றிய கருத்தை நீங்கள் 'வேஸ்ட்' என்று கூறுவதற்கு இது கூட ஒரு காரணமாக இருக்கலாம் - அவர் அங்கு 'ஹோட்டல்' நடத்தி, குடும்பம் நடத்தி சம்பாதிக்கிறார். அப்படியானால் கர்னல் திரிபுவன் கூட தன் மனைவியுடன் இந்த சந்தேக வட்டத்திற்குள் மாட்டிக்கொண்டு விடுவார்கள். ஏனென்றால் அவருக்கு 'ஆர்மி ஆஃபீஸர்' என்ற முறையில் ஒரு அருமையான பங்களாவும் மற்ற எல்லா வசதிகளும் கிடைக்கின்றன. அப்படித்தானே?

சகுந்தலா இந்த விஷயம் செல்கின்ற நிலையை அனுமனித்து எதிர்வாதம் செய்தாள் - 'மாலதி','யூ நோ இட்ஸ் நாட் ஃபேர்'.

'ஹீ இஸ் நாட் ஃபேர்? - விபாவும், மாலதியும்மா?' ஹரீஷ் இதை அறிய விரும்பினான். அவனுக்கு இந்தப் பேச்சுகளில் கொஞ்சம் கூட பிடித்தமில்லாமலிருந்தது.

விநாயக் - 'அஃப்கோர்ஸ் மாலதி!சகுந்தலா! அப்படித்தானே?' சகுந்தலாவும் தன் தலையை லேசாக அசைத்து அவளுடைய கூற்றை ஏற்றுக்கொண்டாள்.

மாலதி கோபத்தில் கொந்தளித்தவாறே -'ஏன்? நான் அப்படி என்ன அநியாயம் செய்தேன்!'

இந்தக் கோபம் விநாயக்கினால் பொறுக்க முடியவில்லை. ஆகவே -'ஒரு மனிதனின் 'டெஸ்ட்' அல்லது 'ஜட்ஜ்மெண்டை' அவனுடைய வருமானத்துடன் இணைப்பது மேலும் வருமானத்தையே 'ரெட்யூஸ்' செய்வது அவன் மீது நாம் செய்யும் அநியாயம் இல்லையா?'

'ஜஸ்ட் எ மினிட்' - என்று கூறியவாறே ஹரீஷ் திவாரி குதித்து எழுந்து நின்றான். மூலையில் இருந்த தன் நாற்காலியை இழுத்து வந்து அவர்கள் மத்தியில், சரியாகச் சொன்னால், மாலதி - விநாயக்கிற்கு நேர் எதிரில் வைத்தான்.

'நீங்கள் தேவையில்லாமல் இந்த விஷயதிற்காகச் சண்டையிடத் தயாராக உள்ளீர்கள். நீங்கள் எல்லோரும் அவள் மீது பாயும் அளவிற்கு அவள் (மாலதி) அப்படி என்ன சொன்னாள்? அல்மோராவில் மலை வெகு தூரத்திற்கு சிதறிய மாதிரி காணப்படுகின்றன. நாலாபக்கமும் வெட்டவெளியே. எங்கும் எவரும் கண்ணால் பார்ப்பதைத் தடுக்க இயலாது. இந்த 'ஃபேக்ட்' அதாவது 'அப்சர்வேஷனை' ஒரு குருடன் மட்டுமே மறுக்க முடியும். இந்த மாதிரியான வெட்டவெளி, தடுப்பில்லாத பரந்த வெட்டவெளி 'ராணிகேத்'தில் கிடைக்காது என்பதுதானே மாலதி சொன்னது? கொஞ்சம் சொல்லுங்கள் - மாலதி என்ன தப்பாகச் சொன்னாள்? இப்பொழுது பாருங்கள் 'வெஸ்ட் இண்டரெஸ்ட்' என்ற சொல்லுக்கு இந்தச் சொல்லை மாலதி பேச்சோடு பேச்சாக வேடிக்கைக்காக கூறியிருக்கலாம். நாம் இங்கு எதற்காகக் கூடியுள்ளோம்! கோர்ட்டில் ஏதாவது வாக்குவாதம் செய்யவா? இல்லையே. கணக்கற்ற வருடங்களுக்குப் பிறகு நாம் இன்று நண்பர்கள் எல்லோரும் ஒன்று சேர்ந்து மறு சந்திப்பை 'செலிபரெட்' செய்வதற்காகத்தானே?... 'விபாஜி'! தயவுசெய்து என்னை மன்னியுங்கள். நீங்கள் ஏன் 'ராணிகேத்'தை 'டிஃபெண்ட்' செய்கிறீர்கள்? உங்கள் மீது யார் 'அட்டாக்' செய்கிறார்கள்? இதைக் கேட்டு லச்சு 'கல கல' வென்று சிரித்துவிட்டான். நம்முடைய சேனாபதியின் மனைவியிடம் நீயும் மற்றவர்களும் என்ன எதிர்பார்க்க முடியும்? 'டிஃபென்ஸில்' நபர் 'டிஃபெண்ட்' செய்யாவிட்டால் யார் செய்வார்கள்? அப்படியானால் நீ செய்வாயா? டே, முட்டாப் பசங்களா! 'ராணிகேத்'தையே 'டிஃபெண்ட்' செய்ய முடியாத நீங்கள் எப்படி பாரத மாதாவை 'டிஃபெண்ட்' செய்வீங்க? நான் கேட்கிறேன். நீங்க என்ன செஞ்சு கிழிச்சீங்க?'

இந்தப் பேச்சைக் கேட்டவுடன் தடுமாறியவாறே தன்னுடைய ‘சீட்’டிலிருந்து எழுந்து நின்று சந்து கைகளைத் தட்டத் தொடங்கினான். பின்பு ஒரே கத்தில் - ‘பாரத மாதாவுக்கு’ அப்பொழுது அவனுக்கு இந்தக் கத்தலுக்கும் பதில் கிடைக்கவில்லையோ, அவன் குதித்தவாறே மறுபடியும் கத்தினான். பாரத மாதாவிற்கு...ஜே!

‘ஜே!’ என்று எல்லோருக்கும் ஏகோபித்த குரலில் கத்தவேண்டிய நிலைமை ஏற்பட்டது. சந்து மகிழ்ச்சியினால் தலையசைத்து நன்றியைத் தெரிவித்து தம்மென்று தன் நாற்காலியில் அமர்ந்தான். மறுபடியும் ஏதோவொரு விஷயம் நினைவுக்கு வந்தது போல, நாற்காலியில் இருந்து எழுந்து குதித்துக்கொண்டே மாலதியை நோக்கியவாறே -‘ஆம் சகோதரர்களே! நீங்கள் எல்லோரும் சற்று நேரம் அமைதியாக இருங்கள். விஷயத்திற்கு வருவோம். மாலதிஜி, நான் உங்களிடம் சொன்னேனே... என்ன நான் சொன்னேன்?’

சந்துவின் நிலை கண்டு மாலதியின் முகம் இளகிவிட்டது. அவளுக்கு படு ஜோராக சிரிப்பு வந்து கொண்டிருந்தது. மிகுந்த சிரமத்துடன் தன் சிரிப்பை அடக்கிக் கொண்டே ‘நீங்கள் சொன்னது நினைவிலுள்ளது. ரிட்டையர்மெண்ட் வாங்கிக்கொண்டு ‘அல்மோரா’விற்கு வந்துவிடுங்களேன்’ என்று கூறினீர்கள்.

‘எஸ்’ என்று கூறியவாறே தட்டுத்தடுமாறி எழுந்துநின்றான். ‘இங்கேயே வந்துவிடுங்கள் என்றால் இதுதான் பொருள் - அல்மோராவுக்கோ அல்லது ‘ராணிகேத்’துக்கோ வந்துவிடுங்கள். ‘ஏ மச்சிகளா! ஏன் வீணாகச் சண்டை போடுகிறாய்? ‘சந்து அண்ணா! இங்கு யாரும் சண்டை போடவில்லை. விபாவின் குரல் காதில் விழுந்தது. ‘உங்களுக்கு ஏன் அவ்வாறு தோன்றியது. உங்களுக்குப் புரியவில்லையா? இது இவர்கள் நடத்தும் நாடகமென்று?’

‘டே கூட்டாளி சந்து ஒக்காரு... ஒக்காரு...‘சிட்டவுன்’. நீ ஏன் தடவைக்குத் தடவை எழுந்துநின்று கூத்தாடற?’- லச்சு.

ஹரீஷ் திவாரி ‘அண்டர்கட்’ அடித்தான். ‘உண்மையில் இவன் தன்னை இன்னமும் ‘ஜி.ஐ.சி’ என்று நினைக்கிறான். நினைவு இருக்கா? ‘சயின்ஸ்’ வகுப்புல இவருக்கு அடிக்கடி மூனு மூனு தடவை ‘பென்ச்’ மேல ஏறி நிக்கனும். எல்லா மாஸ்டரக்காட்டிலும் தேவகி நந்தன் மாஸ்டருக்குத்தான் இவர்மேல் அத்தனை கிருபை.’

லச்சு -‘நீ சரியாச் சொல்றடா. மச்சிக்கு அந்தப்பழக்கம் இன்னும் போகல. சந்துவை நோக்கி -‘டே, முட்டாள்! இது என்ன ‘பயாலஜி கிளாஸா’?

‘ஆமாம், அப்படியே வச்சுக்கோயேன். நான் சொல்ல வந்தது என்னன்னா... சந்து ஜவ்வு மாதிரி இழுத்தான்.

விநாயக்,‘ஏ சந்து! நாங்க கேட்டுட்டோம், கேட்டுட்டோம். ‘நீங்க இங்க வந்துருங்க’ என்று நீ சொல்கிறாய். எப்படி இங்கு வரமுடியும். ஐந்து தலைமுறைகள் நம் முன்னோர்கள் வாழ்ந்த இந்த ‘அல்மோரா’வில் வீடு வாசலில்லாமல் வாழ்ந்துவிட்டன. முன்னமேயே அழைத்திருந்தால் ஏதாவதொரு வழி செய்திருக்கலாம். இப்பொழுது மும்பையிலேயே ஒரு ‘ஃப்ளாட்’ வாங்கிப் போட்டாச்சு. அதை விட்டுட்டு இங்கு எப்படி வரமுடியும்? நீயே சொல்லு’.

சந்து ‘விட்டுட்டுவா’ இங்கு வீடு உண்டு இதுல என்ன கஷ்டம்?’ அவன் குரலில் இப்பொழுது எந்தத் தடுமாற்றமும் இல்லை. ‘இங்க வீடுகளுக்கா பஞ்சம்? நீ சொல்வதுதான் பாக்கி... நான் இன்னிக்கே ஒனக்காக வீட்டு மனை தேடிவிடுகிறேன். மனை வேண்டுமா?... கட்டின வீடு வேண்டுமா? சொல்லு இப்பொழது இங்கு அடிக்கடி ஒருவர் மாற்றி ஒருவர் தங்கள் வீடுகளை விற்றுவிட்டு சமவெளி பூமிக்கு சென்றுவிடுகிறார்கள்.

விநாயக்கின் மனதில் உற்சாகம் பொங்கி வழிந்தது. ‘சந்து சரியாகத்தான் சொல்கிறான். ஆனால், மாலதி ஏற்கவேண்டுமே’.

‘டே கூட்டாளி! நாங்க இவருக்கு அடிமைதான். நீங்க எங்கே... நாங்க அங்கே...’ விநாயக் சொல்லியவாறே -‘நீ உங்க அண்ணியச் சரிப்படுத்து. நான் எப்பவும் ஓங்கட்சிதான். உன் மாதிரியே வினோத்தும் நைனிடாலுக்கு அழைக்கிறான். ஒவ்வொரு மாதமும் அங்கிருந்து ‘அப்-டவுன்’ செய்துவிடுவோம். மாலதி, சகுந்தலாவிடம் கூறுவது போல் விநாயக்கிற்கு உறைக்குமாறு - ‘கேட்டியா, இவர் பேசறத? மனக்கோட்டை எவ்வாறு கட்டுவது என்று உன் சாரிடம் தான் கேட்கவேண்டும். இவருக்கு தன் பூர்வீக பூமிக்குத் திரும்ப இவ்வளவு ஆசையிருந்தால் இருபது-முப்பது வருடங்களுக்கு முன்பாகவே இதைப்பற்றி யோசித்திருக்க வேண்டும். இவர் மறந்தும் கூட என்னிடம் ‘அல்மோரா’வின் பெயரைக் கூறவில்லை. ஏ, சகுந்தலா! நீ தான் இவருக்கு நம்பிக்கையான பாத்திர மாயிற்றே. நீயே இவரிடம் சொல். உன்னிடம் இவர் என்றைக்காவது தன்னுடைய ‘நோட்டால்ஜியா’வை ‘ஷேர்’ செய்திருக்கிறார்களா?

சகுந்தலாவிற்கு எவர் பக்கம் சாய்வது என்று புரியவில்லை. யாருக்காகப் பேசுவது? உண்மையைக் கூறுவதானால் ‘நோட்டால்ஜியா’ சாரை மிகவும் துன்புறுத்திக் கொண்டிருக்கிறது. அவர் அவனிடம் ‘மாலதியைப் பற்றி அநேக தடவை குறை கூறியிருக்கிறார். இதை

மாலதிக்கு எப்படிக் புரியவைப்பது என்று எனக்கும் புரியவில்லை. அவள் மலைப்பிரதேசத்தை சிறிது கூட விரும்பவில்லை. இல்லாவிட்டால் நம் சொந்த மண்ணிலேயே வீடு கட்டியிருக்கலாம்'.

எல்லோருக்கும் நடுவில் மாலதி விநாயக்கை இவ்வாறு மட்டம் தட்டுவது மனத்தை உறுத்தியது. அவன் சந்துவை நோக்கியவாறு - 'அப்படியென்றால் சந்து... உன்னுடைய அண்ணியின் உண்மைப் பேச்சிற்கு நான் மிகுந்த விலை கொடுக்க வேண்டிய அவசியம் ஏற்படும்'- 'சத்தியம் சொல், அன்பாகச் சொல்' வடமொழி வாக்கியம் இவனுக்கு புரியவே புரியாது போல் இருக்கிறது. மலையிலிருந்து கிளம்பும் நதிகள் ஒரு தடவை கீழே இறங்கிவிட்டால், கிளம்பிய இடத்திற்கு அது திரும்பவே முடியாது. அதுசரி,'பெயர்' சம்பாதிக்க வேண்டுமென்றால் பிறந்து வளர்ந்த, பூமியின் மோகத்தை விட்டுவிட வேண்டியதுதானே?' லச்சு தன் முகத்தை 'சீரியஸ்ஸாக' வைத்துக்கொண்டு -'உங்களுக்கு இப்ப பேருக்கு என்ன குறைச்சலா? வேண்டிய அளவுக்குப் பேரும் புகழும் பெற்றுவிட்டீர்களே! இப்பொழுதாவது தன்னுடைய முதுமைக் காலத்தில் அமைதியாக வாழ்வோமென்ற புத்தியே வராதா? நான் விநாயக்கைப் பற்றி நன்றாகவே அறிவேன்... அப்பப்பா! அவனுக்கு தான் பிறந்த, வளர்ந்த இந்த மலைப்பிரதேசத்தின் மீது எவ்வளவு ஒட்டுதல்?'

மாலதிக்கு இவன் பேச்சைக் கேட்டு பொறுக்க முடியவில்லை. 'இங்கேயே தங்க வேண்டுமென்றால் பேஷாகத் தங்கலாமே! இவரை அணைபோட்டுத் தடுப்பது யார்? எனக்கு இது நன்றாகத் தெரியும் - 'அவருக்கு எந்தப் பொருளுக்கு எந்த அளவு ஈடுபாடு என்று'. ஒன்று புரிந்து கொள். ஈடுபாடு என்பது வேறு, அங்கேயே வாழ்நாள் முழுவதும் 'டிகானா' போடுவது என்பது வேறு. சந்து 'அண்ணாச்சி' கொஞ்சம் யோசிங்க. உங்களுக்கு இவர் நாப்பது வருஷங்களுக்கு முந்தைய 'பீனு'வாக இருக்கலாம். ஆனால் கடந்த முப்பது வருஷங்களாக நான் இவரை அறிந்த அளவிற்கு நீங்கள் எவரும் அறிந்து இருக்க மாட்டீர்கள். லச்சு அண்ணாச்சி!... நீங்கள் ஒரு காரியம் செய்யுங்கள்...'

மாலதிக்கு திடீரென்று தன்னுடைய இந்த அறிவின் மீது சிரிப்பு வந்துவிட்டது - 'நீங்கள் தான் இவரின் அனுமான் ஆயிற்றே! அனுமான்ஜி தன்னுடைய தோழர்களைக் காப்பாற்ற இங்கிருந்துதான் ஒரு பெரிய மலையை அலாக்காக தூக்கி இலங்கைக்கு எடுத்துச் சென்றார். நீங்களும் இவருக்காகவே அந்த மலையின் மூலையில் உள்ள ஒரு பாகத்தை அலாக்காகத் தூக்கி மும்பைக்கு எடுத்து வந்து மும்பையை அதற்குள் அடைத்துவிடுங்களேன்'.

திரிபுவன் கத்தினான் - 'ஹியர், ஹியர்! ஐடியா நல்ல ஐடியா அந்த மருத்துவ மலை தட் இஸ்... தூணா கிரி கூட... அங்கே பார்! அவன் முன்னமாகவே இருக்கிறதே, லச்சுவுக்கும் வெகுதூரம் சென்று அலையத் தேவையில்லை.

விபா திரிபுவனின் பேச்சை நடுவில் தடுத்தவாறே -'திரிபுவன்! இப்பொழுது உள்ள பிரச்சனை என்னவென்றால் மும்பையை மலைக்குள் திணிப்பதை தவிர, மலையை மும்பைக்குள் திணிப்பது அல்ல. ஏன் ப்ரொபஸர் விநாயக் சார்! நான் சரியாகத்தானே கூறுகிறேன்?

சகுந்தலா கை தட்டியவாறே விபாவின் கூற்றை ஆமோதித்து, 'வெல்செட், வெல்செட்!' என்று கூறினாள். தன்னுடைய நண்பர்களுக்கு மத்தியில் விநாயக்கை பைத்தியமாக அடிப்பது மிகவும் உறுத்தியது. அவன் வாயிலிருந்து திடீரென்று இச்சொற்கள் வெளிவந்து விழுந்தன. -'ஓ...! டோண்ட் பீ சில்லி'.

வேளை கெட்ட வேளையில் மாலதி உண்மையை இவர்கள் முன் போட்டு உடைப்பது சரியாகத் தோன்றவில்லை. எல்லோரையும் நோக்கியவாறு -'இதை இப்படியே விட்டு விடுங்கள். வேறு விஷயம் பற்றிப் பேசலாம். அண்ணாச்சி! இப்ப நீங்கள் சொல்லுங்கள். அவர் என்ன சொன்னார்? நாங்கள் கோடை காலத்தில் மகிழ்ச்சியுடன் கொண்டாட ஒரு மாசமோ அல்லது இரண்டு மாசமோ இங்கு வந்து தங்குவதாக இருந்தால்... நீங்கள் எங்களுக்கு தகுந்தவாறு ஏதாவது ஒரு காட்டேஜை வாடகைக்குப் பிடித்துத் தர இயலுமா?

சந்து - 'ஏன் முடியாது? கண்டிப்பாக ஏற்பாடு செய்ய முடியும். அல்மோராவில் 'டூரிஸ்ட்' அதிகமாக வருவதில்லை. காட்டேஜ்கள் காலியாகத்தான் கிடக்கின்றன. நீங்க எனக்கு ஒரு நாலு வரி மட்டும் எழுதினால் போதும். நான் எல்லாவிதமான ஏற்பாடுகளும் செய்துவிடுகிறேன்'.

'தேங்க்யு சாஹப்' என்று கூறிய சகுந்தலா மாலதியை நோக்கியவாறே - 'இந்த மக்கள் 'வீடு வாங்கனும்' வீடு கட்டனும்' என்ற குழப்பத்தில் ஏன் மாட்டிக்கொள்கிறார்கள் என எனக்குப் புரியவில்லை. வாடகைவீடு, வீடு இல்லையா? அது ஏதாவது புலிக்குகையா? நான் உங்களை ஒரு கேள்வி கேட்கிறேன் - 'உங்களுக்கு இயற்கையழகை ரசிக்க வேண்டுமா? அல்லது சொத்தா?'

மாலதி, சகுந்தலாவின் முதுகை தட்டிக் கொடுத்தவாறே, 'சபாஷ், சகுன்! நீ கூறியது நூற்றுக்கு நூறு சரி. நீ கூறிய இந்த விஷயம் உன் 'சாரின்' மூளைக்கு ஏன் எட்ட மாட்டேன் என்கிறது? என்னுடைய

'ஒபீனியனை'க் காட்டிலும் உன்னுடைய 'ஒபீனியன்' மீது தான் இவர் பார்வை செல்கிறது.

சந்து, சந்துவின் பார்வை விநாயக்கின் மீதே விழுந்துக் கொண்டிருந்தது. இப்பொழுது விபாவின் கவலையுற்ற பார்வையும் விநாயக்கை நோக்கியே சென்றது. அவள் மனத்திற்கு ஒரு விஷயம் தெளிவாகப் புரிந்தது - ஒரு நல்ல விருந்து கொடுப்பவரின் 'ரோல்' எடுப்பவருக்கு என்ன பேச வேண்டும்? எதைச் செய்ய வேண்டும்? என்பதுதான். ஆகவே திரிபுவனின் விலாவில் லேசாகத் தன் கையினால் ஒரு இடி இடித்தாள் - 'பிரிகேடியர்' முழு பிரிகேடையும் தன்னுடைய கையில் எடுத்துக்கொண்டுவிட்டாள். எனக்கு ஒரு விஷயம் ஞாபகத்திற்கு வருகிறது. அன்றொரு நாள் நீங்கள் 'சியால்கோட் கேம்பைன்' என் முதல் அனுபவம் பற்றி என்னிடம் கேட்டீர்கள். நீங்கள் அனுமதித்தால் நான் துவங்கலாமா...?

ஹரீஷின் உயர்ந்த குரலினால் கட்டளை இடப்பட்டது. வினோத்தும் எழுந்து நின்று கைகளைத் தட்டியவாறே தன் சம்மதத்தைத் தெரிவித்தான். பிறகு லச்சு, சந்து, மாலதி, சகுந்தலா எல்லோரும் திரிபுவனைச் சுற்றி நின்றுகொண்டார்கள்.

விபா எழுந்தவாறே சகுந்தலாவுக்கு தன் நாற்காலியில் அமரச் செய்கை செய்தவாறே கூறினாள். 'நீங்கள் இப்போது இவரின் வீர, தீரக் கதைகளைக் கேளுங்கள். அதற்குள் நான் சமையல்கட்டு வரை சென்று வருகிறேன்.

சமையற்கட்டு செல்லும் விபாவின் முதுகுப்பக்கத்தை நோக்கித் தன் அம்பை எய்தான் - 'நோ மேன் இஸ் எ ஹீரோ டு ஹிஸ் ஒய்ஃப்'... அப்படித்தானே? விபா 'அபௌட் டர்ன்' அடித்து வினோத்தின் மனைவியை நோக்கி தன் வார்த்தை மலர்களை உதிர்த்தான். 'நோ! ஐ திங்க் எவரி மேன் இஸ் எ ஹீரோ டு ஹிஸ் ஒய்ஃப் எக்ஸெப்ட் டு சம் வெரி ஸ்பெஷல் லேடீஸ் லைக்...'

தன்னுடைய வாக்கியத்தை பாதியாகவே தொங்கவிட்டு, திடீரென்று உள்ளே சென்று மறைந்துவிட்டாள்.

வினோத் திவாரி உரத்த குரலில், ஸ்பெஷல் லேடீஸ்... அதாவது நல்ல குணமுள்ள பெண்கள், தங்கள் கையை உயர்த்துங்கள் பார்க்கலாம்'.

மாலதி முனுக்கென்று வேகமாக -'என்னுடைய கை எவருடைய ஆணைக்கும் உயராது'.

திரிபுவன் ‘சேலஞ்ச்’ செய்வது போல் சகுந்தலாவை நோக்கி - சகுந்தலா!... நீ?’

அவள் வேகமாக -‘ஐ அக்ரீ வித் விபா, பட் ஐ ரெ◌ஃப்யூஸ் டு லிமிட் மை ஸ்பெஷல் ஸ்டேடஸ் ஆஸ் ய வுமன் டு திஸ் ராதர் சில்லி க்ரைடீரியன்’.

‘அண்ட் யூ மிஸஸ் வினோத்?’ மிஸஸ் வினோத் தன் கையை உயர்த்துவது கண்டு லச்சு, சந்து, ஹரீஷ் மூவரும் தன்தன் இடத்தை விட்டு எழுந்து கை தட்டினார்கள். அந்த ஒலி அறை முழுவதும் எதிரொலித்தது.

பிரிகேடியர் உயர்ந்த குரலில் ‘ஆர்டர், ஆர்டர்!நான் என் அனுபவங்களை விபா தன்னுடைய ‘ஸ்டேட்மெண்ட்டை’ என் கட்சிக்கு மாற்றாத வரை தொடரமாட்டேன்.’ சிறு மணிகள் டுண்... டுண்... என்று ஒலிப்பது போல் விபாவின் ஒலி வெளிப்பட்டது. -‘டண், திரிபுவன் டண்’.

திரிபுவன்,‘ஓகே! ஆரம்பிக்கலாமா?’ ப்ரிகேடியர் புராணக் கதை சொல்பவர் போன்று பீடிகையுடன் ஆரம்பித்தான் சுமார் அரைமணி நேரம் வரை நியமத்தில் கட்டுண்ட போர் வீரர்களைப் போல் அவர்கள் ப்ரிகேடியரின் கனத்த ‘கமாண்டிங்’ பேசும் ஒலியினால் தன்னை மறந்து கேட்டுக்கொண்டு இருந்தனர். இதற்கு நடுவில் அந்த ‘பின்ட்ராப் சைலன்ஸை’ முழுவதும் ‘மைன்டைன்’ செய்தவாறே சுடச்சுட ‘பனீர்’ பக்கோடா பரிமாறினாள். சந்துவுக்கு இந்த பகோடா முதல்முதலாக கிடைத்திருக்கிறது. ஆனாலும்,‘சகோதரா... சகோதரா! என்று முனு முனுத்தவாறே தன்னுடைய காலியான க்ளாஸை மறுபடியும் ஷாம்பெய்னால் நிரப்பினான். இங்கு கூடியிருக்கும் அனைவருக்குள் சந்து மட்டும் தான் திரிபுவனின் வீர-தீரக் கதைகளை மிகுந்த ருசியுடன் ரசித்துக் கொண்டிருந்தான். இது மட்டுமல்லாது, விபாவின் அருகாமை அவனுக்கு மிக்க மகிழ்ச்சியைக் கொடுத்தது.

‘ப்ளீஸ், ப்ளீஸ்! என்று சொல்லியவாறே தன்னுடைய கிளாஸைப் பின்னால் நகர்த்துவதற்குப் பதிலாக முன்னால் மெதுவாக தள்ளிக் கொண்டிருந்தான். பக்கத்தில் அமர்ந்திருந்த லச்சுவுக்கு சந்துவின் இச்செய்கை அடக்க முடியாத சிரிப்பை ஏற்படுத்தியது. ஆகவே, தன்னைச் சமாளிப்பதற்காக பொங்கும் சிரிப்பைத் தன் கையினால் அங்கிருந்து பூனைபோல் ஓசை செய்யாமல் எழுந்து ஓடிவிட்டான். ப்ரிகேடியரின் அதட்டும் அந்தச் சொல் லச்சுவைப் பின் தொடர்ந்தது - ‘ஏன்? ஒனக்கு என்னவாயிற்று? எங்கு ஓடி ஒளிகிறாய்?’

தன்னுடைய முகத்தை 'டேம்ன் சீரியஸ்ஸாக' மாற்றிக்கொண்டு பயந்த பூனையைப் போல் தன் இடத்திற்கு திரும்பி வந்து திரிபுவனுக்கு ஒரு 'சல்யூட்' அடித்து 'அட்டென்ஷன்' நிலையில் நின்று கொண்டான்.

திரிபுவன் அவனை நோக்கி,'சிட்டவுன்!' சிறிது நேரத்தில் கண்களுக்கு எதிராகவே அந்த ப்ரிகேட் இணை இணையாக புரிந்துவிட்டது. விபா, சகுந்தலாவுடன் மாலதி, ஹரீஷ் உடன், விநாயக், திரிபுவனுடன், சந்து வினோத்துடன் சேர்ந்து காணப்பட்டார்கள். மீதமிருந்த லச்சுவோ அந்த இணைகளின் நடுவில் புகுந்து புகுந்து தன் வரட்டு ஜம்பப் பேச்சினால் எல்லோரையும் வெது வெதுப்பாக ஆக்கிக் கொண்டிருந்தான். விநாயக், திரிபுவனைத் தவிர ஏனையோருக்கு 'ஷாம்பெயின்' போதுமானதாக இருந்தது. ஆனால், இந்த இருவரும் தன்னுடைய ஹை டிரிஸ்க் - சிக்கிமின் 'ரம்'மில் தங்களை மறந்து மூழ்கி நீச்சலடித்தவாறு இருந்தனர். வினோத் திவாரிக்கும் இதே நிலைதான்.

சகுந்தலாவோ விபாவின் அன்பு மயமான அணைப்பில் கட்டுண்டு இருந்தாள். ஆனால் அவள் செவிகளோ நான்கு பக்கங்களையும் கேட்டுக் கொண்டிருந்தன. விபாவின் ஜோடிக்கு விபாவுடன் சேர்ந்திருக்கவோ, அல்லது பேசிக் கொண்டிருக்கவோ மற்றவர்களைப் போலல்லாமல் அந்தக் கூட்டத்தின் மத்தியில் விபாவின் 'ப்ரஸன்ஸ்' மட்டுமே அவளைக் காந்த சக்திபோல் இழுத்துக் கொண்டிருந்தது.

விபா, சகுந்தலாவை நோக்கி, 'ஏ சகுந்தலா! இந்த சமயம் இந்த 'க்ரூப்பில்' எந்த 'க்ரூப்' அதிகமாக மகிழ்ச்சியாக உள்ளது என்று நீ கூற முடியுமா?' சற்றும் தாமதியாமல் சகுந்தலாவின் சுண்டு விரல் மாலதி, மிஸ்டர் அண்ட் மிஸஸ் ஹரீஷ் எங்கு அமர்ந்திருந்தார்களோ அங்கு சுட்டிக்காட்டியது. தூரத்திலிருந்து பார்க்கும்போதே இது தெளிவாகத் தெரிந்தது. இவர்கள் மிகுந்த வேகத்துடனும் சற்று உயர்ந்த குரலில் 'டயலாக்கும்' இதை உண்மையென்று கூறின.

விபா - நீ சொல்லுவது மிகவும் சரியானது. நான் உன்னிடம் ஒன்று சொல்லுகிறேன். நம்மில் எல்லோரையும் விட அதிகமாக 'அர்னேஸ்ட் ஸோல்' ப்ரொபஸர் ஹரீஷ் மட்டும் தான். அவர் சாய்வு நாற்காலியில் சாய்ந்த வாரே இருக்கும் 'ஸோஷியாஜிஸ்ட்' இல்லை. வந்த நாட்களில் இருந்தே இந்த சூடான உப்பு சம்பந்தப்பட்ட செயல்களில் தன்னைத்தானே வாட்டி வதைத்துக்கொண்டு இருக்கிறார். அங்கு உள்ள கிராமத்து மக்கள் இவை சாது, மஹான் என்று போற்றி பூஜிக்கின்றனர்.

லச்சு இவர்களின் பக்கத்திலேயே நெருங்கி அமர்ந்திருந்தான். இந்த வார்த்தைகளைக் கேட்டு அவன் 'கலகல' என்று சிரித்துவிட்டான்.

‘ஹரீஷாவது மஹானாவது... மண்ணாங்கட்டி’, நீங்கள் ‘சந்து பகத்’தை இவ்வாறு கூறினால் ஒருவகையில் ஏற்கலாம். இந்த முட்டாள் ஹரீஷ்க்கும் ‘மஹானத்துவம்’ என்பதற்கும் என்ன கொடுக்கல்... வாங்கல்... அண்ணீ... நீங்களும்... எல்லைமீறிப் புகழ்கிறீர்கள்’.

விபா -‘லச்சு அண்ணா! காவி ஆடை அணிவதினாலேயே எவரையும் சாது என்று கூற இயலாது. ஆனால் ப்ரொபஸர் எந்த அளவிற்கு சேவை செய்கிறார் தெரியுமா? உங்களுக்கு... இங்குள்ள கிராம மக்களை உணர்வு உள்ளவர்களாகவும் உற்சாகமும், ஊக்கமும் உள்ளவர்களாகவும் மாற்றிவிட்டார்.

அவர்களை தம் கால்களில் நிற்க கற்றுக் கொடுத்துவிட்டார். இது எந்த அதிசயத்தை விடவும் குறைந்தது அல்ல. நீங்கள் தான் அவரின் பள்ளித் தோழர் தானே! என்னைவிட அதிகமாக உங்களுக்குத் அவரை பற்றித் தெரிந்து இருக்குமே!

லச்சு ஒரு வினாடி பிரமித்துவிட்டான். பின்பு பேச்சை மாற்றி - ‘அண்ணி! உங்களுக்கு இந்த ‘காவித்துணி’ மேல் இவ்வளவு வெறுப்பு ஏன். இதன் பின்னனி என்ன?’

விபா லச்சுவின் பேச்சைக் கேட்காமலேயே - ஐயா சகோதரரே! ப்ரொபஸர் திவாரிஜி அவர்கள் தன் தொழிலினாலும் அறிவினாலும் மிக்கப் பெயர் பெற்றவர். ஆகவே பெயர் வாங்க உயிரை உரிஞ்சும் இந்தப் பொருப்பை ஏற்க வேண்டிய எந்த அவசியமும் கிடையாது. உண்மையிலேயே தாழ்ந்து இருக்கும் மக்களை கைதூக்கிவிட்டு உண்மையாக அவர்களின் மனத்தில் தன்நம்பிக்கையை ஏற்படுத்தி தன் சொந்த கால்களில் நிற்க தம் பலத்தை கொடுப்பது என்பது புத்தகப் படிப்பின் அறிவு அல்லது ஞானம் அன்று. ‘அண்ணாச்சி’ இதற்கு தன்னைத்தானே அக்னியில் ஹோமம் செய்யவேண்டும். தன்னையே பலி இடவேண்டும். இத்தகையான செயல்களுக்கு எத்தகைய உயர்ந்த விலை கொடுக்க வேண்டும் என்பது உங்களுக்குத் தெரியுமா’. திரிபுவனிடம் சற்று விசாரியுங்கள். அவரும் முதலில் ஹரீஷின் இந்தச் செயல்களை தொந்தரவு தரும் செயல்கள் என்று கேலி செய்தார். ‘பட்... நெள... ஹீ ஹேஸ் பிகம் ஹிஸ் மோஸ்ட் அர்னெஸ்ட் அட்மயர்’ இது எப்படி நடந்தது. திரிபுவனேயே கேளுங்களேன்.

சகுந்தலா எழுந்தவாரே... ‘விபா இப்பொழுது நான் உன் பக்கத்தில் அமரஇயலாது. நீ என்னை மிகவும் தூண்டிவிட்டுள்ளாய். ‘எழும்பிய அவளை அமர்த்தியவாரே -‘நீயோ நாளை மறுநாள் செல்லுகிறாய். இந்த... இந்த... மாலதியும் கூட தன் ‘ஸோஷியாலஜிஸ்ட் ப்ரெண்ட்’ பற்றி உன்னிடம் எல்லா விபரங்களையும் கட்டாயம் சொல்லுவாள்.

பேசாமல் உட்கார். ப்ரொபஸர் திவாரி உன் மாலதியை விட குறைந்தவர் இல்லை. அவரின் பேச்சு இங்கு இருந்தே உனக்கு காதில் விழும். உனக்கு இங்கு இருப்பதை விட 'ஆண்மகன்களுடன் சேர்ந்து இருப்பது' அதிக விருப்பம் என்றால்...?

'ப்ளீஸ் விபா... நீ சொல்லுவது உனக்கே உண்மை இல்லையென்று புரியும். ப்ளீஸ்! இந்த அளவு என்னைக் கொடுமைப் படுத்தாதீர்கள். சகுன் இவ்வாறு கூறியவாறே தன் உள்ளங்கையினால் விபாவின் வாயை மூடிவிட்டாள். விபாவும் அவளை ஆறுதலாக கையோடு கைகளைச் சேர்த்து அணைத்துக்கொண்டாள். அன்புடன் நெற்றியில் ஆழ்ந்த ஒரு முத்தம் பதித்தாள்.

சந்து லச்சுவின் காது அருகில் 'இங்கு என்ன நடக்கிறது என்று கிசுகிசுத்தான். அந்த கிசுகிசுப்பு ஒலி விபாவின் காதிலும் விழுந்தது.

'சந்து அண்ணா! உங்களுக்கு 'போர்' அடிக்கிறதா!. அங்கே பாருங்கள்... உங்கள் அம்மண கால நண்பன் உங்களை அங்கேயே அழைக்கிறார்.'

சந்து - 'எங்கே? இல்லை... இல்லை என்னை யாரும் அழைக்கவில்லை. எனக்கு இதுதான் சரிப்பட்டு வருகிறது. நீங்கள் என்னை 'போ' என்றால்.. சொல்லுங்கள்... நான் இந்த இடத்தை விட்டு காலி செய்துவிடுகிறேன்.

விபா மிக்க அன்புடன் செல்லமாக 'சந்து அண்ணா! நீங்கள் என்ன பேச்சு பேசுகிறீர்கள்?'

'அந்த சந்து அண்ணா' என்ற அழைப்பு அவனை புல்லரிக்கச் செய்துவிட்டது. பட்டிக்காட்டான் யானை பார்த்த மாதிரி தன் கண்களை படபடத்திக்கொண்டு விபாவின் முகத்தைப் பார்த்தவாரே இருந்தான். அப்பொழுது விநாயக் அவனைப் பார்த்து 'டேய் மச்சி சந்து! இங்கே தான் வாயேன்! அங்கே பெண்களின் நடுவில் ஏன் தன்னை திணித்துக் கொண்டு இருக்கிறாய்? விபா சந்துவை முறைப்புடன் கண்களினால் வினவ -'டேய் பையா! சந்து! 'இப்ப என்ன சொல்லுரே - சந்துவும் தன் தலையில் அடித்துக்கொண்டே தடுமாறியவாரு விநாயக் பக்கம் நோக்கிச் சென்றான்.

'ஹரீஷ் முச்சி' என்கிற ப்ரொபஸர் திவாரி அவர்கள் அப்பொழுது எழுந்து தன் இரு கைகளையும் தன் 'பேண்ட்'ன் இரு பக்கங்களில் உள்ள கேப்பில் நுழைத்தவாரே விநாயக்கை நோக்கிச் சென்றான்.

‘பீனு’! நான் சொல்லுவதைக் கொஞ்சம் கேள். நாளை விடியற்காலையில் 6 மணி அளவிற்கு மாலதியை ரெடியாக்கி என்னுடன் சேர்ந்து என்னுடைய ‘பில்ட்வொர்க்’யைப் பார்வை இட வரச்சொல். இன்று மாலைவரை அவள் என்னுடன்தான் இருப்பாள். மாலைக்குள் அவளை உன்னிடம் அனுப்பி வைக்கிறேன். தாமதமானால் இரவு அவளுக்கு அந்தக் கிராமப் புறத்திலேயே தங்க நேரிடலாம். சரிதானே? உனக்கு ஏதும் மறுப்பு இல்லையே?

விநாயக் ஹரீஷை ஒரு பார்வை பார்த்துவிட்டு, அங்கு மாலதி உட்கார்ந்திருந்தாலோ என்னவோ, அவளை நோக்கினான். பின்பு தன் தோள்களை உலுக்கிக்கொண்டே,‘ஏண்டா டேய்! என்னை அழைக்க மாட்டாயா? எனக்கு ‘உன்னுடைய ஃபீல்ட் ஒர்க்ஸ்’ பார்க்க விருப்பமில்லை என்று நீ நினைக்கிறாயா? நான் அவ்வளவு முட்டாளா? கூட்டிக் கழித்துப் பார்த்தால் மாலதியுடன் உனது நட்பு நான்கு நாட்களுக்கு மேல் இருக்காது. ஆனால், இதற்குள் நீ எப்படியோ அவளை குழப்பமடைய வைத்துவிட்டால். எனக்கு ஒரே வியப்பாக உள்ளது.’

ஹரீஷ் பொய்யான கோபத்துடன் அவனைப் பார்த்தவாறு, ‘டேய் முட்டாள்! நானா உன்னை வரவேண்டாமென்று தடுக்கிறேன். நீதான் இலக்கியவாதியாயிற்றே. உனக்கு ‘சோஷியல் ஒர்க்ஸ்’ல் எந்த விதமான ஈடுபாடு இருக்கும் என்பது எனக்குத் தெரியவில்லை. இதைத்தவிர உன்னுடைய பொன்னான நேரத்தை ஏன் வீணடிக்க வேண்டும். இன்னொரு விஷயம் எனக்கு நினைவிற்கு வருகிறது, நீ தான் மேலும் ஒரு மாதம் இங்கு தங்கியிருக்கப் போகிறாய். எப்பொழுது வேண்டுமானாலும் நீ என்னுடன் வரலாம். ஆனால், மாலதி நாளை மறுநாள் மும்பைக்குச் செல்கிறாளே. அதனால் அவளை அழைத்தேன். இதில் என் முட்டாள் தனம் என்ன?

விநாயக், ‘டேய் மச்சி! உன்னை உச்சந்தலை முதல் உள்ளங்கால் வரை நன்றாகவே அறிவேன். ஒனக்கு எப்பவுமே பிறர் பொருள் மீது ஒரு கண்! ஒரு ஈடுபாடு. குழந்தைப் பருவத்திலிருந்தே இந்த குணம். டே மச்சி! போ! என் மனைவியை கூட்டிக்கொண்டு போ,‘என்ஜாய் வெல்’.

விநாயக்கின் வாயிலிருந்து இந்த சொற்களைக் கேட்டவுடன் எல்லோர் முகத்திலும் மயான அமைதி. விநாயக்கிற்கு என்னவாயிற்று? இது அவன் பேசும் பேச்சு அல்லவே! ஒரு விநாடி நேரத்திற்கு ஹரீஷ்ம் செயலிழந்துவிட்டான். மனத்துக்குள் ‘இது அவன் பேச்சல்ல’. ‘மிலிட்டரி ரம்’ தலைக்கு ஏறி பேசுகிறது. ‘டேய் மச்சி! எப்பொழுது இந்த

'ஹாட்ரின்க்' ஜீரணமாகவில்லையோ, அப்பொழுது ஏன் அதிக 'ரவுண்டு' போடுகிறாய்'?

மனத்தில் இவ்வாறு யோசித்தாலும் ஹரீஷ் முச்சி தன்னுடைய பழைய இயல்பான குரலிலேயே, 'டேய்! நல்லா யோசித்துக் கொள். பின்பு பச்சாதாபப்படாதே'. மாலதியை நோக்கி, 'மாலதி! கொஞ்சம் இப்படி வாருங்களேன். கொஞ்சம் இந்த 'மேல் சோஷலிஸ்ட்' வார்த்தைகளைக் கூர்மையாகப் பாருங்களேன்'. உங்களைப் 'பொருள்' அதாவது 'கம்மாடிட்டி' என்று எல்லோருக்கும் முன்னால் சொல்கிறான். அதுவும் 'மற்றவர்களின் பொருள்'.

மாலதி விநாயக்கின் பேச்சைப்பற்றிக் கொஞ்சம் கூடப் பொருட்படுத்தவில்லை. இயல்பாகவே கூற ஆரம்பித்தாள். 'இப்பொழுது அவர் கூற்றுக்கு நான் என்ன செய்ய முடியும்?' 'மேல் சோஷலிஸ்ட்' என்று அவரை நான் எவ்வாறு அழைக்கமுடியும். அவரிடம் எந்தவிதமான குற்றம் குறைகள் இருந்தாலும், இந்தப் பழியை அவர்மீது சுமத்த முடியாது. எனக்கு உங்களின் பேச்சைக் கேட்டு ஒன்றுமே புரியவில்லை. நீங்கள் எல்லா ஆண்களும் இந்த மாதிரியான கெட்ட வார்த்தைகளை, திட்டுகளை உபயோகிக்காது ஒருவருக்கு ஒருவர் மீது இருக்கும் தன் ஆழமான நெருக்கத்தையும் அன்பையும் வெளிப்படுத்துகிறீர்கள், ஏன் இவ்வாறு?'

மாலதியின் இவ்வார்த்தைகளைக் கேட்டு எல்லோரும் விழுந்து விழுந்து சிரிக்க ஆரம்பித்தனர். அச்சமயத்தில் சமையற்காரன் தன் 'லவுட் ஸ்பீக்கர்' குரலில் - 'சாப்பாடு பரிமாறப்பட்டுவிட்டது' அவன் வாயிலிருந்து கடைசி சொல் வெளிவருவதற்கு முன்னதாகவே ஒருவரையொருவர் தள்ளிக்கொண்டு, இழுத்துக்கொண்டு கீழே விழுவதைச் சமாளித்துக் கொண்டு 'டைனிங் ரூமை' நோக்கி வேகமாக நடக்க, இல்லை இல்லை ஓடத் தொடங்கினர்.

32. கடைசி நாள்

'அண்ணியம்மா! சொல்லுங்க! நீங்க என்ன முடிவு எடுத்திருக்கீங்க?'

தான் அறிந்திருந்தாலும் அறியாததுபோல் ஒரு நாடகம் நடத்தியவாறு - 'லச்சு அண்ணாச்சி! எதைப்பற்றிய முடிவு'.

'டேய் மச்சி! விட்டுவிடுடா! நீ அவ பின்னாலேயே சுற்றுகிறாய். ஒன் பாழாய் போன சுபாவம் இதுதான். ஒரு விஷயத்திற்கு முடிவு என்றால் இன்றைக்கே, இந்த க்ஷணத்திலேயே அதைத் தெரிவிக்க வேண்டும்'.

'டேய்! நான் உன்னிடம் பேசல, நீ நடுவுல வந்து குதிக்காத. அண்ணியம்மாவைப் பேசவிடு. ஏன்? நான் என்ன உனது அண்ணியம்மாவின் எண்ணத்திற்கு அடிமையென்று எண்ணுகிறாயா?'

'இல்லாவிட்டால் வேறென்ன?' லச்சு 'கலகல'வென்று சிரித்துவிட்டான்.

'கைப்புண்ணுக்குக் கண்ணாடி வேணுமா? டேய்! ஒன்ன இன்னிக்கு நேத்திக்கு அல்ல, ஏழு ஏழு ஜென்மமா எனக்குத் தெரியும். எப்பவுமே உன் மூக்குக் கயிறு மத்தவங்க கையிலதான் இருக்கும். ஒன்னொன்னா சொல்லவா? மொதல்ல ஜகன் சித்தப்பா, அப்பறம் மதுர் சித்தப்பா, அப்பறம் 'சரு' அக்கா, அப்பறம்...'

விநாயக், 'ஒளறல மூடுடா! ஒனக்கு இந்தப் பழமொழி நல்லாப் பொருந்தும். நீ யாருக்கு நண்பனாயிருக்கியோ, ஒனக்கு எதிரிய ஆகாயத்திலயா தேடணும்! மாலதி இங்கு வர மறுத்ததால் ஒனக்கு என்ன தெரியும்? மும்பையில் எவ்வளவு பெரிய தொழில். எனக்குப் பின்னால் இப்பொழுது வளர்ந்து வரும் இந்த 'பிசினெஸை' மூடிவிட்டு இந்தப் பாழாப்போன எடத்துக்கு உயிர்விட ஏன் வருவாள்?

லச்சு ஏதோ பேச வாயெடுத்தான். அதற்குள்ளாகவே மாலதி விநாயக்கை சினத்துடன் நோக்கியவாறு உன்னுடைய 'மேடாபர்'ஐ ஒங்கிட்டயே வச்சுக்கோ. எங்கிட்ட ஒரசாதே. 'பிசினெஸ்', அதற்கும் ஒனக்கும் என்ன தொடர்பு?

உன் நண்பனுக்கு பச்சையாத்தான் சொல்லேன். 'நான் என்ன தொழில் செய்கிறேன் என்று'. 'லச்சு அண்ணாச்சி! அவர் சொல்ல வேண்டாம். நானே சொல்கிறேன். கிட்டத்தட்ட பத்து வருஷமாக பாலியல்

தொழிலில் ஈடுபடும் மகளிரின் மறுவாழ்க்கைச் சீரமைப்பதற்காக வேலை செய்து கொண்டிருக்கிறேன். அவர்களின் குழந்தைகளுக்காக 'ஆஸ்ரமும்' பள்ளியும் கூட நடத்துகிறேன். புரிஞ்சுதா? நான் உன்னையும் விடமாட்டேன். உன்னிடம் கூட இதற்கு சந்தா வசூலிப்பேன். நீங்களே இதற்கு பதிலளியுங்கள். இவருக்கு தன்னுடைய குழந்தைப் பருவத்தை இந்த வயோதிக காலத்தில் அழைத்துவர 'ப்ரம்மபிரயக்ஷம்' செய்கிறார். இவருடைய இந்த 'ப்ரயத்தனத்'துக்கு நான் என்னுடைய 'பிசினெஸை', இவ்வளவு பெரிய தொண்டை விட்டுவிட முடியுமா?

விநாயக் முகம் களையிழந்துவிட்டது. இருந்தபோதிலும் தன்னைத்தானே சமாளித்தவாறு கூடிய மட்டும் தன்னுடைய குரலை இயல்பாக்கி மெதுவாக, மெல்ல மெல்லக் கூறத் தொடங்கினான் - 'அம்மா, தாயே! உங்களுடைய மதிப்பிற்கும் பெருமைக்கும் களங்கம் கற்பிக்கும்படி தவறு செய்துவிட்டேன். என்னை மன்னியுங்கள். நான் இங்கு வர நினைப்பதற்கு நீ என்ன காரணம் சொன்னாயோ, அதுதான் சரியான காரணமும் கூட. லச்சு ஒனக்கு ஒன்னு தெரியுமா? இவருடைய இந்தப் பயங்கர துணிச்சலை பெரிய பெரிய மனிதர்களும் மனமாறப் புகழ்ந்துள்ளனர். ஒனக்கு இப்ப நன்றாகப் புரிந்திருக்கும்... தன்னுடைய கடின உழைப்பாலும், தபஸினாலும் நிர்மாணிக்கப்பட்ட இந்த நிறுவனத்தை விட்டு இங்கு வந்து வசிப்பது அவ்வளவு எளிதான செயலாகுமா?'

மாலதி, விநாயக்கை நோக்கி -'வெட்டிப் பேச்சுப் பேச வேண்டாம். உன் மனத்திலுள்ளதைத் தெளிவாக ஏன் சொல்ல மறுக்கிறாய்? அதாவது, நான் எதையும் விட்டுவிட முடியாது. என்னுடைய பொருள்களோடு 'கோந்து' மாதிரி ஒட்டிக்கொண்டுதான் இருக்கிறேன். ஆனால், நீயோ பெரிய பற்றற்ற துறவிபோல, யோகி போல எல்லாவற்றுக்கும் எள்ளும் தண்ணியும் இறைத்துவிட்டாய். நீ என்னிடம் எத்தனை தடவைகள் இந்த வார்த்தையைத் திருப்பித் திருப்பித் கூறியிருக்கிறாய்? புண்ணியத்தின் மீதுள்ள பிடிப்பு எவ்வாறு மனிதனை கட்டுப்படுத்துகிறதோ, அதே அளவிற்குப் பாவமும் மனிதனைக் கட்டுப்படுத்துகிறது. 'ப்ரொபஸர்' விநாயக் ஐயா! நான் கூறுவதைக் காதுகளைக் கூர்மையாக்கிக் கொண்டு கேளுங்கள்! இது உன்னுடைய மிகப்பெரிய 'மனப்பிராந்தி'யாகும். மாலதி எப்படி இருக்கிறாளோ அப்படியேதான் இருக்கிறாள். அவள் எந்த பொருளினாலும் கட்டப்படவில்லை. நான் நினைத்துவிட்டால் அவை எல்லாவற்றையும் உதறிவிட ஒரு நிமிடம் கூட ஆகாது. எப்பொழுது இந்த நிறுவனம் நான் இல்லாமல் செம்மையாகச் செயல்படுகிறதோ, யார் செயல்படுத்துகிறார்களோ, அவர்கள் மீது எனக்கு முழு நம்பிக்கையும் ஆறுதலும் ஏற்பட்டுவிட்டால் உடனேயே இந்தப்

பொறுப்பிலிருந்து நான் என்னை விலக்கிக் கொள்வேன். புரிந்ததா?' விநாயக் 'இல்லை, இல்லை! நீ என்னைத் தவறாகக் புரிந்து கொண்டிருக்கிறாய். இந்த நிறுவனத்தை நடத்த உனக்கு ஏதோ ஒரு மோகமோ, ஏதோ ஒரு சுயநலமோ உள்ளது என்று நான் எப்பொழுதாவது கூறியிருக்கிறேனா? நீ சொன்ன புண்ணிய பிடிப்பு பற்றிய விஷயம் வேறு மாதிரியானது. அதற்கும் உனக்கும் வெகுதூரம். நான் ஏதே ஒரு சூழ்நிலையில்தான் உன்னிடம் இதைப்பற்றிப் பேச்சுக்கொடுத்தோன். கடவுள் சத்தியமாகக் கூறுகிறேன். இந்த மாதிரியான தேவையற்ற விஷயங்களுக்கு மனத்தில் இடம் கொடுக்காதே. நீ இந்த முழு உலகத்திற்கு நியாயம் வழங்குகிறாய். ஆனால், என்னிடம்... என்னிடம் மட்டும் உனக்கு ஏன் இவ்வளவு கோபம்? என்று தன் நெற்றியை இரு கைகளினால் இறுகப் பற்றியவாறே கூறினான்.

'பிளீஸ், மாலதி!... இந்த வேளையில் இந்த வீணான வாக்குவாதம் எதற்காக? திஸ் இஸ் நாட த ப்ளேஸ் டு டிஸ்கஸ் தீஸ் திங்ஸ்'. சகுந்தலாவிற்குப் பொறுக்க முடியவில்லை. லச்சுவும் கூட தன் மனத்தில் எவ்வாறு எண்ணுவான், இந்த மாலதிக்கு இது தெரியுமா என்ன?... இப்பொழுது தான்...'சார்' எவ்வளவு பெரிய க்ரைஸிஸ்லிருந்து விடுபட்டு வெளிவந்துள்ளார்!'

'ஏய் சகுன்! வாய மூடு. இவர் மனதில் புதைந்து கிடக்கும் விஷயங்களைப்பற்றி இவரைச் சொல்லவிடு' என்று தன் கோபத்தைச் சிறிதும் தணிக்காமலேயே மாலதி சகுந்தலாவிடம் கூறினாள்.

'எனக்கும் அவருக்குமுள்ள கணக்கு வழக்குகளையும் இன்றே இப்பொழுதே விடச்சொல். இதில் நல்ல நேரம், கெட்ட நேரம், நல்ல எடம், கெட்ட எடம் எல்லாம் என்ன வேண்டியிருக்கு? வேண்டுமென்றே தன் நண்பர்களுக்கு முன்னால் இவர் என்னைக் கூண்டுக்குள் ஏற்றிவிட்டார். இது இவருடைய மிகப் பழைமையான 'ஃபிக்ஸேஷன்'. எல்லோரும் இவரைப்பற்றி நன்றாக அறிந்திருப்பார்கள் நான் தான் களிமண் மூளை உள்ளவள். ஆகவே, இவரைப் பற்றி எனக்கு ஒன்றும் தெரியாது. இவரை யார் நன்றாகப் புரிந்திருக்கிறார்களோ, இவரை நன்றாக மதிக்கிறார்களோ அங்கேயே போகட்டுமே! யார் இவரை பின்னோக்கி இழுக்கிறார்கள். என்னோடு சேர்ந்து இவர் ஏன் தன் வாழ்க்கையை அழித்துக் கொள்ளவேண்டும்.

லச்சு அவளை நோக்கி தன் கைகளைக் கூப்பியவாறே,'ப்ளீஸ் அண்ணியம்மா!'

'ஏனோ தெரியவில்லை இன்றைக்கு உங்களுடைய 'ரீயாக்ஷன்' கொஞ்சம் 'ஓவராக' உள்ளது. உண்மையில் பார்த்தால் முழுக் குற்றமும் என் மீதுதான். உங்களுடன் பேச சரியான தருணத்தை நான் தேர்ந்தெடுக்க வில்லை. நீங்கள் இந்தச் சமயத்தில் நான் உங்களிடம் இந்தக் கேள்வியைக் கேட்டிருக்கக் கூடாது. நீங்கள் கிளம்பும் சமயமா நான் இந்தக கேள்வியைக் கேட்கவேண்டும். என் மர மண்டைக்கு இது புரியவில்லை. அண்ணியம்மா! உங்களுடைய பிரச்சினை என்னவென்று நான் நன்றாகவே... மிக நன்றாகவே உணர்வேன்.

மாலதி லச்சுவின் கூப்பிய கரங்களை விளக்கியவாறே... 'லச்சு அண்ணா! நீங்கள் ஏன் கவலைப்படுகிறீர்கள். நீங்கள் இந்தப் பேச்சைத் துவங்கவில்லையென்றால், ஏதோ ஒரு காரணத்திற்காக இது தொடங்கியிருக்கும். தொடங்குவதற்கு ஏதோ ஒரு சாக்கு வேண்டும். அந்தச் சாக்கு யாராகவோ இருக்கலாம், எதுவாகவோ இருக்கலாம்... எல்லோருக்கும் முன்னால் என்னைக் கூண்டில் ஏற்ற'.

'மாலதி அக்கா... என்னாச்சு ஒனக்கு திடீரென்று. சிறுது நேரம் வாயை மூடிக்கொள்ளேன்'.

'சகுந்தலா! நீ வாயை முடிக்கொண்டு சும்மாயிரு. பேசாமல் இருப்பதைத் தவிர கடந்த முப்பது வருடங்களாக நான் வேறு எந்தச் செயலைச் செய்துள்ளேன். ஒனக்குத்தான் எல்லா விவரமும் தெரியும் இன்று நடந்த மாதிரி என்றாவது ஒருநாள் நடக்கும் என் எனக்குத் தெரியும். நீ தானே அடம் பிடித்தாய். நீ தானே என்னை தரதரவென கைப்பிடித்து இழுத்து வந்தாய். இதையெல்லாம் நான் கேட்பதற்கும், பார்ப்பதற்குமா?'

விநாயக் ஏதோ கேட்டுக்கொண்டிருந்தான். அவன் மனத்தில் ஏதோ ஒரு பள்ளம் மறைந்துகிடக்கிறது.

'மாலதி! ஒனக்கு எந்தப் பொருளைக் கண்டாலும் அலர்ஜி. அதாவது, எதை நான் விரும்புகிறேனோ அது உனக்கு ஏற்புடையதாக இல்லை. இது இன்றைய பிரச்சனை இல்லை. எப்போதுமே இருக்கும் பிரச்சனைதான். மாலதி! கூண்டில் நான் உன்னை ஏற்றவில்லை. பதிலாக நீதான் என்னைக் கூண்டில் ஏற்றியுள்ளாய். இன்றைக்கா? இல்லை, இல்லை.. சதா சர்வகாலமும், இதுதான் நடந்து கொண்டிருக்கிறது. இன்றைய நிகழ்ச்சி தற்செயலானது தான். அப்பாவி லச்சு இதற்குக் காரணமாகி விட்டான். மாலதி! நான் செய்த தவறு ஒன்றே ஒன்றுதான். அது இதுதான். - நான் உனக்குக் கணவன். எல்லாவிதமான

தொந்தரவிற்கும் இந்தக் கணவன் என்ற சம்பந்தம். கணவன் என்ற பெயரில் ஒரு பிராணியின் மேல் உனக்குக் கணவனாக இருப்பதுதான் என்னுடைய பெரிய குற்றமாகும். இந்த குற்றத்திற்கு எந்தவிதமான தீர்ப்பும் கிடையாது. மன்னிப்பும் கிடையாது'.

'இப்படி எவன் சொல்கிறான்? பள்ளத்திலிருந்து வரும் இந்த ஒலியை எவன் கேட்கிறான்? அந்தப் பள்ளம் மட்டும் தான்! அந்தப் பள்ளத்திலிருந்து வெளிவரும் அழைப்பு எவரின் செவிகளிலும் விழுவதில்லை. அந்தப் பள்ளமும், பள்ளமாய் இருப்பதைத் தவிர வேறென்ன செய்ய இயலும்'.

விநாயக்கிடமிருந்து ஒரு பெருமூச்சு வெளிப்பட்டது. 'சாரி மச்சான், சாரி! லச்சு! என்னைக் காட்டிலும் அதிகமாக இந்தச் 'சேஞ்ச்' மாலதிக்குத் தேவைப்பட்டது. இது உண்மையும் கூட. இவர்களுக்கு இங்கு வந்ததில் எப்படிப்பட்ட மகிழ்ச்சி கிட்டியது தெரியுமா? என்னைக் காட்டிலும் மிக அதிகமாக.

இன்று நடந்த இந்தப் பேச்சுகளைப் பற்றி நீ பெரிதாக ஒன்றும் எண்ண வேண்டாம். கணவன் மனைவிக்குள் இவ்வாறான ஊடல்-சாடல் ஏற்படுவது புதிதல்லவே. என்னுடைய மதனியாருக்கும், உனக்கும் இவ்வாறான ஊடல்-சாடல் ஏற்படவில்லையா? இது எல்லாத் தம்பதியர்களுக்கும் பொதுவானதுதான்'.

'சபாஷ்! இப்பொழுது நீ சொன்ன வார்த்தை நூற்றுக்கு நூறு சொக்கத் தங்கமானது. லச்சுவை திடீரென ஒரு மகிழ்ச்சியின் போதை ஆட்கொண்டது. ஒனக்கு உன் மதனியைப்பற்றி இவ்வளவு சீக்கிரம் ஞாபகம் வந்துவிட்டதே! நீ எப்பொழுதாவது இதுபற்றி என்னிடம் விசாரித்திருக்கிறாயா?... நான் ஏன் என்னுடன் உன் மதனியை அழைத்து வரவில்லையென்று? நாம் அவளை அல்மோடாவில் சந்தித்திருக்கிறோமே!'

மாலதிக்கு ஒரேயடியாக தலை சுற்றியது... தாம் ஒரு பெரிய தவறு செய்துவிட்டது போல... ஒரு மாதம் முழுவதும் யாருடைய உதவியினால் இவ்வளவு மகிழ்ச்சியாக கூத்தாடிக் கொண்டிருக்கிறோமோ, அவரிடம் மறந்தும் கூட அவருடைய குடும்பத்தைப் பற்றி விசாரிக்கவில்லையே! லச்சு அண்ணா! இதைப்பற்றி என்ன யோசித்திருப்பார்கள்? ஏன் சகுன், உன்னவர் அல்மோடா சென்ற பொழுது லச்சு அண்ணாவின் வீட்டிற்கு எப்படிப் போகாமல் இருந்தார்.

சகுந்தலாவின் ரத்தம் உறைந்துவிட்டது. கடைசியில் எப்படியும் பதில் கூற வேண்டுமே!

'மாலதி அக்கா! அன்று நீங்கள் ப்ரொபஸர் ஹரீஷ் அவர்களுடன் அவருடைய டிபார்ட்மெண்டுக்குச் சென்றிருந்தீர்கள். மிகுந்த நேரம் சென்றுதான் திரும்பிவந்தீர்கள்... ஞாபகம் உள்ளதா? தற்செயலாக திடீரென லச்சு அண்ணா அங்கு வந்துவிட்டார். கட்டாயப்படுத்தி என்னையும், சார் அவர்களையும் தன் வீட்டிற்கு அழைத்துச் சென்றுவிட்டார். ஆகவே, நீ அவர்களை சந்திக்க இயலவில்லை. எனக்கும் இது பற்றிச் சிறிதும் ஞாபகம் வரவில்லை. இதைப்பற்றி உன்னிடம் பேச்சு எடுக்கவே தோன்றவில்லை.

லச்சு, அவர்களின் பேச்சின் நடுவில் புகுந்து அவர்களைக் காப்பாற்றுவது போல, 'இப்பொழுது அதைப்பற்றி ஏன் வீண் பேச்சு, இப்பொழுது இல்லாவிட்டால் அடுத்த முறை கண்டிப்பாகப் பார்க்கலாம். அண்ணிம்மா! உண்மை என்னவென்றால் நான் அவளை அழைத்துவர இயலாது. அவள் பட்டிக்காட்டுப் பெண். படித்த பெண்களை விடவும் அதிகமாக வெட்கப்படுகிறாள்.

லச்சுவை அதட்டியவாறே - 'இதற்கு என்ன பொருள்? கடைசியில் இந்த ஆண்களுக்கு என்ன வேண்டுமென்றே புரியவில்லை. பெண்கள் வீட்டோடு இருந்தால் ஏன் 'சோஷியலாக' இருக்கவில்லை என்ற குற்றச்சாட்டு. சரி... அவள் 'சோஷியலாக' இருந்தால், 'ஏன் வீட்டில் அடங்கியிருப்பதில்லை எனக் குற்றச்சாட்டு. உங்கள் பார்வைக்குப் பெண்கள் ஒரு காட்சிப்பொருள் போல அப்படித்தானே'.

லச்சு, மாலதியின் பேச்சை மறுத்தவாறே, 'நான் கூறுவதின் பொருள் இப்படி இல்லை...' மாலதி வார்த்தைகளைப் பொழிந்தவாறே இந்தப் பொருளில்லை! அந்தப்பொருளில்லை... இது என்ன பேச்சு? எனக்கு உங்களைப் பற்றி நன்றாகவே தெரியும்'.

விநாயக் நடுவில் புகுந்து, 'லச்சு! பேச்சை அப்படியே விட்டுவிடு. மனிதன் எதைப் புரிந்துகொள்ள விரும்புகிறானோ, அதைத்தான் அவன் புரிந்துகொள்கிறான். 'அப்படித்தான்! அப்படித்தான்!'... மாலதி... 'அப்படியானால் நீ மனித வர்க்கம் இல்லையா? தேவனா? அல்லது கந்தர்வனா? ஏன்?' விநாயக் 'ராட்ச்சனாகவும் கூட இருக்கலாம். சகுந்தலா நடுவில் புகுந்து கத்திக் கொண்டே 'நவ்... ஷட்அப்... ப்ளீஸ்! மாலதி! கௌம்பு! கௌம்பு! பெட்டி படுக்கையத் தயார் பண்ணு. கௌம்பறதுக்கு இன்னும் நாலு மணி நேரம்தான் உள்ளது.'

லச்சு, - 'சகுந்தலா கூறுவதை நானும் ஏற்கிறேன். உங்களுக்கு 'பஸ்' கிடைக்காமல் கூடப் போய்விடலாம். அல்லது வண்டி கௌம்பமாட்டேனென்று அடம்கூடப் பிடிக்கலாம்.'

'அண்ணியம்மா! இன்னமும் ஒன்றும் கெட்டு விடவில்லை. மறுபடியும் யோசியுங்கள். பீனுவுடனேயே செல்லுங்களேன்! உங்களிருவருக்கும் மறுபடியும் வண்டியில் 'ரிசர்வேஷன்' செய்வது என் பொறுப்பு'. விநாயக் ஒரு நிமிடம்வரை மௌனமாக இருந்தான். மறுபடியும்,'ஏம்மா! இன்னமும் ஒனக்கு மனசு நிறையவில்லையா?'

லச்சு 'கடகட'வென சிரித்துவிட்டான். இதுதான் சரியான மகிழ்ச்சி. குடும்ப மகிழ்ச்சியென்பது இதுதான். கடைசியில் நானும் ஹோட்டல்தான் நடத்துகிறேன். தினமும் ஏதாவது ஒரு வேடிக்கை காணக்கிடைக்கிறது. இந்த உலகமே ஒரு வேடிக்கை தானே!' விநாயக்கின் முகத்தில் ஒரு புன்சிரிப்பு. 'டே மச்சி! நீ எங்களை இங்கு ஏன் அழைத்துள்ளாய் தெரியுமா?... எங்களை வைத்து ஒரு வேடிக்கை செய்ய... அந்த மகிழ்ச்சியில் திளைக்க. அப்படித்தானே?'

லச்சு கூறினான்,'அப்படி இல்லாவிட்டால் தான் என்ன?'

திடீரென விநாயக்கின் கண்கள் பிரகாசித்தன. 'இப்பொழுது நீங்கள் என்னுடைய 'ஃபிலாசஃபியையும் சற்றுக் கவனமாகக் கேளுங்கள். சிறிது நேரத்திற்கு முன்னால் நீ என்ன சொன்னாய்? இதுதானே - 'தானே வேடிக்கைக்குப் பாத்திரமாக ஆவதும் மற்றவர்களை வேடிக்கைப் பொருளாகப் பார்ப்பதும் வித்தியாசமானது... லச்சு! இங்குதான் நீ தவறு செய்கிறாய். இந்த இரண்டாவது என்பது என்ன? இரண்டாவது ஒன்றுமே இல்லை. ஏன் நாம் இருக்கிறோம்? நமக்காவது யாராவது இருக்கிறார்களா? நம்மைத் தவிர யாரும் இல்லை. எப்போது தன்னைச் சூழ்ந்து மக்கள் இருப்பதில்லையோ, அப்பொழுது ஒனக்குச் செய்வதற்கு என்ன உள்ளது? யாரைப் பார்க்கிறாய்? நீ ஒவ்வொரு விநாடியும் உன்னுடைய மனத் திரையில் யாருடைய வேடிக்கை காட்டப்படுவதை பார்த்துக் கொண்டிருக்கிறாய்? எப்பொழுதாவது நீ இதைப்பற்றி கொஞ்சம் - அந்த வேடிக்கையை நம்முடைய வேடிக்கையைப் போல் - என்ற எண்ணம் கொண்டு பார்க்க முயற்சித்து இருக்கிறாயா? தன்னுடைய மனத்திரையில் தோன்றும் - அழியும் நிழல்களை குதித்துக்கொண்டும், விழுந்துகொண்டும் இருப்பதைப் பார்க்கிறாய். அது யாருடைய வேடிக்கை? அதை யார் பார்க்கிறார்கள்? அங்கு பார்க்க உன்னைத் தவிர யார் உள்ளார்கள்? அடே, நண்பா! சொல், நீதான் பார்வையாளன். நீதான் அந்தத் திரை. நீதான் அந்த வேடிக்கையும் கூட'.

லச்சு வேகமாகச் கைகளைத் தட்டியவாறே எழுந்து நின்று கொண்டான். சகுந்தலாவுக்கும் இந்தத் தொற்று வியாதி தொற்றிக் கொண்டு விட்டது. அவளும் எழுந்து கைகளைத் தட்ட ஆரம்பித்தாள். ''அப்பாடா' பேசும் விஷயம் மாறிவிட்டது. திடீரென ஒரு சம்பவம் நிழலாடியது. அன்று மாலை விபாவும் கூட இதே மாதிரியாகத் தானே ஏதோ சொன்னாள், இல்லையா?'

திடீரென அங்குக் காணப்பட்ட அமைதியைக் கலைத்தவாறே சகுந்தலா பேச ஆரம்பித்தாள் - 'சாருடைய ஃபிலாசஃபியை நான் இதுவரை தாங்கள் சொல்லக் கேட்கவில்லயே!' மாலதி, அவளுடைய கூற்றை அலசி ஆராய்ந்தவாறு கூறினாள் - 'இதில் ஃபிலாசஃபி போன்ற என்ன விஷயம் உள்ளது! எனக்கு ஒன்றும் புரியவில்லையே!'

விநாயக் தன்னுடைய 'மூடில்' இருந்தவாறே, 'உங்களுக்கு ஒருவேளை எந்த ஃபிலாசஃபியும் தெரியாமலிருக்கலாம். இது ஒரு அனுபவமாகவே மட்டுமிருக்கலாம். அது உங்களுக்கு விருப்பமில்லாமலே திடீரென ஏற்பட்டிருக்கலாம். ஆனால் இந்த அனுபவம் உங்களுக்கு ஒரு தடவை ஏற்பட்டால் அதை நீங்கள் தொடர்ச்சியாகப் பிடித்துக்கொண்டிருக்கும் முயற்சியில் ஈடுபட்டு வருகிறீர்கள். முடிவில் அந்த முயற்சியில் வெற்றியும் அடைந்து விடுகிறீர்கள். திடீரென உங்களுடைய இந்த உணர்வு எப்படி ஏற்படுகிறது? அதாவது, ஒரு முடிவற்ற வெட்டவெளி. அது மட்டுமா? விடுதலையின் ருசியும் கூட, நீங்கள் அடிக்கடி அந்த உச்சியை அடைந்து விடுகிறீர்கள். அவ்வாறே அடிக்கடி அங்கிருந்து வழுக்கிக் கீழே விழுந்து தன்னுடைய தினசரி நடக்கும் கட்டுக்குள் கட்டுப்பட்டு விடுகிறீர்கள். ஆனால், அந்தக் கட்டுப்பாட்டை ஒரு தடவை கடந்துவிட்டால், நீங்கள் முக்தியின் ருசியை உணர்ந்துவிட்டீர்கள். உலகம் உங்களுக்கு பழைய மாதிரி தோன்றுவதில்லை. மாறிவிடுகிறது. நீங்களும் மாறிவிடுகிறீர்கள். நீங்கள் 24 மணி நேரமும் தன்னை யாரென்று நினைக்கிறீர்களோ, அவ்வாறு சிறிது நேரமாகினும் சரி, நீங்கள் அந்த மாதிரி இருப்பதில்லை'.

விநாயக் திடீரென மௌனமாகிவிட்டான். அவன் கண்கள் மூடியவாறு மௌன நிலையில் இருந்தன. அவனை ஆழமாக நோக்கிக் கொண்டிருந்த மாலதியின் மனத்தில் திடீரென ஏதோவொரு மின்னல் மின்னியது.

திடீரென மாலதியின் மனத்தில் ஏதோ ஒன்று மின்னல் போல் தோன்றி மறைந்தது. 'நர்வஸ் ப்ரேக்டவுன்' என அவளது உதடுகள்

முணுமுணுத்தன. சகுந்தலா - 'என்ன கூறிக் கொண்டு இருக்கிறீர்கள். ஏதாவது சொல்லுகிறீர்களா? மாலதி தலையை அசைத்தவண்ணம் - இல்லை... இல்லை... விநாயக்! விஷயம் இப்படி இருக்கலாமோ? - சுகம் இல்லாமல் படுக்கையில் விழுந்து கிடந்தாயே! இதை டாக்டர் என்ன சொன்னார் - 'நர்வஸ் ப்ரேக்டவுன்'. நீயும் நான்கு ஐந்து நாட்கள் அமைதியாக படுக்கையில் படுத்து இருந்தாயே, எங்கேயாவது இதன் காரணமாக உனக்கு இந்த 'ஹைல்யூஸிநேஷன்' ஏற்பட்டு இருக்கலாமா?

'மாலதி... ப்ளீஸ்...' விநாயக் தன் கோபத்தை அடக்கியவாறு... கூறினான் - 'இது ஹைல்யூஸிநேஷன் இல்லை. நான் கூறுவது உண்மையிலே நடந்த நிகழ்வு... எது சொல்லக் கூடாதோ அதைச் சொல்லத் திடீரென என் மனத்தில் ஒரு தூண்டுதல் ஏற்பட்டது. இவ்வாறு ஏன் ஏற்பட்டது என எனக்கே அறிய இயலவில்லை. ஒருபொழுதும் அதைப்பற்றி கூறவேண்டும் என்ற ஆசையும் எனக்கு ஏற்படவில்லை. மாலதி... அந்த அனுபவம் நம்முடைய மற்றய எல்லா அனுபவங்களைக் காட்டிலும் அதிகமாக ஒரு உயிரோட்டமான விழிப்பு உணர்வு அடைந்த அனுபவமாக இருந்தது. ஆனால் ஒரு நேரத்தில் பார்த்தால் நீயும் சரியாகத்தான் உள்ளாய் என தோன்றுகிறது. ஏனென்றால் இந்த மாதிரியான உணர்வு இதற்கு முன்பு எனக்கு ஏற்படவில்லை எனக் கூறமுடியாது. ஆனால் இதுபோன்று எதிர்பாராத விதமாக திடீரென இவ்வளவு அதிக நேரம் வரை என்னை இந்த அனுபவம் பற்றியது போல வேறு எந்த அனுபவமும் என்னை இவ்வாறு பற்றிக் கொள்ளவில்லை. மணிக்கணக்காக நான் அதன் கைதியாகவே இருந்தேன். ஒரு அதிசயம்!... நான் அதில் இருந்து வெளியே வர விரும்பவே இல்லை என்பது தான். அந்த கணம் நீ மட்டும் தான் என் அருகில் இருந்தாய். இதில் எந்தவிதமான சந்தேகமும் கிடையாது. எப்பொழுது நான் அதில் இருந்து வெளியே வந்தேனோ அதே தருணத்தில் எனக்கு ஏற்பட்ட அந்த அனுபவத்தை உன்னிடம் பகிர்ந்து கொள்ள எந்த அளவு துடிதுடித்தேன்... உனக்கு தெரியுமா? அதை கூற என்னிடம் வார்த்தைகளே இல்லை. ஆனாலும் அதை நான் கூற இயலாது. இதைப்பற்றி கூற ஓர் இயலாமை என்னைப் பற்றிக் கொண்டுவிட்டது. கூறும் விருப்பமும் உயிர் இழந்துவிட்டது. - நான் எதைப்பற்றிக் கூறுவேன்... எப்படிக் கூறுவேன்? மாலதி பார்த்தாயா... இது எத்தனை விசித்திரமானதாக உள்ளது? இதற்கு அடுத்த நாளும்... அதற்கு அடுத்த நாளும் எனக்கு தனக்குள் மெதுவாக மெதுவாக முன்பு மாதிரியாகவே தோன்றிக் கொண்டு இருந்தது. மின்சாரம் போல அதிர்வு ஏற்பட்டுக் கொண்டு இருந்தது. நான் நூறு ஆயிரம் தடவை யோசித்தாலும் ஒரு வார்த்தை கூட

வாயிலிருந்து வெளியேற அடம்பிடித்தது. இன்று நான் உன்னை உணர்ந்தது போல் அறிந்து கொண்டது போல இதற்கு முன்புவரை நான் உன்னை அறிந்ததாக உணரவில்லை'.

'எவ்வாறு' மாலதி விநாயக்கின் முகத்தில் தன் கண்களைப் பதித்தவாரே முணுமுணுத்தாள்... உதடுகளுக்குள்ளேயே... உதடுகளுக்குள்ளேயே...

அவனது நோக்கு இவ்வாறு இருந்தது... நீண்ட நாள்வரை இழந்த ஒன்று... அதைப்பற்றியே மறந்து போன ஒன்று திடீரென்று மிதந்து மேலே வருவது போல'... அதில் அவளுக்கு ஒரு வியப்பு... அதிலேயே தன்னை இழந்தது போல் கண் இமைகள் மூடாமல் தன் கணவனைப் பார்த்த வண்ணம் இருந்தள். அவள் - இதற்கு முன்பு தன் கணவன் முகத்தில் ஏதோ ஒன்று மின்னலைப்போல் தோன்றி மறைந்துவிட்டது போலவும். தான் அதனைத் தேடுவது போலவும் - என்ன இது?

சகுந்தலாவின் கண்களும் லச்சுவின் கண்களும் நேராகவே மோதிக் கொண்டன. பின்பு செயற்கையாக ஒரே உருக்கொண்ட புன்முருவல் இருவரின் முகங்களிலும் தோன்றின.

'ஏன் தமக்கையாரே! ஸாரின் பிலாஸபி ஏதாவது தங்கள் பிடிமானத்தில் வந்ததா?' சகுந்தலா - கலகல எனச் சிரித்தாள்.

மாலதி திடுக்கிட்டது போன்று தோன்றினாள் - பின்பு சகுந்தலாவை முறைத்துப் பார்க்க ஆரம்பித்தாள்.

'நீ ஏன் அக்கா! அக்கா! என்று உருப்போடுகிறாய்? நான் எத்தனைத் தடவை கூறுவது?... அக்கா! அக்கா! என என்னை அழைக்காதே. மாலதி என்றே அழை. நீயும் இதை ஏற்றுக்கொண்டாய். மறுபடியும் பூதம் முருங்கை மரம் ஏறியதுபோல் இந்த 'அக்கா! அக்கா!' என்ற கூப்பாடு ஏன்?'

மாலதி கலகல எனச் சிரித்துவிட்டாள். ஏதோ ஒன்று நடந்துதானிருக்கிறது அக்கா! உன்னை வெகு நாட்களாகவே மாலதி என்றுதான் அழைத்து வருகிறேன். ஆனால், இப்போது நீ எனக்கு 'அக்கா!' என தோற்றம் ஏற்பட்டுள்ளது. இதற்கு நான் என்ன செய்வேன்? ஆனாலும் நாளையிலிருந்து... இல்லை, இல்லை! இன்னும், சில மணி நேரம் சென்ற பிறகு மறுபடியும் 'மாலதி' என்றே அழைத்துவிடக் கூடும். ஆனால் இப்போது எனக்கு எல்லாமே 'அப்நார்மலா'கத்தான் தோன்றுகிறது'.

அங்கு அமைதியைக் கிழித்தவாறு படி ஏறும் 'தம்தம்' என்று ஒலி காதில் விழுந்தது. திரிபுவனும், விபாவும் திடீரென வந்து தோன்றினர். 'ஏம்பா! என்னது இது? உங்களைப் பார்த்தால் கௌம்பர மாதிரி தோணலியே? இவ்வளவு 'லீஷர்லி'யாகப் பேசுகிறீர்களே! எங்கேயாவது தங்களுடைய எண்ணத்தை மாற்றி விட்டீர்களா?'

விநாயக் தன்னிடத்திலிருந்து எழுந்து அவர்களை வரவேற்று உபசரித்தவாறே, 'நீங்கள் ஏன் எங்களுக்காக இவ்வளவு சிரமம் எடுத்துக்கொள்கிறீர்கள்?' இதற்குள் அவனின் பார்வை (விநாயக்) அங்கு சென்றது... சகுந்தலா ஓடிவந்து விபாவிடம் ஒட்டிக்கொண்டாள். விபாவும் அவளைத் தன் இரு கைகளால் இறுக்க அணைத்துக்கொண்டாள். ஏன்? ஏன்? ஏன்? சகுந்தலாவின் முதுகு திடீரென ஏன் குலுங்கியது? அழுகிறாளா என்ன? என்ன ஆயிற்று இவளுக்கு?

'அண்ணி! நாங்கள் உங்களை எங்கள் வண்டியில் 'காட்கோதாம்' வரை அழைத்துச் செல்ல இருக்கிறோம். எங்களுக்கும் அங்கு சில வேலைகள் உள்ளன. அப்பா, பீனு! மள மள வென உன்னைத் தயார் செய்து கொள்'. 'ஏ லச்சு! இவர்களுக்கு சாப்பாடு போட்டு விட்டாயா?'

'இல்லை மச்சி! இன்னும் இல்ல. ஏதோ தேவையில்லாத பேச்சு, நாலு மணி பஸ்ஸ புடிக்கணும்'.

லச்சு மறுபடியும், 'நீங்கள் இங்கு வருவதாக எதுவும் தெரியவில்லையே! உங்களுக்கு 'காட்கோதாமில்' அப்படியென்ன அவசர வேலை?' இதற்கு முன் உன்னை நான் 'காட்கோதாம்' செல்வதைப் பார்த்ததில்லையே! அப்படியென்றால் மனத்தில் ஏதோவொரு 'ப்ளான்' செய்து வந்திருக்கிறாய்! குறைந்தபட்சம் நீ வருவது பற்றி ஒரு ஃபோனாவது அடித்திருக்கலாம். சரி, சரி!... அது போகட்டும். ஓங்க வண்டியில எத்தனை பேருக்கு எடம் இருக்கு'?

திரிபுவன் சிரிக்கத் தொடங்கினான். விநாயக்கின் மனத்தில்... 'இவன் சிரிப்பு பழைய மாதிரியாகவே அப்படியே இருக்கிறதே!'. அவனுக்கு திரிபுவனுடன் சேர்ந்து நைனிடாலில் இருந்த நாட்கள் நினைவுக்கு வந்தன.

'நீங்க தேவையில்லாம சிரமப்படுகிறீங்க. அண்ணாஜி! எங்கள் கூட வரவேண்டுமென்றால் மும்பைவரை வந்துவிடுங்களேன்' மாலதி கூறினாள்.

அவள் ஆச்சரியத்தில் மூழ்கிவிட்டாள். நேற்று இரவே இவர்களுக்கு 'டாடா' காண்பித்தது அவளுக்கு நினைவுக்கு வந்தது.

‘ஆம், எங்களை ஆச்சரியப்படுத்த வேண்டுமென எண்ணியிருக்கக் கூடும். எண்ணவது என்ன? அதுதான் உண்மை’.

விபா, ‘மும்பைக்கும் நாங்கள் வர வேண்டும் அக்டோபர் மாதத்தில். நம்ம பையன் அங்க இருக்கான்’.

இதுவரை அமைதியாக இந்த வேடிக்கையைப் பார்த்து ரசித்துக் கொண்டிருந்த லச்சு... ‘அப்ப நானும் கெளம்பறேன். வாங்க! எல்லோரும் ‘டைனிங் ஹாலுக்கு’. நான் சடசட என சாப்பாடு போட்டு விடுகிறேன்.

திரிபுவன், ‘அப்பா, அப்பா! எங்களுக்குச் சாப்பாட்டுக்கு இலை போடாதே, வயறு முட்டச் சாப்பாடு ஆகிவிட்டது.’

லச்சு திடீரென ‘எபௌட்டர்ன்’ அடித்தான் - ‘எந்த வண்டி கொண்டு வந்திருக்கிறாய்? எனக்கும் எடமிருக்கு தானே!’

விபா சிரித்தவாறே, ‘லச்சு அண்ணாச்சி! மனசுல வேண்டிய அளவு எடமிருக்கு, அனால், இங்கு கேள்வி ஓடப்பு பற்றியது. மிகச் சிரமமாகத்தான் இருக்கும். நீங்கள் இங்கேயே தங்கி விடுங்களேன்! நாங்கள் தான் இரண்டு பேர் இருக்கிறோமே!. நீங்கள் ஏன் வீணாகச் சிரமப்படுகிறீர்கள்?’

‘டேய் மச்சி லச்சு! இருக்கட்டும் விடுடா, ஒரு மாசமா இவங்களோட ‘லோல்’ படறே! ஏன் இன்னிக்கு ஒன்னோட மதியக் குட்டித் தூக்கத்தை விணாக்குற’?

லச்சு, ‘சரி, சரி! அது இருக்கட்டும், வந்தாங்க ஐயா! என்னுடைய தூக்கத்தைப் பற்றிக் கவலைப்பட? டேய்! எனக்கு எல்லாந் தெரியும்டா? நீங்க ரெண்டு பேரும் என்னப் போகவிட்டு வேடிக்கப் பார்க்கணும், அவ்வளவுதானே? சரிடா... சரி... நீங்க வேடிக்கப் பாக்கறதை நான் தடுக்கவில்லை. ரசியுங்க! திரிபுவன் சிரித்தவாறே,‘பாத்தியா விநாயக்! நம்மைப் பற்றிக் குற்றம் சாட்டுவதைத் தவிர இவனுக்கு வேற வேல ஒண்ணுமில்ல போலிருக்கு. ‘டேய், லச்சு! நீ உன்னைத் தவிர மத்தவங்களைப் பற்றியும் ஏதாவது யோசிக்கிறாயா?’

விபா..., ‘லச்சு அண்ணா! நான் உங்களுக்கு ஏதாவது உதவி செய்யட்டுமா?’ லச்சு விபாவைத் தடுத்தவாறே அவன் பின்னால் சென்றான். ‘வாருங்கள்! நீங்களுந்தான்! அந்த ‘டைனிங் ஹால்’ பக்கம்.

33. செக்ஸ் ஆன் த மைன்ட்

சகுந்தலாவையும், மாலதியையும் வண்டியேற்றிவிட்டு இந்த மூன்று பேரும் ராணிகேத்துக்குத் திரும்பி வந்துக்கொண்டிருக்கிறார்கள். இன்னும் மாலைப் பொழுது இரவுக்கான கட்டுப் பாட்டுக்குள் வரவில்லை. இருந்தாலும் 'ஹைட்லைட்'டை வண்டியில் எரியச் செய்தனர். கீழே இறங்குவதற்கு மூன்று மணி நேரம் தேவைப்பட்டது. அதே அளவுதான் மேலே ஏறுவதற்கும்... இல்லை, இல்லை, இன்னும் அதிக நேரம் கூட ஆகலாம்.

'மாலதியை திருப்பி அனுப்புவதில் உனக்கு ஏன் இவ்வளவு அவசரம்? எனக்கு இந்தக் காரணம் புரியவில்லை'.

இது என்ன 'இங்கிலீஸ் டிபார்ட்மெண்டா?' நான் இல்லாமலும் செயல்படும். ஆனால் ஒரு நிறுவனத்தை நடத்துபவளாயிற்றே!'

விபா கூறுகிறாள் - 'திரிபுவன்! உங்கள் சக கர்மணியைப் பற்றிக் கவலைப்படுகிறான். நானும் உங்கள் சக தர்மணியைப் பற்றி அல்ல, சக கர்மணியைப் பற்றிக் கவலைப்படுகிறேன். எனக்கு ஏனோ தெரியவில்லை. அவளுடனேயே சேர்ந்து சேர்ந்து இருக்கும் பழக்கம் தொத்திக் கொண்டுவிட்டது. இந்த அளவிற்கு நான் இன்று வரை வேறு எவருடனும் பழக்கம் கொண்டதில்லை. எனக்குத் தலை சுற்றுகிறது... அவள் இல்லாமல் தனிமையில் நான் என்ன செய்யப் போகிறேன் என்று'.

'விநாயக் அண்ணா! மாலதி திரும்பிச் சென்றது ஒருவேளை சரிதான். ஆனால் இந்த சகுந்தாவிற்கு என்னவாயிற்று? இன்னும் அவளுக்கு அதிகமான விடுமுறை நாட்கள் இருக்கின்றனவே! அவள் செல்வதை நீங்கள் ஏன் தடுக்கவில்லை?'

விநாயக், 'உங்களுக்கும் சகுந்தலாவுக்கும் இந்த அளவிற்கு அன்யோன்யம் இருக்குமென்று எனக்கு என்ன ஜோதிடமா தெரியும்? நீங்கள் முன்னமேயே இது பற்றிக் கூறியிருந்தால் அவளைத் தடுத்திருப்பேன். நீங்களோ...'

விபாவின் முகத்தில் சற்று குறுப்புத் தனம் விளையாடியது. சரி! சரி! விடுங்கள்! சக தர்மணியிடமே தங்கள் போக்கு செல்லாக்காசு ஆகிவிட்டது. அப்படியிருக்க சக கர்மணியிடம்...!'

திரிபுவன்,'இந்த இரண்டு பேரையும் ஒரே மட்டத்தில் வைக்கக்கூடாது. இவர்களின் நிலை தனியானது, விபா? இவர்களிருவரையும் ஒன்றாக இணைக்கவியலாது'.

விபா, 'தன் போக்கில் பேசியபடியே -'இப்படிப்பட்ட பெண்ணுக்குக் கணவனாக இருக்க அந்த ஆணுக்கு எப்படிப்பட்ட 'பாக்கியம்' கிட்டியிருக்க வேண்டும்? அவன் ஏன் கூட வரவில்லை? முட்டாள் பயல்! அவன் கெட்ட காலம்!' விநாயக் கூறினான்...' இந்த அளவு நடந்தும் கூட எந்த ரகசியம் அவனுக்குப் புரியவில்லையோ, அதை அவனுக்குப் புரியவைப்பதால் என்ன லாபம்?

திரிபுவன் கூறுகிறான் - 'ஐ ஹேவ் நெவர் சீன் மை வொய்ஃப் ஃபாலின் லவ் வித் எனிபடி லைக் தட்'. 'தேங்க் காட். ஷி இஸ் எ வுமன் அண்ட் நாட் எ டேம்ன் 'மேல்'.'

விநாயக் குஷியான மூடில் 'உனக்கு எப்படித் தெரிந்தது. நம்முடைய முன்னோர்கள் வசனம் நீ கேள்விப்பட்டிருப்பாய்'.

'ஸ்த்ரியஸ்ய சரிதம் புருஷஸ்ய பாக்யம்

தேவோ ஜானாதி குதோ மனுஷ்ய...!'

அதாவது பெண்களுடைய வாழ்க்கை மனிதனுடைய பாக்யம். இந்த பாக்யத்தை தேவர்களே அறிய முடியாதது என்றால் மனிதர்...?

திரிபுவன்,'டேய்! இதற்குப் பொருள் கூறடா? ஆசிரியர் பீதாம்பர் தத் அவர்கள் ஏழாவது வகுப்பு வரை வடமொழி எனக்கு எவ்வளவு கற்பித்தாரோ, அதுவரைதான் நான் படித்தும் இருக்கிறேன். ஆனால் இப்போது அதுவும் மறந்துவிட்டது'.

விநாயக் இதற்குப் பொருள் கூறிக் கொண்டிருக்கிறான். அதைக்கேட்டு திரிபுவன் - 'டாம் இட்'.

நீரத் சௌத்ரி அவர்கள் நமது இந்துக்களைப் பற்றிச் சரியாகத்தான் எழுதியுள்ளார்கள்.

இதைக் கேட்டுத் திடுக்கிட்டவாறே - விநாயக், 'அவர் என்னதான் அப்படி எழுதியுள்ளார்?' நானும் கொஞ்சம் கேட்கலாமா? அதுசரி!... நீரத் சௌதரி இங்கு ஏன் தலையை நீட்டுகிறார்.'

நீரத் சொல்கிறான் - 'செக்ஸ் ஆன் த மைன்ட் அண்ட் ஃபியர் இன் த ஹார்ட். என்னுடைய நோக்கில் இது ஒரு ருசியான அர்த்தமுள்ள

விமர்சிக்கும் குறிப்பு. நமது இந்துக்களைப் பற்றி. ஆனால் எ ஹோல். இதைப்பற்றி நீ என்ன நினைக்கிறாய்?'

விநாயக் பொழிகிறான் - 'நீரத் சௌத்ரி இஸ் எ ஸினிக் யு கேன் என்ஜாய் ஹிஸ் ரைட்டிங் வித்தவுட் ஹேவிங் டு டேக் ஹிம் சீரியஸ்லி... ஹி இஸ் ஹேவ் ஆன் இன்டரெஸ்டிங் மைண்ட் அண்ட் ஹி ஹேஸ் ரைட் வெல். பட் தட் டஸ் நாட் மீன் ஹி இஸ் வொயஸ் அண்ட் சென்சிபில் டூ...'

விநாயக்கைப் பேச விடாமல் தடுத்தவாறே, 'வாட் டு யு மீன? நீங்கள் எல்லோரும் லிடரேச்சரில் கறை கண்டவர்கள். 'எழுத்தாளர்களின் உண்மையான தொடர்பு மற்றும் உண்மையான தூண்டுதல், சத்தியத்தை அறிவது அல்லது சத்தியத்தைப் பேசுவது அல்ல' என்று தானே நீ சொல்ல நினைக்கிறாய்?

'ஆம், அப்படித்தான். ஆனால் எழுத்தாளர்களும் பல தரப்பட்டவர்கள்'.

'அப்படியானால் நீரத் சௌத்ரி உன் கணக்கில் எப்படிப்பட்ட எழுத்தாளர்?'

'இண்டலச்சுவல், செரிப்ரல், தியேரேடிகல், தூரத்து விடியல்களைக் கண்முன் வீசி எல்லோரின் கண்களையும் கூசச் செய்பவர். சிலர் - இவர்களில் ஆசிரியரும் அடக்கம் - இவ்வாறு காணப்படுகிறார்கள். அதாவது, அவர்கள் தன்னோடும் வசிக்க இயலவில்லை. இது மட்டுமல்லாமல் தன்னுடைய பண்பாட்டுச் சூழ்நிலையோடும் இந்த இரு இடங்களிலும் அவர்கள் தன்னையே 'மிஸ்பிட்' என்று பார்க்கிறார்கள். அவர் தன்னுடைய வாழ்க்கை உலகில் தன்னை ஆரோக்கியமுள்ளவனாகவும், கட்டுப்பாடுகளிலிருந்து விடுதலை. பெறக்கூடிய பொருள் (மீனிங்) தேட இயலாமல் இருக்கிறார்கள். இது மட்டுமல்ல. தன்னுடைய பண்பாட்டோடும் இணைய முடியவில்லை. பண்பாடு மட்டுமின்றி தன்னுடைய சூழ்நிலையுடன் கூடியும். அவர் ஒருவிதமான நரம்புத் தளர்ச்சியினுடைய எல்லையில் நின்று கொண்டிருப்பதாகப் பார்க்கிறார்கள். 'யோசிக்கிறேன்' என்பதற்காகவே யோசிக்கிறார்கள். இவ்வாறு, யோசித்து யோசித்து 'தான் இருப்பதாக' ஜஸ்டிஃபை செய்ய விரும்புகிறார்கள். இந்த 'ஜஸ்டிப்பிகேஷன்' எதற்கு? தன்னுடைய பார்வைக்கும், மற்றவர்களுடைய பார்வைக்கும், ஏனென்றால் எல்லாவிதமான பொருத்தமற்றவைகளையெல்லாம், பொருத்தமானவை என்று நிலை நிறுத்துவதற்கு ஒரு பலமான 'தியரி' இயற்ற விரும்புகிறார்கள்...

'டேய் அப்பா!... ஐயாவே! இதில் பொய்யோ அல்லது நாணயமற்ற செயலோ என்ன இருக்கிறது. எவர் இயற்கையாகவே இண்டலக்சுவலாக இருக்கிறார்களோ, அவர்கள் தன் அனுபவங்களையும் 'இண்டலக்சுவலாகத்தான்' பார்கிறார்கள். எல்லா பிரச்சினைகளையும் 'இண்டலக்சுவலா'கத் தீர்வுகாண முயற்சிப்பார்கள் - இதில் இவ்வளவு பெரிய குற்றச்சாட்டு ஏன்?' விபா நடுவில் புகுந்து - 'நீங்களும் 'இண்டலக்சுவலா'னவர்களின் குடும்பத்தினரின் ஒருவராக இருக்க மாட்டீர்களா?'

'விநாயக், சிறிது விநாடிகள் அமைதியாக இருந்தான். விபா, தன்னை எப்படிப்பட்ட கஷ்டத்தில் மாட்டிவிட்டாள்? என்னை இந்தக் கேள்வி கேட்கிறாள்? 'தியரி'களை இயற்றுவதிலும் 'இண்டலக்சுவலிசம்'. அதிபுத்திவாதத்திலும் உங்களுக்கு ஏன் இவ்வளவு கடுமையான விரோதம் ஏற்பட்டுள்ளது?'

'விபா! உங்களின் இக்கேள்விக்குப் பதிலளிப்பது சற்று சிரமம் தான். 'இண்டலக்சுவல்' ஆக இருப்பது தனியான ஒரு விஷயம். வாழ்க்கையை, உலகத்தை, தனிமனிதனை தன்னுடைய எண்ண வளையத்திற்குள் கட்டிக்கொண்டு, 'ரெட்யூஸ்' செய்து, 'இதுதான் சத்தியம்'. 'இதுதான் பரமார்த்தம்' என்று ஏற்றுக்கொள்வது முற்றிலும் மற்றொரு விஷயமாகும் என்று நான் நினைக்கிறேன். தேகார்த் கூறுகிறான் - 'நான் யோசிக்கிறேன், ஆகவே நான் இருக்கிறேன்'. இது அவருடைய பிரசித்தமான வாக்கியமாகும். என்னுடைய அறிவிற்கு இது அவருடைய மிகப் பெரிய தவறு என்று தோன்றுகிறது. இதுதான் எல்லாவிதமான சிரமங்களுக்கும் அடிப்படை. ஆனால் இதுதான் உண்மை. 'நான் இருக்கிறேன். ஆகவே நான் யோசிக்கிறேன்'. நினைப்பது என்பது ஒரு ஃபங்க்ஷன். செயல்பாடு மட்டுந்தான். ஆனால் 'நான் இருக்கிறேன்' என்பது ஒரு 'ஃபேக்ட்'. 'நான்' என்ற 'ஃபேக்டைப்' பிடித்தவாறே செல்லவேண்டும். 'ஃபங்க்ஷனைப்' பற்றியவாறு அல்ல'.

திரிபுவன் - 'எக்ஸிஸ்டென்ஷியலிஷ்டா? எனக்கு இதுபற்றி ஒன்றும் தெரியாது. கேள்விப்பட்டதைத் தான் சொல்கிறான்.

டேய் மச்சி! தெரியவில்லையா? நான் யார்? எனக்கு 'தர்ஷன்' சாஸ்திரத்திலும் ருசியும் இல்லை, ஈடுபாடும் இல்லை. எனக்கு 'லிடரேச்சரில்' காணப்படும் பிரமாணங்கள் தான் அதிக உண்மையானது என. என்னுடைய புத்தியும் அவ்வாறு அமைந்துள்ளது. ஏனென்றால் நீ உன்னுடைய 'தர்ஷன்' சாஸ்திரங்களின் தர்கங்களைக் கொண்டு ஒப்பிடுகிறாய். நான் இதைப் பற்றி இவ்வாறு தான் எண்ணுகிறேன்...

'வெஸ்டர்ன் ஃபிலாசஃபி' ஒரு இருள் சூழ்ந்த சந்தில் மாட்டிக் கொண்டுவிட்டது. அதற்கு மேலே போக எந்த வழியுமில்லை. ஆனால், கிழக்கத்திய 'லிடரேச்சர்'களில் மிகுந்த உயிர்த்துடிப்பு காணப்படுகிறது. 'ஃபிலாசஃபி' பற்றி என்னுடைய எண்ணத்தின் பிரகாரம் ஏதாவது மகத்துவம் உள்ளது என்றால், நான் என்னுடைய 'தர்ஷன்' சாஸ்திரங் களையும் மேலும் அவர்களைக் காட்டிலும் அதிக உயரத்திலுள்ள 'சந்த்' மஹா ராஜாக்களையும், பக்த கவிகளையும் பார்க்க வேண்டியிருக்கும். நீரத் சௌத்ரி அவர்கள் வரலாற்றை நன்றாக அறிந்தவர். பி.எஸ். நாய்பால் அவர்களைப் போல் இவருக்கும் இந்திய வரலாறு துன்பமயமாகவும் துக்கமளிப்பதாகவும் இருக்கிறது. இதன் காரணமாக அவருடைய ஆத்ம பிம்பம் அடிபடுகிறது. துண்டாக்கப்படுகிறது. அப்போது, இந்த அடிப்பட்ட, துண்டிக்கப்பட்ட 'செல்ஃப் இமேஜை' ஒன்று சேர்த்து ஒழுங்கு படுத்துவதில் எல்லாவிதமான பிரச்சனைகளும் உண்டாகின்றன. அவர்கள் ஏன் வரலாறு படிக்கிறார்கள் தெரியுமா? தன்னுடைய மனம்போன போக்குப்படி பொருள் எடுப்பதற்காக. அந்த வரலாற்றில் ஒரு 'தியரி'யை 'செட்யூல்' செய்கிறார்கள். 'நைபால்' அவர்களை ஒரு 'கிரியேடிவ் ரைட்டர்' என்று நோக்குகிறார்கள். எதை? அதாவது தன்னுடைய 'காலனி' சம்பந்தப்பட்ட அனுபவங்கள், இதிகாச மத சம்பந்தப்பட்ட வரலாற்றையும் அவர் எவ்வாறு 'இஸ்லாம்' மதத்தை 'எக்ஸாமின்' செய்கிறாறோ, அதே போன்று 'கிரிஸ்டியானிடி'யை ஏன் செய்வதில்லை? சரி, சரி! இவையெல்லாவற்றையும் விட்டுவிடு. இதைப்பற்றிப் பேச இது தகுந்த தருணம் அல்ல.'

விபா,'எனக்கு எவ்வளவு பெரிய வியப்பு தெரியுமா? இவ்வளவு நாட்கள் இதைப்பற்றிப் பேச நமக்கு வாய்ப்பே கிட்டவில்லையே! ஆனால், இன்று இந்த வண்டியில் நாம் செல்லும்போது, இந்த வாய்ப்பு நமக்குக் கிட்டியுள்ளது. அண்ணா அவர்களே! உங்களுடைய இந்த யோசனை மேலும் இருப்பது என்பதின் மாறுபாடு பற்றிய விஷயம் எனக்கு 'இலகு'வாகத் தோன்றவில்லை. 'எக்ஸிஸ்டென்ஷலிஸம்' என்பது பற்றி எனக்கு எந்த அறிவும் கிடையாது. 'ஃபிளாசஃபர்' அதை 'ஃபிளாசஃபி' என்று நினைக்கவில்லை 'லிட்ரேச்சர்' என்றுதான் ஏற்றுக்கொள்கிறார்கள் என்பதுதான் நானறிந்த விஷயம். அதாவது, அவர்கள் அதை கேலியும், கிண்டலும் செய்கிறார்கள். உங்களின் வார்த்தைகளைக் கேட்ட பின் என் மனத்தில் ஒரு கேள்வி எழுகிறது. அதாவது, உங்கள் கூற்றுப்படி 'இருப்பது' என்பது அடிப்படை விஷயம். 'யோசிப்பது' என்பது செகண்டரி. அப்படிப் பார்த்தால் இந்த 'இருப்பது' என்ற அனுபவமும், ஞானமும் தான் உண்மையான வாழ்க்கைத் தத்துவத்தைப் பிறக்கச்

செய்கிறது. நினைப்பது என்பது இல்லை. நீங்கள் எதைத் 'தியரி' அல்லது 'சிஸ்டம் பில்டிங்' என்கிறீர்களோ, அதைநோக்கி எடுத்துச் செல்கிறது. அப்படியானால் உங்களுக்கு இவ்வாறு தோன்றவில்லையா? அவர்களை 'யோகிகள்' என்றும் 'ஞானிகள்' என்றும் ஆன்மீக க்ஷேத்திரத்தில் இருப்பவர்கள் என்றும் சொல்கிறார்களோ, அவர்கள் தான் சத்தியத்திற்கு மிக அருகில் உள்ளார்கள். 'விஞ்ஞானிகள்' என்று அழைக்கப்பட்ட வர்களும், விதவிதமான பல்ஸப் என்ற 'சிஸ்டம் பில்டர்ஸ்' இல்லையா?'.

இக்கூற்றைக் கேட்டவுடன் விநாயக்கின் மனது உற்சாகத்தினால் கத்தத் தோன்றியது, 'சபாஷ் விபா! -'நீ கூறிய விஷயம் நூற்றில் ஒன்றானது. இதை நோக்கியே நானும் வந்து கொண்டிருக்கிறேன். தேவிஜி அவர்களே! இவ்வளவு நாட்கள் வரை எங்கு மறைந்திருந்தீர்கள்?' மனத்தில் நினைத்ததை மிகுந்த சிரமத்துடன் அடக்கிக் கொண்டு கூறினான் - 'நான் உங்கள் கூற்றை ஏற்றுக் கொள்கிறேன்'. பின்பு திரிபுவனை நோக்கிக் கூற ஆரம்பித்தான் - 'திரிபுவன்! நீ ஏன் நீரத் சௌத்ரியைப் பற்றி இவ்வாறு சுழன்று கொண்டிருக்கிறாய்? அந்த அப்பாவி மனிதன் உனக்கு என்ன கொடுப்பார்? பேசாமல் விபாவிடமே 'தீக்ஷை' பெற்றுக்கொள்'.

விபாவும் உடனேயே பேச்சின் போக்கையே மாற்றியவாறு,'அவர் குழப்பத்தைப் பற்றி நீங்கள் ஒன்றுமே கேட்க வேண்டாம்' என்று கூறினாள்.

'உங்களுடைய சந்து அண்ணாவோ, காயத்ரி குடும்பம் என்ற வலையில் விழுந்துள்ளார். சகோதரர் லச்சு அவர்களோ, ஒவ்வொரு மாதமும் பரமஹம்ஸ யோகானந்தருடைய 'யோதகர்' ஆஸ்ரமத்தில் பழியாகக் கிடக்கிறார். இந்த 'மனிதன்' என்ற ஒரு மிருகம் வாழ்வதில் மட்டுமே 'திருப்தி' அடைவதில்லை. வாழ்க்கைக்கு என்ன பொருள் என்று அறியக்கூடிய சுழலில் விழாமல் அவர்கள் தன்னுடைய வாழ்க்கையைச் செலவழிக்க இயலாது. ஒவ்வொருவரும் தன் தன் முறைப்படி தேடுகிறார்கள். தன்னுடைய எண்ணப்படி பொருளும் எடுத்துக் கொள்கிறார்கள். அவ்வாறு இருக்கையில் 'இவரின் இந்த விடை சரியானது' 'இவரின் விடை தவறானது' என்று எவ்வாறு கூறமுடியும்'.

'விபாஜி', மதம் என்பது வேறு ஆன்மீகம் என்பது வேறு. தற்காலத்தில் நாம் இலக்கியம் என்ற வட்டத்திற்குள்ளேயே இருந்து வருகிறோம். ஏனென்றால் நமக்கு இதுபற்றிய ஏதோவொரு சில அனுபவங்கள் உண்டு. நான் திரிபுவனிடம் சொன்னதை நீங்கள் கேட்டீர்களா? சில எழுத்தாளர்கள் நமது சில வயதுவரை நம்மை மிகவும் ஆட்கொள்கிறார்கள். அவருடைய ஒளிரும் 'ரைட்டிங்ஸினால்' மிகவும்

கவரப்படுகிறார்கள். ஆனால், அவர்களும் நம்மோடு வளர இயலாமல் இருக்கிறார்கள். அப்பொழுது நாமே அவர்களை 'அவுட்க்ரோ' செய்துவிடுகிறோம். நீரத் பாபுஜியும் அத்தகைய எழுத்தாளர்களில் ஒருவரே'.

திரிபுவனுக்கு ஒரே எரிச்சல் - 'பீனு! நீ ஏன் இந்த வீண் பேச்செல்லாம் பேசுகிறாய்? நான் பேச்சுவாக்கில் நீரத் சௌத்ரியைப் பற்றி ஏதோ சொன்னேன். அதில் எனக்கு ஒரு பிடிப்பு தென்படுகிறது. அவர் ஒன்றும் விவேகானந்தர் பற்றியோ, அரவிந்தர் பற்றியோ அலசி ஆராய்ச்சி செய்து குற்றம் கண்டுபிடிக்கவில்லயே. நம்முடைய 2000 வருட வரலாற்றைப் பற்றிய அவருடைய மதிப்பீடு பற்றியும் அந்த மதிப்பீட்டின் காரணமாக அவர் மனத்தில் விழுந்த நிழல்களைப் பற்றியே அவர் குறிப்பிடுகிறார். நான் அவரைப்பற்றி இன்னும் நன்றாக அறிவேன். அவர் ஒருபக்கம் இந்து நாகரீகத்தை வசைப்பாடுகிறார் என்றால் மற்றொரு பக்கம் அதைப்பற்றிப் புகழ்ந்துமிருக்கிறார். இது அவருடைய ஆத்ம நம்பிக்கையைப் பற்றிய செயலாகும். அவர் 'யூரோஃஃபில்' என்றால் இது அவருக்கு ஏற்பட்ட அடி. இதை அவர் மறைப்பதுமில்லை. உனக்கு 'ஸ்வாமி ஆனந்த குமாரைப் பற்றியும் வெறுப்புணர்ச்சி உண்டா?'

'திரிபுவன்! உனக்கு 'ஸ்வாமி ஆனந்தகுமார்' அவர்களிடம் கூடவா வெறுப்பு!

திரிபுவன், 'நீ என்ன உளறுகிறாய்! ரெண்டு பேரையும் ஏன் ஒப்பிடவேண்டும்?'

'சரி! நீ ஞாபகப்படுத்திக்கொள். குமார ஸ்வாமிஜியின் இந்த வாக்கியங்கள் - 'நமக்கு இந்த இந்திய ஆத்மாவும் வேண்டும். அதே சமயம் யூரோக்கியன் மெய்யும் (உடல்), அதாவது உயிரும், எனர்ஜியும். அதாவது, இந்த இரண்டின் கலப்பு'. அவர் வாழ்க்கை முழுவதும் 'இண்டியன் ஃபிலாசஃபியை'ப் பற்றியே விவரித்துக் கொண்டிருந்தார். அவருக்கு அதன் உள் நோக்கம் முழுமையாகத் தெரிந்தது. ஆனாலும், வசிப்பதற்கும் செயல்படுவதற்கும் தன் இருப்பிடமாக ஐரோப்பாவைத் தான் தேர்ந்தெடுத்தார். ஏன் தேர்ந்தெடுதார்? சொல்! இதுமட்டுமல்ல! அவர் தன்னுடைய நான்கு மனைவிமார்களையும் வெளிநாடுகளிலேயே தேடிக்கொண்டார்'.

இவைகளைக் கேட்டு விபா திடீரென ஒரு கேள்விக் கணை தொடுத்தாள். 'நாம் சீனா, ஜப்பான் போன்ற ஆசிய நாடுகளை விட யூரோப்புடன் அதிக நெருக்கமாக இருப்பதாக எப்பொழுதாவது எனக்குத்

தோன்றுகிறது. உங்களுக்கு அவ்வாறு தோன்றவில்லையா? விநாயக் திடுக்கிட்டான். அவன் விபாவிடமிருந்து இவ்வளவு 'ஸ்மார்ட்'டான இணை வாக்கியத்தைச் சிறிது கூட எதிர்பார்க்கவில்லை. ஆகவே, அவன் இப்பொழுது என்ன பதில் கூறுவது என்று தத்தளித்தான். எது, எப்படி இருந்தாலும் அவன் விபாவின் கேள்விக்குப் பதிலளிக்க வேண்டுமே'.

'ஒருவேளை நீங்கள் கூறுவது சரியாக இருக்கலாம். ஆனால் இதுவோ, 'ஹிஸ்டாரிகல் கண்டிஷனிங்' ஆகும். நாம் முழுமையாக இருநூறு வருடங்கள் அவர்களின் அடிவருடியாக இருந்தோம். நம்முடைய முழு கல்விமுறை, 'பொலிடிகள் சிஸ்டம்' நிர்வாக முறை அவர்களிடமிருந்தே கடனாகப் பெற்றவைதான். இவை மட்டுமா?... மொழி கூட நம் மொழி இல்லை. நம்முடைய அறிவு ஜீவிகள் ஆங்கிலத்தில்தான் யோசிக்கிறார்கள் - எழுதுகிறார்கள். இப்படி இருப்பதால்தான் ஐரோப்பா நமக்கு அண்மையில் இருப்பதாகத் தோன்றுகிறது. சீனாவுக்கோ, ஜப்பானுக்கோ இத்தகைய எண்ணம் ஏற்படுவதில்லை. ஏனென்றால், எல்லா யூரோப்பியன் கண்ட்ரிகளும் டெக்னாலஜிகளைத் தம்முடைய மொழியின் மூலமே கற்றுக்கொண்டிருக்கிறார்கள்'.

திரிபுவன், விநாயக்கின் பேச்சைத் தடுத்தவாறே, 'ஐ திங்க் வி ஆர் நாட் டாக்கிங் எ கிராஸ் பர்பஸ் விபா? காலனி ஆதிக்கப் பொறாமை பற்றிப் பேசவில்லை. அவள் 'கல்சுரல் அஃபினிடி'ஐப் பற்றிப் பேசுகிறாள். விஷயம் ஒரு தரப்பானது அல்ல. ஐரோப்பாவும் கூட இந்தியாவிடமிருந்து அநேக விஷயங்களை ஏற்றுக் கொண்டும், ஜீரணித்துக் கொண்டும் உள்ளது. நீதான் கூறேன்! 'சீனாவும் ஜப்பானும் இந்தியாவிடமிருந்து எதை ஏற்றுக்கொண்டது. நிச்சயமாகக் கொடுத்தது. ஆனால், எதை? பௌத்த மதத்தைக் கொடுத்தது. ஆனால் அதுவே அந்த நாடுகளின் கணக்குப்படி வார்க்கப்பட்டதாக இருந்தது. வழி பற்றிய உன் கூற்று சரி. ஆனால், எனது இந்தக் கூற்று தவறானதாகவும் கூட இருக்கலாம். இவ்வளவு அதிகமான த்வேஷத் தன்மை, குழப்பம் ஆகியவற்றின் மத்தியிலும் கூட, இந்தியா தன்னுடைய பரம்பரைக் குணத்தை முற்றிலும் விடவில்லை. ஆனால், ஜப்பானோ, சீனாவோ தன்னுடைய தனித் தன்மையை இழந்து உண்மையிலேயே ஐரோப்பிய மயமாக மாறிவிட்டன என்று எனக்குத் தோன்றுகிறது. சீனா சொல்லக்கூடிய கல்சுரல் ரெவல்யூஷன் என்பது கடைசியில் என்ன? ஐரோப்பாவினால் கொடுக்கப்பட்ட கம்யூனிஸத்தின் ஒரு காட்டுமிராண்டித் தனமான சடங்கு. இல்லாவிட்டால் வேறென்ன? கம்யூனிஸ்டாக மாறுவது ஐரோப்பாவின் அடிமைத் தனத்திலிருந்து விடுதலை பெறுவது ஆகாது. பதிலாக அந்த

அடிமைத் தனத்தினால் இறுகக் கட்டுண்டு கிடப்பதாகும். நீ கொஞ்சம் யோசி. லோகியா அவர்கள் என்ன கூறினர் என்பதைப் பற்றி!

விநாயக் 'கடகட' என்று சிரித்துவிட்டான். 'திரிபுவன்! நீயோ முழுவதுமாக 'யூரோஃபியனாக' இருக்கிறாய். உனக்கு ஏன் சீனா மற்றும் ஜப்பானுடைய அமெரிக்கத் தன்மையை ஏற்பது அல்லது கம்யூனிஸ் தன்மையை ஏற்பது ஏன் உறுத்துகிறது'.

விபா திடீரென நடுவில் புகுந்து 'ஹே பாஷாக்களே! உங்களுடைய விஷயம் தண்டவாளத்தில் இருந்து கீழே இறங்கிவிட்டது. நீங்கள் இருவருமே போதையில் இருக்கிறீர்கள். உங்களுடைய இந்த 'டிஸ்கஷனில்' எனக்குச் சிறிது கூட மகிழ்ச்சியோ, வேடிக்கை கலந்த ஆனந்தமோ ஏற்படவில்லை. உண்மையாகச் சொன்னால்... இந்தப் பிரிவிலிருந்து... முழுவதும் வெளிவரவில்லை. எனக்கு எல்லாமே வெறுமையாகவே தோன்றுகின்றன. அண்ணாஜி! நீங்கள் ஏன் அந்த இருவரையும் இப்படி திரும்பிச்செல்ல அனுமதித்தீர்கள்?

விநாயக்கிடமிருந்து ஒரு நீண்ட பெருமூச்சு வெளிப்பட்டது.

விபா 'ஒரு பெண்ணை மற்றொரு பெண் எந்த அளவிற்குப் புரிந்து கொள்கிறாளோ, அந்த அளவிற்கு ஒரு போதும் ஆணால் புரிந்து கொள்ள முடியாது'.

இருட்டில் விபாவிற்கு விநாயக்கின் முகத்தோற்றம் தெளிவாகத் தெரியவில்லை. தெளிவாகத் தெரிந்திருந்தால் அவளுக்கு அவன் முகத்தில் தோன்றிய வெட்கத்தையும், கடுகடுப்பையும் பார்த்திருக்கலாம்.

இதற்குள் திரிபுவன் பேசத் தொடங்கினான் - 'டார்லிங்! ஸம் டைம்ஸ் யு சர்ப்ரைஸ் ஈவன் மீ வித் யுவர் விஸ்டம்!'

விபா சீட்டுக் கச்சேரியில் 'ஒன்பதாம்' மந்தின் மேல் 'பத்தாம்' மந்தை வைத்து அமுக்குவது போலக் கூறினாள் - 'வெல்... ஸம் டைம்ஸ் இட் சர்ட்டன்லி பெட்டர் தேன் நெவர்'.

விபா புன்முறுவல் பூத்தபடியே அமைதியாகி விட்டாள். விநாயக்கிற்கு ஏதோ சொல்ல வேண்டுமென்று தோன்றியது. ஆனால், திக்கியவாறு இருந்துவிட்டான். தூக்கத்தினாலும், போதையினாலும் நிலைமை மிகவும் சீர்கெட்டு இருந்தது.

திரிபுவன் - 'யுகேன் ஸ்லீப் ஆன் பை ஷோல்டர்ஸ்... போத் ஆஃப் யு... ஐ கேன் பேர் போத் ஆஃப் யு.

தட்ஸ் த வாயிஜெஸ்ட் ஸ்டேட்மெண்ட் யு எவர் மேட்' என்று குளரியவாறே முழு நம்பிக்கையுடன் ப்ரிகேடியரின் தோளில் விழுந்துவிட்டான் விநாயக். விபாவும் அவனுடைய மற்றொரு தோளில் சாய்ந்து கொண்டாள்.

திரிபுவன், 'நன்றாகத் தூங்கு நமக்கு இன்னும் தொண்ணூறு நிமிடப் பயணம் பாக்கியுள்ளது. இருந்தபோதும் அவனுக்கும் தூக்க மயக்கம் ஏற்பட்டுக் கொண்டிருந்தது. தான் பூரண சுயநினைவில் இருப்பதாகக் காட்டிக்கொள்ள நடுநடுவே பாடுவது போலவே... 'செக்ஸ் ஆன் த மைண்ட் அண்ட் ஃபியர் இன் த ஹார்ட்...' என்று முணுமுணுக்கத் தொடங்கினான். இந்த முணுமுணுப்பு விநாயக்கிற்கு ஒரு வெறுப்பை ஏற்படுத்தியது. அவனும் நீரத்தினுடைய 'ஆண்டிடோட்' போன்று தாகூர் அவர்களின் பாட்டை ஆரம்பித்தான்.

'வேர் த மைண்ட் இஸ் வித்தவுட் ஃபியர்அண்ட் த ஹெட் ஹெல்ட் ஹை...

விநாயக்கிற்கு என்னவாயிற்று? இந்தக் கவிதை அதாவது பாட்டு முற்றுப் பெறும் முன்பேயே அவன் விசும்பத் தொடங்கினான்.

விபா திடுக்கிட்டு நேராக அமர்ந்தாள் - அண்ணாஜி! என்னவாயிற்று உங்களுக்கு! உடல்நிலை சரியாகத்தானே உள்ளது?'

விபாவின் தொடுதல் உணர்வை உணர்ந்தவுடன் விநாயக்கும் தன் தலையைச் சாய்ந்த நிலையிலிருந்து நிமிர்த்திக் கொண்டான். 'ஒன்றுமில்லை... ஒன்றுமில்லை விபா'. ஒரு விநாடி தன்னைச் சுதாரித்துக் கொள்ளும் முயற்சியில் செலவிட்டான். மறுபடியும் பேசத் தொடங்கினான்... 'எல்லக் குற்றமும் இவனுடையது தான். எப்பொழுதும் பார்... என்னை வெறி ஏற்றுவதற்கே வெகுநேரமாக நீரத் சௌத்ரியின் 'நாமஸ்மரணம்' செய்து கொண்டிருக்கிறான். பதிலாக நானும் அவனுக்குத் தகுந்த அடி கொடுத்துவிட்டேன்.'

திரிபுவன் ஏதோ ஒரு மூடில் கூறினான் - 'மண்ணாங்கட்டி பதில்... டாகோர் அவர்களோ நீரத் பாபுவின் குரு ஆயிற்றே! அவர் எவ்வாறு டாகோரின் 'தன்டிடோட்' ஆனார்?

திரிபுவன்! நீ என்னைப்புரிந்து கொள்ளமாட்டாய். விபா! நீ எனக்கு ஒரு உதவி செய். குழந்தைப் பருவத்தில் நான் எவ்வாறு 'பாரத மாதா கிராம வாஸினி' என்ற பாட்டிற்கு 'ட்யூன்' அமைத்தேன் என்பது பற்றி திரிபுவனிடம் கொஞ்சம் கேளேன்! ஆனாலும் அந்தக் கவிதையைப்

பாடும் சமயங்களில் எனக்கு என்னை அறியாமலேயே அழுகை தானாகவே வந்துவிடுகிறது. அவ்வாறே இன்றும் டாகோரின் கவிதை என்னை அழச்செய்கிறது. விபா!... நான் எனக்காக அழவில்லை... பதிலாக இந்நாட்டிற்காக அழுகிறேன். ‘டெல் மி விபா! ப்ளிஸ் டெல் மி தி ட்ருத்! ஏம் ஐ இன்டல்ஜிங் இன்பால்ஸ் ஸெண்டிமெண்டேலிடி?... டெல் மீ... டெல் மீ... திரிபுவன்... விபா... யூ ஆர் மை பெஸ்ட் ப்ரெண்ட்ஸ்’. அவன் தொண்டை... திரிபுவன் அவன் தோளை மெதுவாக அழுத்தியவாரே ‘கம் ஆன்... மை டியர்...’

விநாயக்கிற்கு தன் மீதே ஒரு வெட்கமும், தயக்கமும் ஏற்பட்டது. அவனுக்குள் என்ன நடக்கிறது? இந்த மாதிரியான அழுகை அதுவும் விபாவிற்கு முன்னால்...! ‘அவள் என்னைப்பற்றி என்ன நினைப்பாள்? இவனுடைய இந்த நிலைமையைப் பார்! இதுதான் நமது புத்தி ஜீவியின் அழகு போலும்! அழுமூஞ்சி! ஸெண்டிமென்டல்!’

விநாயக் தன் தொண்டையை சரி செய்து கொண்டே... ‘டூ யூ நோ... திரிபுவன்! எனது குழந்தைப் பருவத்தில் எனது தந்தையார் எனக்கு கூறியது இப்பொழுது ஞாபகத்தில் வருகிறது - ‘உனக்கு இருட்டில் எப்பொழுதாவது பயம் ஏற்பட்டால்... நீ ஹனுமான் சாலிஸா...’வைத் தொடர்ந்து சொல்... இப்பொழுது நீயும் இதேபோல நீரத் சௌத்ரி நாம ஜபம் செய்து கொண்டு இருக்கிறாய்’.

விநாயக்கின் இந்த வாக்கியத் தொடர்ச்சிகளைக் கேட்டு திரிபுவனின் வண்டி ஓட்டுனர் ‘கிஷன்சிங்’ வயிறு வெடிக்கச் சிரிக்கத் தொடங்கினான். இதைப் பார்த்து திரிபுவன் அவனை நோக்கி... ஏய்! பார்த்து... பார்த்து... கிஸ்னுவா... வண்டியை பார்த்து ஓட்டு.’ திரிபுவன் மேலும் தொடர்ந்தவாரே -‘சிரிப்பை அடக்கமுடியவில்லையென்றால் வண்டியை ஓரம்கட்டு. பின்பு விழுந்து விழுந்து சிரி. சரி... சரி... நீ எழுந்திடு... நான் வண்டியை ஓட்டுகிறேன்’.

‘வேண்டாம்... வேண்டாம்... வண்டியை நானே ஓட்டுகிறேன். விநாயக் சார் இந்த இரவு வேளையில் நன்றாகவே சிரிப்புக் காட்டுகிறார்!’

வண்டி இருட்டில் மெதுவாக நகர்ந்து கொண்டு இருந்தது. ஏற்றத்தில் இந்த மூன்று ஜனங்களும் அமைதியாக தம் தம் எண்ணங்களில் மூழ்கி இருந்தனர். இந்த அமைதி ஓட்டுனர் கிஷன்ஸிங்க்கு எரிச்சலைத் தந்தது. ஆகவே அவன்... ஐயா! நீங்கள் ஏன் இப்பொழுது பேச்சை நிறுத்திவிட்டீர்கள்? ஏதாவது பேசுங்களேன்! வண்டி ஓட்டுவதில் எனக்கு சிரமம் இருக்காது’.

விபாவிற்கும் திரிபுவனுக்கும் இதைக் கேட்டு சிரிப்பு வாய்வரை வந்துவிட்டது. இதற்குள் விநாயக் மறுபடியும் விசும்பத் தொடங்கினான். இதைப் பார்த்து திரிபுவன் அவனை நோக்கி அதட்டியவாரே... ஏன்டா மடையா! என்னாச்சு உனக்கு? இன்று ஏன் இவ்வாறு உன்னை வருத்திக் கொண்டு இருக்கிறாய்?' உடனேயே விநாயக்கும் தன்னை சமாளித்து 'ஸாரி திரிபுவன், ஸாரி விபா' எனக் கூறினான்... அப்பொழுது அவனின் அந்த தழு தழுத்த குரல் அந்த அமைதியான வேளையில் வினோதமான முறையில் எதிரொலித்தது.

'திரிபுவன்! நீ சரியாகத்தான் கூறுகிறாய். தற்பொழுது நம் நாட்டின் ஒழுக்கமும் இவ்வாறுதான் உள்ளது.'

அதாவது... செக்ஸ் ஆன் தி மைன்ட் அண்ட் ஃபியர் ஆன் தி ஹார்ட்... இதே நிலைதான்... திரிபு... இதே நிலைதான். இது மகான் அரவிந்த் அவர்கள் காட்டிய, காந்திஜி காட்டிய டாகௌர் காட்டிய கனவு அல்ல... வேர் த மைன்ட் இஸ் வித்அவுட் பியர்... அண்ட் தி ஹெட் ஹெல்ட் ஹை... அந்த பயமின்மை இப்பொழுது எங்கே உள்ளது! அந்த சுய கௌரவம் எங்கே சென்று மறைந்துவிட்டது? தலை குனிகிறேன் திரிபு!... ஐ ஆம் அஷேம்டு ஆஃப் அவர் இண்டெலிஜன்ஸியா. தெ ஹேவ் பிட்ரேட் எவரிதிங் எவ்வெரி ட்ரீம் ஆஃப் அவர் க்ரேட் மேன்... வி ஆர் ஸ்லேவ்ஸ், திரிபு!... வி ஆர் ஏப்ஸ். வி ஆர் அட்டர்லி அன்வொர்த்தி ஆஃப் அவர் ஹெரிடெஜ்... திரிபு! அஃப்கோர்ஸ், ஐ டோண்ட் லைக் யுவர் நீரத் சௌத்ரி. ஐ டோண்ட் லைக் ஈவன் யுவர் அமர்த்யா சென்... அண்ட் ஐ ஹேட் அவர் 'டெமாகௌக்ஜ்', அவர் ஸோ கால்ட் இண்டலெக்சுவல்ஸ்... தெ ஆர் ஏப்ஸ், தே ஆர் மியர் ஷேடோ - மைண்ட்ஸ் திரிபு!... லெட் அஸ் டூ சம்திங் எபௌட் இட் விபா, லெட் அஸ் டூ சம்திங் டு ஸ்டைம் திஸ் ராட். வி ஜஸ்ட் காண்ட் எஃபோர்ட் ரிமைன் ம்யூட் ஸ்பெக்டேட்டர்ஸ் ஆஃப் திஸ் ஷேம்ஃபுல் செல்ப் விட்ரேயல், இட்ஸ் எ ஷேம்...

நௌ கம்-ஆன் பீனு... ஸாரி இப் ஐ ஹர்ட் யூ' என்று சொல்லி அவனை மெதுவாகத் தட்டியவாரே திரிபுவன் - 'கம் ஆன், டேக் இட் ஈஸி வீனு...!'

'கடவுளே! ஹௌ கேன் ஐ டேக் இட் ஈஸி மை பிரண்ட்ஸ்! ஹௌ கேன் ஐ?...' விநாயக்கின் விசும்பல் மறுபடியும் தொடர ஆரம்பித்தது. விபாவிர்க்கு ஏதோ ஒரு யோசனை தோன்றியது. தன் கைகளால் அவன் தலையையும் அவள் தலைமுடியையும் தடவியும் கோதியவாறே கூறத் தொடங்கினான் - 'ஐ நோ... ஐ நோ.. வீனு

அண்ணா! யூ கேனாட் டேக் இட் ஈஸி... நார் கேன் வீ... ரைஸ்ட் அஷ்யோர்ட் விநாயக் அண்ணா... யூ ஆர் நாட் அலோன்... வீ போத் ஆர் வித் யூ அண்ணா!... பிலிவ் மி... வி போத் ஆர் வித் யூ... ஸ்டாப் கிறையிங் வீனு அண்ணா!... வீ ஆர் ஆல் வித் யூ... யூ ஆர் நாட் அலோன்...'.

விநாயக்கின் விசும்பல் நின்றது. 'தேங்யூ... விபா... ஐ ஆம் ஸோ... க்ரேட்புல் டுயூ... ஐ ஆம்... ஐ ஆம்... ஐ ஆம்... திரி! விபா! நான் சொல்வதை கொஞ்சம் கேட்பாயா?... எனக்கு சிலவரிகள் ஞாபகம் வருகின்றன... தன்னுடைய வரண்ட உடைந்த குரலில் பாடத்தொடங்கினான்.

நான் ஒரு வரம் போல் உள்ளேன்... ஏன்

என் காதுகளில் எதிர்ஒலித்தன

நானும் கூற ஆரம்பித்தேன்... நானும் உள்ளேன்...

அழியாத ஆகாயத்து அருமையான கீதங்களில்

'எவ்வளவு அருமை! எவ்வளவு அருமை! இது யாருடைய கவிதை! என வினாவினாள்.

'மேலும் கேட்க விருப்பமா! அப்படியா மேலும் கேள்' என கூறி விநாயக் மறுபடியும் தொடர்ந்தான்...

இமையத்தின் உயர்ந்த சிகரத்தில் விழித்தெழுந்த பாரதிதன் ஒளிறும் ஒளிமயமான உருவிலேஅழைக்கிறது சுதந்திரம்.

மேலும் கேட்க விருப்பமா... கேள்... வாக்கியம் முடியவில்லை... விநாயக்கின் தலை திரிபுவனின் தோளில் சரிந்து விட்டது.

'நாம் வந்துவிட்டோம்' என்று திரிபுவன் கூறியவாரே விபாவை நோக்கி 'இவனை லச்சுவின் ஹோட்டலில் கொண்டு விடலாமா... அல்லது நம்முடன் அழைத்துச் செல்லலாமா...?'

'நம்முடனேயே அழைத்துச் செல்வோம். விபா...' அண்ணாவை இந்த நிலையில் தனிமையில இருக்கச் செய்வது நல்லது அல்ல.

***

மேற்கண்ட ஆங்கில வாக்கியங்களின் பொருள்:

1. எனக்கு இந்த அரசியல்வாதிகளையும் அறிவுஜீவிகளையும் பார்த்தால் வெட்கமாக இருக்கிறது. அவர்கள் நம்முடைய மஹான்களின் கனவுகளை அழித்து நம்பிக்கை துரோகம் செய்துவிட்டார்கள். திருபு! நாம் அடிமைகள். ஆட்டிவைக்கப்படும் குரங்குகள் - நம்முடைய பரம்பரைச் சொத்துக்களைப் பாதுகாத்து வைக்கத் தகுதி அற்றவர்கள். உண்மை இதுதான் - நான் உன் நீரத் சௌத்ரியை விரும்பவில்லை. எனக்கும் கூட அமர்த்ய ஸேன் அவர்கள் மீது நாட்டமும் இல்லை. திரிபு! நாம் நிழல் மனிதர்களாக வாழ்கின்றோம்... நாம் எத்தனை காலம் இந்த நிழல் நாட்டியத்தை வாய் இல்லாத பூச்சிகளைப் போல் மௌனமாகப் பார்த்துக் கொண்டு இருப்பது? திரிபு! ஏதாவது சொல்! ஏதாவது செய்! இந்த நமக்கு நாமே செய்யும் இந்துத் துரோகத்தில் இருந்து வெளிவர. இது நமது நாட்டிற்குத் தலை குனிவு. இந்த குனிந்த தலை நிமிர்த்த ஏதாவது ஒரு வைத்தியம் நாம் கண்டிப்பாகச் செய்தே தீர வேண்டும். இந்த குருகிய காலத்திர்க்குள்'.

2. பீனு... சுதாரித்துக்கொள்ளுங்கள்... எல்லாம் சரியாக மாறிவிடும்... தைரியம் இழக்காதே...

3. திரிபு: எப்படி? எப்படி தைரியம் இழக்காமல் இருப்பது...?

4. பீனு அண்ணா... எனக்குத் தெரியும்... எனக்கு நன்றாகவே தெரியும்... உங்களின் கஷ்டம் என்ன என்று? நீங்கள் ஏன் கவலை கொள்கிறீர்கள்? நீங்கள் மட்டும் தனியாக இல்லை. நாங்கள் எல்லோரும் தங்களுடன் இருக்கிறோம். அண்ணா! அழுகையை நிறுத்துங்கள்... நாங்கள் எல்லோரும் உங்களுடன்தான்... உங்களுடனேயே இருக்கிறோம்...

34. ஒரு பொதுக் கூட்டத்தில் ஆற்றிய உரை

என்னுடைய மதத்தவர்களே! நல் ஒழுக்கமுள்ள தோழர்களே!

இது என்னுடைய கனவு அல்ல. உண்மைதான். ஸ்வாமி அபயானந்தஜி மற்றும் சகோதரர் திரு நாராயண ராம் போன்ற தொலைநோக்கு கொண்ட, செயல்வீரர் பெரியோர்களின் தலைமையில் நாம் எல்லோரும் இணைந்து இன்று ஒரு பெரிய பொதுக்கூட்டம் இல்லை இல்லை ஒரு பெரிய சமுதாயத்தையே படைத்துள்ளோம். என்னுடைய நண்பர்களுக்கும் அன்பர்களுக்கும் இது நன்றாகவே தெரிந்து இருக்கும். இந்த மாதிரியான ஒரு சமுதாயத்தைப் படைக்க எவ்வளவு நாட்களாக அதாவது நினைவு தெரிந்த நாட்களில் இருந்தே ஒரு கனவு எனக்கு வந்துகொண்டே இருந்தது. நீங்கள் அந்த கனவை நனவாக்கிவிட்டீர்கள் என நான் சொல்லமாட்டேன். என்னுடைய சகோதரர்களை இவ்வாறு சொல்லமாட்டேன். எனக்கு சொல்லுவதற்கு காரணம் இதுதான். இந்தக் கனவுகள் முழுவதும் செயல்படுத்தும் அளவிற்கு இருக்காது. அவைகள் மூலமாக நம்மீது ஒரு பெரிய பாரமான பொருப்பு, ஒரு பெரிய கடன் சுமையை நம் தோள் மீது கனத்துக் கிடக்கின்றன. இதை நாம் மட்டுமின்றி பரம்பரை பரம்பரையாக வாழ்ந்து கொண்டு செயல்படுத்த வேண்டும்.

நண்பர்களே! தாங்கள் தயவுகாட்டி உங்களுடைய இயல்பான, பொதுவான நற்குணங்களை ஏற்றுக்கொள்ளும் செயல்களினால், என்னைப் போன்ற செயல்திறமை அற்ற மனிதனையும் தங்களுடன் இணைத்துக் கொண்டு இருக்கிறீர்கள். இதற்காக நான் உங்களுக்கு மிகவும் கடமைப்பட்டுள்ளேன். என்னிடம் உங்களுக்கு எடுத்துச் சொல்ல விஷயம் பற்றி ஞானம் இருப்பதாக நான் ஏற்கவில்லை. அதாவது நான் அறிந்த விஷயங்களை நீங்கள் அறிய மாட்டீர்கள் என்பதுதான். உங்களுக்கு எல்லா ஞானமும் புதைந்து கிடக்கிறது. நான் முதுமைப் பருவம் எய்திய ஜாம்பவான் போன்று தங்களிடம் உள்ள திறமைகளைப் பற்றி தாங்களுக்கு ஞாபகப்படுத்த விரும்புகிறேன். சமுத்திரத்தை தாண்டும் சக்தி, தன்னுடைய அபகரிக்கப்பட்ட வெளியேற்றப்பட்ட அறிவை தாங்கள் அறியவும் அதை திரும்பி அடையவும் உள்ள சாமர்த்தியம் என்னிடம் இல்லை. ஆனால் இந்த சக்தி, சாமர்த்தியம் தாங்களிடம் தான் உள்ளன. உங்கள் மண்ணைச் சார்ந்தவனான நான் ஒரு எழுத்தாளராகவும் ஒரு மாணவ குணம் கொண்ட ஆசிரியனாகவும் எனக்குள்ள ஆயிரக்கணக்கான கட்டுப்பாடுகளை அடக்கிக் கொண்டு, உங்களுடைய அந்த சக்தியையும் சாமர்த்தியத்தையும் ஞாபகப்படுத்தி அதன் செயல் வேகத்தை அதிகரிக்கச் செய்யும் கடமை மட்டும் உள்ளவனாக நினைத்து அந்தக் கடமையை முழுமையாகச் செயல்படுத்த முயற்சிசெய்கிறேன்.

நம்முடைய முன்னோர்களும், தற்காலத்தில் நம்மிடையே பிறந்து வாழ்ந்து தங்களின் உயிரை நமக்காகப் பலி இட்டு பூர்ணமான மனிதத் தன்மை மற்றும் ராம ராஜ்யத்தை அடைய, நமக்குக் காட்டிய மிகக் கடுமையான நிபந்தனைகளை நமக்கு இட்டுச் சென்றார்களோ, அந்த நிபந்தனை பற்றி மட்டும் ஞாபகப்படுத்த நான் இங்கு தங்கள் முன் நிற்கின்றேன். ஐந்து அல்லது ஏழு அல்லது பத்து ஆயிரம் ஆண்டுகள் முன்னதாகவே நம்முடைய மனிதத்துவ சிகரத்தின் மீது பார்த்த, கேட்ட, அறிந்த, அளந்த அந்த 'உண்மை', தற்பொழுது பள்ளத்தாக்கிலும் சமவெளியிலும் வாழும் பழக்கமுள்ள சாமான்ய மக்களுக்கு ஒரு கனவாகத்தான் தோன்றும். ஆனாலும் உயிரோட்டமுள்ள விழிப்புணர்வு கொண்ட அந்த 'உண்மை'யின் கனவு இன்றும் கூட இந்த இருபதாவது நூற்றாண்டில் வாழும் இந்துஸ்தானிலும் அதே அளவு உயிரோட்டமுள்ள, விழிப்புணர்வு கொண்ட, நடமாடும் 'உண்மை'யாக இருக்கக்கூடும் என்பதற்கு இதைவிட தகுதியான சான்றுகள் வேறு என்ன இருக்கமுடியும். அந்த கனவின் அமரத்துவம் பற்றி! சுதந்திரம் அடைந்து கடந்த பல பத்து வருடங்களாக நம் இந்திய நாட்டு குடிமகன்கள் இந்தச் சான்றுகளை, கண்டும் காணாமலும், பார்த்தும் பார்க்காமல் அதை விலக்கி விட்டு வேறு சில சான்றுகளை தன்னுடைய வாழ்க்கையின் எல்லாச் செயல்களுக்கும் அளவு கோலாகக் கொண்டு வாழ்க்கையை எளிமையாக்கப் பழகவில்லையா? நான் உங்களிடம்... இல்லை... இல்லை.. என்னிடமே இந்தக் கேள்வியை எழுப்புகிறேன் - இந்த 'வழுக்கல்' நமக்குத் தேவைதானா? அவசியமானது தானா? இந்தக கோலம் ஏன்? காலத்தின் போக்கினால் ஏற்பட்ட நம்முடைய நிர்பந்தம் 'காலத்தின் போக்குப்படி செயல்களும் பாரமாகும் என்ற வாக்கியப் படியாகவாக? அல்லது நூற்றுக் கணக்கான ஆண்டுகளாக நாம் அடைந்த நம்முடைய தமோகுணம், அதனால் விளைந்த தாழ்வு மனப்பாண்மை மற்றும் பிறரைச் சார்ந்து இருக்கும் நம் செயல்களின் தவறா? எது எப்படி இருந்தாலும் சரி! இந்த கண்டும் காணாத செய்த மிகப் பெரிய தவறைச் சரி செய்வது இன்று இயலுமா? இதை நாம் இப்பொழுதே சரி செய்யத் தன்னைத் தானே தயார் செய்ய இயலுமா?' இதுதான் இன்று நம்முன் நிற்கும் கேள்வி... இந்தக் கேள்விக்கு பதில் எதிர்மறையாக இருக்காது என்பதற்கு என்ன சான்று? அந்த சான்றை தாங்களே இன்று எல்லோருக்கும் முன்பு காட்டிவிட்டீர்களே! அதாவது இத்தனை பெரிய பொதுக் கூட்டத்தை ஏற்பாடு செய்து அந்தச் சான்றைக் காண்பித்துக் கொண்டு இருக்கிறீர்களே!

இதைச் செயல்படுத்த தானாகவே தோன்றிய சிறிய பெரிய அமைப்புகளைப் பற்றி இந்தச் சிவந்த செய்தித்தாள்களின் கண்களில் படுவதில்லை. அதைப்பற்றிய பேச்சுகளும் பொது இடங்களில்

நடைபெறுவது இல்லை அல்லது அவைகளைப்பற்றி கண்டு கொள்ளாமல் இருப்பது தான் பிறரை நம்பி வாழும் அமைப்புகளும் பிரச்சார அமைப்புகளும் தனக்கு பயன் அளிப்பதாகவும் தனக்கு நன்மை அளிப்பதாகவும் நினைக்கலாம் - இவ்வாறு தான் நான் நினைக்கிறேன்.

நண்பர்களே! நம் மீது ஒரு பெரிய குற்றச்சாட்டு சுமத்தப்படுகிறது. அது யாது? அதாவது நமக்கு வரலாற்று அறிவு இல்லையென்பது தான்... இதற்கும் நம் வசம் விடை கையில் உள்ளது. மேற்கத்திய பண்பு, மதம், சமுதாயம் அரசியல் ஆகியவை மேற்கத்திய வரலாற்று அறிவு படைத்தது என்றால் அதைவிட மிகபெரிய விஷயம் நம்மிடம் உள்ளது. அது தான் 'தாம் இருக்கும் நிலை' அறிவு. இந்த உலகத்தில் பிராணிகளின் நிலை, அதன் ஞானம் மற்றும் அதன் விளைவாக விளந்த ஒளியில் மனிதனுடைய முழு வாழ்க்கையின் உபயோகத்தைப் பயன்படுத்தும் திறன். ஆனாலும் நண்பர்களே! நம்மிடம் மிகப் பெரிய குறைபாடும் ஒன்று உள்ளது. அதன் விளைவாக நாம் என்ன என்ன விலை கொடுக்க வேண்டி இருந்தது என்பதையும் நீங்கள் அறிவீர்கள். இதற்கு சாட்சி நம்முடைய ஆயிரக்கணக்கான வருடங்களின் வரலாறு - இந்த துர்பாக்யம் நிறைந்த வரலாற்றின் மூலமாக நாம் கண்டிப்பாக சில அவசியமான பாடங்களைக் கற்க வேண்டிய நிர்பந்தம் ஏற்படுகிறது. இதுவே வரலாற்றைப் படைத்த படைப்பாளியின் விருப்பமாகவும் இருக்கிறது. விதவிதமான காற்று, நீர், மண் சூழ்ந்துள்ள இந்தப் பூகோளப் பரப்பில் கடவுள் மனிதன் என்கிற விதையை விசிறியுள்ளான். இது ஓர் உபயோகமற்ற செயலா? இருக்கவே இருக்காது. இதற்குப் பின்னனியில் சந்தேகமின்றி ஏதோவொரு உபயோகம் இருக்கக் கூடும். இந்த பூமியில் எத்தனையோ விதமான மனித நாகரிகங்கள் வளர்ந்திருக்கின்றன. ஏன்? உலகம் முழுவதும் காணப்படுகின்ற மனதத்துவம் என்று பார்க்க முடிகின்ற மற்றும் பார்க்க முடியாத வாழ்க்கையின் செழிப்பிற்கும் ஏதாவது ஒரு கொடுக்கல்-வாங்கல் இருக்கவேண்டும். ஒரே நாகரிக கைமுஷ்டியில் இந்த பலதரப்பட்ட நாகரிகம் வரவேண்டும்... இது எவ்வாறு முடியும்? அவ்வாறு வரவும் கூடாது. ஒருவேளை நிச்சயமாக இந்த உசிதமற்ற ஏகாதிபத்திய செயல்களை விலக்குவதற்கும், அழிப்பதற்கும் உண்டான திறமை இச் சூழ்நிலையில் மனித சுபாவத்திலேயே உள்ளடங்கியிருக்கிறது. ஆகவேதான், ஒருபுறம் இத்தகைய வித விதமான நாகரிகங்கள் மற்றவற்றிடமிருந்து மாறுபட்டுச் சுதந்திரமாகவும், தன் காலிலேயே நின்றுகொண்டு வளர்ந்துகொண்டு வருகின்றன. மற்றொரு பக்கம் நோக்கினால் காலத்தின் கோலத்தினால் அவை ஒன்றோடொன்று மோதியும், கலந்தும் சந்தித்தும் விடுகின்றன. இதை இப்படியும் கூறலாம்.

அதாவது, பண்பாடுகள் தன் கால்களிலும் நிற்கின்றன, மற்றும் பிறரைச் சார்ந்தும் இருக்கின்றன. இந்த எல்லாப் பண்பாடுகளின் வேறுபாடு, மனித வேறுபாடுகளோடு இருந்தாலும் இவை மனித ஒற்றுமைக்கான ஒரு வழியில் செல்ல வேண்டியிருக்கிறது. சரி, இப்பொழுது இத்தகைய தேவையான ஒற்றமையை நடைமுறைப் படுத்தவோ அல்லது அதை நோக்கி அடியெடுத்து வைக்கவோ, எல்லவாற்றிற்கும் சிறந்த முறை எதுவாக இருக்கக்கூடும்? நம்முடைய உலக வரலாறு உங்கள் முன்னால் இதைக்கூட வெளிப்படுத்தவில்லயா? நீங்கள் எத்தனை விதமான வேறுபாடுகளை ஜீரணித்துக் கொள்ளமுடியும்? எந்த அளவிற்கு? அது மட்டுமல்ல. ஒன்றுக்கொன்று விரோதமான இயல்புகளை உடையவற்றை எவ்வாறு ஒன்றுக்கொன்று இணையச் செய்யமுடியும்? - அதில் நம்முடைய ஜாதீய அனுபவத்தின் உண்மையில் விளைந்த, தளராத தன்னம்பிக்கையின் பலத்தில் அந்த ஒற்றுமையின் உயிர்த் துடிப்பையும், செயல்பாடுகளையும் சேர்க்க இயலும்? இதற்கு நீங்கள் தெரிந்துகொள்ள வேண்டிய விஷயம் ஒன்றுள்ளது. மனித வரலாற்றிலும் இந்த பூகோளத்திலும் உங்களின் இடம் என்ன? அல்லது என்னவாக இருக்கும்? இதை உணர்ந்தபின் தான் இந்தச் சேர்க்கை நடக்கக்கூடும். நான் கூட இலக்கிய மாணவன் மற்றும் பேராசிரியன். எதை நான் படித்தேனோ, புரிந்துள்ளேனோ அவற்றைத்தான் கற்பிக்கிறேன் - புரியவைக்கிறேன். இதில் எனக்கு விசித்திரமான ஒரு கொள்கை காணப்படுகிறது. அதாவது, எந்தக் காவியம் எந்த விஷயங்களும் எவ்வளவு தூரத்தில் இருந்தாலும் அவை ஒன்றுக்கொன்று விரோதமாக இருந்தாலும் அந்த விஷயங்களை அருகில் கொணர்ந்து பினைக்கிறதோ, ஒரு சேர்க்கையை ஏற்படுத்த இயல்கிறதோஅந்தக் காவியந்தான் உறுதியான எக்காலத்திலும் அழியாத காவியமாகக் காணப்படுகிறது.

நண்பர்களே! நான் என்னுடைய இந்த நம்பிக்கையைத் தங்கள் முன் பணிவாக வைக்க விரும்புகிறேன். எந்த மகாபாரத நாகரிகத்திலும், பண்பாட்டிலும் நாம் சிறந்து வளர்ந்திருக்கிறோமோ, அந்த மகாபாரதக் காவியம் காலத்தை வென்ற காவியமாகும். நீங்களும் அறிந்திருக்கலாம்... கவிதைகளின் கருத்து அதாவது, உணர்வு, 'அவமானம்', 'அழித்தல்- அடக்குமுறை' ஆகியவை கலந்த சுவைமிக்க கலவையாகும். எனக்கு ஒரு பெரிய தற்காலக் கவி டபிள்யு. ஹச். ஆர்டேன் அவர்களின் நினைவு வருகிறது. அவரோ, தன்னடைய டைரியில் இந்த அனுபவத்தை எழுதியுள்ளார்கள். அதாவது, கவிதை அவமானத்திலும், அடக்குமுறையிலும், அழித்தலிலும் தான் பிறக்கிறது - பொயட்ரி இஸ் பார்ன் அவுட் ஆஃப் 'ஹ்யுமிலியேஷன்'. இதைக் கண்டு நீங்கள் திடுக்கிடக் கூடாது. எந்த முடிவுக்கும் வரக்கூடாது. அதாவது நான்

அவமானத்தையும், அடக்குமுறையையும் உசிதமானது என்று எண்ணுகிறேன். அல்லது இது நம்முடைய நற்பாக்கியமாகும் என்று நான் ஒருபொழுதும் நினைத்தது கிடையாது. நண்பர்களே! இந்த பூமியில் பல நாடுகளிலுள்ள மகா காவியங்களை படித்திருக்கிறேன். இதில் எனக்கு ஒரு விஷயம் முன்பு ஆச்சரியகரமாகத் தோன்றியது. இந்த பூமியில் எல்லா நாடுகளிலும், எல்லா நாகரிகங்களிலும் தன்னுடைய ஆரம்ப காலத்தை யோசிக்கும் பொழுது ஒன்று மற்றொன்றைவிட மாறுபட்ட எதிர்மறையான இயல்புகளைக் கொண்ட மகா காவியங்கள் இயற்றப்பட்டிருக்கும். ஒருபக்கம் உயர்ந்த நோக்குள்ள ஆதர்ஷ நிலை. மறு பக்கம் அதே அளவான உயர்ந்த யதார்த்த நிலை. ஒருபக்கம் தமக்குள் அன்பு மற்றும் சுயநலமற்ற, சகோதரத்துவத்தின் எல்லை. மற்றொருபக்கம் ஒருவருக்கொருவர் இடையே விரோதம், துரோகம், சுயநலத்தின் எல்லை. அவ்வாறாகவே மிக உயர்ந்த வாய்ப்புகளை முழுமையாக்க எடுத்துக்கொள்ளும், யாராலும் தடுக்க முடியாத உறுதியான சங்கல்பம். அதற்கு வேண்டிய செயலும், ‘சக்தியும்’, அதேபோல் மற்றொரு பக்கம் மனித சுபாவத்தில் காணப்படும், எல்லை கடந்த கீழ்த்தரமான தன்மை, பேராசைத்தனம், பிறருக்கு துரோகம் செய்யும் இயல்பான வெடிகுண்டின் வெடிப்பு, இவை நமக்கு என்ன கூறுகின்றன? மனிதனை எடுத்துக்கொண்டாலும் சரி, அல்லது அவனுடைய வாழும் உலகத்தை எடுத்துக்கொண்டாலும் சரி, நம்முடைய முன்னோர்களுக்கு இதைப் பற்றிய எந்தவிதமான பிரமையோ, துற்எண்ணங்களோ இருந்ததில்லை. மனிதத் தன்மையின் உயர்ந்த நிலைமையில் அவனால் உணரப்பட்ட, அனுபவிக்கப்பட்ட நம்பிக்கைக் கூட அவனுடைய இந்த அசுர சக்திகளின் உண்மையான பலத்தைப் பற்றிய ஞானம் மற்றும் ஏற்பும் அவனைத் தடுமாறச் செய்வதில்லை. அவர்கள் இதைப்பற்றிய எந்தவிதமான பிராந்தியிலும் விழவில்லை. அவர்களுடைய நோக்கு எந்தவிதமான பிரமைக்கும் அப்பாற்பட்டதாக இருந்தது மற்றும் மொத்தமான உண்மை எதுவோ, அதை அவ்வாறே வெளிப்படுத்துவதில் அவர்களுக்கு எந்தவிதமான தயக்கங்களும் இருந்ததில்லை. அவர்களுக்கு சில குறிப்பிட்ட மக்களைப் பற்றியோ, அவர்களின் கெட்ட இயல்புகளைப் பற்றியோ எந்தவிதமான பிரமையும் ஏற்பட்டதில்லை. அவ்வாறே உயர்ந்த தன்மையும் நல்லியல்புகளைப் பற்றியும் கூட பிரமை ஏற்பட்டதில்லை. இது அந்த நாகரிகம். இந்த நாகரிகமானது ஒருபக்கம் உபநிடதங்களை இயற்றுகிறது. மறுபக்கம் இந்த இரக்கமற்ற உலகத்தில் எவ்வாறு வாழ்க்கையைத் தொடருவது எவ்வாறு ‘சர்வைவ்’ செய்யக்கூடும். இதைக் கண்கூடாகவும் தடுக்க இயலாத பாடங்களை கற்பிக்கக் கூடிய ‘ஹிதோபதேஷம்’ மற்றும் ‘பஞ்சதந்திரக்’ கதைகளை உங்களிடம் அடையச் செய்வது மிகவும்

தேவையானது என எண்ணுகிறேன். உங்களுக்கு 'ராம ராஜ்ய'த்தைப் பற்றிய உணர்வை ஏற்படுத்தக் கூடிய ஆதர்ஷவாதி மஹாகாவியமும், மஹாகவியும் கூட இதைக் காண்பிக்காமலோ அல்லது சொல்லாமலோ இருக்க இயலவில்லை. எவ்வாறு இந்தத் தபசினால் அடையப்பெற்ற 'ராமராஜ்யம்' இதே மனிதனின் அவனுடைய கீழ்த்தரத்திற்கு முன்னால் எந்தஅளவு உபாயமற்றதாகவும், அறியத்தக்கதாகவும் இருக்கிறது என்பதை எடுத்துக் காட்டுகின்றன. இப்பொழுது நீங்கள் நன்றாக அறிந்து, தெளிந்து கொண்டிருக்கலாம். நம்முடைய ஆதிகவிக்கு மனிதர்களுடைய சுபாவத்தினால் விளையும் செயல்பாடுகளைப்பற்றி எந்தவிதமான பிரமையும் ஏற்படவில்லை.

இப்பொழுது உங்களுடைய மகாபாரதத்தை எடுத்துக் கொள்ளலாம். இது சம்பந்தப்பட்ட ஒரு நிகழ்வு என்னுடைய குழந்தைப் பருவத்தில், என்னுடைய வீட்டில் நடந்தது. அது மறந்தாலும் மறக்க முடியாது! நான் முதலில் வால்மீகி ராமாயணத்தைப் படித்து முடித்தேன். பின்பு, மஹாபாரதம் படிக்க ஆவல் கொண்டேன். ஆகவே, எங்கள் ஊரிலிருக்கும் ரகுநாதர் கோவிலிலுள்ள புத்தகாலயத்திலிருந்து மஹாபாரதப் புத்தகத்தை வீட்டிற்கு எடுத்துவந்தேன். அவ்வளவுதான்... வீட்டில்... ஒரு பெரிய பூகம்பம். அதாவது மகாபாரத புத்தகம் வீட்டிற்கு வந்ததினால், ஒரு குழந்தையின் கைப்பட்ட மாத்திரத்திலேயே அந்தக் குடும்பத்தின் அமைதியும், ஒற்றுமையும் சின்னாபின்னப்பட்டுவிடும் என்பதுதான். அது என்னுடைய குழந்தைப் பருவ மனத்திற்கு ஒரு தாங்க இயலாத அடியாக இருந்தது. ஐயா! நீங்கள் மகாபாரதத்தை வால்மீகி ராமாயணம் போன்று ஒரு மகா காவியமாகத் கருதவேண்டாம். ஆனால், எல்லோரும் ஏற்பதுபோல் ஒரு வரலாற்றுப் புத்தகமாகவாது ஏற்கலாமே! நான் இதை ஏற்க இயலாது. நானோ இதை ஒரு மகா காவியம் என்றுதான் கூறுவேன். இருந்தாலும் மகாபாரதத்தை நாம் நம்முடைய ஜாதீய வரலாற்றுப் பொக்கிஷத்தின் சேமிப்பு என்று எண்ணினாலும் கூட அதை ஏற்றுக் கொள்ளாமலிருப்பது, அதைத் தடுப்பது எனக்கு மிகுந்த ஆச்சரியத்தை விளைவிப்பதாகவும், மனவருத்தத்தைக் கொடுப்பதாகவும் உள்ளது. இவ்வாறு நினைப்பது நம்முடைய ஞாபக சக்தியின்மையின் உருவம் அல்லது ஞாபகசக்தி பிரமையின் சாட்சியாக வெட்ட-வெளிச்சமாகத் தென்படுகிறது. இது மட்டுமல்ல. நாம் நம்முடைய பண்பாட்டினால் விளைந்த ஆத்ம நம்பிக்கையையும் இழந்து விட்டதாகவே தோன்றுகிறது. நீங்கள் இதிகாசம் பற்றிய அறிவு வெளி தேசத்து மக்களுக்கு மிகக் குறைவு என்று குற்றச்சாட்டை சுமத்துகிறீர்கள். ஆனால், உங்கள் வாழ்க்கையிலே, உங்களுடைய ஒருமித்த செயல்பாடுகளிலே இந்தக் குறைபாடு கண்கூடாகக் காணக் கிடைக்கின்றனவே! நீங்கள்

மேற்கத்திய வரலாற்றை அல்லது வரலாற்று அறிவு என்று எதைச் சொல்கிறீர்களோ, அதுமட்டுமின்றி நீங்கள் எவற்றை வரலாறாக நினைக்கிறீர்களோ, கூறுகின்றீர்களோ அந்த வரலாற்றைக் கூட பொய்யாக்குவதற்கும் தன்னுடைய எண்ணப் பலகையிலிருந்து சுரண்டியெடுக்கவும் செயல்பட்டுவிடுகிறீர்கள் என்பது உண்மையாக்கப்படுகிறது. நீங்கள் ஏன் பார்க்கவும், ஏற்கவும் மறுக்க விரும்புகிறீர்கள்?... ஏன்...? இதற்குக் காரணம் என்ன? இதுதான் ஒரு உயிரோட்டமுள்ள தன்னம்பிக்கையோடு கூடியுள்ள சமுதாயத்தின் செயல்பாடா? நான் உங்களுக்கு அறைகூவல் விடுகிறேன். நீங்கள் இந்த மகத்தான இரண்டாவது சொத்தை இருந்தது இருந்தபடியே புரிந்து கொள்ளுங்கள். தனதாக்கிக் கொள்ளுங்கள். அதன் அடிப்படையிலேயே இந்த நவீன உலகத்தில் தங்களுடைய இடத்தைப் பற்றி எடை போடுங்கள். அதனுடைய முன்னுரையை முழுமையாக அறிந்துகொள்ளுங்கள்.

நண்பர்களே! தற்பொழுது நேற்றைய முன்தினம்தான் என்னுடைய, உங்களுடைய வழிகாட்டி, தூண்டுதல் கர்த்தா, ‘இமாலயத்தைக் காப்பாற்று, தேசத்தைக் காப்பாற்று’ என்ற இயக்கத்தின் மந்திரத்தை அருளியவர் ஒப்புவமையில்லாத யோகி மற்றும் செயல்வீரர் ஸ்வாமி அபயானந்தஜி மஹராஜ் முன்னிலையில் கங்கோத்ரி, யமுனோத்ரி பயணத்தை முடித்து திரும்பிவந்துள்ளேன். அந்த யாத்திரை எனக்கு எத்தகைய உணர்வை ஏற்படுத்தியது தெரியுமா! உண்மையிலேயே நம்முடைய மஹாபாரதத்தினுடைய, நாகரிகத்தின், பண்பாட்டின், அடி வேரை ஸ்பரிசித்து அதில் மூழ்கித் திளைத்த சௌபாக்யம் எனக்குக் கிட்டியது போன்ற உணர்வு. இது என்னுடைய அனுஷ்டானம் மட்டுமன்று.

இந்த அனுஷ்டானம் அல்லது ‘ரிச்சுவலிஸ்டிக் சென்ஸிடிவிட்டி’ கூட நம்முடைய கவிகளின் இயல்புக்கு பொருளற்றதாகவே தோன்றியது. நான் உங்களிடம் தெரிவிக்க விரும்புவது என்னவென்றால், ஒரு உண்மையான உலக நியமங்களைக் கொண்ட மனித இனத்திற்கு அளிக்கப்பட்ட அந்தத் தெய்வீகச் சொத்தினைப் பற்றி அறிவிக்கக்கூடிய அந்த சொத்தில் பங்குகொண்ட நாகரிகம் மற்றும் பண்பாட்டின் ஓட்டத்தில் மூழ்கி நம்முடைய பண்பாட்டுத் தன்னம்பிக்கையை மறுபடியும் புதுப்பித்துக்கொள்ள ஒரு அனுபவம் தரக்கூடிய பயணமாகவே இருந்தது. இந்தப் பயணம் மக்களின் பிரதிநிதி என்ற சொல்லை செயல்படுத்தக்கூடிய யாத்திரையாகவே இருந்தது. உண்மையிலேயே அந்தப் பொருளின் கவுரவத்தைக் கொடுப்பதற்குத் துணையாய் இருந்தவர் என்னுடைய சகபாடியும், அடைதற்கரிய பள்ளித் தோழனுமான, உங்களுடைய மக்களால் விரும்பப்பட்ட தலைவர் ஸ்ரீமான் நாராயணதேவ்ஜி அவர்தான். இவரோடு கூட என்னுடைய சில பிற

பள்ளித் தோழர்களுடன் ஒன்றுக்கும் தகுதியில்லாத நானும் இன்றிலிருந்து ஏறக்குறைய ஐம்பது ஆண்டுகளுக்கு முன்பு சுதந்திர, புதிய விழிப்புணர்வு பெற்ற இந்தியர் பங்கிம் மற்றும் அரவிந்தரின் பாரதமாதா பற்றிய, மகாத்மா காந்தி கனவினுடைய 'என் இந்தியா' என்ற சாதாரணக் குழந்தைகளுக்கு ஏற்படக்கூடிய கனவைக் கண்டேன்.

என்னுடைய திரு. நாராயண ராமுடைய மற்ற சகபாடிகளான திரிபுவன், லச்சு, சந்து மற்றும் ப்ரொஃபஸர் ஹரீஷ் பாண்டே அந்த மிக பச்சை மண் போன்று இருக்கக்கூடிய அந்தப் பள்ளிப்பருவத்தினர்களில் எல்லையில்லாத சக்தி மற்றும் உற்சாகத்தினால் தூண்டப்பட்டு நாங்கள் அனைவரும் ஒன்றுசேர்ந்து ஒரு சிறிய சமுதாய அமைப்பை உருவாக்கினோம். அதன் பெயர் 'ஸ்வாதீன க்ளப்'. அதன் மூலமாக ஒரு கையெழுத்துப் பத்திரிகையையும், 'சந்தேஷ்' என்ற பெயரில் வெளியிட்டோம். இதுபற்றி நமது தலைவர் நாராயணராம் நன்றாகவே அறிவார்கள். இந்த யாத்திரை குழந்தைப் பருவத்தில் நம் எல்லோருக்கும் செயலாக்க முடியாதது என்ற உணர்வை ஏற்படுத்தக்கூடிய அந்தப் பெரிய பங்காளி என்ற பொறுப்பினால் தூண்டப்பட்டு நாங்கள் எல்லோரும் நம்முடைய நாகரிகத்தின் உற்பத்தி ஸ்தானம் என்ற இடத்தைப பார்ப்பதில் பங்காளியாக இருந்தோம் என்ற உணர்வை இந்த யாத்திரை எங்களுக்கு ஏற்படுத்தியது. இப்பொழுது நாம் நம்முடைய ஐம்பது அல்லது அறுவது வருடத்திய வாழ்க்கை அனுபவத்தை மறுபடியும் பார்ப்போம். மறுபடியும் பரீட்சிப்போம். அப்பொழுது அந்த உணர்வற்ற நிலையிலும் கூட நம்முடைய தனிப்பட்ட வாழ்க்கை, நம்முடைய சுதேச வாழ்க்கையோடு இணைந்துவிட்டிருக்கிறது. நாம் இந்த வாழ்க்கையின், இந்தத் திருப்பத்திற்கு வந்து, சுதந்திரத்திற்குப் பிந்திய அதாவது கடந்த பல பத்து வருடங்களில் நாம் அடைந்தவை, நம் தோல்விகள், மற்றவர்களின் கேலி-கிண்டல்களைப் பற்றி மதிப்பீடு செய்வோம். நம்முடைய 'உத்தரகாண்டம்' அகில இந்திய பாவ உணர்வு என்ற வரைபடத்தில், வரலாற்றில் என்ன இடம் பெற்றிருக்கிறது? எப்படிப்பட்ட இடம் அடையக் கூடும்? எப்படிப்பட்ட இடத்தை அது அடையவேண்டும்? என்பதைப் பற்றி நாம் ஆழமாக தன்னைத்தானே கடைந்து தெளிவுபெறுவோமாக!

என்னுடைய நல்ல ஒழுக்கமான நண்பர்களே! நீங்கள் ஏற்படுத்திய இந்த அமைப்பின் நோக்கம் எல்லோரையும், எல்லாவற்றையும் இணைக்க உண்மையிலேயே ஒரு பாலமாக இருப்பதுவே! முழுமையான உத்தரகாண்டத்தில் எங்கெல்லாம் உண்மையான செயல்பாடுள்ள அமைப்புகள் அமைகிறதோ, அல்லது அமைக்கப்படுமோ அவற்றின் ஒரே நோக்கம் எல்லோரையும் தங்களுக்குள் இணைய ஒரு பாலமாக இருக்கவேண்டும். அதுமட்டுமல்ல. இந்திய அளவில் தேசத்தில்

காணப்படுகின்ற அநேக விதமான அறிவுத் திறன்களின் மூலமாக உயிரோட்டமான எண்ண, வாதப் பிரதிவாதங்களை தொடங்குவோமாக! நம்முடைய இந்தக் கூட்டம் அரசியலற்றது. ஆனால், அரசியலிலிருந்து தனித்தது அல்ல. சுதந்திரத்திற்கு முந்திய இந்தியாவில் அரசியலுக்கும், பண்பாட்டிற்கும் இடையே ஓர் உயிரோட்டமுள்ள தொடர்பு இருந்தது. சுதந்திரத்திற்குப் பிறகும் அந்த சம்பந்தம் பல மடங்கு பலமுள்ளதாக இருந்திருக்கவேண்டும்? ஆனால், நாம் அதற்குப் பதிலாக, அந்தத் தொடர்பை ஈரப்பசையற்றதாக மாற்றிவிட்டோம். என்ன நடந்தது? என்ன நடக்கிறது? எல்லாவிதமான தற்காலத்து நிலைமைகள் உங்களின் முன்னால் தெளிவாகத் தென்படுகின்றன. அரசியலைப் பற்றி நேரடியாக அறிந்தவரும், அதனால் உண்டான விளைவுகளை அனுபவித்தும் உள்ள அந்த அரசியலைச் சரியான வழியில் திருப்பத் தகுதியான உறுதி கொண்டவருமான என்னுடைய மரியாதைக்குரிய அன்பான நண்பர் திரு. நாராயணராம் போன்ற உயர்ந்த மனிதர்கள் உங்களின் நடுவே உள்ளார்கள். அவர்கள் உங்களுக்கு, தங்களுடைய அனுபவபூர்வமான சான்றுகளைப் பற்றி அறியச் செய்வார்கள். இது அரசியல் அறிவியலுடையதல்ல. அது அரசியலுடைய திவாலான தன்மையை எடுத்துக்காட்டும் சான்றாகும். நண்பர்களே! உண்மையான அரசியலைத் தேடாமல், உண்மையான அரசியல் பண்பாட்டை அமைக்கும் முயற்சியில் ஈடுபடுவதற்குப் பதிலாக மாறான செயல்களைச் செய்தோம். எல்லாவிதமான விஷயங்களையும் அரசியல் ஆக்குவதற்கு முழுமையான விதிவிலக்கும் கொடுத்துவிட்டோம். வேரையே கிள்ளி எடுத்துவிட்டு, மரம் வளர்ந்து, மலர்ந்து வளம் கொடுக்கும் என்று நாம் விரும்பினோமானால் இதைவிடப் பயங்கரமான குருட்டுத்தனம் வேறென்ன இருக்கக்கூடும்? ஆனாலும், இன்று சுதந்திர இந்தியாவின் 'வளர்ச்சி' ஏற்படவில்லை என்று யார் கூறுவார்கள்? இந்த உலகமே பார்க்கிறது. அறிந்தும் ஏற்றுக் கொண்டிருக்கிறது. எல்லாவிதமான விவரங்களுக்கும் கேலி-கிண்டலுக்கு மத்தியிலும் இந்திய ஜனநாயக அடித்தளம் உறுதியாகவே உள்ளது. மேலும், முன்னேற்றப் பாதையில் வெற்றிநடை போடுகிறது. ஆனால், இதில் நாம் நிறைவடைய சிறிது கூட இடமில்லை. சுதந்திரம் அடைந்த ஆரம்ப காலகட்டத்தில் நம்முடைய உணர்வுகொண்ட ஹிந்தி கவிஞர்களும், கருத்தாளர்களும் நம்மை எச்சரித்தார்கள். எச்சரித்த பின்பு அவர்கள் கூற்று இவ்வாறாக இருந்தது - 'நம்முடைய பண்பாடு ஆரோக்யமற்ற நிலையில் உள்ளது. சூழ்நிலையும் நமக்கு எதிர்மறையாக உள்ளது. நாம் இந்த ஆரோக்யமின்மையை நீக்கி, முழுமையான ஆரோக்யம் பெற என்ன செய்வது' என்ற வழியைத் தேட வேண்டும். ஒரு விமர்சன தேசத்தைப் படைக்க வேண்டியுள்ளது. ஆனால், அந்த எச்சரிக்கையை நாம் கண்டுகொள்ளவில்லை. பதிலாக நம்முடைய தேச

சக்தியின் அடித்தளத்தைப் பற்றிய அறிவில்லாத, அதை மாசுபடுத்தவும், தூசுபடுத்தவும் தன்னுடைய புத்தியையும் சக்தியையும் அர்பணிப்பதே தம்முடைய கடமையாக நினைத்த மனிதர்களுக்குப் பின்னால் சென்றோம். அவர்களுக்கு நம்முடைய அரசியல் மட்டுமல்ல, கல்வி நிறுவனர்கள், பண்பாட்டுக் கேந்திரங்கள் முதலியவற்றில் கண்மூடித்தனமாக நுழைந்து ஆட்டமாட அனுமதியும் கொடுத்துவிட்டோம். நண்பர்களே! 'நம்முடைய நாட்டின் மக்களின் மேலே நம் நாட்டை 'ஏமாற்றியவர்' என்ற குற்றச்சாட்டும் சுமத்துவது மிகவும் துன்பம் கொடுக்கிறது. ஆனால் இந்த வெட்கக் கேடான நிலைமைக்கு நாம் என்ன செய்யமுடியும்? அந்த வெட்கக்கேடான நிலைமை நம்மை நான்கு பக்கங்களிலும் கட்டிப்போட்டுள்ளது. இப்பொழுது நாம் அந்த கட்டிய கயிற்றை அறுக்கவேண்டும். பிறரை உறிஞ்சும் அட்டைகளைப் போன்று உலுக்கும் தன்மையைக் கொடுக்கக் கூடிய புழுவைப் போன்று சமுதாயத்தில் ஒட்டியுள்ள மக்களிடம் நாம் கவனமாக இருக்கவேண்டும். நாம் மட்டுமல்ல. மற்ற எல்லோரையும் கவனமாக இருக்க எச்சரிக்கைச் செய்யவேண்டும்.

நண்பர்களே! இது ஆத்ம ரக்ஷாவின் அடிப்படையில் அமைந்த தர்க்கம் மட்டுமல்ல. ஆத்ம வெளிப்பாடு மற்றும் ஆத்ம நிர்மாணத்தின் அடிப்படையில் அமைந்த தர்க்கமாகும். இதை தாங்கள் உணரவில்லை என்றால், உணர்ந்துகொண்டு எது உடனேயே செய்ய வேண்டுமோ அதைச் செய்யத் துணியாவிட்டால் இதைச் செய்ய மற்றவர் யார் உள்? சற்று யோசியுங்கள். நம்முடைய முழுமையான தேசீய வாழ்க்கை ஊழல், லஞ்ச லாவண்யம், பொறுப்பற்ற தன்மை, சோம்பேரித்தனம், பிறரைச் சார்ந்து இருக்கும் அஹங்கார -மமகார முட்டாள்தனம் ஆகியனவற்றின் கைதியாக உள்ளது. நீங்கள் அதனின் உண்மையான நிலையை உணருங்கள்! அதை எடைப்போடுங்கள்! பிறகு அவைகளை உடைத்தெறிய வேண்டிய செயல்பாடுகளை நோக்கிச் செல்லுங்கள். இதுதான் தற்பொழுதின் தேவை. கல்வி என்பது ஆத்மா விழிப்பு, ஆத்மாவை அறிந்துகொள்ளும் திறனுக்கான மிக்க சிறந்த சாதனமாகும். ஆனால் இன்று அதற்கு ஏற்பட்ட வீழ்ச்சி நமக்கு என்ன பாடம் புகட்டுகிறது? விதிவிலக்கு என்பது எல்லா விஷயங்களிலும் காணப்படுகிறது. அதுவே நம்முடைய நம்பிக்கையின் ஆதாரம். ஆனால் இன்று நமக்கு எப்படிப்பட்ட கல்வி கொடுக்கப்படுகிறது என்பதைப் பற்றி நீங்கள் சிந்தித்தீர்களா? அதாவது சதைப்பற்று அற்ற மேல்ஓடு மற்றும் தரித்தரத்தின் பெயர்பெற்ற வெளிப்பாடு. கடந்த 60-70 ஆண்டுகளில் மதிப்பற்ற இலக்கியங்களும் கலை நுணுக்கங்களும் படைக்கப்பட்டனவே! இதைப்பற்றி இன்றைய படித்த குடிமகன்கள் அறிவார்களா? இல்லவே இல்லை! ஏன் இல்லை. நம்முடைய கவனக் குறைவினாலும் தலைக்கேரிய

அகங்கார போதையினாலும் நமக்கு மிகப்பெரிய நஷ்டம் ஏற்பட்டுள்ளது. பண்பாட்டு ஆத்ம நம்பிக்கை சிதைந்துவிட்டன. எப்பொழுது அந்தச் சிதைவைச் சீர் செய்வது? யார் செய்வது? இருந்தாலும் நீங்கள் நம்பிக்கை இழக்கத் தேவையில்லை. இந்தப் பண்பாட்டு ஆத்ம நம்பிக்கை முற்றிலும் அழிந்து விடவில்லை. அழிவில் இருந்து அதைப் பாதுகாக்க இன்னமும் நேரம் நமது கைகளில் உள்ளது. சமயம் இருக்கும்பொழுதே நாம் சுதாரித்துக் கொள்வோம். நம் மனத்தில் புகுந்து விளையாடும் மனோ விகாரங்களைக் களைய தேவையான செயல்களில் நம்மை அர்ப்பணிப்போம், ஒன்று சேருவோம். நான் என்ன சொல்லுகிறேன் என்பதை நான் நன்றாகவே அறிவேன். நிச்சயமாக இந்தச் செயல் மிகவும் கடினமானது தான். அதை நான் மிகவும் எளிதானதாக எண்ணவில்லை. மேற்கத்திய உயிரோட்டமுள்ள நாகரிகத்தின் மூலம் நாம் அடைந்த அடைபாடுகள் பற்றி என்னைப் போன்ற ஆயிரக் கணக்கான லக்ஷக் கணக்கான மக்கள் நன்றாகவே அறிந்து அதைப்பற்றியும் புகழ்கிறார்கள். எப்பொழுது நாம் நம்முடைய நாகரீகத்தை மறுபடியும் புதிய நோக்கின் மூலமாக அறிந்துகொள்ள அந்த ஞானம் நமக்கு ஊக்கம் அளிக்குமானால் கண்டிப்பாக அந்த ஞானம் நமக்கு பொருள் உள்ளதாக கருதப்படும். எண்ணங்களின் மறைவு இல்லாத உலகச் சந்தையில் அதனின் உண்மையான முழுமையான மதிப்பை நமக்கு நாமே அறியச் செய்யவேண்டும். அதுமட்டுமல்ல நம்மோடு இந்த உலகத்திறமும் அதைப்பற்றி அறியச் செய்யவேண்டும்.

நண்பர்களே! நாம் இப்பொழுது குருகிய பிரதேப் பற்று குருகிய தேசியப் பற்று ஆகியவற்றை வெருத்து ஒதுக்கித் தள்ள வேண்டிய தருணம் இது. ஏனென்றால் இவைகளில் நமது மனச் சங்கடங்களை சீராக்கும் தன்மை இல்லை. 'ஆத்மா க்ளானி' என்ற பெயரில் மிக்க குழப்பத்தில் வீழ்ந்து நெடுங்காலமாக நாம் ஆத்ம பச்சாதாபததினால் பீடிக்கப்பட்டு நாமே நம்முடைய சமுதாய வாழ்க்கை சக்திக்கு மிகப் பெரிய 'அடி' கொடுத்து விட்டோம். அதைப் புண்படுத்தி விட்டோம். அந்த அடிப்பட்ட புண்ணை ஆற்ற நாம் மற்றவர்கள் புகட்டிய பாட அறிவை நீக்கி விட்டு நம்முடைய அறிவின் பலத்திலும் நம்முடைய அனுபவத்தின் அடிப்படையிலும் மருந்து தேடவேண்டும். இன்று அந்த அறிவும் அனுபவமும் நம்முடைய சக்தியின் மூலாதாரத்தை உண்மையிலேயே அறியவில்லை. பதிலாக அதை அபகரிக்கும் உறிஞ்சும் பயிற்சியில் ஈடுபட்டு தன்னுடைய இந்த சராசரத்திற்கு துரோகியாகவும் 'பேகன் நாகரீகத்தின் எதிரான உலகத்தை ஜெயிக்க எண்ணங் கொண்ட காலத்தின் ரதத்தில் குதிரைகளாக தம்மைத் தாமே பூட்டிக்கொண்டு உள்ளன. இந்தப் போக்கிலும் அதுவே தன்னை ரதத்தில் சாரதியாக

நினைத்துத் தன் அஹங்காரத்தின் காரணமாக நம்மையே இரதத்தில் பூட்டி நம்மைக் குதிரைகளாகப் பயன்படுத்துகின்றன. அதுவும் தம் நிபந்தனைக்கு உட்பட்டு. இது நமது ஆத்ம சரிவின் வெட்கப் படவேண்டிய எல்லை. சந்தேகமின்றி நான் தங்களுக்கு ஒன்று கூற விரும்புகிறேன். நீங்கள் பற்று அற்றவாறு தேச சேவை செய்யமுடியும் என்றால் இந்தத் தேசத்தைப் புதிதாக கட்டமைக்க யார் யாருடைய ஒத்துழைப்பும் நமக்குத் தேவைப்படுகிறதோ அதை நாம் நம் நிபந்தனைக்கு உட்பட்டு ஏற்போம். இந்த ஆத்ம துரோகி ஆத்ம வெறி ‘டூ குடர்ஸ் என்ற புண்ய விருப்பினால் நமக்கு எத்தகைய விலை கொடுக்கவேண்டி இருந்தது. இதற்காக நாம் நம்முடைய ‘ஞாபகப் பிரிவினையே’ ஏறு;றுக்கொண்டு விட்டோமே! அகவே தோழர்களே! இப்பொழுதாவது நாம் சுதாரித்துக்கொள்ளவேண்டாமா?

தோழர்களே! நீங்கள் ‘என்னை தங்களின் ஒருவர்’ என்ற உணர்வை எனக்கு ஊட்டியுள்ளீர்கள். எனக்கு என் இருதயத்தில் தோன்றிய கருத்துக்களை உங்களுக்கு முன் வெளிப்படுத்த ஒரு வாய்ப்பும் அனுமதியும் அளித்துள்ளீர்கள். இதற்காக நான் தங்களின் முன்பு சிரம் சாய்த்து வணங்கி என் நன்றி உணர்வைத் தெரிவித்துக் கொள்கிறேன். உண்மையை பேசவேண்டும் என்றால், நான் ஒரு சிறந்த பேச்சாளனோ அல்லது அரசியல்வாதியோ இல்லை. ஆனால் இந்தத் தேசத்தின் நிலைமை, அதன் போக்கு ஆகியவற்றை, தாங்களைப் போன்று நோக்கி, அதனால் கவலையுள்ள மனக்குழப்பம் அடைந்த ஒரு எழுத்தாளன் மற்றும் ஒரு ஆசிரியன் தான். என் இயல்புகளை ஒத்த மனிதர்களைத் தேடி அலையும் ஒரு சாதாரண மனிதன். ஆகவே எத்தகைய குருகிய மனப்பான்மைக் கண்டாலும் அதை வெருத்து விலக்கி, ஒரு முழுமையான உண்மையான பொருளுடன் கூடிய அன்ம உணர்வு மற்றும் உலக உணர்வு என்ற சொந்த பந்தத்தை படைக்க வேண்டாம். இதுவே முடிவில் அரசியல் என்று நம்மால் அழைக்கப்படுகிறது. இத்தகைய பந்தங்கள் அரசியல் பற்று அற்றதாகவும் இருக்கமுடியாது. நாம் தற்பொழுது அரசியல்வாதிகளை நம் மேடைக்கு அழைப்போம். அவர் சொல்லுவதை செவி மடுப்போம். அவ்வாறே நாம் சொல்லுவதை அவர் செவி மடுக்கச் செய்வோம். நாம் நாட்டின் ஒவ்வொரு மூலை முடுக்குகளிலும் உள்ள விஞ்ஞானிகளை, இலக்கியத் தாதாக்களை, சிந்தனையாளர்களை, கலைஞர்களை அழைப்போம். அவர்களின் எண்ணங்களையும் அனுபவங்களையும் மறுபடியும் தேசம் முழுவதிலும் பரவச் செய்யும் பொருப்புகளை நாம் அனைவரும் ஏற்போமாக...! நன்றி, வணக்கம்...

35. விநாயக் தனக்குத் தானே.

எந்த அளவிற்கு நான் குழம்பிவிட்டேன்! எந்த அளவிற்கு சிக்கலில் சிக்கித் தவிக்கின்றேன். என்னுடைய தினசரி அலுவல்கள் இவ்வளவு சமுதாயம் சார்பாகவும், இவ்வளவு மனக்கவலை அளிப்பதாகவும் இருக்கக்கூடும் என்று நான் கனவிலும் எண்ணவில்லையே. ஆனால்... என்னதான் நடக்கும்... நடக்கட்டுமே! ஏன் தன்னையெ இந்தஅளவு இறுக்கக் கட்டிக் கொண்டுள்ளாய். அதைத்தான் கொஞ்சம் தளர்த்தி விடேன்.

என்னுடைய கல்லூரி எப்பொழுதோ செயல்படத் தொடங்கி விட்டது. கோடை விடுமுறையும் சேர்த்து இவ்வளவு அதிக நாட்கள் நான் விடுமுறை எடுத்துக் கொண்டது என் வாழ்க்கையில் இதுவே முதல் தடவை. ஏனோ தெரியவில்லை. இது எனக்கு அவசியமாகவும், ஆறுதலாகவும் இருக்கிறது. முதல் கடமையாக என்னுடைய பிறந்த நகரத்தை மட்டுமின்றி என்னுடைய சொந்த பிரதேசத்தில் வாழும் வித விதமான இயல்புகளை கொண்ட மக்களோடு பேசுவதற்கும், இணைவதற்கும், செல்லமாக மோதுவதற்குமான ஆசை என் மனத்தில் பொங்கியது. நான் சகுந்தலாவிடம் என்னுடைய எல்லா பொறுப்பையும் சுமத்தி விட்டேன். ஆகவே, எனக்கு எந்த விதமான தயக்கமும் கிடையாது. அவளும் இதைப் பற்றி எந்தக் குற்றச்சாட்டும் சுமத்தவில்லை. இதை நான் அறிவேன். இருந்தாலும் என்னுடைய ஆப்சென்ஸ் அவளுக்கு மிகுந்த உறுத்தலைக் கொடுக்கும். தொலைபேசியில் பேசுகிறோம். இருந்தாலும், தொலைபேசி, தொலைபேசி தானே!

'சகுந்தலா, நான் உனக்கு கடிதம் எழுதுவேன். அந்தக் கடிதங்களின் சங்கிலி எனக்கும் உனக்கும் உள்ள நெருக்கத்தை அதிகரித்த அந்தரங்கக் கதைகளாக இருக்கும். இந்த உணர்வு இப்பொழுதுதான் - இப்பொழுதுதான் - என் மனத்தில் மின்னிற்று. இந்தத் தூண்டுதல் உண்மையான தூண்டுதலாக இருக்கவேண்டும். ஆம், நீ என்னுடைய 'மணிமேகலையின் அட்சய பாத்திரமாக' மாறுவாய். நான் முழு மனத்தோடு எந்தவிதமான அகங்கார வாசனை இல்லாமல் இதைக்கூறுகிறேன். நீ உன்னையே முழுமையாக ஆக்கிக் கொண்டவள் என்ற போதிலும், நீ என்னுடைய படைப்புத்தானே! இது உனக்குத் தெரியாதா? - கண்டிப்பாக உனக்குத் தெரிந்திருக்கும். நான் உன் பெயரைச் சொல்லி அழைக்க எத்தனை வருடங்கள் எடுத்துக்கொண்டேன் தெரியுமா? ஆனால், என் மனதில் இது பற்றிய எந்த வருத்தமும் கிடையாது. உன்னைப் போன்ற மாணவியையும், தோழியையும் அடைவது எல்லோருக்குமே வாழ்க்கையினுடைய பெறுதற்கரிய பொருளாகும். சகுன்! இவ்வாறே

உன்னை நான் நோக்கினேன். நம்முடைய தொடர்பு எவ்வளவு களங்கமற்றது! எவ்வளவு புனிதமானது! எவ்வளவு ஒளிமயமானது! என்னுடைய வாழ்வில் எவ்வளவோ கொந்தளிப்புகள் இருந்தன. அதன் காரணமாகவே நீ என் அருகில்... இவ்வளவு அருகில்... வந்தாய். இவ்வளவு அருகில் வந்ததைப் பற்றி நான் கற்பனையிலும் கூட நினைக்கவில்லை. அவ்வாறு ஏன் நிகழவில்லை? - முதல் நாள் முதற்கொண்டே, சகுந்தலா! நீ என் அருகில்தான் இருந்தாய். இது உண்மையாகவே, தன்னியல்பாகவே, தன்லயத்திலேயே இவ்வாறு முடிய வேண்டியதாக இருக்கக்கூடுமே. எது எப்படி இருந்தாலும் சரி! எது நடக்க வேண்டுமோ, அது நடந்த நிகழ்ச்சியின் பின் விளைவு இதுவே. சகுந்தலா! நான் உன்னை எப்பொழுதெல்லாம் 'மிஸஸ் துபே'! என்று அழைத்தாலும், அந்த அழைப்பு என்னுடைய உள் மனத்தில் இருந்தே வெளிப்பட்டு வந்தது. நம் இருவரிடையே காணப்பட்ட அந்த தொலைவு எவ்வளவு ஆத்மார்த்தமாகவும் எவ்வளவு உறுதியானதாகவும், எவ்வளவு அருகாமையில் உள்ளதாகவும் இருந்தது! இது எவ்வளவு அழகாக இருந்தது! இதுபற்றி நான் எவ்வாறு யோசிக்கிறேனோ, அவ்வாறு நீயும் யோசிக்கவில்லையா? உணரவில்லையா? என்னுடைய கடிதங்களிலிருந்து உனக்கு கிடைக்கக் கூடிய நம்முடைய தோழமை சம்பந்தப்பட்ட விஷயங்கள் கெட்டிப்பட்ட மதுவைப்போன்று இருக்கும். ஆனாலும், எப்பொழுதுவரை நான் உனக்குக் கடிதம் எழுத மாட்டேனோ, அப்பொழுது வரை, எப்பொழுது நான் எழுதுவேன் என்று எனக்கே தெரியாது, அந்த உணர்வு நீ ஒருகாலும் உணர்ந்து இருக்கமுடியாது. எழுதிய பின்புதான் - நீ எனக்கு என்ன என்ன மாதிரியாகத் தோன்றுகிறாய்? நீ என்னிடமிருந்து என்னென்ன விஷயங்களைச் சொல்லச் செய்வாய்? என்பது கடிதம் எழுதிய பின்புதான் நான் அறிவேன். என்னுடைய உண்மையான சகுனே! நீ எப்பொழுது என்னுடைய எழுத்துக்களிலிருந்து வெளியே எட்டிப் பார்ப்பாயோ, அப்பொழுதுதான் உன்னையும், உனக்கும் எனக்குமுள்ள தொடர்பையும் ஒரு புதிய வெளிச்சத்தில் நான் பார்க்க இயலும். உன் காரணத்தினால்தான் உன்னால் வெளிப்பட்ட உண்மையில், உன்னில் படைக்கப்பட்ட அந்த வெளிச்சத்தில்தான் நான் என்னையே அறிந்து கொள்வேன். என்னுடைய இதயம் உன்னிடம் இதைக் கூறச் சொல்கிறது. - என்னுடைய இதயம் மறந்தும்கூட பொய் உரைக்காது. அதன்கூற்று இதுதான். - நீ என் வாக் தேவியாக மாறுவாய்.

'சகுன்! இந்தக் கடிதத்தில் மூலமாக உன்னைப் பார்ப்பதற்கும், உன்னுடன் வம்பளப்பதற்கும் ஒருவழி கிடைத்துவிடும். - உனக்கும், எனக்கும் இவ்வளவு தொலைவு, ஏற்றத்தாழ்வு இருந்தாலும் அதன் பலத்திலேயே நான் உன்னை நேரடியாக அடைவேன். அதாவது,

உன்னைப் படைப்பதற்கு, நான், உன்னை மட்டுமா படைப்பேன்? இல்லை. இல்லை. என்னையும் சேர்த்துத்தான் படைப்பேன். இதற்கு காரணம் என்ன? - என்னுடைய தேவைதான். நான் எங்கிருக்கிறேன்? எவ்வாறு இருக்கிறேன்? ஏன் இருக்கிறேன்? என்ன செய்துகொண்டு இருக்கிறேன்? என் உள்ளேயும் வெளியேயும் என்னென்ன நிகழ்கின்றனவோ, அவைகளில் நான் எப்படி, எங்கெங்கு இணையைப் பெற்றுள்ளேன் என்ற எல்லா விஷயங்களைப் பற்றியும் ஆகமொத்தம் கடைசியில் உன்னிடம் நான் சொல்லமாட்டேன். பதிலாக மாலதியிடம் கண்டிப்பாகச் சொல்வேன் - உண்மையை உரைக்க வேண்டுமென்றால் அவளுக்கு இரண்டு, மூன்று கடிதங்கள் மூலம் இதைத் தெரிவித்தும் இருக்கிறேன். ஆனால், இதைப்பற்றி உனக்கு எழுதக்கூடிய எண்ணம் இந்த வினாடிக்கு முன்புவரை எனக்கு உதிக்கவில்லை - உன்னிடம் நான் ஏன் பொய் கூறவேண்டும்? சகுன்! அது முற்றிலும் வேறுபட்ட உலகமாகும். அதில், மாலதிக்கு விருப்பம் இருக்கக்கூடும். ஆனால், உனக்கும் அத்தகைய விருப்பம் இருக்கவேண்டுமென்பது அத்தனை அவசியமா? அவசியமே இல்லை. சகுன்! இதைத்தான் உனக்கு நான் கூறிக்கொண்டிருக்கிறேன். உனக்கும் எனக்குமுள்ள இந்தத் தோழமை உணர்வு மாறுபட்ட உணர்வுகளின் அடிப்படையில் அமைக்கப்பட்டது. அதை தலைகீழாக நீயும் பார்க்க விரும்பமாட்டாய் - நானும் அதைத் தலைகீழாகப் பார்க்க விரும்பமாட்டேன். சகுன்! நான் சொல்வது சரிதானே?

வேண்டாம், வேண்டாம். நீ பயப்படவேண்டாம். நான் உனக்குக் காதல் கடிதம் எழுதமாட்டேன். எனக்கும் உனக்குமுள்ள தொடர்பு காதல் கடிதத்தினால் ஏற்படக்கூடிய உலகத்தில் காண இயலும் தொடர்பு அல்ல. இது முற்றிலும் மாறுபட்டது. இதற்கு ஒருபெயர் சூட்டுவது மிகவும் கடினமான காரியமாகும். ஆனால், இந்த முழுமையான கடிதத் தொடர்ச்சி இந்தத் தொடர்பிற்குப் பெயர் சூட்டத் துடிதுடிக்கும் இயல்பினாலேயே ஏற்பட இருக்கிறது. சகுன்! நான் உனக்கு இதுபற்றிக் கண்டிப்பாகக் கூறுகிறேன். இந்தக்ஷனம் முதல் உனக்கு நான் எதை எழுதுகிறேனோ, அதை எவரேனும், மாலதி உட்பட - படித்தாலும் அதனால் எவருக்கும் எந்தவிதமான மனக்லேசமும் ஏற்படாது. இரண்டு பேரும் தங்களுக்குள் தங்களுக்குச் சொந்தமான விஷயங்களைப் பரிமாறிக் கொள்ளக்கூடிய முறையற்ற செயலாக இது எவருக்கும் தோன்றாது. அந்தக் கடிதத்தில் நீ குழப்பம் அடையுமளவிற்கு எந்த விதமான நம்மிடையே காணப்படும் அந்தரங்க ரகசியம் காணப்படாது. ஆனால், நான் அதை இப்படியும் கூறுவேன். எப்படியென்றால், இது அவ்வளவு ரகசியமானது. அந்தரங்கத்திலும் அந்தரங்கமானது என்று படிப்பவர்கள் தன் அந்தரங்க எண்ணச் சங்கீதத்தை உணர்வார்கள். அது அதைப் படிக்கக்கூடிய

ஒவ்வொரு மனிதரின் இதயத்துடிப்பை உணரக்கூடிய தன்மையைக் கொடுக்கக் கூடியதாக இருக்கும்.

நான் எவ்வாறு எதிர் பார்க்கிறேனோ, அவ்வாறே சகுன்! நீயும் எதிர்பார்த்துக் கொண்டிரு. இந்த எதிர்பார்ப்பு எப்படி நிறைவு பெறும்? என்னை உண்மையிலேயே, என்னுடைய அந்தரங்கங்களை உனக்கு முன்னால், அதாவது என்னுடைய வாக்தேவிக்கு முன்னால் வெளியிட நான் தகுதியுள்ளவன் என்ற நினைப்பு என்னிடம் வரும் வரை.

அப்பப்பா! மாலதிக்கு என்மீது எந்த அளவிற்குக் கோபம் இருக்கக்கூடும்! என்னுடைய ஒரு கடிதத்திற்குக் கூட அவள் பதில் கடிதம் எழுதவில்லையே! என்னுடைய இந்தப் பைத்தியக்காரத் தனத்தினால், அதாவது நான் அவளை இவ்வளவு தினங்கள் வரை தன்னந்தனியாக இருக்க வைத்துள்ளேன் என்றா? - என்னுடைய இந்தப் பைத்தியக்கார எண்ணங்கள் பற்றி அவளுக்கு ஏதாவது சந்தேகம் ஏற்பட்டு இருக்கலாமா? இந்தக் காரணமில்லையென்றால் மற்றொரு காரணம் கூட இருக்கலாம். இவ்வளவு நாட்கள் அவள் இல்லாமலேயே வீட்டிற்கு வெளியே அதிகமாக இருக்கும் சாமர்த்தியம் உடையவனாக உள்ளேன். என்பதா? இந்த தகுதி பெற அவளின் தூண்டுதல் துணை நிற்கவில்லையே!

எது எப்படியிருந்தாலும் சரி இதைப் பற்றி எந்த விதமான குற்ற உணர்வும் என்னுடைய மனத்தில் ஏற்படவில்லை. மாலதிக்கு நான் எத்தனையோ கடிதங்கள் எழுதியிருந்தாலும் சரி - ஆனால், அவளுக்கு இந்த உண்மையைக் கண்டிப்பாக எழுதமுடியாது. இந்த அதிகமான நாட்கள் தனிமையில் செலவிட்டதால் எனக்கு ஏற்பட்ட மகிழ்ச்சியும், மனநிறைவும் அவளுடன் சேர்ந்திருந்த காலங்களில் ஒருபொழுதும் கிட்டியதில்லை. இவ்வாறு நான் எழுதினால், அது அவளுக்குப் பிடிக்குமா? எனக்குத் தெரியும்... அவளுக்கு அறவே பிடிக்காது என்பது. ஒருவேளை அவள் என்னுடைய சொற்பொழிவுகளைக் கேட்டிருந்தால், கண்டிப்பாக வியப்பு அடைந்திருப்பாள். நாராயண ராம் அவர்களைக் கூட அவள் சந்திக்கவில்லை. நாராயண ராம் மீது அவளுக்கு 'இந்த அளவு விருப்பமின்மைக்கு என்ன காரணம்' என்றே எனக்குப் புரியவில்லை. ஆனால் நாராயண ராம் அவர்களின் தூண்டுதலின் காரணமாகத் தான் வாழ்க்கையில் முதல் தடவையாக இவ்வளவு அதிகமான மக்கள் நிரம்பிய பொதுக் கூட்டத்தில் பேசக்கூடிய வாய்ப்புக் கிடைத்தது. இதன் காரணமாக எப்படிப்பட்ட விசித்திரமான, என்னையே முழுமையாக ஆட்கொள்ளக்கூடிய அனுபவம் எனக்குக் கிட்டியது! இதைக் கண்டு நானே வியப்பின் எல்லைக்குச் சென்றிருக்கிறேன்.

அப்பொழுதுதான் எனக்கு இந்த உணர்வு தோன்றியது. எழுதுவது-கிழுதுவது தேவையற்றது. நம் மக்களுடைய அடிப்படை சம்ஸ்காரம் படிப்பதில்லை. பதிலாக தன் கண்ணினால் பார்ப்பதிலும், தன் காதுகளினால் கேட்பதிலும் மட்டுமே உள்ளது. அதில்தான் அவர்களுக்கு உண்மையான 'ரசம்' கிடைக்கிறது. இதைப்பார்த்து எனக்கு ஒரே வியப்பு! நான் கனவில்கூட நினைத்துப் பார்க்கவில்லை. இவ்வளவு தொடர்ச்சியாக, இவ்வளவு பெரிய மக்கள் கூட்டத்திற்கு முன்பு சொற்பொழிவாளனாக மாறுவேன் என்று! என்னுடைய பேச்சில் அவர்கள் எதைப் பார்க்கிறார்கள்? எதைப் பெறுகிறார்கள்? என்னுடைய பேச்சை கேட்க ஏன் மக்கள் கூட்டம் அலறி அடித்துக்கொண்டு வருகிறது? எப்பொழுதாவது என் மனத்தில் பெரிய துக்க அலை பொங்கிவருகிறது. - 'எனக்குள் என்ன நடக்கிறது என்று' 'எங்கிருந்து வருகின்றன!' என் மனத்தில் இத்தகைய சொற்றொடர்கள் நீர்வீழ்ச்சியின் ஒழுக்குப் போன்று தடையில்லாமலும் பிசிறு இல்லாமலும் - இது நல்ல விஷயமா? இவ்வாறு தன்னுடைய வாயிலிருந்து வெளிப்படும் சப்த பிரவாகத்தில் அடித்துச் செல்வது - இதுவும் ஒரு போதையாகக் கூட இருக்கலாமா? - தன்னுடைய பைத்தியக்காரத் தனத்தினால் இத்தனை பெரிய மக்களை, வித விதமான மக்களை ஈர்க்கக் கூடிய போதை - இது என்னுடைய கடமையா? - அல்லது இயல்பா? இல்லை. இல்லை. இது ஒரு பொழுதும் என்னுடைய கடமையாகவோ, இயல்பாகவோ இருந்ததில்லை. இப்பவும் இல்லை. அப்படியானால் என்னுள் புகுந்து என்னை வெளியேற்றி என்னிடத்தில் அமர்ந்திருப்பது யார்?

நான் ஏதோவொரு கெடுதல் விளைவிக்கும் சக்கரச் சுழலிலிருந்து வெளி வந்தது போல ஓர் உணர்வை உணர்கிறேன். அதை தீய சக்கரம்... இந்தப் பெயரை விடுத்து அதை வேறு எப்படி அழைப்பது? அது தீய சக்கரமாகத் தான் இருந்தது. அது என் உயிரைக் கொள்ளைக் கொள்ள துடித்துக் கொண்டிருந்தது. ஆனாலும், அந்தத் தீய சக்கரப் பிடிப்பிலிருந்து எப்படியோ வெளிவந்து விட்டேன் என்பதை நான் நன்றாகவே அறிவேன். நான் மட்டுமா?... இல்லை. இல்லை. சகுந்தலா கூட அறிந்திருக்கலாம். இதற்காக நான் நிச்சயமாக மார்கரேட்டிடம் கடன் பட்டிருக்க வேண்டும்... வேண்டும் என்ன? நிச்சயமாகக் கடன் பட்டுள்ளேன். திடீரென்று கிடைத்த வரம்போல் அவள் என்மீது வந்து மோதினாள். ஆனால், சகுந்தலா அன்று இதைத் தவறு என்று சொன்னாளா? இது கிழட்டுப் பருவத்து நாடிகளின் சுழல். அப்படித்தானே? அந்த சுழலில் மாட்டிக்கொண்ட பின் என்ன நடக்கும்?... அதைத் தவிர வேறு என்ன நடக்க இயலும்?

இதெல்லாம் நடக்க வேண்டியிருந்தது. எப்படி நடக்க வேண்டுமோ, அப்படியே நடந்தது. அந்த 'க்ரைஸிஸ்'ல் இருந்து நான் வெளி வரவேண்டிய கட்டாயம். அதை 'நெர்வஸ் பிரேக்டவுன்' என்று கூட அழைக்கலாம். இவ்வாறுதான் திரிபுவன், விபா மட்டுமல்லாமல் மாலதியும் கூட நினைத்துக் கொண்டிருந்தார்கள். கூறிக்கொண்டிருந்தார்கள். அதற்குக்கூட ஏதோவொரு பொருளும், உபயோகமும் இருந்திருக்கக் கூடும்.

அப்பப்பா! இந்த சந்து என் கூடக் கூட வந்து என் பிராணனை ஏன் வாங்கிறானெனத் தெரியவில்லை. நான் அவனிடம் இதைப்பற்றிப் பேசவில்லை. பேசுவது வீண் என்று எனக்கு நன்றாகவே தெரியும். என்னுடைய பிரச்சனை அவனுடைய பிரச்சனையைக் காட்டிலும் பலமடங்கு சிக்கலானதும், நீக்கமுடியாத சிக்கலுடையதாகவும் உள்ளது. ஆகையால் அவன் நினைத்த வண்ணம் இந்தப் பிரச்சனைக்குத் தீர்வு காண அவனுடைய குரு எந்த விதமான உதவியும் எனக்குச் செய்ய இயலாது. ஆனாலும் நான் என் பால்ய தோழனின் மனத்தை எப்படி வருத்தமடையச் செய்ய முடியும்? முடிவாக அவர் எனக்கு இல்லை என்றாலும் அவனுக்கும் மற்றும் அவனைப் போன்ற ஆயிரக்கணக்கான லட்சக்கணக்கான மக்களுக்கு அவர் பிரச்சனைகளிலிருந்து கைதூக்கி விடுபவராகத்தான் காணப்படுகிறார். அந்த காயத்ரி குடும்பமும் நம்முடைய மத, ஆன்மீகத்திற்கான, சமுதாய உபயோகமுள்ள ஓர் உருவம்தானே! ஆகவே, அதை நான் பொருளற்றது என்று கூறமாட்டேன். எந்த நிலையிலும் நம்முடைய பரம்பரையைப் பற்றி நினைத்து அதற்காக ஏதாவதொரு முக்கியமாக செயலைச் செய்கிறதோ, நூற்றுக் கணக்கான ஆண்டுகளாக, மூர்ச்சையாகி கடுமையான அடிப்பட்டுக் கிடக்கும் இந்த நாட்டைக் காப்பாற்றச் செயல்படுகிறதோ, அதை நான் கேலி செய்வதோ, அவமானப் படுத்துவதோ முடியாது. இருந்தாலும் இந்த மாதிரியான நிறுவனங்கள் ஆத்ம திருப்தி, சந்தேகமற்ற செயல்திறமை மற்றும் ஞான உணர்வில் நம்முடைய இந்தப் பண்பாட்டிற்கு ஏற்பட்டிருக்கும் சங்கடமான நிலைக்கு மருந்தளிக்க தகுதியற்றதாகவே எனக்குத் தோன்றுகிறது. அவை நம்முடைய உண்மையான சங்கடங்களை எதிர் நோக்கிக் கொண்டிருப்பதாகவும் தெரியவில்லை. இத்தகைய மக்களுக்கு மேற்கத்திய நாகரிகத்தில் கிடைக்கப்பெற்ற பலன்கள், அவர்களுடைய அறிவுத்திறன், பிராணசக்தி பற்றி உண்மையான ஞானம் கிடைக்கவில்லை. இது மட்டுமல்ல. இன்று இந்திய வாழ்க்கை, இந்திய மக்களின் மனோநிலைமை எத்தகைய சக்கர வியூகத்தில் சிக்கிக் கொண்டு தவிக்கிறது என்பது பற்றிய சரியான கணிப்பு தெரியவில்லை. அவ்வாறு இருக்கையில் இவர்களுடைய எல்லாவிதமான நியமங்களாலும், செயல்

திறன்களாலும் என்ன நல்ல முடிவு கிடைக்கக் கூடும்? நம்முடைய நான்கு பக்கங்களிலும் சூழப்பட்ட நாற்றப் பண்பாட்டு வெள்ளத்திலிருந்து காப்பாற்ற திறமைசாலிகளாக இவர்கள் இருப்பார்களா? அல்லது நம்முடைய பண்பாட்டு பாலைவனத்தைச் செழிப்பாக்க சதைப்பற்றற்ற ஒடுமட்டுமுடைய உருண்டைபோல் இருக்கும் அழிவின் எல்லையில் இருக்கும் நம்முடைய அறிவிற்கு எந்த சிகிச்சைக்கான வழி இவரிடம் உள்ளது? நாட்டுக்காக தகுதியான, சரியான, புதிய கோட்பாடுகளை நிர்மாணிக்கவும், அதை நிர்மாணிக்கக்கூடிய தகுதியான அரசியலைக் கண்டறியும் முயற்சியில் இவர்கள்தான் ஏதாவது பயனுள்ள ஒத்துழைப்பு கொடுக்கமுடியுமா? ஒரே பதில்... இல்லை... இல்லை... இல்லை... என்ற சொற்றொடர்தான் என் காதுகளில் ஒலித்துக்கொண்டிருக்கிறது. இதற்கு என்ன மாற்று வழி?

நான் கூறினேன் - ‘நான் கூறுவதை நான் நன்றாக அறிவேன். அதாவது, நான் முழுமையாக முற்றிலுமுணர்ந்த ஒரு பொருள் உள்ளதென்றால் அது ‘நான் இருக்கிறேன்’ என்பது தான்.

ஆகவே... நான் இன்னும் பேச்சையே ஆரம்பிக்கவில்லை. இந்தப் பொது இடத்தில் கூட என்னுடைய சொந்த முகம் கூட உங்களை எதிர்நோக்கி இருக்கிறது. நான் தங்களிடம் சொற்பொழிவு ஆற்ற வரவில்லை. பதிலாக, தங்களுடன் உரையாடவே வந்துள்ளேன். நான் உங்களிடம் என்னுடைய அனுபவத்திலிருந்து கிடைக்கப் பெறாத எந்த ஒரு விஷயத்தையும் தங்களுடன் பேச விரும்பவில்லை. பொதுக் கூட்டத்தில் பேசுவது என்பது ஒரு விதமான கலை. அந்தக் கலையைக் கைவசப்படுத்துவது அப்படியொன்றும் கடினமான செயல் அல்ல. ஆனால், இங்கு நான் சொற்கற்களால் அடிக்க வரவில்லை. நான் என்னுடைய இழந்த வாழ்க்கையை, மறந்த வாழ்க்கையின் பொருள் அறிய தேடிக்கொண்டு வந்துள்ளேன். நீங்கள் நான் சொல்வதை இதே நோக்கோடு நினையாவிட்டாலும் அல்லது அனுபவபூர்வமாக உணராவிட்டாலும் உங்களுடைய பிரச்சனைகள் என்னுடைய பிரச்சனைலிருந்து மாறுபட்டது அல்ல. நாம் ஒரே மாதிரியான சுழலில், சக்கர வியூகத்தில், புழுதிப் புயலில் சிக்கிக் கொண்டுள்ளோம். இப்போது நம் முக்கியத் தேவை இந்தச் சுழலிலிருந்து எப்படி வெளிவருவது என்பதுதான். என்னுடைய முழுமையான வாலிய பருவமும் - ஏன்? என்னுடைய முதுமையின் அதிககாலம் கூட இந்தச் சுழலில் மாட்டிக்கொண்டு வெளிவரத் துடித்தது. இப்போது நான் அந்த சுழலிலிருந்து முற்றிலும் வெளிவந்துவிட்டேன் என் நான் பந்தயம் கட்ட இயலாது. எதிலிருந்து விடுதலை? இந்த உலகம் முழுவதிலும்

வியாபித்திருக்கும் புதிய சந்தேக மயமான அறிவின் கைதித் தனத்திலிருந்து விடுதலை பெற.

நான் அறிகிறேன் - இது ஒரு கண்கூடான பௌதிக நிலையிலிருந்து இல்லை. மாறாக ஒவ்வொரு நிலையிலும் என்னுடைய வீடு திரும்பும் எண்ணம் நிலைப்பட்டிருக்கிறது. நான் உங்கள் நடுவில் என்னுடைய வீடு திரும்பும் எண்ணத்தின் மீது உறுதியான முத்திரை அடிக்க விரும்புகிறேன். நம்முடைய வாழ்க்கையில் ஒரு பயங்கரமான நினைவுப் பிரமை, நினைவு மறத்தல் போன்ற நிகழ்வுகள் நடந்துள்ளன. இது என்னுடைய தலைமுறையில் மட்டுமல்ல, முந்தய தலைமுறையிலும், பிந்தய தலைமுறையிலும் இந்த நிகழ்வு நடந்துள்ளது. ஆனால், இதைப்பற்றி நமக்கு அறியாமல் இருந்திருக்க முடியாது. அறிந்துமிருக்க முடியாது.

என்னுடைய மறந்த ஞாபகசக்தி எனக்கு திரும்பவும் ஞாபகத்திற்கு வருவதாகத் தோன்றுகிறது. தேவர்களால் நிறைந்த என்னுடைய ஜனநாயக குழந்தைப்பருவ உலகம் இன்று சந்தேகமின்றி ஒரு புதிய வாலிப அடித்தட்டில் இருக்கிறது. அது பல தெய்வங்களை ஏற்கும் பைகன்வாதி உலகத்தை நசுக்கச் செய்து ஒரு சிலரால் சொல்லப்பட்ட ஒரே தெய்வக்கொள்கை, உலக கிருத்துவ பார்வையில் விளைந்து ஏகாதிபத்திய சாம்ராஜ்யவாத காட்டுமிராண்டித் தனமான ஒரு இயக்கத்தை நடத்தியது. இந்த இயக்கத்தின் பூர்ண நோக்கு - இந்த உலகத்தை ஒரே சுருட்டாகச் சுருட்டித் தன் கைக்குள் அடைத்துக் கொள்வது தான்.

நீண்ட நெடுங்காலமாகவே நம் இந்தியவாசிகள் பார்த்தோ பார்க்காமலோ தெரிந்தோ தெரியாமலோ இந்த உலகத்தையே வெற்றிகொள்ளும் அகங்காரம் கொண்ட ரதத்தின் குதிரைகளாக பூட்டப்பட்டுள்ளார்கள். இருந்தும் கூட நம்முடைய உலக நாகரிகங்களில் மிஞ்சி இருக்கும் இந்த உயிரோட்டமுள்ள விழிப்புணர்வு பெற்ற பைங்கன் நாகரிகம் - இது ஆத்மா மற்றும் அத்வைதம் என்ற கொள்கையை கண்டுபிடித்த மறுபிறப்பையும் பல தெய்வக் கொள்கை கொண்ட காமன்ஸென்ஸை ஏற்று அன்றிலிருந்து இன்றுவரை ஏன் கடைசிவரையும் நிரந்தரமாக வாழ்ந்துகொண்டு வருகிறது. நம்முடைய எல்லா நாடி - நரம்புகளில் நிறைந்து காணப்படும் பயம், கவலை, வெளிவேஷம், ஆத்மா பிரமையால் விளைந்து காணப்படும் ஆத்ம நிறைவு என்ற உண்மையற்ற தோற்றம் ஆகியவற்றின் நடுவில் நாம் சிக்கிக் கொண்டு தவித்தாலும் சாமான்யமான லோக வாழ்க்கை அல்லது லோக மன அளவிலே, ஆத்மா ஞானி அறிவாளி என்ற நிலையிலோ மேலே சொல்லப்பட்ட அமெரிக்க ஐரோப்பிய ஏகாதிபத்தியவாதத்திற்கு முன்போ

நாம் இப்பொழுதும் மண்டியிட்டு மன்றாடிக் கொண்டு இருக்கவில்லை. நம்முடைய ஆன்மீக 'காமன்ஸென்ஸ்' இன்னும் முழுமையாக நசிந்துவிடவில்லை. இப்பொழுதும் கூட அதில் முளைவிடும் ஆற்றல், தனக்கு ஒரு புதிய பிறப்பைக் கொடுக்கும் திறமை மறைந்து நிறைந்து கிடக்கின்றன.

இன்றைய பாரதத்தில் எல்லோரையும் விட அதிக வேகமான, வலுவுள்ள, அதிகாரப் பற்று கொண்ட புத்திஜீவிகள் நம்முடைய பரம்பரை மற்றும் பண்பாடுகளை தம் கையில் எடுத்துக் கொண்டு இந்த முழு உலகம் முன்பு மண்டியிட்டு மன்னிப்புக் கோறும் தன்மையை இகழும் நடன அசைவுகளாலும் தன் செயல்களாலும் நெய்யப்பட்ட துணியில் சுருண்டு கிடக்கின்றனர். ஆகமொத்தம் கடைசியில் அலசிப்பார்த்தால் அவர்கள் அதே ஒரே கடவுள் என்ற கொள்கைவாதி, பல தேவவாதத்தைக் கொண்ட பைங்கன் முறையின் எதிரி மற்றும் மத சாம்ராஜ்யவாதத்தின் வார்ப்புகளே. சந்தேகமின்றி இந்த வஞ்சக புத்திஜீவிகள் யுத்த அறிவாளிகள் (இந்த யுதநீதி தான், அவர்களால் ஒரே முழக்கமான நீதி என்ற நிலை) தாமே! இது மட்டுமல்ல - மக்களை ஒன்று திரட்டும் நல்ல திறமைசாலிகளும் கூட. நாடு முழுவதிலும் உள்ள கல்வி நிலையங்களிலும், எண்ணப் பறிமாற்ற நிலையங்களிலும் இலக்கிய, பத்திரிக்கை துறையிலும் மற்றும் உள்ள பிரச்சார கேந்திரங்களிலும் இவர்களுடைய பிரச்சார முறையும் உளவுத்துறை முறையும் மிகத் திறமையாகச் செயல்படுகின்றன. ஆயிரம் ஆயிரம் ஆண்டுகளாக அடிமைத்தனத்தினால் அடிப்பட்ட, தன்னுடைய இயல்பான பண்பாட்டினால் விளைந்த தன்னம்பிக்கை இழந்து தவிக்கும் இந்த பாக்கியமற்ற நாட்டில் எங்காவது கடுகு அளவாவது தன்நம்பிக்கை, தன் நிறைவு, தன்மான உணர்வு உள்ள அறிவு காணப்பட்டால் அதை அழுத்தி கசக்கி, பிழிந்து சக்கையாக்க எந்தக் குறைவுகளையும் அவர்கள் விட்டுவிடவில்லை. காணப்படும் எல்லா இடங்களிலும் இவர்களின் இந்த ஆத்ம துரோகிகளின் நெட்வொர்க் செயல்படுகின்றன. அவமானம் என்ற குற்ற உணர்வு, பொய்யான நிந்திக்கத் தன்மையற்ற நாவினால் நெய்த ஆடை அணிந்த சில ஏகாதிபத்திய ஸம்ஸ்காரங்கள் பெற்ற அரசியல்வாதிகளின், 'ப்யூரோக்ரைட்'களின் மறைவான மற்றும் வெளிப்படையான பாதுகாப்பும் வரம் கொடுக்கும் கைகளும் இவர்களைத் தன் கரங்களால் அணைத்துக்கொண்டு உள்ளன. இந்த வஞ்சக புத்தி உள்ளவர்கள் ஆத்மாவை அழிக்கின்ற, நாட்டையே அழிக்கின்ற செயல்பாடுகளுக்கு நீரும் உரமும் இட்டுச் செழிக்கச் செய்கின்றனர்.

ஐயோ... இப்பொழுது நாம் முப்பது வயது உள்ள வாலிபனாக இன்று இருந்தால் - விதியின் விளையாட்டு - ஆதிகாலத்தில் அவன் அறிந்து கொண்ட புரிந்து கொண்ட செயல்களைச் செயல்படுத்த தகுதி அடைந்த போது - 'முதுமை' என்ற வியாதி அவனைப் பிடித்துவிடுகின்றது. அப்பொழுது நம்முடைய மனோபுத்தியின் சக்தியின் விகிதாசாரமும் நம்முடைய சரீர சக்தியின் விகிதாசாரமும் தலைகீழாக மாறிவிடுகின்றன.

ஐயோ!... நான் என்னுடைய விலைமதிப்பு அற்ற அந்தச் சமயத்தை எவ்வாறு கை நழுவவிட்டு விட்டேன், காரணம் - குழப்பம், ப்ரமை, சந்தேகத் தன்மை - ஆனாலும் சந்தேகத் தன்மை கொள்வது என்பது ஆத்மத் தாழ்வோ அல்லது ஆத்மத் துரோகமோ அல்லவே! நான் நம்முடைய மக்களுக்கு ஒரு எச்சரிக்கை விடுகிறேன் - நீங்கள் வெளி எதிரிகள் மட்டுமல்ல, கூடஇருந்து குழிபறிக்கும் நம் வீட்டின் குள்ளநரிகளிடம் இருந்தும் மிகக் கவனமான இருங்கள்! நீங்கள் என்னை ஒரு வினாவிற்கு விடை பகல அழைக்கலாம் - நீங்கள் யாருடைய கட்சி!

நானா! என் கட்சியா... படைப்பின் வேதனையின் கட்சி - இந்தக் கட்சியைத் தவிர வேறு எந்தக் கட்சியாக இருக்கக் கூடும்.

என் கட்சி... நல்ல எண்ணக் கட்சி - ஜட சங்கம உணர்வுகளின் கட்சி - உலக ஒற்றுமையைப் பாதுகாக்கும் கட்சி, தன்னைத்தானே தேடும் எண்ணம் கொண்டவர்களின் கட்சி.

ஒரே தேவன் என வாதிக்கும், மதமாற்றத்திற்கும், கிருத்துவ மயமாக்கும் பார்வையின் கட்சிக்கும் எதிரான கட்சி. பல தெய்வங்களை ஏற்கும் மதம், அத்வைதப்பார்வை, அதாவது 'ரிலிஜன் ஆப் தி ஸெல்ப்' என்பதை ஏற்பரின் கட்சி.

வைதீக காலத்திய பயமற்ற தன்மை மற்றும் கர்மயோகத்தை, நிலையாமை என்பதை உறுதியாக ஏற்று மரிக்கும் தன்மை உடைய மனிதனைப் பற்றிச் சொல்லுபவர்களின் கட்சி. மனிதனுடைய ஆத்ம வளர்ச்சியின் மூலமாக ஏற்படும் உலகாத்மா - பரமாத்மா - ஜீவாத்மாவின் ஐக்கியத்தை ஏற்று அதற்கான வழியில் செல்லுபவரின் கட்சி. அந்த வழியில் ஏற்படும் இடையூறுகளை நீக்கும் முயற்சியில் ஈடுபடுபவரின் கட்சி.

'நான் யோசிக்கிறேன். ஆகவே நான் உள்ளேன்' என்பதை மறுத்து 'நான் உள்ளேன் ஆகவே நான் யோசிக்கிறேன்' என்பவரின் கட்சி. அனுபவிக்கும் மனிதர்களின் 'பார்வையாளன்' என்ற பதவியில் அமர்ந்து

பற்றற்ற செயல்கள் செய்பவர்களின் கட்சி. இது ஒரு 'ட்ராமா' அல்ல. மதவாதம் அல்ல. மனிதனின் தன்னால் உணரப்பட்ட உணர்வின் சாட்சியம். ஒவ்வொரு மனிதனும் எப்பொழுதும் தன்னால் உணரப்பட்ட சத்தியமயமான அந்த உயர்ந்த அனுபவத்தின் கட்சி.

அந்த நவீன மனோ பூமியினால் ஒரு தடவை மேலே சொல்லப்பட்ட 'ஸ்பிரிச்சுவல் காமன்ஸென்ஸ்' வேர் பிடித்துவிடுவதின் காரணமாக எல்லா உலக மதங்களும் மத வாதிகளும் எல்லா விதமான கருத்துக்களை ஏற்றுக் கொண்டவர்களும் தன்னைத் தானே மறு பரிசீலனைக்கும், தன்னைத் தானே அளவு செய்வதற்கும் தள்ளப் படுகிறார்களோ அந்த மனோ பூமியின் கட்சி. இதைப்பற்றி யார்தான் அறியமாட்டார்கள் - இன்றைய உலக நிலை என்ன? வாழ்க்கை எப்படி உள்ளது? தனக்குத் தானே உயர்ந்த நிலையில் இருந்து தாழ்ந்த நிலைக்குத் தள்ளப்பட்ட நிலை, அதன் காரணமாக மனம் ஏற்காத வாழ்க்கை வாழும் நிலை, முறையற்றவற்றைப் படைப்பவர்களை? முறையற்ற நியாயத்தை ஏற்பவர்களை, முறையற்ற அன்பைச் சொரிகின்றவர்களை ஏற்காத நிலை - புதிய படைப்பைத் தூண்டும் ஆரம்பம் தான் இத்தகைய அதிருப்திக்கும் புரட்சிக்கும் காரணமாகும். மனித உள்ளத்தில் காணப்படுகின்ற தடுக்கமுடியாத உண்மையான அதிருப்தியின் காரணமாகத் தோன்றிய புதிய படைப்பைச் செய்யத் தயாராக உள்ள மனிதர்களின் கட்சி. உலகத்தையே தன் கைக்குள் அடக்கி அதை உறிஞ்சும் வேட்கையோடு செயல்படக்கூடிய இந்த 'கால்குலேடிவ்' அறிவிற்கு எதிரான மனிதனின் பரநலன் விரும்பும் அறிவின் - பரமார்த்தில் மட்டுமே தன் சுய நலத்தைப் பார்க்கும் மனிதர்களின் கட்சி. இந்த வேதனையில் ஜனித்த... இல்லை... இல்லை... இந்த புனிதத் தன்மை, அறிவினால் ஜனித்த தேவாசுர யுத்தத்தின் கட்சி.

விநாயக்கின் டைரி இத்துடன் முடிவுபெற்றது. இது முழுமையற்றது என்பது தெளிவாகத் தெரிகிறது. இதற்கு மேல் இந்த டைரியில் என்ன என்ன விஷயங்கள் எழுதப்படும் என்பதைப் பற்றி நாம் அனுமானம் தான் செய்ய இயலும். பொறாமையின்மையின் காரணமாக இழக்கப்பட்ட இந்தப் பக்கங்கள் அவனுள் இந்த நெடுங்கால மனக் கடைசலை எடுத்துக் காட்டும் சான்றுகளாக இருக்கின்றன.

மேலும் இதை உணர்ந்தவரின் சாட்சியாக, விநாயக்கின் சாட்சியாக அவனுடைய கதையைச் சொல்ல அமர்ந்த அவர்கள்... எந்தக் கட்சி...?

36. தீர்மானத்திற்குப் பிறகு

கடைசியில் ஒருவழியாக மும்பை வேலையை விட்டுவிட்டு குமாஊன் பல்கலைக் கழகத்தில் ஜாயின் செய்ய முடிவுசெய்து விட்டான். தீர்மானம்... முடிவு... இது என்ன? இதன் மத்தியிலேயே அவன் ஜாயின் செய்துவிட்டான்... ஜாயின் செய்து கிட்டத்தட்ட மூன்று நான்கு மாதங்களும் கடந்து இருக்கலாம். மாலதி இப்பொழுதும் கூட மும்பையில் தான் இருக்கிறாள். மும்பை வேலையை விட்டு குமாஊன் பல்கலைக் கழகத்தில் ஜாயின் செய்ய மாலதி இவ்வளவு எளிதாக ஏன் ஏற்றுக் கொண்டாள் என்பது விநாயக்கிற்கு இன்றும் புறியாத புதிராகவே இருந்தது. நீண்ட காலமாக அவனுக்கு 'இதுவா அல்லது அதுவா' என முடிவு செய்யாத நிலை... - நீண்ட நாட்கள் விடுமுறை முடிந்து மலைப்பிரதேசத்தில் இருந்து மும்பை திரும்பியவுடன் அவள் மூடே மாறிவிட்டது - இனி மும்பையை விடக் கூடாது. ரிடயர்மெண்ட் வரை இங்கேயே காலம் தள்ள வேண்டும். மலைநாடு வேறு எங்காவது ஓடிவிடுமா! தொடர்பு கண்டிப்பாக இருந்து கொண்டுதான் இருக்கும்... இப்படி... இப்படி...! சகுந்தலாவின் ஆலோசனையும் இதுவாகவே இருந்தது. விநாயக் இல்லாமல் அவளின் மிகப் ப்ரியமான காலேஜ்வேலையும் மறத்துப் போய்விடும். தன்னுடைய 'சாரை' ஒரே மூச்சில் பிரிந்துவிட்டு தனியாக இருப்பது, கற்பனையிலும் கூட அவளுக்கு பொருக்க இயலாததாகக் காணப்பட்டது. 'சார்' இல்லாமல இந்த இரண்டு மாதம் எவ்வாறு சென்றன என்பது பற்றி அவளுக்குத் தான் அந்த வேதனை தெரியும். ஆனாலும் ஒரு நம்பிக்கை ஒரு எதிர்பார்ப்பு... இரண்டு மாதங்களுக்கு பின் சார் திரும்ப வந்துவிடுவார் என்பது தான். விநாயக்கின் 'இதுவா அல்லது அதுவா' என்ற பிரச்சனைக்கு இதுவும் ஒரு முக்கிய காரணமாக இருந்தது.

மறுபக்கம் மாலதி... அவள் இதுநாள் வரை 'விநாயக்கின் மலைப்பிரதேசத்தில் தன் சொந்த மண்ணில் இனிமேல் வசிப்பது' என்ற எண்ணம் கூட வெரும் உணர்ச்சி வசத்தில் எடுக்கப்பட்ட நிலைபாடு. இது நடைமுறைக்கு ஒத்துவராது என்பது என்ற காரணத்தினால் தான் என நினைத்தாள். ஆனால் இன்று 'மலைப்பிரதேசத்தில் உள்ள தன் சொந்த இடத்தில் வசிப்பது' என்ற விநாயக்கின் எண்ணத்தைத் தடுக்காமல் அவன் கூடவே ஒத்து ஊதினாள். அவனை 'தன் சொந்த மண்ணிலேயே தங்குவதற்கு' அவளே தூண்டிக்கொண்டு இருந்தாள். விநாயக்கின் நண்பர் குழாமில் - தற்பொழுது எந்தவிதமான குறைபாடுகளும் அவள் கண்களுக்கு புலப்படவில்லை. பதிலாக அந்த நண்பர்கள் குழாம் நல்ல நல்ல குணங்களைக் கொண்டதாகவே தோன்றுகிறது. அடிக்கடி அவனின் நண்பர்களைப் பற்றி விசாரிக்கிறாள். போனும் பேசுகிறாள். முக்கியமாக

ப்ரொபஸர் ‘ஹரிஷிடம்’ விநாயக் இதுபற்றி யோசித்தால் இங்கு வசிப்பதற்கான காரணம் பற்றி அவனைத் தூண்டி விடுவாள். இந்த மக்களைப் பற்றி அவளுக்கு எந்த விதமான மற்றும் ஆர்வமும் இருந்தது இல்லை. அந்த ஒரு மாத காலத்திலும் இவர்களுடன் சேர்ந்து இருந்தாலும் அவ்வளவு ஒட்டு அல்லது உறவோ ஏற்படவில்லை. விபா மேலும் திரிபுவனிடம் கூட அவ்வளவு நெருக்கம் இல்லை. ஆனால் இன்று அவர்கள் புகழ்பாட அவள் வாய் வலிக்கவில்லை. மாலதியின் இந்த ‘யூடேர்ன்’ விநாயக்கிற்கு ஒரு தலைச் சுற்றலை ஏற்படுத்தியது. விநாயக்கிற்கும் கூட சமுதாய செயல்பாடுகளில் மாலதிக்கு அவ்வளவு ஈடுபாடு இப்பொழுதும் இருப்பதாகத் தோன்றவில்லை. ஆனால் இன்று தன் கணவரின் வாழ்க்கையில் ஏற்பட்ட மாறுதல் காரணமாக அவனைப் பாராட்டு மழையில் சளிபிடிக்கும் அளவிற்கு ஸ்னானம் செய்வித்துக் கொண்டு இருந்தாள். விநாயக்கின் இந்த மாற்றம் அவனுடைய குணம் அன்று பதிலாக அவனின் திறமையும் புகழும்தான் என்று தான் கருதுவதாக அவள் அடிக்கடி கூறிவந்தாள். ஆகவே மாலதியின் இந்த இயல்பின் காரணமாக விநாயக் மகிழ்ச்சியும் கொண்டு இருந்தான். ஆனால் சகுந்தலாவிற்குத் தான் இதில் மிக்க சிக்கல் ஏற்பட்டு இருந்தது. ஒருதடவை இந்த மாலதி சகுந்தலாவிற்கு இடையே ஒரு பெரிய வாக்குவாதமே நடைபெற்றது. இதன்விளைவாக சகுந்தாலாவிற்கு ஒரு கசப்பான சுவையை அனுபவிக்க நேர்ந்தது. அந்தக் கசப்பான உரைப்பான ருசி இன்னும் சகுந்தலாவிற்கு மாறவில்லை. இந்த வாத விவாதத்தில் விநாயக் கூட மாலதி கட்சியில் தான் இருந்தான். இதன் விளைவாக சகுந்தலா தனிமைப் படுத்தப்பட்டாள். இந்த உணர்வும் சகுந்தலாவிற்கு இன்றுவரை உருத்துகிறது.

தன்னுடைய மறைவான எதிராளியை வெளிக்காட்டாமல் தோல்வி அடையச் செய்ய மாலதியின் தூங்கிக் கொண்டு இருக்கும் உணர்வின் தூண்டுதலாகவும் இருக்கக் கூடும் என்ற சந்தேகம் விநாயக்கின் மனத்தின் ஒரு மூலையில் குடிகொண்டு இருக்கிறது.

மாலதிக்கும் சகுந்தலாவிற்கும் விநாயக்கின் கடிதம் போக்குவரத்து நடந்துகொண்டு இருக்கிறது. ஆனால் சகுந்தலாவிற்கு எழுதும் கடிதத்தையும் மாலதிக்கு எழுதும் கடிதத்தையும் யாராவது ஒருவர் படிக்க நேர்ந்தால் இந்த இரு கடிதங்களின் மத்தியில் பூமிக்கும் வானுக்கும் உள்ள வித்தியாசம் அவருக்கு காணப்படும். சகுந்தலாவிற்கு விநாயக்கின் கடிதங்கள் மிக்கப் பெரிய ஊன்றுகோலாகவும் மிக்கபெரிய ஆறுதல் அளிப்பதாகவும் இருந்தன. விநாயக் தன் டைரியில் எழுதி இருப்பது தவறு இல்லை என்று நன்றாகப் புலப்படுகின்றது.

இதன் இடையே விபாவும் திரிபுவனும் தன் மகனோடு கூட பத்து பதினைந்து நாட்கள் மும்பைக்கு வந்து தங்கி இருந்தார்கள். அவர்களின் மகன் காலேஜில் படித்து வருகிறான். ஆகவே அவனுடன் அவர்கள் தங்க ஒருபொழுதும் இயலாது. அவர்களை ஹோட்டலில் தங்க யார் அனுமதித்தார்கள்? அவர்களை தங்கள் வீட்டில் தங்கவைக்க மாலதிக்கும் சகுந்தலாவிற்கும் போட்டாப் போட்டியே நடந்தது. ஆனால் இந்தப் போட்டியில் யார் வெற்றி பெருவார்கள் என்றும் தோன்றினாலும் எண்ணியபடியே முடிவில் சகுந்தலா தான் வெற்றி அடைந்தாள். அந்தப் பத்து நாட்கள் எவ்வாறு கழிந்தன! கண்மூடி கண் திறப்பதிற்குள் நாட்கள் கடந்து விட்டன. நன்றாக ஊர்சுற்றிப் பார்த்தார்கள். மகிழ்ந்தார்கள் - ஆனாலும் மாலதிக்கு தன் வேலைப்பளு காரணமாக அவர்களுடன் துணையாகச் செல்ல இயலவில்லை. இருந்தாலும் அவர்கள் மாலதிக்கு குற்றம்சாட்ட அவகாசம் அளிக்கவில்லை. மாலதியின் பள்ளிக்கும் ஆஷ்ரமத்திற்கும் அடிக்கடி சென்று வந்தனர். இது மட்டுமல்லாமல் மாலதியின் அமைப்பிற்கு ஒரு பெரிய தொகைக்கான 'செக்'ம் டொனேஷனாகக் கொடுத்தார்கள். சகுந்தலாவிற்கு இது இருவிதமான கொண்டாட்டம். ஒன்று விபாவுடன் சேர்ந்து மகிழ்ச்சியாக பொழுது போக்குவது மற்றது விபாவின் மகனான 'தீபங்கர்'க்கு 'கார்டியன்' என்ற பொருப்பையும் ஏற்பது. தீபங்கரும் சரியான அம்மா பிள்ளையாகத் தான் இருந்தான். சகுந்தலாவை 'சித்தி சித்தி' என்று தன் தலையில் தூக்கி வைத்துக்கொண்டு ஆடுகிறான். தற்பொழுது ஒரு ஒரு சனிக்கிழமையும் அவன் வாசம், சாப்பாடு எல்லாம் சித்தி சகுந்தலா வீட்டில் தான். தீபங்கரும் கிட்டதட்ட தன் படிப்பை முடித்துவிட்ட நிலையில் தான் இருந்தான். 'எம்.டி.'க்கு தேவையான 'தீதிஸ்'ம் ஸப்மிட் செய்துவிட்டான். அவனுக்கு இங்கு உள்ள மருத்துவக் கல்லூரியில் லெக்சரர் வேலை கிடைப்பதும் 'நிச்சயம்' என்றும் கருதலாம். விபாவின் மறு உருவமாகவே சகுந்தலாவிற்கு துணை இருக்க - அதாவது உண்மையிலேயே துணை இருக்க ஒருவன் கிடைத்துவிட்டான். இதன் விளைவாக விபாவுடன் கூடிய அவள் நெருக்கம் இன்னும் அதிகமாயிற்று.

கடந்த நான்கு மாதங்களில் விநாயக்கின் வாழக்கைச் சக்கரம் எதிர்பாராதவாறு மாற்றம் கண்டது. அவனது இளைய மகன் தன் படிப்பை பாதியிலேயே விட்டுவிட்டு சிங்கப்பூரில் இருந்து கிளம்பி மும்பைக்கு வந்துவிட்டான். ஏனோ தெரியவில்லை அம்மாவின் பள்ளியிலும் ஆஷ்ரமத்திலும் தன்னை முழுமையாக இணைத்துக் கொண்டுவிட்டான். 'இரவு இல்ல - பகல் இல்லை தன்னையே அதில் வாட்டிக்கொண்டு இருக்கின்றான். தன்னுடைய ஒளிமயமான எதிர்காலத்தை எமனை சிவன்

உதைத்தது போல உதைத்து எரிந்து பாழாக்கிக் கொண்டுவிட்டான்' என்றுதான் விநாயக் தன் இளைய மகனைப்பற்றி நினைத்தான். தன் மகன் ஓர் உயர்ந்த நோக்கிற்கு தன் வாழ்க்கை முழுவதையும் அர்ப்பணித்து விட்டான் என்ற உணர்வினால் மகிழ்ச்சி அடைய வேண்டும். ஆனால் இன்று பதிலாக தன் இளைய மகனின் செயல் அவனுக்கு ஒரு பெரிய அடியைத்தான் கொடுத்தது. இவன் இப்படி என்றால் 'பெரிய பிள்ளை என்ன செய்வான்' என்பது தெரியாது. விநாயக்கிற்கு ஒரு விருப்பம் - தன் இரு பிள்ளைகளும் நன்றாகப் படித்து தன்னுடைய அறிவையும் உழைப்பையும் வெளிநாட்டுக்கு அர்ப்பணிக்காமல் தம் தாய் நாட்டிற்க்கே அர்ப்பணிக்க வேண்டும் - ஆனால் இந்தப் பொடியனோ தன் நிகழ்கால எதிர்கால வாழ்க்கையை உதைத்துவிட்டு சமூக சேவையில் குதித்து விட்டான். ஆனால் இதில் ஆச்சர்யம். இதுபற்றிய எந்த அறிகுறியும் முன்பு அவன் இடத்தில் காணப்படவில்லையே! திரும்பத் திரும்ப இளைய மகனின் இந்தச் செயல் விநாயக்கிற்கு ஒரு பெரிய அதிர்ச்சியைத் தான் கொடுத்தது. எங்கயாவது பெரிசும்... இருக்காது... இருக்காது. பெரிசு இந்த மாதிரி முட்டாள் தனமான காரியம் செய்ய மாட்டான். காரணம் - பெரிசு அப்பா பிள்ளை - சிறிசு - அம்மா பிள்ளை.

சகுந்தலாவின் மகன் சகுந்தலாவை அமெரிக்காவிற்கு அழைக்கிறான். ஆனால் அவளுக்கு அதில் சிறிது கூட விருப்பம் இல்லை. சகுந்தலா தனக்குத் தானே தனியாக வசிக்க விரும்புகிறாள். பொதுவாக எல்லோரும் தனிமைக்கு பயப்படுவார்கள். பதிலாக சகுந்தலா இதற்கு மாறாக இருந்தாள். அவளை போன்று தனிமையை நேசிப்பவர் உலகில் சில நபர்களை மட்டுமே பார்க்க இயலும்! சகுந்தலாவின் கடிதத்தில் அந்த 'அயர்லாண்டு பேலோஷிப்' பற்றி ஒருவரிக் கூட காணப்படவில்லை. சகுந்தலாவிற்கு நைனிதால் பல்கலைக்கழகத்திலேயே 'ரீடர்' பதவி கிடைக்க வாய்ப்பு உண்டா? பதவி கிடைக்கலாம் - ஏன் கிடைக்காது? ப்ரொபஸர் வினோத் பாண்டே சகுந்தலாவின் திறமையினால் மிகவும் கவரப்பட்டு இருந்தார். செமினார் காலத்தில் அவர்கள் கூடவே சகுந்தலா காணப்பட்டாள். இப்படிப்பட்ட திறமைசாலியான ஒருவரைத் தன் 'டிபார்மெண்டில்' தன் கீழ் துணையாக நுழைத்துக் கொள்ளுவது அவருக்கு மிகவும் ஆர்வமாகவும் ஆவலாகவும் இருக்கக் கூடும். இருந்தாலும் 'சகுந்தலாவிற்கு இது சரிப்பட்டு வருமா' எனத் தெரியவில்லை.

ப்ரொபஸர் விநாயக் கூட இந்த நைனிதாலை விரும்பவில்லை தான் எனத் தோன்றுகிறது. அவருக்கு நைனிதால் நகரும் சரிப்பட்டு வரவில்லை. வாழ்க்கை முழுவதும் இரு பாகங்களாகப் பிரிக்கப்பட்டு

தங்களுக்கு எந்த விதமாக தொடர்பு இல்லை என்பது போன்ற ஒரு தோற்றம் ஒன்று நூற்றுக்கு நூறு ப்ரவேட்செக்டர் மற்றது நூற்றுக்கு நூறு பப்ளிக் செக்டர்.

ஆனால் இங்கு எவ்வளவு அழகான மகிழ்ச்சி அளிக்கக் கூடிய நண்பர்கள் வட்டம் அமைந்துள்ளது! இந்த வட்டத்தில் சகுந்தலாவும் இணைந்துவிட்டால் எவ்வளவு மகிழ்வு ஏற்படும்! ஒரு விஷயம் - அவன் இந்த விஷயத்தில் சகுந்தலாவை ஒரு பொழுதும்தூண்ட மாட்டான் - சகுந்தலாவின் துணை விநாயக்கிற்கு எந்த அளவிற்கு தேவையானதோ அதே அளவிற்கு இல்லை... இல்லை... அதைவிட அதிக அளவிற்கு விநாயக்கின் துணை மாலதிக்கு அவசியம் இல்லையா? இதுபற்றி மாலதியிடம் மூச்சு கூட விடக்கூடாது. மாலதியின் புத்தியோ மிகவும் கோணல் மாணலானது. எப்பொழுது எந்த விஷயத்தில் எப்படி 'ரிஆக்ட்' செய்வாள் என்பது அவளைப் படைத்த அந்த ஆண்டவனுக்கு மட்டுமே தெரியும் போலும். தற்சமயம் அவள் சகுந்தலாவைப் பற்றி அதிகம் பேசுவது கிடையாது. அவர்களின் உறவில் தற்பொழுது பழைய மாதிரியான அந்த வெப்பம் காணப்படவில்லை. ஆகவே அவர்களின் உறவில் நிச்சயமாக ஏதோ ஒரு மாற்றம் ஏற்பட்டு உள்ளது. அது எந்தவிதமான மாற்றம்? ஏன் இந்த மாற்றம்?... யாம் ஒன்றும் அறியோம் பராபரமே!

இந்த விஷயம் மிகவும் 'காம்பிளிகேடேட்'. இந்தச் சிக்கலை நீக்கும் முயற்சியில் ஈடுபட்டு இந்தச் சிக்கல் இன்னும் அதிகமான சிக்கலாக மாறிவிட்டால்... இதற்கும் வாய்ப்பு இருந்தது.

இது ஒரு வினோதமான 'கயிறு இழுக்கும் போட்டி. இந்தப் போட்டி எவ்வளவு நாட்கள் வரை நடக்கிறது என்று வேடிக்கை பார்க்கலாம்... எங்காவது போட்டியின் நடுவில் இந்தக் கயிறு அருபட்டால்... இருக்காது... இருக்காது... கண்டிப்பாக அருபடாது. எதுவும் அருபடாது. யார் எவ்வாறு வாழ விரும்புகிறார்களோ அவ்வாறு மகிழ்ச்சியாக வாழட்டுமே! உலகத்தின் பார்வையில் விநாயக்கிற்கு எத்தனை எத்தனை கடமைகள் இருந்ததோ அத்தனை கடமைகளையும் அவன் பூர்த்தி செய்துவிட்டான். இனி ஒரு கடமையும் பாக்கி இல்லை. மனிதன் தன் கடைசி மூச்சுவரை இந்தச் சுழலில் சுழன்று கொண்டே இருக்க வேண்டுமா? குடும்பம், சமுதாயம், நாடு இவை எல்லாம் தேவையே! இது சரிதான் இருந்தாலும், தனக்கும் 'தான் எவ்வளவு முக்கியம்' என்று யோசிக்க வேண்டாமா? என்னுடைய 'முறை' எப்பொழுது வரும்? அதுதான் வந்துவிட்டதே. என்னுடைய ஜிவித்தின் கடைசிப் படியில்

நிற்கும் நான் என்னுடைய உரிமையை யாருக்காக பறிகொடுக்க வேண்டும்!... இவ்வாறாக விநாயக் மெல்ல யோசிக்கத் துவங்கினான்.

என்ன உரிமை? எப்படிப்பட்ட உரிமை...?

அதுதான்... அதுதான்... மனித இனத்துக்கு மட்டுமே கிடைத்த அந்த உரிமை. உயர்தரமான ஆண்மைத் தனமான செயல். வாழ்க்கையில் மூன்று பருவங்கள் எப்படியோ கடந்துவிட்டன. இப்பொழுது நான்காவது பருவம். காலத்தின் இந்த மாறுபாட்டை முதுமைப் பருவம் என்று காரணமின்றிக் கூறவில்லையே.

உண்மையில் இது என்ன நிலை! விநாயக்கிற்கு 'மோட்சம்' வேண்டுமா? மோட்சம் அடையவா அவன் இந்த பிறந்த இடம் திரும்பி வந்துள்ளான்? இதுதான் அவன் அடைய விரும்பும் மோட்சத்தின் அறிகுறிகளா? இந்தவிதமான சுற்றா? இவ்வளவு மனோ வ்யாகூலங்களா?

விநாயக் என்ன விரும்புகிறான் என்று விநாயக் அறியமாட்டானா? தன் வாழ்க்கை என்ற கடனில் இருந்து விடுபட்டு அதனால் கிடைக்கும் பலனை உலகத்திற்கு அளித்துவிட்டேன் என்ற மனநிம்மதி அவனுக்கு நம்பிக்கை அவன் மனத்தில் திடீரென்று ஒரு மின்னல் போன்ற ஒன்று எட்டிப் பார்ப்பது போன்று உணர்வு அவனுக்கு ஏற்படுகிறது. வாழ்க்கைக்கு ஏற்பட்ட கடனை அவன் திருப்பக் கொடுக்க தேவையான செயல் செய்ய முடியுமா?... ஹி ஹேஸ் ரிடன் தி புக் ஆப் ஹிஸ் லைப்! அந்தச் செயலைச் செய்து முடிக்காமல் அவனுக்கு முக்தி எவ்வாறு கிட்டும்?

முக்தி! எதிலிருந்து, ஏன், எதற்காக - இந்நாட்களில் இவன் எந்த அளவிற்கு சிக்கிக் கொண்டு குழம்புகிறான். அவன் எங்கு எங்கு யார் யாரைப் பார்க்கிறானோ அவர்கள் விநாயக்கைப் பார்த்து இவ்வாறு சொல்ல இயலுமா - இந்த மனிதன் முக்தியைத் தேடிக்கொண்டு இருக்கிறான் என்பதை.

37. நாவலின் இறுதியுரை

மறு நினைவு

எப்பொழுதோ நான் உன்னைப் படைத்து இருந்தேன். சிறிது தொலைவு வரை... இல்லை... இல்லை... நீண்ட தொலைவு வரை உன்னோடு கூடவே உன்னுடன் வந்து இருந்தேன். அப்பொழுது நீயும் மகிழ்ச்சியாக என்னுடைய விரலைப் பிடித்துக் கொண்டு ‘நான் உன்னுடன் தான் வருகிறேன்’ என்பதை தெரிவிக்கும் விதத்தில் வந்து கொண்டிருந்தாய். எங்கு எங்கு நான் உன்னை அழைத்துச் செல்ல விரும்பி இருந்தேனோ அங்கு அங்கெல்லாம் உன்னை அழைத்துச் செல்ல விரும்பவில்லை என்பதே என் கடைசி விருப்பமாக இருந்தது. அடிக்கடி நான் உணர்கிறேன் - நான் உன்னை அழைத்துச் செல்லுவதற்கு பதிலாக நீ என் பின்னால் வர என்னைக் கட்டாயப்படுத்தினாய். இந்தக் கட்டாயப்படுத்தலும் எனக்கு விருப்பமாகவே இருந்தது. நான் இதுவரை என்னையே முழுவதுமாக அறிந்து கொள்ளவில்லை. அப்பொழுது அந்தக் ‘கட்டாயம்’ எனக்கு என்னையே மாறுபட்டதாக புதிய நோக்கோடு என்னை நான் அறிய வாய்ப்பு அளித்துக்கொண்டு இருக்கிறது. நான் இப்படிச் சொல்லுவது உண்மைக்குப் புறம்பானது அல்ல - உன் காரணமாகவே உன்னைப் பின்தொடர்ந்ததின் காரணமாகவே நான் என்னையே அறிந்தும் புரிந்தும் கொண்டேன். இதுவரை எனக்கு பக்கமாகத் தென்பட்ட இடங்கள், பொருட்கள், மனிதர்கள் எல்லோரும் நன்றாகப் புதிதாக அறிந்துகொள்ள இயலுகிறார்கள்.

விநாயக்! நான் கூறுவது முற்றிலும் உண்மை. நான் தான் உன்னைப் பிறப்பித்தேன். நீ என்னைப் பிறப்பிக்கவில்லை. நான் தான் உன்னைப் படைத்தேன். நீ என்னைப் படைக்கவில்லை. இந்த உண்மையை நான் பலமுறைகள் மறந்துவிட்டு இருக்கிறேன்.

சட்டென ஒரு திருப்பம் திடீரென நிகழ்ந்தது - இதுவரை நான் உன்னை என்னைவிட்டுத் தனியான, சுதந்திரமான, விருவிருப்பான சிக்கல் நிறைந்த கல்பனா வாதியாக உன் வாழ்க்கையைப் பற்றி நினைத்து இருந்தேன். ஆனால் இன்று இந்த நினைப்பு இந்தப் பார்வை மாறிவிட்டது. உனக்கும் எனக்கும் உள்ள சம்பந்தக் கயிறு மிகவும் சிக்கலாக மாறிவிட்டது. இதனால் நீ ‘என்னைத் தொலைத்துத் தலை மூழ்குவது’ உனக்கும் - எனக்கும் மிக்க நல்ல விஷயம் என்று தோன்ற ஆரம்பித்தது. டேய் விநாயக்! எனக்கு ஏற்பட்ட இந்தச் சிக்கலைப்பற்றி சிறிதும் கூட கற்பனை செய்து பார்த்து இருக்கமாட்டாய். கற்பனை செய்வது

உன்னுடைய வேலையா... அல்லது என்னுடைய வேலையா...? நீ என்னுடைய கற்பனையா... அல்லது நான் உன்னுடைய கற்பனையா?

நெருங்கிய சம்பந்தத்திலும், மனப்பூர்வமான சம்பந்தத்திலும் சிறிய தொலைவு - சிறிய இடைவெளி - காணப்படுகிறது... இவ்வாறு தான் காணப்படவேண்டும். அந்த இடைவெளியில் தான் எல்லாவிதமான கற்பனைகளும் மலர்கின்றன. ஆனால் நாம் இதை மறந்து நமது உணர்ச்சியின் காரணமாக இந்த இடைவெளியை நிரப்ப விரும்புகிறோம். இதன் விளைவு இவ்வாறு இருக்கவும் வாய்ப்பு உள்ளது - நாமும் விடுதலை அடைய முடியவில்லை... மற்றவர்களையும் விடுதலை பெற அனுமதிப்பதும் இல்லை.

ஒரு எழுத்தாளனும் அவனால் படைக்கப்பட்ட ஒரு பாத்திரத்தின் சம்பந்தமும் இவ்வாறு விடுதலை பெற்றதாக இருக்கமுடியாதா? ஆகமொத்தம் கடைசியில் நாம் எவரின் படைப்புகள்? இந்த உலகத்தில் இங்கு நம்மிடம் அனுமதி பெற்று நமது எண்ணப்படி நம்மை இந்த உலகத்தில் நாம் இறக்கப்பட்டவரா? நாம் உண்மையிலேயே இங்கு ஏன் இருக்கிறோம்? எதன் காரணமாக என்பதை நாம் அறிந்துள்ளோமா? நாம் இங்கு எப்பொழுதிலிருந்து வசித்து வருகிறோம். மேலும் எப்பொழுது வரை வசிப்போம் என்பதும் நமக்குத் தெரியாது. ஆதி அந்தமற்ற இந்த உலகத்தில் கண் இமைக்கும் நேரம் வரை கூட இல்லாத இவ்வாழ்க்கையில் நாம் ‘இருப்பதின்’ பொருள் என்ன?’

நாம் ஆரம்பத்தையும் அறியவில்லை. அதுபோலவே நம் முடிவையும் அறியவில்லை. எல்லாமே நாம் அறியாத கேட்கப்பட்ட விஷயங்களே! மஹாபாரத உட்கதையில் யக்ஷனின் அந்தக் கேள்விக்கு யுதிஷ்டர் என்ன பதில் சொன்னார்? ‘கிமாஷ்ச்சர்யமத பரம்?’- ஆனால் ஏன்? இது எல்லாவற்றையும் விட ஒரு பெரிய ஆச்சர்யமா? நாம் இல்லாத ஒரு காலம் இருந்ததா? அல்லது நாம் இல்லாத ஒரு காலம் இருக்குமா? என்பதைப் பற்றிய ஒரு நிலையான அறிவோ அல்லது நிலையான நம்பிக்கையோ நமக்கு உண்மையிலேயே உள்ளதா? ‘நான் இருக்கிறேன்’ என்பதில் இந்த பொருள் தொங்கி இருப்பது நீங்கள் உணரவில்லையா? அதாவது ‘நான் எப்பொழுதிலிருந்தே இருக்கிறேன். மேலும் நான் எப்பொழுதுமே இருப்பேன்’.

விநாயக், நீ தான் பார்த்து இருக்கிறாயே! நான் ஒன்றும் புத்தகப் பாடத்தை ஒப்பிக்கவில்லை. ‘நான் இருக்கிறேன்’ என்பதைக் காட்டிலும் ஓர் உயர்ந்த, சந்தேகம் அற்ற வேறு ஏதாவது ஒரு உண்மை உள்ளதா? நீயே இதற்குப் பதில் சொல்! நான் ஒன்றும் மோட்சம் பற்றிக் கூறவில்லை.

எது உண்மையாக எக்காலத்திலும் அழியாமல் இருக்கக் கூடிய பொருளோ, அது 'ஆத்மா (யஸ்யாஸ்தி ஸந்ததோபாவ: ஸ ஆத்மேதி தீர்த்தயதே)' இதன் பொருள் பற்றியே மேலும் அதனின் வெளிப்பாடு பற்றிய விஷயங்களைப் பற்றியே நான் இங்கு குறிப்பிடுகிறேன். கடைசியில் நானும் ஒரு எழுத்தாளன் தானே! நான் ஏன் எழுத்தாளனாக இருக்கிறேன்? நான் எழுத்தாளனாக வேண்டும், என் எழுத்துக்கள் மூலமாக தனக்கும் தன்னைப் போன்ற மற்றவர்களுக்கும் ஏற்படக் கூடிய சிக்கல்களை, பிணைப்புகளைப் பரிசுத்தமாகப் பார்க்கவேண்டும், மற்றவர்களுக்குக் காண்பிக்க வேண்டும் என்ற எண்ணத்தில் இந்த வேலைக்காக யார் என்னை நியமனம் செய்தார்கள்! முடிந்தால் அந்தச் சிக்கல்களிலிருந்து பிணைப்புகளில் இருந்து வெளிவர ஒருநல்ல வழியைக் காண்பிக்க - இவ்விதமான எந்த விதமான நியமன ஆணையும் என்னிடம் இல்லை, 'இந்த வேலையை நீதான் செய்து முடிக்க வேண்டும் என்று என்னிடம் வேறு எவறும் கூறவில்லை. இவ்வாறே நான் எழுத்தாளனாகப் பிறந்ததோ அல்லது எழுத்தாளனாக மாறியதோ என்னுடைய பூர்வகோத்ரமோ, சூழ்நிலையோ இதற்குக் காரணமாக ஒருபொழுதும் இருந்ததில்லை. ஆனால் இதற்கு இவ்வாறாக நாம் பொருள் கொள்ளவியலாது. நாம், எழுத்தாளர்கள் எழுதி எழுதி நம்மைப் படைத்தவனையே பழிவாங்குகிறோம். அவன் மாதிரியாகவே, அவனைப் பின்பற்றியே, கடைசியில் நாம் ஏன் படிக்கிறோம். இந்த முழு மனித சமுதாயமும், முழு நாகரிகங்களும், நம்மால் படைக்கப்பட்ட கதாபாத்திரங்களைத் தன்னுடைய முன்னோடியாக, தன்னுடைய ரோல் மாடலாக மாற்றிக்கொண்டு ஏன் வருகின்றன? இதன் பொருள் இதுதான். அதாவது இந்த மனித சமுதாயத்தில் எங்கேயோ ஒரு மூலையில் நமக்கு ஓர் இடம் ஒதுக்கப்பட்டே இருக்கிறது. இம்மாதிரியாக இடம் நமக்கு ஒதுக்கப்படவில்லையா? ஒரு கேள்வி எழுகிறது. புரோகிதர்கள் பாதிரியார்கள், மதகுருமார்கள், தத்துவவாதிகள், சமுதாய வாதிகள், தலைவர்கள், பொருளாதார நிபுணர்கள், அரசியல்வாதிகள் இவர்களைப் போன்று எத்தனையோ நபர்கள் இங்கு இருக்கும் பொழுது நம்முடைய தேவை இங்கெதற்கு? ஏதோவொரு காரணம் இருப்பதனாலேதான் நாம் இங்கு இருக்கிறோம், அப்படித்தானே? இது மட்டுமல்ல... வந்த நாட்களிலிருந்து எத்தனையோ மக்கள் தனக்கு ஏற்பட்ட அனுபவித்த விஷயங்களைச் சொல்லிக்கொண்டு செல்கிறார்கள். ஏன் அவர்கள் தங்கள் வாழ்க்கைக் கதைகளை நம்மிடம் பகிர்ந்துகொள்ள விரும்புகிறார்கள்? அவர்களுக்கு உதவி செய்ய நம்மிடம் என்னதான் இருக்கின்றன? ஆகமுடிவில் ஒன்றுமில்லை. இருந்தபோதிலும் அவர்கள் ஏன் நம்மிடம் வருகிறார்கள்? இதற்குக் காரணம் இதுதானே! அவர்களில் ஒருவருக்குக்

கூட இல்லாத அந்த ஆறுதல் கொடுக்கும் உணர்வு, நியாயபுத்தி நமக்கு இருப்பதாக அவர்கள் மனத்திற்குத் தோன்றியதால் தானே நம்மிடம் வருகிறார்கள்! நாம் மட்டும் தான் அவர்களுடைய பானைக்குள் புகுந்து, நுழைந்து அவர்களின் உண்மைக் கதைகளை அறியமுடியும். அறிந்தவற்றை அவ்வாறே மற்றவர்களுக்கும் எடுத்துக் கூற இயலும். அவர்களுடைய உலகத்தைப் பற்றிய மிகச் சரியான படம் வரைந்து மற்றவர்களுக்குக் காண்பிக்கமுடியும் என்பது தானே!

'விநாயக்! உனக்கு இது நன்றாகப் புரிந்திருக்கும். நம்முடைய இந்தக் குடும்ப, பரிவார வட்டாரங்களில் அ, ஆ... என்று இரண்டு எழுத்துக்களைப் படித்துவிட்டுத் தாம் மிகப்பெரிய படிப்பாளி என்று தன்னையே அழைக்க துடித்துக் கொண்டிருக்கிறார்கள் - 'மதி அதி நீச் ஊஞ்சி ருசி ஆக்சி சஹிய அமிய ஜக் ஜுரயி ந சாஞ்ச்சி', உனக்கு இது நன்றாகவே புரிந்திருக்கும். இது இந்தியில் கூறப்படும் 'வக்ரோக்தி'யோ 'அத்யுக்தி'யோ 'ஸ்வபாயோக்தி'யோ அல்ல. நூற்றுக்கு நூறு உண்மை. இதை நானும் என்னுடன் நீயும் நன்றாக அனுபவித்திருக்கிறோம். உன்னை 'கோபர்கணேஷ் (சாணிப்பிள்ளையார்)' - 'மஹா முட்டாள்', என்று கூறியது யார்? நானோ உனக்கு இந்தப் பட்டத்தை கொடுக்கவில்லையே! நானோ என்னால் 'ஆண்டி ஹீரோ' என்று அறியப்பட்ட உன்னை, அதாவது உண்மையான கதாநாயகனாக மாற்ற விரும்பியிருந்தேன். எப்படிப்பட்ட கதாநாயகனாக? தேவர்களின் 'ஸ்டெனோகிராஃபர்' சித்தி விநாயகரைப் போன்றா? - இல்லை இல்லவே இல்லை'.

அப்படியானால், அன்பான விநாயக்! நீ இந்த உலகத்திற்கு ஏன் வந்தாய்? எப்படி வந்தாய்? என்று புரிந்து கொண்டிருக்கலாம். உன்னை யார் படைத்தார்கள்? எதற்காகப் படைத்தார்கள்? சந்தேகமின்றி நான்தான் உன்னைப் படைத்தேன். நான் உன்னிடம் ஏதாவது கடன்பட்டுள்ளேன் - என்பதினாலேயா? அப்படியொன்றுமில்லையே! இது எவ்வாறு இருக்கிறதென்றால், உன்னைப் படைத்தவனான என்னை, இந்த மனிதனை, இந்த அழியும் உலகத்தில் தூக்கியெறிந்து விட்டான் என்பதால் நான் அவனுக்குக் கடமைப்பட்டுள்ளேன் என்ற பொருள் உண்டா? இது அவனுடைய விருப்பம். அவனுக்கு அவசியம் தேவையானது, அதாவது, அவன் தன்னுடைய ஒரு பகுதியின் மூலமாக என்னைப் படைத்து இந்தப் பூமியில் நடக்கச் செய்தும், ஓடச் செய்தும், அழச் செய்தும், சிரிக்கச் செய்தும் பார்ப்பதற்காகத் தானே! ஆகமொத்தம் அவன் நாராயணன் என்று அழைக்கப்பட்டால், நானும் நரன் (மனிதன்) என்றுதானே அழைக்கப்படுகிறேன். அவன் 'பரமாத்மா' என்றால் நானும் அவன் அம்சமாகத் தோன்றிய 'ஜீவாத்மா' தானே! ஆனால், ஒன்று மட்டும்

அவனால் செய்ய முடியவில்லை போலும்! - அதாவது தன்னுடைய படைப்பில் தானே குதித்து அவனுடைய செயல்களில் இடையூறு செய்ய. அவ்வாறு லட்ச வருடங்களுக்கு முன்போ, தட்டுத்தடுமாறி சத்தியம் அழிவின் விளிம்பில் உள்ளது என்று நினைத்தாலோ, ஓரிரு தடவைகள் இடையூறுகள் செய்திருக்கக் கூடும். இந்தக் குழப்பத்தினால் அவன் படைத்த படைப்பின் மண் மிகவும் அசுத்தமாகவும், அசிங்கமாகவும் இருக்கிறது. ஆகவே, அவன் எனக்கு 'டாடா' கூறிவிட்டான் என்று தோன்றுகிறது. அதுசரி, இந்த விஷயம் பற்றி யார் நமக்குக் கூறினார்கள்? யார் அவனுடைய அம்சாவதாரத்தையோ அல்லது அவனுடைய முழு அவதாரத்தைப் பற்றியோ, பதிவு செய்தார்கள்? அவனிடமிருந்து எந்தவிதமான பிறப்பு கைவிட்டுப் போயிருக்கிறது? நீயே சொல்லேன். அவன் எத்தனை விதமாகப் பிறந்துள்ளான் என்பதைப் பற்றி எல்லோரும் 'ட்ரை' செய்திருக்கிறார்கள். அதாவது 'ஆகர் சாரி லாக் சௌராஸி ஃ ஜாத் ஜீவ் ஜல் தல் ஔ நப்வாஸி!' (அவன் நீரிலும், நிலத்திலும், ஆகாயத்திலும் நாலுலட்சத்து எண்பத்து நாலு பிறப்பாகப் பிறந்துள்ளான்)

ஆகமொத்தம் இந்த புராணங்களை எழுதிவிட்டுச் சென்றவர் யார்? யாரோ ஒரு எழுத்தாளன்தானே! அவனுடைய ஜீவாத்மாதானே அவனும்!

நீ இங்கு கண்டிப்பாகத் தடுத்து இவ்வாறு கூறுவாய் - 'வால்மீகி, வியாசர் போன்ற உயர்ந்த சான்றோர்கள் - எப்பொழுதாவது - இல்லை, இல்லை, அடிக்கடி தன்னால் படைக்கப்பட்ட கதையில் தானே குதித்து விடுகின்றனர். மேலும் கதையின் போக்கில் மட்டுமின்றி, கதாபாத்திரங்களின் தன்மையையும் தன் எண்ணப்படியே உருட்டி - திரட்டி மாற்ற முயற்சிப்பதாக காணப்படுகிறார்களே! தன்னால் படைக்கப்பட்ட இந்தப் பாத்திரங்களிடம் கூட பக்ஷபாதம் காட்டுகிறார்களே! எப்பொழுதாவது தனக்குப் பிரியமான பாத்திரங்களுக்கு ஏதோவொரு மந்திரத்தை, ரகசியத்தைக் கூறும் சமயத்தில் கையும் களவுமாகப் பிடிப்பட்டு விடுகிறார்களே! உன்னுடைய இந்த எழுத்தாளர்களுக்கு அப்படி என்ன ஒளியுள்ள, தூய்மையான இறக்கைகள் முளைத்துள்ளன? - இதன் காரணமாக அவர்கள் நூற்றுக்கு நூறு யார் பக்கமும் சாயாமலும், பக்ஷ்பாதம் காட்டாமலும், எந்தவிதமான மாறுபட்ட இயல்புகள் உள்ளதாக இருப்பதற்கு. கடைசியில் அவர்களும் கூட யாரோ எவரோ ஒரு பக்கத்தில் தான் இணைகிறார்கள்... அப்படித்தானே!

விநாயக்! நீ மேற்கூறியவாறு கூறியிருப்பதால் அவ்வாறும் இருக்கலாம். ஆனால், நான் ஓர் உண்மையை மறுக்காமல் உன் முன்னால் வெளியிடுகிறேன் - எனக்கு இதுபற்றி எந்த அறிவும் கிடையாது. நீ

எவர்களைப் பற்றிக் கூறுகிறாயோ, அவர்கள் என் மாதிரியான நாலந்தர எழுத்தாளர்கள் அல்லர். ஆகவேதான் அவர்கள் ரிஷிகளென்றும், முனிகளென்றும் அழைக்கப்படுகிறார்கள். அவர்களில் இப்பேர்ப்பட்ட எழுத்துத் திறமையையும் விட வேறு சில விசேஷ தன்மைகளும் இருக்கக் கூடும். நான் என்ன ரிஷியா? முனியா? நான் வாழ்ந்த காலம் சத்திய யுகமா? திரேதா யுகமா அல்லது துவாபர யுகமா? டேய், தம்பி! என்னைப் போன்ற கலியுக எழுத்தாளர்களின் கதாபாத்திரங்களும் கலியுக குணாதிசயங்களைக் கொண்டவர்களாகவே தான் இருப்பார்கள். உதாரணத்திற்கு எடுத்துச் சொல்ல வேண்டுமென்றால் உன்மாதிரி, சரிதானே.

இப்பொழுது நீ சொல்வாய் - ‘உன்னை நோக்கியவாறு சற்றுமுன் என் வாயிலிருந்து வெளிப்பட்ட இந்த வாக்கியங்களை நான் திரும்ப எடுத்துக் கொள்கிறேன். உன்னால் ஒன்றும் செய்ய இயலாது என்பதை நான் மறந்தேவிட்டேன். நான் எந்த உலகத்தில் உள்ளே இறக்கினேனோ, அந்த உலகத்தை விட்டு வெளியே உன்னுடைய இருப்பு ஒன்றுமே இருக்காது. ஆகவே நீ என்னால் படைக்கப்பட்ட இந்த உலகத்திற்குள்ளேயே சுவாசிக்கிறாய், சுற்றி வருகிறாய், யோசிக்கிறாய், உணர்கிறாய். முடிவில் சொல்ல வேண்டுமானால் இது என்னுடைய கடைசி அத்தியாயமே தவிர உன்னுடையது அல்ல. நான் இதில் எனக்கு உள்ள மணியான சுதந்திரத்தின் அடிப்படையில் தான் பேசுகிறேன். அதாவது என்னால் படைக்கப்பட்ட உலகத்திலிருந்து வேறுபட்ட நிலையில் எனக்கென்று தனித்துவமான பர்சனாலிட்டி உள்ளது. அந்தக் குணம் உன்னிடம் இருக்காது. அப்படிப்பட்ட நிலையில்,‘டேய் விநாயக்! நீ என்னிடம் என்ன விசாரணை செய்ய முடியும்’?

இப்பொழுது நீயே இதைப் பாரேன். நீ என்னுடைய எந்த நாவலில் உதித்தாயோ, ஒரு கதாநாயகனைப் போல் இவ்வளவு மகிழ்வாக வெளிப்பட்டாயோ, அந்த நாவல் இன்றிலிருந்து சற்று ஏறக்குறைய 35 வருடங்களுக்கு முன்னமேயே எழுதப்பட்டு விட்டது. அதாவது முழுமையாகவும் எழுதப்பட்டுவிட்டது. மற்றும் மற்றவர்களாலும் படித்து முடிக்கப்பட்டுள்ளது. ஆகவே அந்த நாவலோடு உன் கதையும் முடிந்துவிட்டது. நான் மறுபடியும் உன்னைப் பற்றி தூண்டித் துருவி அறிய விரும்புவேன் என்று ஒரு க்ஷணம் கூட எப்பொழுதுமே நினைத்தது கிடையாது. எந்தக் திருப்பத்தில் நான் உனக்கு விடை கொடுத்தேனோ, அந்தத் திருப்பத்திற்குப் பிறகு -‘உன்னுடைய நிலை என்ன? நீ இன்றும் கூட இந்தப் பூமியில் உயிருடன் இருக்கிறாயா? அல்லது இல்லையா? - அப்படி உயிருடன் இருந்தால், நீ என்னவாக

இருக்கிறாய்? எப்படி இருக்கிறாய்? மேற்கொண்டு உன்னுடைய விருப்பங்கள் என்னென்ன? இவ்வாறான விஷயங்களை நான் சிறிதும் கூடச் சிந்தித்தது கிடையாது. இப்பொழுது, இதைப்பற்றி நான் அறியவேண்டியுள்ளது. அதாவது, உன்னை மறுபடியும் ஒரு தடவை படைக்க வேண்டியுள்ளது. உன்னுடைய வாழ்க்கைக் கதையின் இழை எந்த இடத்தில் என் கையில் இருந்து விடுபட்டதோ, அந்த இடத்திலிருந்து அந்த உன்னுடைய வாழ்க்கைக் கதையின் இழையை என்னோடு எடுத்துக் கொண்டு, என்னோடு உன்னுடைய மீதமிருக்கும் வாழ்க்கை வரலாற்றை நிச்சயம் செய்யவேண்டும்.

சந்தேகமின்றி... நீ கூட ஒரு தடவை என்னிடம் கூறினாய் அல்லவா? -'என் கதையை மேலே தொடங்கு' ஒருவேளை நீ கூறியிருந்தாலும் அதை நான் கேட்க முடியாத நிலையில் இருந்தேன். ஒருவேளை எப்பொழுதாவது நீ என்னுடைய தூக்கத்தில் கூறியிருக்கக் கூடும் - 'என்னுடைய படைப்பாளியே! நீ என்னை அப்படியே பாதியில் தூக்கியெறிந்துவிட்டு எங்கு சென்று மறைந்துவிட்டாய்? நான் உயிருடன் உள்ளேனா? அல்லது இறந்துவிட்டேனா? என்று எப்பொழுதாவது என்னைப்பற்றி விசாரித்தது உண்டா?

நான் உன்னுடைய கனவுதான். இதை நான் மறுக்கவில்லை. ஆனாலும் ஒவ்வொரு கணமும் தன்னுடன் சிலசில பொறுப்புகளையும் கூடச் சுமந்து கொண்டு வருகின்றன - என்ன? - நான் சொல்வது சரியா? என்னிடத்தில் உனக்கு ஏதாவது பொறுப்பு இல்லையா? எப்படி நீ என்னை இந்த அளவு மறக்கக்கூடும் - நான் உன்னுடைய ஒரு பகுதியில்லையா? அதுவும் எப்படிப்பட்டது! இப்பொழுது நான் கூறுவதை நீ மறுப்பாயா? - உன்னால் படைக்கப்பட்ட மற்ற பாத்திரங்களைப் போல் விநாயக்கும் அவர்களுள் ஒன்றுதான் என்று நீ நினைப்பாயா? ஒரு விதத்தில் நீ படைத்த எல்லாப் பாத்திரங்களும் உன்னுடைய ஒரு பகுதிதான். இதை மறுக்க இயலாது. ஆனால், என் விஷயமோ சற்று மாறுபட்டது. 'சம்திங் ஸ்பெஷல்'... அப்படித்தானே! எப்படி நோக்கினாலும் நான் உன்னுடைய எல்லாக் குழந்தைகளையும் விட மூத்த செல்லப்பிள்ளையல்லவா? - உன்னுடைய இளமையின் வாரிசு அல்லவா? உன்னுடைய செல்லக் கண் அல்லவா? என்னுடைய படைப்பாளியே! நீ என்னை இவ்வளவு எளிதாக பெயரற்ற கூட்டத்தினுள் தள்ளமுடியாது. அவ்வாறு நீ தள்ள முயற்சி செய்தாலும் உன்னால் அது செய்ய முடியாத செயலாகத்தான் இருக்கும்'.

ஆனால், இதை நீ என்னிடம் சொன்னாயா? அல்லது நான் உன்னிடம் சொன்னேனா? என்னுடைய படைப்பு உலகத்தைத் தாண்டி வெளியே உனக்கு ஒன்றுமேயில்லை என்று இப்பொழுது தானே நான் உன்னிடம் கூறினேன். அப்படியிருந்தும் நீ எவ்வாறு என்னுடன் இப்படிப் பேசலாம்?

ஆனால், கொஞ்சம் பேசு, கொஞ்சம் தான் வாயைத் திறவேன்! அந்த முகமறியாத இரண்டு வாசகர்களின் கடிதங்களைத் தவிரவும் உனக்கும் எனக்கும் நடுவில் ஏதோவொரு நிகழ்வு நிகழ்ந்திருக்கக் கூடும். அவைதான், திடீரென்று இத்தனை வருடங்களுக்குப் பிறகு எனக்கு உன்னுடைய நினைவைத் தட்டியெழுப்பின. அவை என்னுடைய பதிலைப் பற்றியும் ஆராய்ச்சி செய்தன. - எனக்கு, என்னுடைய முதல் நாவலான 'நாயகன் விநாயக்' என்ற சாணிப்பிள்ளையாரின் கதையை மேற்கொண்டு சொல்ல, எழுத உனக்கு வேறுயாரும் தூண்டவில்லையா?

அந்த இரண்டு வாசகர்கள் தூண்டித் துருவியதன் காரணமாக அவர்கள் விட்ட சவாலின் பயனாக ஏதோவொரு நிகழ்வு உனக்கும் எனக்குமிடையே நிகழ்ந்திருக்கக் கூடும். இந்த நிகழ்வுக்கு மேலே குறிப்பிட்ட விஷயங்கள் தான் காரணமா? அல்லது தற்செயலாக நடந்த நிகழ்வா? எது எப்படியிருந்தாலும் சரி. ஒன்று மட்டும் உறுதி. நான் இன்னமும் உன்னுடைய பிடியிலிருந்து தற்பொழுதும் கூட விடுபடமுடியவில்லை. உனக்கு இன்றும் கூட என் தரப்பிலிருந்து ஏதோவொரு கொடுக்கல் - வாங்கல் மீதமிருக்கிறது. அதை நீ என்னிடமிருந்து வசூலிக்க வேண்டியிருந்தது... எப்படி இழுத்துக்கட்டி வசூலிக்க வேண்டியிருந்தது. இந்த விஷயம் நம்முடைய இளமைக் காலத்தில் நடந்த நிகழ்வு மாதிரி தோன்றவில்லையா? - முன்பு சில தீய பழக்கங்கள் நம்மோடு சேர்ந்து காணப்பட்டன. ஆனால், நம் எண்ணப்படி நாம் எப்பொழுதோ அந்தத் தீய பழக்கங்களின் இறுகிய பிடிப்பிலிருந்து வெளிவந்துவிட்டோம். ஆனாலும் அவை இன்றும் கூட நம்மை மறக்கவில்லை. எப்பொழுது வேண்டுமானாலும்... எப்பொழுது வேண்டுமானாலும் நாம் அவற்றின் பிடிப்பில் அகப்பட்டுக் கொள்ளக்கூடும்.

சரி, சரி. - நான் உன்னிடம் கூறியிருக்கலாம் 'நீ என்னைத் தலை முழுக முடியாவிட்டால், எவ்வளவு தூரம் நான் செல்ல இயலுமோ அவ்வளவு தூரும் உன்னை அழைத்துத் தான் செல்லவேண்டும்'.

தொலைநோக்கிக் கொண்டு பார்த்தேன். நீ ஒரு நல்ல நிலைக்கு சென்றுவிட்டிருக்கிறாய். உன்னுடைய உயர்ந்த ரசனை சிறிய... இல்லை, இல்லை மிகப்பெரிய மாற்றம் கண்டுள்ளது. உன்னிடமிருந்து பெறக்கூடிய

அமிர்தம் எனக்கு நீண்ட நெடு தூரத்திலிருந்தாலும் நீ குறைந்தபட்சம் எனக்காக நீர் மோராவது விட்டுச் சென்றிருக்கிறாய் அல்லவா? உன்னுடைய அறிவும் அவ்வளவு கீழ்த்தரமாகச் செல்லவில்லை. இதுவும் நீ உறுதிப்படுத்திவிட்டாய். நீ உன்னுடைய வாலிபத்தின் ஆரம்ப கட்டத்தில் எவ்வளவு பெரிய போட்டா போட்டிகளை அனுபவித்து இருப்பாய். அவை காரணமின்றி இருந்திருக்காது. முக்கியமாக உன்னுடைய மானம், மரியாதை, கௌரவாம் பொருட்டு - தற்காலத்தில் காணப்படும் படிப்பின்மை என்ற சமுத்திரத்தில் ஒரு கைப்பிடியளவுள்ள எழுதப் படிக்கத் தெரிந்த மனிதர்களுக்குள்... நற்குணங்கள் கொண்ட மனைவி கிடைத்துள்ளாள். அவ்வாறே, குழந்தைகளும் ஒன்றுக்கொன்று முந்திக்கொண்டு நற்குணங்களுடன். நீ பணி ஓய்வு என்ற வட்டத்தின் எல்லையில் உள்ளாய். இருந்தாலும் இப்பொழுது ஒரு பெரிய தாவல் தாவக்கூடிய எண்ணம் உனக்கு ஏன் ஏற்பட்டது? இதற்கும் நடுவில், உனக்கு தன்னுடைய பழைய வீடு-வாசல், பிறந்த மண் போன்ற பழைய ஊசிப்போன, நாற்றமடிக்கும் விஷயங்கள் திடீரென உன்னை ஏன் தாக்க ஆரம்பித்திருக்கின்றன... இது உன்னுடைய படைப்பாளியின் அறிவிற்கு அப்பாற்பட்டது. உனக்குள் உன்னுடைய அந்தப் பழைய ஆவலுள்ள, விளையாட்டில் சிறந்த, குறும்புள்ள, பொறுக்கியான பீனு இன்றும் உயிருடன் உள்ளான். இன்றும் கூட அவனுடைய பழைய குறும்புச் செயல்கள் பற்றிய ஈடுபாடுகளால் விளைந்த ஆசை இன்றும் அடங்கவில்லையே! இப்பொழுது நீ தான் அறிந்து கொள்ள வேண்டும் - உன்னுடைய முதிர்ந்த அறிவோடு, உன்னுடைய ‘ப்ரஃபொஷனல்’ கௌரவத்தோடு இந்தப் பழைய நினைவுகளின் உணர்ச்சியுள்ள செயல்பாடுகள் எப்படிப் பொருத்தக் கூடும்?

ச்சீச்சீ! இவ்வளவு நிறைந்த ஒவ்வொரு கோணத்திலும் பூத்துப் பழுத்துக் குலுங்கும் நல்ல வாழ்க்கையின் மத்தியில் இந்தத் தேவையற்றச் சுழலுக்கு நீ விதை வீசிவிட்டாய்! ‘க்ரதேஸ்மர்’…! தன்னுடைய வரலாற்றிலிருந்து ஏதோ ஒரு சிறிய பாடமாவது கற்றுக்கொள்... த ஒன்லி லெசன் மைன் லேர்ன் ஃப்ரம் ஹிஸ்டரி இன் தட் மைன் லேர்ன் நத்திங் ஃப்ரம் ஹிஸ்டரி... (ஒரே பாடம் தான் மக்கள் தன்னுடைய வரலாற்றிலிருந்து கற்றுக் கொள்ளும் பாடம் இதுவே. அதாவது மனிதன் தன்னுடைய வாழ்க்கையிலிருந்து எப்பொழுதும் கூட ஒன்றும் கற்றுக் கொள்வதில்லை) இதைக் கூறியது நீயா? அல்லது நானா? இல்லை... விநாயக்... இல்லை. இந்த மாதிரியான மேற்கோள்களினால் நீ மாட்டிக்கொள்ளாதே. வீண் ப்ரமை வலையில் விழுந்துவிடாதே. மனிதன் தொண்ணூறு விழுக்காடு தன்னுடைய நியதி - அதாவது தன்னுடைய

அடைந்த செயல்களின் பலன்களினாலேயே, படைக்கப்பட்டும், நடத்தப்பட்டுக் கொண்டும் இருக்கிறான். இதை நான் ஏற்றுக் கொள்கிறேன். ஆனால், இன்னும் குறைந்த அளவு பத்து விழுக்காடு 'மார்ஜின்' உன் கையில் (செயல்) இருக்கிறதே. அதை நீ விட்டு விடுவாயா என்ன!

டேய் விநாயக்! உனக்கு இன்னமும் விடுதலை கொடுக்கக் கூடிய, விடுதலைக்குச் சாதகமான செயல்களைச் செய்ய எப்பொழுதுமே... இப்பொழுதே கூட செயலாற்ற சுதந்திரமும், திறமையும் இருக்கின்றன. அதாவது, தன்னுடைய செயல்களினால் ஏற்பட்ட கட்டுப்பாடகளைக் களைய வேண்டிய செயல்கள் செய்வதற்கு யாருக்கு என்ன தெரியும்? இந்தச் சமயம் கூட நீ அத்தகைய செயல்களைச் செய்து கொண்டிருக்கக் கூடும். ஆனால், நான் சொல்வதெல்லாம் உண்மை... இதைப் பற்றிக் கவலையில்லாமல் திருப்தியடைவது என்னுடைய வசத்திற்கு அப்பாற்பட்டது. விநாயக்! நான் மறுபடியும் உனக்கு இதைப்பற்றி நினைவூட்ட விரும்புகிறேன். மனிதன் ப்ராப்த கர்மங்களின் கைப் பொம்மையல்ல. உன்னுடைய ஜகன் சித்தப்பாவின் டைரியில் எழுதப்பட்ட அந்த வாக்கியம்...'என்னிடம் ஏதோ இருக்கிறது, அது முழுவதுமாக 'கண்டிஷண்ட்' ஆக இல்லை. முன்னமேயே தீர்மானிக்கப்பட்டதாகவும் இல்லை. அதைப்பற்றி அறியவே எனக்கு இந்த மனிதப் பிறவி கொடுக்கப்பட்டுள்ளது'. இந்த வரிகள் தானே உன் ஜகன் சித்தப்பாவின் டைரியில் காணப்படுகிறது. அப்படியானால்... ஏ விநாயக்! இப்பொழுது நீயே சொல்... இந்த எழுத்துக்களின் கருத்தென்ன? கொஞ்சம் தான் யோசியேன். இல்லை, இல்லை. யோசிக்கவே யோசிக்காதே... செய். நினைப்பதென்பது உன்னுடைய பழைய பழங்கணக்கு. எவ்வளவோ யோசித்தாகி விட்டது... உண்மை இதுதான். யோசிப்பதினாலேயே மட்டும் ஒருபோதும் ஒன்றும் நடவாது. ஏ விநாயக்!... யோசிப்பது என்பதும் முடிவில் ஒரு இயந்திரத்தனமான 'கண்டிஷன்ட்' பொருளாகும். ஆகவே, இனி நீ யோசிக்காதே! ஏதாவது உறுதியான ஒரு செயல் செய். நம்முடைய பக்கங்களில் கவிதை எழுதுவதைக் கூட 'கவிகர்ம' (கவியின் செயல்) என்றுதான் கூறப்பட்டிருக்கிறது. இவ்வாறு கூறப்பட்டுள்ளது ஏனோ - தானோ என்றோ, பொருளற்றதாகவோ நினைக்கவியலாது.

ஏ விநாயக்! நீ என்னை ஒரு விசித்திரமா சுழலில் சிக்கவைத்துவிட்டாய். அதாவது மறுபடியும் புதிதாக உன்னுடைய சேஷம - லாபங்களைப் பற்றிய பொறுப்பை நான் என் தலைமேல் ஏற்றுக் கொண்டிருந்தேன். இனிமேல் மேற்கொண்டு அந்தப் பொறுப்பை நான் ஏற்கவியலாது. ஏனென்றால், நீ என்னுடைய பிடியிலிருந்து மெதுவாக, மெதுவாக விலகி வெளிவந்து கொண்டிருக்கின்றாய்.

இப்பொழுது நான் உன்னை என்ன செய்ய இயலும்?

திடீரென்று மஹாபாரதத்தில் அந்தச் சம்பவம் என்னுடைய நினைவில் எழுந்துள்ளது. உன்னைப் போல நானும் கூட எப்பொழுதாவது புராண உலகத்தில் ஒளிந்துகொள்ள விரும்கிறேன் என்றா?

அர்ஜீனனுக்கு அந்த மந்திரத்தை உபதேசிக்க மஹாபாரதப் படைப்பாளியான கிருஷ்ண த்வைபாயனர் - 'வியாசர்' என்பவருக்குத் தன்னுடைய படைப்பில் தானே குறுக்கிட வேண்டிய நிலை ஏற்பட வில்லையா? இந்தப் படைப்பு பக்ஷ பாதமில்லாத தன் நிபந்தனைகளுக்கு அப்பாற்பட்டது என்ற கொள்கையைத் தூண்டுவது அல்லவா? அவர் ஏன் அவ்வாறு செய்தார்? இவ்வாறே, இன்னும் பல தருணங்கள் அந்த மஹாபாரத இதிகாசத்தில் காணக்கூடும். தற்போது அவை என் நினைவில் இல்லை. இப்போது, அந்த ஒரே ஒரு தருணம் தான் என்னை மிகவும் துன்புறுத்திக் கொண்டிருக்கிறது. ஏன்?... என்ன காரணமென்று எனக்கே தெரியவில்லை!

அது எப்பேற்பட்ட மந்திரம். அதை அர்ஜீனனுக்கு உபதேசிக்காமல் இருக்க அவர் மனம் சிறிது கூட இடம் கொடுக்கவில்லையே! சரி. இதை அவர் செய்யவில்லை என்றால் ஒரு மிகப்பெரிய தவறு, குறைபாடு காணப்படும். இவ்வாறு, அவர் செய்யாவிட்டாலும் கூட மஹாபாரதக் கதையின் ஓட்டத்தில் எந்தவிதமான மாற்றமும் ஏற்படாது. அப்படியானால், ஏன் தேவையற்றுத் தன்னுடைய நெருங்கிய பாத்திரத்தோடு, நெருங்கியிருக்க வீணாக நுழைந்தார்? அந்த மந்திரத்தில் அப்படியென்ன சக்தியிருந்தது. இந்த மந்திரத்தைத் தன்னுடைய பிரியமான பாத்திரத்திற்கு உபதேசிக்காமல் அவரால் ஏன் அமைதியாக இருக்க முடியவில்லை.

என்னுடைய நினைவு என்னோடு ஒத்துழைக்கவில்லை. ஓ! ஓ! ஓ! இப்போது நினைவுக்கு வந்துவிட்டது! மறுநினைவு! மறுநினைவா? ஆம். மறுநினைவு. வியாசர் அர்ஜீனனுக்கு கொடுத்த மந்திரத்தின் பெயர் இது தானே! அர்ஜீனனுக்கா?... அல்லது... யுதிஷ்டிரருக்கா?

ஆம். விநாயக்!... ஆம். நினைவு இல்லை. மறுநினைவு! இதன் பொருள் என்னவென்று உனக்குத் தெரியுமா?

நான் இந்தக் கேள்வியை யாரிடம் வினவுகிறேன்? விநாயக்கிடமா...? அவன் தான் என்னுடைய நினைவின் விளைவாயிற்றே! நினைவின் ஆவாஹனமாயிற்றே! 'ரிமென்பரென்ஸ் ஆஃப் திங்க்ஸ் பாஸ்ட்...'.

ஆனால், இப்பொழுது நினைவுபடுத்தினாலேயே மட்டும் காரியமொன்றும் நடவாது. இப்போது மோகத்தை உற்பத்தி செய்யாத, மோகத்தை அழிக்கக் கூடிய மனிதனைத் 'தன் ஞாபகம்' என்ற பிடிப்பிலிருந்து விடுவிக்கக் கூடிய அவனுடைய எல்லாவிதமான கர்ம பந்தனங்களையும் 'மஷீன் கண்டிஷன்'களையும் உடைத்து அவனே 'நான் இருக்கிறேன்' என்ற மஹா வாக்கியத்தின் ரகசியத்திற்குள் ப்ரவேசிக்கச் செய்யும் நினைவு என்ற எல்லைக் கோட்டுக்குச் சென்று, அதையும் தாண்டி மற்றொரு நினைவை அடைய வேண்டும். அதாவது, எது நினைவோ, எது நினைவாக இருக்கிறதோ, அது மறுபடியும் நினைவாக இருப்பதில்லை.

அதாவது மறுநினைவு, 'நஷ்டோ மோஹ ஸ்மிருதிர்லப்தா... த்வத்ப்ரசா தான்மயா அச்யுத: இப்படிப்பட்ட நினைவு!

ஆனால்... விநாயக்! இப்போது இது என்னுடைய பொறுப்பு: உன்னுடையதல்ல. உன்னை எவ்வளவு தூரம் பார்க்கச் செய்ய முடியுமோ அவ்வளவு தூரம் பார்க்கச் செய்துவிட்டேன். என்னால் இயன்ற அளவு உன்னுடனேயே இணையாக இருந்துள்ளேன். இனிமேல் மேலும்

உன்னோடு இணைந்து செல்வது என்னால் இயலாத செயலாகும். இப்போது நீ உன்னுடைய வழியை தேர்ந்தெடுத்துக் கொள்ள முழுமையான சுதந்திரம் அடைந்துள்ளாய். அவ்வாறே, நானுந்தான்.

**